AF766122

ഒരു ആട്ടിടയന്റെ ജീവിതം

Oru Attidayante Jeevitham
World Classics

Original Title
A Shepherd's Life

W H Hudson

Translation
K P Balachandran

CHINTHA PUBLISHERS
Thiruvananthapuram

First Edition
April 2021

Typesetting
Star communications, Thiruvananthapuram

Published
Chintha Publishers, Thiruvananthapuram

Printed at
Repro India Ltd, Mumbai

Cover Design
Vinod Mangoes

ISBN : 978-93-90301-59-1

CO - 3006 / 5484

₹ 320

Email: chinthapublishers@gmail.com
Website: www.chinthapublishers.com

Distribution
DESHABHIMANI BOOKHOUSE
H O Thiruvananthapuram 695035

Branch
Head Office Kunnukuzhi • Statue Thiruvananthapuram •
KSRTC Bus Station Thiruvananthapuram
KSRTC Bus Station Alappuzha • KSRTC Bus Station Ernakulam •
Machingal Lane Thrissur • IG Road Kozhikode •
Mavoor Road Kozhikode • NGO Union Building Kannur •
Central Bus Terminal Complex Thavakkara Kannur

ഒരു ആട്ടിടയന്റെ ജീവിതം

ഡബ്ല്യു എച്ച് ഹഡ്സൺ

പരിഭാഷ
കെ പി ബാലചന്ദ്രൻ

ചിന്ത പബ്ലിഷേഴ്സ്
തിരുവനന്തപുരം-695 035
₹ 320

ഡബ്ല്യു എച്ച് ഹഡ്സൺ

പ്രശസ്ത പ്രകൃതി നിരീക്ഷകൻ, പക്ഷി നിരീക്ഷകൻ, നോവലിസ്റ്റ് എന്നീ നിലകളിൽ ശ്രദ്ധേയനായ ഹഡ്സൺ 1841 ൽ അർജന്റീനയിൽ ജനിച്ചു. 1874 ൽ ഹഡ്സൺ ലണ്ട നിലേക്കു കുടിയേറി. 1876 ൽ എമിലി ലിൻഗ്രേവിനെ വിവാഹം കഴിച്ചു. പ്രശസ്ത ഗായികയായിരുന്നു അവർ. 1889 ൽ ബ്രിട്ടീഷ് പൗരത്വം നേടി. പ്രകൃതി നിരീക്ഷണ ത്തിലും പക്ഷി നിരീക്ഷണത്തിലും മുഴുകിയായിരുന്നു അദ്ദേഹത്തിന്റെ ജീവിതം. അർജന്റീനയിലെയും ബ്രിട്ടനി ലെയും പക്ഷികളെപ്പറ്റിയുള്ള പുസ്തകങ്ങൾ രചിച്ചു. *ഗ്രീൻ മാൻഷൻസ്* എന്ന നോവലാണ് ഏറ്റവും ശ്രദ്ധേയമായ കൃതി. 1910 ലാണ് *ഒരു ആട്ടിടയന്റെ ജീവിതം* രചിച്ചത്. അദ്ദേ ഹത്തിന്റെ ശ്രദ്ധേയമായ മറ്റൊരു നോവലായ *Far away and Long ago* (1918) ചലച്ചിത്രമാക്കപ്പെട്ടു. നാല്പതിലേറെ പുസ്തകങ്ങൾ രചിച്ച ഹഡ്സൺ 1922 ൽ ലണ്ടനിൽ മര ണമടഞ്ഞു.

കെ പി ബാലചന്ദ്രൻ

1939 ജനുവരി 25 ന് മണലൂരിൽ ജനനം. പിതാവ്: വിദ്വാൻ കെ പ്രകാശം. മാതാവ്: ദേവകി.
മൈസൂർ യൂണിവേഴ്സിറ്റിയിൽ ബിരുദാനന്തര ബിരുദം. റൂർക്കേല സ്റ്റീൽ പ്ലാന്റിൽ എഞ്ചിനീയറായിരുന്നു. വിവിധ വാട്ടർ തീം പാർക്കുകളിൽ ജനറൽ മാനേജരായി ജോലി നോക്കി. മുഗൾ ഭരണത്തെക്കുറിച്ച് ആഴത്തിൽ പഠിച്ച് എട്ട് ഗ്രന്ഥങ്ങൾ രചിച്ചു. നിരവധി വിശ്വസാഹിത്യകൃതികൾ പരി ഭാഷപ്പെടുത്തുകയും സംഗ്രഹിക്കുകയും ചെയ്തു.

ഉള്ളടക്കം

പ്രസാധകക്കുറിപ്പ്

പ്രകൃതി ഉപാസകനും പക്ഷിനിരീക്ഷകനുമായിരുന്ന ഡബ്ല്യു എച്ച് ഹഡ്സന്റെ വിഖ്യാത രചനയാണ് *ഒരു ആട്ടിടയന്റെ ജീവിതം (A Shepherd's Life).* വിശ്വ സാഹിത്യത്തിലെ ക്ലാസിക്കായാണ് 1910 ൽ പ്രസിദ്ധീകൃതമായ ഈ കൃതി പരിഗണിക്കപ്പെടുന്നത്. പത്തൊമ്പതാം നൂറ്റാണ്ടിലെ ഗ്രാമീണ ബ്രിട്ടണിലെ പ്രകൃതിയെയും മനുഷ്യ ജീവിതത്തെയുംപറ്റിയുള്ള അത്യപൂർവ്വമായ ആഖ്യാനമാണീ കൃതി. വിൽറ്റ്ഷയറിലെ ആട്ടിടയനായിരുന്ന കാലെബ് ബൊകോമ്പിന്റെ ജീവിതമാണീ കൃതിയിൽ അനാവൃതമാകുന്നത്. ആടുകൾ, ഇടയന്റെ നായ, ഗ്രാമീണ മനുഷ്യൻ, ഗ്രാമീണ ചന്തകൾ എന്നിവയുടെ ചാരുതമുറ്റിയ ആവിഷ്കരണം.

ചിന്ത പബ്ലിഷേഴ്സ്

സാലിസ് ബറി സമതലം

ഇംഗ്ലണ്ടിന്റെ ഭൂപടത്തിൽ വലിയൊരു പ്രദേശമാണ് വിൽറ്റ് ഷയർ, ഒരു വിശാലമായ പച്ചപ്പുള്ള കൗണ്ടി. എന്നിട്ടും നാട് ചുറ്റി സഞ്ചരിക്കാൻ പോകുന്നവർ അതൊരിക്കലും ഒരു പ്രിയങ്കര സ്ഥലമായി കരുതിയിട്ടില്ല. എന്തായാലും, ആ നാട്ടുകാരനോ, അവിടെ താമസമാക്കിയവനോ, അല്ലെങ്കിൽ മുമ്പ് ആ നാടുമായി സ്നേഹബന്ധമുള്ളവനോ ഒഴിച്ച്, മറ്റൊരു വിൽറ്റ് ഷയർ പ്രേമിയെ ഞാൻ ഓർക്കുന്നില്ല. എന്നെത്തന്നെയും ഞാനൊരു വ്യത്യസ്തനായി കാണുന്നില്ല; പച്ച പിടിച്ച പുൽപ്രദേശങ്ങൾ സ്വന്തമായി കാണുന്ന ഞാൻ ഒരുതരത്തിൽ അവിടത്തെ നാട്ടുകാരനാണ്! പിന്നെ, നാട് ചുറ്റിസഞ്ചരിക്കാൻ പോകുന്നവരോ പോയവരോ ആയ നിങ്ങളുടെ ഏതെങ്കിലും അരഡസൻ സുഹൃത്തുക്കൾ ചർച്ച ചെയ്യുന്നത് ശ്രദ്ധിച്ചു നോക്കൂ, - കൗണ്ടികൾ, പട്ടണങ്ങൾ, കോട്ടകൾ, പ്രകൃതി ദൃശ്യങ്ങൾ എന്നിവയെക്കുറിച്ചെല്ലാം അവർ കുറിപ്പുകൾ തയ്യാറാക്കിയിട്ടുണ്ടാകും. അതവരെ തൃപ്തിപ്പെടുത്തുന്നു; എന്നാൽ ആരും വിൽറ്റ് ഷയറിനെക്കുറിച്ച് സൂചിപ്പിക്കുകപോലും ചെയ്തിട്ടുണ്ടാവില്ല. അവർ എല്ലാവരും ഒരേരീതിയിലാണത് അറിയുന്നത്; അവർ സാലിസ് ബറി കാത്തിഡ്രലും സ്റ്റോൺഹെഞ്ചും കണ്ടിട്ടുണ്ട്; അത് ജീവിതത്തിലൊരിക്കൽ എല്ലാവരും കണ്ടിരിക്കേണ്ടതാണ്. അവർ ബാത്തിലേക്കും വെയിൽസിലേക്കും പടിഞ്ഞാറൻ നാട്ടിലേക്കും (ഡോമർസെറ്റ്, ഡെവൺ, കോൺവാൾ എന്നിവ) പോകുമ്പോൾ ട്രെയിനിന്റെ ജനാലകളിലൂടെ ഈ നാട് കണ്ടിട്ടുണ്ട്. പ്രകൃതി സ്നേഹികൾക്ക്, എന്തായാലും മനസ്സിൽ തട്ടുന്ന യാതൊന്നും വിൽറ്റ് ഷയറിൽ ഇല്ല; മലകളോ കടലോ അല്ലെങ്കിൽ പശ്ചിമദേശത്തും ഉത്തരദേശത്തും ഉള്ള സ്ഥലങ്ങളുമായി താരതമ്യപ്പെടുത്താവുന്ന മറ്റെന്തെങ്കിലുമോ ഒന്നുമില്ല! പച്ച പരവതാനി വിരി

ച്ചതു പോലുള്ള കുന്നുകൾ ഉണ്ട്! നിങ്ങളുടെ ജനാലയിലൂടെ അത് നന്നായിക്കാണാം. വിളർത്ത പച്ച തിരമാലകൾപോലെ, ഒന്നിന്നപ്പുറം മറ്റൊന്നായി പരന്നുകിടക്കുന്നു. നടക്കാൻ ഇഷ്ടപ്പെടുന്നവർക്ക് നല്ല കാലാവസ്ഥയിൽ നടക്കാൻ പറ്റിയ പ്രദേശമാണത്. എന്നാൽ, കൂടുതൽ എന്തെങ്കിലും ചെയ്യാൻ ആഗ്രഹിക്കുന്നവർക്ക് ഈ കുന്നുകൾ അവഗണിക്കാം. കാരണം, കുന്നുകൾ ആഗ്രഹിക്കുന്നവർക്ക് കൂടുതൽ പൊക്കമുള്ള ശ്രേഷ്ഠമായ സസ്സെക്സ്കുന്നിൻനിരകൾ ലണ്ടനിൽനിന്ന് ഒരുമണിക്കൂർ യാത്രചെയ്താൽ കാണാൻ കഴിയും! മൊട്ടക്കുന്നുകളോട് വെറുപ്പുതോന്നുന്നവരാണ് മറ്റൊരു വിഭാഗം ആളുകൾ. അവർ ഗിൽപിനെപ്പോലെ അലങ്കരിക്കപ്പെടാത്ത ഭൂമി ഇഷ്ടപ്പെടാത്തവരാണ്. ഗിൽപിന്റെ അഭിരുചി തെറ്റും പരിഹാസ്യവുമാണെന്ന് എനിക്കും ചോക്ക്കുന്നുകൾ ഇഷ്ടപ്പെടുന്നവർക്കും തോന്നിയാലും ശൂന്യവും നിശ്ശബ്ദവുമായ ഈ വിശാലമായ പ്രദേശത്തെ പരിചയമില്ലാത്തവരുടെ പൊതുവികാരമാണ് അദ്ദേഹം തീർച്ചയായും പ്രകടിപ്പിക്കുന്നത്.

കുന്നുകളിൽ നടക്കുവാനാണെങ്കിൽ, നല്ല ദിവസങ്ങൾ വിരളമാണ്. അവർ കാത്തിരിക്കുന്ന ഋതുക്കളിൽ പോലും. തീർച്ചയായും ഈ ചോക്ക് കുന്നുകളിൽ മാത്രമാണ് ഈ ഇംഗ്ലീഷ് കാലാവസ്ഥയോട് എനിക്ക് ഇഷ്ടക്കേട് തോന്നാറുള്ളത്. തുറസ്സായ അന്തരീക്ഷം ഇഷ്ടപ്പെടുന്നവർക്ക് എല്ലാ കാലാവസ്ഥയും നല്ലതാണ്, അവയ്ക്ക് അതിന്റേതായ പ്രത്യേക ആകർഷണമുണ്ട്. ഒക്ടോബറിലെ പരുക്കൻ കാലാവസ്ഥയിൽ രാവും പകലും തുല്യമായ സമയത്ത്, കോലാഹലമുണ്ടാക്കുന്ന കാറ്റിൽ പുറത്ത് ചെലവഴിക്കാൻ എന്ത് രസമാണ് - ചാഞ്ചാടുന്ന മരക്കൊമ്പുകളിൽ അത് സൃഷ്ടിക്കുന്ന അലർച്ച ശ്രദ്ധിക്കുവാൻ, കരിയിലകൾ പറക്കുന്നത് നിരീക്ഷിക്കുവാൻ, ചുഴലിക്കാറ്റിൽ ഉയരുന്ന മഞ്ഞയും കറുത്തതും ചുകന്നതുമായ ഇലകൾ കാണുവാൻ- കോരിച്ചൊരിയുന്ന മഴ കേൾക്കുവാനും കാണുവാനും സ്പർശിച്ചറിയുവാനും കഴിയുമ്പോൾ, വലിയമഴത്തുള്ളികൾ ആലിപ്പഴം പോലെ പതിക്കുമ്പോൾ, എന്തൊരാനന്ദമായിരിക്കും! നിശ്ചലമായ നരച്ച നവംബർ കാലാവസ്ഥ, ശീതകാലത്തിനുമുമ്പുള്ള അനിശ്ചിതത്വവും വിഷാദപ്രവണതയും ഒരു വിചിത്രമായ പ്രശാന്തത പ്രകൃതിയുടെ പ്രത്യക്ഷജ്ഞാനം, എല്ലാം എത്ര ആനന്ദകരമാണ്! വർഷം മുഴുവൻ കറങ്ങിവരുന്ന ഈ ഋതുക്കൾ എല്ലാസ്ഥലത്തും തുറസ്സായ അന്തരീക്ഷത്തിൽ എത്ര സുഖകരമാണ്. ആ നഗ്നമായ ചോക്ക് കുന്നുകളിലൊഴികെ! അവിടത്തെ കാറ്റും മഴയും നിങ്ങൾക്കുവേണ്ടിയുള്ളതല്ല, നിങ്ങൾക്ക് എതിരാണ് അത്! നിങ്ങളെ അത് കഷ്ടതയിലാഴ്ത്തും. ഒരാൾക്ക് അവിടത്തെ ഏകാന്തത, വിരസത, ദുരിതങ്ങൾ തുടങ്ങിയവ അനേകം നാളുകൾ അനുഭവിക്കേണ്ടിവരുന്നു, മഴയില്ലാത്ത കാലത്ത് പോലും! ഇത്തരം ഭീകരമായൊരു സമയത്ത്, വയലിൽ പക്ഷിയെ വിരട്ടി ഓടിക്കുന്നവനുമായുള്ള രസകരമായൊരു ആകസ്മിക കൂട്ടിമുട്ടൽ ഞാൻ ഇപ്പോൾ ഓർത്തുപോകുകയാണ്.

മാർച്ച് മാസത്തിലാണത്. ഭയങ്കര തണുപ്പ്. ഏതാനും ദിവസങ്ങളായി കിഴക്കൻ കാറ്റ് ആഞ്ഞടിക്കുന്നു. ആകാശം കറുത്തിരുണ്ടിരിക്കുന്നു. എബ്ബിൾ താഴ്വരയിൽ ഞാൻ സൈക്കിൾ ചവിട്ടുകയായിരുന്നു. ഒടുവിൽ ഭയങ്കര കുത്തനെയുള്ളൊരു കുന്നിൽ ചെരുവിലൂടെ സൈക്കിൾ തള്ളിക്കയറ്റി മുകളിലെ സമതലത്തിലെ പരുക്കൻ റോഡിലെത്തി, എനിക്കെതിരെ ശക്തമായ കാറ്റടിക്കുന്നുണ്ട്. എന്റെ മുന്നിലുള്ളതിനേക്കാൾ ദുരിതപൂർണ്ണമായൊരു രംഗം വിഭാവനം ചെയ്യാൻ കഴിയില്ല! കാരണം ആ വിസ്തൃതമായ നിലം മുഴുവൻ ഉഴുതുമറിച്ചിട്ടിരിക്കയാണ്, അനന്തമായി പരന്നുകിടക്കുന്ന ചാരനിറത്തിലുള്ള വയലുകൾ, അവ കമ്പിവേലികളാൽ വിഭജിച്ചിട്ടുണ്ട്. അത്രയും വിശാലമായ പ്രദേശത്ത് ഒരു മനുഷ്യരൂപം മാത്രമേ കാണാനുള്ളൂ, ഒരു ബാലൻ! തോക്കുപോലൊരു സാധനം കൈയിൽ പിടിച്ച് വലിയ പാടത്തിന് നടുവിൽ നില്ക്കുന്നു! ഞാൻ അവനെ കണ്ട സമയം തന്നെ അവനും എന്നെ കണ്ടു. ഉടനെ, എന്നോട് എന്തോ സംസാരിക്കാനെന്നതുപോലെ ഉഴുതു മറിച്ച വയലുകളിലൂടെ കഴിയാവുന്നത്ര വേഗത്തിൽ അവൻ എന്റെ അടുത്തേക്ക് ഓടിവന്നു. അവന് എന്റെ അടുത്തെത്താൻ കാൽ മൈൽ ദൂരമുണ്ട്. അവനെന്നെ പിടിക്കാൻ പറ്റുമോ, എന്നെനിക്ക് സംശയമുണ്ടായിരുന്നു! എന്നാൽ, അവൻ ഭയങ്കരവേഗത്തിലാണ് ഓടിയത്. കാറ്റും എനിക്കെതിരായിരുന്നു. ഞാൻ ആ റോഡിൽ എത്തിയപ്പോഴേക്കും അവനും അവിടെ ഓടി എത്തി. അവൻ വേലിക്കരികിൽനിന്ന് കിതയ്ക്കുകയായിരുന്നു, അവന്റെ സുന്ദരമുഖം ചുകന്നിട്ടുണ്ട്, നല്ല കരുത്തുറ്റ ശരീരമുള്ള, പന്ത്രണ്ടോ പതിമൂന്നോ വയസ്സുള്ള ഒരു ബാലനാണവൻ. ഒരു സാധാരണ പക്ഷി- ഓടിപ്പിക്കുന്നവനേക്കാൾ നല്ല വസ്ത്രധാരണമാണവന്റേത്. വിചിത്രമായ പഴയ ഭാരമുള്ളൊരു തോക്ക് അവൻ പിടിച്ചിട്ടുണ്ട്! അവൻ സംസാരിക്കട്ടെ എന്ന് കരുതി ഞാൻ സൈക്കിളും പിടിച്ച് കാത്തുനിന്നു. എന്നാൽ സ്വയം തൃപ്തനായൊരാളെപ്പോലെ പുഞ്ചിരി തൂകുന്ന മുഖവുമായി അവൻ നിശ്ശബ്ദം നില്പ് തുടർന്നു. "ശരി?" ഞാൻ ചോദിച്ചു. എന്നാൽ മറുപടി ഒന്നുമില്ല. അവൻ പുഞ്ചിരിച്ചുകൊണ്ടിരുന്നു!

"നിനക്കെന്താണ് വേണ്ടത്?" ഞാൻ അക്ഷമയോടെ ചോദിച്ചു.

"എനിക്കൊന്നും വേണ്ട."

"എന്നാൽ എന്നെക്കണ്ട ഉടനെ കഴിയാവുന്നത്രവേഗത്തിൽ നീ ഇങ്ങോട്ട് ഓടിവന്നല്ലോ."

"ഉവ്വ്."

"കൊള്ളാം. നീ എന്തിനുവേണ്ടിയാണത് ചെയ്തത്- നീ ഇങ്ങോട്ട് ഓടിവന്നതിന്റെ ഉദ്ദേശ്യം എന്തായിരുന്നു?"

"നിങ്ങൾ കടന്നുപോകുന്നത് കാണാൻ വേണ്ടി മാത്രം" അവൻ മറുപടി നല്കി.

അത് അല്പം പരിഹാസ്യമായി എനിക്ക് തോന്നി, ആദ്യം അതെന്നെ അല്പം പ്രകോപിപ്പിച്ചു. എന്നാൽ അല്പനേരം അവനുമായി സംസാരി

ച്ചശേഷം അവനെ വിട്ടുപിരിഞ്ഞപ്പോൾ എനിക്ക് വളരെ സന്തോഷമാണ് തോന്നിയത്. 'ഞാൻ കടന്നുപോകുന്നത് കാണാൻ വേണ്ടി മാത്രം.' വലിയൊരു തോക്കുമേന്തി ഉഴുതുമറിച്ചവയലിലൂടെ ദീർഘദൂരം ഓടിവരുന്ന ഒരു വ്യക്തി എനിക്ക് നൂതനവും, പ്രശംസനീയവുമായി ഒരു അനുഭവമായിരുന്നു.

എന്നാൽ, ആ ചുറ്റുപാടിൽ അതൊരു വിചിത്ര സംഭവമല്ല. ആ ചാര നിറമുള്ള, കാറ്റടിക്കുന്ന വിജന പ്രദേശത്തെ അവന്റെ മണിക്കൂറുകൾ ദിവസങ്ങളോളം ദീർഘമുള്ളതായി അവന് തോന്നുന്നുണ്ടാകും! ആ വിരസതയിൽനിന്നുള്ള ഒരു ഇടവേളയായിരുന്നു അത്. റോഡിന്നടുത്തേക്ക് ഓടിവന്ന് അതിലൂടെ കടന്നുപോകുന്നവരെ അടുത്തുനിന്ന് കാണുക. അതവന് ആഹ്ലാദഭരിതമായ ആവേശം സൃഷ്ടിക്കുന്ന ഒരു കൊച്ചുസംഭവമാണ്. ഏതാനും നിമിഷങ്ങൾ മാനുഷിക സൗഹൃദത്തിന്റെ അവബോധം അവന് ലഭ്യമാകുന്നു! വിരസമായ ഈ പ്രദേശത്തെ ഏകാന്തതയിൽ കഴിയുന്ന അവനോടെനിക്ക് അല്പം ദുഃഖംതോന്നി. എന്നാൽ ഇപ്പോൾ എനിക്ക് തോന്നുന്നു, കഷ്ടപ്പെട്ട് പുസ്തകങ്ങളിൽ മുഴുകി സ്കൂളിൽ കഴിയുന്ന അവരുടെ സമപ്രായക്കാരേക്കാൾ ഭേദമാണ് അവന്റെ നില എന്ന്! കാർഷിക ഡിസ്ട്രിക്ടുകൾക്ക് കൂടുതൽ യുക്തിക്ക് നിരക്കുന്ന വിദ്യാഭ്യാസ സമ്പ്രദായം നമ്മൾക്കുണ്ടായിരുന്നെങ്കിൽ എന്ന് ഞാൻ ആശിച്ചുപോകുകയാണ്! ദിവസത്തിലെ നല്ല മണിക്കൂറുകൾ മുഴുവൻ കുട്ടികളെ ഒരു മുറിക്കകത്ത് അടച്ചിടരുത്. ജീവിതത്തിലെ ജോലികൾക്കായി അവരെ രൂപപ്പെടുത്തിയെടുക്കുവാൻ പുറം ലോകം കാണുകയും കേൾക്കുകയും പ്രവൃത്തിക്കുകയും വേണം. 'സ്കൂയറി'ന്റെ സമ്പ്രദായം കൂടുതൽ വിവേകപൂർവ്വമായ ഒന്നായിരുന്നു. അതൊരു ആഹ്ലാദകരമായ ഹാസ്യ ചിത്രം എന്നതിനേക്കാളേറെ നമ്മൾ അതിനെക്കുറിച്ച് കൂടുതൽ ചിന്തിക്കുന്നില്ല. സ്കൂയറിന്റേത് അനശ്വരമായൊരു ആനന്ദമാണ്. പെൽസ്നിഫിനെക്കുറിച്ച് മിലാങ് പറഞ്ഞതുപോലെ. എന്നാൽ, ഡിക്കൻസ് ഒരു ലണ്ടൻകാരനായിരുന്നു, ഇതിനേയോ മറ്റേതൊരു കാര്യത്തെയോ ഒരു ലണ്ടൻകാരന്റെ കാഴ്ചപ്പാടിലൂടെയല്ലാതെ കാണാൻ പറ്റാത്തൊരു വ്യക്തി. ഇംഗ്ലണ്ടിലെ കുട്ടികൾക്കുവേണ്ടി ഇതിനേക്കാൾ നല്ലൊരു സമ്പ്രദായം നിങ്ങൾക്ക് ഉണ്ടാക്കാനാവില്ലേ? ഓക്സ്ഫോർഡ് സ്ട്രീറ്റിലെ ഏറ്റവും കുറ്റമറ്റ തുണി വ്യാപാരിയുടെ സഹായിയേയോ, സോളിസിറ്റർ ഓഫീസിലെ ഏറ്റവും സമർത്ഥനായ മിഗപ്പിയേയോ ഉല്പാദിപ്പിക്കുന്ന സമ്പ്രദായം! നമ്മൾക്കെതിരായ പ്രകൃതിയുടെ അബോധവിവേകം ഉണ്ടെന്നുള്ളതൊരു സത്യമാണ്. അങ്ങനെ ഒടുവിൽ പതിനാലാം വയസ്സിൽ ആ ബാലൻ പുറത്തുവന്ന് ജീവിതത്തിലെ ജോലി ആരംഭിച്ച ഉടനെ അവന്റെ മനസ്സിൽ അടിഞ്ഞുകിടക്കുന്ന നിഷ്പ്രയോജനമായ വിജ്ഞാനം നിഷ്കാസനം ചെയ്യാൻ പ്രകൃതി പ്രവർത്തിക്കുന്നു. എന്തുമാത്രം സമയവും ഊർജ്ജവും പണവുമാണ് പാഴാക്കിയത്! നാടിന്റെ മന്ദബുദ്ധി ഒരുദിവസം ഈ പ്രശ്നത്തിൽ ഉണർന്നെഴുന്നേല്ക്കു

മെന്ന് നമ്മൾക്ക് ആശിക്കാൻ മാത്രമേ കഴിയൂ. അന്ന് ഗ്രാമീണൻ നഗരവാസിയോട് പറയും. നിങ്ങളെപ്പോലെ വീടിനുള്ളിൽ കഴിയുന്ന സ്വന്തം കുട്ടികൾക്കുവേണ്ടി നിങ്ങളുടേതായ നിയമങ്ങളും വിദ്യാഭ്യാസ സമ്പ്രദായങ്ങളും സൃഷ്ടിച്ചുകൊണ്ടിരുന്നോളൂ. എന്റെ കുട്ടികൾക്കുവേണ്ടി വ്യത്യസ്തമായ ഒന്ന് ഞാൻ ആവിഷ്കരിക്കും. അത് അവർക്ക് കായികശക്തി പ്രദാനംചെയ്യും; ആട്ടിറച്ചിയും പോർക്കും വികസിപ്പിച്ചെടുക്കാൻ പഠിപ്പിക്കും. നമ്മൾ എല്ലാവരും കഴിക്കുന്ന ഉരുളക്കിഴങ്ങും കാബേജും കൃഷിചെയ്യാൻ പഠിപ്പിക്കും.

ഇനി കുന്നുകളിലേക്ക് മടങ്ങാം. അവയുടെ ശൂന്യതയും ഏകാന്തതയും അപരിചിതരെ ഭയപ്പെടുത്തുന്നു. എന്നാൽ അവയെ സ്നേഹിക്കുന്നവരെ അത് കൂടുതൽ ആകർഷിക്കുകയും അടുപ്പിക്കുകയും ചെയ്യുന്നു. പ്രഭാത സൂര്യരശ്മി മുറിയിൽ അടിക്കുന്നതോടെ ഉണരുന്ന ഒരാൾ, പുറത്തെ നീലാകാശത്തിലേക്ക് നോക്കുന്നു, മേഘമില്ലാത്ത ആകാശം, അല്ലെങ്കിൽ വെളുത്ത മേഘങ്ങളുള്ളത്. അതെന്റെ ഒരു വിചിത്ര ഭാവന ആയിരിക്കാം. അല്ലെങ്കിൽ താരതമ്യപഠനം കൊണ്ടായിരിക്കാം, എനിക്കെപ്പോഴും തോന്നാറുള്ളത്. ഈ ചോക്ക് കുന്നുകൾക്ക് മുകളിലെ വായു താഴെയുള്ള ഭൂമിയിലേതിനേക്കാൾ പരിശുദ്ധവും പുത്തനുമാണെന്നതുപോലെ, വെള്ളവും കൂടുതൽ പരിശുദ്ധമാണ്; ആകാശവും ഒരുപക്ഷേ, കൂടുതൽ നീലനിറമായിരിക്കാം. അതുപോലെ എല്ലാ നിറങ്ങളും ശബ്ദങ്ങളും മറ്റ് സ്ഥലങ്ങളേക്കാളേറെ ശുദ്ധവും ഊർജ്ജസ്വലവും തീവ്രവുമാണ്: പാഴ്ച്ചെടികളുടെ മഞ്ഞനിറത്തിലും പാറയിലെ റോസ് ചെടികളിലും പക്ഷിക്കാലുകളിലും അവയുടെ തിളങ്ങുന്ന നിരവധി പുള്ളികുത്തുകളിലും- നീല, വെള്ള, റോസ് എന്നീ നിറങ്ങൾ- ഞാനത് കാണുന്നു. എല്ലാ പക്ഷികളുടെ ശബ്ദത്തിലും ഞാനത് കേൾക്കുന്നു.

ആ കുന്നുകളിലൂടെ നടക്കുന്നതിന്റെ ആനന്ദമല്ല ഇപ്പോൾ എന്റെ വിഷയം. മുമ്പ് ഞാൻ എഴുതിയ *നേച്ചർ ഇൻ ഡൗൺ ലാണ്ട്* എന്ന കൃതിയിൽ ഞാൻ തെക്കൻ കുന്നുകളെക്കുറിച്ച് വിവരിച്ച് എഴുതിയിട്ടുണ്ട്. ഈ കൃതിയുടെ വിഷയം 'സൗത്ത് വിൽറ്റ് ഷയർ ഡൗൺസി'ലെ അല്ലെങ്കിൽ 'സാലിസ് ബറി പ്ലെയിനിലെ' മനുഷ്യരുടേയും മറ്റ് ജീവികളുടെയും ജീവിതത്തെക്കുറിച്ചാണ്. വിൽറ്റ് ഷയർ ഭാഗമാണ് എന്നെ ഏറ്റവും അധികം ആകർഷിച്ചിട്ടുള്ളത്, വീൽഡിൽനിന്നും കാണപ്പെടുന്ന മഹത്തായ സസ്സെക്സ് നിരപോലെ; എന്നാൽ സന്ദർഭവശാൽ ഞാൻ കൂടുതൽ തെക്കോട്ട് പോയി; അവിടത്തെ ഗ്രാമീണ ജനങ്ങളുടെ സ്വഭാവവും ജീവിതവും മനസ്സിലാക്കാൻ കഴിഞ്ഞപ്പോൾ ഈ സ്ഥലമാണ് ഏറ്റവും നല്ല സ്ഥലമെന്ന് എനിക്ക് തോന്നി.

ആ സമതല പ്രദേശം കൃത്യമായി നിർവ്വചിക്കപ്പെട്ട ഒരു സ്ഥലമൊന്നുമല്ല, എഴുത്തുകാരന്റെ ഉദ്ദേശമനുസരിച്ച് ഉൾപ്പെടുത്തപ്പെട്ട ഒരു പ്രദേശമത്രെ! അതിൽ സമതലം പ്രത്യേക രീതിയിൽ വിഭജിക്കപ്പെട്ടിട്ടൊന്നു

മില്ല. നിങ്ങൾക്കത് 'അവൻ' പുഴയ്ക്കും 'വൈലി' പുഴയ്ക്കും ഇടയ്ക്കുള്ള പ്രദേശമായി കരുതാം; പതിനഞ്ച് മൈൽ വീതിയും ആവശ്യത്തിനനുസരിച്ച നീളവും, അതിന്റെ മദ്ധ്യത്തിൽ തിൽസ് ഹെഡ് ഗ്രാമം. താഴ്വരകളെ കാര്യമാക്കുന്നില്ലെങ്കിൽ തെക്ക് ഡൗൺട്ടനും ടെല്ലാർഡ് റോയലും മുതൽ വടക്ക് പ്യൂസെവരെയും കിഴക്ക് ഹാമ്പ്ഷയർ അതിർത്തി മുതൽ പടിഞ്ഞാറ് ഡോർസെറ്റും സോമർ സെറ്റും വരെയും, ഇരുപത്തഞ്ച് മുതൽ മുപ്പത് മൈൽ വരെ ഓരോ വശത്തേക്കും നീണ്ടു കിടക്കുന്നു എന്ന് പറയാം. എന്റെ പരിധി ഈ വിസ്തൃതമായ സാലിസ്ബറി സമതലപ്രദേശമാണ്. അതിൽ എബിൾ പുഴയും, അവിടത്തെ അനേകം രസകരമായ ഗ്രാമങ്ങളും ഉൾപ്പെടുന്നു - സാലിസ്ബറിക്കും ചോക്ക് കുന്നുകൾക്കും അടുത്തുള്ള ഓഡ് സ്റ്റോക്കും കൂമ്പിബിസ്സെറ്റും മുതൽ ഡോർസെറ്റ് നിരയ്ക്കടുത്തുള്ള മനോഹരമായ ആൽവെഡിസ്റ്റൻ വരെയും, നഡ്ഡാർ താഴ്വര മുഴുവനും, മിയറിന് മുകളിലുള്ള വൈറ്റ് ഷീറ്റ് ഷില്ലിന് പടിഞ്ഞാറ് ഭാഗം വരെയും. ഈ ഉയർന്ന ചോക്ക് നാടിനെ തുറന്നുവെച്ച ഇടത് കൈപ്പത്തിയുമായി സങ്കല്പിക്കാം - ഉള്ളം കൈ സാലിസ് ബറിയാണെങ്കിൽ അതിലെ അഞ്ച് താഴ്വരകൾ മുറിച്ചു കടക്കുന്ന പുഴകൾ അഞ്ച് വിരലുകളാണ്. ബോൺ മുതൽ (ചെറുവിരൽ) തുടങ്ങിയാൽ, ആ വൺ, വൈലി, നഡ്ഡാർ, എബിൾ. എബിൾ തള്ളവിരലിന്റെ സ്ഥാനത്ത് വരും; അത് സാലിസ് ബറിക്ക് താഴെ പ്രധാന പുഴയിൽ കൂടിച്ചേരുന്നു.

ഈ ഉയർന്ന പ്രദേശത്തിലെ വലിയൊരു ഭാഗം രൂപാന്തരപ്പെട്ടുകൊണ്ടിരിക്കയാണ്. ഒരുകാലത്തത് ചെമ്മരിയാടുകൾ മേഞ്ഞിരുന്ന സ്ഥലമായിരുന്നു; ഇപ്പോൾ പട്ടാളത്തിന്റെ ട്രെയിനിങ് ഗ്രൗണ്ട് ചെമ്മരിയാടുകൾ പോയതോടെ പുൽമൈതാനത്തിന് അതിന്റെ സ്നിഗ്ദ്ധതയും വഴക്കവും നഷ്ടപ്പെട്ടു. ഏറ്റവും കുറ്റമറ്റ പുൽത്തകിടിയേക്കാൾ നടക്കാൻ സുഖകരമായ മൈതാനമായിരുന്നു അത്. ഭൂമിയിൽ വളരുന്നതെല്ലാം ആടുകൾ മണ്ണിനോടടുപ്പിച്ച് കാർന്നുതിന്നു - പുല്ലുകൾ, ചെടികൾ, ചെറിയ പടർന്നു കയറുന്ന ഔഷധച്ചെടികൾ - മണ്ണിനോട് ചേർന്ന് വളരുകയും പൂക്കുകയും ചെയ്യുന്ന സസ്യങ്ങളെല്ലാം! ചെമ്മരിയാടുകളുടെ പല്ലുകളിൽനിന്ന് രക്ഷപ്പെടാനായി ആ സസ്യങ്ങൾ അവയുടെ ഇലകളും തണ്ടുകളും ബുദ്ധിപൂർവ്വം മറ്റ് ചെടികൾക്കുകീഴെ ഒളിപ്പിച്ചുവെക്കുന്നു. ഓരോ ഇനം ചെടികൾക്കും അതിന്റേതായ സ്വഭാവസവിശേഷതകൾ ഉണ്ട്. പുല്ലുകളും ചെടികളും മാത്രമല്ല, വാഴകളും അവയ്ക്കിടയിലുണ്ട്. അവ പൊക്കം കുറഞ്ഞ് നിലകൊള്ളുന്നവയാണെങ്കിലും പൂക്കുകയും കായ്ക്കുകയും ചെയ്യുമ്പോൾ ഒരു നീണ്ടതണ്ട് പൊന്തിവരുന്നു. വാഴക്കുലയ്ക്കുന്ന സമയം നോക്കുക. അതുവരെ നിലത്ത് പതിഞ്ഞുകിടന്ന്, ആടുകളുടെ വായയിൽനിന്നും ഇലകളെ രക്ഷിച്ചവർ കുലയ്ക്കാറാകുമ്പോൾ പെട്ടെന്ന് വളർന്ന് വന്ന ഉണ്ണിപ്പിണ്ടിയിൽ കുലകൾ പ്രത്യക്ഷപ്പെടുന്നു! മറ്റ് ചെടികളുടെയും നില ഇപ്രകാരം തന്നെ, നീണ്ടതണ്ടുകളിൽ പൂവും കായയും ഉണ്ടാകുന്നു, കായവേഗം പഴുക്കുന്നു. അപ്പോൾ ചെമ്മരിയാട്ടിൻകൂട്ടം

എത്തുന്നത് കാണാം. അവർ ധാന്യക്കതിരുകൾ കടിച്ചെടുത്ത് അതിവേഗം കൊണ്ടുപോകുന്നു. എന്നാൽ ഒരേസമയം എല്ലാ കുന്നുകളിലും ചെമ്മരിയാടുകൾക്ക് എത്താനാവില്ല. സമയം കുറവാണ്. നിരവധി ചെടികൾ തണ്ടോടെ പൊട്ടിച്ച് എറിയപ്പെടുന്നു; അതിന്റെ കടവേരോടെ നിലനില്ക്കുന്നതിനാൽ ചെടി നശിക്കുന്നില്ല, പല ഋതുക്കൾക്ക് ശേഷമായിരിക്കാം അവയ്ക്ക് വിത്ത് വിതയ്ക്കുവാൻ കഴിയുന്നതെങ്കിലും നീണ്ട തണ്ടുകളിൽ പൂക്കൾ വിരിയുന്ന മറ്റ് ഇനം ചെടികളുടെ സ്ഥിതിയും അതുതന്നെ. പൂൽമേട് യാതൊരു മാറ്റവുമില്ലാതെ നിലനില്ക്കുന്നു. എന്നാൽ ചെമ്മരിയാടുകളെ അവിടെനിന്ന് മാറ്റുന്നത് സമ്മർദ്ദം എടുത്ത് കളയുന്നതുപോലെയാണ്. ചെടി അതിന്റെ ആത്മവിശ്വാസവും സ്വാതന്ത്ര്യവും വീണ്ടെടുക്കുന്നു, പഴയ ശീലം ത്യജിക്കുന്നു. കൂടുതൽ മഞ്ഞും മഴയും സൂര്യപ്രകാശവും കഴിയാവുന്നത്ര കിട്ടുവാൻ ശ്രമിക്കുന്നു - അതിന്റെ ഫലമോ, ഒരു പരുക്കൻ ഉപരിതലവും!

പട്ടാളകുടിയേറ്റത്തിന്റെ മറ്റൊരു ഫലം ആ സമതലത്തിലെ വന്യജീവി സംഹാരമായിരുന്നു. *എ ഫുട്ട് ഇൻ ഇംഗ്ലണ്ട്* എന്ന എന്റെ മുമ്പത്തെ കൃതിയിലെ പ്രതിപാദ്യവിഷയം അതായിരുന്നു. അതുകൊണ്ട് അക്കാര്യം ഇവിടെ വിവരിക്കുന്നില്ല. വെളുത്ത ടെന്റുകൾ, അല്ലെങ്കിൽ നാകം കൊണ്ടുള്ള വീടുകൾ, കാക്കിവസ്ത്രധാരികളായ മനുഷ്യരുടെ മാർച്ചും ഡ്രില്ലിങ്ങും വെടിയൊച്ച എന്നിവ സാലിസർബറി പ്രേമിയെ ആ ഡ്രിസ്ട്രിക്ടിന്റെ എല്ലാ ആകർഷണീയതയും നഷ്ടപ്പെട്ടെന്ന് ഇപ്പോൾ അറിയിക്കുന്നു, അവിടെ പ്രകൃതി ഭംഗിയെ ഇറക്കിവിട്ടിരിക്കുന്നു!

അതിനിടയിൽ ആ ഡിസ്ട്രിക്ടിലെ മനുഷ്യജീവിതത്തിൽ തത്തുല്യമായൊരു മാറ്റം സംഭവിച്ചുകൊണ്ടിരിക്കുന്നു. ആരെങ്കിലും അത് നന്മയ്ക്കുള്ള മാറ്റമാണെന്നോ തിന്മയ്ക്കുള്ള മാറ്റമാണെന്നോ വിശദീകരിച്ചേക്കാം, എന്തൊക്കെ ആയാലും അതൊരു വലിയ മാറ്റം തന്നെയാണ്. എന്റെയും ഒരുപക്ഷേ, മറ്റ് പലരുടെയും കാര്യത്തിൽ ആ കുന്നുകളിൽ കാണാൻ തുടങ്ങിയിരിക്കുന്ന മാറ്റം ചിന്തിക്കാൻ പോലും ഇഷ്ടമില്ലാത്തതാണ്. ഒരുകാലത്ത് ചെമ്മരിയാടുകൾ മേഞ്ഞുനടന്നിരുന്ന ആ സ്ഥലം ഇന്ന് ഓർമ്മയായിത്തീർന്നിരിക്കുന്നു! ഇക്കാരണത്താൽ, യുദ്ധ ഓഫീസ് കൈയടക്കിയ സമതലത്തിന്റെ ആ ഭാഗം പതിവായി സന്ദർശിക്കൽ ഞാൻ നിർത്തി. വെളുത്ത ടെന്റുകളുള്ള ക്യാമ്പുകൾ കാണാൻ ഇടവരാത്തതും യുദ്ധത്തിന്റെ ഹാസ്യാനുകരണഘോഷങ്ങൾ കേൾക്കാൻ പറ്റാത്തതുമായ തെക്കൻ ഭാഗത്തേക്കായി എന്റെ ചുറ്റി സഞ്ചരിക്കൽ. ഇതാണ് ആയിരം വർഷങ്ങൾക്കുമുമ്പ് ഉള്ള സാലിസ്ബറി സമതലം, അന്ന് ഇംഗ്ലണ്ടിലെ ഏതൊരു ഡിസ്ട്രിക്ടിലേതിനേക്കാളേറെ ചെമ്മരിയാടുകൾ മേഞ്ഞു നടന്നിരുന്നത് ഇവിടെ ആയിരുന്നു.

ഇവിടെയും മാറ്റങ്ങൾ വന്നിട്ടുണ്ടെന്ന കാര്യത്തിൽ സംശയമില്ല, വളരെ വലിയ ചിലമാറ്റങ്ങൾ; മുഖ്യമായും കഴിഞ്ഞ നൂറ്റാണ്ടിൽ, അല്ലെങ്കിൽ പതിനെട്ടാം നൂറ്റാണ്ടിന്റെ അവസാനം മുതൽ. ഭൂമിയിലും, മൃഗങ്ങ

ളുടെ ജീവിതത്തിലും, ഗാർഹിക ജീവിതത്തിലും മാറ്റങ്ങൾ വന്നിരിക്കുന്നു. കാട്ടുപക്ഷികളുടെ ജീവിതത്തിൽ വന്ന നഷ്ടങ്ങളെക്കുറിച്ച് മറ്റൊരദ്ധ്യായത്തിൽ ചില കാര്യങ്ങൾ പറയാം. അത് മുഖ്യമായും ഏറ്റവും നല്ല ഇനം വലിയ പക്ഷികളുടെ ഉന്മൂലനത്തെക്കുറിച്ചാണ്; വിശേഷിച്ച്, ഉയർന്നു പറക്കുന്ന പക്ഷികൾ, അവ വിശാലമായ ഈ വിൽറ്റ് ഷയർ ആകാശത്തു നിന്ന് അപ്രത്യക്ഷമായിരിക്കുന്നു. ഒരു പ്രകൃതി ശാസ്ത്രപണ്ഡിതൻ എന്ന നിലയ്ക്ക്, പഴയ വിൽറ്റ് ഷയർ- ചെമ്മരിയാട് വംശത്തിന്റെ ഉന്മൂലനത്തിലും ഞാൻ വിലപിക്കുന്നു. ഒരുകാലത്ത് വിൽറ്റ് ഷയറിൽ അറിയപ്പെട്ടിരുന്ന ഒരേ ഒരു ചെമ്മരിയാട് വംശം അതായിരുന്നു; അവ ആ നാട് മുഴുവൻ വ്യാപിച്ചിരുന്നു. അത് വലിയ ഒരു മൃഗമായിരുന്നു, ഇംഗ്ലണ്ടിലെ ഏറ്റവും നല്ല കമ്പിളി നല്കിയിരുന്ന ചെമ്മരിയാട്. ആധുനിക ഇനങ്ങളുമായി താരതമ്യപ്പെടുത്തുമ്പോൾ അവ കാണാൻ കൊള്ളാവുന്നവയല്ല. അതിന്റെ തല വലുതും വികൃതവുമാണ്; വട്ടത്തിലുള്ള മൂക്ക്, തടിച്ച് നീണ്ട കാലുകൾ; വയറിൽ രോമമില്ല; ആണിനും പെണ്ണിനും കൊമ്പുകൾ ഉണ്ട്. ഒരു മുട്ടനാടിന്റെ കൊമ്പുകൾപോലും, ദക്ഷിണ ഇംഗ്ലണ്ടിലെ ആധുനിക ചെമ്മരിയാട് വളർത്തുന്നവന് ഭയങ്കര അറപ്പാണ്! അത് പഴയ നഗ്നമായ കുന്നുകളിലെ ചെമ്മരിയാടുകളായിരുന്നു, ആ വ്യവസ്ഥിതിക്ക് യോജിച്ച രീതിയിൽ രൂപപ്പെടുത്തപ്പെട്ടവ. കുറച്ചു ഭക്ഷണം ലഭിക്കുന്ന, ശൂന്യമായ പ്രദേശത്ത് ബഹുദൂരം മേഞ്ഞുനടക്കാൻ പറ്റിയവ. അത് കരുത്തും ആരോഗ്യവും വിവേകവുമുള്ള മൃഗമായിരുന്നു. കാഴ്ചയിലും സ്വഭാവത്തിലും ദക്ഷിണ അമേരിക്കയിലെ അതിവിസ്തൃതമായ പുൽപ്രദേശങ്ങളിലെ പഴയ, മൗലികമായ ചെമ്മരിയാട് വർഗ്ഗംപോലെയാണവ. ഒരു കുട്ടിയായിരുന്നപ്പോൾ നഗ്നമായ വയറുള്ള കരുത്തനും പൊക്കമുള്ളവനുമായ അത്തരം ചെമ്മരിയാടിനെ ഞാൻ കണ്ടിട്ടുണ്ട്. മൂന്നു നൂറ്റാണ്ടുകൾക്കുമുമ്പ് സ്പാനിഷ് കോളനിസ്റ്റുകൾ കൊണ്ടുവന്ന, വലിയ മാറ്റങ്ങൾ വരുത്തപ്പെട്ട ചെമ്മരിയാട് വർഗ്ഗം. എന്തുതന്നെ ആയാലും, പഴയ വിൽറ്റ് ഷയർ ചെമ്മരിയാടിന് അതിന്റേതായ മേന്മകൾ ഉണ്ട്. 18-ാം നൂറ്റാണ്ടിന്റെ അവസാനത്തിൽ സൗത്ത് ഡൗൺ ഇനം അവതരിപ്പിക്കപ്പെട്ടപ്പോൾ, കർഷകർ അതിനെ അതൃപ്തിയോടെയാണ് വീക്ഷിച്ചത്. അവർ തങ്ങളുടെ പഴയ ദേശീയ മൃഗത്തെ ഇഷ്ടപ്പെട്ടു; അതിനെ നഷ്ടപ്പെടാനാഗ്രഹിച്ചില്ല. എന്നാൽ അതിന് പോകേണ്ടകാലം സമാഗതമായി, പില്ക്കാലത്ത് സൗത്ത് ഡൗൺ ഇനം, ഹാമ്പ് ഷയർ ഡൗണിന് സ്ഥാനമൊഴിഞ്ഞു കൊടുത്ത് പോയതുപോലെ! - ആ വർഗ്ഗം ഇപ്പോൾ സാർവ്വത്രികമാണ്, സൗത്ത് വിൽറ്റ്സിലും.

1840 വരെ ശുദ്ധമായ വിൽറ്റ് ഷയർ ചെമ്മരിയാട്, കൗണ്ടിയിൽ നിലവിലുണ്ടായിരുന്നു. എന്നാൽ, ആ വർഗ്ഗം ഇപ്പോൾ നാട്ടിൽനിന്ന് പൂർണ്ണമായും അപ്രത്യക്ഷമായി. പല ആട്ടിടയന്മാരും അതിനെക്കുറിച്ച് കേട്ടിട്ടുപോലുമില്ലെന്ന് നിങ്ങൾക്ക് കാണാൻ കഴിയും! കഴിഞ്ഞ കാലത്തെക്കുറിച്ച് അജ്ഞരായവരെ ഏതാനും ദിവസംമുമ്പ് ഞാൻ കണ്ടു

മുട്ടുകയുണ്ടായി. നല്ല ബുദ്ധിമാനായ ഒരു ആട്ടിടയനോട് ഞാൻ സംസാരിക്കുകയായിരുന്നു. അയാൾക്ക് ചെമ്മരിയാടുകളേയും ഇടയ നായകളേയും കുറിച്ച് നല്ല ജ്ഞാനമുണ്ട്. എബിൾത്തീരത്തെ ബ്രോഡ് ചോക്ക് ഗ്രാമത്തിലാണയാൾ താമസിക്കുന്നത്. തന്റെ നായ ഒരു സങ്കരവർഗ്ഗമാണെന്നയാൾ പറഞ്ഞു, അമ്മ ഒരു വെൾഷ് ഇടയനായയാണ്. അച്ഛൻ ഒരു വെൽഷ് നായയും. ഒരു കാലത്തത് വിൽറ്റ് ഷയറിൽ സാധാരണമായിരുന്നു, ഇത്രയും നല്ല ഒരു നായവർഗ്ഗം എങ്ങനെ ഇല്ലാതായി എന്നയാൾ ആശ്ചര്യപ്പെട്ടു. അപ്പോൾ, പഴയ ചെമ്മരിയാടുകൾ അപ്രത്യക്ഷമായതിനെക്കുറിച്ച് ചിലതെല്ലാം പറയുവാൻ ഞാൻ പ്രേരിതനായി. പഴയ വർഗ്ഗത്തെക്കുറിച്ചയാൾ ഒരിക്കലും കേട്ടിട്ടില്ലാത്തതിനാൽ ആ മൃഗത്തെക്കുറിച്ചയാൾക്ക് ഞാൻ വിവരിച്ചുകൊടുത്തു.

നിരവധി വർഷങ്ങളായി അയാളുടെ മനസ്സിൽ കുഴഞ്ഞുമറിഞ്ഞു കിടന്ന വിഷയമാണ് ഞാൻ അയാൾക്ക് വിശദീകരിച്ചുകൊടുക്കുന്നതെന്ന് അയാൾ പറഞ്ഞു. ഞങ്ങൾ നിന്നിരുന്ന കുന്നിനരികിൽ അഗാധമായൊരു കുഴി ഉണ്ടായിരുന്നു. അത് പുരാതനമായൊരു കിണർ ആയിരുന്നത്രെ! അതിൽനിന്ന് വെള്ളം കോരിയാണ് ചെമ്മരിയാടുകൾക്ക് കുടിക്കാൻ കൊടുക്കാറുള്ളത്. പിന്നീട് മണ്ണിടിഞ്ഞുവീണ് ആ കിണർ ഉപയോഗശൂന്യമായി കിടക്കുകയായിരുന്നു, എത്രകാലമായി അങ്ങനെ കിടക്കുന്നു എന്നാർക്കും അറിയില്ല - അൻപതോ നൂറോ കൊല്ലമായി കാണും! ഏതാനും വർഷങ്ങൾക്കുമുമ്പ് അവന്റെ യജമാനന്റെ തലയിലേക്കൊരു ആശയം കടന്നുചെന്നു, ആ പഴയ കിണർ ഒന്ന് വൃത്തിയാക്കിയാലോ? വളരെ കഷ്ടപ്പെട്ട് ജോലി ചെയ്ത് ആ പണി പൂർത്തിയാക്കി. അടിയിലുള്ള ജോലിക്കാരുടെ സുരക്ഷയ്ക്കായി കിണറിന്റെ വശങ്ങൾ ആദ്യം ബലപ്പെടുത്തി. കിണറിന്റെ അടിയിൽ ആടുകളുടെ കൊമ്പുകൾ കുന്നുകൂടിക്കിടക്കുന്നതവർ കണ്ടെത്തി! അവയെല്ലാം അവർ പുറത്തെടുത്തു. ആട് വളർത്തുന്നവർക്കും മറ്റ് മനുഷ്യർക്കും ഇത്ര അധികം കൊമ്പുകൾ കണ്ടത് ദുർഗ്രാഹ്യമായിത്തോന്നി! കാരണം കൊറ്റനാടുകൾ വളരെ കുറവേ ഉണ്ടാകാറുള്ളൂ, അവയുടെ മരണസംഖ്യയും വളരെ കുറവാണ്, ഇവിടെയാണെങ്കിൽ നൂറുകണക്കിന് ആടിൻകൊമ്പുകളാണ് കൂടിക്കിടക്കുന്നത്! ഇപ്പോൾ അയാൾക്ക് കാര്യം പിടികിട്ടി. പഴയ വംശത്തിലെ പെണ്ണാടുകൾക്കും കൊറ്റനാടുകൾക്കും കൊമ്പ് ഉണ്ടായിരുന്നെങ്കിൽ, അതുപോലൊരു ശേഖരം സാദ്ധ്യമാണ്!

കഴിഞ്ഞ ഒരു നൂറ് കൊല്ലത്തെ ഏറ്റവും വലിയ മാറ്റം കുന്നിൻ പ്രദേശം ഉഴുതുമറിച്ച് കൃഷി ഇറക്കിയതാണ്, വിശാലമായ സുവർണ്ണ ധാന്യവയലുകൾ കണ്ണുകൾക്ക് ആനന്ദം പകരുന്നു, പ്രത്യേകിച്ച് ഗോതമ്പ് വയലുകൾ, ജൂലായ് ആഗസ്ത് മാസങ്ങളിൽ എന്നാൽ, ഉഴുതുമറിച്ച കുന്നിൻപ്രദേശം കാണാൻ വൃത്തികേടാണ്, അത് തെറ്റാണെന്ന് ആർക്കുംതോന്നും; ശുദ്ധമായ സാമ്പത്തികകാഴ്ചപ്പാടിലൂടെ നോക്കിയാലും, നൂറ്റാണ്ടുകളായി സാവധാനം സൃഷ്ടിച്ചെടുത്ത ഈ പുരാതന

സമ്പന്ന പുൽത്തകിടി പ്രദേശം ആടുകളുടെ മേച്ചിൽ സ്ഥലമല്ലാതാക്കി നശിപ്പിക്കുന്നത് തെറ്റു തന്നെയാണ്; കാരണം, മറ്റിടങ്ങളിൽ വിശാലമായ ഭൂപ്രദേശങ്ങൾ കൃഷി ചെയ്യാതെ തരിശായി കിടക്കുന്നുണ്ട്. പ്രത്യേകിച്ച്, ധാന്യം വിളയിക്കാൻ പറ്റിയ മിഡ് ലാണ്ടിലെ കളിമൺപ്രദേശത്ത് കുന്നിൻപ്രദേശ പുൽത്തകിടികൾ പിളർക്കുന്നത് പലപ്പോഴും വിനാശകരമായ ഫലമാണ് സൃഷ്ടിക്കാറുള്ളത്! പുൽത്തകിടിയോട് പറ്റിക്കിടക്കുന്ന നനഞ്ഞ മണ്ണ് കാറ്റിൽ പറന്നു പോകുകയും മഴയിൽ ഒലിച്ചുപോകുകയും ചെയ്യും. അങ്ങനെ വർഷങ്ങൽ കടന്നുപോകുംതോറും മണ്ണ് കൂടുതൽ ഗുണമേന്മയില്ലാത്തതായി മാറിക്കൊണ്ടിരിക്കും. ഒടുവിലത് കൃഷിയോഗ്യമല്ലാതായിത്തീരുന്നു. കാലിത്തീറ്റയ്ക്കുള്ള ക്ലോവർ അവിടെ വളരുമായിരിക്കാം, അതും സാവധാനം മോശമായിക്കൊണ്ടിരിക്കും. ഒടുവിൽ ജന്മിയും കുടികിടപ്പുകാരും അതിനെ ഒരു മുയൽ വളർത്തുകേന്ദ്രമായി മാറ്റിയേക്കാം! ഏറ്റവും വിനാശകരമായ പദ്ധതി! എത്ര അസുഖകരമാണത്- ആ വിശാലമായ കുന്നിൻപ്രദേശം മുഴുവൻ വലിയ കമ്പിവേലികൾ കൊണ്ടും നെറ്റുകൾകൊണ്ടും ചുറ്റപ്പെട്ട്, ഉള്ളിൽ ബലമുള്ള പുല്ലുകൾ, പായലുകൾ തുടങ്ങിയവ വളർന്ന് കിടക്കുക; അവിടവിടെയായി ആ ചെറിയ മൃഗങ്ങൾ മണ്ണ് കുത്തിത്തുരന്ന് ഇടുക! അല്പകാലം അത് ലാഭകരമാണ് എന്ന് ഭൂവുടമ പറഞ്ഞേക്കാം - എന്നാൽ, തികഞ്ഞ തരിശാണ് അതിന്റെ അന്ത്യം!

പുരാതന മൺ സൃഷ്ടികളുടെ നാശത്തെക്കുറിച്ചും നമ്മൾക്ക് വിലപിക്കേണ്ടിവരുന്നു. പ്രത്യേകിച്ച് ചരിത്രാതീതകാലത്തെ ശവക്കല്ലറകൾക്കുമേൽ നിർമ്മിക്കപ്പെട്ട കൊച്ചുകുന്നുകൾ. കുന്നിൽപ്രദേശങ്ങളിലുള്ള അത്തരം സ്മാരകങ്ങളെല്ലാം പെട്ടെന്ന് കലപ്പകളാൽ തകർക്കപ്പെട്ടുകൊണ്ടിരിക്കുന്നു! നമ്മുടെ നാട്ടിലെ മനുഷ്യവർഗ്ഗത്തിന്റെ ചരിത്രത്തെക്കുറിച്ചുള്ള ഇപ്പോഴത്തെ ആളുകളുടെ ജിജ്ഞാസ വളർന്നുകൊണ്ടിരിക്കവെ, അടുത്ത പാതി നൂറ്റാണ്ടിൽ നമ്മുടെ പിൻഗാമികൾക്ക് മുന്നോട്ടു പോകാൻ കഴിയാതാകുമ്പോൾ ഇക്കാര്യത്തെക്കുറിച്ച് നമ്മുടെ അവിശ്വസനീയമായ അശ്രദ്ധയെപ്പറ്റി എന്താണ് പറയുക! നമ്മൾക്കത് വളരെ ചെറിയൊരു കാര്യമാണ്; എന്നാൽ അവർക്ക് ഒരുപക്ഷേ, വളരെ പ്രധാനപ്പെട്ടതായിരിക്കാം! നമ്മളുടെ മനസ്സമാധാനത്തിനുവേണ്ടി അത് അറിയാതിരിക്കുന്നതാണ് ഭേദം. നമ്മുടെ പുത്രന്മാരുടെയും പൗത്രന്മാരുടെയും വെറുപ്പോടെയുള്ള നിന്ദകൾ നമ്മുടെ കാതുകളിൽ മുഴങ്ങുന്നത് സുഖകരമായിരിക്കില്ല. ഒരുപക്ഷേ, ഈ പ്രാചീന സ്മാരകങ്ങൾ കലപ്പ കൊണ്ട് തുടച്ചുമാറുന്നതിനെപ്പറ്റി പരാതിപ്പെടാൻ നമ്മൾക്ക് അവകാശമില്ലായിരിക്കാം; ജീവിച്ചിരിക്കുന്നവർ മൃതിയടഞ്ഞവരേക്കാൾ കൂടുതൽ ഉണ്ട്. ഇക്കാര്യത്തിൽ നമ്മൾ ആർട്ടെ മീഷ്യൽ മാതൃക പിൻതുടരുക മാത്രമാണെന്ന് പറയാം - അതായത്, നമ്മുടെ ദൈനംദിന ആഹാരത്തിലൂടെ നമ്മുടെ പഴയ ബന്ധുക്കളുടെ ചാരം വളരെ ചെറിയ അളവിൽ കഴിച്ചുകൊണ്ടിരിക്കുകയാണ്, സന്തോഷകരമായ മുഖത്തോടെ!

എന്നാലും പുരാതന സ്മാരകങ്ങളുള്ള, മിനുസമായ പുൽത്തകിടികളിലൂടെ കലപ്പ നീങ്ങുന്നത് ഒരു ഞെട്ടലോടുകൂടിയല്ലാതെ ഒരാൾക്ക് നോക്കി നില്ക്കാൻ കഴിയില്ല! ഒരായിരം കൊല്ലങ്ങളോളം ചെമ്മരിയാടുകൾ മേഞ്ഞു നടന്നിരുന്ന പുൽമൈതാനങ്ങളാണിത്!

കൃഷിസ്ഥലങ്ങളിൽ മാത്രമല്ല. എന്തായാലും, ഇപ്രകാരം നശീകരണപ്രക്രിയ നടന്നുകൊണ്ടിരിക്കുന്നത്; ശവക്കല്ലറകളും മറ്റ് സ്മാരകങ്ങളും നശിപ്പിക്കുന്നതിൽ മുയലുകളും സജീവമായി പ്രവർത്തിക്കുന്നുണ്ട്. അവൻ ശവക്കല്ലറയ്ക്ക് മുകളിലുള്ള കൊച്ചു കുന്നുകൾ തുരന്ന് മാളങ്ങൾ ഉണ്ടാകുന്നു, ഗ്യാലൻകണക്കിന് ചോക്കും കളിമണ്ണും പുറത്തേക്ക് തള്ളുന്നു; അതെല്ലാം മഴവെള്ളത്തിൽ ഒഴുകിപ്പോകുന്നു. അവർ അതിനിടയിലൂടെ തുരങ്കങ്ങൾ സൃഷ്ടിച്ച്, അതവന്റെ ഗ്രാമമാക്കി മാറ്റുന്നു! അങ്ങനെ ഒരു ദിവസം ആട് വളർത്തുന്നവനോ കാര്യസ്ഥനോ വന്ന് (അവർ ആർക്കിയോളജിസ്റ്റ് ഒന്നുമല്ലല്ലോ) അവർ മുയൽ വേട്ടയ്ക്കായി സൂക്ഷിക്കുന്ന തുരപ്പൻ കീരികളെ തുളകളിലേക്ക് വിടുന്നു; അവയിലൊന്ന് വയറുനിറയെ തന്റെ ഇരയുടെ ചോരകുടിച്ച് അതിനടുത്തുതന്നെ കിടന്നുറങ്ങുന്നു; കാര്യസ്ഥനാകട്ടെ, തന്റെ പിക്കാസും ഷവലും ഉപയോഗിച്ച് കുഴിയുണ്ടാക്കി അവനെ പുറത്തെടുക്കുന്നു. അവന്റെ നികൃഷ്ടനായ കൊച്ചുമൃഗത്തിനെ വീണ്ടെടുക്കാനായി ആ ശവകുടീരത്തിന്റെ പാതിയും അവൻ പൊളിച്ചുകളയുന്നു.

ഞാൻ കണ്ട സാലിസ് ബറി

സമതലപ്രദേശങ്ങളിലെ താമസക്കാർക്ക് സാലിസ്ബറി അങ്ങേയറ്റം പ്രാധാന്യമുള്ള ഒരു സ്ഥലമാണ് - ലോകത്തിലെ ഏറ്റവും പ്രധാനപ്പെട്ടത്. കാരണം, അവർ അതിനേക്കാൾ വലുതായ ഒരു നഗരം കണ്ടിട്ടുണ്ടെങ്കിൽ - ലണ്ടൻ, എന്ന് പറയാം - അതവരുടെ മനസ്സിൽ ഒരു ചിന്താക്കുഴപ്പം വരുത്തുന്ന, മായാരൂപമായാണ് സൃഷ്ടിക്കുക; അനന്തമായ പെരുവഴികളും എന്തെങ്കിലും ചെയ്യാനായി ധൃതി പിടിച്ചു പരക്കം പായുന്ന നിരവധി ജനങ്ങളും, എന്നാൽ ഒന്നും ചെയ്യാത്തവരും ആണവിടെ! അകത്തുകടന്നാൽ പുറത്തുവരാൻ പറ്റാത്ത തെരുവുകളും ഇടതൂർന്ന് നിലകൊള്ളുന്ന വീടുകളും, വ്യക്തമായ ലക്ഷ്യമൊന്നുമില്ലാതെ അലഞ്ഞു നടക്കുന്ന ജനക്കൂട്ടവും ആണവിടെ. നിറയെ ഭ്രാന്തന്മാർ - ലോകത്തുള്ള എല്ലാ ഭ്രാന്താലയങ്ങൾ കൂടിയാലും അവരെ പാർപ്പിക്കാനാവില്ല!

എന്നാൽ സാലിസ്ബറിയെക്കുറിച്ചവർക്ക് വളരെ വ്യക്തമായൊരു രൂപമുണ്ട്. അതു കാണുന്നതുപോലെ അവാച്യമാംവിധം സമ്പന്നമാണ് — ആശ്ചര്യജനകം, ജനനിബിഡം — നൂറുകണക്കിന് ആളുകളാണ് തെരുവുകളിലും മാർക്കറ്റിലും — അവർക്കത് പൂർണ്ണമായും ഉൾക്കൊള്ളാൻ കഴിയും, അതിന്റെ അർത്ഥവും അറിയാം. ആ ജനക്കൂട്ടത്തിലെ എല്ലാ സ്ത്രീപുരുഷന്മാർക്കും, എല്ലാ വർഗ്ഗത്തിലുള്ളവർക്കും ചില വ്യക്തമായ ഉദ്ദേശ്യങ്ങൾ ഉണ്ട്; അതവർക്ക് ഊഹിക്കാനും മനസ്സിലാക്കാനും കഴിയും. തിരക്കുപിടിച്ച തെരുവും മാർക്കറ്റും, വീടുകളും മണിമാളികകളും എല്ലാം അവരുടെ ഗ്രാമീണ ജീവിതത്തിലെ ഘടകങ്ങളാണ്; വിദൂരമായ ആവണിന്റേയോ, വൈലിയുടെയോ തീരത്തെ കൊച്ചുഗ്രാമം പോലെയോ, അല്ലെങ്കിൽ സമതലപ്രദേശത്തിലെ ഏതെങ്കിലും ഗ്രാമത്തെപ്പോലെയോ

തന്നെ. പട്ടണത്തിനുമീതെ ഉയർന്നു നില്ക്കുന്ന ആ കെട്ടിടത്തിന്റെ പൊക്കമുള്ള ഗോപുരം ആദ്യം ആരുടെയും ദൃഷ്ടിപിടിച്ചെടുക്കുന്നു. മൊത്തം രൂപത്തിന് ഏകത്വവും മേന്മയും നല്കുന്ന ഒരു വസ്തു ആണിത്. പലപല ഗുണകരമായ താല്പര്യങ്ങളുടെയും പ്രവർത്തനങ്ങളുടെയും ഉറവിടമായ മുഴുവൻ സാലിസ് ബറിയേക്കാൾ സ്പഷ്ടമായി പതിഞ്ഞുകിടക്കുന്നതല്ല മറ്റൊന്നും!

ആ പിരിഞ്ഞ സ്തൂപം പോലെ ശില്പഭംഗിയുള്ള മറ്റൊരു നിർമ്മിതി ഇംഗ്ലണ്ടിലില്ല. ഞാനത് പലതവണ കണ്ടിട്ടുണ്ട്. ദൂരെനിന്നും അടുത്ത് നിന്നും, പല കോണുകളിലൂടെയും; എന്നാൽ ഞാൻ, ഒരിക്കലും അതിന് തൊട്ടടുത്തോ, അകത്തോ പോയിട്ടില്ല. എന്നാൽ അല്പം ദൂരെ പറ്റിയ ഒരുസ്ഥലത്ത് ചെന്നുനിന്ന് അതിന്റെ ഭംഗി നോക്കി ആസ്വദിക്കുന്നു. ഏറ്റവും നല്ല രണ്ട് കാഴ്ചപ്പാടുകളെക്കുറിച്ച് ഞാനിവിടെ പറയാം.

ഏറ്റവും അടുത്തത് പുൽത്തകിടിയിൽ നിന്നുള്ള കാഴ്ചയാണ്, കലാകാരന്മാർക്ക് പ്രിയങ്കരമായ സ്ഥാനം; പുഴയോരത്തുനിന്ന് കാത്തഡ്രൽ അത്രദൂരത്തോ അരികിലോ അല്ലാത്തതിനാൽ നന്നായി ചിത്രീകരിക്കാനാകും. കാൻവാസിലായാലും മനസ്സിലായാലും; വലിയ പഴയമരങ്ങൾക്കിടയിൽ നിന്നാൽ അതിനിടയിൽ മഞ്ഞു തുള്ളികൾ നിറഞ്ഞ പച്ച പുൽമൈതാനവും പുഴയും മാത്രമേ ഉള്ളൂ. കഴിഞ്ഞ വേനൽക്കാലത്തെ ഏറ്റവും മഴയുള്ള സമയത്ത്, മഴ അവസാനിക്കാറായപ്പോൾ ഒരു സന്ധ്യക്ക്, ഞാൻ ഈ വഴിക്ക് നടക്കാൻപോയി. സാലിസ്ബറിയിലെ ഏറ്റവും ആനന്ദകരമായ സായാഹ്നസവാരികളിലൊന്നായിരുന്നു അത്. മറ്റ് രണ്ട് വഴികൾകൂടി ഉണ്ടെന്നുള്ളതൊരു സത്യമാണ്. ഒന്ന് വിൽട്ടനിലേക്കുള്ള നീണ്ട തണലുള്ള വഴി; മറ്റേത് ഓൾഡ് സാറമിലേക്കുള്ളത്; എന്നാൽ ഇവ രണ്ടും ഇപ്പോൾ മോട്ടോർ വാഹനങ്ങൾ ഓടുന്ന പാതകൾ ആണ്. ഹോൺ അടിച്ചും പൊടിപാറിച്ചും പോകുന്ന വണ്ടികൾ പദയാത്രക്കാർക്ക് വെറുപ്പുളവാക്കുന്നവയാണ്. മഴ നിന്നു; എന്നാൽ ആകാശം അപ്പോഴും മേഘാവൃതമാണ്; കാറ്റുമുണ്ട്. കാത്തഡ്രലിന്റെ അപ്പുറത്ത് കറുത്തിരുണ്ട ആകാശം; എന്റെ പിന്നിൽ, പശ്ചിമഭാഗത്തുനിന്ന് കാർമേഘങ്ങൾ നീങ്ങിവരുന്നുണ്ട്. അപ്പോൾ അസ്തമിക്കാറായ സൂര്യൻ പുറത്തുവന്ന്, അതിനടുത്ത കാർമേഘങ്ങൾക്കിടയിലൂടെ ഓറഞ്ച് നിറമുള്ള ജ്വാല അയക്കുന്നു! അതേസമയം മനോഹരമായൊരു മഴവില്ല് കാർമേഘത്തിൽ പ്രത്യക്ഷപ്പെട്ടു. കാത്തഡ്രലിന്റെ ഗംഭീരമായ സ്തൂപം മഴയിൽ നനഞ്ഞ് അതിന് മുന്നിൽ വെട്ടിത്തിളങ്ങി, അപ്പോൾ ആ സ്തൂപം വെള്ളി പതിച്ച കല്ലുകൾകൊണ്ട് നിർമ്മിക്കപ്പെട്ടതാണെന്നേ തോന്നൂ! മനുഷ്യ സൃഷ്ടിയെ പ്രകൃതി ഒരിക്കലും ഇത്രയ്ക്ക് അലങ്കരിച്ചിട്ടില്ല! തീർച്ചയായും വിസ്മയാവഹമായൊരു കാഴ്ചയായിരുന്നു അത്; ഞാൻ സാലിസ്ബറിയിലുണ്ടായിരുന്ന നിരവധി വർഷങ്ങളിലെ ഒരു അപൂർവ്വ ദൃശ്യം! എല്ലാ കാലാവസ്ഥകളിലും ഞാനവിടെ നടക്കാൻ പോകാറുണ്ടായിരുന്നെങ്കിലും അത്തരം ഒരു സംഭവം എന്റെ ആദ്യാനുഭവമാണ്. അത്

കോൺസ്റ്റബിൾ കണ്ടിരുന്നെങ്കിൽ എന്ത് ഭാഗ്യമായിരുന്നേനെ, അദ്ദേഹത്തിന്റെ ഏറ്റവും നല്ല ചിത്രത്തിനത് പ്രചോദനം നല്കിയേനെ! അത്തരം ഒരു ആശയം ചിത്രീകരിക്കാൻ ശ്രമിക്കണമെങ്കിൽ അദ്ദേഹം ധീരനും ബുദ്ധിമാനും ആയിരിക്കണം. ഭ്രാന്തന്മാർ മാത്രമേ, എത്ര ബുദ്ധിമാന്മാരായാലും അത്തരം പെയിന്റിങ് ജോലി ഏറ്റെടുക്കുകയുള്ളൂ എന്നാണ് ഞാൻ അറിഞ്ഞത്! കോൺസ്റ്റബിളിന് പോലും അത് അസാദ്ധ്യമാണെന്ന് നമ്മൾക്കറിയാം. എന്നാലും അദ്ദേഹത്തിന്റെ പരാജയം നമ്മൾ അഭിനന്ദിക്കും ടർണറുടെ പല പരാജയങ്ങളെയും നമ്മൾ വാഴ്ത്തുന്നതുപോലെ! എന്നാൽ നമ്മൾ പ്രകൃതിയിലേക്ക് തിരിച്ചു ചെല്ലുമ്പോൾ ചിത്രത്തെക്കുറിച്ച്, വിസ്മരിക്കുന്നതിൽ നമ്മൾ ആഹ്ലാദിക്കുന്നു.

എനിക്ക് താല്പര്യമുള്ള പുൽത്തകിടിയിൽനിന്നുള്ള ദൃശ്യം ഭാവിയിൽ കാണാനാകില്ലെന്നതിൽ എനിക്ക് ഖേദമുണ്ട്. എനിക്ക് ആ മഴവില്ലും നഷ്ടപ്പെടും. കോൺസ്റ്റബിൾ കാണുകയും, പെയിന്റിങ് ചെയ്യാൻ ശ്രമിക്കുകയും ചെയ്ത മഹത്തായ സ്തൂപം ഞാൻ ഇനി ഒരിക്കലും കാണുകയില്ല. അതുപോലെ, മറ്റ് ഒരുകാരണത്താൽ മുമ്പ് എന്നിൽ ഉളവാക്കിയ ആനന്ദം എന്റെ ഭാവിയിലെ ഓൾഡ് സറം സന്ദർശനവേളകളിൽ എനിക്ക് ലഭിക്കില്ല.

ആവൺ തീരത്താണ് ഓൾഡ് സറം സ്ഥിതി ചെയ്യുന്നത്, സാലിസ്ബറിയിൽനിന്ന് ഒന്നര മൈൽ ദൂരെ; ഏകദേശം മുന്നൂറടി പൊക്കമുള്ള ഒരു ചോക്ക് കുന്നുണ്ട്; അതിന്റെ വട്ടത്തിലുള്ള ആകൃതിയും ഒറ്റപ്പെട്ട കിടപ്പും അതിഗംഭീരമായൊരു ശവകുടീരക്കുന്നിന് സദൃശമാണ്. അതിൽ പുരാതന പ്രതാപികളെ അടക്കം ചെയ്തിരിക്കാം. അതിന്റെ പച്ച പിടിച്ച കുത്തനെയുള്ള ചെരുവുകളിൽ ചില നിർമ്മാണങ്ങളും തുരങ്കങ്ങളും ഉണ്ട്. സമതല നിവാസികൾ പറയുന്നത് 'പുരാതന മനുഷ്യരുടെ' നിർമ്മാണങ്ങൾ എന്നാണ്. പുരാതന ബ്രിട്ടൺകാരെ അപ്രകാരമാണവർ സൂചിപ്പിക്കുക, എന്നാൽ എത്രമാത്രം പുരാതനം? ആക്രമിച്ചുകയറിയ സെൽറ്റുകളാണോ അതോ ആദിവാസികളാണോ? - നവീന ശിലായുഗകാലത്ത് ഭൂവുടമകളായിരുന്ന യഥാർത്ഥ ബ്രിട്ടൺകാർ - ഇന്നത്തെ ബുദ്ധിമാന്മാരായ നരവംശശാസ്ത്രജ്ഞന്മാർക്ക് പോലും നമ്മളോടത് പറയാൻ കഴിയില്ല. പിന്നീടത് ഒരു റോമൻ പ്രദേശമായി, ഏറ്റവും പ്രധാനപ്പെട്ട ഒന്ന്, മഹത്തായൊരു നോർമ്മൻ കോട്ടയും, കാത്തഡ്രൽനഗരവും പതിമൂന്നാം നൂറ്റാണ്ടുവരെ നിലനിന്നു. അപ്പോൾ പഴയ പള്ളികൾ തകർക്കപ്പെട്ടു. എന്നന്നേക്കും നിലനില്ക്കാവുന്ന വിധത്തിലുള്ള പുതിയതും നല്ലതുമായ പള്ളി പച്ച സമതലപ്രദേശത്ത് നിർമ്മിക്കപ്പെട്ടു. പഴയ പള്ളിയും ജനങ്ങളും പോയി, കോട്ട നശിച്ചു, അതിൽ വിശ്വാസമർപ്പിച്ചിരുന്ന കുറേ പേർ പതിനഞ്ചാം നൂറ്റാണ്ടുവരെ നിലനിന്നെങ്കിലും! എന്നാൽ അന്നുമുതൽ ആ സ്ഥലം ചരിത്രസ്മരണകളുടെ സ്ഥലമായിരുന്നു. പ്രകൃതി, ആ സ്ഥലത്തെ മനോഹരമായൊരു ബിന്ദുവാക്കി മാറ്റി. ആ പുരാതന ശവക്കല്ലറ കുന്നിനു മീതെ പുല്ലുകൾ പച്ച പരവതാനി വിരിച്ചു! തിളങ്ങുന്ന

കൊച്ചു പൂക്കൾകൊണ്ട് അലങ്കരിച്ചു. തുരങ്കങ്ങളും കുഴികളും കനത്ത ചെടികളാൽ മൂടപ്പെട്ടു. അഞ്ചാറ് നൂറ്റാണ്ടുകൾക്കിടയിൽ ഒരിക്കൽ മാത്രമാണ് ചില ചെറിയ തോതിലുള്ള ഉത്ഖനനം നടത്തപ്പെട്ടത്! 1834 ൽ ഭയങ്കരമായ വേനൽ വരൾച്ചയിൽ കാത്തഡ്രൽ അസ്ഥിവാരത്തിലെ വിടവിന്റെ രേഖകൾ ഉപരിതലത്തിൽ പ്രത്യക്ഷമായി. അതിന്റെ പേരിൽ വേണ്ടതായ നടപടി എടുക്കാനായി 'സൊസൈറ്റി ഓഫ് ആന്റി ക്വാറീസി'ന് 'ഡീൻ ആന്റ് ചാപ്റ്റർ ഓഫ് സാലിസ് ബറി' അനുമതി നല്കി. അതോടെ അവർ കുന്നിനുള്ളിലെ ശവക്കല്ലറ പൊളിച്ചുമാറ്റി. ചുറ്റുപാടുമുള്ള മനോഹരമായ നിബിഡവനവും വെട്ടിമാറ്റണമെന്നവർ പറഞ്ഞു; കാരണം, കാടും കുറ്റി കാടും കുന്നിന്റെ പരിസരത്തുനിന്ന് വെട്ടിമാറ്റാതെ എങ്ങനെയാണ് കുന്നിന്റെ ഉൾഭാഗം പൊളിച്ചുമാറ്റുക എന്നാണവരുടെ വാദം! ആ പൗരാണിക സ്മാരകം നശിപ്പിക്കാനും ആ കുന്നിന്റെ മുകളിൽനിന്ന് ആ പവിത്രനഗരം വീക്ഷിക്കാനുള്ള അവസരം ഉന്മൂലനം ചെയ്യാനും ഉള്ള അധികാരികളുടെ പ്രവൃത്തിയെ എതിർക്കാൻ ആർക്കും കഴിഞ്ഞില്ല!

എന്നാൽ ഈ സ്ഥലത്തേക്ക് എന്നെ ആനയിച്ച വിഷയത്തിലേക്ക് ഞാൻ തിരിച്ചുവരട്ടെ; നമ്മുടെ കാലത്തേക്ക് കാത്തു സൂക്ഷിക്കാൻ കഴിയാതിരുന്ന ആ മനോഹാരിതയെ കുറിച്ച് ഞാൻ വിലപിക്കുന്നില്ല. സാലിസ് ബറിയിലെ ഈ ഏറ്റവും നല്ല വസ്തുപോലും കാത്ത് സൂക്ഷിക്കാൻ കഴിഞ്ഞില്ല - എന്നാൽ, ആ കാഴ്ചപ്പാടിലൂടെ സാലിസ് ബറിയെ നോക്കുവാൻ ഞാൻ ആഗ്രഹിക്കുന്നു. പുൽത്തകിടിയിൽ നിന്നുകൊണ്ട് കാത്തഡ്രലിനെ മാത്രം നോക്കിക്കാണാൻ അല്ല, പട്ടണം മുഴുവൻ നോക്കിക്കാണാൻ ആണ്, വിശാലമായ പച്ചക്കുന്നുകൾക്കിടയിൽ സ്ഥിതി ചെയ്യുന്ന ആ പട്ടണം! ആ ബിന്ദുവിൽനിന്നുള്ള കാഴ്ച ആനന്ദകരമായിരുന്നു. ചുകന്ന ഇഷ്ടികകൾ കൊണ്ടും ചുകന്ന ഓടുകൾ കൊണ്ടും നിർമ്മിക്കപ്പെട്ട ഒരു പട്ടണം; മൃദുലവും കടുംപച്ചനിറവുമുള്ള സ്ഥലത്തിന് വിപരീതമാണ് അതിനപ്പുറത്തെ വിളർത്ത നിറമുള്ള കുന്നുകൾ. സാലിസ്ബറിയിലൂടെയും അതിന് ചുറ്റിലൂടെയും ഒഴുക്കുള്ള വെള്ളം പ്രവഹിച്ചുകൊണ്ടിരിക്കുന്നു. മുമ്പ്, പട്ടണത്തിനുള്ളിൽത്തന്നെ ധാരാളം തോടുകൾ ഉണ്ടായിരുന്നു എന്നതിൽ സംശയമില്ല. 'ലെലാണ്ട്' അതിനെ കുറിച്ച് വർണ്ണിച്ചിട്ടുണ്ട്.

വിളർത്ത പച്ച ചോക്ക് കുന്നുകളാൽ ചുറ്റപ്പെട്ട ഈ പുൽമൈതാനത്ത് വലിയ സ്തൂപത്തോടുകൂടിയ ചുകന്ന പട്ടണം സ്ഥിതി ചെയ്യുന്നു. ഏറ്റവും പൊക്കമുള്ള കോട്ടകൊത്തളത്തിൽ നിന്നുകൊണ്ട് ഞാനത് നോക്കിക്കാണുന്നു, അല്ലെങ്കിൽ അല്പം ദൂരേക്ക് പോയി പുൽത്തകിടിയിൽ സുഖമായി ഇരുന്ന്, മണിക്കൂറുകളോളം അതിൽ കണ്ണും നട്ട് ഇരിക്കുന്നു. അതിനേക്കാൾ സുഖകരമായൊരു വിശ്രമ സ്ഥലം കണ്ടെത്താനാവില്ല, പ്രത്യേകിച്ച് എൽഡർബെറി പഴുക്കുന്ന കാലത്ത്; കുറ്റിക്കാടുകൾ പൂങ്കുലകൾ നിറഞ്ഞ് കടും ചുകപ്പായി മാറുമ്പോൾ! അവ തിന്നാ

നായി വരുന്ന ആട്ടിൻകൂട്ടം എനിക്കരികിൽ ശാശ്വതമായൊരു നേരിയ സംഗീതധ്വനി ഉയർത്തുന്നു!

എന്തായാലും ഞാൻ എഴുതാൻ ഉദ്ദേശിക്കുന്നത് ടൂറിസ്റ്റുകൾ കാണുന്ന പുതിയ സാലിസ് ബറിയെക്കുറിച്ചല്ല, ചരിത്രത്തെ കുറിച്ചോ, പുരാവസ്തു ശാസ്ത്രത്തെ കുറിച്ചോ, കാത്തഡ്രലിലെ സുന്ദര കലകളെ കുറിച്ചോ അല്ല; ആ സമയതലപ്രദേശത്ത് വസിക്കുന്നവരുടെ കാഴ്ചപ്പാടിലുള്ള സാലിസ് ബറിയെ കുറിച്ചെഴുതാനാണ് ഞാൻ ആഗ്രഹിക്കുന്നത്. കാരണം, സാലിസ്ബറി ആ സമതലപ്രദേശത്തിന്റെ തലസ്ഥാനമാണ്, എല്ലാ ഗ്രാമങ്ങളുടെയും ശിരസ്സും ഹൃദയവുമാണ്, അടുത്തും അകലെയുമായി ചുറ്റുപാടുമുള്ള പ്രദേശങ്ങളിൽ ചിതറിക്കിടക്കുന്ന നിരവധി ഗ്രാമങ്ങളുടെ! അത് ഗ്രാമീണരുടെ പ്രത്യേകമായ സ്വന്തം നഗരമാണ്; വിൽഷയർ പുഴകളുടെ പ്രധാനഭാഗങ്ങൾ ആ സ്ഥലത്താണ് സ്ഥിതി ചെയ്യുന്നത്; ഗ്രാമീണരുടെ ചിന്തകളും അഭിലാഷങ്ങളും അതിലൂടെയാണ് ഒഴുകുന്നത്. ഒരുപക്ഷേ, ഈ നാട്ടുകാരല്ലാത്ത മറ്റുള്ളവരെപ്പോലെ നാട്ടുകാരുമായി ഇടപഴകാനും അവരെപ്പോലെ വസ്തുതകൾ വീക്ഷിക്കാനും എനിക്ക് ബുദ്ധിമുട്ടുണ്ടാവില്ല. നമ്മൾ കണ്ട ആ കരുത്തുറ്റ ഭീകരമായ ലണ്ടൻ എന്നും എന്റെ മനസ്സിലുണ്ട്; മറ്റ് സ്ഥലങ്ങൾ നമ്മൾ നോക്കുമ്പോൾ, ലണ്ടൻ ഒരു മൂടൽ മഞ്ഞുപോലെയാണ് കാണപ്പെടുന്നത്. ഈ തോന്നൽ എന്റെ മനസ്സിനെ കുഴയ്ക്കുകയും, ആശയക്കുഴപ്പത്തിലാക്കുകയും ചെയ്യുന്നു. എന്നാൽ, അവിടം വിട്ടപ്പോൾ ഞാൻ തികച്ചും സ്വതന്ത്രനാണ്. ഇവിടെ ഞാൻ സന്തോഷവാനാണ് - എല്ലാ സ്ഥലങ്ങളിലും ഞാൻ അവരിൽ ഒരുവനായി കരുതപ്പെടുന്നു! ഉദാഹരണത്തിന്, ഞാൻ നാളെ സാലിന് ബറിയിലേക്ക് പോകുകയാണ്, കുട്ടികളുടെ കണ്ണുകളിലെ പ്രകാശം കണ്ടെത്താനും നിരീക്ഷിക്കാനും, അവരെന്നെ ഒളിച്ചുനിന്ന് വീക്ഷിക്കുന്നതും പരസ്പരം മന്ത്രിക്കുന്നതും കാണുവാൻ! നാളെ അവർക്കുവേണ്ടി ചിലതെല്ലാം ഉണ്ടാകും. തക്കസമയത്ത് പുറപ്പെട്ട്, റോഡിൽ വെച്ച് നേരത്തെ പുറപ്പെട്ട ചരക്കുവണ്ടികളെ മറികടക്കണം, ഓരോ വണ്ടിയിലും കുറച്ച് ചരക്ക് ഭാണ്ഡങ്ങളും കുട്ടകൾ പിടിച്ച സ്ത്രീകളും ഒന്നോ രണ്ടോ വൃദ്ധന്മാരും ഉണ്ടാകും. ഈ വൃദ്ധന്മാർക്ക് മുന്നിലിരിക്കുന്നവരെ പരിചയമുണ്ടായിരിക്കും. ഞാൻ ഈ ചരക്ക് വണ്ടികളേയും പാതി-ജിപ്സിയുടെ വേഗത്തിലോടുന്ന കുതിരവണ്ടിയേയും മറികടന്ന് പായും. ഞങ്ങൾ എല്ലാവരും സാലിസ്ബറിയിലേക്കാണ് പോകുന്നത്. ബിസിനസും വിനോദവുമാണ് ലക്ഷ്യം - ആ വിശാലമായ സമതല പ്രദേശത്തിന്റെ മഹത്തായ മാർക്കറ്റും, വാണിജ്യകേന്ദ്രവും, ഉല്ലാസ കേന്ദ്രവുമെല്ലാം ആണത്. എന്റെ കഴിഞ്ഞ പര്യടനവേളയിൽ ഞാൻ പന്ത്രണ്ട് മൈൽ മഴയത്ത് വന്ന്, നനഞ്ഞുകുളിച്ച് ഒരു തെരുവിന്റെ മൂലക്കൽ എന്റെ വണ്ടിയും കാത്തുനിന്ന കാര്യം ഞാൻ ഓർത്തുപോകുകയാണ്: ഒരാൾ ധൃതിപിടിച്ച് എന്നോട് ചോദിച്ചു. "ഞാൻ ഓടിപ്പോയി ഒരാളെ തിരയാനായി എടുക്കുന്ന ഒന്നു രണ്ട് മിനിറ്റുനേരം എന്റെ

ഈ വണ്ടിയിലൊന്ന് കണ്ണു വെക്കാമോ? കുറച്ചു കോഴികൾ അതിലുണ്ട്; ആരെങ്കിലും വന്ന് അതിൽ കൈയിട്ടാൽ അവർക്കെന്താണ് വേണ്ടതെന്ന് ചുമ്മാ ചോദിക്കുക - നിങ്ങൾക്ക് എല്ലാവരേയും വിശ്വസിക്കാനാവില്ല. ഞാൻ ഒരുമിനിറ്റിനകം തിരിച്ചെത്തും." അയാൾ പോയി. അയാൾ തിരിച്ചുവരുന്നതുവരെ സസന്തോഷം ഞാൻ അയാളുടെ വണ്ടി നോക്കി നിന്നു!

ബിസിനസ് എന്തായാലും ബിസിനസ് തന്നെയാണ്. അത് നിർവ്വഹിച്ചേ പറ്റൂ, നല്ല കാലാവസ്ഥ ആയാലും മോശം കാലാവസ്ഥ ആയാലും! എന്നാൽ, ആനന്ദത്തോടെ ബിസിനസ് നടത്താൻ ഞങ്ങൾ ഇഷ്ടപ്പെടുന്നത് ചന്ത ദിവസമാണ്. ഏറ്റവും വലിയ സന്തോഷം എല്ലാവർക്കും അനുഭവപ്പെടുന്നത് ആ ജനക്കൂട്ടത്തിൽ നില്ക്കുമ്പോഴാണ്! എല്ലാവരുടെ മുഖത്തും ഒരു ഉത്സവ പ്രതീതിയാണപ്പോൾ, ആഹ്ലാദകരമായൊരു സന്ദർഭം. ആ ദൃശ്യം തന്നെ വീഞ്ഞുപോലെ ഉന്മേഷം പകരുന്നതാണ്! പിന്നെ സംഖ്യ ആളുകളും മൃഗങ്ങളും! വരിവരിയായി നീങ്ങുന്ന ചരക്കു വണ്ടികൾ. ബോൺ, ആവൻ, വൈലി, നഡ്ഡാർ, എബിൾ, മറ്റ് സമതല പ്രദേശങ്ങൾ എന്നിവിടങ്ങളിൽ നിന്നുള്ള നൂറു കണക്കിന് കൊച്ചു ഗ്രാമങ്ങളിലെ വണ്ടികൾ ഓരോന്നും അവരുടേതായ കൊച്ചു കൊച്ചു ചരക്കുകൾ കൊണ്ടുവരുന്നു. നൂറു കണക്കിന് മറ്റ് സാധനങ്ങൾ ട്രെയിനിലൂടെ വരുന്നു. അവയെല്ലാം തുടർച്ചയായി ഫിഷർട്ടൺ സ്ട്രീറ്റിൽ ജാഥപോലെ ഒഴുകിക്കൊണ്ടിരിക്കുന്നത് നിങ്ങൾക്ക് കാണാം. എല്ലാം ധൃതി പിടിച്ചു പോകുന്നത് ചന്ത സ്ഥലത്തേക്കാണ്. ഇപ്പോൾ എത്ര ജീവസ്സുറ്റ രംഗമാണ് ചന്തസ്ഥലമെന്നോ! നിറയെ കന്നുകാലികളും ചെമ്മരിയാടുകളും പന്നികളും അവയ്ക്ക് ചുറ്റും ജനക്കൂട്ടവും ഉറക്കെ ലേലം വിളിക്കുന്നവരും! പിന്നെ അലങ്കാരങ്ങളോടെ ഓടിച്ചാടി വരുന്ന കുതിരകൾ! സ്റ്റാളുകൾ നിറയെ പഴങ്ങളും പച്ചക്കറികളും മീനും ഇറച്ചിയും എല്ലാത്തരം പലചരക്ക് സാധനങ്ങളും നിരത്തിവെച്ചിരിക്കുന്നു. കൈയിൽ കുട്ടകളും പിടിച്ച് വില പേശുന്ന സ്ത്രീകൾ! ധാന്യങ്ങൾ വിനിമയം ചെയ്യുന്ന കേന്ദ്രം ഒരു തേനീച്ച കൂടുപോലെ മൂളിക്കൊണ്ടിരിക്കുന്നു. തവിട്ടു നിറമുള്ള കർഷകർ, വണ്ടിക്കാരുടെ ഉടുപ്പുകളും ലെഗ്ഗിങ്സും ധരിച്ച് ഉറക്കെ സംസാരിക്കുന്നു; അവർ തങ്ങളുടെ ഓട്സ് ചാക്കുകളിലും ബാർലി ബാഗുകളിലും കൈകൾ അമർത്തിവെച്ച് കൂട്ടം കൂടി നില്ക്കുന്നു. എല്ലാ സമതലപ്രദേശങ്ങളിൽനിന്നുമുള്ള കർഷകർ അവിടെ സമ്മേളിച്ചിട്ടുണ്ടെന്ന് നിങ്ങൾ ഓർക്കണം. ആഹ്ലാദം പടർന്നു പിടിക്കുന്നതരത്തിലുള്ള ഒരു അന്തരീക്ഷമാണത്! ഹതാശനായ യുവ കാമുകനോ, ഏറ്റവും ഏകാകിയായ ഒരുവനോ പോലും തന്റെ നഷ്ടപ്പെട്ട ഉത്സാഹം വീണ്ടെടുത്ത്, വീണ്ടും സന്തോഷവാനാകുന്നു. എന്തിന്, ഞാൻ മുമ്പ് സുന്ദരിയായൊരു പെൺകുട്ടിയെ കണ്ടിട്ടുണ്ടെങ്കിൽ, ഇന്ന് ഒരു നൂറ് സുന്ദരമുഖങ്ങൾ ഞാൻ കണ്ടു. ഒരുപക്ഷേ, അതിലേറെ. അത്തരം സുന്ദരികൾ അധികമില്ലെന്നു കരുതുന്നവൾ സാലിസ്ബറിയിൽ വന്ന് എന്തുമാത്രം സുന്ദരികൾ ഇവിടെ ഉണ്ടെന്ന് കാണട്ടെ!

അങ്ങനെ ആ സമതലവാസികളെല്ലാം അവിടെ ഒത്തു കൂടുന്നു. ഓരോരുത്തന്റെ ഹൃദയവും തന്റെ വീടിന്റെ പ്രതിബിംബമാണ്. വിദൂരമായ താഴ്വരയിലെ പ്രശാന്തമായ ഒരു കൊച്ചുഗ്രാമം; അച്ഛനും അമ്മയും അയൽവാസികളും കുട്ടികളും, ഇപ്പോൾ സ്കൂളിൽ അല്ലെങ്കിൽ കളിസ്ഥലത്ത്, അതുമല്ലെങ്കിൽ ഉച്ചഭക്ഷണത്തിനായി വീട്ടിൽ- സാലിസ് ബറിയിൽ ബിസിനസ് നടത്തുന്നു. വില്ക്കലും വാങ്ങലും; സുഹൃത്തുക്കളെയും ബന്ധുക്കളേയും സന്ദർശിക്കുകയും ചന്തസ്ഥലത്ത് കണ്ടുമുട്ടുകയും ചെയ്യുന്നു - ഇടയ്ക്കിടെ - രോഗികളെ 'ആതുരശാല'യിലാക്കുന്നു. അവിടെ അനേകം പേർ ഒത്തുകൂടുന്നു; ഇത്, തീർച്ചയായും നഗരത്തേയും ഗ്രാമത്തേയും ഏറ്റവും അടുപ്പിച്ച് ബന്ധിപ്പിക്കുന്ന ഒരു ചരടാണ്; അവയെ ഒന്നാക്കിത്തീർക്കുന്നു.

ഫിഷർട്ടൻ സ്ട്രീറ്റിൽ ചുകന്ന ഇഷ്ടികകൾ കൊണ്ട് സൃഷ്ടിക്കപ്പെട്ട ആ വലിയ മനോഹരമായ ഊഷ്മളമായ കെട്ടിടം ബീച്ച് മരങ്ങൾക്കിടയിലൂടെ പൂർണ്ണമായും നിങ്ങൾക്ക് കാണാൻ കഴിയും - ഗ്രാമീണർക്കത് എത്ര സുപരിചിതമാണ്! സമതലപ്രദേശങ്ങളിലെ നൂറുകണക്കിന് ഗ്രാമങ്ങളിലെ അസംഖ്യം എളിയ കുടുംബങ്ങൾക്കും ചുറ്റപാടുള്ള പ്രദേശങ്ങളിലെ ജനങ്ങൾക്കും ഈ 'ആതുരശാല' എന്ന പേരിന് ഏറ്റവും അഗാധമായ അർത്ഥമാണുള്ളത്; അനേകം വേദന നിറഞ്ഞ, മൃദുലവും സുന്ദരവുമായ കൂട്ടുകെട്ടിന്റെ കേന്ദ്രമാണിത്. അതിനെക്കുറിച്ച് മറ്റുള്ളവർ സംസാരിക്കുന്നതുകേട്ട്, ഞാൻ ആദ്യം അത്ഭുതപ്പെട്ടിട്ടുണ്ട്. കാരണം എനിക്ക് ലണ്ടനിലെ ചില പാവങ്ങളെക്കുറിച്ചറിയാം, മെട്രോ പൊളിറ്റൻ ആശുപത്രികളെക്കുറിച്ച് അവർക്കുള്ള അഭിപ്രായം ഞാൻ കേട്ടറിഞ്ഞിട്ടുള്ളതാണ്. ലണ്ടൻകാരൻ ആ ആശുപത്രികൾ നിർബ്ബാധം ഉപയോഗിക്കുന്നു, പലചരക്കു കടയോ പൊതുസ്ഥാപനമോ പോലെ ഒരു അവശ്യ കേന്ദ്രമായി അവനത് മാറിയിരിക്കുന്നു. എന്നാൽ എന്തുമാത്രം പ്രയോജനം അവയിൽ നിന്നവന് ലഭിച്ചാലും അവനതിനോട് നേരിയ നന്ദിപോലുമില്ല! എന്റെ അനുഭവം ഇതാണ്- നിങ്ങൾ അവനോട് ഇക്കാര്യത്തെ കുറിച്ച് ചോദിച്ചാൽ അവൻ കോപത്തോടെ തിരിച്ച് ചോദിക്കും: "അവർ എന്തിനുവേണ്ടി ഉള്ളവരാണ്?" അവന് ചെയ്തു കൊടുത്ത സേവനത്തിന്നവന് നന്ദിയില്ലെന്നുമാത്രമല്ല, ആശുപത്രികളെ കുറ്റം പറയാൻ വലിയ താല്പര്യവുമാണ്, തന്നെ വേഗം സുഖപ്പെടുത്തിയില്ലെന്നോ, പൂർണ്ണമായി സുഖപ്പെടുത്തിയില്ലെന്നോ അയാൾ ആരോപിക്കും.

സമതല പ്രദേശത്തിലെ നാട്ടിൻപുറം ആശുപത്രികളും ആതുരശാലകളും വ്യത്യസ്തമായ രീതിയിലാണ് ഗ്രാമീണരാൽ കരുതപ്പെട്ടിരുന്നത്. അവരിൽ എത്രപേർ വ്യക്തിപരമായി ആ സ്ഥാപനങ്ങളുമായി പരിചയപ്പെട്ടിട്ടുണ്ടെന്നുള്ളത് ജിജ്ഞാസ ഉയർത്തുന്നതാണ്. ഒരുപക്ഷേ, ഏറ്റവും ആരോഗ്യമുള്ള ഈ ഡിസ്ട്രിക്ടിൽ പോലും രോഗംപിടിപെടാതെ ജീവിക്കുക എന്നത് ആർക്കും അത്ര എളുപ്പമുള്ള കാര്യമല്ല. എല്ലാവർക്കും ഏതെങ്കിലും വിധത്തിലുള്ള അപകടം പറ്റാൻ സാദ്ധ്യതയുണ്ട്. അപ്ര

കാരം മുറിവേറ്റ യുവാവ് തന്റെ കഷ്ടപ്പാടുകൾ നിറഞ്ഞ ദരിദ്രഭവനത്തിൽ നിന്ന് താൻ എത്തിപ്പെട്ട സ്ഥലം കാണുമ്പോൾ അത്ഭുതപ്പെട്ടുപോകുന്നു - വിശാലമായ വൃത്തിയുള്ള, നല്ലപോലെ കാറ്റും വെളിച്ചവും കിട്ടുന്ന മുറികൾ, വെളുത്ത് സുഖകരമായ മെത്തകൾ, വിദഗ്ദ്ധരായ ഡോക്ടർമാരുടെ ശുശ്രൂഷ, സ്ത്രീകളായ നേഴ്സുമാരുടെ മൃദുവായ പരിചരണം, സാന്ത്വനവും സുഖസൗകര്യങ്ങളും എല്ലാം സൗജന്യം! ദൈവിക സ്നേഹത്തോടെയും സഹാനുഭൂതിയോടെയും നല്കപ്പെട്ടതായി അവന് അനുഭവപ്പെടുന്നു- ഇതെല്ലാം അവനുവേണ്ടി വന്നെത്തിയത് വിചിത്രമായി അവന് തോന്നുന്നു, അവിശ്വസനീയം! അവൻ ആത്മസംയമനത്തോടെ എല്ലാ വേദനകളും സഹിക്കുകയും ആ ഘട്ടം കഴിയുന്നതോടെ അത് മറക്കുകയും ചെയ്യുന്നു. എന്നാൽ, അവൻ അനുഭവിച്ച കരുണാമയമായ സ്നേഹം എന്നും അവൻ ഓർക്കുന്നു.

ഗ്രാമീണർക്കുവേണ്ടി സാലിസ്ബറിയിലുള്ള വളരെ മഹത്തായ കാര്യങ്ങളിൽ ഒന്നാണിത്; മറ്റനേകം വസ്തുക്കൾ ഉണ്ടെങ്കിലും അതിവിടെ പറയുന്നില്ല. ഒരു പ്രത്യേക കാരണത്താൽ ഒന്നുമാത്രം സൂചിപ്പിക്കാം, അതായത് കാത്തിഡ്രൽ. ഗ്രാമീണന് അങ്ങേയറ്റം സുപരിചിതമാണത്. അവനത് മാർക്കറ്റിൽനിന്നും തെരുവിൽനിന്നും, ദൂരെനിന്നും എല്ലാ റോഡുകളിൽ നിന്നും കാണുന്നു; എല്ലാ റോഡുകളും സാലിസ്ബറിയിലേക്കാണ് നയിക്കപ്പെടുന്നത്. അത് കണ്ടശേഷം മറ്റെല്ലാം അതിന് താഴെ ആയിട്ടാണവന് കാണപ്പെടുന്നത് - എല്ലാ പരിചയമുള്ള സ്ഥലങ്ങളും, വസ്തുക്കളും തെരുവുകളും, കാസിൽ, ക്രെയിൻ സ്ട്രീറ്റുകൾ, എൻഡ്ലസ് സ്ട്രീറ്റ് അടക്കം മറ്റ് പല സ്ട്രീറ്റുകൾ, പിന്നെ 'വെളുത്തമാൻ', 'മാലാഖ', 'വൃദ്ധൻ ജോർജ്', 'വിനീതനായ കോലാട്', 'പച്ചമനുഷ്യൻ', 'ആടിന്റെ തോൾ' തുടങ്ങിയവ; സേഡാർ മരത്തോടു കൂടിയ ആ മഹത്തായ ചുകന്നകെട്ടിടം പാലത്തിൽനിന്നുകൊണ്ട് വേഗത്തിൽ ഒഴുകുന്ന വെള്ളം മിഴിച്ച് നോക്കുന്ന ജനങ്ങളും ബാലന്മാരും ചന്തസ്ഥലവും അവിടത്തെ ആൾത്തിരക്കും; സ്തൂപത്തിന് കീഴിൽ പതിവായി തടിച്ചു കൂടുന്ന ജനക്കൂട്ടം. പുൽമൈതാനത്തിൽ നില്ക്കുന്ന ഒരു വൻവൃക്ഷത്തിന് കീഴിൽ, കത്തിജ്വലിക്കുന്ന വേനൽക്കാലത്ത്, കൂട്ടം കൂടി നില്ക്കുന്ന ചെമ്മരിയാട്ടിൽ കൂട്ടത്തെ അത് ഓർമ്മിപ്പിക്കുന്നു! എന്നാൽ ആ കെട്ടിടത്തിന്റെ അന്തർഭാഗത്തെ കുറിച്ചവനത്ര സുപരിചിതനല്ല! അതവനെ ആകർഷിക്കുന്നില്ല. എന്തുകൊണ്ടെന്നാൽ അവന് തിരക്കുപിടിച്ച പ്രായോഗിക ജീവിതത്തിൽ ലളിതകലാ വൈദഗ്ദ്ധ്യം വളർത്തിയെടുക്കാൻ സമയം ലഭിച്ചിട്ടില്ല; മനസ്സിന്റെ ആ ഭാഗത്ത് ഒരു പുറംതോടുണ്ട്! അത് എപ്പോഴും അങ്ങനെ ആയിരിക്കണമെന്നില്ല; ആ പുറം തോട് കുട്ടികളുടെ മനസ്സിനില്ല.

ചന്തസ്ഥലത്തെ ഒരു കടയ്ക്കുമുന്നിൽ ഒരുകുട്ടി അവളുടെ അമ്മയോടൊപ്പം നില്ക്കുകയാണ്. ഏകദേശം പന്ത്രണ്ട് വയസ്സുള്ള ഒരു സാധാരണ പെൺകുട്ടി; നീലകണ്ണുകൾ, മൃദുവായ തലമുടി, മെലിഞ്ഞ കൈകാ

ലുകൾ, ദരിദ്രരെപ്പോലുള്ള വസ്ത്രധാരണം. അമ്മ കരുത്തുള്ളവളാണ്; പഴയ കറുത്ത ഗൗൺ ഒരു തവിട്ടുനിറമുള്ള ആകൃതി നഷ്ടപ്പെട്ട വൈക്കോൽ തൊപ്പിയും ധരിച്ചിരിക്കുന്നു. തൊപ്പി റിബൺ കഷണങ്ങൾ കൊണ്ടും മുഷിഞ്ഞ കൃത്രിമ പൂക്കൾ കൊണ്ടും അലങ്കരിച്ചിരിക്കുന്നു. ഒരുപക്ഷേ, പ്രതിവാരം പതിനാല് ഷില്ലിങ് ശമ്പളത്തിൽ കുടുംബം പോറ്റാനായി കഠിനാദ്ധ്വാനം ചെയ്യുന്ന ഒരു കൂലിപ്പണിക്കാരന്റെ ഭാര്യ ആയിരിക്കാം അവൾ. അവളുടെ കരുത്തുറ്റ കൈകളും വെയിലേറ്റ് കരുവാളിച്ച മുഖവും കണ്ടാൽ അവളും കഠിനാദ്ധ്വാനം ചെയ്യുന്ന ഒരു കൂലിപ്പണിക്കാരിയാണെന്ന് തോന്നും. എന്നാൽ അവൾ വളരെ സന്തോഷവതിയാണ്; കാരണം കുറേ ഷില്ലിങ്ങുകൾ പെഴ്സിലിട്ട്, സുഖകരമായ കാലാവസ്ഥയിൽ ചന്തദിവസം അവൾ സാലിസ്ബറിയിൽ വന്നല്ലോ! ഒരു ഷില്ലിങ് യാത്രാ ചിലവ്, ഒരുപക്ഷേ, എട്ട് പെൻസ് ലഘുഭക്ഷണം, ബാക്കി പണം വീട്ടാവശ്യത്തിനുള്ള സാമാനങ്ങൾ വാങ്ങിക്കാൻ. ആ ദിവസത്തിന്റെ സന്തോഷം വർദ്ധിപ്പിക്കാനായി അപ്രതീക്ഷിതമായി അവൾ ഒരു സ്നേഹിതയെ കണ്ടു മുട്ടിയിരിക്കുന്നു! ആ രണ്ട് കൂട്ടുകാരികളും കൈയിൽ കുട്ടകളും പിടിച്ച് ആ ജനക്കൂട്ടത്തിന്നിടയിൽ ഉറക്കെ സംസാരിച്ചുകൊണ്ട് നില്ക്കുകയാണ്. ആ പെൺകുട്ടി പാതി ആകാംക്ഷയോടെയും പാതി ഉദാസീനതയോടെയും കൂടി അമ്മയുടെ ഉടുപ്പിൽ പിടിച്ച് നില്ക്കുന്നു. ഓരോ തവണയും അവരുടെ സംഭാഷണത്തിൽ ഒരുനിമിഷത്തെ നിശ്ശബ്ദത വന്നാൽ, ആ പെൺകുട്ടി അമ്മയുടെ ഗൗൺ മെല്ലെ പിടിച്ചു വലിച്ചു "അമ്മാ!" എന്ന് വിളിക്കുന്നു. ആ സ്ത്രീ അവളുടെ കൈതട്ടി മാറ്റി ദേഷ്യത്തിൽ പറഞ്ഞു. "ഇപ്പോൾ എന്താണ് മാർട്ടി! ശല്യപ്പെടുത്താതെ ഒറ്റവാക്ക് പറയാൻ നീ എന്നെ അനുവദിക്കില്ലേ!" സംസാരം വീണ്ടും തുടർന്നു, അപ്പോൾ ഒരു വലി കൂടി, "അമ്മാ! നിങ്ങൾ എന്നോട് വാഗ്ദാനം ചെയ്തിരുന്നു അമ്മാ, അടുത്ത പ്രാവശ്യം വരുമ്പോൾ എന്നെ കാത്തഡ്രലിലേക്ക് കൊണ്ടുപോകാമെന്ന്"

അത്രയും കേട്ട നിലയ്ക്ക് കൂടുതൽ കേൾക്കാൻ ഞാൻ ആഗ്രഹിച്ചു. എന്തിനാണ് അവളുടെ കുട്ടി അവിടെ പോകാൻ ആഗ്രഹിക്കുന്നതെന്ന് ഞാൻ ആ സ്ത്രീയോട് ചോദിച്ചു. അവൾ പ്രസന്നതയോടെ ചിരിച്ചുകൊണ്ട് എനിക്ക് മറുപടി നല്കി: "കഴിഞ്ഞ ശീതകാലത്ത് അതിനെക്കുറിച്ചവർ സംസാരിക്കുന്നതവൾ കേട്ടതുകൊണ്ടാണ്. അവൾ അതൊരിക്കലും കണ്ടിട്ടില്ല. ഞാനവളോട് പറഞ്ഞു: 'സാരമില്ല. മാർട്ടി' ഞാൻ അടുത്ത പ്രാവശ്യം സാലിസ് ബറിയിലേക്ക് പോകുമ്പോൾ ഞാൻ നിന്നെ അവിടേക്ക് കൊണ്ടു പോകും."

"അതവൾ ഒരിക്കലും മറന്നില്ല." മറ്റൊരു സ്ത്രീ പറഞ്ഞു.

"ഇല്ല - മാർട്ടി അങ്ങനെ മറക്കുന്നവളൊന്നുമല്ല."

"പിന്നെ നിങ്ങൾ നാല് പ്രാവശ്യം വന്നില്ലേ അമ്മാ." ആ പെൺകുട്ടി ഓർമ്മിപ്പിച്ചു.

"ഇപ്പോൾ പോകാനോ! വളരെ വൈകിപ്പോയി - രണ്ടരയായി.

നമ്മൾക്ക് നാല് മണിക്ക് "ഗോട്ടിൽ" എത്തണം."

"ഓഹ്, അമ്മെ നിങ്ങൾ ശപഥം ചെയ്തിരുന്നു!"

"ശരി, എന്നാൽ വരൂ ശല്യക്കാരി കുട്ടി. നമ്മൾക്ക് കാണാം, അല്ലെങ്കിൽ നീ എനിക്കൊരു സമാധാനവും തരില്ല." അങ്ങനെ അവർ പോയി. എന്റെ കഴിവിന്റെ പരിധിക്കുള്ളിലായിരുന്നെങ്കിൽ ഞാനതിന്റെ ഫലമറിയാനായി അവരെ പിൻതുടർന്ന്, ആ കൊച്ച് തലച്ചോറിലൂടെ നോക്കി അതിന്റെ ചിന്തകളും വികാരങ്ങളും മനസ്സിലാക്കിയേനെ!

ചെറുപ്പകാലത്തിലെ ഓർമ്മകളുടെ സഹായത്തോടെ, അവ്യക്തമായി എനിക്കത് സങ്കല്പിക്കാൻ കഴിയും. അതിന്റെ അതിഗംഭീരമായ ഉൾഭാഗം കാണുമ്പോഴുള്ള ആശ്ചര്യവും ആനന്ദവും കലർന്ന ഞെട്ടൽ! പൈൻ തടികളേയും ബീച്ച് തടികളേയും പോലുള്ള തൂണുകൾ നിറഞ്ഞ നീണ്ടു കിടക്കുന്ന പള്ളിയുടെ മദ്ധ്യഭാഗം. അതിന്റെ അറ്റത്ത് സമ്പന്നമായ ക്വയർ ഭജനമണ്ഡപം. അതിനു മുന്നിൽ നേരിയ തിരശ്ശീല പിടിപ്പിച്ചിരിക്കുന്നു. ആഹ്ലാദത്തോടും ആശ്ചര്യത്തോടും കൂടി മാത്രമേ അവ നോക്കിക്കാണാനാകൂ. ദൂരെ മുകളിൽ പാതി തുറന്നുവെച്ച തേജസ്സുറ്റ വർണ്ണ ഗ്ലാസ് പിടിപ്പിച്ച ഒരു ജനൽ- ഒരു സ്വർഗ്ഗീയമായ കാത്തഡ്രൽ.

ചെറുപ്പക്കാലത്തിലെ അത്തരം അനുഭവങ്ങളിലൂടെയുള്ള വിദ്യാഭ്യാസ മൂല്യത്തെ നമ്മൾ വേണ്ട രീതിയിൽ വിലമതിക്കുന്നില്ല. ആ അപ്രസന്നമായ വാക്ക് ഞാൻ ഉപയോഗിക്കുന്നത് അത് പൂർണ്ണമായും ശരിയാണെന്നതു കൊണ്ടല്ല, ആ വാക്ക് എല്ലാവരുടേയും വായിൽ ഉള്ളതും എല്ലാവർക്കും മനസ്സിലാകുന്നതുമായതിനാലാണ്. എനിക്ക് തോന്നുന്നത്, നമ്മൾക്ക് കൂടുതൽ വിവേകമുള്ള കൂടുതൽ നല്ല വിദ്യാഭ്യാസ സമ്പ്രദായം ഗ്രാമങ്ങളിൽ കൊണ്ടുവരാൻ കഴിയണമെന്നാണ്. അതിൽ സർവ്വസ്വവും പുസ്തകങ്ങൾ ആയിരിക്കില്ല! എന്നും ആറും ഏഴും മണിക്കൂറുകൾ അടച്ചിരുന്ന് ഏറ്റവും പ്രധാനപ്പെട്ട വിഷയങ്ങൾ പ്രായോഗിക ജ്ഞാനത്തിലൂടെ കുട്ടികൾ അഭ്യസിക്കുന്നതിനെ തടയുവാൻ അനുവദിക്കില്ല. അത്തരം സമയങ്ങളിൽ സ്കൂൾ അദ്ധ്യാപകനോ അദ്ധ്യാപികയോ ഗ്രാമീണ സ്ത്രീയോട് പറയുന്നത് എനിക്ക് സങ്കല്പിക്കാൻ കഴിയും. "നിങ്ങൾ നാളെയോ ചൊവ്വാഴ്ചയോ സാലിസ് ബറിയിലേക്ക് പോകുന്നെന്ന് ഞാൻ കേട്ടു. നിങ്ങൾ ജാനിയേയോ, കൊച്ചു ഡാനിയേയോ പീറ്ററേയോ കൂടെക്കൊണ്ടുപോകണമെന്ന് ഞാൻ ആവശ്യപ്പെടുന്നു. ഒരു മണിക്കൂർ നേരം അവരെ കാത്തഡ്രൽ പുൽ മൈതാനത്ത് കളിക്കാനും, ഗോപുരത്തിന് ചുറ്റുംപറക്കുന്ന പക്ഷികളെ കാണാനും, പള്ളിക്കകം ഒന്ന് എത്തിനോക്കാനും മറ്റും വിടുക. ആ സമയം നിങ്ങൾക്ക് മാർക്കറ്റിങ് നടത്തുകയും ചെയ്യാം."

കാത്തഡ്രലിൽനിന്നും ആതുരാലയത്തിൽനിന്നും, ഷോപ്പുകളിൽ നിന്നും ഭോജനശാലകളിൽനിന്നും നമ്മൾക്ക് തിരിച്ചുവന്ന്, വെയിലത്ത് കൂടി നിന്ന് തിരക്കുപിടിക്കുന്ന ആളുകളെ ശ്രദ്ധിക്കാം. അല്പനേരം കൂടി ആ അവസാനരംഗം വീക്ഷിക്കാനായി ചിലവാക്കാം"

ആഗസ്ത് മാസത്തെ ചൂടും പ്രകാശവുമുള്ള ഒരു ഉച്ചസമയമായിരുന്നു അത്. ആ നല്ലകാലാവസ്ഥ ഞാൻ മുമ്പൊരിക്കലും കണ്ടിട്ടില്ലാത്തത്ര ജനാവലിയെ അന്ന് സാലിസ് ബറിയിലെത്തിച്ചിരുന്നു! അതുപോലെ വാചാലരും ആഹ്ലാദവാന്മാരും ഉല്ലാസവാന്മാരുമായി അവരെ ഒരിക്കലും കണ്ടിട്ടില്ല! റോഡരികിൽ വരിയായി ഇട്ടിട്ടുള്ള ചരക്കുവണ്ടികളുടെ ഇടയിലാണ് ഞാൻ നിന്നിരുന്നത്; വളരെ തിരക്കു പിടിച്ച ഒരു സ്ഥലം! അതിന്നടുത്ത് മൂന്നുനാല് പബ്ലിക് കെട്ടിടങ്ങൾ ഉണ്ട്. ഏകദേശം ഇരുപത്തിരണ്ടോ ഇരുപത്തിമൂന്നോ വയസ്സ് പ്രായം തോന്നിക്കുന്ന ഒരു ആട്ടിടയൻ എന്റെ അടുത്തേക്ക് നടന്നു വരുന്നത് ഞാൻ കണ്ടു; ചാരനിറമുള്ള കനത്ത സൂട്ടും പഴയ ബൂട്സും തവിട്ടു നിറമുള്ള ലെഗ്ഗിങ്സും ആണ് വേഷം. ഒരു കമ്പിളിത്തൊപ്പി തലയുടെ പിൻഭാഗത്ത് ആഹ്ലാദപൂർവ്വം ചെരിച്ച് വെച്ചിട്ടുണ്ട്. കുന്നിൻപ്രദേശത്തെ ആളുകളുടെ പ്രത്യേക ശൈലിയിൽ തലകുനിച്ച് ആടിയാടിയാണ് നടത്തം. ഒരു വിനോദയാത്രയ്ക്ക് പട്ടണത്തിൽ വന്നാൽ ഇങ്ങനെ ആണവർ നടക്കാറുള്ളത്! തീർച്ചയായും അവൻ ഒരു വിനോദസഞ്ചാരിയാണ്; ഒന്നോ രണ്ടോ (ഒരു പക്ഷേ, മൂന്നോ) ഗ്ലാസ് ബീർ അടിച്ചിട്ടുണ്ട്. വളരെ ആഹ്ലാദവാനാണ്; ആടിയാടി നടന്നുവരുമ്പോൾ ആനന്ദകരമായ ഈണത്തിൽ ഒരു ഗാനം ആലപിക്കുന്നുണ്ട്. തിരിഞ്ഞുനിന്ന് അവനെ തുറിച്ചുനോക്കുന്ന വഴി യാത്രക്കാരെയോ തന്നെ പിന്തുടരുന്ന സ്വന്തം സംഘത്തിലുള്ളവർ വിളിച്ചു പറയുന്നതോ അവൻ ശ്രദ്ധിക്കുന്നില്ല; 'മെല്ലെ നടക്കൂ, ഞങ്ങളും നിന്നോടൊപ്പം എത്തട്ടെ' എന്നാണവർ വിളിച്ചു പറഞ്ഞിരുന്നത്. അവർ ഏഴ് പേർ ഉണ്ടായിരുന്നു. ഒരു ആരോഗ്യവതിയായ മദ്ധ്യവയസ്ക, പിന്നെ നരച്ച മുടിയുള്ള ഒരു വൃദ്ധയും രണ്ട് പെൺകുട്ടികളും ഒരു യുവതിയായ വിവാഹിതയും. അവളുടെ കൈയിൽ ഒരു കുഞ്ഞും ഉണ്ട്. ആ ചുകന്ന ചിരിക്കുന്ന മുഖമുള്ള മദ്ധ്യവയസ്ക നിലവിളിച്ച് "ഓഹ്, ഡവെ, നില്ക്കൂ, നിനക്ക് പറ്റില്ലേ! എവിടേക്കാണ് നീ ഇത്ര വേഗത്തിൽ പോകുന്നത്, മനുഷ്യാ ഞങ്ങൾക്ക് നിന്നോടൊപ്പം എത്താൻ പറ്റില്ലെന്ന് നീ കാണുന്നില്ലേ?" എന്നാൽ അയാൾ നില്ക്കുകയോ അത് ശ്രദ്ധിക്കുകയോ ചെയ്തില്ല. അതവന്റെ വിനോദ യാത്രാദിനമാണ്. സാലിസ് ബറിയിലെ അവന്റെ മഹത്തായ ദിനം, വളരെ അസുലഭമായൊരവസരം; അവൻ വളരെ ആഹ്ലാദവാനാണ്. അപ്പോൾ അവൾ തിരിഞ്ഞു നിന്ന് മറ്റുള്ളവരോട് നിലവിളിച്ചു. "അതുകൊണ്ടൊരു പ്രയോജനവുമില്ല, അവൻ നമ്മൾക്കുവേണ്ടി നില്ക്കില്ല - നിങ്ങൾ ഇത്തരം ഒരു പയ്യനെ കണ്ടിട്ടുണ്ടോ!" പിന്നെ ചിരിച്ച്, വിയർത്തു കൊണ്ടവൾ വീണ്ടും അവന്റെ പിന്നാലെ നടന്നു.

ഇവിടെ ആ മനുഷ്യൻ ഇല്ലായിരുന്നെങ്കിൽ ഇതൊരു നിസ്സാരസംഭവമായി കരുതപ്പെട്ടേനെ! അയാളുടെ ശക്തമായ ശരീരവും അഴകാർന്ന മുഖവും പഴയ ഗ്രീക്ക് ശില്പികൾ ലോകത്തിന് സമ്മാനിച്ച ശില്പങ്ങൾ പോലെ രൂപഭംഗിയുള്ളതാണ്! ഇത് എന്റെ തോന്നൽ മാത്രമാണെന്ന്

ഞാൻ വിചാരിക്കുന്നില്ല; ആ തെരുവിൽ അപ്പോഴും അയാളെ മിഴിച്ചു നോക്കിനില്ക്കുന്നവർക്കും എന്റേത് പോലുള്ള ആശ്ചര്യവും ആരാധനയുമാണ് ഉള്ളതെന്ന് ഞാൻ കരുതുന്നു. ആ സമയം ഒരു പബ്ലിക് കെട്ടിടത്തിന് മുന്നിൽ ഭയങ്കര ബഹളം കേട്ടു. കുറെ ജിപ്സികൾ തങ്ങളുടെ കൊച്ചു വണ്ടികളിൽവന്ന് ശക്തമായ വാക്കേറ്റം നടത്തി. ഒരുപക്ഷേ, അവർ അല്ലെങ്കിൽ അവരിലൊരാൾ മോഷ്ടിച്ച ഒരുജോഡി താറാവുകളേയോ ചെമ്മരിയാട്ടിൻ തോലോ, അല്ലെങ്കിൽ ഏതാനും മുയലുകളേയോ വിറ്റുകിട്ടിയ കൊള്ള മുതൽ പങ്കിടുന്നതിനെക്കുറിച്ചുള്ള വഴക്കായിരിക്കും അത്! എന്തുതന്നെയായാലും അവർ ഭയങ്കര വികാരവിക്ഷോഭത്തിലാണ്; പരസ്പരം ശകാരവർഷം ചൊരിയുന്നു, ഒന്നു രണ്ടു പേർ കോപം കൊണ്ട് കലിതുള്ളുന്നു! അതുകൊണ്ട് ആസ്വദിക്കുന്ന നല്ലൊരു ജനക്കൂട്ടത്തേയും കാണാം; എന്നാൽ പാട്ടുപാടി നടന്ന് വരുന്ന ആ യുവാവിനെ കണ്ടപ്പോൾ അവരെല്ലാവരും തിരിഞ്ഞ് അയാളെ മിഴിച്ചുനോക്കി.

അയാൾ വന്നുകൊണ്ടിരിക്കവെ ഞാൻ നേരെ മുന്നിൽച്ചെന്നുനിന്ന് അയാളുടെ മനോഹരമായ ചാരക്കണ്ണുകളിലേക്ക് തുറിച്ചുനോക്കി. എന്നാൽ അയാൾ എന്നെ കണ്ടില്ല; ഒരു മൃഗത്തിന്റെ കണ്ണിലേക്ക് നിങ്ങൾ തുറിച്ചുനോക്കുമ്പോൾ സംഭവിക്കുന്നതുപോലെ അയാൾ എന്നിലൂടെ ദൃഷ്ടി പായിച്ചു തന്റെ ഗാനാലാപനം നിർത്താതെ കടന്നുപോയി. മറ്റുള്ളവർ അവനു പിന്നാലെ ഒച്ചവെച്ച് വരുന്നുണ്ടായിരുന്നു!

വിന്റർബോൺ ബിഷപ്പ്

പുഴകൾക്കിടയിലെ വലിയ തുറസ്സായ സ്ഥലങ്ങളിൽ കുന്നുകളാൽ മറയ്ക്കപ്പെട്ട് വേറിട്ട് സ്ഥിതിചെയ്യുന്ന ഏതാനും ഗ്രാമങ്ങളിൽ എനിക്കേറ്റവും ഇഷ്ടമുള്ളത് വിന്റർ ബോൺ ബിഷപ്പ് ആണ്. എന്നിട്ടും എല്ലാറ്റിലും വെച്ച്- എനിക്ക് എല്ലാ ഗ്രാമങ്ങളും വളരെ നന്നായിട്ടറിയാം- ഏറ്റവും അനാകർഷകമായ ഗ്രാമം അതാണെന്ന് അധികം ആളുകളും അഭിപ്രായപ്പെടുന്നതിൽ എനിക്ക് ഖേദമുണ്ട്. വേനൽക്കാലത്ത് വൃക്ഷങ്ങളിൽനിന്നുള്ള തണൽ അവിടെ കുറവാണ്. ശീതകാലത്ത് ഈ ഉയർന്ന പ്രദേശത്ത് നിരാനന്ദകരമായ കാറ്റ് എല്ലാ ദിശയിൽനിന്നും, അടിച്ചുകൊണ്ടിരിക്കും. അതുകൊണ്ടു ഈ സിസ്ട്രിക്ടിലെ ഏറ്റവും കൂടുതൽ തണുപ്പുള്ള ഗ്രാമമായി അതിനെ മാറ്റുന്നു. എക്കാലത്തും, ജീവിക്കാൻ ഏറ്റവും പ്രയാസമുള്ള സ്ഥലമാണത്; കാരണം ഏറ്റവും അടുത്ത സാലിസ്ബറി പട്ടണത്തിലെത്തണമെങ്കിൽ കുന്നിൻപാതയിലൂടെ പന്ത്രണ്ട് മൈൽ ദൂരം യാത്ര ചെയ്യണം. ആ വലിയ കേന്ദ്രത്തിലെത്താനുള്ള ഏക പോംവഴി ചരക്കു വണ്ടിയിൽ യാത്ര ചെയ്യലാണ്. ആഴ്ചയിലൊരിക്കൽ ചന്ത ദിവസം വിരസമായ നാല് മണിക്കൂർ യാത്ര നടത്തേണ്ടി വരുന്നു. സ്വാഭാവികമായും അവിടത്തുകാരായ പലരും ആ ആഹ്ലാദകരമായ പട്ടണം വർഷത്തിലൊരിക്കലോ അഞ്ചുവർഷത്തിലൊരിക്കലോ മാത്രം കണ്ടിട്ടുള്ളവരാണ്; ചിലർ അതിലേറെ വർഷങ്ങൾക്ക് ശേഷവും!

ഗ്രാമത്തിലെ നീണ്ട റോഡ് തന്നെ വളഞ്ഞുപുളഞ്ഞതാണ്. അതിന്റെ ഇരുവശങ്ങളിലും പച്ചപിടിച്ച തിണ്ടുകൾ ഉണ്ട്. അഞ്ചോ ആറോ അടി പൊക്കത്തിൽ. അതിന് മുകളിലാണവരുടെ കുടിലുകൾ നിലകൊള്ളുന്നത്. അധികവും റോഡിനെ അഭിമുഖീകരിച്ചുകൊണ്ടാണ്. യഥാർത്ഥ വീടുകൾ ഒന്നുമില്ല- ഇക്കാലത്ത് വീടുകൾ എന്ന് വിളിക്കാ

വുന്ന കെട്ടിടങ്ങൾ ഒന്നുമില്ല- മൂന്ന് ഫാംഹൗസുകൾ കുടിലുകളേക്കാൾ ഭേദമാണെന്ന് പറയാം. പിന്നെ, ഒരു ദാരിദ്ര്യം പിടിച്ച പുരോഹിതഭവനം- ഗ്രാമീണ പുരോഹിതൻ വളരെ ദരിദ്രനാണ്. പച്ചപിടിച്ച പള്ളിപ്പറമ്പിന്റെ അടുത്തായി ഗ്രാമത്തിലെ ഏറ്റവും തണലുള്ള സ്ഥലത്ത് ഏതാനും കുടിലുകൾ അടുത്തടുത്തായി നിലകൊള്ളുന്നു, പിന്നെ ഏകദേശം ഇരുപത് വാര ദൂരെയും നാല്പതോ അൻപതോ വാര ദൂരെയും കുടിലുകൾ നിർമ്മിച്ചിട്ടുണ്ട്. അവ ചെറിയ, പഴയ കുടിലുകളാണ്. ചില കുടിലുകളുടെ മുന്നിലെ കല്ലിൽ പതിനേഴാം നൂറ്റാണ്ടിലെ തീയതികൾ കൊത്തിവെച്ചിട്ടുണ്ട്, എന്നാൽ തീയതി ഇല്ലാത്ത കുടിലുകളും അത്രതന്നെ പഴയതാണ്. ചിലകുടിലുകൾ ഓല മേഞ്ഞവയും മറ്റുള്ളവ ഓടുമേഞ്ഞവയുമാണ്, എന്നാൽ ഒന്നും പ്രത്യേകിച്ച് ആകർഷണീയമായവയല്ല. അധികം കുടിലുകളിലും നാടൻ പൂന്തോട്ടവുമൊന്നുമില്ല. പല പുഴയോരഗ്രാമങ്ങളിലും ഞങ്ങൾ പൂന്തോട്ടം കണ്ടു, പ്രത്യേകിച്ച് വൈലി താഴ്വരയിൽ. പിന്നീടുള്ള അദ്ധ്യായത്തിൽ അക്കാര്യം വിവരിക്കാം.

പള്ളിപ്പറമ്പ് വൃക്ഷത്തണലുള്ളതാണെങ്കിലും ആ ഗ്രാമത്തിൽ മരങ്ങൾ വളരെ കുറവാണെന്ന് ഞാൻ പറഞ്ഞല്ലോ. പള്ളിപ്പറമ്പിലെ വൃക്ഷത്തണലിൽ നിങ്ങൾക്കിരുന്ന് വിശ്രമിക്കാം; ചൂടും വെളിച്ചവും ആസ്വദിക്കണമെങ്കിൽ നിങ്ങൾക്ക് ശവക്കല്ലറമേൽ ഇരിക്കാം. തെരുവുകളുടെ ഓരങ്ങളിലും റോഡിന്നടുത്തും വളരുന്ന വൃക്ഷങ്ങൾ അധികവും പീച്ചും അശോകവുമാണ്. ഇടയ്ക്കിടയ്ക്ക് ഒന്നോ രണ്ടോ പൈൻ മരങ്ങളും കാണാം, എന്നാൽ അധികമില്ല, ചെറിയ കുള്ളൻ 'യു' 'ഹോളി' 'തോൺ' വൃക്ഷങ്ങളുമുണ്ട്. പഴ വൃക്ഷങ്ങൾ വളരെ കുറച്ചേ വളരുന്നുള്ളൂ. ഏതാനും ആപ്പിൾ മരങ്ങളും ഡാംസൺ മരങ്ങളും ഉള്ള തോട്ടം ഉണ്ട്. എന്നാൽ വേനലിന്റെ അവസാനത്തിലും ഓട്ടമിലും ഹെഡ്കളിൽ നിന്ന് പഴങ്ങൾ കിട്ടും. ഇത് ഗ്രാമത്തിന്റെ ഇരുവശങ്ങളിലുമായി കുന്നിൻ പ്രദേശം വരെ പോകുന്നു. കടും ചുകപ്പുള്ള അവയുടെ പഴങ്ങൾ യാത്രക്കാരെ ആഹ്ലാദിപ്പിക്കുന്നു.

ഒടുവിലായി അതിന്റെ ദോഷങ്ങളിലേക്ക് തിരിച്ചുപോകാം. ആ ഗ്രാമത്തിൽ ഭയങ്കര വെള്ളക്ഷാമമാണ്; പ്രത്യേകിച്ച് വേനൽക്കാലത്ത്, അപ്പോഴാണല്ലോ വെള്ളത്തിന്റെ ആവശ്യം ഏറ്റവും അധികം അനുഭവപ്പെടുന്നത്! ഒരു ഗ്രാമത്തിലെ ഏറ്റവും വലിയ അനുഗ്രഹവും ആനന്ദവും അവിടത്തെ സുലഭമായ വെള്ളമാണ്!- വർഷം മുഴുവൻ ഒഴുകിക്കൊണ്ടിരിക്കുക എന്നത് അനശ്വരമായൊരാനന്ദമാണ് - നെതർസ്റ്റോവിയും വിൻസ്ഫോർഡും, ബോർട്ടനും പോലെ! നമ്മൾക്ക് അധികം പേർക്കും അറിയാവുന്ന ഈ നാട്ടിലെ മൂന്ന് സന്തുഷ്ടമായ ഗ്രാമങ്ങൾ സൂചിപ്പിച്ചെന്നു മാത്രം! ആ ഗ്രാമങ്ങളിലേക്ക് വന്ന്, കുത്തി ഒഴുകുന്ന, വെട്ടിത്തിളങ്ങുന്ന, പതയ്ക്കുന്ന വെള്ളം ദിവസേന കാണുകയും, അതിലെ വെള്ളം തെറിപ്പിക്കുന്ന ശബ്ദവും, രാത്രിയിലെ ഗർജ്ജനവും കേൾക്കുകയും ചെയ്യുമ്പോൾ ഏതൊരാളാണ് ഒരു പുഴയുള്ള നാട്ടിലേ താൻ ജീവിക്കൂ എന്ന

ദൃഢനിശ്ചയമെടുക്കാത്തത്! ഈ ശപിക്കപ്പെട്ട, ഉയർന്ന തലത്തിലുള്ള വരണ്ട ഗ്രാമം; അതിന്റെ പേര് സൂചിപ്പിക്കുന്നതുപോലെ 'വിന്റർ ബോൺ' അല്ല!- വിൽറ്റ് ഷയർ, ഡോർസെറ്റ്, സോമർ സെറ്റ്, ഹന്റ്സ് എന്നിവിടങ്ങളിൽ ഏതാനും ഗ്രാമങ്ങളെ ഒന്നിച്ച് ചേർത്ത് വിളിക്കുന്ന ഇരട്ടപ്പേര് - ഇവിടെ, ഒരു അരുവിയുടെ തടം സ്ഥിതി ചെയ്യുന്നത് ഗ്രാമത്തിലെ ഒരു തെരുവിന്റെ ഓരത്താണ്. ഓട്ടമിലും ശീതകാലാരംഭത്തിലും ഘോരമായി മഴ ചൊരിയുമ്പോൾ ചോക്ക് കുന്നിന്റെ പിറകിലെ കുളങ്ങൾ നിറഞ്ഞൊഴുകുന്നു; ആ വെള്ളം അങ്ങനെ, വരണ്ടു കിടക്കുന്ന തോട്ടിലും, അവിടെ നിന്ന് തെരുവിലും ചെന്നെത്തുന്നു. ഗ്രാമീണ ബാലന്മാരെ ആഹ്ലാദത്തിലാറാടിച്ചുകൊണ്ട് തെരുവ് കുത്തി ഒഴുകുന്നൊരു പുഴയായി മാറുന്നു! കുട്ടികൾ താറാവുകളെപ്പോലെ ഈ വെള്ളത്തിൽ നീന്തിക്കളിക്കുന്നു. ഇത്രയും നാൾ ചെളിവെള്ളമുള്ള ഒരു കുഴിപോലും അവർ കണ്ടിട്ടില്ല! സ്ത്രീകൾക്കാണെങ്കിൽ, അവരുടെ വാതിൽപ്പടിയിൽ വെള്ളം വന്ന് നില്ക്കുന്നു, ആവശ്യമുള്ളപ്പോഴെല്ലാം ബക്കറ്റിട്ട് വെള്ളം കോരിയെടുക്കാം! വസന്തകാലത്തും വെള്ളം സുഭിക്ഷമായി ഒഴുകി കൊണ്ടിരിക്കും, ആ പ്രവാഹം അനശ്വരമാണെന്ന് നിങ്ങളെ വിശ്വസിപ്പിക്കാനെന്നോണം! വഴിയോരത്ത് മനോഹരമായ പച്ചപ്പുള്ള ചെടികളും പുൽപ്പടർപ്പും വളരുന്നു. ചെടികൾ പുഷ്പിക്കുന്നു! ആഴമുള്ള ചില സ്ഥലങ്ങൾ കുളങ്ങളായി മാറുന്നു. അവിടമാകെ പച്ചപ്പുകൾകൊണ്ട് നിറയുന്നു. പൊക്കമുള്ള ചെടികളും വളർന്നുവരുന്നു. അതിനേക്കാൾ കൗതുകകരമായ കാര്യം ഏതാനും കുളക്കോഴികൾ ആ കുളത്തിൽ പ്രത്യക്ഷപ്പെട്ടതാണ്! ഒലിവ് തവിട്ടുനിറത്തിലുള്ള വിചിത്ര പക്ഷികൾ, അതിനിടയിൽ വെളുത്ത വരകൾ, കടും ചുകപ്പും മഞ്ഞയും നിറമുള്ള കൊക്കുകൾ! തിളങ്ങുന്ന നീലനിറത്തിലുള്ള പൊൻമാനും അവിടെ പ്രത്യക്ഷപ്പെട്ടിരുന്നെങ്കിൽ എന്തൊരു ആവേശമായേനെ. അത്രയ്ക്ക് ശ്രദ്ധയാണ് അവ ആകർഷിച്ചിരുന്നത്. കുട്ടികൾക്ക് അത് സന്തോഷം നിറഞ്ഞ സമയമാണ്, തിരക്കുപിടിച്ച വീട്ടമ്മമാർക്ക് നല്ല സമയവും. ഭക്ഷണം പാകം ചെയ്യുന്നതിനും പാത്രങ്ങൾ കഴുകുന്നതിനും തുണി അലക്കുന്നതിനുമെല്ലാം ആവശ്യമായ വെള്ളമുണ്ട് - എത്ര ബക്കറ്റ് വെള്ളം വേണമെങ്കിലും അവൾക്ക് കോരിയെടുത്ത് വീട്ടിൽ സംഭരിക്കാം. പിന്നെ, ആ വേഗതയിൽ ജലപ്രവാഹം കുറയാൻ തുടങ്ങുന്നു, നിങ്ങൾ ശ്രദ്ധിക്കുന്നതിനുമുമ്പത് പോയിക്കഴിയുന്നു! സ്ത്രീകൾക്ക് കിണറ്റിലേക്ക് പോയി, ബക്കറ്റ് ഇറക്കി, കഷ്ടപ്പെട്ട് വെള്ളം കോരി എടുക്കേണ്ടിവരുന്നു. നല്ലനനവുമുള്ള മണ്ണും പച്ച ചെടികളും, മനോഹരമായ പുല്ലുകളും പെട്ടെന്ന് പോയ് മറയുന്നു; റോഡിൽ നിന്നുള്ള പൊടിയും വൈക്കോലും ചപ്പും ചവറും വരണ്ടതോട്ടിൽ വന്ന് നിറയുന്നു. സാവധാനം ഒരു തരം പാഴ്ച്ചെടികളും കൊടിത്തൂവകളും അവിടം നിറയെ വളർന്നു വരുന്നു. അവ സ്പർശിച്ചാൽ കുട്ടികൾ കഷ്ടത്തിലായതുതന്നെ!

പ്രത്യേക താല്പര്യമോ, ബന്ധമോ ഇല്ലാത്ത ആരും, ഈ വരണ്ട

ഗ്രാമം കണ്ടശേഷം തന്റെ വസതി അവിടെ നിർമ്മിക്കാൻ ആഗ്രഹിക്കില്ല, എന്ന് ഞാൻ കരുതുന്നു; ഒരു മനുഷ്യനും ആ ഗ്രാമം സന്ദർശിക്കാനും ആഗ്രഹിക്കില്ല. കാരണം അതിന് പ്രത്യേക ആകർഷണമൊന്നുമില്ല; അത് ഏത് റോഡിൽനിന്നും, ഏത് സ്ഥലത്തുനിന്നും ദൂരെയാണ്. സാലിസ്ബറി സമതലത്തിൽ നിരവധി ഗ്രാമങ്ങൾ എനിക്കറിയാം, അവയുടെ എണ്ണം ഞാൻ എപ്പോഴും കൂട്ടിക്കൊണ്ടിരിക്കയാണ്! എന്നാൽ ഈ ഗ്രാമം സന്ദർശിക്കാൻ എനിക്കൊരു ഉദ്ദേശ്യവുമില്ല. ഒരുപക്ഷേ, ഈ സമതല പ്രദേശത്തോ വിൽറ്റ് ഷയറിൽത്തന്നെയോ, ഇത്രയും കുറച്ച് സന്ദർശ കരെ കാണാൻ പറ്റുന്ന ഗ്രാമം ഉണ്ടാകില്ല! പിന്നെ, ഞാനൊരു വൃദ്ധൻ ആട്ടിടയനെ കണ്ടുമുട്ടാനിടയായി. അയാളുടെ ജീവിതത്തെക്കുറിച്ച് പിന്നീ ടുള്ള അദ്ധ്യായങ്ങളിൽ വിവരിക്കാം. സ്വന്തം ജന്മനാട്ടിൽനിന്ന് ദൂരെ എത്തിയ അയാൾക്ക് തന്റേതോ തനിക്കറിയാകുന്നവരുടേതോ പഴയ ജീവി തത്തെക്കുറിച്ചൊരു കഥയും പറയാനില്ല - വിന്റർ ബോൺ ഗ്രാമത്തെ ബന്ധപ്പെട്ട കാര്യങ്ങളല്ലാതെ മറ്റൊരു ചിന്തയും അയാളുടെ മനസ്സിലി ല്ല. അയാളുടെ പല സംഭവകഥകളും ചിന്തകളും വളരെ താല്പര്യമുള്ള തായി എനിക്ക് തോന്നി. അതുകൊണ്ട് അതെല്ലാം എന്റെ നോട്ട് പുസ്ത കത്തിൽ കുറിച്ചുവെക്കുന്നത് എന്റെ ഒരു ശീലമായി. ഒടുവിൽ അയാൾ ഇത്രയും കാലം തന്റെ കുടുംബതൊഴിൽ കൊണ്ടു നടന്ന സ്ഥലം കാണ ാനും മനസ്സിലാക്കാനും എനിക്ക് മോഹം തോന്നി. അവിടെ കാണാനൊ ന്നുമില്ലെന്ന് എനിക്കറിയാമായിരുന്നു, പതിവ് ആകർഷണങ്ങൾ ഒന്നുമി ല്ലാത്ത ഒരു സ്ഥലമാണത്. സത്യത്തിൽ, മാനുഷിക താല്പര്യം മാത്ര മേയുള്ളൂ; എന്നാൽ, അത് ധാരാളമാണ്. അങ്ങനെ ഒരു ഉദ്ദേശ്യവുമി ല്ലാത്ത ജിജ്ഞാസ തൃപ്തിപ്പെടുത്താനായി ഞാനവിടെ ചെന്നു - അയാ ളുടെ വിവരണം എന്റെ മനസ്സിൽ സൃഷ്ടിച്ച രൂപം എങ്ങനെ പെരുത്തപ്പെ ട്ടിരിക്കുന്നു എന്ന് ചുമ്മ കാണുവാൻവേണ്ടി! അതയാളുടെ വീടാണെന്ന കാരണം മാത്രം കണക്കിലെടുത്ത്, ആ സ്ഥലം ഇഷ്ടപ്പെടാൻ തയ്യാറെടു ത്തുകൊണ്ടായിരുന്നു ഞാൻ വന്നത്. എന്നാൽ അയാൾ സൃഷ്ടിച്ച ഈ വൈകാരികാനുഭൂതി ഇല്ലായിരുന്നെങ്കിൽ, അവിടെ അധികനാൾ തങ്ങു വാൻ ഞാൻ ഉദ്ദേശിക്കില്ലായിരുന്നു. അങ്ങനെ ഞാനവിടെ താമസിച്ചു. പിന്നേയും വന്നു. വീണ്ടും വരാനുള്ള മോഹം അതെന്റെ മനസ്സിൽ വളർന്നുവരികയാണെന്ന് ഞാൻ മനസ്സിലാക്കി. എന്തുകൊണ്ടാണതെന്ന് ഞാൻ അത്ഭുതപ്പെട്ടു. കാരണം ഒരു വൃദ്ധൻ ആട്ടിടയന്റെ ഓർമ്മകൾ മാത്രം ഈ അഗാധമായ സ്നേഹബന്ധത്തിന് കാരണമെന്ന് തീർപ്പുക ല്പിക്കാനാവില്ല. ആ പ്രദേശത്തിന്റെ തരിശ് പ്രകൃതി മൂലമാണ് ഞാന തിനെ കൂടുതൽ കൂടുതൽ ഇഷ്ടപ്പെടുന്നതെന്ന് എനിക്ക് തോന്നിത്തുടങ്ങി - ഒരു സ്ഥലത്തെ ആകർഷണീയമാക്കുന്ന യാതൊന്നും അവിടെ ഇല്ല, ശ്രേഷ്ഠമായ പ്രകൃതിദൃശ്യം, കാടുകൾ, പുഴകൾ, മാൻ പാർക്കുകൾ, പുരാതന വീടുകൾ - ട്യൂഡോർ, എലിസബെത്തൻ, ജേക്കോബിയൻ ശൈലിയിലെ സുന്ദരമായ രാജകീയ സൗധങ്ങൾ, കലാശില്പങ്ങൾ തുട

ങ്ങിയവ. പുരാതന ചരിത്ര സ്മാരകങ്ങൾ, അസോസിയേഷനുകൾ! ഇത്തരം കാര്യങ്ങൾ ഒന്നും അവിടെയില്ല; അവിടെയുള്ളത്, വിശാലമായ തരിശുഭൂമി, വളരെ കുറച്ച് ജനവാസമുള്ളത്; എളിമയുള്ള ഗ്രാമീണർ - കർഷകർ, ആട്ടിയന്മാർ, തൊഴിലാളികൾ - വളരെ ചെറിയ വീടുകളിൽ താമസിക്കുന്നവർ. പുരാതന ചരിത്രസ്മാരകങ്ങൾ കൊണ്ടും മനോഹര മായ പ്രൗഢസൗധങ്ങൾ കൊണ്ടും സമ്പന്നമാണ് ഇംഗ്ലണ്ട്. അത്തരം ആകർഷണീയമായ കാഴ്ചകൾ കാണാൻ ശീലിച്ചവരാണ് നമ്മൾ, ഓരോ മൂലയിലും ഓരോ മൈൽ ദൂരത്തിലും നമ്മൾ അത്തരം കാഴ്ചകൾ പ്രതീ ക്ഷിക്കുന്നു.

വിന്റർ ബോൺ ബിഷപ്പിൽ എനിക്ക് ആശ്വാസമാണ് തോന്നിയത്, പട്ടണത്തിൽനിന്നു ഒരു മനുഷ്യനെ ആകർഷിക്കാനായി യാതൊന്നുമി ല്ലാത്ത ഒരു നാട്ടിൻപുറം. വിശാലമായ ശൂന്യപ്രദേശം. അവിടെ കള്ളി മുൾച്ചെടികളുള്ള കുറ്റിക്കാടല്ലാതെ മറ്റൊന്നും കാണാനില്ല. അല്ലെങ്കിൽ ആ കുന്നിൻ മുകളിൽ കയറി അവിടെ നിരവധി ശവക്കല്ലറകളിൽ ഏതെ ങ്കിലും ഒന്നിന് മുകളിൽ ഞാൻ കയറിനിന്ന് ദൂരെയുള്ളൊരു ഗ്രാമത്തി ലേക്ക് ദൃഷ്ടിപായിച്ചാൽ അതിന്റെ പൊക്കം കുറഞ്ഞ ചാരനിറമുള്ളതോ ചുകന്ന തവിട്ടു നിറമുള്ളതോ ആയ കുടിലുകൾ വൃക്ഷങ്ങൾക്കിടയിലൂടെ പാതിമറഞ്ഞ വിധത്തിൽ കാണാൻ കഴിയും. പിന്നെ അതിന്റെ ചതുര ത്തിലുള്ള കൊച്ചു പള്ളിയുടെ കൽ ടവറും! ദൂരെനിന്ന് നോക്കിയാൽ അതിന് ഒരു മൈൽ കുറ്റിയേക്കാൾ ഏറെ പൊക്കം തോന്നില്ല. ആ ശൂന്യത ശരീരത്തിനും മനസ്സിനും നല്ലതായി തോന്നി. മണിക്കൂറു കളോളം അലസനായി അലഞ്ഞുതിരിഞ്ഞോ, പുൽത്തകിടിയിൽ ഇരുന്നോ കിടന്നോ, ഒന്നിനെക്കുറിച്ചും ചിന്തിക്കാതെ ഞാൻ സമയം ചില വഴിച്ചു, അല്ലെങ്കിൽ ഒരു കാര്യത്തെക്കുറിച്ചുമാത്രം ചിന്തിച്ചു- ഒന്നിനെ ക്കുറിച്ചും ചിന്തിക്കാതിരിക്കുന്നത് എന്താശ്വാസമാണെന്ന്!

എന്നാൽ, എല്ലായ്പ്പോഴും രഹസ്യമായി എന്നോട്, എന്തോ ചിലത് പറയുന്നുണ്ടായിരുന്നു, അത് ഞാൻ പറഞ്ഞതിനേക്കാളേറെയായിരുന്നു, ഈ ശൂന്യമായ സ്ഥലത്തേക്ക് എന്നെ ആകർഷിച്ചുകൊണ്ടിരിക്കുന്നതി നെക്കുറിച്ച് - പ്രകൃതിയിലേക്കും ഏകാന്തതയിലേക്കും തിരിച്ചുവരുന്ന തിൽ അനുഭവിച്ച വെറും ആശ്വാസത്തിന്നപ്പുറം എന്തോ ചിലത്! ആവർത്തിക്കപ്പെട്ട സന്ദർശനങ്ങൾക്കു ശേഷമാണ് ആ 'ചിലത്' എന്താ ണെന്ന് ഞാൻ പൂർണ്ണമായും ബോധവാനായത്. ഓരോ സന്ദർഭത്തിലും സാലിസ് ബറി വിട്ട് ആ നീണ്ട കുന്നിൻ പാതയിലൂടെ നടക്കുന്നത് വളരെ സന്തോഷകരമായി തോന്നി, ചീത്ത കാലാവസ്ഥ ആയാലും ചൂടോ തണുപ്പോ, കനത്ത കാറ്റോ, ചോക്കുപൊടി കണ്ണിലേക്ക് പറത്തുന്ന കാറ്റോ ഉള്ള കാലാവസ്ഥ ആയാലും ആ യാത്ര രസകരമായിരുന്നു. തെരുവിന്റെ അറ്റത്തുനിന്ന് മൂന്നു മൈൽ ദൂരത്തേക്കുള്ള യാത്ര പുറപ്പെടുമ്പോൾ എന്റെ ലക്ഷ്യസ്ഥാനത്തേക്ക് ഞാൻ ഔത്സുക്യത്തോടെ നോക്കും, ആ ബിന്ദു കാണാനാകില്ലെങ്കിലും ഇടയ്ക്കുള്ള ഒരു കുന്നിൻമുകളിലെ

ത്തുമ്പോൾ ഞാൻ ആഗ്രഹിച്ച രംഗം കാണാനാകും - താഴ്‌വരപോലെ പരന്ന് താഴ്ന്നൊരു സ്ഥലം, ദൂരെ പച്ചമരങ്ങളുടെ നിര, അവർക്കിടയിൽ ചാര നിറവും ചുകപ്പു നിറവുമുള്ള വീടുകൾ പുള്ളികുത്തുപോലെ ദൃശ്യമാകുന്നു!- ആ ദൃശ്യം കാണുമ്പോൾ സന്തോഷം നിറഞ്ഞു കവിയുന്നു, വീട്ടിൽ എത്തിയതുപോലെ!

സത്യത്തിൽ ഇതായിരുന്നു ആ രഹസ്യം! ഈ ഒഴിഞ്ഞസ്ഥലം, കുണ്ടും കുഴിയും കുന്നും താഴ്‌വരയുമായി വ്യാപിച്ചു കിടക്കുന്ന സ്ഥലം, എന്റെ കുട്ടിക്കാലത്തെ വീടുപോലെയാണെനിക്കനുഭവപ്പെട്ടത്; ഈ നാട്ടിലെ മറ്റേതൊരു സ്ഥലത്തേക്കാളേറെ! പല വ്യത്യാസങ്ങളും എനിക്ക് പറയാൻ കഴിയും. എന്നാൽ അവർക്കൊന്നും ഈ ഗൃഹാതുരത്വം എന്നിൽ നിന്ന് അപഹരിക്കാനാവില്ല. സാദൃശ്യങ്ങളാണ് എന്നെ പിടിച്ചു നിർത്തുന്നത്, ആ സ്ഥലത്തിന്റെ ആത്മാവ്. അത് ഒരു മരുഭൂമിയല്ല, എന്നാൽ മരുഭൂമിയുടെ സ്ഥായിയായ ശോകപ്രവണത അതിനുണ്ട്; എണ്ണത്തിൽ കുറവാണെങ്കിലും അവിടെ ജനവാസമുണ്ട്. എളിമ മനസ്ഥിതിയുള്ളവരാണവർ. അവരുടെ പ്രവൃത്തിയും ജീവിതവും മര്യാദയുള്ളതാണ്. മനുഷ്യരും മൃഗങ്ങളും- ചെമ്മരിയാടുകളും കന്നുകാലികളും- ജീവിക്കുന്ന ഈ സമതല പ്രദേശത്ത് നമ്മൾ അന്യരാജ്യത്തുനിന്ന് വന്നവരല്ല; കടന്നുകയറ്റക്കാരോ ആക്രമണകാരികളോ അല്ല; അതിൽ ഒന്നിച്ച് ജീവിക്കുന്നവരാണ്, എന്നാൽ വേറിട്ട്. എല്ലാവരും പ്രകൃതിയുടെ സന്തതികളാണ്; ആകാശത്തിനു കീഴിൽ, വെയിലും കാറ്റും മഴയുമായി സൗഹൃദത്തോടെ കഴിയുന്നു.

ഏതെങ്കിലും പൊങ്ങച്ചം കാണിക്കുന്ന മനുഷ്യൻ ഈ അസാധാരണമാംവിധം ശാന്തമായ സ്ഥലത്തുനിന്ന് ഗംഭീരമായൊരു കെട്ടിടം പടുത്തുയർത്തിയാൽ ആ ഭൂപ്രദേശത്ത് ഈ ദൃശ്യം ഞാൻ വിവരിച്ചതുപോലുള്ള ഒരു വികാരം സൃഷ്ടിക്കാൻ കഴിയാതെ പോകും- പ്രകൃതിയുമായി ഒന്നിക്കുന്ന മാനുഷിക ഐക്യബോധം. വിൽറ്റ് ഷയറിലെ ഈ പ്രശാന്തമായ സ്ഥലം പുരാതനകാലം മുതൽ ജനവാസമുള്ളതായിരുന്നു, എത്രകാലം മുമ്പാണ് അവർ ഈ ശവകുടീരങ്ങൾ ഉയർത്തിയതെന്ന് അപരിഷ്കൃതരായവർക്ക് പറയാൻ കഴിയും. അത് നശിപ്പിക്കാതെ എത്രകാലം മനുഷ്യവർഗ്ഗം പിടിച്ചു നില്ക്കും!

ഒരു ദിവസം ഉച്ചതിരിഞ്ഞ് ബിഷപ് ഡൗണിൽ നടക്കവെ ഒരു മുയൽ നൂറ് വാര ദൂരെ ഒരു കുഴി തുരന്ന് മണ്ണ് പുറത്തേക്ക് തള്ളുന്നത് ഞാൻ കണ്ടു. ഏത് തരം മണ്ണാണ് അത് ഇത്ര ആഴത്തിൽ കുഴിക്കുന്നതെന്നറിയാനായി ഞാനാസ്ഥലത്തേക്ക് ചെന്നു. ഒരു മനുഷ്യന്റെ തുടയെല്ലും, ഒന്നോ രണ്ടോ വാരിയെല്ലുകളുമാണത് പുറത്തെറിഞ്ഞതെന്ന് ഞാൻണ്ടു. അവ ചുവപ്പുകലർന്ന വെള്ള നിറത്തിലുള്ളതാണ്. പിറ്റേന്ന് ഞാൻ വീണ്ടും പോയി, കൂടുതൽ അസ്ഥികൾ കണ്ടു, അതിനുശേഷം എന്നും അവയുടെ എണ്ണം വർദ്ധിച്ചുവന്നു; ഒടുവിൽ അസ്ഥികൂടം മുഴുവൻ അവൻ പുറത്തുകൊണ്ടുവന്നതായി എനിക്ക് തോന്നി. തലയോട് ഒഴിച്ച്! അത് കാണാൻ

എനിക്ക് വലിയ ജിജ്ഞാസ തോന്നി പിന്നെ ആ എല്ലുകൾ അപ്രത്യക്ഷമായി. ആ പ്രവൃത്തി കണ്ടിരുന്ന മനുഷ്യൻ, അത് മനുഷ്യാവശിഷ്ടങ്ങളാണെന്ന് തിരിച്ചറിഞ്ഞപ്പോൾ, അതെല്ലാം കാര്യബോധത്തോടെ എടുത്തുകൊണ്ടുപോയി നശിപ്പിക്കുകയോ സുരക്ഷിതമായി ശേഖരിച്ച് വെക്കുകയോ ചെയ്തു. എന്തുകൊണ്ടെന്നാൽ, ഗ്രാമത്തിലെ കോൺസ്റ്റബിൾ അത് കണ്ടെത്തുകയോ, അതിനെക്കുറിച്ച് കേൾക്കുകയോ ചെയ്താൽ, അയാൾ വലിയ കുഴപ്പം സൃഷ്ടിച്ചേനേ! വേണമെന്നു തോന്നിയാൽ ആ വിവരം ഡിസ്ട്രിക്ട് കോറണറെ വിവരമറിയിക്കുകയും ചെയ്തേനെ. വിൽറ്റ് ഷയറിലെ ചോക്ക് കുന്നുകൾ നിറയെ മൃതിയടഞ്ഞ മനുഷ്യരുടെ അസ്ഥികൂടങ്ങളാണെങ്കിലും, അത്തരം കാര്യങ്ങൾ ഇടയ്ക്കൊക്കെ സംഭവിക്കാറുണ്ട്. ഒരിക്കൽ ഒരു സാക്സനോ ഡെയിനോ, അല്ലെങ്കിൽ ഒരു ആദിവാസി ബ്രിട്ടനോ ആയ ഒരു രാജാവിനെക്കുറിച്ച് പാവനമായ പരിശോധന നടത്തപ്പെട്ടു. ചില പ്രധാന വ്യക്തികൾ - ഉദാഹരണത്തിന്, സർ റിച്ചാർഡ് കോർട്ട് ഹോറെ വിൽറ്റ് ഷയറിൽ മുന്നൂറ്റി എഴുപത്തി ഒൻപത് ശവക്കല്ലറകൾ തുറന്ന് (അല്ലെങ്കിൽ ജനറൽ പിറ്റ് റിവേഴ്സ്) - മനുഷ്യരുടെ അവശിഷ്ടങ്ങൾ പുറത്ത് വലിച്ചിട്ടപ്പോൾ ആരും അത് കാര്യമാക്കിയില്ല; എന്നാൽ, അനധികൃതമായി ഒരു മുയൽ കുറെ എല്ലുകൾ പുറത്തെറിഞ്ഞപ്പോൾ അത് അന്വേഷണ വിധേയമാക്കുന്നു!

എന്നാൽ, ദീർഘകാലം ആ സ്ഥലത്ത് ഭൂമിക്കടിയിൽ കിടന്നശേഷം വെയിലത്തേക്ക് വലിച്ചെറിയപ്പെട്ട ആ അസ്ഥികൂടത്തിന്റെ ഉടമ ആരായിരുന്നു, എത്രകാലം മുമ്പാണയാൾ ഈ ഭൂമിയിൽ ജീവിച്ചിരുന്നത് - വിന്റർ ബോൺ ബിഷപ്പിൽ എന്ന് നമ്മൾക്ക് പറയാമോ? ആ കുന്നിൻ പ്രദേശത്ത് രണ്ട് ശവക്കല്ലറകൾ ഉണ്ട്; ആ മുയൽ ജോലി ചെയ്തിരുന്നതിന് ഒരു വിളിപ്പാടകലെ; അതുകൊണ്ട്, അയാൾ ആ കാലഘട്ടത്തിലെ ഒരു വ്യക്തി ആയിരിക്കാനിടയില്ല. വളരെ വർഷങ്ങൾക്കുമുമ്പ്, ഒരുപക്ഷേ, ഒരായിരം വർഷങ്ങൾക്കു മുമ്പ്, മറവു ചെയ്യപ്പെട്ടതാകാം. സന്ദർഭവശാൽ അവിടെ ചെരിഞ്ഞ സ്ഥലമായതിനാൽ വെള്ളം കെട്ടിനിന്നില്ല, അതിന്റെ മീതേ പുല്ലുകൾ നിബിഡമായി വളർന്നുവന്നപ്പോൾ അവിടെ ഒരിക്കലും കുഴിക്കപ്പെട്ടിട്ടില്ല എന്നൊരു തോന്നൽ സൃഷ്ടിക്കുകയും ചെയ്തു. അതുകൊണ്ടായിരിക്കണം ആ അസ്ഥികൾ തകർന്നുപോകാതെ കിടന്നത്.

ആ സമയത്ത് എന്റെ മനസ്സിൽ തോന്നിയ ഒരു കാര്യം - അത്രയും നീണ്ട ഒരു കാലയളവിനുശേഷം ആ മനുഷ്യൻ ജീവനോടെ എഴുന്നേറ്റുവന്ന് ആ രംഗം വീക്ഷിച്ചാൽ അവിടെ കാര്യമായൊരു മാറ്റവും വന്നിട്ടില്ലെന്ന് അയാൾ മനസ്സിലാക്കിയേനെ, തീർച്ചയായും അത്ഭുതപ്പെടുത്തുന്ന സംഭവങ്ങളൊന്നും ഉണ്ടായിട്ടില്ല എന്ന്! ആ കൊച്ചു ഗ്രാമവും, അതിന്റെ മദ്ധ്യത്തിലെ താഴ്ന്ന സ്ഥലവും അയാൾക്ക് സുപരിചിതമായിരിക്കും. ചരിത്രാതീതകാലം മുതൽ അതവിടെ ഉണ്ടായിരുന്നു എന്ന കാര്യത്തിൽ സംശയമില്ല. ആ നിലയ്ക്ക്, ആ മനുഷ്യൻ സ്വാഭാവികമായും വീടുണ്ടാ

ക്കാൻ തെരഞ്ഞെടുത്ത സ്ഥലം, താഴ്ന്ന കുന്നുകളിൽനിന്ന് വിന്റർബോൺ പ്രവഹിക്കുന്നിടത്തായിരിക്കും!

വലിയ കെട്ടിടങ്ങളോ, ബംഗ്ലാവുകളോ, വെളുത്ത നീരാവി തുപ്പിക്കൊണ്ട് ഭൂമിയിലൂടെ പോകുന്ന കറുത്ത തീവണ്ടികളോ, മറ്റെന്തെങ്കിലും വിചിത്രവസ്തുക്കളോ അവൻ കാണുന്നില്ല. അവൻ ഉറങ്ങാൻ കിടന്നതിന് മുമ്പുള്ളതെല്ലാം തന്നെയാണ് ഇപ്പോഴും എന്നവൻ കാണുന്നു! അതേ സുപരിചിതമായ രംഗം, കുന്നിൻ ചെരുവുകളിൽ അതേ കള്ളി മുൾച്ചെടികളും, കാട്ടുചെടികളും പുഷ്പിക്കാത്ത സസ്യങ്ങളും. ചെമ്മരി ആടുകളും കന്നുകാലികളും മേയുന്ന വിശാലമായ പുൽത്തകിടികൾ; കുഴികളിൽ കടുംപച്ചനിറമുള്ള വൃക്ഷങ്ങൾ; ചക്രവാളത്തോളം ചുരുളുകളായി നീണ്ടുകിടക്കുന്ന കുന്നിൻ പ്രദേശങ്ങൾ.

മേച്ചിൽ സ്ഥലങ്ങളിലെ ഒരു ആട്ടിടയൻ

സൗത്ത് വിൽറ്റ് ഷയർ ഡൗൺസിലെ ഒരു ആട്ടിടയനായ കാലെബ് ബൊകോമ്പിയെ ഞാൻ ആദ്യമായി കണ്ടത് അനേകം വർഷങ്ങൾക്ക് മുമ്പാണ്; ഇപ്പോൾ അയാൾ വൃദ്ധനും ദുർബ്ബലനുമായിരിക്കുന്നു; ജോലി ചെയ്യാൻ പറ്റാതായി. അയാളുടെ ജന്മനാട്ടിൽനിന്ന് കുറേ ദൂരെ വെച്ചാണ് ഞാനയാളെ കണ്ടുമുട്ടിയത്. വളരെ കാലത്തെ പരിചയത്തിനുശേഷം, നിരവധി മദ്ധ്യാഹ്നങ്ങളും സായാഹ്നങ്ങളും അയാളോടൊപ്പം ചിലവഴിക്കുകയും അയാളുടെ ആട്ടിടയകാലത്തെ രസകരമായ അനുഭവകഥകൾ കേൾക്കുകയും ചെയ്തശേഷമാണ് ഞാൻ സ്വയം അയാളുടെ പഴയ സ്വന്തം വീട്ടിലേക്ക് പോയത് - ഞാൻ നേരത്തെ സൂചിപ്പിച്ചിട്ടുള്ള വിന്റർ ബോൺബിഷപ്പ് ഗ്രാമത്തിലേക്ക് എന്റെ ഹൃദയത്തിൽ സ്ഥലം പിടിച്ച ആ ഗ്രാമത്തിലേക്ക്! ഞാൻ മുമ്പ് പറഞ്ഞതുപോലെ, ഞാൻ കാലെബിനെ ഒരിക്കലും പരിചയപ്പെടാതിരിക്കുകയോ, അയാളുടെയും അയാളുടെ സഹജീവികളായ അനേകം ആട്ടിയന്മാരുടെയും ജീവിതത്തെക്കുറിച്ച് കേൾക്കാതിരിക്കുകയോ ചെയ്തിരുന്നെങ്കിൽ, ഒരുപക്ഷേ, ഞാനൊരിക്കലും ഈ ഗ്രാമം കാണില്ലായിരുന്നു!

അയാളുടെ ഓർമ്മയിലുള്ള ഒരാൾ ജോൺ എന്ന് പേരുള്ള ഒരു വൃദ്ധൻ ആട്ടിടയൻ ആയിരുന്നു. വളരെ ചെറുപ്പത്തിൽത്തന്നെ അയാൾ ജോണുമായി പരിചയത്തിലായിരുന്നു- അക്കാലത്ത് ജോണിന് എഴുപത്തെട്ട് വയസ്സായിരുന്നു പ്രായം- വിന്റർ ബോൺ ബിഷപ്പ് ഫാമിൽ തുടർച്ചയായി അറുപത് വർഷം അയാൾ ജോലി ചെയ്തു. അത്രയും പ്രായമായിട്ടും അയാൾ ആട്ടിയന്മാരുടെ തലവനായിരുന്നു, ഏഴുവർഷം കൂടി ആ പദവിയിലയാൾ തുടർന്നു. ഒടുവിൽ അയാളുടെ യജമാനൻ ഫാമും ഫാമിങ്ങും ഉപേക്ഷിച്ച്, ജോലി ചെയ്യാൻ പറ്റാത്ത ഒരവസ്ഥയിലായിരുന്നു

അദ്ദേഹം തന്റെ ജന്മനാട്ടിൽ പോയി ഇടവക പള്ളിക്കരികിൽ സ്വന്തം പറമ്പിലെ വീട്ടിൽ ശേഷിച്ച വാർദ്ധ്യകാലം ചിലവഴിക്കാനയാൾ ആഗ്രഹിച്ചു. എന്നാലും യജമാനൻ, ജോണിനെ സഹായിക്കാൻ വളരെ ഉത്സുകനായിരുന്നു. അയാൾ താമസിക്കാൻ ഇഷ്ടപ്പെടുന്ന ഗ്രാമത്തിൽ എന്തെങ്കിലും ജോലി നേടിക്കൊടുക്കാൻ ശ്രമിക്കാമെന്നദ്ദേഹം പറഞ്ഞു. അതിന് താല്പര്യമില്ലാതിരുന്ന അയാൾക്ക് താമസം ഉറപ്പിക്കാൻ പോകുന്ന ഗ്രാമത്തിൽ വാടകകൂടാതെ ഒരു വീട് കൊടുക്കാമെന്ന് അവസാനം, അദ്ദേഹം പറഞ്ഞു, അതിനും പുറമെ പ്രതിവാരം പന്ത്രണ്ട് ഷില്ലിങ് ആ ജീവനാന്തം ജീവിതച്ചിലവിനായി നല്കാമെന്നും! അക്കാലത്ത് അങ്ങെ അറ്റം ഉദാരമായൊരു ദാനമാണത്; എന്നാൽ ജോൺ എളിമയോട് അത് നിരാകരിച്ചു.

"മാസ്റ്റർ" അയാൾ പറഞ്ഞു "ഞാൻ എന്റെ ജന്മനാട്ടിൽ സ്ഥിരതാമസമാക്കാൻ പോകുകയാണ്, എനിക്കൊരു ജീവിതമാർഗ്ഗം കണ്ടെത്താനായില്ലെങ്കിൽ ആ ഇടവകക്കാർ എന്നെ സംരക്ഷിക്കും. സംരക്ഷിച്ചാലും ഇല്ലെങ്കിലും അവിടെത്തന്നെയാണ് ഞാൻ ജീവിക്കാൻ പോകുന്നത്, ഞാൻ പിറന്ന നാട്ടിൽ"

ഈ നിലയിൽനിന്ന് പിടിവാശിക്കാരനായ ആ വൃദ്ധൻ ഇളകിയില്ല! അങ്ങനെ അയാളുടെ യജമാനന് അയാളെ വിന്റർ ബോൺ ബിഷപ്പിൽ വിട്ടുപോരേണ്ടി വന്നു, ആവശ്യത്തിനുള്ള പല ചരക്ക് സാധനങ്ങളും അദ്ദേഹം നല്കി.

എന്റെ പഴയ സുഹൃത്ത് കാലെബ് ബൊകോമ്പി പറഞ്ഞ രീതിയിൽനിന്ന് അയാളുടെ സ്വന്തം വികാരം പ്രകടമായിരുന്നു. അയാൾക്ക് വൃദ്ധൻ ജോണിനോട് അങ്ങേ അറ്റം ആത്മാർത്ഥമായ സഹാനുഭൂതി ഉണ്ടായിരുന്നു. വൃദ്ധൻ മരിച്ചിട്ട് ഇപ്പോൾ അരനൂറ്റാണ്ടിലേറെ ആയി. കൊച്ചുകുട്ടി ആയിരുന്ന കാലത്ത്, പതിനെട്ടാം നൂറ്റാണ്ടിന്റെ മദ്ധ്യത്തിൽ പഴയ ശവക്കല്ലറക്കല്ലുകൾക്കിടയിൽ ഓടിക്കളിച്ച വിന്റർ ബോൺ ബിഷപ്പ് പള്ളിയുടെ പുരാതന ടവറിനു കീഴെ പച്ച പുൽമൈതാനത്ത് ആ വൃദ്ധൻ വളരെ ശാന്തനായി വിശ്രമിക്കുന്നു എന്ന് നമ്മൾക്ക് പറയാം. എന്നാൽ, അദ്ദേഹത്തിന്റെ ഭാര്യയും മക്കളും കുറെക്കാലം കൂടി ജീവിച്ചു; തന്നെക്കുറിച്ചു മാത്രമേ ആ വൃദ്ധന് ചിന്തിക്കാൻ ഉണ്ടായിരുന്നുള്ളൂ എന്നതിനാൽ, തനിക്കിഷ്ടമുള്ളിടത്ത് ജീവിതം അവസാനിപ്പിക്കാനുള്ള സ്വാതന്ത്ര്യം അയാൾക്കുണ്ടായിരുന്നു. എന്നാൽ, കാലെബിന്റെ കാര്യം അതല്ല. അയാളുടെ വീടിനോടുള്ള വികാരം അനശ്വരവും ആട്ടിടയ ജോലിയോടുള്ള സ്നേഹം ജോണിന്റേതുപോലെ മഹത്തരവുമായിരുന്നു എങ്കിലും, അയാൾ അത്ര സ്വതന്ത്രനായിരുന്നില്ല. ഒടുവിൽ, അയാൾ സ്വന്തം നാട് വിടാൻ നിർബ്ബന്ധിതനായി; അതിനി അയാൾ ഒരിക്കലും കണ്ടെന്ന് വരില്ല; ശേഷിച്ച ജീവിതം നാടിന്റെ മറ്റൊരു ഭാഗത്ത് ചിലവഴിക്കേണ്ടി വന്നു.

ചെറുപ്പത്തിൽ, ശീതകാലത്ത്, മഴയിലും തണുപ്പിലും ദീർഘനേരം ചിലവഴിക്കേണ്ടി വന്നതിനാൽ, അവന് റുമാറ്റിൽഫീവർ പിടിപെട്ടു. അത്

തുടയെല്ലിനേയും അവയവങ്ങളേയും ബാധിച്ചു, അവന് ജീവിതകാലം മുഴുവൻ ഒരു മുടന്തനായി കഴിയേണ്ടി വന്നു. അപ്രകാരം അംഗവികലനായിട്ടും അയാൾ അൻപത് വർഷങ്ങൾ ആട്ടിടയജീവിതം തുടർന്നു, അതിന്നിടയിൽ അയാളുടെ പുത്രന്മാരും പുത്രിമാരും വളർന്നു, വിവാഹിതരായി, ദൂരേക്ക് പോയി. ഒരിക്കൽക്കൂടി വൃദ്ധ മാതാപിതാക്കൾ ഒറ്റയ്ക്കായി. അപ്പോൾ, അയാളുടെ കരുത്തും സാഹസികതയുമുള്ള അയാളുടെ ഭാര്യ, വീട്ടിൽനിന്ന് കുറേദൂരെയുള്ള ഒരുസ്ഥലത്ത് ചെറിയൊരു ബിസിനസ് ചെയ്യാൻ തീരുമാനിച്ചു! തന്റെ നാട്ടിലെ ആട് മേക്കൽ ജോലി ഉപേക്ഷിച്ചു താൻ കേട്ടിട്ടില്ലാത്തൊരു സാഹസ ജോലിക്ക് പോകുന്നതിനെ കാലെബ് ധാർമ്മികരോഷത്തോടെ എതിർത്തു. മലകൾക്കിടയിൽ ഒറ്റയ്ക്ക് ഒരു കുടിലിൽ തണുത്ത് ബുദ്ധിമുട്ടി ഒരു കൊല്ലത്തിലേറെ കാലം താമസിച്ച ശേഷം തന്റെ പ്രിയപ്പെട്ട ആ സ്ഥലത്തുനിന്ന് സ്വയം വേർപെട്ട്, തന്റെ ജീവിതത്തിലെ ഏറ്റവും നീണ്ടയാത്രയ്ക്ക് അയാൾ തയ്യാറായി - ഏകദേശം നാല്പത്തഞ്ച് മൈൽ - ഭാര്യയുടെ ജോലിയിൽ സഹായിക്കാനായി അവളുടെ പുതിയ ഭവനത്തിൽ എത്തിച്ചേർന്നു. ഇവിടെ വെച്ച് ഏതാനും വർഷങ്ങൾക്കുശേഷം ഞാൻ അയാളെ കണ്ടു; അന്നയാൾക്ക് എഴുപത്തിരണ്ട് വയസ്സുണ്ട്. എന്നാൽ വർദ്ധിച്ചുവരുന്ന കായിക ദൗർബല്യം മൂലം വയസ്സ് വളരെ കൂടുതൽ തോന്നിക്കും. അയാൾക്കു മുമ്പ് അതേ വിൽറ്റ് ഷയർ കുന്നിൻ പ്രദേശത്ത് ആട്ടിടയനായിരുന്ന സ്വന്തം അച്ഛൻ എൺപത്തിയാറ് വയസ്സ് വരെയും, അമ്മ എൺപത്തിനാല് വയസ്സുവരെയും ജീവിച്ചു; ഇരുവരും അവസാനകാലം വരെ ഊർജ്ജസ്വലമായ ജീവിതമാണ് നയിച്ചത്. അതുകൊണ്ട് തന്റെ ജീവിതം അത്ര പെട്ടെന്ന് അവസാനിക്കില്ലെന്നവൻ കരുതി. കാരണം, ഹൃദയത്തിലും മനസ്സിലും അയാൾ ഇപ്പോഴും യുവാവാണ്; വിശ്രമിക്കാനയാൾ ഇപ്പോഴും ആഗ്രഹിച്ചില്ല.

ആദ്യത്തെ കൂടിക്കാഴ്ചയ്ക്കുശേഷം ഒൻപത് വർഷങ്ങൾ കടന്നുപോയി. അയാൾ ഇപ്പോൾ അന്നത്തേക്കാളേറെ ആരോഗ്യവാനായതിനാൽ, അയാളുടെ ആയുസ്സ് അച്ഛന് തുല്യമാകും എന്ന് പ്രതീക്ഷിക്കുവാൻ നല്ല കാരണങ്ങൾ ഉണ്ട്.

കാലെബിന്റെ രൂപത്തിലെ അസാധാരണത്വം ആദ്യം എന്നെ സ്പർശിച്ചു, പിന്നീട് അയാളുടെ കണ്ണുകളിലെ ഭാവാവിഷ്കാരവും. വളരെ പൊക്കത്തിൽ, മെലിഞ്ഞ് ഉരുണ്ടതോളുകളുള്ള മനുഷ്യനാണയാൾ; വിചിത്രമായൊരു രൂപമാണയാളുടേത്, വൈരൂപ്യത്തിന്റെ വക്കത്തെത്തിനില്ക്കുന്നു! അവൻ വളരെ വേദനിച്ചാണ് വടി കുത്തി പിടിച്ച് നടക്കുന്നത്! മുടന്തൻ കാൽ വലിച്ചുവെച്ചാണ് നടത്തം. നീണ്ട് മെലിഞ്ഞതലയാണയാളുടേത്, ഉയർന്ന നെറ്റി, നീണ്ട മൂക്ക്, നീണ്ട താടി എല്ല്, നരച്ച കൃതാവ്, താടി മീശ ഒരു കോലാടിന്റേത് പോലുണ്ട്; വലിയ കാതുകൾ തലയിൽ പൊങ്ങി നില്ക്കുന്നു; ചില കോണിലൂടെ നോക്കിയാൽ അവ കൂർത്തതായി തോന്നും. തവിട്ടു നിറമുള്ള കണ്ണുകൾ അതിശയകരമാം

വിധം പ്രസന്നമാണ്. ഈ പ്രത്യേകത ആദ്യം അല്പം സംഭ്രമിപ്പിക്കുന്നതായിരുന്നു. പുറമെ നിന്ന് കൊണ്ട് പരിചയപ്പെട്ടശേഷം, ക്ഷണിക്കാതെ തന്നെ ഞാൻ അകത്തു കടന്ന്, അയാളോടൊപ്പം തീച്ചൂളയ്ക്കടുത്ത് ഇരുന്നു. തിരക്കിലായിരുന്ന അയാളുടെ വൃദ്ധ ഭാര്യ അതുമിതും സംസാരിച്ചു. അവർക്കറിയാവുന്നത്ര എളിമയോടെ ഞാൻ എന്തിനാണിവിടെ ചെന്നതെന്ന് സൂചിപ്പിച്ചു! അവരുടെ സാധാരണ നാടൻ മനസ്സിന് എന്റെ വരവ് യുക്തി ഹീനമായി തോന്നിയിരിക്കണം. "അദ്ദേഹം ഞങ്ങൾക്ക് ഒരു അപരിചിതനാണ്, ഞങ്ങൾ അദ്ദേഹത്തിന് അപരിചിതരും" കാലെബ് നിശ്ശബ്ദനായിരുന്നു. അയാളുടെ വ്യക്തമായ കണ്ണുകളിൽ അനിഷ്ടമോ സന്തോഷമോ, പ്രകടമായിരുന്നില്ല, നൈസർഗ്ഗികമായ ജാഗ്രത മാത്രം. എന്നാൽ ആ നാട്ടിലെ മറ്റ് മനുഷ്യരേക്കാൾ ജാതിചിന്ത കുന്നിൻപ്രദേശത്തെ ആട്ടിടയന്മാർക്കിടയിൽ കുറവായിരുന്നു.

അടുക്കളയിൽ ഞാത്തി ഇട്ടിരുന്ന ഒരു പക്ഷിക്കൂട്ടിലെ ഒരു മൈനാപ്പക്ഷി!, 'കൂട്ടിലിട്ട പക്ഷിയും സ്വതന്ത്ര പക്ഷിയും' എന്ന വിഷയത്തിലേക്ക് സംഭാഷണം നടത്താൻ ഇടവരുത്തി. ആ കൊച്ചു മഞ്ഞക്കിളിയെ എനിക്കിഷ്ടമാണെന്നും അത് കൂട്ടിൽ ജനിച്ചതായതിനാൽ കൂട്ടിലടച്ചിട്ടതിൽ എനിക്ക് വിഷമം തോന്നുന്നില്ലെന്നും ഞാൻ പറഞ്ഞു. എന്നാൽ, കാട്ടുപക്ഷികളെ പിടിച്ച് കൂട്ടിൽ തടവുകാരായി ഇടുന്നവർ കാര്യങ്ങൾ വേണ്ട രീതിയിൽ ധരിക്കാത്തവരാണെന്ന് ഞാൻ കരുതുന്നു. സന്ദർഭവശാൽ കാലെബിന്റെ കാഴ്ചപ്പാടും ഇതായിരുന്നു. ചെറിയ കാട്ടുകിളികളെക്കുറിച്ചയാൾ ഉൽക്കണ്ഠാകുലനായിരുന്നു. അവയോട് വളരെ മൃദുവികാരമാണയാൾക്കുണ്ടായിരുന്നത്! ഞങ്ങളുടെ സംഭാഷണത്തിന്നിടെ, അയാളുടെ കുട്ടിക്കാലത്തെ രസകരമായൊരു സംഭവം അയാൾ അനുസ്മരിച്ചു, അവൻ അച്ഛന്റെ ആടുകളെ വേനൽക്കാലത്തെ ഒരു ദിവസം കുന്നിൻ പ്രദേശത്ത് മേയ്ക്കാനായി കൊണ്ടുപോയി; അപ്പോൾ രണ്ട് ഗ്രാമീണ ബാലന്മാർ കുന്നുകളിൽ അലഞ്ഞു നടന്ന ശേഷം, അവന്റെ അടുത്ത് പുൽത്തകിടിയിൽ വന്നിരുന്നു. അവരിൽ ഒരാളുടെ കൈയിൽ അപ്പോൾത്തന്നെ പിടിച്ച ഒരു വാനമ്പാടി പക്ഷി ഉണ്ടായിരുന്നു. ആരാണ് ആ പാവം പക്ഷിയുടെ നിയമാനുസൃത ഉടമ എന്ന ചൂടുപിടിച്ച വാഗ്വാദം അവിടെ നടന്നു. വസ്തുതകൾ ഇപ്രകാരമായിരുന്നു. ആ ബാലന്മാരിൽ ഒരാൾ പക്ഷികൂടു കണ്ടപ്പോൾ ആ പക്ഷിയെ പിടിക്കണമെന്നാഗ്രഹിച്ചു. അവനുവേണ്ടി അത് പിടിച്ചു കൊടുക്കാമെന്നവന്റെ കൂട്ടുകാരൻ ഉടനെ ഏറ്റു. അവർ ഒന്നിച്ച് കുറച്ചു ദൂരെ ചെന്നിരുന്ന്, ആ പക്ഷി മുട്ടകൾക്കു മീതെ അടയിരിക്കാനായി കൂട്ടിൽ തിരിച്ചെത്തുന്നതുവരെ കാത്തിരുന്നു. പിന്നെ ആ പക്ഷി പിടുത്തക്കാരൻ പയ്യൻ ആസ്ഥലത്തേക്ക് തിരിച്ചുവന്ന്, വളരെ മെല്ലെ മരത്തിന് മുകളിലേക്ക് ഇഴഞ്ഞുകയറി. കൂട്ടിൽ നിന്നും അഞ്ചാറടി ദൂരെനിന്ന്, തന്റെ തൊപ്പി എടുത്തെറിഞ്ഞ് ആ പക്ഷി കൂടിന് നേരെ മുകളിൽ വീഴ്ത്തി! ആ കൊച്ചു വാനമ്പാടിയെ പിടികൂടി. പിടിച്ചു കഴിഞ്ഞപ്പോൾ അതിനെ വിട്ടുകൊടുക്കാനവൻ തയ്യാറായില്ല. വഴക്ക് ചൂടു

പിടിച്ചു; ഒടുവിൽ വഴക്ക് മൂത്ത് കൈ ചുരുട്ടി ഇടിയും ചെകിട്ടത്തടിയും ആയപ്പോൾ, പോരാട്ടംതന്നെ എന്ന തീരുമാനത്തിലെത്തി. വിജയിക്ക് വാനമ്പാടിയെ കിട്ടും. പക്ഷിയെ ഏതാനും അടി ദൂരെ പുൽത്തകിടിയിൽ സുരക്ഷിതമായി ഒരു തൊപ്പിക്കടിയിൽ വെച്ചു. ആ ബാലന്മാർ തങ്ങളുടെ ജാക്കറ്റുകൾ ഊരി, ഷർട്ടിന്റെ കൈകൾ മുകളിലേക്ക് ചുരുട്ടി കയറ്റിവെച്ച്, മുഖത്തോടു മുഖം നിലയുറപ്പിച്ചു. പോരാട്ടം തുടങ്ങാൻ നില്ക്കവെ കാലെബ് തന്റെ വടി കൊണ്ട് ആ തൊപ്പി മലർത്തി ഇട്ടു, വാനമ്പാടി പറന്നു പോയി!

പക്ഷി നഷ്ടപ്പെട്ടതും, പോരാടാനുള്ള അവസരം നശിപ്പിച്ചതും ആ ബാലന്മാരെ കാലെബിനു നേരെ ആക്രമണം നടത്താൻ പ്രേരിപ്പിച്ചേനെ! എന്നാൽ അവന്റെ അടുത്ത് കിടന്നിരുന്ന നായയെ കണ്ടപ്പോൾ അവർ അതിന് ധൈര്യപ്പെട്ടില്ല; അവർ അവനെ ശകാരിക്കയും ഭീഷണിപ്പെടുത്തുകയും മാത്രമേ ചെയ്തുള്ളൂ. പിന്നെ കോട്ടും ധരിച്ച് അവർ നടന്നു പോയി.

വാനമ്പാടിയുടെ സുന്ദരമായ ആ കൊച്ചുകഥ, അയാളുടെ നീണ്ട ബാല്യകാല സ്മരണയുടെ ആദ്യ കണ്ണി മാത്രമായിരുന്നു. ഓട്ടമിലേയും ശീതകാലത്തിലേയും അനവധി സായാഹ്നങ്ങൾ, ഞങ്ങൾ അയാളുടെ അടുക്കളയിലെ അടുപ്പിന്നരികിലിരുന്ന്, ആ കുന്നിൽ പ്രദേശത്തെ അര നൂറ്റാണ്ടിലെ അയാളുടെ ആട്ടിടയ ജീവിത കഥകൾ കേട്ടുകൊണ്ടിരുന്നു! ഈ സ്മരണകളിലെ ആദ്യകാല കഥകളായിരുന്നു എനിക്ക് ഏറ്റവും ഇഷ്ടപ്പെട്ടത്. എന്തുകൊണ്ടെന്നാൽ അവ ഒരാളെ അറുപതോ അതിലേറെയോ വർഷങ്ങൾക്കപ്പുറത്തേക്ക് കൊണ്ടുപോകുന്നു! അക്കാലത്ത് ഭൂമിയിൽ ഇപ്പോഴത്തേക്കാളേറെ കാടായിരുന്നു, കൂടുതൽ ശ്രേഷ്ഠമായ വന്യമൃഗജീവിതവും! അയാളുടെ അച്ഛനെ കുറിച്ചുള്ള ചില ഓർമ്മകൾ ആയിരുന്നു കൂടുതൽ രസകരം. അയാളുടെ അച്ഛൻ ഐസക് ബോകോമ്പിയുടെ കാലം വീണ്ടും പിന്നാക്കം പോകുന്നു, പത്തൊൻപതാം നൂറ്റാണ്ടിന്റെ ആരംഭത്തിലേക്ക്. അച്ഛന്റെ ഓർമ്മകൾ കാലെബ് വലിയ ആരാധനയോടെയും ആദരവോടെയും കൂടിയാണ് കാത്ത് സൂക്ഷിച്ചിരിക്കുന്നത്; അത് ഒരു ആരാധനപോലെയാണ്; അദ്ദേഹത്തിന്റെ വയസ്സുകാലത്തെക്കുറിച്ച് വിവരിക്കാനാണയാൾക്ക് വലിയ ഇഷ്ടം, എൺപത് വയസ്സിന് ശേഷമുള്ള കാര്യങ്ങൾ. അദ്ദേഹം നല്ല പൊക്കമുള്ളവനാണ്, ആറടി രണ്ടിഞ്ച്, വൃത്തിയായി ഷേവ് ചെയ്ത മുഖം; ചുകന്ന മുഖം, വ്യക്തമായ കറുത്ത കണ്ണുകൾ, നരച്ച തലമുടി, നിവർന്നുള്ള നടത്തം. അവസാനകാലത്ത് പെൻഷൻകാരുടെ യൂണിഫോം ആയിരുന്നു അദ്ദേഹം ധരിച്ചിരുന്നത്- ഒരു മൃദുവായ പരന്ന് വെളുത്ത ഷെൽട്ട് തൊപ്പി, തടിച്ച ബൂട്സ്, തവിട്ടു നിറമുള്ള തുകൽ ലെഗ്ഗിങ്സ്, ചുകന്ന കോളറും പച്ചബട്ടനുകളുമുള്ള നീണ്ട ചാരനിറമുള്ള ഓവർ കോട്ട്.

കാലെബിന്റെ അഭിപ്രായത്തിൽ അദ്ദേഹം മനുഷ്യവർഗ്ഗത്തിന്റെ ഏറ്റവും ശ്രേഷ്ഠമായൊരു മാതൃകയാണ്, ശാരീരികമായും ധാർമ്മിക

മായും! 1800 ൽ ജനിച്ച അദ്ദേഹം കൊച്ചു നാൾ മുതൽ ആട്ടിൻക്കൂട്ടത്തെ പിൻതുടരുമായിരുന്നു; അതേ ഫാമിൽ അറുപത് വയസ്സുവരെ ആട്ടിടയനായി ജോലി തുടർന്നു. പ്രതിവാരം ഏഴ് ഷില്ലിങ്ങിൽ കൂടുതൽ കൂലി ഒരിക്കലും അദ്ദേഹത്തിന് ലഭിച്ചിട്ടില്ല അദ്ദേഹം ജനിച്ച വീട്ടിൽത്തന്നെയാണ് ജീവിച്ചിരുന്നത്, അതദ്ദേഹത്തിന് പൈതൃകമായി ലഭിച്ചതായിരുന്നു. അദ്ദേഹത്തെപ്പോലെ കരുത്തനായ ഒരു മുഖ്യ ആട്ടിടയന്, ഇത്രയും വലിയൊരു കുന്നിൻ പ്രദേശത്തെ ഫാമിൽ 1860 വരെ ജോലി ചെയ്തിട്ടും യാതൊരു ശമ്പള വർദ്ധനയും ലഭിച്ചില്ല എന്നത് അവിശ്വസനീയമായി തോന്നും, അതും ഒരേ ഫാമിൽ അര നൂറ്റാണ്ടോളംകാലം ജോലി ചെയ്തിട്ടും! അദ്ദേഹത്തിന്റെ മക്കൾ വളർന്ന് വലുതായപ്പോൾ ശമ്പളവർദ്ധനവ് ആവശ്യപ്പെടാനായി അച്ഛനെ ഉപദേശിച്ചു; എന്നാൽ അദ്ദേഹം അത് ചെയ്തില്ല. എന്നും ഏഴ് ഷില്ലിങ് മാത്രമാണദ്ദേഹത്തിന് ലഭിച്ചിരുന്നത്. ആ തുകയും അദ്ദേഹത്തിന്റെ ഭാര്യ പാവാടയും ഫ്രോക്കും തയ്ച്ച് നേടിയിരുന്ന തുകയും കൂടി അവർക്ക് അന്തസ്സായ രീതിയിൽ ജീവിതം നീക്കാൻ കഴിയുമായിരുന്നു; അദ്ദേഹത്തിന്റെ മക്കൾ അപ്പോഴേക്കും അവരുടേതായ രീതിയിൽ ജോലി ചെയ്ത് ജീവിച്ച് പണം സമ്പാദിക്കാൻ തുടങ്ങിയിരുന്നു.

കാലെബ് വിവാഹിതനായപ്പോൾ ബിഷപ്പിലെ പഴയ ഫാം ഉപേക്ഷിച്ച് വീട്ടിൽനിന്ന് കുറേദൂരെയുള്ള വാമിൻസ്റ്ററിലേക്ക് പോകാൻ തീരുമാനിച്ചു, അതയാൾക്ക് ഏതോ ഫാം ഉടമ കൊടുക്കാമെന്ന് ഏറ്റതാണ്. അവിടെ അയാൾക്ക് ഒരുകുടിൽ കെട്ടി ജീവിക്കാം. പ്രതിവാരം ഏഴു ഷില്ലിങ് കൂലിയും, നായയ്ക്കു വേണ്ടി ഒരുചാക്ക് ബാർലിയും കൊടുക്കും. അക്കാലത്ത് ആട്ടിടയൻ തന്നെ സ്വന്തം നായയെ നിർത്തണം - ചെറിയ ചിലവൊന്നുമല്ല നായയ്ക്കുവേണ്ടി ചിലവാക്കേണ്ടിവരിക; പ്രത്യേകിച്ചും, പ്രതിവാരം ആറ് മുതൽ എട്ട് ഷില്ലിങ് വരെ മാത്രം കൂലി ലഭിക്കുമ്പോൾ! എന്നാൽ തന്റെ പ്രിയങ്കരനായ കാലെബിനെ കാണാതിരിക്കാൻ ആ വൃദ്ധന് കഴിയില്ലായിരുന്നു. ഒടുവിൽ, പഴയ വീട് വിട്ടുപോകുന്നതിൽ നിന്ന് മകനെ തടയാനാകില്ലെന്ന് മനസ്സിലാക്കിയ അദ്ദേഹം അവനോട് കുപിതനായി; അവൻ കൂടുതൽ കൂലിക്കും ബാർലിക്കും വേണ്ടി വാമിൻസ്റ്ററിലേക്ക് പോയാൽ താൻ അവനെ ഉപേക്ഷിക്കുമെന്ന് അദ്ദേഹം ഭീഷണിപ്പെടുത്തി! കാലെബിനെ സംബന്ധിച്ചിടത്തോളം ഗൗരവമുള്ളൊരു കാര്യമായിരുന്നു അത്. ഒരു ആട്ടിടയൻ മരിക്കുമ്പോൾ മക്കൾക്കുവേണ്ടി സ്വത്തൊന്നും മാറ്റിവെക്കാനുണ്ടാകില്ലെങ്കിലും! എന്തായാലും അവൻ പോയി; അവൻ അച്ഛനെ സ്നേഹിച്ചിരുന്നെങ്കിലും മറുവശത്തേക്ക് വലിക്കുവാൻ അവനൊരു യുവതിയായ ഭാര്യയുണ്ടായിരുന്നു! ഒരുകൊല്ലം അവൻ മാറി നിന്നു. അവൻ തിരിച്ചെത്തിയപ്പോൾ ആ വൃദ്ധന്റെ ഹൃദയം മൃദുവായി! അദ്ദേഹം അവനെ പഴയ വീട്ടിലേക്ക് സ്വാഗതം ചെയ്തു.

അതിന്നിടയ്ക്ക് വിന്റർ ബോൺബിഷപ്പിലെ ആ എളിയ കുടിലിൽ വലിയ സംഭവങ്ങൾ നടന്നു! വൃദ്ധൻ ഐസക് ആട്ടിടയപ്പണി നിർത്തി,

തന്റെ ഗ്രാമത്തിലെ കുടിലിൽ വളരെ സുഖകരമായ ജീവിതം നയിക്കാൻ തുടങ്ങി. മാറ്റങ്ങൾ വന്നത് ഈ വിധത്തിലായിരുന്നു.

ആ കുന്നിൻ പ്രദേശത്തെ ആട്ടിടയന്മാർ സാധാരണയായി സമർത്ഥരായ ഒളിവേട്ടക്കാരാണ്. ഭാര്യയും വിശക്കുന്ന നിരവധി കുട്ടികളും ഒരു നായയുമുള്ള ഒരു മനുഷ്യൻ പ്രതിവാരം ലഭിക്കുന്ന ഏഴ് ഷില്ലിങ് കൂലി കൊണ്ട് എങ്ങനെ ജീവിതം മുന്നോട്ടു കൊണ്ടുപോകും? അത്തരം ഒരു മനുഷ്യൻ പ്രലോഭിതനാകുന്നതിൽ സത്യത്തിൽ, ആശ്ചര്യപ്പെടാനൊന്നുമില്ല. എന്നാൽ വൃദ്ധൻ ബൊക്കോബി അതിനൊരു അപവാദമാണ്. അയാൾ വേട്ടയാടുകയില്ല, തടയാൻ കഴിയുമെങ്കിൽ, മറ്റുള്ളവരെ അതിന് അനുവദിക്കുകയുമില്ല. കാലെബും സഹോദരന്മാരും വളർന്ന് യുവാക്കളായപ്പോൾ ആട്ടിടയന്മാർ ആയി ജോലി നോക്കാൻ തുടങ്ങിയിരുന്നു. ചിലപ്പോൾ അവർ ഒരു മുയലിനെ പിടിക്കും. അല്ലെങ്കിൽ അവരുടെ നായ അവരുടെ പ്രോത്സാഹനമൊന്നുമില്ലാതെതന്നെ, ഒരു മുയലിനെ പിടിച്ചു കൊന്നെന്നിരിക്കും. എന്നാൽ, അതൊന്നും അച്ഛനെ പേടിച്ച് അവർ വീട്ടിലേക്ക് കൊണ്ടുപോകില്ല.

ഒരുദിവസം ഒരു മാന്യനായ വേട്ടക്കാരൻ ആ കുന്നിൽ പ്രദേശത്ത് വേട്ടയാടാനെത്തി. അവിടെ ധാരാളം മുയലുകൾ, തിത്തിരി പക്ഷികൾ തുടങ്ങിയവ ഉണ്ടായിരുന്നു. അവിടെ ഇത്രയും മൃഗങ്ങൾ ഉള്ളതിന്റെ കാരണം അദ്ദേഹം ആരാഞ്ഞപ്പോൾ, അവയെ ഉപദ്രവിക്കാനാരേയും അനുവദിക്കില്ലെന്ന് സൂക്ഷിപ്പുകാരൻ അദ്ദേഹത്തോട് വിശദീകരിച്ചു.

'ഓട്ടം' കാലത്തിലെ ഒരുദിവസം ആ മാന്യൻ ആ കുന്നിൻപ്രദേശത്ത് നായാട്ടിലേർപ്പെട്ടിരിക്കയായിരുന്നു. അവിടെ വലിയൊരു മനുഷ്യൻ ഒരു ആയുധം പിടിച്ച് നിശ്ചലനായി നില്ക്കുന്നതുകണ്ട് അദ്ദേഹം സൂക്ഷിപ്പുകാരനെവിളിച്ച് അതാരാണെന്ന് ചോദിച്ചു. അത് ആട്ടിടയൻ ബൊക്കോബ് ആണെന്നയാൾ മറുപടി നല്കി. ആ വൃദ്ധനായ മാന്യൻ കുറച്ചുപണം പോക്കറ്റിൽ നിന്നെടുത്ത് പറഞ്ഞു. "അയാൾക്ക് ഈ അര ക്രൗൺ കൊടുക്കൂ. എന്റെ ഇന്നത്തെ നല്ലനായിട്ടിന് അയാളോട് നന്ദി പറയൂ." ആ നാണ്യം നല്കിയ ശേഷം ആ മാന്യൻ ഏതാനും നിമിഷം ചിന്തിച്ചുകൊണ്ടു നിന്ന്, ഒരു പക്ഷേ, താൻ ആ മനുഷ്യന് ആവശ്യത്തിനുള്ള പ്രതിഫലം നല്കിയിട്ടില്ലായിരിക്കുമോ? ഒടുവിൽ, തിരിച്ചുപോകുന്നതിനുമുമ്പ് അദ്ദേഹം ഉറക്കെ വിളിച്ചു പറഞ്ഞു. "ബൊക്കോബ് അതുകൊണ്ടായില്ല. നിങ്ങൾക്ക് പിന്നീട് മറ്റ് പലതും സാവധാനം ലഭിക്കും."

ആ മറ്റ് പലതിനുംവേണ്ടി ഐസക്കിന് അധികനാൾ കാത്തിരിക്കേണ്ടിവന്നില്ല; അതയാൾ പാതി പ്രതീക്ഷിച്ചതുപോലെ മുയലോ, പക്ഷികളോ ആയിരുന്നില്ല. ഈ നായാട്ടുകാരൻ പുരാതനമായൊരു ധർമ്മസ്ഥാപനത്തിന്റെ ട്രസ്റ്റികളിൽ ഒരാളായിരുന്നു, ബിഷപ് ഇടവകയിലെ ഏറ്റവും അർഹരായ ആറ് വൃദ്ധന്മാരാണതിലെ ട്രസ്റ്റിമാർ; ഇപ്പോൾ, അടുത്തകാലത്ത് അതിലൊരാൾ മരിച്ചു, ഈ മാന്യന്റെ ശുപാർശയിൽ ബൊക്കോബിനെ ആ ഒഴിവിലേക്ക് തെരഞ്ഞെടുത്തിരിക്കുന്നു. അയാളെ തെരഞ്ഞെ

ടുത്തെന്നറിയിച്ച സാലിസ്ബറിയിൽനിന്നുള്ള കത്തിൽ അയാൾ നഗരത്തിലെത്തണമെന്നും നിർദ്ദേശിച്ചിട്ടുണ്ട്; ആശ്ചര്യത്തോടെയാണയാൾ ആ വാർത്ത വായിച്ചത്! അയാൾക്ക് അറുപത് വയസ്സ് ആയെങ്കിലും, മൂന്നു പുത്രന്മാരുടെ അച്ഛനാണെങ്കിലും, സ്വയം ഒരു വൃദ്ധനാണെന്ന് അംഗീകരിക്കാൻ കഴിഞ്ഞില്ല; കാരണം, ഒരു ദിവസംപോലും അയാൾ സുഖമില്ലാതെ കിടന്നിട്ടില്ല, ഒരു വേദനയും അനുഭവിക്കേണ്ടി വന്നിട്ടില്ല, അയൽപക്കങ്ങളിലെല്ലാം അയാളുടെ ശാരീരികശക്തിയും സഹനശക്തിയും സുപ്രസിദ്ധമാണ്. ഇപ്പോൾ താമസിക്കാനയാൾക്ക് സ്വന്തമായൊരു കുടിലുണ്ട്, പ്രതിവാരം എട്ട് ഷില്ലിങ് ലഭിക്കും; പിന്നെ, പെൻഷൻകാരുടെ യൂണിഫോം, മറ്റ് പല ആനുകൂല്യങ്ങൾ, ബത്തകൾ, ഓരോ ദിവസവും ഒരു ഷില്ലിങ് (തന്റെ പഴയ യജമാനൻ, ഗ്രാമത്തിലെ സേവനത്തിന്റെ പേരിൽ അയാൾക്ക് നല്കുന്നതാണിത്). തീർച്ചയായും വളരെ നല്ല നിലയിരുന്നു അപ്പോൾ ഐസക്! ഈ സമ്പന്നമായ നില ഇരുപത്തിയാറ് വർഷം നീണ്ടു നിന്നു. പിന്നെ, 1886 ൽ അയാളുടെ വൃദ്ധയായ ഭാര്യ രോഗം പിടിച്ച് മരിച്ചു. അവർ ശവക്കുഴിയിലേക്ക് പോയതോടെ അയാളുടെ ആരോഗ്യം ക്ഷയിക്കാൻ തുടങ്ങി; ഒരുവർഷം കഴിയുന്നതിനു മുമ്പ് അയാളും അവരെ പിൻതുടർന്നു; കാരണം, അയൽവാസികൾ പറഞ്ഞതുപോലെ, അവർ എന്നുമെന്നും ഒരു സ്നേഹിക്കുന്ന ജോഡി ആയിരുന്നു. ഒരാൾക്ക് മറ്റെ ആൾ ഇല്ലാതെ ജീവിക്കാനാവില്ല.

ഈ അദ്ധ്യായം അതിന്റെ ഉചിതമായ പരിസമാപ്തിയിലെത്തി; അതിനോടൊപ്പം ഇനി ഒന്നും കൂട്ടിച്ചേർക്കേണ്ടതായി ഉദ്ദേശിക്കുന്നില്ല. എന്നാൽ, ഇപ്പോൾ ഒരു പ്രത്യേകകാരണത്താൽ, അത് കേൾക്കുമ്പോൾ വായനക്കാരൻ എന്നോട് ക്ഷമിക്കുമെന്ന് ഞാൻ പ്രത്യാശിക്കുന്നു; വിചിത്രമായ മരണം എന്ന പ്രതിഭാസത്തെ കുറിച്ച് ചിലത് പറയാൻ പോകുകയാണ്, വൃദ്ധദമ്പതിയുടെ മരണത്തെത്തുടർന്നുള്ള മരണം; ഒരാൾ മരിച്ചു എന്ന കാരണം കൊണ്ടു മാത്രമുള്ള മറ്റൊരാളുടെ മരണം! ജീവിതത്തെ മുറുകെപ്പിടിക്കുക എന്നത് നമ്മുടെ ജന്മവാസനയാണ്; മനുഷ്യന് പ്രായമാകുംതോറും അവൻ സ്വബോധമുള്ളവനാണെങ്കിൽ ഒരു പുതുതായി പിറന്ന കുഞ്ഞിനെപ്പോലെ മുറുകെ പിടിക്കാനുള്ള ഉൾപ്രേരണ അവന് ഉണ്ടാകുന്നു! ജനങ്ങൾക്കിടയിൽ പൊതുവെയുള്ള ഒരു വിചിത്രാനുഭവമാണിത്. നാട്ടിൻപുറത്തെ തൊഴിലാളിവർഗ്ഗത്തിന്നിടയിൽ ഇത് സാർവ്വത്രികമായി കാണപ്പെടുന്നു. ഗ്രാമങ്ങളിൽ അതിന്റെ അളവുകണ്ട് ഞാൻ ചിലപ്പോൾ അത്ഭുതപ്പെട്ടിട്ടുണ്ട്! എന്നാൽ, അതിനെക്കുറിച്ച് കൂടുതൽ ചിന്തിച്ചാൽ ആ അത്ഭുതം മാഞ്ഞുപോകുന്നു. കാരണം, കർഷകത്തൊഴിലാളികൾ ബാല്യകാലം മുതൽ ജീവാവസാനം വരെ ഒരേ അനന്തമായ വൃത്തത്തിലൂടെ ചലിക്കുന്നു. ഋതുക്കൾ അനുസരിച്ചുള്ള ജോലിയിലെ മാറ്റം മൃഗങ്ങളിൽ നിന്ന് വലിയ വ്യത്യാസമൊന്നുമില്ല. അവയും തങ്ങളുടെ പ്രവൃത്തികളും ശീലങ്ങളും വർഷത്തിലെ മാറുന്ന ഋതുക്കൾക്കനുസൃതമായി രൂപാന്തരപ്പെടുത്തുന്നു. മാർച്ചും ആഗസ്തും

ഡിസംബറും മറ്റ് എല്ലാ മാസങ്ങളും, അന്തരീക്ഷത്തിൽ മാറ്റങ്ങൾ കൊണ്ടുവരും, അതുപോലെ ഭൂമിയിലും സസ്യങ്ങളിലും മൃഗങ്ങളിലും! പണ്ടുകാലം മുതലേ ആ മാറ്റങ്ങൾ എങ്ങനെ അഭിമുഖീകരിക്കാമെന്ന് നമ്മൾക്കറിയാം; പഴയ പരിചയമുള്ള ജോലി ചെമ്മരിയാടുകളുടെ പ്രസവകാലം, അകറ്റേണ്ട സമയം വിത്ത് വിതയ്ക്കൽ, ഉഴുതുമറിക്കൽ, കൊയ്ത് തുടങ്ങിയവ- അങ്ങേ അറ്റം ലളിതമായൊരു ജീവിതം ആണത്. മറ്റ് വർഗ്ഗക്കാർക്കും നഗരവാസികൾക്കും വീടിന് പുറത്തുള്ള താല്പര്യങ്ങളോ, വിനോദങ്ങളോ ഒന്നുമില്ലാത്തൊരു ജീവിതം! ദൈനം ദിന ജോലിയിൽനിന്ന് യാതൊരു വ്യതിചലനവുമില്ലാത്തത്. അത് ഏറ്റവും അധികം ആരോഗ്യപരമായ ജീവിതമാണെന്ന്, ഇടയ്ക്ക് പറഞ്ഞുകൊള്ളട്ടെ. പൊതുവെ പറഞ്ഞാൽ കർഷകത്തൊഴിലാളികളാണ് ഏറ്റവും ആരോഗ്യവും സ്ഥിരബുദ്ധിയുള്ളവരും, ചിലർ വിശ്വസിക്കുന്നതുപോലെ ഏറ്റവും സന്തോഷവാന്മാരല്ലെങ്കിലും!

ജന്മവാസനപോലെ ഈ മാറ്റമില്ലാത്ത പ്രവൃത്തികളും ശീലങ്ങളും ഉള്ള ലളിത ജീവിതമാണ് ഭാര്യാഭർത്താക്കന്മാരെ അത്ര അടുപ്പത്തിൽ ബന്ധിപ്പിക്കുന്നത് - ദിവസേന വെയിലും കാറ്റും മഴയും കൊണ്ട്, ആഴ്ചയിലൊരു ദിവസം മാത്രം വിശ്രമിച്ചു കൊണ്ടുള്ള കഠിനാദ്ധ്വാനം, കുറഞ്ഞ സുഖസൗകര്യങ്ങളും ധാരാളിത്തമില്ലായ്മയും! ഒന്നിച്ചവർ ദീർഘകാലം ജീവിക്കുമ്പോൾ, അടുപ്പം വർദ്ധിക്കുകയും, ആ ബന്ധം കൂടുതൽ വേർപെടുത്താനാവാത്ത ഒരു അവസ്ഥയിലേക്ക് വളരുകയും ചെയ്യുന്നു! അവർക്ക് പ്രായമാകുന്നു; പഴയ സുഹൃത്തുക്കളും കൂട്ടുകാരും മരിച്ചുപോകുന്നു, അവരെ വേർപിരിയുന്നു; അവരുടെ മക്കൾ വിവാഹിതരായി, അവരെ വിട്ട് സ്വന്തം കുടുംബങ്ങൾ ഉണ്ടാക്കുകയും, അവരുടേതായ ജോലികളിലേർപ്പെടുകയും ചെയ്യുന്നു; അങ്ങനെ വീട്ടിലെ വൃദ്ധരെ കാര്യമായി ശ്രദ്ധിക്കാതാകുന്നു; മറ്റുള്ളവർക്ക് ഈ വൃദ്ധർ ലോകത്തിലെ അപ്രധാന വസ്തുക്കളായി മാറുന്നു. എന്നാൽ ഈ വൃദ്ധർ അതറിയുന്നില്ല; എന്തുകൊണ്ടെന്നാൽ അവർ ഒന്നിച്ചാണ് - പഴയ ഓർമ്മകൾ താലോലിച്ച്, പഴയ സുപരിചിതമായ കാര്യങ്ങൾ സംസാരിച്ച്, നഷ്ടപ്പെട്ട സുഹൃത്തുക്കളെയും കൂട്ടുകാരെയും വേർപിരിഞ്ഞുപോയ മക്കളെയും ഓർത്തുകൊണ്ട് അവർ കഴിയുന്നു! പഴയതുപോലെതന്നെ മക്കളോടുള്ള സ്നേഹം ഇപ്പോഴും അവരുടെ മനസ്സിലുണ്ട്. ജീവിതത്തിന് അനശ്വരമായ താല്പര്യം നല്കുവാനായി ഇപ്പോഴത്തേക്കാളേറെ ശോഭയോടെ കഴിഞ്ഞകാലം അവരുടെ ഓർമ്മയിൽത്തങ്ങി നില്ക്കുന്നു! കാരണം, അവർ അത് പങ്കിടുന്നു; ഒരുദിവസം വൃദ്ധയായ ഭാര്യ ചായ ഉണ്ടാക്കി, യാന്ത്രികമായി വാതില്ക്കൽ ചെന്ന് പുറത്തേക്ക് മിഴിച്ചു നോക്കുമ്പോഴാണ് തന്റെ തളർന്നു പോയ ഭർത്താവ് ഇനിയൊരിക്കലും അടുത്തു വന്ന് അയാളുടേതായ ഇരിപ്പടത്തിൽ ഇരുന്ന്, അവൾ ദിവസം മുഴുവൻ അയാളോട് പറയാനായി മനസ്സിൽ സംഭരിച്ചുവെച്ച കാര്യങ്ങൾ കേൾക്കില്ലെന്ന് അറിയുന്നത്! അതുപോലെ ദിവസം മുഴുവൻ ജോലി ചെയ്ത്

സന്ധ്യക്ക് വീട്ടിൽ തളർന്ന് എത്തുന്ന വൃദ്ധനായ ഭർത്താവ്, തനിക്ക് ചായ കൊണ്ടുവന്ന് കാത്തു നില്ക്കുന്ന ഭാര്യയെ കാണാതാകുമ്പോഴാണ് പെട്ടെന്നയാൾ തന്റെ അവസ്ഥ മനസ്സിലാക്കുന്നത്! ഈ ലോകത്ത് പൂർണ്ണമായും താൻ ഒറ്റപ്പെടുന്നതയാൾ കാണുന്നു, തന്റേതായ എല്ലാവരിൽ നിന്നും! അവരെല്ലാം എവിടെയാണ്? ഇതുവരെ എല്ലാവിധ സഹാനുഭൂതിയോടെയും കൂടെ തന്നോടൊപ്പം ഉണ്ടായിരുന്ന ആ വ്യക്തിയാണ് അയാളെ ജീവിതവുമായി ബന്ധിപ്പിച്ചു നിർത്തിയിരുന്നത്, ജീവിതം മാറ്റമില്ലാത്തതാണെന്ന് തോന്നിപ്പിച്ചത്; ആ വ്യക്തിയോടൊപ്പം ആ പഴയ, മധുരമായ മിഥ്യാബോധങ്ങളും എല്ലാ ബന്ധങ്ങളും മാനുഷിക സ്നേഹവും അപ്രത്യക്ഷമായി. അയാൾ ഏകാന്തനായി, മരുഭൂമിയിൽ ഒറ്റയ്ക്കായി. അനേകമനേകം അവസ്ഥകളിൽ ആരോഗ്യവാനും ശക്തനുമായൊരു മനുഷ്യന് ഇനിയൊരു ദശകത്തിലേറെ ജീവിച്ചിരിക്കുമായിരുന്ന ഒരാൾക്ക് ആ നഷ്ടം, ആ ഭീകരമായ ഏകാന്തത, താങ്ങാനാവാത്തതാകുന്നത് അസാധാരണസംഭവമൊന്നുമല്ല.

ഞാൻ പറഞ്ഞ അത്തരം കാര്യങ്ങൾ സാധാരണമാണ്, എന്നാൽ അവ രേഖപ്പെടുത്തപ്പെട്ടിട്ടില്ല, പള്ളി രജിസ്റ്ററുകളിൽ നിന്ന് ബുദ്ധിമുട്ടിയാൽ അവ വേർതിരിച്ചെടുക്കാൻ കഴിയുമെങ്കിലും! എന്നാൽ പള്ളിപ്പറമ്പുകളിൽ നിങ്ങൾക്കവരെ കാണാൻ കഴിയില്ല; കാരണം, ആ ഫാം തൊഴിലാളിയുടെ ശവക്കുഴി ഒരു പച്ചപിടിച്ച കുന്നിനുള്ളിലാണ്! എന്തായാലും ചിലപ്പോൾ അയാളെ ഒരു ശവക്കുഴിക്കല്ല് വെച്ച് ആദരിച്ചിട്ടുണ്ടാകാം. കഴിഞ്ഞ ആഗസ്തിൽ സന്ദർഭവശാൽ, ഐസക് ബൊകോമ്പിന്റേയും ഭാര്യയുടേയും കഥ പോലുള്ള വിവരണം അടങ്ങിയ ഒരു ശില കാണാനിടയായി.

ഈ പുസ്തകത്തിൽ വിവരിച്ചിട്ടുള്ള സമതലപ്രദേശത്തിലെ ഏറ്റവും ഒറ്റപ്പെട്ടു കിടക്കുന്ന, മനോഹരമായൊരു ഗ്രാമത്തിലാണ് 'പള്ളിപ്പറമ്പ് സ്ഥിതി ചെയ്യുന്നത്. പല രീതിയിൽ താല്പര്യമുണർത്തുന്ന, പുരാതനവും മനോഹരവുമായ ഒരു പള്ളിയാണത്. പള്ളിപ്പറമ്പ് അപ്രകാരം മനോഹരമായൊരു പച്ച പുൽപ്പറമ്പാണ്; മരങ്ങൾ ഉള്ളതിനാൽ നല്ല തണലുണ്ട്, അനേകം ശവക്കല്ലറകളും ശവക്കുഴികല്ലുകളും കാണാം. അവയിൽ അധികവും പതിനേഴും പതിനെട്ടും നൂറ്റാണ്ടുകളിലേതാണ്; അവയിലെല്ലാം കുടുംബ പേരുകൾ കൊത്തിവെച്ചിട്ടുണ്ട്, അവയെല്ലാം എന്നേ നാമാവശേഷമായി!

അന്ന് ഉച്ചതിരിഞ്ഞ് പള്ളിപ്പറമ്പിൽ ഒരുമണിക്കൂർ ചെലവഴിക്കാനായി ഞാൻ പോയി; അപ്പോൾ കൂലി പണിക്കാരന്റെ വേഷം ധരിച്ച ഒരാൾ ശവക്കല്ലറയിൽ വിശ്രമിക്കുന്നതു കണ്ടു; ഞാനയാളുടെ അടുത്തിരുന്ന് സംഭാഷണത്തിലേർപ്പെട്ടു. അയാൾക്ക് എഴുപത്തി ഒൻപത് വയസ്സായെന്ന് എന്നോട് പറഞ്ഞു. ജോലിയിൽനിന്ന് വിരമിച്ചു; ഇടവകപ്പള്ളിയിൽ നിന്നയാൾക്ക് പ്രതിവാരം മൂന്ന് ഷില്ലിങ് കിട്ടുന്നുണ്ട്; എന്നാൽ, അയാൾക്ക് ചെവി ശരിക്ക് കേൾക്കാത്തതിനാൽ ഞാനയാളോട് സംസാരിച്ച് തളർന്നു

പോയി. അപ്പോൾ പള്ളി തുറന്നു കിടക്കുന്നതുകണ്ട് ഞാൻ അകത്തേക്ക് കടന്നു. മുമ്പത്തെ അവസരങ്ങളിൽ അതിന്റെ താക്കോൽ കിട്ടുവാനായി എനിക്ക് വളരെ ബുദ്ധിമുട്ടേണ്ടി വന്നിട്ടുണ്ട്; ഇപ്പോൾ അത് തുറന്നുകിടക്കുന്നതുകണ്ട് എനിക്ക് സന്തോഷവും ആശ്ചര്യവും തോന്നി. ഒരു വൃദ്ധ അതിനുള്ളിലെ ഇരിപ്പിടങ്ങളിലെ പൊടി തട്ടുകയാണ്; ഞാനവളോട് സംസാരിച്ചുകൊണ്ടിരിക്കവെ, ഒരു വൃദ്ധൻ ജോലിക്കാരൻ തന്റെ കട്ടിയുള്ള ഷൂസിട്ട് ചവുട്ടി, പഴകിയ തൊപ്പി ഇട്ട് അകത്ത് കയറിവന്ന്, പൊടി തട്ടിയിരുന്നവളോട് അട്ടഹസിച്ചു, അയാൾ തുന്നാൻ കൊടുത്തിരുന്ന കീറിയ ഒരുജോഡി ട്രൗസറുകളെ കുറിച്ചാണയാൾ പറഞ്ഞത്; അതുടനെ അയാൾക്ക് വേണം. അവരെ പരസ്പരം വാഗ്വാദത്തിന് വിട്ട് ഞാൻ കല്ലുകളിലെ ലിഖിതങ്ങൾ വായിക്കാൻ തുടങ്ങി, അത് മനസ്സിലാക്കിയെടുക്കാൻ വളരെ ബുദ്ധിമുട്ടു തോന്നി; ആ വൃദ്ധൻ തന്റേതായ വഴിക്ക് പോയി. പിന്നെ പള്ളിവൃത്തിയാക്കിയിരുന്നവൾ ഞാൻ നിന്നിടത്തേക്ക് വന്നു. "ഒരു മുഷിപ്പിക്കുന്ന വൃദ്ധൻ!" അവൾ പറഞ്ഞു "ഉറക്കെ ഒച്ചവെച്ചാലേ ആ ചെവി കേൾക്കാത്തവന് അല്പം കേൾക്കുവാൻകഴിയു, അപ്പോൾ നിങ്ങൾക്ക് തിരിച്ച് അലറേണ്ടിവരുന്നു- അയാളുടെ പഴയ പാന്റുകൾ!" "അയാൾക്കത് വേണമെന്ന് ഞാൻ കരുതുന്നു" ഞാൻ മറുപടി നല്കി- "നിങ്ങൾ അത് തുന്നിക്കൊടുക്കാമെന്ന് വാക്കു കൊടുത്തതല്ലേ. അതുകൊണ്ട് നിങ്ങളുടെ അടുത്തേക്ക് വരാനയാൾക്ക് കാരണമുണ്ട്."

"ഓഹ്, ഇല്ല." അവൾ പറഞ്ഞു "ആ പെൺകുട്ടി അത് തുന്നിക്കൊടുക്കാനായി എന്റെ അടുത്ത് കൊണ്ടുവന്നു. അപ്പോൾ ഞാൻ പറഞ്ഞു 'അതവിടെ ഇട്ടേക്കൂ, സമയം കിട്ടുമ്പോൾ ഞാൻ തുന്നിത്തരാം' എനിക്കെങ്ങനെ അറിയാനാണ് അയാൾക്കത് ഇത്ര ധൃതിയിൽ വേണമെന്ന്? ശല്യക്കാരനായ ഒരു വൃദ്ധൻ!"

അതിനിടയിൽ തന്റെ പോക്കറ്റിൽ നിന്നൊരു കണ്ണട എടുത്ത് മൂക്കിൽ വെച്ച് മുട്ടുകുത്തിനിന്ന് ശവക്കല്ലറയുടെ ഒരുവശത്തെ ലിഖിതങ്ങളിലുണ്ടായിരുന്ന ചിതൽപ്പുറ്റ്, ബുദ്ധിമുട്ടി അവൾ പറിച്ചു കളയാൻ തുടങ്ങി. "ഈ കല്ലിൽ കൊത്തിവെച്ചിരിക്കുന്നത് എന്താണെന്ന് കാണാനെനിക്ക് ആഗ്രഹമുണ്ട്." അവൾ പറഞ്ഞു. "ശരി ഇപ്പോൾ നിങ്ങൾക്ക് സ്വയം വായിക്കാമല്ലോ; കണ്ണട ഇട്ടിട്ടില്ലേ."

"എനിക്ക് വായിക്കാൻ കഴിയില്ല. നിങ്ങൾക്കറിയാമോ, എനിക്ക് പ്രായമായി- എഴുപത് വയസ്സായി, ഞാൻ വളരെ ചെറിയ കുട്ടി ആയിരുന്നപ്പോൾ വളരെ ദരിദ്രനായിരുന്നു. സ്കൂളിൽ പോകാൻ കഴിഞ്ഞില്ല. ഈ കണ്ണട ഞാൻ വാങ്ങിച്ചത് തുന്നൽ പണി ചെയ്യാൻ വേണ്ടിയാണ്. ഞാൻ ഇപ്പോൾ അതു ഇട്ടത് ഈ ചിതൽപ്പുറ്റ് തട്ടിക്കളഞ്ഞ് അതിൽ എഴുതിയിട്ടുള്ളത് നിങ്ങളെ കൊണ്ട് വായിപ്പിക്കാൻവേണ്ടി മാത്രമാണ്. നിങ്ങൾ അത് വായിക്കുന്നത് കേൾക്കാൻ ഞാൻ ആഗ്രഹിക്കുന്നു."

ഇത്രയും സ്വതന്ത്രയായി സംസാരിക്കുന്ന ആ വൃദ്ധയോട് എനിക്ക്

ഇഷ്ടം തോന്നി. അവൾ പൊക്കം കുറഞ്ഞ ഒരു ദുർബ്ബലയാണ്, മെലിഞ്ഞ ശരീരം, പഴയ നരച്ച ഗൗൺ ആണ് ധരിച്ചിരിക്കുന്നത്. ക്ഷമാശീലമുള്ള ഒരു വിനീതഭാവമാണ് അവളുടെ മുഖത്തിന്; അവളുടെ ശബ്ദം, ആ മുഖം പോലെ, തളർച്ചയും ക്ഷമയും സൂചിപ്പിക്കുന്നു. "എന്നാൽ, എപ്പോഴും ഇവിടെ താമസിക്കുന്ന നിങ്ങൾക്ക് ഈ കല്ലിൽ എഴുതിയിട്ടുള്ളത് അറിയണമല്ലോ."

"ഇല്ല, എനിക്കറിയില്ല. ആരും എനിക്കത് വായിച്ചുതന്നിട്ടില്ല. എനിക്കാണെങ്കിൽ അത് വായിക്കാനും കഴിയില്ല; കാരണം, എന്നെ എഴുതാനും വായിക്കാനും പഠിപ്പിച്ചിട്ടില്ല. എന്നാൽ, നിങ്ങൾ അത് വായിക്കുന്നത് കേൾക്കാൻ ഞാൻ ആഗ്രഹിക്കുന്നു."

അത് ഈ ഇടവകയിലെ 'ആഷ്' എന്ന് പേരുള്ള ഒരു മാന്യനെക്കുറിച്ചുള്ള നീണ്ട ലിഖിതമായിരുന്നു. അദ്ദേഹം ഒരു നൂറ്റാണ്ടുമുമ്പ് മൃതിയടഞ്ഞു. അദ്ദേഹം ഒരു ശ്രേഷ്ഠനും, ഉദാരമതിയും നല്ലൊരു ഭർത്താവും ഒരു അച്ഛനും, ഒരു സുഹൃത്തുമായിരുന്നു. പാവങ്ങൾക്ക് അദ്ദേഹം ഉദാരമായി ദാനകർമ്മങ്ങൾ ചെയ്തിരുന്നു. അതിനു കീഴെ ഏതാനും കവിതാശകലങ്ങളാണ്. വായിക്കാൻ കഴിയുന്നില്ല; ആ വൃദ്ധ ഇത്ര കഷ്ടപ്പെട്ട് ചിതൽപ്പുറ്റുകൾ മാറ്റിയിട്ടും അക്ഷരങ്ങൾ വ്യക്തമായി കണ്ടിരുന്നില്ല.

ഭയങ്കര താല്പര്യത്തോടെ അവൾ അത് ശ്രദ്ധിച്ചു കേട്ടു, പിന്നെ പറഞ്ഞു "അതൊന്നും ഞാൻ മുമ്പു കേട്ടിട്ടില്ല; ആ പേര് എനിക്കറിയില്ല, ഈ കല്ല് ഞാൻ ഒരു കൊച്ചു കുട്ടിയായിരുന്നപ്പോൾ മുതൽ എനിക്ക് അറിയാമായിരുന്നെങ്കിലും അന്ന് ഞാൻ ഈ കല്ലിന് മുകളിൽ കയറിയിരിക്കുക പതിവായിരുന്നു. നിങ്ങൾ മറ്റൊന്ന് എനിക്ക് വായിച്ച് കേൾപ്പിക്കാമോ?"

ഞാൻ മറ്റൊന്ന് അവൾക്ക് വായിച്ചു കേൾപ്പിച്ചു, അങ്ങനെ നിരവധി ലിഖിതങ്ങൾ! ഒരെണ്ണത്തിനടുത്തെത്തിയപ്പോൾ അത് തനിക്കറിയാമെന്നവൾ പറഞ്ഞു - അതിലെ ഓരോ വാക്കും; കാരണം, ഇതുവരെ ജീവിച്ചിട്ടുള്ള ഏറ്റവും അഴകാർന്ന ഏറ്റവും കരുണാമയിയായ സ്ത്രീയുടെ ശവക്കല്ലറയാണത്! ഓഹ്, അവളുടെ ദാമ്പത്യ ജീവിതാരംഭത്തിൽ, അൻപത് വർഷങ്ങൾ മുമ്പ് ഈ സ്ത്രീക്ക് അവളോട് എന്തൊരു ഇഷ്ടമായിരുന്നു! ആ പ്രിയപ്പെട്ട ലേഡി ജീവിച്ചിരുന്നെങ്കിൽ തനിക്ക് ഈ വിഷമാവസ്ഥ വന്നപ്പോൾ അതത്ര കഠിനമാകില്ലായിരുന്നു, എന്ന് ആ വൃദ്ധ ഓർത്തു!

"എന്തായിരുന്നു നിങ്ങളുടെ വിഷമാവസ്ഥ?" "എന്റെ പാവം ഭർത്താവിന്റെ നഷ്ടം. അദ്ദേഹം വളരെ നല്ല മനുഷ്യനായിരുന്നു, ഒരു വീട് മേയുന്നവൻ; അദ്ദേഹം ഒരു കൂനയിൽനിന്ന് വീണ്, നട്ടെല്ലൊടിഞ്ഞ് മരിച്ചു. പാവം മനുഷ്യൻ, എന്നെയും അഞ്ച് ചെറിയ കുട്ടികളെയും വിട്ടുപോയി! തന്റെ ദാരുണമായ കഥ പറഞ്ഞു കഴിഞ്ഞശേഷം, എന്നെ അത്ഭുതപ്പെടുത്തുംവിധം പ്രസന്നയായി, മറ്റ് ലിഖിതങ്ങളും അവൾക്ക് വായിച്ചു കൊടുക്കാനായി എന്നോട് അഭ്യർത്ഥിച്ചു.

ഞാൻ വായന തുടർന്നു, പെട്ടെന്നവൾ പറഞ്ഞു. "ഇല്ല, അത് തെറ്റാണ്. ഈ ഇടവകയിൽ ഒരിക്കലും ഒരു ലമ്പാഡ് ഉണ്ടായിരുന്നില്ല. അതെനിക്കറിയാം."

''നിങ്ങൾക്കറിയില്ല! തീർച്ചയായും ഒരു ലമ്പാഡ് ഉണ്ടായിരുന്നു; അല്ലെങ്കിൽ അതിവിടെ, ഈ കല്ലിൽ കനത്ത അക്ഷരങ്ങളിൽ എഴുതി വെക്കില്ലായിരുന്നു."

"ഇല്ല, ഒരു ലമ്പാഡ് ഉണ്ടായിരുന്നില്ല. ഞാൻ ഒരിക്കലും അങ്ങനെ ഒരു പേര് കേട്ടിട്ടില്ല. ഞാൻ എന്റെ ജീവിതകാലം മുഴുവൻ ഇവിടെയാണ് ചിലവഴിച്ചത്."

"എന്നാൽ, നിങ്ങൾ രംഗപ്രവേശം ചെയ്യുന്നതിന് മുമ്പുതന്നെ ഇവിടെ ജീവിച്ചിരുന്ന മനുഷ്യരുണ്ടായിരുന്നു. ഈ ലമ്പാഡ് മരിച്ചിട്ട് ഒരുപാട് വർഷങ്ങളായി- 1714 എന്നാണത് പറയുന്നത്. നിങ്ങൾക്ക് എഴുപത്താറ് വയസ്സേ ആയിട്ടുള്ളൂ എന്നാണ് എന്നോട് നിങ്ങൾ പറഞ്ഞത്; അതായത് നിങ്ങൾ ജനിച്ചത് 1835 ൽ ആണ്; അപ്പോൾ അദ്ദേഹം മരിച്ച് നൂറ്റി ഇരുപത്തൊന്ന് വയസ്സിനു ശേഷമാണ് നിങ്ങൾ ജനിച്ചത്."

"അതൊരു നീണ്ട കാലമാണ്! ഈ കല്ല് വളരെ പഴയതായിരിക്കണം, പള്ളിയും. ഒരു കാലത്തത് റോമൻ കാത്തലിൽ ചർച്ച് ആയിരുന്നെന്ന് ഞാൻ കേട്ടിട്ടുണ്ട്. അത് ശരിയാണോ?"

"തീർച്ചയായും അത് സത്യമാണ്. എല്ലാ പഴയ പള്ളികളും അങ്ങനെ ആയിരുന്നു. ഇംഗ്ലണ്ട് രാജാവ് പോപ്പുമായി വഴക്കിട്ട്, താൻ തന്റെ രാജ്യത്തിന്റെ രാജാവും പോപ്പും ആണെന്ന് തീരുമാനിക്കുന്നതുവരെ നമ്മൾ എല്ലാവരും ആ വിശ്വാസക്കാരായിരുന്നു. അങ്ങനെ രാജാവ് എല്ലാ പുരോഹിതന്മാരെയും സന്ന്യാസിമാരെയും ഓടിപ്പിച്ചു; അവരുടെ സ്വത്തും പള്ളികളും പിടിച്ചെടുത്തു; സ്വന്തം ആളുകളെ അവിടെ നിയമിച്ചു. ഹെൻട്രി എട്ടാമനായിരുന്നു ആ രാജാവ്."

"ആ രാജാവിനേയും അദ്ദേഹത്തിന്റെ ഭാര്യമാരേയും കുറിച്ച് ഞാൻ ചിലതെല്ലാം കേട്ടിട്ടുണ്ട്. എന്നാൽ, ലമ്പാടിനെക്കുറിച്ച് അത് വിചിത്രമായി തോന്നുന്നു, ആ പേര് ഞാൻ മുമ്പൊരിക്കലും കേട്ടിട്ടില്ല."

"വിചിത്രമൊന്നുമല്ല; പണ്ടുകാലത്ത് വിൽറ്റ് ഷയറിലെ ഈ ഭാഗത്ത് അതൊരു സാധാരണ പേര് ആയിരുന്നു. അനേകം പള്ളി പറമ്പുകളിൽ നിങ്ങൾക്കത് കാണാം. എന്നാൽ, വളരെ ചുരുക്കം ലമ്പാടുകളേ ഗ്രാമങ്ങളിൽ താമസിച്ചിരുന്നുള്ളൂ. എനിക്ക് നിങ്ങളോട് പറയാൻ കഴിയും, ഇരുപതോളം സർ നെയിമുകൾ, ചിലത് വളരെ വിചിത്രമായവ, ഒരു നൂറ്റാണ്ട് മുമ്പേ ഇവിടെ സർവ്വസാധാരണമായിരുന്നെങ്കിലും, അവയെല്ലാം നിശ്ശേഷം നശിച്ചുപോയതായി കാണാം."

"അവയിൽ ചിലതിനെക്കുറിച്ചെങ്കിലും കേൾക്കാൻ എനിക്കാഗ്രഹമുണ്ട്, നിങ്ങൾ എന്നോടത് പറയുമെങ്കിൽ!"

"ഞാൻ ഒരു നിമിഷം ചിന്തിച്ചു നോക്കട്ടെ. തോർ, പിസ്സി, ഗീ എവെരി, പോട്ടിൽ കിഡ്ഡില്, ടൂമർ, ഷെർഗോൾഡ് പിന്നെ."

ഇവിടെ അവൾ എന്റെ സംസാരം തടസ്സപ്പെടുത്തി, പറഞ്ഞു, ഞാൻ സൂചിപ്പിച്ചതിൽ മൂന്നുപേരുകൾ അവൾക്ക് അറിയാമെന്ന്. പിന്നെ, ഏകദേശം ഇരുപതടി ദൂരെ നിന്നിരുന്ന ചെറിയൊരു ശവക്കുഴി കല്ല് ചൂണ്ടിക്കാട്ടി അവൾ കൂട്ടിച്ചേർത്തു. "അതാ അവിടെ ഒന്ന്."

"വളരെ നല്ലത്." ഞാൻ പറഞ്ഞു. "എന്നാൽ എന്റെ മനസ്സിലുള്ളത്, എന്നെ പറഞ്ഞു തീർക്കാൻ അനുവദിക്കൂ" കൂടുതൽ പേരുകൾ എന്റെ മനസ്സിലുണ്ട്. മെയിഡ് മെന്റ്, മാർച്ച്, മോണ്ട്, വെൽവിൻ, ബുർപിറ്റ്, വിൻസൂർ, റൈഡ് ഔട്ട്, കല്ലൂർനെ."

ഇവയിൽ ഒന്ന് മാത്രമേ അവൾക്കറിയു- റൈഡ് ഔട്ട്.

പിന്നെ അവൾ ചൂണ്ടിക്കാണിച്ചുതന്ന ആ കല്ലിലേക്ക് പോയി ജോൺ ടൂമറിനും അയാളുടെ ഭാര്യ റിബേക്കായ്ക്കുംവേണ്ടിയുള്ള ലിഖിതം വായിച്ചു. അവൾ ആണ് ആദ്യം മരിച്ചത് 1877 മാർച്ചിൽ, വയസ്സ് 72; അതേ വർഷം ജൂലായിൽ അയാൾ മരിച്ചു, വയസ്സ് 75.

''നിങ്ങൾക്ക് അവരെ അറിയാമെന്ന് ഞാൻ കരുതുന്നു."

"ഉവ്വ്, അവർ ഇരുവരും ഇവിടത്തുകാരാണ്."

"അവരെക്കുറിച്ച് എന്നോട് പറയൂ."

"പറയാൻ മാത്രം ഒന്നുമില്ല. അയാൾ ഒരു തൊഴിലാളി ആയിരുന്നു. ജീവിതകാലം മുഴുവൻ ഒരേ ഫാമിൽ പണിയെടുത്തു."

"ആരാണവർക്കു മീതെ ഒരു കല്ല് നാട്ടിയത്- അവരുടെ മക്കൾ ആണോ?"

"അല്ല, അവരെല്ലാം ദരിദ്രരാണ്. ദൂരെയാണ് താമസം. ഇവിടെ ജീവിച്ചിരുന്ന ഒരു മഹതിയാണത് ചെയ്തതെന്ന് തോന്നുന്നു. അവരോടവൾക്ക് ഇഷ്ടമായിരുന്നു. ഈ മണ്ണിൽ വൃദ്ധൻ ജോണിനെ മറവുചെയ്തപ്പോൾ അവൾ ഇവിടെവന്ന്, അടുത്ത് നിന്നിരുന്നു."

"എന്നാൽ, എനിക്ക് കൂടുതൽ അറിയാൻ ആഗ്രഹമുണ്ട്."

"കൂടുതൽ ഒന്നുമില്ല, ഞാൻ പറഞ്ഞല്ലോ. അയാൾ ഒരു തൊഴിലാളി ആയിരുന്നു; ഭാര്യ മരിച്ചശേഷം അയാളും മരിച്ചു."

"ശരി. തുടരൂ."

"ഞാൻ എന്ത് തുടരാനാണ്? കൂടുതലൊന്നുമില്ല. എനിക്കവരെ അത്രനന്നായി അറിയാം; അപ്പുറത്ത് ചെറിയൊരു ഓലമേഞ്ഞ കുടിലിൽ, ഇപ്പോൾ മില്ലാഡ്സ് താമസിക്കുന്നിടത്ത് അവർ താമസിച്ചു."

"അവർ ഇരുവരും ഒരേ സമയത്ത് രോഗബാധിതരായിരുന്നോ?"

"ഓഹ് അല്ല, അയാൾ ആരോഗ്യവാനായിരുന്നു, അവൾ മരിക്കുന്നതുവരെ ജോലിചെയ്തിരുന്നു, അതിനു ശേഷം വിചിത്രമായ രീതിയിലായിരുന്നു അയാളുടെ പെരുമാറ്റം. ഒരുദിവസം വൈകുന്നേരം അയാൾ വന്ന് തന്റെ ഭാര്യയെ വിളിച്ചു. "അമ്മേ, അമ്മേ, നിങ്ങൾ എവിടെയാണ്?" അയാൾ വിളിക്കുന്നത് നിങ്ങൾക്ക് കേൾക്കാം. "അമ്മേ നിങ്ങൾ മുകളിലാണോ? അമ്മേ നിങ്ങൾ കിടക്കാൻ പോകുന്നതിനുമുമ്പ് ഒരു കഷണം അപ്പവും ചീസും കഴിക്കാനായി താഴേക്ക് വരില്ലേ?" പിന്നെ അല്പനേര

ത്തിനുശേഷം അയാൾ മരിച്ചു!" "പിന്നെ ഒന്നും പറയാനില്ലെന്ന് നിങ്ങൾ പറഞ്ഞതോ!"

"ഇല്ല, ഒന്നുമില്ല. അയാൾ ഞങ്ങളിൽ ഒരാളായിരുന്നു, ഫാമിലെ ഒരു തൊഴിലാളി."

അപ്പോൾ ഞാനവൾക്ക് എന്തോ ചിലത് നല്കി. എന്നെ അതിശയിപ്പിച്ചുകൊണ്ട്, അതെടുത്തശേഷം അവൾ വിശദമായി മുട്ടുമടക്കി എന്നെ പ്രണമിച്ചു. അത് അവളെ വല്ലാതെ ഇളക്കി മറിച്ചെന്ന് പറയാം, എന്തുകൊണ്ടെന്നാൽ, ഞാൻ കരുതിയത്, ഞങ്ങൾ വളരെ ഇണക്കത്തോടെ പരസ്പരം മനസ്സു തുറന്ന്, സ്വതന്ത്രമായി ഒരേ നിലയിൽ സംസാരിച്ചു എന്നായിരുന്നു. എന്നാൽ അങ്ങനെയല്ലായിരുന്നു അവൾ. അവൾ ഗേറ്റ് വരെ തുറന്ന കൈയിൽ ആ ചെറിയ സമ്മാനം പിടിച്ചുകൊണ്ട്, എന്നെ പിന്തുടർന്നു. പിന്നെ ഒരു ദയനീയ സ്വരത്തിൽ പറഞ്ഞു. ഞാൻ ഇത് പ്രതീക്ഷിച്ചിരുന്നെന്ന് നിങ്ങൾ കരുതിയോ സാർ? എനിക്കത്തരം ചിന്തയൊന്നും ഇല്ലായിരുന്നു. എനിക്കത് വേണ്ട."

"അവളെ കുറിച്ച് ഒറ്റവാക്ക് പോലും പറയണമെന്നോ എഴുതണമെന്നോ ഞാൻ ചിന്തിച്ചിരുന്നില്ല. എന്നാൽ ആ ദിവസത്തിനുശേഷം അവളെന്നെ വേട്ടയാടിക്കൊണ്ടിരുന്നു- അവളും അവളുടെ വൃദ്ധൻ ജോൺ ടൂമറും. ഇപ്പോൾത്തന്നെ എനിക്ക് തോന്നി അവളെക്കുറിച്ച് എന്റെ പുസ്തകത്തിൽ എഴുതിയാൽ അവളെ എന്റെ മനസ്സിൽനിന്ന് പിഴുതെറിയാൻ കഴിഞ്ഞേക്കുമെന്ന്.

ആദ്യകാല സ്മരണകൾ

ബാല്യകാലം മുതൽ തുടങ്ങിയതാണ് കാലെബിന്റെ ആട്ടിടയ ജോലി. എന്തൊക്കെ ആയാലും, ആ കാലത്താണ് അയാളുടെ ആദ്യാനുഭവം ആരംഭിക്കുന്നത്. പല വൃദ്ധരായ ആട്ടിടയന്മാരും തങ്ങളുടെ ആട്ടിടയരായ പിതാക്കന്മാരുടെ മരണശേഷം വളരെ ചെറുപ്പകാലത്തുതന്നെ ആടുമേക്കാൻ പോയിത്തുടങ്ങിയിരുന്നു, എന്നെന്നോട് പറഞ്ഞിട്ടുണ്ട്. പത്തോ പന്ത്രണ്ടോ വയസ്സ് പ്രായമുള്ളപ്പോൾ മുതൽ! വെറും ആറ് വയസ്സുള്ളപ്പോഴാണ് കാലെമ്പ് അച്ഛന്റെ ആട്ടിൻ കൂട്ടത്തെ മേയ്ക്കാൻ കൊണ്ടുപോയിരുന്നതെന്ന് ഓർക്കുന്നു! അത് നൂതനവും ആശ്ചര്യകരവുമായൊരനുഭവമായിരുന്നു. ഇപ്പോൾ അയാൾക്ക് എൺപത് വയസ്സായെങ്കിലും അത് അയാളുടെ മനസ്സിൽ വ്യക്തമായി പതിഞ്ഞുകിടക്കുന്നു. ഇന്നലെ സംഭവിച്ചതുപോലെ വളരെ വികാരനിർഭരനായാണ് അക്കാര്യം അയാൾ സംസാരിച്ചത്!

അത് കൊയ്ത്തുകാലമായിരുന്നു. നല്ല കൊയ്ത്തുകാരനായ ഐസക്കിന് വയലിലേക്ക് പോകണമായിരുന്നു. എന്നാൽ അതിനിടയിൽ ആടുമേക്കാനായി ഒരു കുട്ടിയെപ്പോലും കണ്ടെത്താനയാൾക്ക് കഴിഞ്ഞില്ല. അതുകൊണ്ട് കൊയ്ത്തും ആടുമേയ്ക്കലും ഒന്നിച്ചു നടത്താനായി, ആടുകളെ വയലിനടുത്തുള്ള മേച്ചിൽ സ്ഥലത്തേക്ക് കൊണ്ടുവന്നു. ആ കുന്നിൻ പ്രദേശത്ത് ആടുകളെ ഇറക്കാൻ അയാൾക്ക് സ്വാതന്ത്ര്യമുണ്ട്. പിന്നെ അയാൾ തന്റെ കൊച്ചുകുട്ടിയായ കലെബിനെ കൊണ്ടുപോയി ആട്ടിൻ കൂട്ടത്തോടൊപ്പം നിർത്തി, അവർ അവന്റെ ചുമതലയിലാണെന്ന് പറഞ്ഞു, അവർ നോട്ടം തെറ്റിപ്പോകരുതെന്നും, അതേ സമയം മുൾച്ചെടികൾക്കിടയിലേക്ക്, അവൻ ഓടിച്ചെല്ലരുതെന്നും അച്ഛൻ ഉപദേശിച്ചു, അവിടെ പാമ്പുകൾ കാണും. സാവധാനം, ആടുകൾ കുറ്റി

ക്കാട്ടിൽ അലഞ്ഞു തിരിയാൻ തുടങ്ങി, അവരെ കാണാതായപ്പോൾ അവർ എന്നെന്നേക്കുമായി നഷ്ടപ്പെട്ടെന്നവന് തോന്നി; അല്ലെങ്കിൽ പെട്ടെന്നവരെ കണ്ടുപിടിക്കണം. അതിന്നായി അവൻ കുറ്റിക്കാട്ടിലേക്ക് ഓടി, മനസ്സിൽ പാമ്പിനെക്കുറിച്ചുള്ള ഭയം ഉണ്ടായിരുന്നു; ഈ രണ്ട് പ്രശ്നങ്ങളും എപ്പോഴും വിഷമത്തോടെ അവനെ കരയിപ്പിച്ചു. അപ്പോൾ ഇടവേളകളിൽ ഐസക് കൊയ്ത്ത് നിർത്തി, മകൻ എങ്ങനെയുണ്ടെന്നറിയാനായി ചെല്ലും. അതോടെ അവന്റെ കണ്ണുകളിൽനിന്ന് കണ്ണുനീർ അപ്രത്യക്ഷമാകും. വീണ്ടും അവൻ ധീരനാകും. അച്ഛന്റെ ചോദ്യത്തിന്, ഒരു കുഴപ്പവുമില്ലെന്നവൻ മറുപടി കൊടുക്കും!

ഒടുവിൽ അവന്റെ അച്ഛൻ വന്ന് അവനെ വയലിലേക്ക് കൊണ്ടുപോകും, അവനപ്പോൾ വലിയ ആശ്വാസം തോന്നും. എന്നാൽ അവനെ എടുക്കില്ല; അയാൾ തന്റെ പതിവ് വേഗതയിൽ നടക്കും, ആ കൊച്ചു ബാലൻ പിന്നാലെ ഓടും; തട്ടിത്തടഞ്ഞ് വീണ്ടും എഴുന്നേറ്റു, ആ ഓട്ടം തുടരും, ഒടുവിൽ വയലിൽ നിന്നും ഒരു സ്ത്രീ വിളിച്ചു പറയുന്നത് കേൾക്കും. "നിനക്ക് നാണമില്ലേ, ഐസക്, ഇത്രയും വേഗം നടന്ന് ആ കുട്ടിയെ കഷ്ടപ്പെടുത്താൻ! അവന് ഏഴു വയസ്സുപോലും ആയിട്ടുണ്ടാവില്ല- പാവം കുട്ടി!"

"ആറ് വയസ്സ് കഴിഞ്ഞിട്ടില്ല!" ഐസക് ചിരിച്ച്, അഭിമാനത്തോടെ മറുപടി പറഞ്ഞു.

കുട്ടികളോട് മൃദുവായോ വാത്സല്യത്തോടെയോ പെരുമാറാറില്ലെങ്കിലും, അയാൾക്കവരോട് വളരെ സ്നേഹമാണ്. അയാൾ വൈകുന്നേരം വീട്ടിലെത്തുമ്പോൾ മക്കളെ ചുറ്റും വിളിച്ചിരുത്തി, അവരുമായി സംസാരിക്കും, തന്റെ ചെറുപ്പകാലത്ത് പഠിച്ച പഴയ പാട്ടുകളും വീരഗാഥകളും പാടിക്കേൾപ്പിക്കും. ഡൗൺ ഇൻ ദി വില്ലേജ്, ദി ഡെയ്ഡ് ഓഫ് ക്വീൻ എലിസബത്ത്, മറ്റ് പലതും, അവയെല്ലാം അവസാനം കാലെബിന് മനഃപാഠമായിരുന്നു; അവൻ വലുതായപ്പോൾ പാടുകയും പതിവായിരുന്നു.

ഒൻപത് വയസ്സായപ്പോൾ സ്ഥിരമായി ആടുമേയ്ക്കുന്ന ജോലിയിൽ കാലെബ് സഹായിച്ചുതുടങ്ങി: വേനൽക്കാലത്ത് വൈക്കോൽ ഉണക്കി സംഭരിക്കാനും, കൊയ്യാനും മറ്റ് കൃഷി പണികൾക്കും ഐസക്കിന്റെ സേവനം കൃഷിപ്പണിക്ക് ആവശ്യമായി വന്നപ്പോൾ ആടുകളെ ആ കുന്നിൻ പ്രദേശത്തായിരുന്നു എന്നും മേയാൻ വിട്ടിരുന്നത്. അക്കാലത്തെ അവന്റെ ഏറ്റവും നല്ല ഓർമ്മകൾ അമ്മയെക്കുറിച്ചും രണ്ട് ഇടയനായകളെക്കുറിച്ചുമായിരുന്നു. ആദ്യത്തെ നായ ജാക്കും മറ്റേത് റഫും ആയിരുന്നു. രണ്ടും യഥാർത്ഥ സ്വഭാവമുള്ള നായ്ക്കൾ! തന്റെ യജമാനന് ഏറ്റവും പ്രിയപ്പെട്ടവനായിരുന്നു ജാക്ക്. ഒരു കാലത്ത് വിൽറ്റ് ഷയറിൽ പൊതുവേ കണ്ടിരുന്ന, പഴയ വെൾഷ് ഇടയനായയെപ്പോലെ ചെറിയ രോമങ്ങൾ ഉള്ളവനായിരുന്നു അവൻ എന്നാൽ അവയ്ക്ക് സാധാരണ ഉണ്ടാകാറുള്ളതുപോലെ കറുത്ത കുത്തുകളുള്ള നീലനിറമായിരുന്നില്ല, പൂർണ്ണ കറുപ്പായിരുന്നു. ഈ നായയ്ക്ക് അണലിപാമ്പുകളെ ഭയ

ങ്കര വെറുപ്പാണ്. ഏതെങ്കിലും ഒന്നിനെ കണ്ടെത്തിയാൽ അതിനെ കൊല്ലാതെ വിടില്ല! അതേ സമയം അവയോട് ഇടപെടുന്നത് ഭയങ്കര അപകടമാണെന്നും അവനറിയാം ആപല്ക്കരമായ ശത്രു. അവയെ കണ്ട മാത്രയിൽ അവന്റെ രോമങ്ങൾ കുത്തനെ എഴുന്നേറ്റ് നില്ക്കും, മരവിച്ച തുപോലെ ഏതാനും നിമിഷങ്ങൾ അവൻ നിശ്ചലനായി നിലകൊള്ളും; അതിനെ തുറിച്ചുനോക്കി, പല്ലിളിച്ച്, ഒരു പൂച്ചയെപ്പോലെ അതിനുമേൽ ചാടിവീണ് അതിനെ കടിച്ചു പിടിച്ച് അല്പം ദൂരെക്ക് വലിച്ചുകൊണ്ടു പോകും. ആ അണലിപ്പാമ്പ് ചാകുന്നതുവരെ ഈ പ്രവൃത്തി അവൻ ആവർത്തിച്ചുകൊണ്ടിരിക്കും ഐസക് അതിനെ എടുത്ത് ഒരു കുറ്റിക്കാട്ടിൽ ഇടും; പിന്നീടതിനെ എടുത്ത് കൊണ്ടുപോയി ഏതോ ഒരു ഗേറ്റിൽ ഞാത്തിയിടും. ഫാം ഉടമയും ആ നായയെപ്പോലെ അണലിയെ വെറുക്കുന്നു. ആ നായ കൊന്ന ഓരോ പാമ്പിനും അയാൾ ആറ് പെൻസ് വീതം തന്റെ ആട്ടിടയന് സമ്മാനമായി നല്കുന്നു.

ഒരുദിവസം കാലെബ് തന്റെ സഹോദരന്മാരിൽ ഒരാളോടൊപ്പം ആടുകളേയും കൊണ്ട് പുറത്ത് പോയിരിക്കയായിരുന്നു. അവർ പതിവുപോലെ പുൽത്തകിടിയിൽ കളിക്കാനായി ഇരുന്നു. ഉടനെ അപ്രതീക്ഷിതമായി അവരുടെ അമ്മ ആ രംഗത്ത് പ്രത്യക്ഷപ്പെട്ടു. കുട്ടികൾ കുന്നിൻപ്രദേശത്ത് ആടുമേക്കാൻ പോയാൽ അവർ എന്താണ് ചെയ്യുന്നതെന്ന് നോക്കാനായി അന്വേഷിച്ചു ചെല്ലുക എന്നതവളയുടെ ഒരു ശീലമായിരുന്നു. ഹെഡ്ജിന്റെ പിന്നിലൂടെയോ കുറ്റിക്കാടിലൂടെയോ ഒളിച്ചു ചെന്ന് പെട്ടന്നവരുടെ മുന്നിലവൾ ചാടി വീഴുമായിരുന്നു. ഈ സന്ദർഭത്തിൽ ഒരു കുറ്റിക്കാടിന്റെ അറ്റത്തെ കനത്ത പുൽത്തകിടിയിലിരുന്നാണവർ കളിച്ചിരുന്നത്. അവരുടെ അമ്മ, നീണ്ട നടത്തം മൂലം തളർന്നിരുന്നതിനാൽ തന്റെ ഷാൾ മടക്കി കുറ്റിച്ചെടികൾക്കു മീതെ വിരിച്ച്, അതിൽ വിശ്രമിക്കാനായി ഇരുന്നു.

"എനിക്കമ്മയെ കാണാമായിരുന്നു." കാലെച്ച് പറഞ്ഞു. "അവരുടെ പതിവ് വേഷമായ പാവാടയും ലെഗ്ഗിങ്സും, ആണുങ്ങളുടേതുപോലുള്ള വലിയ തൊപ്പിയുമാണ് ധരിച്ചിരുന്നത്." ഏതാനും നിമിഷങ്ങൾക്കുള്ളിൽ അവർ ചാടി എഴുന്നേറ്റു. അടിയിൽ ഒരു പാമ്പ് ഉണ്ടെന്നവൾ നിലവിളിച്ചു; ഷാൾ വലിച്ചെടുത്തു; തീർച്ചയാണ് കുറ്റിച്ചെടികളുടെ മുകളിൽ അണലിപ്പാമ്പിന്റെ തല പ്രത്യക്ഷപ്പെട്ടു അത് നാവിട്ടിളക്കുന്നു! ആ നായയും അത് കണ്ടു. കുറ്റിക്കാട്ടിലേക്ക് പാഞ്ഞു; അതിന്റെ നടുവിൽ പല്ലുകൾ കടിച്ചമർത്തി, അതിനെ ദൂരേക്ക് വലിച്ചെറിഞ്ഞു; പിന്നെ, പതിവ് ശൈലിയിൽ അതിനെ കൊന്നു.

ഒരു വലിയ, രോമം നിറഞ്ഞ ചാരനിറവും നീല നിറവും കലർന്ന, മുറിവാലൻ പട്ടിയായിരുന്നു റഫ്. ഒരു ബുദ്ധിമതിയായ എല്ലാ പണിയും അറിയാവുന്ന ഒരു പട്ടി, മൗലികമായി റോഡിലാണ് അവളെ പരിശീലിപ്പിച്ചെടുത്തിട്ടുള്ളത്. ചെമ്മരിയാടുകളെ നയിക്കുന്ന കാര്യത്തിൽ അവൾ പ്രകടിപ്പിച്ച ബുദ്ധിശക്തി ഒരു ആട്ടിടയന്റെ കഥയിൽ വ്യക്തമാണ്.

ഒരുദിവസം അവനും, അവന്റെ അനിയനും ആ പുൽത്തകിടിയിൽ ആട് മേക്കുന്ന ജോലിയിലായിരുന്നു. ഗ്രാമത്തിൽ നിന്ന് ഒരു മൈൽ ദൂരെയുള്ള ഒരു റോഡിനടുത്തായിരുന്നു അപ്പോൾ അവർ. അപ്പോൾ വലിയൊരു ആട്ടിൻ കൂട്ടത്തെ തെളിച്ചുകൊണ്ട് രണ്ട് ആളുകളും രണ്ട് നായ്ക്കളും റോഡിലൂടെ പോകുന്നുണ്ടായിരുന്നു. അവർ ബ്രിറ്റ് ഫോഡ് ചെമ്മരിയാട് മേളയിലേക്ക് പോകുകയാണ്, നേരം വൈകി. ഐസക് നേരം പുലർന്നപ്പോൾ ചെമ്മരിയാടുകളുമായി അതേ മേളയ്ക്ക് പോയിക്കഴിഞ്ഞിരുന്നു; അതുകൊണ്ടായിരുന്നു കുട്ടികളെ ആടുമേക്കാനുള്ള ചുമതല ഏല്പിച്ചിരുന്നത്. ആടുകൾ റോഡിന്റെ താഴ്ഭാഗത്തുള്ള പുൽമൈതാനത്ത് ശാന്തരായി മേഞ്ഞിരുന്നതിനാൽ ആ ബാലന്മാർ റോഡിൽച്ചെന്ന് ആട്ടിൻകൂട്ടവും ആളുകളും പോകുന്നത് കാണാമെന്ന് തീരുമാനിച്ചു. അവർ റോഡിൽ എത്തിയപ്പോൾ, നായകൾ പണിയെടുക്കാൻ പറ്റാത്തവിധം ക്ഷീണിച്ചിരിക്കയാണെന്നവർ കണ്ടു. ആ മനുഷ്യർ വളരെ ബുദ്ധിമുട്ടിയാണ് മുന്നോട്ടു നീങ്ങിക്കൊണ്ടിരുന്നത്. അവരിലൊരാൾ റഫിനെ തറപ്പിച്ചു നോക്കിക്കൊണ്ട്, അവൾ ജോലി ചെയ്യുമോ എന്ന് ചോദിച്ചു. “ഓഹ്, ഉവ്വ്, അവൾ ജോലി ചെയ്യും” ആ ബാലൻ അന്തസ്സോടെ പറഞ്ഞു. പിന്നെ റഫിനെ വിളിച്ച്, റോഡിലൂടെയും റോഡിന്റെ ഇരുവശത്തുള്ള പുൽത്തകിടിയിലൂടെയും സാവധാനം നീങ്ങുന്ന ആടുകളെ ആ ബാലൻ ചൂണ്ടിക്കാണിച്ചുകൊടുത്തു. അവൻ എന്താണ് ആഗ്രഹിക്കുന്നതെന്ന് റഫിന് മനസ്സിലായി. അവൾ ചുറ്റുപാടും നന്നായി ഒന്ന് നിരീക്ഷിച്ചു. തന്റെ ജോലിയുടെ വ്യാപ്തി അളന്നു! പിന്നെ അവൾ ദൂരേക്ക് പാഞ്ഞു, ആദ്യം ഒരുവശത്തേക്ക്, പിന്നെ മറ്റെ വശത്തേക്ക്; പെട്ടെന്ന് എണ്ണൂറോളം വരുന്ന ചെമ്മരിയാടുകളെ റോഡിലേക്ക് കൊണ്ടുവന്ന്, നല്ലരീതിയിൽ മുന്നോട്ട് നീക്കി!

“എന്ത്! അവൾ ഒരു റോഡ് നായയാണ്!” ആടുകളെ നയിക്കുന്നവൻ ആഹ്ലാദപൂർവ്വം ഉൽഘോഷിച്ചു. “താഴെ പുൽത്തകിടിയിൽ നിങ്ങൾക്ക് ഉപകരിക്കുന്നതിനേക്കാളേറെ റോഡിൽ അവൾ ഞങ്ങൾക്ക് ഉപകരിക്കും, ഞാനവളെ നിങ്ങളിൽനിന്ന് വാങ്ങിക്കാം.”

“ഇല്ല, ഞാനവളെ വില്ക്കില്ല.” കാലെബ് ഫറഞ്ഞു. “നോക്കൂ, കുട്ടി” മറ്റവൻ പറഞ്ഞു. “ഞാൻ നിനക്ക് ഒരു പവനും ഈ നായയും തരാം, ഇവന് അല്പം കൂടി പരിശീലനം കൊടുത്താൽ മിടുക്കനാകും.”

‘‘വേണ്ട, എനിക്ക് വേണ്ട.’’ കാലെബ് പറഞ്ഞു. അയാളുടെ നിർബ്ബന്ധം അവനെ വിഷമിപ്പിച്ചു. “ശരി, നിങ്ങൾ റോഡിൽ അല്പം ദൂരം ഞങ്ങളോടൊപ്പം വരാമോ!” ആടുകളെ തെളിക്കുന്നവൻ ചോദിച്ചു.

അത് ആ ബാലന്മാർ സമ്മതിച്ചു. അവർ കാൽ മൈൽ ദൂരം ഒപ്പം ചെന്നു. അപ്പോൾ പെട്ടെന്ന് സാലിസ് ബറി വണ്ടി റോഡിൽ പ്രത്യക്ഷപ്പെട്ടു. ഈ പുതിയ പ്രശ്നം റഫിന് ചൂണ്ടിക്കാണിച്ച്, അവളുടെ കൊച്ചു യജമാനൻ ഓർഡർ കൊടുത്തപ്പോൾ അവൾ കുരച്ചുകൊണ്ട് ചെമ്മരിയാട്ടിൻ കൂട്ടത്തിലേക്ക് കോപത്തോടെ കുതിച്ചുചെന്ന് അവരെ റോഡിന്റെ

ഇരുവശത്തേക്കും മാറ്റി; അങ്ങനെ വണ്ടിക്ക് കടന്നുപോകാനുള്ള വഴിയുണ്ടാക്കി; വണ്ടി ഒരു മിനിറ്റുപോലും വൈകിപ്പിച്ചില്ല! വണ്ടി കടന്നുപോയ ഉടനെ ചെമ്മരിയാടുകളെ വീണ്ടും റോഡിലേക്കാക്കി.

അപ്പോൾ ആട്ടിടയൻ വീണ്ടും ഒരു പവൻ എടുത്ത് ആ ബാലനെ കൊണ്ടത് വാങ്ങിപ്പിക്കാൻ ശ്രമിച്ചു.

“ഞാൻ വാങ്ങില്ല.” നിറഞ്ഞ കണ്ണുകളോടെ അവൻ ആവർത്തിച്ചു “അച്ഛൻ എന്ത് പറയും?” “അദ്ദേഹം ഒന്നും പറയില്ല. നീ ചെയ്തത് നന്നായെന്ന് അദ്ദേഹം ചിന്തിക്കും.”

എന്നാൽ കാലെമ്പ് ചിന്തിച്ചു, ഒരുപക്ഷേ, അച്ഛൻ എന്തെങ്കിലും പറഞ്ഞെങ്കിലോ, മുമ്പ് തനിക്ക് കിട്ടിയ ചാട്ടവാർ പ്രഹരത്തെ കുറിച്ചോർത്തപ്പോൾ അസുഖകരമായൊരു പ്രകമ്പനം അവന്റെ പുറത്ത് അനുഭവപ്പെട്ടു! “ഇല്ല, ഞാനത് ചെയ്യില്ല.” ഇത്രമാത്രമേ അവന് പറയാൻ കഴിഞ്ഞുള്ളൂ, പിന്നെ, ആ ആടിനെ നയിക്കുന്നവർ ഒരു ചിരിയോടെ തങ്ങളുടെ ചെമ്മരിയാടുകളുമായി മുന്നോട്ടു നീങ്ങി.

ഐസക് തിരിച്ചെത്തിയപ്പോൾ, ഈ സാഹസത്തെക്കുറിച്ചവർ അയാളോട് പറഞ്ഞു. അയാൾ ചിരിച്ചുകൊണ്ട് അഭിപ്രായപ്പെട്ടു. ഏതെങ്കിലും ഒരുദിവസം ഞാൻ റഫിനെ വില്ക്കും! അയാൾ ഭാര്യയെ വിഷമിപ്പിക്കാനായി ഇത് ഇടയ്ക്കിടെ ആവർത്തിക്കുമായിരുന്നു. കാരണം, ആ പട്ടിക്കവളോട് തീക്ഷ്ണമായ ഉപാസനയാണ്! നർമ്മബോധമില്ലാത്ത അവൾ, ചിലപ്പോൾ അയാൾ അപ്രകാരം ചിന്തിക്കുന്നുണ്ടാകുമോ എന്ന് കരുതി സ്വന്തം ഇരിപ്പിടത്തിൽ നിന്നെഴുന്നേറ്റ് ആത്മാർത്ഥതയോടെ പ്രഖ്യാപിക്കും; ‘ഭർത്താവ് റഫിനെ വിറ്റാൽ ഇനിയൊരിക്കലും കുന്നിൻ പ്രദേശത്ത് പോയി മക്കളുടെ പ്രവൃത്തികൾ ശ്രദ്ധിക്കില്ല!’

ഒരുദിവസം റോഡിന്നടുത്തുള്ള പ്രദേശത്ത് ആ ബാലന്മാർ ആടുകളെ മേക്കവെ അമ്മ അവരെ കാണാൻ ചെന്നു. റോഡിന് ഏതാനും വാരദൂരെ പുൽത്തകിടിയിലിരുന്ന് അവൾ തുന്നൽ പണിയിൽ മുഴുകി. അപ്പോൾ ഒരു മനുഷ്യൻ ആടിയാടി റോഡിലൂടെ വരുന്നത് അവർ കണ്ടു. ഷർട്ടും വളയമില്ലാത്ത ഒരു വൈക്കോൽ തൊപ്പിയും ധരിച്ച്, നഗ്നപാദനായാണയാളുടെ നടത്തം. ആ അപരിചിതന്റെ വരവ് സംശയദൃഷ്ട്യാ റഫ് വീക്ഷിച്ചു, അവൾ എഴുന്നേറ്റ് ചെന്ന് യജമാനത്തിയുടെ അടുത്തിരുന്നു. അവരിൽ നിന്ന് മൂന്ന് നാല് വാര അപ്പുറത്ത് ആ മനുഷ്യൻ വന്നിരുന്നു. റഫ്, അപകടകരമായ വിധത്തിൽ നോക്കി തന്റെ മുൻകാൽ പത്തികൾ യജമാനത്തിയുടെ മടിയിൽ വെച്ച്, ചെറുതായൊന്നു മുരണ്ടു!

“ആ നായ കടിക്കുമോ മിസ്സസ്സ്?” ആ മനുഷ്യൻ ചോദിച്ചു.

“കടിക്കുമായിരിക്കാം.” അവൾ പറഞ്ഞു. നിങ്ങൾ അടുത്തുവന്നാൽ, അതിന്റെ ഉത്തരവാദിത്വം ഞാൻ ഏറ്റെടുക്കില്ല.”

ആ രണ്ട് ബാലന്മാരും കുറ്റിക്കാട്ടിൽ നിന്ന് ഒരു അരിവാൾ കൊണ്ട് ചുള്ളിക്കമ്പുകൾ വെട്ടിക്കൊണ്ടിരിക്കയായിരുന്നു. ആ മനുഷ്യൻ ‘അമ്മയെ ഉപദ്രവിക്കാൻ’ ശ്രമിച്ചാൽ എന്ത് ചെയ്യണമെന്നവർ പരസ്പരം മെല്ലെ

കൂടിയാലോചിച്ചു. റഫ് അയാളുടെ കാലിൽ കടിച്ചമർത്തിയ ഉടനെ അവർ അയാളുടെ തലയിൽ അരിവാൾകൊണ്ട് വെട്ടണം, എന്ന തീരുമാനത്തിലവർ എത്തി. എന്നാൽ അവർക്കത് ചെയ്യേണ്ടിവന്നില്ല. ആ അപരിചിതരൻ റഫിന്റെ ആക്രമണം ഭയന്ന് വേഗം ചാടി എഴുന്നേറ്റ് യാത്ര പുനരാരംഭിച്ചു.

റഫിന്റെ ജീവിതത്തിലെ മറ്റൊരു വിചിത്ര സംഭവം ആ ആട്ടിടയൻ ഓർക്കുന്നു. ഒരുസമയത്ത് അവൾ ഒറ്റ പ്രസവത്തിൽ നിരവധി കുട്ടികൾ ഉണ്ടായി. എന്നാലും, ദിവസത്തിലെ അധിക സമയവും അവൾക്ക് ആട്ടിൻക്കൂട്ടത്തോടൊപ്പം ചിലവഴിക്കേണ്ടിവന്നു, കാരണം അവളില്ലാതെ അവർക്കൊന്നും ചെയ്യാൻ കഴിയില്ലായിരുന്നു! അപ്പോൾ ആ ബാലന്മാർ അമ്മയില്ലാത്ത ഒരു ചെമ്മരിയാട്ടിൻ കുട്ടിയെ എടുത്ത് കൊണ്ടുവന്നു. അതിന് പകൽസമയത്ത് പാൽ കൊടുക്കാനായി ഒരു പാലുള്ള പെണ്ണാടിനെ പിടികൂടണമായിരുന്നു. ആ ചെമ്മരിയാട്ടിൻ കുട്ടി കാലെബിന് പിന്നാലെ ഒരു നായയെപ്പോലെ നടക്കുകയാണ്. ഒരു ദിവസം അത് വിശന്നുകരഞ്ഞപ്പോൾ, റഫ് അടുത്തിരിക്കുന്നുണ്ടായിരുന്നു. അപ്പോൾ കാലെബിന് തോന്നി ചെമ്മരിയാടിന്റെ പാലിന് പകരം റഫിന്റെ പാൽ കൊടുക്കാമല്ലോ! ആട്ടിൻ കുഞ്ഞിനെ അവളുടെ അടുത്ത് കിടത്തി, അത് ഊർജ്ജസ്വലതയോടെ മുലപ്പാൽ വലിച്ചുകുടിച്ചു; റഫ് ക്ഷമയോടെ ആ പരീക്ഷണത്തിന് വഴങ്ങിക്കൊടുത്തു. അങ്ങനെ ചെമ്മരിയാട്ടിൻ കുട്ടി ഇടയ പട്ടിയെ തന്റെ അമ്മയായി കൈക്കൊണ്ടു, അത് എന്നും നിരവധി തവണ അവളുടെ പാൽ കുടിക്കുമായിരുന്നു, അത് സാക്ഷ്യം വഹിച്ചവർക്കെല്ലാം വലിയ ആരാധ്യനായിത്തീർന്നു.

ആട്ടിടയൻ ഐസക് ബൊകോമ്പ്

കാലെബിന്റെ ഏറ്റവും കൗതുകകരമായ പഴയ ഓർമ്മകളായി എനിക്ക് തോന്നിയത്, അയാളുടെ അച്ഛനെ പറ്റിയുള്ളതായിരുന്നു. കുറേയൊക്കെ അത് ആ മനുഷ്യന്റെ ഉൽക്കൃഷ്ട സ്വഭാവം മൂലമായിരുന്നു; പിന്നെ അതിന് കഴിഞ്ഞ നൂറ്റാണ്ടിന്റെ ആദ്യകാലം വരെ പഴക്കമുള്ളതായിരുന്നു എന്നതും.

മൊത്തത്തിൽ അദ്ദേഹം വളരെ നല്ലൊരു മാതൃകാ പുരുഷനായിരുന്നിരിക്കണം, ശാരീരികമായും മാനസികമായും കാലെബിന്റെ മനസ്സിൽ ധാർമ്മികരായ മനുഷ്യർക്കിടയിൽ അദ്ദേഹം ഒന്നാമനാണ് എന്ന കാര്യത്തിൽ സംശയമില്ല. എന്നാൽ ശാരീരികശക്തിയിൽ മറ്റ് രണ്ടുപേർ അദ്ദേഹത്തിന് തുല്യരായിട്ടുണ്ട്; ഒന്ന് ആ ഗ്രാമത്തിലുള്ളവൻ തന്നെയാണ്, മറ്റേത് ഇടയ്ക്കിടെ അവിടെ എത്തുന്ന ഒരു സന്ദർശകനാണ്. ആദ്യത്തെ ആൾ കരുവാൻ ജാർവിസ്; വിരിഞ്ഞ മാറിടവും വലിയ ബാഹുക്കളും ഉള്ളവൻ, ഐസക്കിന്റെ ഏറ്റവും വലിയ കൂട്ടുകാരൻ. കുടിക്കുമ്പോൾ ഒഴികെ നല്ല ശാന്തസ്വഭാവവമുള്ളവൻ. വല്ലപ്പോഴും അയാൾ മദ്യപിക്കും, പിന്നെ കാണുന്നവരോടെല്ലാം വഴക്കടിക്കും.

ഒരുദിവസം ഉച്ചതിരിഞ്ഞ് സത്രത്തിൽനിന്ന് നന്നായി മദ്യപിച്ചശേഷം റോഡ് ഉടനീളം ആടിയാടി നടന്ന്, വീട്ടിലേക്ക് പോകവെ, തന്റെ പിന്നാലെ ശാന്തനായി നടന്നുവന്ന വലിയ ആട്ടിടയനെക്കണ്ടു; കണ്ട ഉടനെ അയാളോട് വഴക്കുണ്ടാക്കുവാൻ അയാൾ തുനിഞ്ഞു. ഐസക്കിനോട് അവിടെ വെച്ചുതന്നെ അയാൾക്ക് പോരാടണം. അയാൾ ഐസക്കിന്റെ മുന്നിൽ വന്നു നിന്നു ദ്വന്ദ്വയുദ്ധത്തിന് വെല്ലുവിളിച്ചു. ഐസക് ചിരിച്ചതല്ലാതെ ഒന്നും പറഞ്ഞില്ല. “ഞാൻ നിന്നോട് പോരാടും” അയാൾ ആവർത്തിച്ചു, ഐസക്കിന്റെ കോട്ടിൽ പിടിച്ച് വലിക്കാൻ തുടങ്ങി; അത്

വലിച്ചൂരിയശേഷം വീണ്ടും അദ്ദേഹത്തെ വെല്ലുവിളിച്ചു, ഐസക് അപ്പോഴും ചിരിച്ചതല്ലാതെ ഒരക്ഷരം മിണ്ടിയില്ല. അപ്പോൾ അയാൾ അദ്ദേഹത്തിന്റെ വെയ്സ്റ്റ് കോട്ട് വലിച്ചൂരി, ഒടുവിൽ ഷർട്ടും ഊരിക്കളഞ്ഞു, ബൂട്സും കാലുറയും മാത്രമായി ഐസക്കിന്റെ വേഷം! വീണ്ടും അയാൾ ഐസക്കിനെ വെല്ലുവിളിച്ച് മുന്നിൽ നിലയുറപ്പിച്ചു.

"ഞാൻ നിന്നോട് പോരാടുവാൻ ആഗ്രഹിക്കുന്നില്ല." ഒടുവിൽ ഐസക് പറഞ്ഞു "എന്നാൽ നിന്നെ വീട്ടിലെത്തിക്കുകയാണ് നല്ലത്. എന്നെനിക്ക് തോന്നുന്നു." പിന്നെ, പെട്ടെന്ന് പാഞ്ഞുചെന്ന് ജാർവിസിന്റെ അരക്കെട്ടിൽ ഒറ്റ കൈ കൊണ്ട് ചുറ്റിപ്പിടിച്ച്, മറ്റെകൈ കൊണ്ട് കാലുകൾ കൂട്ടിപ്പിടിച്ച് ആ വലിയ മനുഷ്യനെ സ്വന്തം തോളിൽ വലിച്ചിട്ടു; പിന്നെ, പിടയുകയും അട്ടഹസിക്കുകയും ചെയ്യുന്ന അയാളെ ഐസക്ക് അയാളുടെ വീട്ടിലേക്ക് ചുമന്നു കൊണ്ടുപോയി. കുടിലിന്റെ വാതില്ക്കൽ വിഷമിച്ച് വിളറിയ മുഖത്തോടെ അയാളുടെ പാവം ഭാര്യ ഭർത്താവിനെ കാത്ത് നില്ക്കുന്നുണ്ടായിരുന്നു. ഐസക് നേരെ അകത്തേക്ക് ചെന്ന് ആ കരുവാനെ നിലത്ത് ഇട്ടുകൊണ്ട് പറഞ്ഞു. "ഇതാ നിങ്ങളുടെ പുരുഷൻ" പിന്നെ നേരെ സ്വന്തം കുടിലിലേക്ക് നടന്നു!

മറ്റെ ശക്തനായ മനുഷ്യൻ കൽക്കരി ഖനിക്കാരൻ ഓൾഡ് ജോ ആയിരുന്നു. വളരെ സമ്പന്നനായിരുന്നു അയാൾ. സാലിസ്ബറി സമതല പ്രദേശത്തെ എല്ലാ ഗ്രാമങ്ങളിലും കഴിഞ്ഞ നൂറ്റാണ്ടിലെ ആദ്യ മുപ്പത്തഞ്ച് വർഷങ്ങളിൽ അയാൾ പ്രശസ്തനായിരുന്നു. ഒരുകാലത്ത് കീർത്തിമാനായിരുന്ന ആ വ്യക്തിയെക്കുറിച്ച് ഞാൻ ആദ്യമായി കേട്ടത് കാലെബിൽ നിന്നാണ്. ആ ബാലന്റെ സങ്കല്പത്തെ ഇയാളുടെ വ്യക്തിത്വം കാര്യമായി ബാധിച്ചു! - അയാളുടെ ഭീമാകാരം, കരുത്തുറ്റ ശബ്ദം, സാലിസ്ബറി സമതല പ്രദേശങ്ങളിലെ സഞ്ചാര ജീവിതം- പിന്നീട്, എഴുപത്തഞ്ച് മുതൽ തൊണ്ണൂറ് വരെയും അതിന്നപ്പുറവുമുള്ള അനേകം വൃദ്ധ ജനങ്ങളെ ഞാൻ പരിചയപ്പെട്ടപ്പോൾ ഓൾഡ് ജോയിയുടെ ഓർമ്മ ഇപ്പോഴും ആ ഡിസ്ട്രിക്ടിലെ എല്ലാ ഗ്രാമങ്ങളിലും പുത്തനായി നില നില്ക്കുന്നതായി മനസ്സിലാക്കി, 'ആവ'ന്റെ മുകൾ ഭാഗം മുതൽ 'ഡോർസെറ്റ്' അതിർത്തിവരെ! എന്നാൽ അയാളെ അറിയുന്ന വൃദ്ധരായ ഈ മനുഷ്യർ മാത്രമാണ് ആ ഓർമ്മ നിത്യഹരിതമായി നില നിർത്തുന്നത്; അവർ അപ്രത്യക്ഷപ്പെട്ടുകഴിഞ്ഞാൽ അതിവേഗം ഓൾഡ് ജോയും അയാളുടെ കഴുതകളും എന്നെന്നേക്കുമായി വിസ്മരിക്കപ്പെടും!

അക്കാലത്ത് ചതുപ്പുനിലങ്ങളിലും മറ്റും പാതി ചീഞ്ഞ്, ഉപയോഗ ശൂന്യമായി കിടന്ന മരങ്ങളാണ് കുടിലുകളിൽ വിറകായി ഉപയോഗിച്ചിരുന്നത്. ഒരു വാഗൻ വിറകിന് നാല്പത്തി ആറ് പെൻസ് വിലവരും - ശീതകാലത്ത് തീച്ചൂള കത്തിക്കാൻവേണ്ടി ഞാൻ ഒരു മാസം ഉപയോഗിക്കുന്നത്ര വിറക്! എന്നാൽ അത് സമതല പ്രദേശ ഗ്രാമങ്ങളിൽ എത്തിക്കാനുള്ള വണ്ടിക്കൂലി അഞ്ചോ ആറോ ഷില്ലിങ് വരും; കാരണം, അത്ര ദൂരെ നിന്നാണത് വരുന്നത്, അധികവും പുതിയ കാട്ടിൽനിന്ന്. ഏഴോ

എട്ടോ ഷില്ലിങ് പ്രതിവാര കൂലികിട്ടുന്ന തൊഴിലാളികൾക്ക് എങ്ങനെയാണത്രയും വില കൊടുത്ത് വിറക് വാങ്ങി ആഹാരം പാകം ചെയ്യാനും മുറി ചൂടാക്കാനും പറ്റുക എന്നത് ഞങ്ങൾക്ക് അതിശയമായിരുന്നു. ഇക്കാര്യത്തിൽ തന്റെ യജമാനനെപ്പോലെ ഐസകും മറ്റെല്ലാ ഗ്രാമീണരേക്കാൾ, വളരെ ഭേദപ്പെട്ട നിലയിലായിരുന്നു. അയാൾ ഒരു വാഗൻ വിറകിനും വണ്ടിക്കൂലിക്കും പണം കൊടുക്കാൻ കഴിവുള്ളവനായിരുന്നു; അതും ചുള്ളിക്കമ്പുകളും കൂടിയാൽ ഒരു വർഷത്തിന് തികയും. അക്കാലത്ത് ഗ്രാമങ്ങളിൽ കരുവാന്മാർ മാത്രമേ കൽക്കരി ഉപയോഗിച്ചിരുന്നുള്ളൂ. അത് കഴുതപ്പുറത്തോ, കുതിരക്കുട്ടികളുടെ പുറത്തോ കയറ്റിയാണ് കൊണ്ടുവരിക, ഈ ബിസിനസിൽ ഏർപ്പെട്ടിരുന്ന ഓൾഡ് ജോയെ പോലുള്ളവർക്കത് നന്നായി അറിയാം. അയാൾ തന്റെ എട്ട് കഴുതകളുമായി ഇടയ്ക്കിടെ ഗ്രാമത്തിൽ പ്രത്യക്ഷപ്പെടും; അവയുടെ തലയിൽ ഒരു മണി കെട്ടിയിരിക്കും, രണ്ട് ചാക്ക് നിറയെ ചെറിയ കൽക്കരികൾ ഇരുവശത്തു ഞാത്തിയിട്ടിരിക്കും ആറടി മൂന്നിഞ്ച് പൊക്കമുള്ള ഒരു ആജാനബാഹു ആണയാൾ! വളരെ വിശാലമായ മാറിടം; എപ്പോഴും പരന്ന അരികുള്ള ഒരു തൊപ്പിയാണ് ധരിക്കാറുള്ളത്, നേർത്ത കമ്പിളി നൂല് കൊണ്ട് തുന്നിയ സ്റ്റോക്കിങ്സും സ്ലെയിറ്റ് നിറമുള്ള ഉടുപ്പും. നീണ്ട ഒരു വടി പിടിച്ച് കഴുതകൾക്ക് പിന്നാലെ ഇടയ്ക്കിടെ ഒച്ചവെച്ചു കൊണ്ട് അയാൾ നടന്നു, വഴിമാറി നടക്കുന്ന കഴുതപ്പുറത്ത്, വല്ലപ്പോഴും ആ നീണ്ട വടി വന്ന് പതിക്കും! ഈ രീതിയിൽ അയാൾ ആ സമതല പ്രദേശത്തിന്റെ ഒരറ്റം മുതൽ മറ്റെ അറ്റം വരെയുള്ള ഗ്രാമങ്ങളിൽ അലഞ്ഞു നടക്കും. അതിനിടയിൽ തന്റെ കൽക്കരി മുഴുവൻ വിറ്റു തീർക്കുകയും, കരുവാന്മാർ തനിക്കുവേണ്ടി നീക്കിവെച്ചിട്ടുള്ള ഇരുമ്പുകഷണങ്ങൾ വാങ്ങിച്ച് കഴുതപ്പുറത്ത് കയറ്റുകയും ചെയ്യും. ഏകദേശം നാല്പത് വർഷത്തോളം ഈ അലച്ചിൽ അയാൾ തുടർന്നു. അതുകൊണ്ട്, ആ ഡിസ്ട്രിക്ടിലെ എല്ലാ നിവാസികൾക്കും അയാൾ സുപരിചിതനാണ്.

അയാളുടെ അസാമാന്യ ശക്തിയെക്കുറിച്ച് പലകഥകളും പ്രാചരത്തിലുണ്ട്. അവയിലൊന്ന് ഇവിടെ കൊടുക്കുന്നത് ഉചിതമായിരിക്കും. അയാൾ ഒരു ഉരുക്കു മനുഷ്യനാണെന്ന് പറയാം, കഠിന ജീവിതം നയിക്കുന്നവൻ, തന്റെ കഴുതകളോടും കർശനമായാണയാൾ പെരുമാറാറുള്ളത്. എന്നാൽ അവർക്കയാൾ നന്നായി ഭക്ഷണം കൊടുക്കാറുണ്ട്. അതയാൾ മറ്റുള്ളവരുടെ ചെലവിൽ സൂത്രത്തിൽ നടത്തും. ഒരു രാത്രി വൈലിയിലെ ഒരു ഗ്രാമത്തിൽ കൊയ്യാറായ വയലിൽ തന്റെ എട്ടു കഴുതകളെ കടത്തിവിട്ടു. കുപിതനായ കർഷകൻ അവയെ പിടിച്ചുകൊണ്ടുപോയി ആ ഗ്രാമത്തിലെ 'പൗണ്ടിൽ' പൂട്ടിയിട്ടു. എന്നാൽ രാവിലെ ജോയും കഴുതയും അപ്രത്യക്ഷരായിരിക്കുന്നു. അയാൾ അതെങ്ങനെ പറ്റിച്ചു എന്നോർത്ത് ഗ്രാമം മുഴുവൻ ആശ്ചര്യപ്പെട്ടു: പൗണ്ടിന്റെ കൽമതിലിന് നാലര അടി പൊക്കമുണ്ട്. ഇരുമ്പുഗേറ്റ് അടച്ചിട്ടുമുണ്ട്. എന്നിട്ടും അയാൾ കഴുതകളെ പൊക്കിയെടുത്ത് പുറത്തുവെച്ച് ഭാരം കയറ്റി, ആരെങ്കിലും

ഉറക്കമുണരുന്നതിനു മുമ്പ് സ്ഥലം വിട്ടിരിക്കുന്നു!

ഒരിക്കൽ ജോക്ക് വളരെ വലിയൊരു നിർഭാഗ്യം അഭിമുഖീകരിക്കേണ്ടിവന്നു. ഒരു ഗ്രാമത്തിലയാൾ വൈകിയാണ് എത്തിയത്. അവിടത്തെ പള്ളി പറമ്പിൽ കഴുതകൾക്ക് നല്ല തീറ്റയ്ക്കുള്ള വക അയാൾ കണ്ടു. എല്ലാവരും ഉറക്കത്തിലാണ്. അയാൾ കഴുതകളെ പള്ളിപ്പറമ്പിൽ കയറ്റി. അവയെ ഇഷ്ടംപോലെ തിന്നാനായി വിട്ടു; അയാൾ ശവക്കല്ലറയിൽ നീണ്ടു നിവർന്ന് കിടന്നുറങ്ങി. വല്ലാതെ ക്ഷീണിച്ചിരുന്നതിനാൽ നേരം നന്നായി പുലരുന്നതു വരെ അയാൾ കിടന്നുറങ്ങി. ആളുകൾ വരുന്നതിനുമുമ്പ് കഴുതകളെ പുറത്തിറക്കാനായി അയാൾ ചെന്നു. ഗ്രാമപുരോഹിതന്റെ പുല്ലുകൾ മുഴുവൻതിന്ന് നിരപ്പാക്കിയതായി അയാൾ കണ്ടു. അയാൾ ചുറ്റുപാടും ദൃഷ്ടി പായിച്ചു. ഒറ്റക്കഴുതയേയും കാണാൻ കഴിഞ്ഞില്ല. അയാൾ എഴുന്നേറ്റു നിന്ന് പരിസരം പരിശോധിച്ചപ്പോഴാണ് മനസ്സിലാക്കിയത്. കഴുതകൾ രക്ഷപ്പെട്ടിട്ടൊന്നുമില്ലെന്ന്. അവരെല്ലാവരും അയാളുടെ ചുറ്റും കിടക്കുന്നുണ്ട്; ശവക്കല്ലറകൾക്കു മേൽ ചത്ത് കിടക്കന്നു! വിശന്നു വലഞ്ഞ മൃഗങ്ങളെ പള്ളിപ്പറമ്പിൽ കൊണ്ടാക്കുന്നത് അപകടകരമാണെന്ന് അയാൾ മറന്നുപോയിരുന്നു! അവിടെ തിങ്ങി വളരുന്ന 'യ്യൂ' മരത്തിലെ തളിരിലകൾ അവർ സമൃദ്ധമായി കഴിച്ചു; അതിന്റെ ഫലമായിരുന്നു ഇത്!

കാലക്രമത്തിൽ തന്റെ നഷ്ടം അയാൾ നികത്തി; ചത്തുപോയ കഴുതകൾക്ക് പകരം വേറെ കഴുതകളെ വാങ്ങി; തന്റെ സഞ്ചാര ജീവിതം വളരെ വർഷങ്ങളോളം അയാൾ തുടർന്നു.

നമ്മൾക്ക് ഐസക് ബോകോമ്പിലേക്ക് വരാം. 1800 ൽ ആണ് അയാൾ ജനിച്ചതെന്ന് നമ്മൾ കണ്ടു. ഒരു ബാലനായിരിക്കുമ്പോൾ ത്തന്നെ ആടു മേയ്ക്കാൻ തുടങ്ങി; അതേ ഫാമിൽത്തന്നെ ഒരു ആട്ടിടയനായി അൻപത്തഞ്ചു വർഷം തുടർന്നു. ആടുകളെ ശുശ്രൂഷിക്കലായിരുന്നു അയാളുടെ ജീവിതം പൂർണ്ണമായി ആസ്വദിച്ച ജീവിതവൃത്തി. അതയാൾക്ക് എന്തുമാത്രം പ്രിയങ്കരമായിരുന്നെന്ന്, കുറച്ചുകാലം ആ തൊഴിൽ നഷ്ടപ്പെട്ടപ്പോഴുള്ള അയാളുടെ മാനസികാവസ്ഥയിൽനിന്ന് കാണാവുന്നതാണ്! ആട്ടിൻകൂട്ടം വില്ക്കപ്പെട്ടു. ഐസക്കിനോടൊപ്പം ഒറ്റ ചെമ്മരിയാട് പോലും ഇല്ലാതായി! ഫാമിൽ വീണ്ടും ചെമ്മരിയാടുകൾ വരുന്നതു വരെ കാത്തിരിക്കയല്ലാതെ മറ്റൊന്നും അയാൾക്ക് ചെയ്യാനില്ലായിരുന്നു. ഐസക്കിനെ സംബന്ധിച്ചിടത്തോളം ദീർഘമായൊരു കാലമായിരുന്നു അത്! നിർബ്ബന്ധിതമായ ഒഴിവുകാലം അയാൾക്ക് അത്രയ്ക്ക് ക്ലേശകരമായിരുന്നു, വീട്ടിൽ അയാൾ സ്വയം ഭാര്യക്കൊരു ശല്യമായി മാറി! ഒരുദിവസം നാല്പത് പ്രാവശ്യമെങ്കിലും അയാൾ തൊപ്പി ഊരിയെടുത്ത്, സന്തോഷത്തോടെ തീച്ചൂളയ്ക്കടുത്തിരിക്കുമെന്ന് ദൃഢനിശ്ചയമെടുത്ത്, ഇരിപ്പുറപ്പിക്കും! എന്നാൽ ഏതാനും മിനിറ്റുകൾക്കുശേഷം പഴയ മോഹം വീണ്ടും മനസ്സിൽ ഉയർന്നുവരും, വീണ്ടും എഴുന്നേറ്റ് പുറത്തുപോകും. ഒരു കാർമേഘം നിറഞ്ഞ സന്ധ്യാനേരത്ത് ഫാമിൽ

നിന്നുള്ള ഒരു മനുഷ്യൻ വാതില്ക്കൽ തലകാണിച്ച് വിളിച്ചു പറഞ്ഞു: "ഐസക് നിങ്ങൾക്കുവേണ്ടി ചെമ്മരിയാടുകൾ ഫാമിൽ എത്തുന്നു- ഇരുന്നൂറ് പെണ്ണാടുകൾ, മൂന്നു ദിവസത്തിനകം നൂറെണ്ണം കൂടി വരും. നിങ്ങളെ ആവശ്യമുണ്ടെന്ന് പറയാൻ യജമാനൻ എന്നെ അയച്ചതാണ്." അയാൾ തിരിച്ചുപോയി.

ഐസക് ചാടി എഴുന്നേറ്റ് തന്റെ വടിയോ തൊപ്പിയോ പോലും എടുക്കാതെ ധൃതിപിടിച്ച് നടന്നുപോയി! അയാളുടെ ഭാര്യ വിളിച്ചെങ്കിലും അയാൾ കേട്ടില്ല. ഉടനെ അവൾ മകന്റെ കൈയിൽ തൊപ്പി ഏല്പിച്ച് ഓടിപ്പോയി അത് അച്ഛന് കൊടുക്കാൻ പറഞ്ഞു. ആ ബാലൻ അച്ഛന്റെ അടുത്തെത്താൻ കഴിയാതെ തൊപ്പിയുമായി തിരിച്ചെത്തി!

മൂന്ന് നാല് മണിക്കൂർ ഫാമിൽ ചിലവഴിച്ചശേഷം പ്രസന്നമായ മുഖ ത്തോടെ അയാൾ വീട്ടിൽ തിരിച്ചെത്തി, ആഹ്ലാദപൂർവ്വം നെടുവീർപ്പിട്ടു ആസനസ്ഥനായി.

"ഇരുന്നൂറ് പെണ്ണാടുകൾ" അയാൾ പറഞ്ഞു. "നൂറെണ്ണം കൂടി വരും - നീ എന്ത് കരുതുന്നു?" "കൊള്ളാം, ഐസക്" അവൾ പറഞ്ഞു "ഇപ്പോൾ നിങ്ങൾ സന്തോഷവാനാകുമെന്ന് ഞാൻ വിശ്വസിക്കുന്നു; എന്നെ വെറുതെ വിടുമല്ലോ!"

വൃദ്ധൻ ബൊക്കോമ്പിന്റെ ജീവിതത്തേയും സ്വഭാവത്തേയും കുറിച്ച് പറഞ്ഞുകഴിഞ്ഞശേഷം ചെറുപ്പകാലത്ത് അയാൾ ഒളിവേട്ടയിൽ ആസ ക്തനായിരുന്നു എന്ന ഞെട്ടിക്കുന്ന വാർത്ത എന്നെ അറിയിച്ചു. പണ്ടു കാലത്ത് ഇംഗ്ലീഷുകാർക്ക് ആവേശം പകർന്നിരുന്ന ഒരു നായാട്ടായിരുന്നു അത്! എന്നാൽ കഴിഞ്ഞ നൂറ്റാണ്ടിന്റെ ആദ്യകാലത്ത് അത് അപ്രത്യ ക്ഷമായി കഴിഞ്ഞിരുന്നു. മാൻവേട്ടയാണ് അയാൾ നടത്തിയിരുന്നത്. വിൽറ്റ് ഷയർ കുന്നിൻ പ്രദേശത്ത് 1834 വരെ അതൊരു കുറ്റകൃത്യമായി കരുതപ്പെട്ടു, ഇക്കാലത്തത് വിചിത്രമായി തോന്നും!

വിന്റർ ബോൺ എസ്റ്റേറ്റിൽനിന്ന് ഏതാനും മൈൽ ദൂരെയുള്ള ഒരു എസ്റ്റേറ്റിൽ അനേകം മാനുകളെ കൂട്ടമായി വളർത്തിയിരുന്നു. പലപ്പോഴും ആ മാനുകൾ അതിർത്തിവിട്ട് ഒറ്റയ്ക്കോ ചെറിയ കൂട്ടങ്ങളായോ കുന്നു കളിൽ അലഞ്ഞുതിരിയാറുണ്ട്. മാനിനെ തുറസ്സായ സ്ഥലത്ത് കാണു മ്പോൾ ചില കർമ്മപരിപാടികൾ ചില ഗ്രാമീണർ തയ്യാറാക്കും. മാനി നേയും മൃഗപരിപാലന്മാരേയും നിരീക്ഷിക്കാനായി അവർ ആളുകളെ അയക്കും. കാലാവസ്ഥയേയും നിലാവിനേയും ആശ്രയിച്ചിരിക്കും അവ രുടെ പരിപാടി; കാരണം, കുറച്ച് പ്രകാശം അതിനാവശ്യമാണ്, പിന്നെ അനുകൂലാവസ്ഥയാണെങ്കിൽ ആ സംഘം രാത്രി നായാട്ടിന്നിറങ്ങും. മാൻ അതിർത്തിക്കപ്പുറം കടന്നിട്ടുണ്ടെന്ന് മൃഗപാലർക്ക് അറിയാമായി രുന്നതിനാൽ അതൊരു അപകടകരമായ നായാട്ടാണ്. അവരും ചില വൃത്തികെട്ട എതിർപദ്ധതി തയ്യാറാക്കിയിട്ടുണ്ടാകും!

ബൊക്കോമ്പ് ജീവിതത്തിലൊരിക്കലും, ഗ്രാമത്തിൽ അലഞ്ഞു നട ക്കുന്നവരും മദ്യപാനികളുമായി കൂട്ടുകൂടാറില്ല; ഈ മനുഷ്യരുമായി

യാതൊരു ബന്ധവുമില്ല. ശുഭപ്രതീക്ഷയൊന്നുമില്ലാത്ത രാത്രിയുടെ കൂരിരുട്ടിൽ ആയിരിക്കും അയാളുടെ നായാട്ട്, പതിവ് നായാട്ടുകാർ ആ സമയം നല്ല ഉറക്കത്തിലായിരിക്കും. അയാൾ ഉറക്ക സമയത്തോ, ആടുകളെ നോക്കാനെന്ന ഭാവേനയോ പുറത്ത് പോയി. ഭാഗ്യമുണ്ടെങ്കിൽ ഒരു മാനിനെയും പുറത്തിട്ടുകൊണ്ട് പുലർച്ചയ്ക്ക് വീട്ടിൽ തിരിച്ചെത്തും. അപ്പോൾ അയാളോടൊപ്പം താമസിച്ചിരുന്ന അമ്മയുടെ സഹായത്തോടെ മാനിന്റെ തോലുരിഞ്ഞ് കഷണങ്ങളാക്കി ഒളിച്ചുവെക്കും. തലയും തൊലിയും മണ്ണിൽ ആഴത്തിൽ കുഴിച്ചിടും. രാവിലെ, പതിവുപോലെ ആടുകളെ മേച്ചുകൊണ്ട് ഐസക് കുന്നിൻ പ്രദേശത്തേക്ക് പോകുന്നത് കാണാം. അയാളുടെ ചുകന്ന മുഖത്ത് യാതൊരു കുറ്റബോധമോ ക്ഷീണമോ കാണാനാവില്ല; വ്യക്തമായ, സത്യസന്ധമായ കണ്ണുകൾ! അന്നയാൾ അവിവാഹിതനായ യുവാവായിരുന്നു. 1820 ൽ.

കാലെബിൻനിന്ന് കേട്ട ഈ കഥ വളരെ അതിശയകരമായ ഒന്നായിരുന്നു. എന്നാൽ അയാൾ അതിശയോക്തിയോടെ എന്തെങ്കിലും പറയുന്നവനോ കഥകൾ കെട്ടിച്ചമയ്ക്കുന്നവനോ അല്ലെന്ന് അയാളെ അറിയാവുന്നവർക്ക് പറയാൻ കഴിയും. പിന്നെ ഐസക് ബൊക്കോബ് ഒരു പ്രത്യേകതരം മനുഷ്യനാണെന്ന് നമ്മൾ കണ്ടിട്ടുള്ളതാണ്! ശാരീരികമായി വിൽറ്റ് ഷയർ ഡൗൺസിന്റെ അലക്സാണ്ടർ സെൽകിർക്കാണ്! അതിനും പുറമെ അയാളെ സഹായിക്കാനൊരു നായയുമുണ്ട് - വേഗതയിലും ശക്തിയിലും സാധാരണ ഇടയനായയേക്കാൾ ശ്രേഷ്ഠനായ വൻ!

കുറേ പ്രാവശ്യം ചോദിച്ചതിനുശേഷം മാത്രമാണ്, ഈ പഴയ സാഹസങ്ങളെക്കുറിച്ച് കാലെബ് എന്നോട് പറയാൻ തുടങ്ങിയത്. ഒടുവിൽ തന്റെ അച്ഛൻ ആദ്യത്തെ മാനിനെ പിടിച്ചുകൊണ്ടുവന്ന കാര്യം വിവരിച്ചുതന്നു. അത് കടുത്ത ശീതകാലത്തായിരുന്നു - ഭയങ്കര തണുപ്പ്, ശക്തമായ വടക്കൻകാറ്റ് മഞ്ഞുമൂടിയ കുന്നിലൂടെ അടിച്ചുകൊണ്ടിരുന്നു - ചെമ്മരിയാടുകളെ മേക്കുമ്പോൾ, ഒരുദിവസം സന്ധ്യക്ക് രണ്ട് മാനുകളെ ഐസക് കണ്ടു. വിൽറ്റ് ഷയറിന്റെ ആ ഭാഗത്ത് ഒരു പുരാതന സ്മാരകമുണ്ട്, ഒരു വിശാലമായ കുന്നുപോലുള്ള മതിൽ, അതിന്റെ ഒരു വശം താഴ്ന്നഭൂമിയാണ്. കുന്നിന്റെ ഏറ്റവും മുകൾവശത്ത് നല്ല കാറ്റടിച്ചിരുന്നതിനാൽ മഞ്ഞ് മുഴുവൻ പറന്നുപോയിരുന്നു. അവിടെയുള്ള നീളം കുറഞ്ഞ പുല്ലുകൾ തിന്നുകയായിരുന്നു ആ മാനുകൾ. കുന്നിന്റെ ഓരത്ത് നിന്നിരുന്ന ആ മാനുകളെ ദൂരത്തുനിന്നുതന്നെ ഐസക്കിന് കാണാമായിരുന്നു.

അയാൾ അവയെ നോക്കി ചിന്തിച്ചു; ഇപ്പോൾ ഈ മാനുകൾ പരിധിക്ക് പുറത്താണ്, ആരുടെയും സ്വത്തല്ല, അതിലൊന്നിനെ കൊന്നുതിന്നുന്നത് കുറ്റമല്ല - അയാൾക്കതിനെ പിടിക്കാൻ കഴിഞ്ഞാൽ! - കടുത്ത ക്ഷാമകാലമാണത്. കുറേ നാളായി അയാൾ ബാർളി അപ്പവും ബാർളി കുറുക്കും കഴിച്ച് ജീവിക്കുന്നു. എന്നാൽ ഇപ്പോൾ ഈ മൃഗങ്ങളെ കണ്ട

പ്പോൾ ഇറച്ചി തിന്നാനുള്ള മോഹം അടക്കാനായില്ല, അത് തൃപ്തിപ്പെടുത്താനായി എന്തെങ്കിലും ചെയ്യുവാനയാൾ തീരുമാനിച്ചു.

അയാൾ വീട്ടിൽ പോയി അത്താഴം കഴിച്ചു; നല്ല ഇരുട്ടായപ്പോൾ തന്റെ നായയെ കൂട്ടി വീണ്ടും പുറത്തിറങ്ങി. ആ കുന്നിൽ അപ്പോഴും പുല്ല് തിന്നുകൊണ്ടിരിക്കുന്ന മാനിനെ അയാൾ കണ്ടു. കുറ്റിക്കാട്ടിലൂടെ മെല്ലെ ഒളിച്ചു നടന്ന് കുന്നിന്റെ ഇരുണ്ട വശത്ത് എത്തി. ആകാശത്ത് നക്ഷത്രങ്ങൾ മിന്നിത്തിളങ്ങുന്നുണ്ടായിരുന്നു. അവൾ മെല്ലെ മുന്നോട്ടു നീങ്ങവെ, തല താഴ്ത്തിക്കൊണ്ട് പുല്ലുതിന്നുന്ന മാനുകളുടെ കറുത്ത നിഴലുകൾ കണ്ടു. അപ്പോൾ അയാൾ കുറച്ച് പിന്നാക്കം മാറി ചുമരിന്റെ പിന്നിലെ താഴ്ന്ന ഭാഗത്തിലൂടെ മെല്ലെ നീങ്ങി. അപകടസൂചന നല്കിയാൽ, അവർ തങ്ങളുടെ വാസസ്ഥലമായ കാട്ടിലേക്ക് അയാളുടെ അരികിലൂടെ കടന്നുപോകും എന്നയാൾ കരുതി. അയാൾ അറുപത് വാര ദൂരെ എത്തുന്നതുവരെ അവർ അയാളുടെ ശബ്ദം കേട്ടില്ല; പിന്നെ ആ ചുമരിൽനിന്ന് ചാടി ഇറങ്ങി, നേരെ എതിർവശത്തേക്ക് ഓടി – ഒന്ന് മാത്രം കാട്ടിലേക്ക് പോയി; അതിനുനേരെ നായ കുതിച്ചു ചെന്നു, വില്ലിൽ നിന്ന് വിട്ട് അമ്പുപോലെ ആയിരുന്നു അവന്റെ പാച്ചിൽ! അവന് പിന്നാലെ ഐസക്കും ഓടി, തന്റെ ജീവിതത്തിലൊരിക്കലും അയാൾ ഇങ്ങനെ ഓടിയിട്ടില്ല! കുറച്ചു ദൂരം മാനും നായയും മഞ്ഞിൽ പരക്കംപായുന്നത് കാണാമായിരുന്നു. പിന്നെ താഴേക്ക് പോയപ്പോൾ ഇരുളിൽ അവരെ കാണാൻ പറ്റാതായി; എന്നാൽ അര മിനിറ്റിനുള്ളിൽ ഐസക് ഒരു ശബ്ദം കേട്ടു – ആപത്തിൽപ്പെട്ട മാനിന്റെ നീണ്ട കരച്ചിൽ. ആ നായ തന്റെ വേട്ടമൃഗത്തിന്റെ ഒരു മുൻകാലിൽ കടിച്ചുപിടിച്ചു. അങ്ങനെ അവർ മഞ്ഞിൽ കിടന്ന് പോരാടുമ്പോൾ ഐസക് എത്തി തന്റെ ഇരയ്ക്കു മേൽ ചാടി വീണു അതിന്റെ തൊണ്ടയിൽ കത്തികുത്തിയിറക്കി നിശ്ശബ്ദനാക്കി! അതിനെ കൊന്നശേഷം തോളിലിട്ട് സ്വന്തം വീട്ടിലേക്ക് നടന്നു; റോഡ് ഒഴിവാക്കി വയലുകളിലൂടെ നടന്ന് അമ്മയുടെ കുടിലിന്റെ പിൻഭാഗത്തെത്തി... ആ ഭാഗത്ത് വാതിൽ ഇല്ലായിരുന്നു; എന്നാൽ ഒരു ജനലുണ്ട്. അതിൽ മുട്ടിയപ്പോൾ അമ്മ ജനല് തുറന്നു. ഒരക്ഷരം മിണ്ടാതെ അയാൾ മാനിനെ അകത്തേക്ക് ഇട്ടു കൊടുത്തു; പിന്നെ വീട് ചുറ്റി മുൻവശത്തെ വാതില്ക്കലെത്തി.

അപ്രകാരമാണയാൾ ആദ്യത്തെ മാനിനെ കൊന്നത്. മറ്റുള്ളവയെ എങ്ങനെയാണെന്ന് എനിക്കറിയില്ല. എന്നാൽ അറിയാൻ കഴിഞ്ഞെങ്കിൽ എന്ന് ഞാനാഗ്രഹിച്ചു. കാരണം ഈ വിൽറ്റ് ഷയർ ആട്ടിടയന്റെ ഒറ്റ വീരകൃത്യം ഏറ്റവും പ്രശസ്തനായ നിമ്രോഡ്സ് വായനക്കാരെ ആനന്ദിപ്പിക്കാനും ആശ്ചര്യപ്പെടുത്താനും വേണ്ടി തോക്കുകൾ ഉപയോഗിച്ചു ആനകളെ കൊന്നൊടുക്കിയ അമ്പത് വിവരണങ്ങളേക്കാൾ രസകരമായി എനിക്ക് തോന്നി.

മാൻ മോഷ്ടാക്കൾ

തന്റെ മാതാപിതാക്കൾ കാലെബിന് കൈമാറിയ മാൻമോഷണത്തെക്കുറിച്ചുള്ള മറ്റ് ചില ഓർമ്മകൾ കൂടി ഉണ്ട്. ഏറ്റവും നന്നായി കാത്ത് സൂക്ഷിച്ച സ്മരണ മൃഗപാലകമേധാവിയെ പറ്റിയുള്ളതായിരുന്നു; അയാൾ ആ പെൺകുട്ടിയുടെ രണ്ട് സഹോദരന്മാരുമായി നടത്തിയ ഉഗ്രൻ പോരാട്ടവും; ആ പെൺകുട്ടിയാണ് പിന്നീട് ഐസക്കിന്റെ ഭാര്യയായി ത്തീർന്നത്.

ഇവിടെ ഒരുകാര്യം വിശദീകരിക്കേണ്ടതുണ്ട്; മുമ്പ് കാബ്രോൺ ചെയ്സിന്റെ ഉടമയ്ക്ക് ആയിരുന്നു- അക്കാലത്തെ ലോർഡ് റിവേഴ്സ്- മാനുകളുടെ മേലുള്ള അവകാശം. അദ്ദേഹത്തിന്റെ അതിർത്തിക്കപ്പുറത്തുള്ള കുറേ ഗ്രാമപ്രദേശങ്ങളിൽ മാനുകളെ വേട്ടയാടാനുള്ള അവകാശവും അദ്ദേഹത്തിനുണ്ടായിരുന്നു. വിൽറ്റ് ഷയർ ഭാഗത്ത് ഈ അവകാശങ്ങൾ കാബ്രോൺ ചെയ്സ് മുതൽ സൗത്ത് വിൽറ്റ് ഷയർ ഡൗൺസ് കടന്ന് സാലിസ്ബറി വരെ വ്യാപിച്ചിരുന്നു. മുപ്പത്ത് മൈൽ വീതിയുള്ള ആ അതിർത്തി മുഴുവൻ ആറോ എട്ടോ പ്രദേശങ്ങളായി വിഭജിക്കപ്പെട്ടിരുന്നു; ഓരോ പ്രദേശത്തും ഓരോ മൃഗപാലക ഗൃഹം ഉണ്ടായിരുന്നു. 1834 വരെ ഈ സ്ഥിതി തുടർന്നു. പിന്നീടത് പാർലിമെന്റ് ആക്ട് പ്രകാരം എടുത്തുകളഞ്ഞു.

ഞാൻ ഇവിടെ വിവരിക്കാൻ പോകുന്ന സംഭവം 1815 ലോ ഒരുപക്ഷേ, രണ്ട് മൂന്ന് കൊല്ലങ്ങൾക്കുശേഷമോ നടന്നതാണ്. ഈ മാൻ പ്രദേശങ്ങളിലൊന്നിന്റെ അതിർത്തി 'ത്രി ഡൗൺസ് പ്ലെയ്സ്' എന്നറിയപ്പെടുന്ന സ്ഥലത്തായിരുന്നു; വിന്റർ ബോൺ ബിഷപ്പിൽ നിന്ന് രണ്ടര മൈൽ ദൂരെയാണത് സ്ഥിതി ചെയ്യുന്നത്. ഇവിടെ ഒരു കുന്നിൻ പ്രദേശത്ത് വലിയൊരു കാടുണ്ട്. അതിനുള്ളിൽ നൂറ്റാണ്ടുകൾ പഴക്കമുള്ള ഒരു

ജീർണ്ണിച്ച വലിയൊരു കെട്ടിടമുണ്ട്, കല്ലുകൊണ്ട് നിർമ്മിക്കപ്പെട്ട ആ കെട്ടിടത്തിന് റോൾസ്റ്റൺ ഹൗസ് എന്നാണ് പേര്. മുഖ്യമൃഗപാലകൻ രണ്ട് സഹായികളോടൊപ്പം അതിലാണ് താമസം. അയാൾക്ക് ഭാര്യയുണ്ട്; എന്നാൽ മക്കളില്ല. മദ്ധ്യവയസ്കനാണ്. കറുത്ത്, കരുത്തുറ്റ ശരീരം. ശക്തനും കരുതലുള്ളവനുമാണ്, നായാട്ടുകാരെ കഠിനമായി പീഡിപ്പിക്കുന്നവൻ; അവർക്കയാളെ ഭയങ്കര വെറുപ്പും പേടിയുമാണ്. ഹാർബട്ട് എന്നാണയാളുടെ പേര്.

ഒരുദിവസം പ്രഭാതത്തിൽ അയാൾ മുൻവശത്ത് വാതിൽതുറന്ന് പുറത്ത് പോകാൻ നില്ക്കവെ, വാതിൽ പൂർണ്ണമായി തുറക്കാനാകുന്നില്ലെന്നയാൾ കണ്ടു, വാതിൽപ്പിടിയിൽ ഭാരമുള്ളൊരു വസ്തു ഞാത്തി ഇട്ടിരിക്കുന്നു! അതൊരു കുട്ടയോ, പെട്ടിയോ ആയിരുന്നു, അതിൽ സുന്ദരനായൊരു ആൺകുഞ്ഞ് കിടന്നുറങ്ങുന്നു! അതിനെ തുണികൊണ്ട് നന്നായി പൊതിഞ്ഞിട്ടുണ്ട്. ആ തുണിയിൽ ഒരു കഷണം കടലാസ് സൂചികൊണ്ട് കുത്തിവെച്ചിരിക്കുന്നു. താഴെ കൊടുത്തിരിക്കുന്ന വാചകങ്ങൾ അതിൽ എഴുതിയിട്ടുണ്ട്.

"എന്നെ ഉള്ളിലേക്ക് എടുക്കൂ, എന്നോട് നന്നായി പെരുമാറൂ,
കാരണം, ഈ വീട്ടിലാണ് എന്റെ അച്ഛൻ ജീവിക്കുന്നത്."

ഹാർബട്ട് ആ വരികൾ വായിച്ചു, അതിലെ ഗ്രാമർ കണ്ട് അയാൾക്ക് ചിരി വന്നതുപോലുമില്ല! നേരെ മറിച്ച് അയാൾ വല്ലാതെ പരിഭ്രാന്തനായിരുന്നു, ആ കടലാസു കഷണം പിടിച്ച്, ഒരു വിഡ്ഢിയെപ്പോലെ സ്തബ്ധനായി അയാൾ നില്ക്കുകയാണ്! അപ്പോഴാണ് അങ്ങോട്ട് ഭാര്യയുടെ രംഗപ്രവേശം!

"എന്താണിത്?" അവൾ ഉച്ചത്തിൽ ചോദിച്ചു. ആദ്യം കടലാസ് കഷണത്തിലേക്കും, പിന്നെ ഭർത്താവിന്റെ മുഖത്തേക്കും അവൾ നോക്കി, അതിനുശേഷം തൊട്ടിലിൽ സുഖനിദ്രയിലാണ്ട് കിടക്കുന്ന റോസ് നിറമുള്ള കുഞ്ഞിനേയും, തൽക്ഷണം ഒരു നിലവിളിയോടെ ആ കുഞ്ഞിനെ കോരിയെടുത്ത് നെഞ്ചോടമർത്തിപ്പിടിച്ച് താലോലിക്കാൻ തുടങ്ങി. അവളുടെ കണ്ണുകളിൽനിന്ന് ആനന്ദാശ്രുക്കൾ പൊഴിഞ്ഞു. യതൊരുന്വേഷണമോ കുറ്റപ്പെടുത്തലോ അസൂയയോടെയുള്ള ശകാരമോ ഒന്നുമുണ്ടായില്ല. ഒരു കുഞ്ഞില്ലാത്ത സ്ത്രീയുടെ, സ്വന്തം കുഞ്ഞിനെ സ്നേഹിക്കാനുള്ള മോഹം അത്തരം ദുഷ്ചിന്തകളെയെല്ലാം ഉന്മൂലനം ചെയ്തു. രണ്ട് മൂന്ന് ദിവസത്തിനുശേഷം ആ കുഞ്ഞിനെ ഗ്രാമത്തിലെ പള്ളിയിൽ ജ്ഞാനസ്നാനം ചെയ്യിച്ചു. ആ കുഞ്ഞിന് 'മോസസ് ഫൗണ്ട്' എന്ന വിചിത്രനാമവും നല്കി!

അതൊരു പരിഹാസ്യനാമമാണല്ലോ എന്ന് ഞാൻ ചിന്തിച്ചുപോയത് കാലെബിനെ അല്പം ആശ്ചര്യപ്പെടുത്തി! അയാളുടെ മനസ്സിൽ അതൊരു സന്ദർഭോചിതമായ പേരാണ്. പിതൃത്വമറിയാത്തൊരു കുഞ്ഞിന് 'ഫൗണ്ട്' എന്ന സർനെയിം ഇടുന്നത് ഇതാദ്യമായല്ല എന്ന് അയാൾ എന്നോട് പറഞ്ഞു. അത്തരം 'ഫൗണ്ടു'കളിലൊരുവൻ സാലി

സ്ബറിയിൽ പോയി, ജോലി ചെയ്തു പണം സമ്പാദിച്ച്, സാവധാനം സമ്പന്നനും സുപ്രധാനവ്യക്തിയുമായി വളർന്ന കഥ അയാൾ എന്നോട് പറഞ്ഞു. അതിൽ അസാധാരണമായി ഒന്നുമില്ല.

മോസസ് ഫൗണ്ടിന്റെ കഥ കാലെബിനോട് പറഞ്ഞത് അവന്റെ വൃദ്ധമാതാവാണ്; അവർക്ക് പ്രത്യേകിച്ചും അതോർക്കാനുള്ള നല്ല കാരണമുണ്ടെന്നയാൾ അഭിപ്രായപ്പെട്ടു. അവർ ആ ഗ്രാമത്തിൽ നിന്നുള്ളവളാണ്. ആ ദുർഗ്രാഹ്യനായ മോസസിനേക്കാൾ രണ്ടോ മൂന്നോ വയസ്സ് കുറവാണവർക്ക്. അവരുടെ അച്ഛൻ, ജോൺ ബാർട്ടർ ഒരു ആശാരി ആയിരുന്നു, പഴയൊരു ഓലമേഞ്ഞ കുടിലിലായിരുന്നു അദ്ദേഹം താമസിച്ചിരുന്നത്. അത് ഇപ്പോഴും ഉണ്ട്, എനിക്കത് സുപരിചിതമായിരുന്നു. അദ്ദേഹത്തിന് അഞ്ച് പുത്രന്മാർ ഉണ്ടായിരുന്നു. പിന്നെ കുറേ വർഷങ്ങളുടെ ഇടവേളയ്ക്ക് ശേഷമാണ് ഒരു പുത്രി പിറന്നത്. പിന്നീടവൾ ഐസക്കിന്റെ ഭാര്യയായിത്തീർന്നു. അവൾ ചെറിയ കുട്ടി ആയിരിക്കുമ്പോൾത്തന്നെ അവളുടെ സഹോദരന്മാർ വളർന്ന് യുവത്വത്തിന്റെ വക്കിലെത്തിക്കഴിഞ്ഞിരുന്നു, മോസസും ഒരു യുവാവായി മാറി – അവൻ അപ്പോൾ ഹാർബട്ടിന്റെ കീഴിലെ മൃഗപാലകനായി ജോലി നോക്കി തുടങ്ങി.

ഈ സമയത്ത്, ഗ്രാമത്തിലെ കൂടുതൽ അത്യാസക്തിയുള്ള ചിലർ, വല്ലപ്പോഴും അലഞ്ഞു നടക്കുന്ന ഒരു മാനിനെ വേട്ടയാടുന്നതിൽ തൃപ്തരാകാതെ അവയെ കാട്ടിൽ കടന്നുചെന്ന് വേട്ടയാടുവാൻ തീരുമാനിച്ചു. ഒരു രാത്രി ആ സംഘത്തിൽ ഏറ്റവും ധീരനായ ഒരാൾ ആരുമറിയാതെ മൃഗപാലകന്റെ വീടിനടുത്തുവന്ന്, അയാൾ അകത്തുകയറി വീട്ടിലെ വിളക്ക് കെടുത്തുന്നതുവരെ കാത്തുനിന്നശേഷം വാതിലുകളെല്ലാം പുറത്തുനിന്ന് മരക്കഷണങ്ങളും സ്ക്രൂ ആണികളുമുപയോഗിച്ച് ഭദ്രമായി അടച്ചുപൂട്ടി. അവൾ നിശ്ശബ്ദം ഈ പണിയെല്ലാം ഭംഗിയായി ചെയ്തുതീർത്ത് തന്റെ കൂട്ടുകാരെ നിശ്ചിതസ്ഥലത്ത് സന്ധിച്ച് വേട്ട ആരംഭിച്ചു. അപ്പോൾ ഒരു മാൻ മൃഗപാലകന്റെ വീട്ടിലേക്ക് ഓടി, അതിനെ വേട്ടക്കാർ വലിച്ചിട്ട് മുറ്റത്തിട്ട് വെട്ടിക്കൊന്നു.

അതിനിടയിൽ വീട്ടിനുള്ളിൽ ഉണ്ടായിരുന്നവരെല്ലാം വല്ലാതെ വികാരവിവശരായി. മൃഗപാലക സഹായികൾ അവരോട് എതിരിടുന്നത് അപകടകരമായിരിക്കുമെന്ന് കരുതി. ഹാർബട്ട് കോപത്തോടെ, കെണിയിലകപ്പെട്ട കാട്ടുമൃഗത്തെപ്പോലെ അലറി വിളിച്ചു! അയാൾ സകല ശക്തിയുമെടുത്ത് വാതിൽ വലിച്ചു തുറക്കാൻ ശ്രമിച്ചു. ഒടുവിൽ അയാൾ ഒരു ജനൽ തകർത്ത്, അതിലൂടെ തോക്ക് കൈയിൽ പിടിച്ച് പുറത്തുചാടി; മറ്റുള്ളവരോടും തന്നെ പിൻതുടരാനായി വിളിച്ചു പറഞ്ഞ് അയാൾ കാട്ടിലേക്ക് പറഞ്ഞു. എന്നാൽ, വളരെ വൈകിപ്പോയിരുന്നു! നായാട്ട് അവസാനിച്ചിരുന്നു; വേട്ടക്കാർ രക്ഷപ്പെട്ടു; അവർ കൊന്ന രണ്ടോ മൂന്നോ മാനുകളെ അവർ കൊണ്ടുപോയി.

വീണ്ടും ഒരിക്കൽ കൂടി ആ മൃഗപാലകനെ വിഡ്ഢിയാക്കാനവർക്ക് കഴിഞ്ഞില്ല, അതിവേഗം അയാൾക്കവരോട് പ്രതികാരം ചെയ്യാൻ

കഴിഞ്ഞു! ഒരു പുതിയ വേട്ടയ്ക്കുള്ള പദ്ധതികൾ തയ്യാറാക്കപ്പെട്ടു. ആ അഞ്ച് സഹോദരന്മാരിൽ രണ്ടുപേർ ആ നായാട്ട് സംഘത്തിൽ ഉൾപ്പെട്ടിരുന്നു. വേറെ നാല് ആളുകളും വിന്റർ ബോൺ ബിഷപ്പിലെ ഏറ്റവും കറുത്തവനായ കരുവാൻ, അടുത്ത ഗ്രാമത്തിലെ ചെമ്മരിയാട്ടിൻ രോമം കത്രിക്കുന്ന ഒരച്ഛനും മകനും, പിന്നെ ഒരു കർഷകയുവാവ്.

മുഖ്യ മൃഗപാലകന്റെ ഇന്നത്തെ അവസ്ഥയിൽ ഇതൊരു അപകടകരമായ ഇടപാടാണെന്നവർക്കറിയാം. അവർ പവിത്രമായൊരു പ്രതിജ്ഞയെടുത്തു, അവർ പിടിക്കപ്പെട്ടാൽ, അവസാനം വരെ ഒറ്റക്കെട്ടായി നിലകൊള്ളും. അവർ പിടിക്കപ്പെടുക തന്നെ ചെയ്തു! അപ്പോൾ മൃഗപാലകർ നാലുപേർ ഉണ്ടായിരുന്നു.

ആരംഭത്തിൽത്തന്നെ, അവരുടെ ഏറ്റവും സമർത്ഥനും, യഥാർത്ഥ നേതാവുമായിരുന്ന കരുവാൻ തോക്കിൻ ചട്ടകൊണ്ട് തലയ്ക്ക് ഇടിയേറ്റ് ബോധം കെട്ട് വീണു! അത് കണ്ട ഉടനെ രോമം കത്രിക്കുന്ന അച്ഛനും മകനും ഓടി രക്ഷപ്പെട്ടു; കർഷകയുവാവും അവരുടെ മാതൃക പിന്തുടർന്നു! ആ സഹോദരന്മാർ മാത്രം ബാക്കിയായി. അവർ കീഴടങ്ങിയില്ലെങ്കിൽ അവരെ വെടിവെക്കുമെന്ന് ഒരു കാളയുടെ സ്വരത്തിൽ ഹർബട്ട് അലറിയെങ്കിലും ആ സഹോദരന്മാർ സധൈര്യം പോരാടി! അയാളുടെ ഭീഷണി നിസ്സാരമായി തള്ളിക്കളഞ്ഞ് നാലുപേരോടും ഘോരമായി പോരാടി. സാവധാനം അവർ ഇരുവരും വേർപിരിക്കപ്പെട്ടു. ഇളയ സഹോദരനെ മൃഗബാലകർ തള്ളിത്തള്ളി ഒരു കുറ്റിക്കാട് വരെ എത്തിച്ചു; അവിടെ നിന്നവന് രക്ഷപ്പെടാൻ കഴിയില്ലന്നവർകരുതി. എന്നാലവൻ അജയ്യനായ ഒരു പോരാളി ആയിരുന്നു, ഒരു കടുവയെപ്പോലെ കരുത്തൻ! അടിക്ക് അടി തിരിച്ചു കൊടുത്തുകൊണ്ട് അവൻ അവരിൽനിന്ന് വേർപെട്ട് കാട്ടിലേക്ക് കടന്നു; കാടിന്റെ കൂരിരുട്ടിൽ മുന്നൂറ് വാര ദൂരത്തോളം ഉഗ്രമായ പോരാട്ടം തുടർന്നു; ഒടുവിൽ രക്ഷയില്ലെന്നുകണ്ട്, അവർ ഹാർബട്ടിനേയും മോസസിനെയും സഹായിക്കാനായി തിരിച്ചുപോന്നു! അപ്പോൾ അവൻ കാട്ടിൽനിന്ന് പുറത്തുവന്ന് സ്വന്തം ഗ്രാമത്തിലേക്ക് മടങ്ങി. അവൻ അച്ഛന്റെ കുടിലിലെത്തിയപ്പോൾ പാതിരാത്രി കഴിഞ്ഞിരുന്നു. വല്ലാത്തൊരു ദയനീയാവസ്ഥയിലായിരുന്നു അവൻ- ശരീരമാസകലം ചെളിയും ചോരയുമാണ്. തൊപ്പിയില്ല, ഉടുപ്പ് കീറിപ്പറിഞ്ഞിരിക്കുന്നു. മുഖവും ശരീരവും നിറയെ മുറിവുകളാണ്. അവയിൽനിന്ന് രക്തം ഒഴുകുന്നുണ്ടായിരുന്നു.

തന്റെ മറ്റെ മകനെക്കുറിച്ചോർത്ത് ആ വൃദ്ധൻ വിഷമിച്ചു. പുലർച്ചക്കെഴുന്നേറ്റ് ആ പോരാട്ടം നടന്ന സ്ഥലത്തേക്കയാൾ നടന്നു. സ്ഥലം എളുപ്പം കണ്ടു പിടിക്കാനായി. നിരവധിപേർ പോരാടിയതുപോലെ, പുൽത്തകിടി ചവുട്ടിച്ചതയ്ക്കുകയും ചെടിയുടെ ചില്ലകൾ ഒടിഞ്ഞുകിടക്കുകയും ചെയ്തിരിക്കുന്നു. തന്റെ മൂത്ത മകന്റെ തൊപ്പി അയാൾ അവിടെ കണ്ടു. അല്പം ദൂരെയായി അവന്റെ കോട്ടിന്റെ കൈയും. കുറെ തുണിക്കഷണങ്ങൾ കുറ്റിക്കാട്ടിൽ കിടക്കുന്നു. കുറച്ചപ്പുറത്തായി കുറെ

ചോരതളം കെട്ടിക്കിടക്കുന്നതയാൾ കണ്ടു. “അവർ അവനെ കൊന്നു” ഹതാശനായി അയാൾ കരഞ്ഞു. “എന്റെ പാവം കുട്ടിയെ അവർകൊന്നു! പിന്നെ അന്വേഷണം നടത്താനായി അയാൾ നേരെ റോൾസ്റ്റൻ ഹൗസിലേക്ക് നടന്നു, ഹാർബട്ടിനെ കണ്ടു. ബാർബട്ട് മുടന്തിക്കൊണ്ടാണ് നടക്കുന്നത്, ഒരു കാലിൽ ബൂട്സ് ഇട്ടിട്ടുണ്ട്, ഒരു കൈയിൽ സ്ലിങ് ഇട്ട് കഴുത്തിൽ ഞാത്തിയിട്ടിരിക്കുന്നു. അയാളുടെ മകൻ ജീവനോടെ ഇരിക്കുന്നുണ്ടെന്നും, മുറിക്കുള്ളിൽ ബന്ധനസ്ഥനാണെന്നും, കുറച്ചുകഴിഞ്ഞാൽ സാലിസ്ബറിയിലേക്ക് കൊണ്ടുപോകുമെന്നും ഹാർബട്ട് പറഞ്ഞു. “അവന്റെ വസ്ത്രങ്ങളെല്ലാം കീറിപ്പറിഞ്ഞു.” മൃഗപാലകൻ കൂട്ടിച്ചേർത്തു. “നിങ്ങൾ ഉടനെ വീട്ടിൽ പോയി, കോൺസ്റ്റബിൾ അവനെ പിടിച്ചുകൊണ്ടുപോകാൻ വരുന്നതിനുമുമ്പ് മറ്റ് വസ്ത്രങ്ങൾ അവന് കൊടുക്കുക.”

“നിങ്ങൾ തന്നെയല്ലേ അവ പിച്ചിച്ചീന്തിയത്, നിങ്ങൾക്കവന് വേറെ വസ്ത്രങ്ങൾ കൊടുക്കാം.” ആ വൃദ്ധൻ കോപത്തോടെ തിരിച്ചടിച്ചു.

“വളരെ നല്ലത്.” മൃഗപാലകൻ പറഞ്ഞു “എന്നാൽ ഒരുനിമിഷം നില്ക്കുക - എനിക്ക് മറ്റ് ചിലതും കൂടി നിങ്ങളോട് പറയാനുണ്ട്. ഒരു കൊല്ലത്തിനുള്ളിൽ നിങ്ങളുടെ മകൻ ജയിലിൽനിന്ന് പുറത്തു വരുമ്പോൾ, ഞാനവന്റെ മുന്നിൽചെന്ന് അവന് അഞ്ച് ഷില്ലിങ്ങും ഇഷ്ടംപോലെ കുടിക്കാനായി ബീറും കൊടുക്കും. ഞാൻ ഒരിക്കലും അവനേക്കാൾ നല്ലൊരു പോരാളിയെ കണ്ടിട്ടില്ല!”

അതയാളുടെ മകന് വലിയൊരു അഭിനന്ദനം തന്നെയാണ്; എന്നാൽ, ആ വൃദ്ധമനസ്സ് അസ്വസ്ഥമായി. “മൃഗപാലകാ, ഒരു കൊല്ലത്തിനുള്ളിൽ എന്നതുകൊണ്ട് എന്താണ് നിങ്ങൾ ഉദ്ദേശിക്കുന്നത്?” അയാൾ ചോദിച്ചു.

“ഞാൻ പറഞ്ഞത്.” മറ്റവൻ പല്ലിളിച്ചു കൊണ്ട് തിരിച്ചടിച്ചു “അവൻ അർഹിക്കുന്ന ശിക്ഷയെക്കുറിച്ചാണ്.”

“എന്റെ മകൻ നിന്നോട് ഒറ്റയ്ക്കല്ല പോരാടിയിരുന്നതെങ്കിൽ ദൈവത്താണേ നിങ്ങൾക്ക് മണ്ണിന്നടിയിൽ പോകേണ്ടി വന്നേനെ!” ആ കുപിതനായ അച്ഛൻ നിലവിളിച്ചു.

ഹാർ അയാളോട് ചാരിതാർത്ഥ്യത്തോടെ പുഞ്ചിരിച്ചുകൊണ്ട് പറഞ്ഞു “നിങ്ങൾക്കിപ്പോൾ വീട്ടിലേക്ക് പോകാം, നിങ്ങൾക്ക് ഇനി മകനെ കാണണമെന്നുണ്ടെങ്കിൽ സാലിസ്ബറി ജയിലിൽ വച്ചാകാം. നിങ്ങൾക്ക് വാതിലുകൾക്ക് പുതിയ പൂട്ടുകൾ ഇടേണ്ടി വരും, അത് സാലിസ് ബറിയിൽനിന്ന് കിട്ടും - നിങ്ങളുടെ ഗ്രാമത്തിൽ ഇപ്പോൾ കരുവാൻ ഇല്ലല്ലൊ. ഇല്ല, നിന്റെ മകൻ ഒറ്റയ്ക്കായിരുന്നില്ല എന്ന് നിങ്ങൾക്ക് വളരെ നന്നായി അറിയാം.”

“അതിനെക്കുറിച്ച് എനിക്കറിയില്ല.” അയാൾ തിരിച്ചടിച്ചു. പിന്നെ തകർന്ന മനസ്സോടെ അയാൾ വീട്ടിലേക്ക് നടക്കാൻ തുടങ്ങി. ഇരുളടഞ്ഞ കാട്ടിൽ തന്റെ മറ്റേ മകനെ ആരും തിരിച്ചറിഞ്ഞിട്ടില്ലെന്നായിരുന്നു അയാൾ ഇതുവരെ ആശവെച്ചു പുലർത്തിയിരുന്നത്! ഈ വെറുക്കപ്പെട്ട

തടവറയിൽനിന്ന് ആ രണ്ട് മക്കളിൽ ഒരാളെയെങ്കിലും രക്ഷിക്കാൻ അയാൾക്ക് എന്താണ് ചെയ്യാൻ കഴിയുക? ആ ബാലൻ ഓടി രക്ഷപ്പെടാവുന്ന നിലയിലല്ല ഇപ്പോൾ. ഒരു മുറികടക്കാൻ പോലും അവന് കഴിയില്ല, ഇരിക്കുന്നതും കിടക്കുന്നതുംപോലും വേദനിച്ച് ഞരങ്ങിക്കൊണ്ടാണ്! അവനെ വീട്ടിനകത്ത് ഒളിപ്പിച്ചുവെച്ച് അവർ അവനെ കണ്ടെത്തല്ലേ എന്ന് പ്രാർത്ഥിക്കുകയല്ലാതെ മറ്റൊന്നും ചെയ്യാനില്ല. ഗ്രാമത്തിന്റെ മദ്ധ്യത്തിലാണവരുടെ കുടിൽ; അതിന് കാര്യമായ പറമ്പൊന്നുമില്ല. എന്നാൽ മുകളിൽ ഒരു മച്ച് ഉണ്ട്. അവിടെ അവനെ ഒളിപ്പിച്ച് രക്ഷപ്പെടുത്താം. അവിടെ അവനായി ഒരു കിടക്ക വിരിച്ചുകൊടുത്തു. ഏതാനും ദിവസങ്ങൾ ഇരുളടഞ്ഞ അറയിലവന് കിടക്കേണ്ടിവരും!

ഒരാഴ്ചയ്ക്കുശേഷം, ഒരുദിവസം അവന്റെ മുറിവുകൾ സുഖപ്പെട്ടുകൊണ്ടിരുന്നപ്പോൾ, അവൻ ഇഴഞ്ഞ് താഴോട്ടിറങ്ങിവന്ന്, അല്പനേരം ശുദ്ധവായു ശ്വസിക്കാനും സൂര്യപ്രകാശം കാണാനും ആഗ്രഹിച്ചു. അവിടെ ഇരിക്കവെ, ചെറിയൊരു ജനാലയിലൂടെ തെരുവിലേക്ക് എത്തിനോക്കാനവൻ പ്രലോഭിപ്പിക്കപ്പെട്ടു. എന്നാൽ, പെട്ടെന്നവൻ തല പിൻവലിച്ചു, പിന്നീട് അച്ഛനോട് പറഞ്ഞു. 'മോസസ് എന്നെ കണ്ടെന്നെനിക്ക് തോന്നുന്നു. ഇപ്പോൾത്തന്നെ ഞാൻ ജനാലയിലൂടെ പുറത്തേക്ക് നോക്കിയപ്പോൾ അവൻ അടുത്തുവന്ന് എന്നെ നോക്കി; ഞാൻ തലയിൽ കെട്ടുമായി ഇരിക്കുന്നതവൻ കണ്ടു, എന്നെ അവൻ തിരിച്ചറിഞ്ഞെന്നെനിക്ക് തോന്നുന്നു."

അതിനുശേഷം അവർ പേടിച്ചു വിറച്ചു ഇരുപ്പായിരുന്നു. പിറ്റേന്ന് രാവിലെ വാതില്ക്കൽ ഭയങ്കര മുട്ടുകേട്ടു, ആ വൃദ്ധൻ വാതിൽ തുറന്നപ്പോൾ കോൺസ്റ്റബിളും രണ്ടു മൃഗപാലകരും വാതിലിന് മുന്നിൽ നില്ക്കുന്നതയാൾ കണ്ടു.

"ഞാൻ നിങ്ങളുടെ മകനെക്കൊണ്ടുപോകാൻ വന്നതാണ്." ആ കോൺസ്റ്റബിൾ പറഞ്ഞു.

ആ വൃദ്ധൻ ഒരക്ഷരം മിണ്ടാതെ ചുമരിൽ ചാരി ഇട്ടിരുന്ന തോക്കെടുത്ത്, പറഞ്ഞു; "നിങ്ങളുടെ കൈയിൽ ഒരു സെർച്ച് വാറണ്ട് ഉണ്ടെങ്കിൽ അകത്ത് കടക്കാം. അല്ലെങ്കിൽ ആദ്യം എന്റെ മുറിക്കകത്ത് കാലെടുത്തുവെക്കുന്നവന്റെ തലച്ചോറ് ഞാൻ തകർക്കും."

ഏതാനും നിമിഷം അവർ ശങ്കിച്ചു നിന്നു; പിന്നെ, നിശ്ശബ്ദം പിൻവാങ്ങി. അവർ ഒന്നിച്ചുനിന്ന് കൂടിയാലോചിച്ചശേഷം കോൺസ്റ്റബിൾ ഏറ്റവും അടുത്തുള്ള മജിസ്ട്രേട്ടിന്റെ അടുത്ത് പോയി; രണ്ട് മൃഗപാലകരേയും ആ വീട് നിരീക്ഷിക്കാനായി അവിടെത്തന്നെ നിർത്തി. അതിലൊരാൾ മോസസ് ഫൗണ്ട് ആയിരുന്നു. അന്ന് വൈകിട്ട് കോൺസ്റ്റബിൾ വാറണ്ടുമായി തിരിച്ചെത്തി, അകത്തുകടന്ന് ആ പാവം യുവാവിനെ ഒളിസ്ഥലത്തുനിന്നും പൊക്കി, അവരോടൊപ്പം കൊണ്ടുപോയി. അവൻ സ്വന്തം വീട് അവസാനമായി കണ്ടത് അന്നാണ്, അവന്റെ സഹോ

ദരി പൊട്ടിക്കരഞ്ഞു, വൃദ്ധനായ അച്ഛൻ ദുഃഖം കൊണ്ടും ക്രോധം കൊണ്ടും വിളറി വിറച്ചു!

ഒന്നോ രണ്ടോ മാസത്തിനുശേഷം രണ്ടു സഹോദരന്മാരും വിചാരണ ചെയ്യപ്പെട്ടു. ഓരോരുത്തനും ആറ് മാസത്തെ തടവുശിക്ഷ ലഭിച്ചു. അവർ ഒരിക്കലും വീട്ടിലേക്ക് തിരിച്ചുവന്നില്ല. അവർ ജയിൽ മോചിതരായപ്പോൾ വൂൾവിച്ചിലേക്ക് പോയി. അവിടെ ജോലിക്ക് ആളുകളെ ആവശ്യമായിരുന്നു; നല്ല ശമ്പളവും കിട്ടുമായിരുന്നു. സാവധാനം അവർ വീട്ടിലേക്കയച്ച പണം മറ്റ് സഹോദരന്മാരെയും അങ്ങോട്ട് പോകാൻ പ്രലോഭിപ്പിച്ചു. അങ്ങനെ തന്റെ അഞ്ച് മക്കളിലും അഭിമാനം കൊണ്ടിരുന്ന ആ പാവം വൃദ്ധപിതാവ് തന്റെ താഴെയുള്ള പുത്രിയോടൊപ്പം ഒറ്റയ്ക്ക് ജീവിക്കേണ്ടി വന്നു - അവളായിരുന്നു ഐസക്കിന് വിധിക്കപ്പെട്ട വധു.

ആട്ടിടയന്മാരും ഒളിവേട്ടയും

അവസാനം കാലെബ് തന്റെ അച്ഛന്റെ രക്ഷാകർത്തൃത്വത്തിൽ നിന്ന് സ്വതന്ത്രനായപ്പോൾ, പ്രായോഗികതലത്തിൽ അവനൊരു സ്വതന്ത്ര ആട്ടിടയനായി കഴിഞ്ഞിരുന്നു. കാട്ടുമൃഗങ്ങളുടെ കാര്യത്തിൽ അവൻ ഐസക്കിന്റെ കർശനമാതൃക പിൻതുടർന്നില്ല. തന്റെ മാർഗ്ഗത്തിൽ വരുന്ന മൃഗങ്ങളെ അല്പം വഴി തെറ്റിയ രീതിയിലായാൽപോലും അവയെ പിടി കൂടാനവൻ സ്വയം അനുവദിക്കും.

രാജ്യത്തെ നിയമം നാട്ടിൻപുറത്തുകാരന്റെ ഹൃദയത്തിൽ എഴുതി വെച്ച ധാർമ്മിക നിയമത്തോട് സത്യസന്ധത പാലിക്കുമെന്ന് നമ്മൾക്കറിയാം. ഒരു മുറിവേറ്റ തിത്തിരിപ്പക്ഷിയോ അവൻ നടന്നുപോകുമ്പോൾ, സന്ദർഭവശാൽ അവന് മുന്നിൽ വന്നുപെട്ട മറ്റേതെങ്കിലും പക്ഷിയോ പ്രകൃതി നിയമമനുസരിച്ച് അവന്റേതാണ്. അവനതിനെ കൊന്ന് തിന്നുകയോ, ഇഷ്ടമുള്ളത് ചെയ്യുകയോ ആകാം. മുയലുകളുടെ കാര്യത്തിലവൻ വളരെ സ്വതന്ത്രനാണ്, മുച്ചുണ്ടൻ മുയലിനെ എപ്പോൾ വേണമെങ്കിലും എടുത്ത് കൊണ്ടു പോകാം. ആരും കാണാതെ ചെയ്യണമെന്നു മാത്രം! നിയമം അറിയാവുന്നവനും, ആദരണീയനും മതവിശ്വാസിയുമായതിനാൽ തിന്മ നിറഞ്ഞതായി കാണപ്പെടുന്ന പ്രവൃത്തികൾ ഒഴിവാക്കാനവൻ ഉൽക്കണ്ഠയുള്ളവനായിരുന്നു. എന്നാൽ, ഒരു മുയലിനേയോ മുറിവേറ്റ തിത്തിരിപ്പക്ഷിയേയോ കരസ്ഥമാക്കുന്നത്, ഒളിവേട്ടയിൽനിന്ന് തികച്ചും വ്യത്യസ്തമാണെന്നവന്റെ മനസ്സ് പറഞ്ഞു; എന്നാൽ ഉന്നത വർഗ്ഗത്തിന് അപ്രകാരമല്ല എന്നവൻ ബോധവാനാണ്. നിയമം അവരെ ഒന്നാക്കിയിരിക്കുന്നു. അത് കഠിനവും പ്രകൃതി വിരുദ്ധവും ഏകപക്ഷീയവുമായൊരു നിയമമാണ്, അവർക്കുവേണ്ടി അവർ സൃഷ്ടിച്ചത്. പുറമേക്ക് അവനതിനോട് യോജിച്ച് പോകണം, അങ്ങനെ, അധികം ആട്ടി

യടയന്മാരും തൊഴിലാളികളും തങ്ങൾക്ക് മുന്നിൽ വന്നുപെടുന്ന വന്യജീവികളെ പിടികൂടുന്നു. യഥാർത്ഥ ഒളിവേട്ടക്കാരോടുള്ള മൃഗപാലകരുടെ വെറുപ്പ് അവർക്കും നേരിടേണ്ടിവരുന്നു. ഒരു ഗ്രാമീണ ഒളിവേട്ടക്കാരൻ, സാധാരണയായി ഒരു അലസനും ദുർവൃത്തനും ആയൊരു വ്യക്തിയാണ്; ശാന്തനും അദ്ധ്വാനശീലനും നീതിമാനുമായ ആട്ടിടയനോ, കർഷകനോ, വണ്ടിക്കാരനോ അത്തരക്കാരുടെ നിലയിൽ ഉൾപ്പെട്ടവരല്ല. എന്നാൽ മറ്റെല്ലാ കാര്യങ്ങളിലും അവൻ എത്ര തുറന്ന മനഃസ്ഥിതിയും സത്യസന്ധതയും ഉള്ളവനാണെങ്കിലും ഈ ഒരു കാര്യത്തിൽ അവൻ വഞ്ചിക്കപ്പെടാനിടയുണ്ട്. ഇവിടെ അത് വിശദീകരിക്കാനായി ഞാനൊരു സംഭവം പറയാം. ഞാനത് ഇപ്പോൾത്തന്നെ കേട്ടതേയുള്ളൂ. എന്റെ പഴയ ഒരു ആട്ടിടയസുഹൃത്തുമായി സംഭാഷണത്തിലേർപ്പെട്ടപ്പോൾ ലഭിച്ച വസ്തുതകൾ ഞാനിവിടെ കൂട്ടിയിണക്കിയിരിക്കയാണ്.

അൻപത് വർഷങ്ങൾ ആടുമേച്ച് നടന്ന നല്ലവനായൊരു വൃദ്ധനാണയാൾ ഇനിയൊരു പത്തുവർഷംകൂടി ആ ജോലി അയാൾക്ക് അനായാസം തുടരാൻ കഴിയുമെന്ന കാര്യത്തിൽ എനിക്കൊരു സംശയവുമില്ല. അയാൾ ഒരു 'നല്ല ആട്ടിയൻ' (കാബെലിന്റെ പ്രയോഗം)- ചെമ്മരിയാടുകളെക്കുറിച്ചും അവർക്കുണ്ടാകുന്ന രോഗങ്ങളെ കുറിച്ചും ഇത്രയും അഗാധമായ ജ്ഞാനം ഞാൻ മറ്റൊരാളിലും കണ്ടിട്ടില്ല - മാത്രമല്ല, ഒരു യഥാർത്ഥ മതവിശ്വാസിയും 'ദൈവത്തോടൊപ്പം സഞ്ചരിക്കുന്നവനും' ആയിരുന്നു! അയാൾ ഡോർസെറ്റ് ഷയർ അതിർത്തിയിലെ വലിയൊരു ഫാമിൽ ആട്ടിടയത്തലവനായിരിക്കുമ്പോൾ അയാൾക്കുണ്ടായിരുന്ന ഒരു ഇടയനായയുടെ കഥ എന്നോട് പറഞ്ഞു. അയാളുടെ യജമാനന് ജീവിതത്തിൽ ഏറ്റവും ആനന്ദകരമായ കാര്യം ഇടയനായ്ക്കളെക്കൊണ്ട് മുയൽവേട്ട നടത്തലായിരുന്നു. അദ്ദേഹത്തിന്റെ ഭൂമിയിൽ മുയലുകൾ നിറഞ്ഞിരിക്കയാണ്. സ്വാഭാവികമായും അവയെ വിശുദ്ധമൃഗമായി കരുതണമെന്നദ്ദേഹം ഫാമിലെ ജോലിക്കാരോട് ആവശ്യപ്പെട്ടിരുന്നു; ഒരു ദിവസം അദ്ദേഹം ആട്ടിടയന്റെ അടുത്തുവന്ന്, അയാളുടെ ഇടയനായ ഒരു മുയലിനെ വേട്ടയാടുന്നത് ആരോ കണ്ടു എന്ന് പരാതിപ്പെട്ടു.

ആരാണ് അത്തരമൊരു കാര്യം പറഞ്ഞതെന്ന് ആ ആട്ടിടയൻ ധാർമ്മിക രോഷത്തോടെ ചോദിച്ചു.

"അത് സാരമില്ല," യജമാനൻ പറഞ്ഞു. "അത് സത്യമാണോ?"

"അത് നുണയാണ്." ആട്ടിടയൻ പറഞ്ഞ് എന്റെ ഇടയനായ ഒരിക്കലും മുയലിനേയോ മറ്റേതെങ്കിലും മൃഗത്തേയോ വേട്ടയാടില്ല. എന്റെ വിശ്വാസം അത് പറഞ്ഞവന് ഒരു ഇടയനായ ഉണ്ടായിരിക്കുമെന്നും അത് മുയലുകളെ വേട്ടയാടുന്നുണ്ടായിരിക്കുമെന്നുമാണ്, എന്നിട്ട് ആ കുറ്റം മറ്റ് ആരുടേയെങ്കിലും മേൽ ചുമത്തുകയാണ്."

"അങ്ങനെ ആയിരിക്കാം." ആ ഫാം ഉടമ അവിശ്വാസത്തോടെ പറഞ്ഞു.

ആ സമയം ഒരു മുയൽ അവിടെ പ്രത്യക്ഷപ്പെട്ടു. അത് വയൽമുറിച്ചുകടന്ന് അവർക്കുനേരെ വന്നു. അവർ അനങ്ങാതിരുന്നതുകൊണ്ടോ, അത് അവരുടെ മണം പിടിക്കാതിരുന്നതുകൊണ്ടോ അത് മുന്നോട്ടുവന്നുകൊണ്ടേയിരുന്നു. ഇടയ്ക്കിടെ ഒന്നോ രണ്ടോ മിനിറ്റ് അത് ഇരിക്കുമായിരുന്നു; പിന്നേയും അത് നടന്ന്, അവർ നിന്നിരുന്നതിന്റെ നാല്പത് വാര ദൂരെ എത്തി. അത് അടുത്തുവരുന്നത് അദ്ദേഹം നിരീക്ഷിച്ചുകൊണ്ടിരുന്നു. അതേസമയം മുയലിനെ നിർന്നിമേഷനായി വീക്ഷിച്ചുകൊണ്ടായിരുന്ന നായയുടെ മേലും അദ്ദേഹത്തിനൊരു കണ്ണ് ഉണ്ടായിരുന്നു. "ഇപ്പോൾ ആട്ടിടയാ" ഫാം ഉടമ പറഞ്ഞു. "നിങ്ങൾ നായയോടൊരു വാക്ക് പറഞ്ഞു നോക്കൂ. ഞാൻ സ്വയം ഒന്നു കാണട്ടെ." അയാൾ ഒരക്ഷരം മിണ്ടിയില്ല. ഏതാനും നിമിഷങ്ങൾ മുയൽ അവരുടെ അടുത്ത് വന്നിരുന്നു, പിന്നെ, ഓടി മറഞ്ഞു, നായ ഒന്ന് അനങ്ങുകപോലും ചെയ്തില്ല!

'ശരി" ഫാം ഉടമ പറഞ്ഞു. 'നിങ്ങളുടെ നായയെ കുറിച്ച് ഞാൻ കേട്ടത് ഒരു നുണയായിരുന്നെന്ന് ഞാനിപ്പോൾ മനസ്സിലാക്കുന്നു. ഞാൻ സ്വയം അതു കണ്ടു. എന്നോടത് പറഞ്ഞവനെ ഞാൻ സൂക്ഷ്മമായി വീക്ഷിക്കുന്നുണ്ട്."

ഒരു ഇടയനായയെക്കുറിച്ചും ആട്ടിടയനെ കുറിച്ചും ആ ഫാം ഉടമയ്ക്ക് യാതൊരു വിവരവും ഇല്ലെന്നതാണ് ഈ കഥയെ കുറിച്ചുള്ള എന്റെ ഭാഷ്യം. "നിങ്ങൾ, അവനെ പിടിക്കൂ, ബോബ് എന്നോ മറ്റോ പറഞ്ഞിരുന്നെങ്കിൽ എന്താകുമായിരുന്നു സ്ഥിതി."

തിളങ്ങുന്ന കണ്ണുകളോടെ അയാൾ എന്നെ നോക്കി മറുപടി നല്കി: "അവൻ അതിനെ പിടിച്ചേനെ എന്ന് ഞാൻ വിശ്വസിക്കുന്നു; എന്നാൽ ഞാൻ പറയുന്നതുവരെ അവൻ അനങ്ങില്ല."

അത് ഇതിലേക്കാണ് വരുന്നത്. ഒരു മുയലിനെ പിടിക്കുന്നതുകൊണ്ട് താൻ ആരുടേയും സ്വത്ത് കൊള്ളയടിക്കുന്നില്ല എന്ന് ആ ആട്ടിടയൻ വിശ്വസിക്കുന്നു, അതിൽനിന്നുള്ള പ്രത്യാഘാതത്തിൽനിന്ന് സ്വയം രക്ഷപ്പെടാനായി ഒരു നുണ പറഞ്ഞാൽ അതൊരു നുണയായി അയാൾ കണക്കാക്കുന്നില്ല.

ഈ പ്രശ്നത്തിൽ ഞാൻ അയാളുടെ പക്ഷത്താണെന്നയാൾ മനസ്സിലാക്കിയപ്പോൾ ഒരു കാര്യം അയാൾ എന്നോട് തുറന്നുപറഞ്ഞു - ഒരിക്കൽ തന്റെ പക്കൽ ഉണ്ടായിരുന്ന ഒരു ഒന്നാംതരം ഇടയനായയെ ഒരു മുയലിനെ പിടിക്കാത്തതിന്റെ പേരിൽ അയാൾ ഒഴിവാക്കിയത്രേ!

ഒരു നായ താൻ ചെയ്യേണ്ടതും ചെയ്യാൻ പാടില്ലാത്തതും തിരിച്ചറിയേണ്ടതുണ്ട്. അവൻ കരുണാമയമായ വാക്കുകൾ കൊണ്ടും ലാളന കൊണ്ടും വികാരപരവശ്യത്തോടെ ഒരുവശത്ത് നിർബ്ബന്ധിക്കപ്പെടുന്നു, മറുവശത്ത് കടുത്തവാക്കുകൾകൊണ്ടും ശക്തമായ പ്രഹരങ്ങൾ കൊണ്ടും! താൻ മുയലുകളെ വേട്ടയാടുന്നത് മോശമാണെന്നവൻ മനസ്സിലാക്കുന്നു; കാലക്രമേണ വളരെ ക്ലേശങ്ങൾ സഹിച്ചശേഷം ഒരു നായ

യുടെ ഏറ്റവും ശക്തമായ ജന്മവാസനയെ മറികടക്കാനവന് കഴിയുന്നു. അവൻ കൃത്രിമമായ ഒരു മനഃസ്സാക്ഷി കൈവരിക്കുന്നു! അങ്ങനെ, അവന്റെ പഠനം അവസാനിക്കുമ്പോൾ സത്യത്തിൽ അത് തികച്ചും അവസാനിച്ചിട്ടില്ലെന്നവനെ മനസ്സിലാക്കിക്കണം - അതായത്, അവന്റെ മനസ്സിൽ കടത്തിവിട്ടിട്ടുള്ള ഏറ്റവും ഖേദകമായൊരു പാഠം അവൻ ഭാഗമായി പഠിക്കരുതെന്ന്! അതായത്, അവൻ ഒരു മുയലിനെ തന്റെ യജമാനൻ പറഞ്ഞാൽ വേട്ടയാടണം. മനുഷ്യനും നായയും തമ്മിലുള്ള ഒരു കരാറാണത്. അങ്ങനെ, അവർക്കൊരു നിയമമുണ്ട്. അത് നായ അനുസരിക്കാൻ പ്രതിജ്ഞാബദ്ധനാണ്! എന്നാൽ, അതുണ്ടാക്കിയ മനുഷ്യൻ ആ നിയമത്തിന്നതീതനാണ്, അത് ലംഘിക്കണമെന്ന് മനുഷ്യന് തോന്നിയാൽ തന്റെ സേവകനോട് അപ്രകാരം ആജ്ഞാപിക്കാം. നായ, പതിവായി, യജമാനൻ കൊടുത്തതിലേറെ സ്വതന്ത്ര്യമെടുത്ത് ഉടനെ കാര്യങ്ങൾ നിർവ്വഹിക്കുന്നു. മുമ്പത്തെ സംഭവത്തിലെ എന്റെ ആട്ടിടയന്റെ നായയെപ്പോലുള്ള മൃഗമാണ് ഏറ്റവും സാമർത്ഥ്യമുള്ളത്. യജമാനൻ ഉത്തരവിടുന്നതുവരെ അവൻ അനങ്ങില്ല! മറുവശത്ത്, ആ പാവം ബുദ്ധിഹീനനായ മൃഗത്തിന് സന്ദർഭാനുസരണം ഉയരാൻ കഴിയില്ല; അതവന് ആകെ സങ്കീർണ്ണമാണ്; അവനോട് ഒരു മുയലിനെ പിടിക്കാൻ പറഞ്ഞാൽ, അവൻ വാല് കാലുകൾക്കിടയിൽ വെച്ച്, അമ്പരപ്പോടെ യജമാനനെ നോക്കിനില്ക്കും. "എനിക്ക് അടികിട്ടുന്ന ഒരുകാര്യം ചെയ്യാൻ നിങ്ങൾ എന്തിനാണെന്നോട് പറയുന്നത്?"

കാലെബ് എന്നെക്കുറച്ചു കാലം നന്നായി അറിഞ്ഞശേഷം മാത്രമാണ്, ഞങ്ങൾ അടുത്ത കൂട്ടുകാരായശേഷം ആണ്, ഇക്കാര്യങ്ങളെല്ലാം പൂർണ്ണസ്വാതന്ത്ര്യത്തോടെ എന്നോട് പറയാൻ തുടങ്ങിയത്- കൊച്ചു കൊച്ചു നിയമവിരുദ്ധമായ കാര്യങ്ങൾ!

ഒരുദിവസം ഒരു പരുന്ത് താഴെ ഓടിക്കൊണ്ടിരുന്ന ഒരു തിത്തിരി പക്ഷിയുടെ മേൽ പതിച്ച്, നിലത്തുകിടന്ന് പൊരുതുന്നതയാൾ കണ്ടു. അതൊരു പുൽവയലായിരുന്നു. അയാൾ അതിനോട് ചേർന്നുള്ള ഹെഡ്ജിന്നപ്പുറത്തുകൂടെ പതിവായി നടക്കാറുള്ളതാണ്. ആ ഹെഡ്ജിലൂടെ അകത്തേക്ക് കടക്കാൻ യാതൊരു പഴുതുമില്ല! അപ്പോൾ ആ പരുന്ത് തിത്തിരിപക്ഷിയെ കാൽനഖങ്ങൾക്കിടയിൽ ഇറുക്കിപ്പിടിച്ചുകൊണ്ട്, ഹെഡ്ജിനു മീതെ പറന്ന് കാലെബിന്റെ ഭാഗത്തേക്ക് വന്നു. തിത്തിരി പക്ഷി അപ്പോഴും പരുന്തിന്റെ കാൽ നഖങ്ങൾക്കിടയിൽ കിടന്ന് പിടയുകയായിരുന്നു. വീണ്ടും അത് നിലത്തിറങ്ങി പോരാട്ടം തുടർന്നു. കാലെബ് ആ സ്ഥലത്തേക്ക് ഓടിച്ചെന്നപ്പോൾ പരുന്ത് അതിന്റെ ഇരയെ വിട്ട് പറന്നുയർന്നു. അതിന്റെ നഖങ്ങൾ തിത്തിരിപക്ഷിയുടെ ശരീരത്തിൽ ആഴ്ന്നിറങ്ങിയിരുന്നു, അതിന് പറക്കാൻ കഴിഞ്ഞിരുന്നില്ലെങ്കിലും ജീവനുണ്ടായിരുന്നു. ആ ആട്ടിടയൻ അതിനെക്കൊന്ന്, പോക്കറ്റിലിട്ടുകൊണ്ട് വന്ന്, പാകം ചെയ്ത് ആസ്വദിച്ച് കഴിച്ചു.

ഈ ഒരു നിഷ്കളങ്കമായ ഒളിവേട്ടയിൽനിന്ന് സൂത്രശാലിയും ചീത്ത

മനുഷ്യനുമായ ഒളിവേട്ടക്കാരനെ ഒരു കുരുവി ഒഴിവാക്കിയ വിവരണത്തിലേക്ക് കാലെബ് കടന്നു.

അയാൾ അങ്ങേഅറ്റം വെറുത്തിരുന്ന രണ്ടുപേർ ആ ഗ്രാമത്തിൽ ഉണ്ടായിരുന്നു; അച്ഛനും മകനും, വൃദ്ധൻ ഗാർഗും യുവാവ് ഗാർഗും, രണ്ടുപേരും സ്ഥിരമായ ഒളിവേട്ടക്കാർ. യാതൊരു ജോലിയും ചെയ്യാതെ, തന്റെ ദുഷിച്ച ജീവിതരീതിയിൽ ലജ്ജയില്ലാതെ മദ്യശാലകളിൽ ഒഴിബാധയായിത്തീർന്ന യഥാർത്ഥ ദുർവൃത്തരേക്കാൾ മോശക്കാരാണിവർ. ഇവർ ഇരുവരും കപടനാട്യക്കാരാണ്; പുറമേക്കവർ ശാന്തരും നീതിമാന്മാരുമാണ്, അവർ സ്വന്തം അയൽവാസികളിൽ നിന്ന് അല്പം അകലം പാലിക്കുന്നു. മറ്റ് ആളുകളുടെ കുറ്റങ്ങളെ അതികഠിനമായി അവർ അവഹേളിക്കുന്നു!

ഒരു ഞായറാഴ്ചദിവസം രാവിലെ ഗ്രാമത്തിൽനിന്ന് ദൂരെയുള്ള ഫാമിലേക്ക് ഒരു കുന്നിൻ ചെരുവിലൂടെ കാലെബ് നടന്നുപോകുകയായിരുന്നു. കുറച്ച് അപ്പുറത്തുനിന്ന് അയാൾ ഒരു വെടിയൊച്ച കേട്ടു. ഒന്നോ രണ്ടോ മിനിറ്റിനുശേഷം രണ്ടാമത്തെ വെടിയൊച്ചയും. അതവനെ വല്ലാതെ ആകാംക്ഷാഭരിതനാക്കി, ആ വെടിയൊച്ച കേട്ടിടത്തേക്കവൻ സൂക്ഷിച്ചു നോക്കി; അല്പനേരത്തിനുശേഷം ഒരാൾ അവനു നേരെ വരുന്നതവൻ കണ്ടു, നീണ്ട ഫ്രോക്ക് ധരിച്ച ആ മനുഷ്യൻ വൃദ്ധൻ ഗാർഗ് ആയിരുന്നു. എന്നാൽ ആട്ടിടയനെ കണ്ട ഉടനെ അവനെ ഒഴിവാക്കാനായി ഹെഡ്ജിലെ ഒരു പഴുതിലൂടെ കടന്ന് മറ്റൊരു ഭാഗത്തേക്ക് പോയി. തന്റെ നീണ്ട ഫ്രോക്കിനുള്ളിൽ തോക്ക് രണ്ട് ഭാഗങ്ങളായി ഒളിപ്പിച്ചുവെച്ചിരിക്കയാണയാൾ എന്ന് കാലെബ് നിസ്സംശയം മനസ്സിലാക്കി. അയാൾ ഒരു ഓട്സ് പാടത്തെത്തുന്നതുവരെ നടത്തം തുടർന്നു; പാതിമാത്രം കൊയ്തൊരു പാടമായിരുന്നു അത്; ബാക്കി ഭാഗത്ത് ഓട്സ് ഇടതിങ്ങി നില്ക്കുകയായിരുന്നു. അവിടെ ഒളിച്ചുകിടന്ന് ധാന്യം തിന്നാൻ വരുന്ന തിത്തിരിപക്ഷികളെ വെടിവെക്കുകയായിരുന്നു വൃദ്ധൻ ഗാർഗ്. ഏതാനും വൈക്കോൽ തുറുകൾ അയാളുടെ മുന്നിൽ ഉണ്ടായിരുന്നതിനാൽ പക്ഷികളുടെ ദൃഷ്ടിയിൽ നിന്നയാൾ മറയ്ക്കപ്പെട്ടിരിക്കുന്നു. അയാൾ വെടിവെച്ച് വീഴ്ത്തിയ പക്ഷികളുടെ തൂവലുകൾ അവിടെ ചിതറിക്കിടക്കുന്നുണ്ടായിരുന്നു. അയാൾ ഞായറാഴ്ച പ്രഭാതവേട്ട അവസാനിപ്പിച്ച് തിരിച്ചുപോകുകയായിരുന്നു. ഈ സന്ദർഭത്തിൽ അല്പം വൈകിയിരിക്കയാണ്.

കാലെബ് തന്റെ ആട്ടിൻ കൂട്ടത്തിന്റെ അടുത്തേക്ക് നടന്നു; എന്നാൽ, അതിനുമുമ്പ് അയാളുടെ നായ കൊല്ലപ്പെട്ട ഒരു തിത്തിരിപക്ഷിയെ ഹെഡ്ജിനു മീതെ കണ്ടു. അത് അത്ര ദൂരം പറന്നശേഷം നിലം പതിച്ചതാണ്; പുത്തൻ രക്തം അതിന്റെ തൂവലുകളിൽ കാണാം. അതയാൾ തന്റെ പോക്കറ്റിലിട്ടു. ആടുകളെ മേക്കാൻ പോയ ദിവസം മുഴുവൻ അതവൻ ചുമന്നു നടന്നു! ഉച്ചതിരിഞ്ഞ് രണ്ട് മാഗ്പൈ പക്ഷികൾ പാടത്തിന് നടുവിൽ എന്തോ പെറുക്കുന്നതുപോലെ അയാൾ കണ്ടു. അവ എന്താണ് കണ്ടെത്തിയതെന്ന് നോക്കാനായി അയാൾ അങ്ങോട്ടുചെന്നു. അന്നു

രാവിലെ വൃദ്ധൻ ഗാർഡ് വെടിവെച്ചുവീഴ്ത്തിയ തിത്തിരിപക്ഷി ആയിരുന്നു അത്. അതും അല്പദൂരം പറന്ന് നിലം പതിച്ചതിനാൽ അയാൾക്കത് നഷ്ടപ്പെട്ടു. അത് തണുത്തിരുന്നതിനാൽ മാഗ്പൈ പക്ഷികൾ അത് ചത്തെന്ന് മനസ്സിലാക്കി. അവർ അതിന്റെ തൊലി കഴുത്തിൽനിന്നും പൊളിച്ച് നെഞ്ചുവരെ എത്തിച്ചിരുന്നു. കാലബ് ഈ പക്ഷിയേയും എടുത്തു; പിന്നീട് അതിനെ പരിശോധിക്കാനായി ഇരുന്നു; കീറിയ തൊലി തുന്നി കൂട്ടാമെന്നയാൾ കരുതി; അയാൾ തൊപ്പിക്കുള്ളിൽ എപ്പോഴും സൂചിയും നൂലും കൊണ്ടു നടക്കാറുണ്ട്. അയാൾ ആ ഭാഗം ഭംഗിയായി കൂട്ടി തുന്നി തൂവലുകളും പിടിപ്പിച്ചു; അങ്ങനെ മുറിവ് ഒട്ടും കാണാത്ത നിലയിലാക്കി; വൈകുന്നേരം അയാൾ ഒരു ആക്രിക്കച്ചവടക്കാരന്റെ അടുത്ത് ചെന്ന് ഈ രണ്ട് തിത്തിരിപക്ഷികളെ കാണിച്ചു. അയാൾ അതിനെ കൈയിലെടുത്ത്, അതിന്റെ ഭാരം ഏകദേശം കണക്കാക്കി, ശ്രദ്ധിച്ച് പരിശോധിച്ചു, അവ നല്ലഭാരമുള്ള തടിച്ചുകൊഴുത്ത പക്ഷികളാണെന്ന് സമ്മതിച്ചു; അവയ്ക്കയാൾ രണ്ട് ഷില്ലിങ് കൊടുക്കാമെന്ന് സമ്മതിച്ചു.

അത്തരം ഒരു മനുഷ്യനെ മിക്കവാറും എല്ലാ ഗ്രാമങ്ങളിലും കാണാനാകും; അയാൾ സ്വയം 'പൊതു വ്യാപാരി' എന്നാണ് സ്വയം വിശേഷിപ്പിക്കുക. അയാൾ ഒരു കെണിയും കുതിരക്കുട്ടിയെയും കൊണ്ടുനടക്കുന്നു. ഒരു ചെറിയ ഗ്രാമീണ സമൂഹത്തിന്നയാൾ വളരെ ഉപകാരപ്രദമായൊരു വ്യക്തിയാണ്, ചീഞ്ഞുനാറുന്നതെല്ലാം വൃത്തിയാക്കുന്ന ഒരു തരം കാക്ക!

രണ്ട് ഷില്ലിങ് അയാൾക്ക് വളരെ സ്വാഗതാർഹമായിരുന്നു; എന്നാൽ പണത്തേക്കാളേറെ അയാളെ സന്തോഷിപ്പിച്ചത്, കപട നാട്യക്കാരനായ വൃദ്ധൻ ഒളിവേട്ടക്കാരൻ വെടിവെച്ചു വീഴ്ത്തിയ രണ്ടു പക്ഷികളെ തനിക്ക് സ്വന്തമാക്കാൻ കഴിഞ്ഞല്ലോ എന്ന ആനന്ദകരമായ ചിന്തയായിരുന്നു! കാലെബിന് അയാളെ വെറുക്കാൻ നല്ല കാരണമുണ്ടായിരുന്നു. തന്റെ ഭൂമിയിൽനിന്ന് മുയലുകളെ പിടിക്കാൻ യജമാനൻ അനുവാദം കൊടുത്തിട്ടുള്ള ആട്ടിടയന്മാരിൽ ഒരാളാണ് കാലേബ്. പല സന്ദർഭങ്ങളിലും തന്റെ കെണി തകർത്തിട്ടിരിക്കുന്നത് കണ്ടെത്തിയിട്ടുള്ള അയാൾ ഒരു തീരുമാനത്തിലെത്തി. തന്റെ ചലനങ്ങൾ നിരീക്ഷിച്ചിട്ടുള്ള ചില സൂത്രശാലികൾ രാത്രിയിൽ സംഭവസ്ഥലവും സന്ദർശിക്കുന്നുണ്ട്! ഒരു ദിവസം സന്ധ്യക്ക് അയാൾ മുള്ളങ്കി വയലിൽ അഞ്ച് കെണികൾ വെച്ചു; പിറ്റേന്ന് നേരം പുലരുന്നതിനു മുമ്പായി കനത്ത മൂടൽ മഞ്ഞിൽ അവ പരിശോധിക്കാനായി പോയി. എല്ലാം തകർത്തിട്ടിരിക്കുന്നു! അയാൾ അത്തരം ഒരുസംഭവം കണ്ട് വല്ലാതെ സംഭ്രമിക്കുകയും കുപിതനാകുകയും ചെയ്തു; അപ്പോൾ പെട്ടെന്ന് മഞ്ഞ് അപ്രത്യക്ഷമായി; രണ്ട് മനുഷ്യർ കുന്നിലൂടെ ധൃതി പിടിച്ച് നടന്നുപോകുന്നതയാൾ കണ്ടു. അവർ കുറച്ച് ദൂരെയായിരുന്നു എങ്കിലും പ്രഭാത വെളിച്ചത്തിൽ വൃദ്ധൻ ഗാർഗിനേയും യുവഗാർഗിനേയും അയാൾക്ക് വ്യക്തമായി തിരിച്ചറിയാൻക

ഴിഞ്ഞു! ഏതാനും നിമിഷങ്ങൾക്കുള്ളിൽ അവർ കുന്നിൻ മുകളിൽ അപ്രത്യക്ഷരായി! ഇത്തരം നീചപ്രവൃത്തിയിലൂടെ തനിക്ക് മുയലിനെ നഷ്ടപ്പെടുത്തിയതിൽ കാലെബ് ഉന്മത്തനായിരുന്നു, എന്നാൽ അതേസമയം കുറ്റവാളികളെ കണ്ടെത്തിയതിൽ വളരെ സന്തോഷിക്കുകയും ചെയ്തു! എന്നാൽ, എന്തുചെയ്യണമെന്നയാൾക്ക് അറിയില്ലായിരുന്നു.

പിറ്റേന്ന് ആ കുന്നിൽ ചെരുവിൽ അയാൾ തന്റെ ആട്ടിൻ കൂട്ടത്തോടൊപ്പം നില്ക്കവേ അടുത്തായി മറ്റൊരു ആട്ടിടയൻ ആടുകളെ മേക്കുന്നത് കണ്ടു, ആ ആട്ടിടയനെ അയാൾക്ക് നന്നായി അറിയാം ശാന്തനും അറിവുള്ളവനുമായ വൃദ്ധൻ ജോസഫ് ഗേതർ ഗുഡ് ആയിരുന്നു അത്! പ്രശസ്തനായ മുയൽ പിടിത്തക്കാരനാണയാൾ. അയാളുടെ അടുത്തു ചെന്ന്, തന്നെ രണ്ട് ഗാർഗുമാർ കൂടി ചതിച്ച കഥ പറഞ്ഞ് ഇക്കാര്യത്തിൽ എന്തുചെയ്യണമെന്ന് ചോദിക്കാൻ കാലെബ് തീരുമാനിച്ചു.

ആ വൃദ്ധൻ വളരെ സ്നേഹമുള്ളവനായിരുന്നു. എന്താണ് ചെയ്യേണ്ടതെന്ന് തൽക്ഷണം കാലെബിനോട് പറഞ്ഞുകൊടുത്തു. "ഇനി മുതൽ ഹെഡ്ജുകളിലും പരിസരത്തും നിങ്ങൾ കെണികൾ വെക്കരുത്." അയാൾ പറഞ്ഞു. ആരും മുയലുകൾക്കു പിന്നാലെ പോകാത്ത തുറസ്സായ സ്ഥലങ്ങളിൽ കെണി വെക്കുക. അവർക്ക് കെണി കണ്ടെത്താനാകില്ല. ഇപ്രകാരമായിരുന്നു അത് ചെയ്യേണ്ടിയിരുന്നത്. ആദ്യം തന്റെ ബൂട്സിന്റെ ഉപ്പുറ്റികൊണ്ട് നിലം ഉരച്ച്, പുൽത്തകിടിയിലൂടെ പുത്തൻ മണ്ണ് കാണാവുന്ന വിധത്തിലാക്കുക. പിന്നെ, അല്പം മുയൽ വാസന ദ്രാവകം ആ മണ്ണിൽ തെളിക്കുക, അതിന്നടുത്തായി കെണി വെക്കുക, മുയലുകൾ അവിടെ മാന്തിക്കുഴിക്കാനായി ആ സ്ഥലത്തേക്ക് പോകും; ആ ദ്രാവകത്തിന്റെയും പുത്തൻ മണ്ണിന്റെയും സമ്മിശ്രഗന്ധം മുയലുകളെ തീർച്ചയായും അവിടേക്ക് ആകർഷിക്കും; വേണ്ടരീതിയിൽ കെണി വെച്ചിട്ടുണ്ടെങ്കിൽ അവ കെണിയിൽ അനിവാര്യമായും വീണിരിക്കും!

ഒരു കെണി കൊണ്ടുപോയി ഈ പദ്ധതി കാലെബ് ശ്രമിച്ചുനോക്കി. പിറ്റേന്നുരാവിലെ കെണിയിൽ ഒരു മുയൽവീണു കിടക്കുന്നതയാൾ കണ്ടു. അന്ന് വൈകുന്നേരം അയാൾ ആ കെണി വീണ്ടും തയ്യാറാക്കി വെച്ചു. പിറ്റേന്നയാൾക്ക് ഒരു മുയലിനെ കിട്ടി, വീണ്ടും വീണ്ടും തുടർച്ചയായി അഞ്ച് രാത്രികൾ ആ പണി തുടർന്നു, അങ്ങനെ അഞ്ച് മുയലുകൾ അതേ കെണിയിൽ വീഴുകയുണ്ടായി! താൻ വിലപ്പെട്ട ഒരു പാഠം ആ വൃദ്ധനിൽനിന്ന് പഠിച്ചെന്നും വൃദ്ധൻ ഗേതർ ഗുഡ് മുയലുകളെക്കുറിച്ച് നല്ല ജ്ഞാനമുള്ളൊരു ബുദ്ധിശാലിയാണെന്നും കാലെബിന് ബോദ്ധ്യമായി! തന്റെ നീചന്മാരായ രണ്ട് ശത്രുക്കളെ കടത്തിവെട്ടാൻ കഴിഞ്ഞതിൽ അയാൾ വളരെ ആഹ്ലാദവാനായിരുന്നു.

കുഴി മുയലിന്റെ കാര്യത്തിലെന്നതുപോലെ മറ്റ് മുയലിന്റെ കാര്യത്തിലും (ഹെയർ) ആട്ടിടയൻ ഗാതർ ഗുഡ് സമർത്ഥനായിരുന്നു. ഇവയേയും അയാൾ ഏറ്റവും തുറസ്സായ കുന്നിൻ പ്രദേശത്തേക്ക് കൊണ്ടുപോകും. കള്ളി മുൾച്ചെടിതളിരുകളോടുള്ള അവയുടെ അഭിരുചിയെക്കു

റിച്ചുള്ള വിജ്ഞാനമാണവയാളുടെ വിജയരഹസ്യം! വലിയൊരു പുൽത്തകിടിയുടെ മദ്ധ്യത്തിൽ അയാൾ ബലമുള്ള തണ്ടോട് കൂടിയ തളിരിലകൾ കുത്തി നിർത്തുന്നു; അതിൽനിന്ന് ഒരടി ദൂരെയായി പുല്ലിന്നടിയിലോ കരിയിലകൾക്കിടയിലോ കെണി ഒളിപ്പിച്ചുവെക്കുന്നു. തളിരിലയുടെ ഗന്ധം മാനിനെ ആ സ്ഥലത്തേക്ക് ആകർഷിക്കുന്നു; തളിരിലകൾ അല്പാല്പമായി തിന്നുതിന്ന് ചുറ്റും നടന്ന് ഒടുവിൽ കെണിക്കകത്ത് അകപ്പെടുന്നു!

കാലെബ് ഈ പദ്ധതി ഒരിക്കലും ശ്രമിച്ചു നോക്കിയിട്ടില്ല. എന്നാൽ ഗാതർഗുഡ് പറഞ്ഞത് ശരിയാണെന്നവന് ബോദ്ധ്യമാണ്.

മറ്റൊരു രീതിയിൽ മുയലുകളെ പിടിക്കുന്ന, കൂടുതൽ സമർത്ഥനായൊരു ആട്ടിടയനെ കുറിച്ചയാൾ എന്നോട് പറഞ്ഞു. അയാൾ കൈയിൽ പിടിക്കുന്ന, അസാധാരണനീളമുള്ള ആട്ടിടയവടിയെ കുറിച്ച് അയാളുടെ പരിചയക്കാർ പലപ്പോഴും കളിയാക്കാറുണ്ട്! അതൊരുകുന്തമോ, കഴുക്കോലോ പോലുണ്ട്, സാധാരണ വടിയുടെ ഇരട്ടി നീളം! എന്നാൽ, അയാൾക്കതുകൊണ്ടൊരു പ്രയോജനമുണ്ട്. ഈ ആട്ടിടയൻ കുന്നിന്റെ അനുയോജ്യമായ സ്ഥലങ്ങളിൽ മുയലുകളുടെ രൂപങ്ങൾ ഉണ്ടാക്കിവെക്കുന്നു; സന്ദർഭവശാൽ അത് കാണുന്നവർ ഒന്നും അത് മനുഷ്യ നിർമ്മിതമാണെന്ന് വിശ്വസിക്കുകയില്ല. അത്ര തന്മയത്തോടെയാണവ നിർമ്മിച്ചിട്ടുള്ളത്! മുയലുകൾ തീർച്ചയായും അങ്ങനെ കരുതും. ആ ആട്ടിടയൻ ചെമ്മരിയാടുകളുമായി പുറത്തു പോകുമ്പോൾ അയാൾ ഈ രൂപങ്ങളുടെ അടുത്തെത്തും. അവയുടെ അരികിലൂടെ മെല്ലെ നടന്നു ചെന്ന്, ഇരുപതോ മുപ്പതോ അടി ദൂരെ മാറിനില്ക്കും, അയാളുടെ നായയും പിൻതുടരും. ഒരു മുയൽ ആ രൂപത്തിന് മുന്നിൽ കുനിഞ്ഞു നില്ക്കുന്നത് കാണുമ്പോൾ അയാൾ എന്തോ ഒരു വാക്ക് പറയും; തൽക്ഷണം ആ നായ നിശ്ചലനായി നില്ക്കും. ആട്ടിടയൻ അല്പദൂരം കൂടി നടന്ന് ആ രൂപത്തിന്നടുത്തെത്താവുന്ന രീതിയിൽ ഒരു വൃത്തത്തിനുള്ളിൽ നില്ക്കും. ആസമയം മുയലിന്റെ ദൃഷ്ടി നായയിൽപതിഞ്ഞിരിക്കുകയായിരിക്കും, ആട്ടിടയനെ ശ്രദ്ധിക്കയേ ഇല്ല! മെല്ലെ ചുഴറ്റി വീശിക്കൊണ്ട് അയാളുടെ നീണ്ടവടി എതിർവശത്തുനിന്ന് പാവം മുയലിന്റെ തലയിൽ പതിക്കുന്നു! മുയലിനെ വീഴ്ത്താൻ മാത്രം ശക്തമല്ലായിരുന്നു ആ പ്രഹരമെങ്കിൽ ആ നായ അതിനു മേൽ ചാടി വീണു പിടികൂടുന്നു!

ആട്ടിടയന്റെ കുറുനരി വേട്ട

തന്റെ സുഹൃത്ത് ആട്ടിടയൻ ഗേതർഗുഡ് വലിയൊരു കുറുനരി വേട്ടക്കാരനാണെന്ന് കാലെബ് പറഞ്ഞു. മുയലുകളെ വേട്ടയാടുന്നതു പോലെ അവയേയും തന്റേതായൊരു രീതിയിലാണയാൾ പിടിച്ചിരുന്നത്! കുറുക്കന്മാർ എപ്പോഴും തുറസ്സായ സ്ഥലത്തെ ചാരക്കൂമ്പാരത്തിലേക്ക് പോകും എന്നയാൾ പറഞ്ഞു. ചാരത്തിനുള്ളിൽ ഒരു സ്റ്റീൽ കെണി ഒളി പ്പിച്ചുവെക്കലാണ് അയാളുടെ പദ്ധതി! ചാരക്കൂമ്പാരത്തിന് നടുവിൽ, ഏകദേശം മൂന്നടി പൊക്കമുള്ള ഒരു കുറ്റിയിൽ ആ കെണി ബന്ധിച്ചുവെക്കുന്നു! അതിന് മുകളിൽ രൂക്ഷഗന്ധമുള്ള ചീസ് കഷണവും കെട്ടിവെക്കുന്നു. ഈ രണ്ട് ആകർഷണവും; ചാരവും ചീസും കുറുക്കന് ചെറുത്തുനില്ക്കാൻ കഴിയില്ല. അയാൾ ഒരു കുറുക്കനെ പിടിച്ചുകഴിഞ്ഞാൽ അയാൾ അതിനെ കൊന്ന്, മലഞ്ചെരുവിൽത്തന്നെ കഴിച്ചുമൂടുന്നു, എന്നിട്ട് പറയുന്നു. "ആർക്കും ഒന്നുമില്ല." അയാൾ കുറുക്കന്മാരെ കൊല്ലുന്നത് തന്നെ അവരിൽനിന്നുള്ള കവർച്ചയിൽനിന്ന് രക്ഷപ്പെടുത്താൻ വേണ്ടിയാണ്. കാലെബിന്റെ കാര്യത്തിൽ വൃദ്ധൻ ഗാർഗും പുത്രനും ചെയ്തതുപോലെ കുറുക്കന്മാർ രാത്രിയിൽ ചുറ്റിക്കറങ്ങി താൻ കെണിയിൽ പെടുത്തിയ മുയലുകളെ കൊള്ളയടിക്കുന്നു!

ഇക്കാര്യത്തിൽ കാലെബ് ഒരിക്കലും അയാളെ കുറ്റപ്പെടുത്തിയില്ല; നേരെ മറിച്ച് അയാളുടെ ധീരതയെ അവൻ വാഴ്ത്തുകയായിരുന്നു, കാരണം, അതെങ്ങാനും കണ്ടെത്തിയിരുന്നെങ്കിൽ അയാൾ ഒരു നോട്ടപ്പുള്ളി ആയേനെ. അത് ധീരതയെക്കാളേറെ ബുദ്ധിയും കൗശലവും കൊണ്ടായിരുന്നു എന്നു പറയാം. താൻ കണ്ടുപിടിക്കപ്പെടുമെന്നയാൾ ഒരിക്കലും വിശ്വസിച്ചില്ല; ഒരിക്കലും കണ്ടുപിടിക്കപ്പെട്ടുമില്ല. കാലെബി വിശ്വാസമുള്ളതിനാലാണ് അയാൾ ഇതെല്ലാം അവനോട് പറഞ്ഞത്. വേട്ട

യാടുന്നതിൽ താല്പര്യമുള്ളവരൊന്നും അയാളെ സംശയിച്ചില്ല. നായാട്ടുകാർക്കത് വലിയ കാര്യമൊന്നുമല്ലായിരുന്നു. അയാൾ അവരെ സഹായിക്കുകയായിരുന്നു, അവരേക്കാൾ ഏറെ കുറുക്കനെ വെറുക്കുന്നവരെ കാണാൻ കഴിയില്ല! കർഷകർക്ക് അവരുടെ കൃഷി നാശത്തിന് നഷ്ടപരിഹാരം കിട്ടുന്നു, കോഴി വളർത്തുന്നവർക്ക് അവരുടെ കളവുപോയ കോഴികൾക്ക് പണം ലഭിക്കുന്നു. മൃഗപാലകന് വേട്ടക്കാരെ ശ്രദ്ധിക്കേണ്ടതുണ്ട്; അതേ സമയം തന്റെ മുഖ്യ ശത്രുവായ കുറുക്കനെ ഒഴിവാക്കുകയും വേണം! തീർച്ചയായും, മൃഗപാലകന്റെ കുറുക്കനെക്കുറിച്ചുള്ള മാനസികാവസ്ഥ എനിക്കെപ്പോഴും കൗതുകം തോന്നിപ്പിക്കുന്നതാണ്. കുറച്ചുകാലത്തെ അനുഭവത്തിനുശേഷം ആ ലോലമായ വിഷയത്തെക്കുറിച്ച് എനിക്കയാളോട് സംസാരിക്കാനായി. അതയാളെ അസ്വസ്ഥനാക്കി; സ്വയം പരസ്പര വിരുദ്ധമായി സംസാരിപ്പിച്ചു. ഒരു വന്യജീവി പഠനം നടത്തുന്ന വിദ്യാർത്ഥിക്ക് തന്റെ തലച്ചോറിനെ വിഷമിപ്പിക്കുന്ന 'കുറുക്കൻ വിഷയത്തെ'ക്കുറിച്ച് തികച്ചും നിഷ്കളങ്കമായ നിരവധി ചോദ്യങ്ങൾ ഒരു മൃഗസംരക്ഷകനോട് ചോദിക്കാൻ ഉണ്ടായേക്കാം. ഉദാഹരണത്തിന് ഈ സംരക്ഷണത്തിൽനിന്ന് എങ്ങനെ കുറുക്കന്മാരെ പുറത്താക്കുന്നു! പിന്നെ, മറ്റൊരു കാര്യം - ഒരു കീരി മുയലിനെ പടികൂടാൻ ശ്രമിക്കുമ്പോൾ മുയൽ മുഴക്കുന്ന ദീനരോദനം കേട്ട് കുറുക്കൻ അതിനെ കീരിയിൽനിന്നും രക്ഷിക്കുന്നു എന്നത് സത്യമാണോ? ഒരുപക്ഷേ, അതെ, അല്ല, എനിക്കങ്ങനെ തോന്നുന്നില്ല; കാരണം, ഒന്ന് വേട്ടയാടുന്നത് രാത്രിയാണ്; മറ്റേത് പകലും അയാൾ മറുപടി നല്കും. എന്നാൽ ആ ചോദ്യം അയാളെ വിഷമിപ്പിക്കുന്നു എന്ന് നിങ്ങൾക്ക് കാണാം. ഒരു മൃഗപാലകൻ ഗാർഡു ഇല്ലാത്തപ്പോൾ പറഞ്ഞു. "എനിക്കക്കാര്യത്തിൽ യാതൊരു സംശയവുമില്ല. ഒരു കീരിവേട്ടയാടുന്ന മുയലിന്റെരോദനം അനുകരിച്ചുകൊണ്ട് എനിക്ക് എപ്പോൾ വേണമെങ്കിലും ഒരു കുറുക്കനെ വരുത്താം." എന്നാൽ ആ കുറുക്കനെ ആകർഷിക്കുന്ന വസ്തു എന്താണെന്നയാൾ പറഞ്ഞില്ല.

ഈ സന്ദർഭത്തിൽ മൃഗപാലകനോടൊപ്പം ഗ്വാർഡ് ഉണ്ടായിരുന്നില്ല, എന്ന് ഞാൻ പറയട്ടെ. എന്തുകൊണ്ടെന്നാൽ കുറുക്കൻ എസ്റ്റേറ്റിൽ സംരക്ഷിക്കപ്പെടുന്നുണ്ടെന്നായിരുന്നു പ്രചരിപ്പിക്കപ്പെട്ടകഥ! സത്യത്തിൽ മൃഗപാലകർ അവയെ ക്രമാനുഗതമായി നശിപ്പിച്ചുകൊണ്ടിരിക്കയായിരുന്നു. തങ്ങളുടെ യജമാനന്മാരിൽനിന്ന് ജനങ്ങളെ അകറ്റി നിർത്താനുള്ള വിനാശകരമായൊരു പ്രവണത ഉണ്ടായിട്ടും ഫെസന്റ് വളർത്തുന്നതിനുള്ള ഭ്രാന്താവേശം വർദ്ധിച്ചുവരുകയായിരുന്നു! അപ്പോൾ കുറുനരി വേട്ടക്കാരന്റെയും ഫെസന്റ് വളർത്തുന്നവന്റെയും താല്പര്യങ്ങൾ തമ്മിലുള്ള ഏറ്റുമുട്ടൽ കൂടുതൽ ഗഹനമായി! മിക്കവാറും അതിന്റെ അന്ത്യം കുറുനരി വേട്ട നിർമ്മാർജ്ജനം ചെയ്യൽ ആയിരിക്കും. നാട്ടിൻപുറത്തെയും നാട്ടിൻപുറത്തെ പഴയ നായാട്ടിനെയും സ്നേഹിക്കുന്നവരുടെ വിഷാദകരമായ വീക്ഷണഗതി ഇപ്പോൾ നടത്തുന്ന ഫെസന്റ് നായാട്ട് ഒരു

നായാട്ടേ അല്ല. വലിയ ഫെസന്റ് സംരക്ഷകരെ ഉന്നതന്മാരായി ഗ്രാമീണർ കരുതുമെന്നത് ജന്മിമാരുടെ ഒരു വ്യാമോഹമാണ്. ഒരു കാലാവസ്ഥയിൽ രണ്ടോ മൂന്നോ വൻതോതിലുള്ള നായാട്ട് അവർ സംഘടിപ്പിക്കുന്നു. അനേകം പക്ഷികൾ അവിടെ വേട്ടയാടപ്പെടുന്നു. ഓരോ പക്ഷിക്കും 'ഓരോഗിനിയ' എന്നാണ് ചൊല്ല്! അത് നാട്ടിൻപുറത്തേക്ക് പണം എത്തിക്കുന്നു എന്ന് അദ്ദേഹമോ അദ്ദേഹത്തിന്റെ ക്ഷമാപണക്കാരനോ നിങ്ങളോട് പറയുന്നു, തൊഴിലൊന്നുമില്ലാത്ത ഒക്ടോബർ നവംബർ കാലത്ത് ദരിദ്ര്യരായ ഗ്രാമീണർക്ക് തൊഴിൽ നല്കുന്നു. നിങ്ങൾക്ക് കാര്യത്തിന്റെ സത്യാവസ്ഥ അറിയില്ലല്ലോ. ഏതാനും ദരിദ്രരായ ഗ്രാമീണരെ നായാട്ടിന് സഹായിക്കാനും പക്ഷികളെ ഓടിപ്പിക്കാനും മറ്റുമായി ഒരു ഷില്ലിങ് ദിവസക്കൂലിക്ക് നിർത്തുന്നു. വല്ലപ്പോഴും ഏതെങ്കിലും തൊഴിലാളികൾ തങ്ങളുടെ ജോലിക്ക് പോകുമ്പോഴോ ജോലിയിൽനിന്ന് തിരിച്ചുവരുമ്പോഴോ ഒരു ഫെസന്റിന്റെ പക്ഷിക്കൂട് കണ്ടെത്തിയാൽ ആ വിവരം മൃഗസംരക്ഷകനെ അറിയിച്ച്, എന്തെങ്കിലും ചില പ്രതിഫലം നേടുന്നു! അവൻ കണ്ണുകൾ തുറന്ന് വെച്ച്, സദാ ജാഗരൂകനായി മൃഗസംരക്ഷകനെ സേവിച്ചാൽ, വല്ലപ്പോഴും തന്റെ ഞായാറാഴ്ച ഡിന്നറിന്നായി ഒരു മുയലിനെ കിട്ടിയേക്കും.

മുമ്പ് ഏറ്റവും അടിച്ചമർത്തപ്പെട്ട കാലത്തുപോലും ഗ്രാമീണന് കാട്ടിലും നാട്ടിലും ലഭിച്ചിരുന്ന സ്വാതന്ത്ര്യത്തിന് പ്രതിഫലമാകില്ല ഇതൊന്നും. ഇപ്പോൾ അവന്റെ സ്വാതന്ത്ര്യമെല്ലാം അവനിൽ നിന്ന് പിടിച്ചെടുക്കപ്പെട്ടിരിക്കയാണ്. അവനെ തടയാനായി മൃഗസംരക്ഷകൻ ഉണ്ട്. അയാൾ മുമ്പും അവിടെ ഉണ്ടായിരുന്നു, പുരാതനകാലം മുതൽ. എന്നാൽ ഫെസന്റെ ഒരു പവിത്രപക്ഷി ആയിരുന്നില്ല; ഒരു മനുഷ്യൻ പുൽമൈതാനത്തിലൂടെ നടന്നാലോ, കാട്ടിൽനിന്ന് കൊഴിഞ്ഞു വീണ ചില ചുള്ളിക്കമ്പുകൾ പെറുക്കിയാലോ കുഴപ്പമൊന്നുമില്ലായിരുന്നു. മൃഗസംരക്ഷകൻ ഗ്രാമീണനോട് റോഡിലൂടെ നടക്കാനായി പറയുന്നു, റോഡിലൂടെ നടക്കുകയാണെങ്കിൽ പോലും എന്തിനാണ് വേലിക്കപ്പുറത്തേക്ക് നോക്കുന്നതെന്ന് ചിലപ്പോൾ ചോദിക്കുന്നു. അവൻ അനുസരണയോടെ പതുങ്ങിനടക്കുന്നു. അവൻ ദൈനംദി ജീവിതമാർഗ്ഗവും തേടി നടക്കുന്ന ഒരു പാവം തൊഴിലാളി മാത്രമാണ്. അവന് യജമാനും യജമാനന്റെ പാട്ടക്കാരനും ഇടയ്ക്ക് നില്ക്കുന്നവനോട് എതിർക്കാനാവില്ല. അവൻ വ്യക്തമായി വികാരങ്ങൾ പ്രകടിപ്പിക്കാൻ കഴിയാത്തവനാണ്; എന്നാൽ ധിക്കാരവും അന്യായവും അവന്റെ ഹൃദയത്തിൽ തിങ്ങിവിങ്ങുന്നു, എന്തുകൊണ്ടെന്നാൽ നിർവ്വികാരമായൊരുമനസ്സല്ല അവന്റേത്. തൽഫലമായി ഗ്രാമങ്ങളിൽ തമ്പടിച്ചിട്ടുള്ള രാജ്യദ്രോഹികൾ, സോഷ്യലിസ്റ്റുകൾ, ഉഗ്ര കോപികളായ ജന്മിനിന്ദകൾ തുടങ്ങിയവരുടെ വാക്കുകൾ അവർ ശ്രദ്ധിക്കുന്നു. അവ സംസ്കാരമില്ലാത്തതും ക്രൂരവുമായ വാക്കുകളായിരിക്കാം - പുതിയ തലമുറയിലെ കർഷകത്തൊഴിലാളികളുടെ ഹൃദയങ്ങളിലേക്കവ ആഴത്തിൽ ഇറങ്ങിച്ചെല്ലുന്നു.

നമ്മൾക്ക് കുറുനരികളിലേക്കും വേട്ടക്കാരിലേക്കും തിരിച്ചുവരാം. മറ്റ് ചില എസ്റ്റേറ്റുകളിൽ കുറുനരി സംരക്ഷണത്തെ കുറിച്ചുള്ള കഥ ഇപ്പോൾ കേൾക്കാനില്ല. അവിടെ ഭൂവുടമ ഫെസന്റ് വളർത്തലിൽ മുഴുകിയിരിക്കുകയാണത്രെ! വിൽറ്റ് ഷയറിൽ എനിക്ക് പരിചയമുള്ള ഒരു വലിയ എസ്റ്റേറ്റിൽ മൃഗസംരക്ഷകർ, തങ്ങൾക്ക് കുറുക്കന്മാരെ സഹായിക്കാനാകില്ലെന്ന് പരസ്യമായി പറയുന്നു; ആ ഗ്രാമത്തിലെ എല്ലാവർക്കും അക്കാര്യം അറിയാം, അവർ ഒരു കുറുക്കനെ കുറിച്ചുള്ള വിവരം മൃഗസംരക്ഷകരെ അറിയിച്ചാൽ, ഒരു മുയൽ അവർക്ക് പ്രതിഫലമായി ലഭിക്കും. ഇക്കാര്യങ്ങളെല്ലാം ജന്മിക്ക് അറിയാമായിരുന്നു. എന്ന കാര്യത്തിൽ യാതൊരു സംശയവുമില്ല. അദ്ദേഹത്തിന്റെ ആഗ്രഹങ്ങൾ തന്റെ ജോലിക്കാർ നടപ്പാക്കുകമാത്രമാണ് ചെയ്യുന്നത്! അദ്ദേഹം ഒരു കുറുനരിവേട്ടക്കാരനാണെന്ന് അന്യദേശത്ത് പരന്നാൽ വിനാശകരമായ ഫലമായിരിക്കും സംജാതമാകുക.

കാലെബിനും കുറുക്കന്മാരോട് വെറുപ്പാണ്. എന്നാൽ കൊല്ലാനുള്ളത്ര വെറുപ്പില്ല. സത്യത്തിൽ ഒരിക്കൽ അയാൾ ഒരുകുറുനരിയെ കൊന്നിട്ടുണ്ട്, ഒരു യുവആട്ടിടയ സഹായി ആയിരുന്നപ്പോൾ മനഃപൂർവ്വം കൊന്നതല്ല, അതൊരു ആകസ്മിക സംഭവമായിരുന്നു.

ഒരുദിവസം ഒരു ഹെഡ്ജിൽ ഒരു പഴുത് അയാൾ കണ്ടു. അത് ഒരു മുയൽ ഉണ്ടാക്കിയതോ അല്ലെങ്കിൽ ഒരു മുയൽ ഉപയോഗിച്ചുകൊണ്ടിരുന്നതോ ആയിരിക്കണം, അതിനെ പിടിക്കാമെന്ന് കരുതി അയാൾ അവിടെ ഒരു കെണി വെച്ചു. അത് ഒരു വേരിനോട് ചേർത്ത് ഭദ്രമായി കെട്ടിവെച്ച് കരിയിലകൾ കൊണ്ടു മൂടി. പിറ്റേന്ന് രാവിലെ അവിടെ ചെന്നപ്പോൾ അയാൾക്ക് ഒന്നും കാണാൻ കഴിഞ്ഞില്ല. എന്നാൽ ആ കുഴിയുടെ ഓരത്ത് എത്തിയപ്പോൾ പെട്ടെന്ന് വലിയൊരു കുറുക്കൻ ഭയങ്കരമായി ചീറിക്കൊണ്ട് അവനു നേരെ കുതിച്ചുച്ചാടി. കുറുക്കന്റെ ഒരു പിൻകാൽ കെണിയിൽ കുടുങ്ങിയിരുന്നു; അവൻ കരിയിലകൾക്കിടയിൽ ഒളിച്ചു കിടന്നിരുന്നു. ഒരു മുയലിനെ പ്രതീക്ഷിച്ചുചെന്ന കാലെബ് കുറുക്കനെ കണ്ട് വല്ലാതെ കോപിച്ചു! അത് ആക്രമിക്കുകകൂടി ചെയ്തപ്പോൾ തന്റെ കൈയിലുണ്ടായിരുന്ന കനത്തവടികൊണ്ട് ആ കുറുക്കന്റെ തലയ്ക്ക് നല്ലൊരു പ്രഹരം വെച്ചുകൊടുത്തു. ആ നിമിഷത്തെ ആവേശത്തിന് വെച്ചുകൊടുത്ത ഒറ്റ അടി അതിനെ കൊല്ലാനിടയാക്കി! താൻ ചെയ്ത പ്രവൃത്തിയിലയാൾക്ക് വലിയ വിഷമം തോന്നി, അതിന്റെ അനന്തരഫലങ്ങളെക്കുറിച്ച് ചിന്തിക്കാൻ തുടങ്ങി. അയാൾ ആ കുറുക്കനെ കെണിയിൽനിന്ന് പുറത്തെടുത്ത് ഹെഡ്ജിലെ പഴുതിൽനിന്ന് കുറച്ചു ദൂരെ കൊണ്ടുപോയി കരിയിലകൾക്കിടയിൽ മൂടിയിട്ട് തന്റെ ജോലിക്ക് പോയി. പകൽസമയത്ത് ഒരു കർഷകന്റെ അടുത്ത് ചെന്നിരുന്ന് കുറച്ച് നേരം സംസാരിച്ചു. ഒരു പൊക്കംകുറഞ്ഞ വൃദ്ധനായിരുന്നു അയാൾ, വിവേകശാലിയായൊരു സുഹൃത്ത്! നടന്ന സംഭവങ്ങളെല്ലാം കാലെബ് ആ വൃദ്ധനോട് വിശദീകരിച്ചു.

"അതെനിക്ക് വിട്ടുതരൂ. അയാളുടെ വൃദ്ധ സുഹൃത്ത് പറഞ്ഞു, പിന്നെ അയാൾ വയലിലേക്ക് ജോലി ചെയ്യാനായി പോയി. ഉച്ചതിരിഞ്ഞ് കാലെബ് കുന്നിൻ മുകളിൽനിന്ന് ഗ്രാമത്തിലേക്ക് ദൃഷ്ടിപായിച്ചു. ദൂരെ നിന്നു വൃദ്ധൻ കുന്നിലേക്ക് വരുന്നതയാൾ കണ്ടു, അയാൾ ഒരു ചാക്ക് ചുമട്ടിലിട്ടിട്ടുണ്ടെന്നും, കൈയിൽ ഒരുകൈക്കോട്ടു പിടിച്ചിട്ടുണ്ടെന്നും മനസ്സിലാക്കാനായി. കുന്ന് പാതി കയറിയപ്പോൾ അയാൾ ചാക്ക് താഴെ വെച്ച് ആഴമുള്ള ഒരു കുഴികുഴിക്കാൻ തുടങ്ങി. അതിൽ ആ ചത്ത കുറുനരിയെ കുഴിച്ചു മൂടി, സൂക്ഷ്മതയോടെ അതിനു മീതെ പുൽത്തകിടി വീണ്ടും പിടിപ്പിച്ചു, അങ്ങനെ തന്റെ പണിപൂർത്തീകരിച്ചശേഷം കൈക്കോട്ട് തോളിൽവെച്ച്, തിരിച്ചുനടന്നു. കാലെബിന് വലിയ ആശ്വാസമായി; ആ കുറുക്കൻ കുന്നിൽ മറവുചെയ്യപ്പെട്ടുവല്ലോ. താൻ അധാർമ്മികമായി അതിനെ കൊന്നെന്ന് ആരും അറിയില്ല.

അതിനുശേഷവും മുയലുകളെ പിടിക്കുന്ന കെണിയിൽ മറ്റ് കുറുക്കന്മാർ പെട്ടിട്ടുണ്ട്. എന്നാൽ അവയെ എപ്പോഴും സ്വതന്ത്രരാക്കാനയാൾക്ക് കഴിഞ്ഞിട്ടുണ്ട്. ഒന്നിനെക്കുറിച്ചയാൾക്ക് ഈ കഥ പറയാനുണ്ട്. അന്ന് മോങ്ക് എന്നുപേരുള്ള നായയായിരുന്നു അയാൾക്ക് ഉണ്ടായിരുന്നത്. ജാക്ക് അണലി പാമ്പുകളെ വെറുത്തിരുന്നതുപോലെ മോങ്കിന് കുറുക്കന്മാരെ ഭയങ്കര വെറുപ്പാണ്, അവന് ഒരവസരം കിട്ടുമ്പോഴെല്ലാം അവൻ അവരെ ക്രൂരമായി വേട്ടയാടും. ഒരു പ്രഭാതത്തിൽ ഒരു ഹെഡ്ജിന്റെ വിടവിൽ വെച്ചിരുന്ന കെണി പരിശോധിക്കാനായി കാലെബ് ചെന്നപ്പോൾ, അതിൽ ഒരു കുറുക്കൻ കുടുങ്ങിയതായി കണ്ടു. ആ കുറുക്കൻ പല്ലിളിച്ച് ചീറിക്കൊണ്ട് ചാടി, പ്രിയപ്പെട്ട ജീവനുവേണ്ടി പോരാടാൻ തയ്യാറെടുത്തു. അതിനുനേരെ കുതിച്ചുചാടുന്ന മോങ്കിനെ തടഞ്ഞുനിർത്താൻ അയാൾ പാടുപെട്ടു. അത്രയ്ക്ക് വികാര വിവശനായിരുന്നു അവൻ! അവന്റെ യജമാനൻ വടി ഉയർത്തി പ്രഹരിക്കുമെന്ന് ഭീഷണിപ്പെടുത്തിയപ്പോൾ മാത്രമാണവൻ ഒരിടത്ത് അടങ്ങിയിരിക്കുന്നത്. സ്റ്റീൽ കെണി തുറക്കുന്നതായിരുന്നു മറ്റൊരു ബുദ്ധിമുട്ടു പിടിച്ച പണി, അവന്റെ കടി ഏല്പിക്കാതെ കുറുക്കനെ സ്വതന്ത്രനാക്കണം. കെണിയുടെ പിടിക്കിടയിൽ അയാൾ സ്വന്തം വടിയുടെ അറ്റം കടത്തി വളരെ നേരം ശ്രമിച്ചശേഷമാണത് തുറക്കാനായത്. ആ കുറുക്കൻ കാലുകൾ പുറത്തേക്ക് നീട്ടിവെച്ച് കുതിച്ചുചാടി ഹെഡ്ജിന്റെ ഓരം ചേർന്ന് ഓടി, തൊട്ടുള്ള കുറ്റിക്കാട്ടിൽ അപ്രത്യക്ഷനായി. തിരിച്ചുവരുവാനുള്ള യജമാനന്റെ കോപത്തോടെയുള്ള കല്പന വകവെക്കാതെ മോങ്ക് ആ കുറുക്കന് പിന്നാലെ പാഞ്ഞു. അവർ ഇരുവരും ഒന്നിച്ചു കാട്ടിൽ അപ്രത്യക്ഷരായി! നിലവിളിയും ചാട്ടവും മറിച്ചിലും നേർത്തുവന്നു. ഒടുവിൽ എല്ലാം നിശ്ശബ്ദം! ആ അനുസരണയില്ലാത്ത നായ തിരിച്ചുവരുന്നതുവരെ, ഇരുപത് മിനിറ്റു നേരം കാലെബ് ആ സ്ഥലത്ത് കാത്തുനിന്നു. പിന്നെ സന്തോഷവാനായി അവൻ തിരിച്ചെത്തി! അവൻ തന്റെ ശത്രുവിനെ മറികടന്ന്, കടിച്ചുകൊല്ലുന്നതിൽ വിജയിച്ചു കാണണം!

ഇതേ മോങ്കിനെക്കുറിച്ച് ഒരു ദുഃഖകരമായ കഥ മറ്റൊരദ്ധ്യായത്തിൽ പറയാം.

കുറുക്കന്മാരെ കുറിച്ച് പറയുമ്പോൾ കാലെബ് എപ്പോഴും വെച്ചു പുലർത്തുന്ന നിലപാടാണ് അയാളുടെ നാട്ടിൻ പുറത്ത് രണ്ടുതരം കുറുക്കന്മാരുണ്ടെന്ന്! ഒന്ന് ചെറുതും വളരെ ചുകന്നതും, മറ്റേത് വലുതും ഇളം ചാരനിറത്തിലുള്ളതും. സമതല പ്രദേശത്തുള്ളതിനേക്കാൾ വലിപ്പവും നിറവും കുന്നിൻ പ്രദേശത്തുള്ളവയ്ക്കാണ്. ഒരുവർഷം രണ്ട് പെൺകുറുക്കന്മാർ കുന്നിൻ പ്രദേശത്ത് ഒരേ സ്ഥലത്ത് പ്രസവിച്ചു. അത് അടുത്തടുത്തായതിനാൽ കുറച്ച് വലുതായപ്പോൾ ആ കുഞ്ഞുങ്ങൾ ഗുഹകളിൽനിന്ന് പുറത്തുവന്ന് ഒന്നിച്ച് കളിക്കാൻ തുടങ്ങി. തള്ളക്കുറുക്കന്മാർ വ്യത്യസ്തതരത്തിലുള്ളവയായിരുന്നു, അതുകൊണ്ട് കുഞ്ഞുങ്ങളുടെ നിറവും വ്യത്യസ്തമായിരുന്നു.

ഈ കുറുക്കൻ കുട്ടികളുടെ കളികാണാൻ കാലെബിന് വലിയ ഇഷ്ടമായിരുന്നു. അയാൾ എന്നും സന്ധ്യക്ക് ഒരു മണിക്കൂറിലേറെ നേരം അവയെ നോക്കിക്കൊണ്ടിരിക്കും. അയാൾ സാക്ഷ്യംവഹിച്ച ഒരു കാര്യം, മൃഗങ്ങളെ കൂടുതൽ അടുത്ത് അറിയാത്തവർ ഒരുപക്ഷേ, വിശ്വസിക്കില്ല; അവർ ഇപ്പോഴും വിശ്വസിക്കുന്ന കഥയാണ് മൃഗങ്ങൾ ജനിക്കുമ്പോൾ തന്നെ തങ്ങളുടെ ജന്മശത്രുക്കളെ പേടിക്കുന്നു എന്നത് - അതവരുടെ ജന്മവസനയാണത്രേ! ആ സ്ഥലത്ത് മുയലുകൾ വരാറുണ്ട്. വലിയ കുറുക്കന്മാർ കുഞ്ഞുങ്ങളുടെ അടുത്ത് ഇല്ലാത്തസമയം നോക്കി, പാതിവളർന്ന മുയലുകൾ ചെറിയ കുറുക്കന്മാരോടൊപ്പം സ്വതന്ത്രമായി ഓടിക്കളിക്കുക പതിവായിരുന്നു! അയാൾ അതുകണ്ട് ആശ്ചര്യപ്പെട്ടു; മുമ്പൊരിക്കലും ഇത്തരം ഒരു കാര്യം കേട്ടിട്ടു പോലുമില്ല! അയാൾ തന്റെ യജമാനനോട് ഇതിനെക്കുറിച്ച് പറഞ്ഞു. നിലാവുള്ള ഒരു രാത്രിയിൽ അദ്ദേഹം അയാളോടൊപ്പം ആ സ്ഥലത്ത് ചെന്ന്, കുറേനേരം മുയലുകളും കുറുക്കന്മാരും കളിക്കുന്നത് നോക്കി ഇരുന്നു. അവർ പരസ്പരം ഓടിപ്പിച്ച് ചുറ്റിക്കറങ്ങുകയായിരുന്നു. മുയലുകൾ ഓടിപ്പിക്കപ്പെടുമ്പോൾ പെട്ടെന്നുനിന്ന് പിന്നാക്കം തിരിഞ്ഞ്, ഓടിപ്പിക്കുന്നവന്റെ മുകളിലൂടെ ചാടും!

ഇവിടത്തെ മുയലുകൾ ഫാം ഉടമയുടെയും പാട്ടക്കാരന്റേതുമാണ്. ആ കുഞ്ഞുങ്ങളുടെ കളി കണ്ട് രസിച്ചശേഷം മാളങ്ങളിൽ വെടി മരുന്നുവെച്ചു പൊട്ടിച്ച് പതിവ് ശൈലിയിൽ കുറുക്കന്മാരെ ഒഴിവാക്കാൻ അവർ തീരുമാനിച്ചു. നാല് പ്രായമായ കുറുക്കന്മാരും ഒൻപത് കുട്ടികളും അയാൾക്ക് സഹിക്കാവുന്നതിന്നപ്പുറമാണ്! വെടിമരുന്നു ശരിക്കും പ്രയോഗിക്കപ്പെട്ടു. പിറ്റേന്നു തന്നെ കുറുക്കന്മാർ അപ്രത്യക്ഷരായി.

ഒരിക്കൽ ബർക്ക് ഷയറിൽ വെച്ച് ഒരു ബുദ്ധിമാനായ വന്യജീവിസംരക്ഷകനെ കാണാനിടയായി. അയാൾ ഒരു അപൂർവ്വ വ്യക്തിയാണ്. വന്യമൃഗങ്ങളിൽ വലിയ താല്പര്യമെടുക്കുന്നവൻ; സൂക്ഷ്മ നിരീക്ഷണത്തിലൂടെ അവരുടെ ശീലത്തെക്കുറിച്ച് ഒരുപാട് മനസ്സിലാക്കിയിട്ടുണ്ട്.

ഒരുദിവസം അത്താഴശേഷം പാതി രാത്രിവരെ സംസാരിച്ചുകൊണ്ടിരുന്നു; അതിനിടയിൽ മൃഗങ്ങളുടെ വിചിത്രവും ചിട്ടയില്ലാത്തതുമായ പ്രവൃത്തികളെ കുറിച്ച് ഞങ്ങൾ ചർച്ച ചെയ്തു, ചില സമയത്ത് അത് അവരുടെ തന്നെ പ്രകൃതത്തിന് വിരുദ്ധമായി തോന്നും! ഒരു കുറുക്കനിൽ അയാൾ അത്തരം സ്വഭാവം കണ്ടെത്തിയ ഒരു സംഭവം വിശദീകരിച്ചു. അത് ഒരു കാടിന്റെ അതിർത്തിയിലുള്ളൊരു ഗുഹയിലാണ് താമസിക്കുന്നത്; അവിടെ ധാരാളം മുയലുകൾ ഉണ്ട്. ഒരു സായാഹ്നത്തിൽ അയാൾ വൃക്ഷങ്ങൾക്കിടയിൽനിന്ന് പുല്ലുതിന്നുകയും തുള്ളിച്ചാടി നടക്കുകയും ചെയ്യുന്ന കുറെ മുയലുകളെ നോക്കി രസിക്കുകയായിരുന്നു! അവിടേക്കപ്പോൾ ഓടിവന്ന കുറുക്കനെ ഒറ്റ മുയലും കാര്യമാക്കിയില്ല. പെട്ടെന്നത്നിന്ന് ഒരു മുയലിനു നേരെ ചാടി; ആ മുയൽ അവനിൽനിന്ന് ഇരുപതോ മുപ്പതോ വാര ദൂരെക്ക് ഓടി, പിന്നെ പെട്ടെന്ന് കുറുക്കനു നേരെ തിരിഞ്ഞു ഏതാനും വാരദൂരത്തോളം അതിനെ ഓടിച്ചു. അതിനു ശേഷം വീണ്ടും കുറുക്കൻ മുയലിനെ ഓടിച്ചു, അങ്ങനെ അത് പരസ്പരം അരഡസൻ തവണ തുടർന്നു! ആ കുറുക്കന് മുയലിനെ കൊല്ലണമെന്ന യാതൊരാഗ്രഹവുമില്ലെന്ന് വ്യക്തമാണ്, അവൻ കളിക്കുകയാണ്, അതേ ആവേശത്തോടെ മുയൽ മറുപടി നല്കുന്നു; അതിനറിയാം ഭയപ്പെടാനൊന്നുമില്ലെന്ന്.

കുറുക്കൻ ശത്രുവിനോടൊപ്പം കളിക്കാനുള്ള ആവേശം പ്രകടമാക്കിയ മറ്റൊരു സംഭവം ഞാൻ ഈയിടെ കേൾക്കുകയുണ്ടായി. ഒരു മാന്യൻ കുറുക്കനെ വേട്ടയാടുന്ന ഒരു നായയുമായി തന്റെ വീടിന് പുറത്തുള്ള ഒരു കാട്ടിൽ സായാഹ്നസവാരിയിലായിരുന്നു. അയാൾ തിരിച്ചു വരുമ്പോൾ, ഏകദേശം നാല്പത് വാര ദൂരെ ഒരു കുറുക്കൻ തന്നെ പിൻതുടരുന്നതായി അയാൾ കണ്ടു. അയാൾ നിന്നപ്പോൾ കുറുക്കൻ ഇരുന്ന് നായയെ നിരീക്ഷിച്ചു. കുറുക്കനെ ഓടിക്കാനായി തന്റെ യജമാനൻ ഉത്തരവിടുന്നതുവരെ ആ നായ യാതൊരു താല്പര്യവും പ്രകടിപ്പിക്കാതെ ഇരുന്നു; ഉത്തരവ് കിട്ടിയ ഉടനെ അവൻ കുറുക്കനെ കാടിന്റെ അതിര് വരെ ഓടിച്ചു. എന്നാൽ ആ സ്ഥലത്തുനിന്ന് കുറുക്കൻ തിരിഞ്ഞ് നായയെ യജമാനന്റെ അടുത്തുവരെ ഓടിപ്പിച്ചു; പിന്നെ, വളരെ സമാധാനത്തോടെ അവിടെ ഇരുന്നു! വീണ്ടും ആ കുറുക്കനെ തുരത്തി വിടാനായി നായ പ്രോത്സാഹിപ്പിക്കപ്പെട്ടു, കാടുവരെ അവനെ ഓടിപ്പിക്കുകയും ചെയ്തു. വീണ്ടും നായയെ യജമാനന്റെ അടുത്തുവരെ കുറുക്കൻ ഓടിപ്പിച്ചു! പല പ്രാവശ്യം ഈ പരിപാടി ആവർത്തിക്കപ്പെട്ടശേഷം ആ മാന്യൻ വീട്ടിലേക്ക് പോയി. ആ കുറുക്കൻ അപ്പോഴും പിൻതുടരുകയായിരുന്നു; അടഞ്ഞ ഗേറ്റിന് മുന്നിൽ ആ നായയ്ക്കുവേണ്ടി കുറുക്കൻ കാത്തിരുന്നു, വീണ്ടും അവൻ പുറത്തുവന്ന് തന്നോടൊപ്പം കളിക്കുമെന്ന് ആ കുറുക്കൻ ആഗ്രഹിച്ചു!

ഈ സംഭവം എന്റെ അനുഭവത്തെ ഓർമ്മിപ്പിക്കാനിടയാക്കി. എക്സ്ബറിക്കടുത്ത് ഓക്കും പൈനും നിറഞ്ഞ കാട്ടിൽ കിങ്സ്

കോപ്സിൽ വെച്ച് സന്ധ്യക്കാണാസംഭവം നടന്നത്. ഇരുട്ട് വ്യാപിച്ചു തുടങ്ങി; എന്നിൽനിന്ന് ഇരുപതോ മുപ്പതോ വാര മുന്നിൽ ഒരു നേരിയ കരച്ചിൽ ഞാൻ കേട്ടു. നീണ്ട ചെവികളുള്ള ഒരു ചെറിയ മൂങ്ങ വിശന്ന് കരയുന്നതുപോലെ! അതിനെ കാണാനായി ഞാൻ കരുതലോടെ മുന്നോട്ട് നീങ്ങാൻ തുടങ്ങി. എന്നാൽ, ഞാൻ മുന്നോട്ട് ചെന്നപ്പോൾ കരച്ചിൽ അകന്നുപോയി, ആ പക്ഷി എന്നിൽനിന്ന് പറന്നുപോയതുപോലെ! ഞാൻ ആ ശബ്ദത്തെ പിൻതുടരവേ, പെട്ടെന്ന് ഞെട്ടിപ്പിക്കുന്നവിധത്തിൽ, എന്നിൽനിന്ന് നാല്പത് വാരെ ദൂരെ വലതുവശത്തുനിന്ന് ഒരുകുറുക്കൻ ഓരിയിട്ടു, അടുത്തനിമിഷം രണ്ടാമതൊരു കുറുക്കൻ എന്റെ ഇടതുവശത്തുനിന്ന് ഓരിയിട്ടു. അതുമുതൽ ആ രണ്ട് കുറുക്കന്മാർ എന്നിൽ നിന്നും ഒരേ ദൂരത്തിൽ നടന്ന്, അരമിനിറ്റ് തോറും ഒരാൾ നിലവിളിച്ചും മറ്റവൻ അതിന് മറുപടി നിലവിളി നല്കിയും എന്നോടൊപ്പം മുന്നേറി! വേദനയോടെയുള്ള പക്ഷിരോദനം നിലച്ചു. ഞാൻ മറ്റൊരുദിശയിലേക്ക് തിരിഞ്ഞ് കാടിന് പുറത്തേക്ക് നടന്നു. എന്റെ വാസസ്ഥലം അവിടെ ആയിരുന്നു. ഞാൻ കാടിന് പുറത്തുകടക്കുന്നതു വരെ ആ കുറുക്കന്മാർ എന്നോടൊപ്പമുണ്ടായിരുന്നു!

അവരെ അത്തരം ഒരു പ്രവൃത്തിക്ക് പ്രേരിപ്പിച്ചത് ഒരു ദുരൂഹത തന്നെയാണ്, ഒരുപക്ഷേ, അതവരുടെ കളി ആയിരിക്കാം!

ബെർക്ക് ഷയറിൽ ബീക്കന് അരികെ, ഇങ്ക് പെൻ എന്ന ഒരു ഗ്രാമത്തിലെ ഒരു മാന്യൻ കുറുക്കന്മാരുടെ മറ്റൊരു വിചിത്രമായ കളിയെക്കുറിച്ച് എന്നോട് വിവരിക്കുകയുണ്ടായി. വളരെ വർഷങ്ങൾക്കു മുമ്പാണത് നടന്നതെന്നയാൾ എന്നോട് പറഞ്ഞു. അയാളുടെ മൃഗസംരക്ഷകൻ ഒരു ദിവസം 'ഒരുവിചിത്ര സംഭവം കാണാനായി' അയാളെ കാട്ടിലെ ഒരു സ്ഥലത്തേക്ക് കൊണ്ടുപോയി. ഒരു നീണ്ടുകിടക്കുന്ന മിനുസമുള്ള പുൽത്തകിടിക്കടുത്ത് ഒരു തള്ളക്കുറുക്കൻ നാല് കുഞ്ഞുങ്ങളെ പ്രസവിച്ചു കിടക്കുന്നു. അതിന് അടുത്തുള്ള കുന്നിൻ ചെരുവിന്റെ അറ്റത്ത് മൂന്ന് ഉരുളൻ മധുരക്കിഴങ്ങ് കിടന്നിരുന്നു. "ഈ മധുരക്കിഴങ്ങ് ഇവിടെ വന്നതെങ്ങനെയാണെന്നാണ് നിങ്ങൾ കരുതുന്നത്!" മൃഗസംരക്ഷകൻ ചോദിച്ചു. പിന്നെ, അയാൾ പറയാൻ തുടങ്ങി. ആ തള്ളക്കുറുക്കൻ, അല്പം ദൂരെയുള്ള വയലിൽനിന്ന്, തന്റെ കുഞ്ഞുങ്ങൾക്ക് കളിക്കാൻ വേണ്ടി കൊണ്ടു വന്നതാകാം. അയാൾ അവരെ ഒരു ദിവസം സന്ധ്യക്ക് നിരീക്ഷിച്ചിരുന്നു; അത് കാണാനായി അയാൾ തന്റെ യജമാനനേയും, വിളിച്ചു. അങ്ങനെ ആ സന്ധ്യക്ക് അവർ അവിടെ പോയി അടുത്തുള്ള കുറ്റിക്കാട്ടിൽ ഒളിച്ചിരുന്നു. അപ്പോൾ കുറുക്കൻ കുട്ടികൾ പുറത്തുവന്ന്, മധുരക്കിഴങ്ങുകൾ ഉരുട്ടി വിടാനും, അവയ്ക്കു മീതെ ചാടിക്കയറാനും ഉരുണ്ടുവീഴാനും തുടങ്ങി! കുറച്ചുകഴിഞ്ഞപ്പോൾ ഒരെണ്ണം ആ ചെരുവിലൂടെ താഴേക്ക് ഉരുണ്ടു പോയി. ആ കുറുക്കൻ കുഞ്ഞുങ്ങൾ അതിന് പിന്നാലെ ഓടി, താഴെ എത്തി. വിഷമിച്ചു പോയ അവർ കുന്നിൻ മുകളിലേക്ക് തിരിച്ചുവന്ന്, മറ്റൊരു മധുരക്കിഴങ്ങ് ഉരുട്ടിക്കളിക്കാൻ തുടങ്ങി,

അതിനുശേഷം മൂന്നാമത്തെ കിഴങ്ങും ഇതേരീതിയിൽ താഴോട്ട് ഉരുട്ടി വിട്ടു. ഓരോ പ്രഭാതത്തിലും ഈ മധുരക്കിഴങ്ങുകൾ മുകളിൽ തിരിച്ചു കൊണ്ടുവെച്ചതായി കാണാറുണ്ടെന്ന് ആ മൃഗസംരക്ഷകൻ പറഞ്ഞു. തള്ള കുറുക്കനായിരുന്നു വീണ്ടും അത് കുഞ്ഞുങ്ങൾക്ക് കളിക്കാനായി മുകളിൽ കൊണ്ടുപോയി വെച്ചതെന്ന കാര്യത്തിൽ അയാൾക്ക് സംശയ മില്ല!

ആട്ടിടയൻ ഗാതർഗുഡിനെപ്പോലെ മുയലിനു പിന്നാലെ ആർത്തി പിടിച്ചു നടക്കുന്നവനൊന്നുമല്ല കാലെബ്, എന്നാൽ അയാൾക്ക് കുറു ക്കന്മാരോട് വെറുപ്പാണ്; അത് മറ്റൊരുകാരണം മൂലമാണ്. വേട്ടയാടപ്പെ ടുന്ന കുറുക്കൻ ചെമ്മരിയാടുകൾക്ക് വളരെ അപകടകാരിയാണ്, പ്രത്യേ കിച്ച് ഗർഭിണിയായ പെണ്ണാടുകൾക്ക്; അവർക്കിടയിലേക്ക് ഓടി എത്തുന്ന കുറുക്കൻ ആടുകളെ പേടിപ്പിച്ച് ഭ്രാന്തരാക്കുന്നു! അവർ സമയമാകുന്ന തിന് മുമ്പ് പ്രസവിക്കുന്നു. കുഞ്ഞുങ്ങൾ ചാപിള്ളകളാകുന്നു!

കുന്നിൻപ്രദേശത്തെ പക്ഷിജീവിതം

ഇംഗ്ലണ്ടിലെ മറ്റ് പ്രദേശങ്ങളിലേതുപോലെ വിൽറ്റ് ഷയറിലും വളരെ മുമ്പുതന്നെ അതിന്റെ ഏറ്റവും രസകരമായ പക്ഷികൾ നശിപ്പിക്കപ്പെട്ടു കഴിഞ്ഞിരുന്നു- ഏറ്റവും ഏറെ സംരക്ഷിക്കപ്പെടാൻ അർഹതയുള്ള ഇനങ്ങൾ. അവിടത്തെ വലിയ ബസ്റ്റാഡ്, ഒരുകാലത്ത് നമ്മുടെ ഏറ്റവും വലിയ പക്ഷി - സുവർണ്ണകഴുകനേക്കാളും കടൽ പരുന്തിനേക്കാളും ഭീമാകാരനായ കൊറ്റിയേക്കാളും വലുത്, ഒരുകാലത്തിന്റെ കാഹളം പോലുള്ള ശബ്ദം നാട് മുഴുവൻ അലയടിച്ചിരുന്നു - അതെല്ലാം ഇപ്പോൾ ഒരു ഓർമ്മ മാത്രമായിരിക്കുന്നു! അല്ലെങ്കിൽ ഒരു സ്ഥലപ്പേര്; ബസ്റ്റാഡ് സത്രം, അതൊരു സത്രമേയല്ല, ഇപ്പോൾ സാലിസ് ബറി സമതലപ്രദേശത്തേക്ക് അനുകരണ യുദ്ധത്തിന് പോകുന്ന ആയിരങ്ങൾക്കത് സുപ്രസിദ്ധമാണ്. നാടിന്റെ ഏറ്റവും തെക്കെ അതിർത്തിയിൽ ഉള്ള ഒരു ഗ്രാമത്തിൽ ഒരുസന്ന്യാസി മഠമുണ്ട്. അത് ഒരുകാലത്ത് അറിയപ്പെട്ടിരുന്നത് ബസ്റ്റാഡ് ഫാം എന്നായിരുന്നു. വൃദ്ധജനങ്ങൾ ഇപ്പോഴും അതേ പേരുതന്നെയാണതിനെ വിളിക്കുന്നത്. ഈ ഏറ്റവും ശ്രേഷ്ഠമായ പക്ഷിയെക്കുറിച്ച് കാലെബ് ബൊകോമ്പിന് ആകെ അറിയാവുന്നത് അവന്റെ അച്ഛൻ പറഞ്ഞുകൊടുത്തിട്ടുള്ളത് മാത്രമാണ്; ഐസക് അറിഞ്ഞത് കേട്ടുകേൾവിയിൽ നിന്നും, അയാളുടെ ചെറുപ്പകാലത്ത് അത് സൗത്ത് വിൽറ്റ്സിൽ കാണപ്പെട്ടിരുന്നെങ്കിലും!

നീണ്ട കൊക്കും നീണ്ടചിറകുകളും വലിയ മഞ്ഞക്കണ്ണുകളും ഉള്ള വെള്ളത്തിൽ കഴിയുന്ന 'കർല്യൂ' പക്ഷി, നമ്മുടെ ചെറിയ ബസ്റ്റാഡ്, കൃഷിയിറക്കാത്ത കുന്നിൻപ്രദേശങ്ങളിൽ ഇടയ്ക്കിടെ കാണപ്പെടുന്നുണ്ട്, അവയുടെ സംഖ്യ ഖേദകരമാംവിധം കുറഞ്ഞുകൊണ്ടിരിക്കുന്നു! ആ പക്ഷികളുടെ മുട്ടകൾ ശേഖരിക്കാനുള്ള ചില ആളുകളുടെ മോഹം കുറ

യുന്നില്ല. അവ അന്വേഷിച്ചു നടക്കുന്ന പാവങ്ങളായ ആട്ടിടയന്മാരുടേയും തൊഴിലാളികളുടെയും കണ്ണുകളിൽ നിന്നവർക്ക് രക്ഷപ്പെടാനാവില്ല.

വലിയ കഴുകന്മാരും മലങ്കാക്കകളും എല്ലാ മരങ്ങളിലും കാടുകളിലും വസിച്ചിരുന്നവർ, മൃഗസംരക്ഷകരാൽ ഉന്മൂലനം ചെയ്യപ്പെട്ടിരിക്കുന്നു! കൗണ്ടിയിലെ ഏറ്റവും വലിയ കാട്ടിൽ പോലും ഇപ്പോൾ പരുന്തിനേക്കാൾ വലുപ്പമുള്ള കഴുകന്മാർക്ക് അഭയം നല്കപ്പെടുന്നില്ല! വലിയ കഴുകന്മാർക്ക് ഒളിച്ചിരിക്കാൻ ഇഷ്ടംപോലെ ഇടമുണ്ടെന്ന് ആരും കരുതിയേക്കാം, എന്നാൽ അത് ശരിയല്ല. ഏതാനും വർഷങ്ങൾക്കു മുമ്പ് ഒരു വെള്ള പരുന്ത് അവിടെ പ്രത്യക്ഷപ്പെട്ടു - ഒരു സാധാരണ പരുന്ത്- അവിടത്തെ മുഴുവൻ ജനങ്ങളും ആവേശത്തോടെ തോക്കുമേന്തി അതിനെ വേട്ടയാടാനായി കാട്ടിലേക്ക് പാഞ്ഞു. ആ പാവം പക്ഷി രണ്ടോ മൂന്നോ ദിവസത്തെ തുടർച്ചയായ വെടിവെപ്പിൽനിന്ന് രക്ഷപ്പെട്ടെങ്കിലും ഒടുവിൽ നിലം പതിച്ചു.

മറ്റൊരു സംഭവം ഞാൻ ഫോണ്ട് ഹിൽ ആബ്ബിയിൽ കേട്ടു. ആ അലഞ്ഞുതിരിയുന്ന കഴുകൻ ഏത് തരത്തിലുള്ളതാണെന്നു ആർക്കും പറയാൻ കഴിയില്ലായിരുന്നു- അത് വളരെ വലുതാണ്; നീലനിറം, വെളുത്ത നെഞ്ചിൽ കറുത്ത വരകൾ- ഭയാനകമായൊരു പക്ഷി, പേടിപ്പിക്കുന്ന മഞ്ഞക്കണ്ണുകൾ! എല്ലാ മൃഗസംരക്ഷകരും, മറ്റ് പല മനുഷ്യരും തോക്കുമെടുത്ത് അനേകം ദിവസങ്ങൾ അതിനെ വേട്ടയാടാനായി പിൻതുടർന്നു; ഒടുവിൽ ആരോ ഒരാൾ അതിനെ വെടിവെച്ച് വീഴ്ത്തി. എന്നാൽ, അത് എവിടെയാണ് വീണതെന്ന് അവർക്ക് കണ്ടെത്താനായില്ല. രണ്ടാഴ്ചയ്ക്കുശേഷം അതിന്റെ ശവം ഒരു വൃദ്ധൻ ആട്ടിടയൻ കണ്ടെത്തി, അയാളാണാ കഥ എന്നോട് പറഞ്ഞത്. അത് സൂക്ഷിച്ചു വെക്കാൻ പറ്റിയ ഒരു അവസ്ഥയിലായിരുന്നില്ല; എന്നാൽ അയാളുടെ വിവരണത്തിൽനിന്നത് ഗോസ് ഹോക് എന്ന ഒരു പ്രത്യേക ഇനം കഴുകനാണെന്നെനിക്ക് ഉറപ്പായിരുന്നു.

മലങ്കാക്കകൾ വളരെക്കാലം നിലനിന്നു; ആട്ടിടയൻ ബൊക്കോബിന്റെ കുട്ടിക്കാലത്ത് അവ ധാരാളം ഉണ്ടായിരുന്നെന്നയാൾ പറയുന്നു, എഴുപത്. വർഷങ്ങൾക്കപ്പുറം! അത്രയുമധികം മലങ്കാക്കകൾ ഇത്രപെട്ടെന്ന് അപ്രത്യക്ഷമായത് എന്നിൽ താല്പര്യമുണർത്തി!

പഴയ പട്ടിണിക്കാലത്ത്, ലോർഡ് റിവേഴ്സ് വിൽറ്റ് ഷയറിന്റെ വലിയൊരു ഭാഗം ക്രാൻ ബോൺ ചെയ്സ് മുതൽ സാലിസ് ബറി വരെ ഭൂമിയിൽ മാൻവേട്ടയ്ക്കുള്ള അവകാശം കൈയടക്കിവെച്ചിരിക്കുമ്പോൾ ഗ്രാമീണർ മാനുകളെ ഒളിവേട്ട നടത്തിയതിനെക്കുറിച്ചുള്ള അയാളുടെ വിവരണം നമ്മൾ കേട്ടല്ലോ, അത്രയ്ക്ക് നീതിമാനായ ഐസക് ബോകോമ്പു പോലും വിശപ്പിന്റെ പ്രേരണയാൽ അതിർത്തിക്ക് പുറത്ത് കടന്ന മാനിനെ വല്ലപ്പോഴും പിടികൂടിയിട്ടുണ്ട്! അക്കാലത്ത് അനേകം നായ്ക്കളെ മാൻവേട്ടയ്ക്കായി ഉപയോഗിച്ചിരുന്നെന്ന് കാലെബ് പറഞ്ഞു. അവയെ വിന്റർ ബോൺ ബിഷപ്പിൽ നിന്ന് ഏതാനും മൈൽ ദൂരെയാണ്

പാർപ്പിച്ചിരുന്നത്. വളരെപ്രാകൃതമായ രീതിയിലായിരുന്നു മൃഗസംരക്ഷകർ അവർക്ക് തീറ്റ നല്കിയിരുന്നത്. പ്രായമായ, ക്ഷീണിതരായ കുതിരകളിലൊന്നിനെ കാട്ടിനുള്ളിൽ വെച്ചുകൊന്ന്, തൊലി ഉരിഞ്ഞ്, വേട്ടനായകൾക്ക് തിന്നാനായി ഇട്ടുകൊടുക്കും, അവ കുറുക്കന്മാരെപ്പോലെ വഴക്കുകൂടി, അത് കടിച്ചുകീറിത്തിന്നും. അതിലൊരു ഭാഗം മാത്രമേ തിന്നിരുന്നുള്ളൂ എങ്കിൽ ബാക്കി മൃതദേഹം ചീഞ്ഞളിയുന്നു! അപ്പോൾ മറ്റൊരു കുതിരയെ മറ്റൊരു ഭാഗത്ത്, ഏകദേശം ഒരു മൈൽ ദൂരം വച്ച് കൊന്ന് തൊലിയുരിഞ്ഞ് വേട്ടനായകൾക്ക് തിന്നാനായി ഇട്ടുകൊടുക്കുന്നു. ഇത്രയും ശവങ്ങൾ കിടക്കുന്ന സ്ഥലത്തേക്ക് മലങ്കാക്കകൾ കൂട്ടമായി ആകർഷിക്കപ്പെടുന്നു. പിന്നീട് ആ പ്രദേശത്ത് മാൻവേട്ട കുറഞ്ഞുവന്നപ്പോൾ, നായ്ക്കൾക്ക് കുതിരകളെ കൊന്ന് തീറ്റ കൊടുക്കുന്ന സമ്പ്രദായം മാറ്റി. മലങ്കാക്കകളുടെ എണ്ണം വർഷം തോറും കുറഞ്ഞുവന്നു. കാലെബിന് ഒൻപതോ പത്തോ വയസ്സുള്ളപ്പോൾ മലങ്കാക്കകളുടെ വലിയ കൂട്ടം ഒരു ഓർമ്മ മാത്രമായി മാറി! എന്നാലും അവ ധാരാളം ഉണ്ടായിരുന്നെന്നയാൾ ഓർക്കുന്നു. പഴയ ഒരു വിശ്വാസത്തെ കുറിച്ചയാൾ വാചാലനായി. കാക്കകളെ "മരണം മണക്കുന്നു!" ഒരു ആട്ടിൻകൂട്ടത്തിനു മീതെ കരഞ്ഞ് വട്ടമിട്ട് പറക്കുന്നതുകണ്ടാൽ ഒരു ചെമ്മരിയാടിന്റെ നില മോശമാണെന്നും അതിവേഗം അത് ചാകുമെന്നും ഉറപ്പിക്കാം!"

പക്ഷിയെക്കുറിച്ചുള്ള അയാളുടെ അനുസ്മരണങ്ങളിലൊന്ന് ഇവിടെ കൊടുക്കാം; അത് കുട്ടിക്കാലത്തു കണ്ടിട്ടുള്ളതായതിനാൽ ഹൃദയാന്തർഭാഗത്ത് ആഴത്തിൽ പതിഞ്ഞുകിടക്കുന്നു! ഒരു സുപ്രഭാതത്തിൽ അവൻ തന്റെ മൂത്തസഹോദരനോടൊപ്പം കുന്നിൻ പ്രദേശത്ത് നടക്കവെ അവർ പതിവ് കാക്കകളുടെ കരച്ചിൽ കേട്ടു; കുറച്ചു ദൂരെയായി മൂന്ന് പക്ഷികൾ ആകാശത്തുവെച്ച് പരസ്പരം പോരാടുന്നത് കണ്ടു. രണ്ടു പക്ഷികൾ മറ്റേതിനെ പിൻതുടർന്ന് ഓരോരുത്തരായി മാറിമാറി മൂന്നാമന്റെ മുകളിൽ പറന്നെത്തി ആക്രമിക്കുകയായിരുന്നു. വളരെ മുകളിൽ നിന്നായിരുന്നു അവർ വന്നുകൊണ്ടിരുന്നത്; ഒടുവിൽ അവർ ആ ബാലന്മാരുടെ നേരെ മുകളിലായി നിലത്തുനിന്ന് നാല്പതോ അൻപതോ അടി മുകളിൽ ആ പക്ഷികളുടെ കോപവും ചിറകിട്ടടിക്കുന്ന ഉറക്കെയുള്ള ഒച്ചയും പ്രാകൃതമായ ഉച്ചത്തിലുള്ള കരച്ചിലും ആ കുട്ടികളെ ആശ്ചര്യപ്പെടുത്തി! പിന്നെ വീണ്ടും അവർ ഉയർന്നുപറക്കാൻ തുടങ്ങി: വേട്ടയാടപ്പെട്ട പക്ഷി തന്റെ ശത്രുക്കൾക്കു മീതെ പൊങ്ങാൻ ശ്രമിച്ചു, അവരും ഉയർന്നുവന്ന് ശത്രുവിനെ ചവുട്ടി താഴ്ത്താൻ ശ്രമിച്ചു! ഈ രീതിയിൽ അവർ മേലോട്ട് പൊങ്ങിക്കൊണ്ടിരുന്നു! അവരുടെ കരച്ചിൽ ഭൂമിയിലേക്ക് നേർത്തു നേർത്ത് വന്നു, ഒടുവിൽ അവരിൽനിന്ന് ദൃഷ്ടി മാറാതിരിക്കാനായി അവർ നിലത്ത് മലർന്നു കിടന്ന്, ആകാശത്തേക്ക് മിഴിച്ചു നോക്കിക്കൊണ്ടിരുന്നു, അപ്പോൾ അവർ മൂന്ന് കൊച്ചു ബ്ലാക് ബോർഡുകൾ പോലെ കാണപ്പെട്ടു. പിന്നെ അപ്രത്യക്ഷമായി. എന്നാൽ ആ ബാല

ന്മാർ അവിടെത്തന്നെ മലർന്നുകിടന്ന്, ആകാശത്തിൽ അതേ സ്ഥലത്ത് കണ്ണുംനട്ട് നിരീക്ഷിച്ചുകൊണ്ടിരുന്നു. സാവധാനം ഒരു കറുത്തപുള്ളി ആദ്യം പ്രത്യക്ഷപ്പെട്ടു, പിന്നെ രണ്ടാമത്തേതും. അവ രണ്ടും അതിവേഗത്തിൽ ഭൂമിയിലേക്ക് വരുന്നതവർക്ക് കാണാൻ കഴിഞ്ഞു! അവ പെട്ടെന്ന് നിലം പതിച്ചു. നിശ്ശബ്ദരായി, ആ ബാലന്മാരിൽ നിന്ന് നൂറുവാരയ്ക്കപ്പുറത്താണവ വീണത്. വേട്ടയാടപ്പെട്ട പക്ഷി തീർച്ചയായും അവരെ കൊന്ന് വലിച്ചെറിഞ്ഞ് രക്ഷപ്പെട്ടിരിക്കുന്നു! ഒരുപക്ഷേ, അത് അവരുടെ സ്വന്തം കുട്ടി തന്നെ ആയിരിക്കാം; എന്തുകൊണ്ടെന്നാൽ തങ്ങളുടെ കുഞ്ഞ് സ്വയം വേട്ടയാടാൻ മാത്രം വളരുമ്പോഴോ അല്ലെങ്കിൽ അവനെ വേർപെടുത്താൻ കഴിയാതാകുമ്പോഴോ അവർ അവനെ കൊല്ലുന്നു എന്നത് മലങ്കാക്കകളുടെ ഒരു ശീലമാണ്.

വിൽറ്റ് ഷയറിന്റെ ഈ ഭാഗത്തെ മൃതദേഹങ്ങൾ മലങ്കാക്കകളെ കൂട്ടത്തോടെ ആകർഷിച്ചു എന്നതിൽ സംശയമില്ല. എന്നാൽ 1830 വരെ ആ പക്ഷികൾക്ക് ധാരാളം പേരുകേട്ട വാസകേന്ദ്രങ്ങൾ ആ കൗണ്ടിയിൽ ഉണ്ടായിരുന്നു എന്നത് ഒരുവാസ്തവമാണ്. റവ. എ സി സ്മിത്ത് തന്റെ *ബേർഡ് ഓഫ് വിൽറ്റ് ഷയർ* എന്ന കൃതിയിൽ ഇരുപത്തി മൂന്ന് വാസകേന്ദ്രങ്ങളെക്കുറിച്ച് സൂചിപ്പിച്ചിട്ടുണ്ട്. അതിൽ ചുരുങ്ങിയത് ഒൻപത് എണ്ണമെങ്കിലും സാലിസ് ബറി സമതല പ്രദേശത്താണ്. എന്നാൽ, ഈ പുസ്തകം പ്രസിദ്ധീകരിക്കുന്ന കാലത്ത് 1887 ൽ മൂന്ന് നിവാസ കേന്ദ്രങ്ങൾ മാത്രമാണ് പ്രയോഗത്തിലുണ്ടായിരുന്നത്. സൗത്ത് ടിഡ് വർത്ത്, വിൽട്ടൻ പാർക്ക്, കോംപ്ടൻ പാർക്ക്. ഗ്രന്ഥകർത്താവ് അറിയാത്ത മറ്റ് പുരാതന വാസകേന്ദ്രങ്ങൾ ഉണ്ടായിരുന്നെന്ന കാര്യത്തിൽ സംശയമില്ല. അതിന് ഒന്ന് 'ഗ്രേറ്റ് റിഡ്ജ് വുഡ്' ആണ്. വൈലി താഴ്വരയെ അഭിമുഖീകരിച്ചു നിലകൊള്ളുന്ന ആ സ്ഥലത്ത് മലങ്കാക്കകൾ മുപ്പത്തഞ്ചോ നാല്പതോ വർഷങ്ങൾ മുമ്പുവരെ, വസിച്ചിരുന്നു. ആ പ്രദേശത്തെ നിരവധി വൃദ്ധന്മാരെ ഞാൻ കണ്ടിരുന്നു; അവർ ആ പക്ഷികളെ ഓർക്കുന്നുണ്ട്, വലിയൊരു ഓക്കുമരത്തിലായിരുന്നു ആ മലങ്കാക്കകളുടെ താവളം എന്നവർ പറഞ്ഞു. അറുപത് വർഷങ്ങൾക്കുമുമ്പ് ആ മരം മുറിച്ചിട്ടപ്പോൾ ആ പക്ഷികൾ അധികം ദൂരെയല്ലാത്ത മറ്റൊരു മരത്തിൽ കൂടുകൾ ഉണ്ടാക്കി. ഗ്രേറ്റ് റിഡ്ജ് വുഡിന് സമീപം ജനിച്ചുവളർന്ന എന്റെ ഒരു ലണ്ടൻ സുഹൃത്ത്, കുട്ടിക്കാലത്ത് എപ്പോഴും മലങ്കാക്കകളെ കാണാറുള്ള കാര്യം ഓർക്കുന്നു! അവിടത്തെ ഒരു നിർഭാഗ്യവാനായ ഫാം ഉടമയുടെ ആടുകൾ, സാവധാനം, രോഗം പിടിപെട്ട് വർഷം തോറും ചത്തൊടുങ്ങി അയാൾ നാശത്തിന്റെ വക്കിലെത്തിയ കഥ എന്റെ സുഹൃത്ത് എന്നോട് പറഞ്ഞു. ആ ഫാം ഉടമയെക്കുറിച്ച് അയാളുടെ വൃദ്ധൻ ആട്ടിടയൻ ഭക്തി പുരസ്സരം തലയാട്ടി പറയുമായിരുന്നത്രെ. "അതിൽ അസാധാരണമായി ഒന്നുമില്ല– യജമാനൻ ഒരു മലങ്കാക്കയെ വെടിവെച്ച് കൊന്നിട്ടുണ്ട്."

വിന്റർ ബോൺ ബിഷപ്പിന് വളരെ അടുത്തായി മലങ്കാക്ക സങ്കേതങ്ങൾ ഒന്നുമില്ല. പക്ഷിക്കൂടുകളെക്കുറിച്ച് പറയുന്നത് കാലെബ് ഒരിക്കലും കേട്ടിട്ടുണ്ടായിരുന്നില്ല. എന്നാൽ ഈ നാട്ടിൽ ജനിച്ചുവളർന്നിട്ടില്ലാത്ത മറ്റൊരു ഇനം പക്ഷിയെ അയാൾ ഒരിക്കൽ കണ്ടിട്ടുണ്ട്. അന്ന യാൾ ഒരു കൊച്ചുകുട്ടിയായിരുന്നു. ഒരുദിവസം ആ സ്ഥലത്തെ ഒരു വൃദ്ധൻ ആട്ടിടയൻ ഗ്രാമത്തിൽനിന്ന് പുറത്തുപോകവെ കാലെബിനെ കണ്ടു. അയാൾ അവനെ വിളിച്ച് പറഞ്ഞു. "നീ പക്ഷികളെ ഇഷ്ടപ്പെടുന്ന കുട്ടിയല്ലേ, നീ എന്റെ കൂടെ വന്നാൽ, ഒരു മനുഷ്യനും മുമ്പൊരിക്കലും കണ്ടിട്ടില്ലാത്ത ഒന്നിനെ കാണിച്ചുതരാം." ഭയങ്കര ജിജ്ഞാസയോടെ കാലെബ് വീട്ടിൽനിന്ന് വളരെ ദൂരെയുള്ള ഒരു കാട്ടിലേക്ക് അയാളെ പിൻതുടർന്നു. അവൻ മുൻപ് കണ്ടിട്ടില്ലാത്ത ഒരു സ്ഥലമായിരുന്നു അത്. അവിടെ ധാരാളം ബിർച്ച് മരങ്ങളും മുൾച്ചെടികളുമുണ്ട്. വളരെ ശ്രദ്ധയോടെ ഒരുകൂട്ടം ബിർച്ച് മരങ്ങൾക്കടുത്ത് അവർ എത്തിയപ്പോൾ ഒരു വലിയ ത്രഷ് പോലുള്ള പക്ഷി പത്തടിമുകളിലെ വലിയ ഒരുപക്ഷിക്കൂടിൽ നിന്ന് പറന്ന് അടുത്തുള്ള ഒരു മരത്തിൽ ചെന്നിരുന്നു; അവിടെ അതിന്റെ ഇണയോടൊപ്പം ചേർന്നു. ആ വൃദ്ധൻ അതിനെ ചൂണ്ടിക്കാണിച്ച് പറഞ്ഞു: "അത് വലിയ ത്രഷ് പോലുണ്ട്. എന്നാൽ നിറം വ്യത്യസ്തമാണ്. അവ കൂട്ടമായി ശീതകാലത്ത് ഇംഗ്ലണ്ടിൽ വന്നതാണ്. എവിടെ നിന്നാണെന്ന് ആർക്കും അറിയില്ല. ദൂരെ ഉത്തരദേശത്ത് നിന്നായിരിക്കണം; എപ്പോഴും കുഞ്ഞുങ്ങൾ ഉണ്ടാകുന്നതിനുമുമ്പ് സ്ഥലം വിടുകയും ചെയ്യുന്നു." ഇത് മാത്രമാണ് ഈ രാജ്യത്ത് മുട്ടയിട്ട് വിരിയിക്കുന്നതായി അയാൾ കണ്ടിട്ടുള്ളത്! അത്തരം ഒരു സംഭവം ആരെങ്കിലും മുമ്പ് കണ്ടിട്ടുണ്ടെന്ന് അയാൾ വിശ്വസിക്കുന്നില്ല. അതിന്റെ മുട്ടു കാണാനായി അവൻ മരത്തിൽ കയറാൻ പോയില്ല. അല്ലെങ്കിൽ അതിന്റെ അടുത്ത് പോലും പോയില്ല. ആ പക്ഷികളെ ശല്യപ്പെടുത്താനവന് ഭയമായിരുന്നു.

പക്ഷികളുടെ കാര്യത്തിൽ ഈ മനുഷ്യൻ ഒരു മഹാനാണ്. കാലെബ് പറഞ്ഞു, അയാൾക്ക് അവരെക്കുറിച്ചെല്ലാം അറിയാം. എന്നാൽ അവയെക്കുറിച്ചൊന്നും പറഞ്ഞില്ല. അയാൾ നിരീക്ഷിക്കുകയും അവയെക്കുറിച്ച് ഒരുപാട് കാര്യങ്ങൾ കണ്ടെത്തുകയും ചെയ്തു, എല്ലാം അയാളുടെ സ്വകാര്യസുഖത്തിനു വേണ്ടി!

വിന്റർ ബോൺ ബിഷപ് ഇടവക അടക്കമുള്ള ഈ കുന്നിൻ പ്രദേശഭാഗത്തിന്റെ സവിശേഷ ഇനങ്ങൾ പെവിറ്റ്, മാഗ്പൈ, കാട്ടുപ്രാവ്, മിസിൽ ത്രഷ്, സ്റ്റാർലിങ് എന്നിവയാണ്. കുന്നുകളിൽ പെവിറ്റ് സർവ്വസാധാരണമാണ്. എന്നാൽ മിലിട്ടറി കാര്യങ്ങൾക്കായി ഉപയോഗിക്കുന്ന സാലിസ്ബറി പ്രദേശത്തിലെ എല്ലാ ഭാഗത്ത് നിന്നും അവ അനിവാര്യമായും ഓടിപ്പിക്കപ്പെടുന്നു! മിസിൽ ത്രഷിന്റെ മുട്ടയിടുന്ന കാലം കഴിഞ്ഞാൽ വേനൽക്കാലത്ത് അവ പതിവായി കാണപ്പെടുന്നു. അപ്പോൾ പക്ഷികൾ ചെറിയ കൂട്ടങ്ങളായി കുന്നിൻപ്രദേശത്തേക്ക് പോകുന്നു.

കാലാവസ്ഥ നല്ല തണുപ്പാകുന്നതുവരെ അവർ അവിടെ വാസം തുടരും. പിന്നീട് തണുപ്പിൽ നിന്നവർ താഴ്ന്ന കാട്ടുപ്രദേശത്ത് അഭയം തേടുന്നു!

ഇതിന്റെ അടുത്തായി നൂറുകണക്കിന് ഏക്കർ സ്ഥലത്ത് നിബിഡ വനമാണ് അതിൽ തോൺ, ഹോള്ളി, ബ്രാബിൾ, ബിർച്ച് എന്നീ ചെടികളും വൃക്ഷങ്ങളും ഇടതിങ്ങി വളരുന്നു; ഇവിടെയാണ് മാഗ് പൈകളുടെ പ്രധാന മുട്ടയിടുന്ന സ്ഥലം. ഒരു സന്ധ്യക്ക് നിങ്ങൾ അതിലെ നടന്നാൽ, നിങ്ങൾക്ക് പതിവായി ഇരുപത് പക്ഷികളെയെങ്കിലും കാണാനാകും. ടാർട്ടിൽ ഡൗകളുടെ അസ്ഥാന നഗരവും ഇവിടെത്തന്നെ വേനൽക്കാലത്ത് എന്നും അവയുടെ മെല്ലെയുള്ള മൂളിപ്പാട്ട് കേൾക്കാം! മറ്റ് സാധാരണ കേൾക്കാറുള്ള ശബ്ദം മാഗ്പൈകളുടേതാണ് അവയുടെ ഒതുക്കത്തിലുള്ള ചിലയ്ക്കൽ, ഒറ്റയ്ക്കുള്ള ഗാനാലാപനം, തുടർച്ചയായി ഒരു നൂറ് തവണ ആവർത്തിച്ചുകൊണ്ടുള്ള കൂവൽ! അത്തരം ഒരു സ്ഥലത്ത് എങ്ങനെ പ്രാവുകൾ തൂവെള്ള മുട്ടകൾക്കുമേൽ അടയിരിക്കുന്നു എന്നത് അത്ഭുതം തന്നെയാണ്! മൃഗപാലകർ എന്നോട് ഈ പക്ഷികളെ കൊല്ലുന്ന കാര്യവും പറഞ്ഞിരുന്നു. താഴ്വരയിൽ ഒരു മൈൽ ദൂരെയുള്ള വൃക്ഷങ്ങളിൽ ചേക്കേറാൻ പോകുമ്പോഴാണ് ഈ വേട്ട അരങ്ങേറുന്നത്, പക്ഷികൾ ഒരു സ്ഥലത്ത് ഇരുട്ടാവാനായി കാത്തിരിക്കുമ്പോൾ! ഒരു മൃഗസംരക്ഷകൻ എന്നോട് പറഞ്ഞു, ഒരു സായാഹ്നത്തിൽ അയാൾ ഒരു സുഹൃത്തിന്റെ സഹായത്തോടെ മുപ്പത് പക്ഷികളെ വെടിവെച്ചു വീഴ്ത്തിയെന്ന്!

വിന്റർ ബോൺ ബിഷപ് ഡൗണിലും ഗ്രാമത്തിന് ചുറ്റും മാഗ് പൈകൾ പീഡിപ്പിക്കപ്പെട്ടിരുന്നില്ല. എന്തുകൊണ്ടെന്നാൽ നായാട്ടുകാർ, പക്ഷിവേട്ട തൊഴിലാക്കിയവർ, ഈ നാടിനോട് മടുപ്പ് പ്രകടിപ്പിക്കാൻ തുടങ്ങി. അത് വാസ്തവത്തിൽ, വിചിത്രവും കൗതുകമുള്ളതുമായൊരു കഥയാണ്. നമ്മൾകണ്ടതുപോലെ അവിടെ ഒരു ജന്മിയില്ല. ഫാം ഉടമകൾക്ക് മുയലുകൾ ഉണ്ട്. അവിടെ നായാട്ട് അനുവദിക്കാനുള്ള അധികാരം ജന്മിയിലാണ് നിക്ഷിപ്തമായിരിക്കുന്നത്. അദ്ദേഹം താമസിക്കുന്നത് ദൂരെയോ വിദേശത്തോ ആയിരിക്കും. എന്തുതന്നെ ആയാലും അദ്ദേഹം നേരിട്ട് അവിടത്തെ ആളുകളെ അറിയില്ല. ജനങ്ങൾക്ക് ജന്മിയെക്കുറിച്ച് ആകെ അറിയാവുന്നത് എല്ലാ ഗ്രാമീണർക്കും ആ പ്രദേശത്ത് ചില അവകാശങ്ങൾ ഉണ്ട് എന്നതാണ്- പുല്ല് മുറിക്കാം, ഒരു പശുവേയോ അല്ലെങ്കിൽ കുതിരക്കുട്ടിയേയോ കഴുതയെയോ ഒരു ഡസൻ ആടുകളെയോ പോറ്റാം- ഇപ്പോൾ അവർക്ക് അതൊന്നുമില്ല. എന്നാൽ എങ്ങനെ എപ്പോൾ, ഈ അവകാശങ്ങളെല്ലാം നഷ്ടമായി എന്നവർക്കറിയില്ല. സ്വാഭാവികമായും ഗ്രാമീണരും നായാട്ട് സംരക്ഷിക്കാനായി ദൂരെ നിന്ന് അയക്കപ്പെടുന്ന മൃഗസംരക്ഷകരും തമ്മിൽ യാതൊരു അടുപ്പവുമില്ല. അങ്ങനെ, നായാട്ട് അപരിചിതരായവർക്ക് വിട്ട് കൊടുക്കുന്നു! അവർ കണ്ണിൽകണ്ട പക്ഷിക്കൂടുകൾ മുഴുവൻ നിഷ്ഠയോടെ നശിപ്പിക്കുന്നു.

തല്ഫലമായി വർഷം തോറും നായാട്ടിനായി വളരെ കുറച്ച് പക്ഷികൾ മാത്രം ബാക്കിയാകുന്നു!

ഈ അസ്ഥിരമായ അവസ്ഥ, അലങ്കാരവാലുള്ള കറുപ്പും വെളുപ്പും നിറമുള്ള പക്ഷിക്കും പ്രയോജനകരമായിത്തീരുന്നു. അവൻ അങ്ങനെ അഭിവൃദ്ധി പ്രാപിക്കുന്നു. വഴിയോര വൃക്ഷങ്ങളിൽ മുള്ളുകൾകൊണ്ട് വലിയ പക്ഷിക്കൂടുകൾ ഗ്രാമത്തിനരികിൽ സൃഷ്ടിക്കുന്നു.

ഈ കുന്നിൻ പ്രദേശത്തും അതുപോലെ ഇംഗ്ലണ്ടിലെ മറ്റ് പലസ്ഥലങ്ങളിലും വസിക്കുന്ന, ഒരു വലിയ പക്ഷിയാണ് 'റൂക്ക്' എന്ന ഒരിനം കാക്ക. ഈ പച്ച പിടിച്ച ഭൂമിയുടെ അധിപനായ ദൈവത്തോടും അതിൽ ജീവിക്കുന്ന എല്ലാ ജീവജാലങ്ങളോടും ഈ ഇനം പക്ഷിയെ നമ്മൾക്ക് വിട്ടുതരാൻ കാണിച്ച സന്മനസ്സിന് നമ്മൾക്ക് വിനയപൂർവ്വം നന്ദി പറയാം! നമ്മൾക്ക് നഷ്ടപ്പെട്ട മഹത്തായ മറ്റ് പക്ഷികളുമായി താരതമ്യപ്പെടുത്തുമ്പോൾ കാക്ക വലിയൊരു പക്ഷിയല്ലെങ്കിലും നമ്മൾക്കതിനെ വിട്ടുപോയത് വലിയ കാര്യം തന്നെയാണ്- ബസ്റ്റാഡ്, പരുന്ത്, മലങ്കാക്ക, കഴുകൻ തുടങ്ങിയവ- ഈ ഇനം കാക്കകൾ കുന്നിൻ പ്രദേശത്തെ കൃഷിസ്ഥലങ്ങളിൽ കൂട്ടമായി വിഹരിക്കുന്നത് കാണുമ്പോൾ അതിശയം തോന്നാറുണ്ട്; പ്രത്യേകിച്ചും അവയുടെ ഹാനികരമായ ശീലത്തിനെതിരായി ചില പ്രദേശങ്ങളിൽ മുറവിളി ഉയർത്തുന്നതോർക്കുമ്പോൾ! എന്നാൽ ഇവിടെ അതിനോട് അനുകൂല വികാരമാണുള്ളത്, കർഷകരും ജന്മികളും അതിനെ ഒരുപോലെ ഇഷ്ടപ്പെടുന്നു. സാലിസ്ബറി സമതലത്തിൽ എനിക്കറിയാവുന്ന ഏറ്റവും വലിയ കാക്ക നിവാസ സ്ഥലം ഒരുഫാം ഹൗസിനടുത്താണ്. കർഷകന്റേതു തന്നെയാണാഭൂമി; അവിടെ ഏകദേശം തൊള്ളായിരം ഏക്കർ ഭൂമി കൃഷി ചെയ്യുന്നുണ്ട്. ഒരു പയ്യനെക്കൊണ്ട് ഇത്രയും കൃഷിഭൂമിയിലെ കാക്കകളെ ഓടിപ്പിക്കാൻ കഴിയാത്തതിനാൽ ഇക്കാലത്താണെങ്കിൽ ആ പക്ഷി കൂടുകളെല്ലാം നശിപ്പിച്ചേനെ എന്ന് ആരും ചിന്തിച്ചുപോകും!

ഒരുദിവസം വെസ്റ്റ് നോയിലിനടുത്ത്, വലിയൊരു കാക്കക്കൂട്ടം കൃഷിയിറക്കിയ ഭൂമിയിൽ തിരക്കിട്ട് തീറ്റിയിലേർപ്പെട്ടിരിക്കുന്നത് ഞാൻ കണ്ടു. കാക്കകളെ പേടിപ്പിക്കാനുള്ള എല്ലാ പണികളും കൃഷിക്കാർ അവിടെ ചെയ്തിട്ടുണ്ട്. പാടത്ത് ഇടയ്ക്കിടെ കുറ്റി നാട്ടി, അതിൽ വെടിവെച്ചുകൊന്ന കാക്കകളെ കെട്ടി ഞാത്തിയിട്ടുണ്ട്, വൈക്കോൽ കൊണ്ടും കീറത്തുണികൊണ്ടും വലിയ നോക്കുകുത്തികളെ ഉണ്ടാക്കി തലയിൽ തൊപ്പിയും കൈയിൽ മരത്തോക്കും പിടിപ്പിച്ച് നിർത്തിയിട്ടുണ്ട്! എന്നാൽ കാക്കകൾ എല്ലാ സമയത്തും അവിടെ ഉണ്ട്. ഒരുസ്ഥലത്ത് ഏഴ് എണ്ണത്തിനെ ഞാൻ എണ്ണി! ചത്ത കാക്കയെ ഞാത്തിയിട്ടതിനിടയിൽ നിന്നുകൊണ്ടവർ കാലിനടുത്തുള്ള മണ്ണ് ചിക്കി ചികഞ്ഞുകൊണ്ടിരിക്കയായിരുന്നു. എന്താണവർ ചെയ്യുന്നതെന്ന് ഞാൻ അടുത്തുചെന്ന് നോക്കി. അത് മുതിര വിതച്ച ഒരു വയൽ ആയിരുന്നു. മുളച്ചു വരുന്ന വിത്തുകൾ കുഴിച്ചെടുത്ത് തിന്നുകയായിരുന്നു ആ കാക്കകൾ!

മൂന്ന് മാസങ്ങൾക്കുശേഷം അതിനടുത്ത് ഒരു സ്ഥലത്ത് 'മെരെ ഡൗണിൽ' ഈ പക്ഷികൾ ധാന്യം സുഭിക്ഷമായി കൊത്തിത്തിന്നുന്നത് ഞാൻ കണ്ടു. അവിടെ കൊയ്തു കൂട്ടിയിട്ടിരുന്ന ധാന്യക്കറ്റകൾ മഴ കാരണം കൊണ്ടുപോകാൻ കഴിഞ്ഞിരുന്നില്ല. അത് അൻപതോ അറുപതോ ഏക്കർ വിസ്താരമുള്ളൊരു വലിയ പാടശേഖരമാണ്. ഞാനങ്ങോട്ട് ചെന്നപ്പോൾ പക്ഷികൾ യാതൊരു കൂസലുമില്ലാതെ എന്റെ തലയ്ക്കു മീതെ സ്വതന്ത്രമായി പറന്നുവന്ന് ഉറക്കെ കരഞ്ഞുകൊണ്ട് ധാന്യക്കറ്റകളിൽ വന്നിരുന്നു. അതിഗംഭീരമായൊരു കാഴ്ചയായിരുന്നു അത്!- നീലക്കറുപ്പുള്ള പക്ഷികൾ സുവർണ്ണനിറമുള്ള ഗോതമ്പിൽ ഇരിക്കുന്ന മനോഹരമായ കാഴ്ച! ഓരോ ധാന്യ കൂമ്പാരത്തിലും ഒരുഡസൻ പക്ഷികളുടെ ചടുലമായ ചലനങ്ങൾ; കുറെ പേർ നിലത്ത് ചിതറിക്കിടക്കുന്ന ധാന്യമണികൾ കൊത്തിത്തിന്നുന്നു; മറ്റുള്ളവർ അവയ്ക്കുമീതെ പറക്കുന്നു. വയലിൽ സൂര്യപ്രകാശം വ്യാപിച്ചിട്ടേയുള്ളൂ, അതിനപ്പുറം നീലിമയാർന്ന ആകാശം! ഇത്രയും പ്രകടമായ രീതിയിൽ പക്ഷികൾ തങ്ങളുടെ സൗഭാഗ്യത്തിൽ സസന്തോഷം ചീറിവിളിച്ച് ആഹ്ലാദിക്കുന്നത് ഞാൻ മുമ്പ് കണ്ടിട്ടില്ല. ഹാ ഹാ! എന്തൊരു കൊയ്ത്ത്! എന്തൊരു സമൃദ്ധി! ഇതിനേക്കാൾ പൂർണ്ണതയുള്ള ഒരു ആഗസ്തോ സെപ്തംബറോ ഉണ്ടാകുമോ! മഴ, മഴ, രാത്രിയും പ്രഭാതത്തിലും. പിന്നെ അവരുടെ തൂവലുകൾ ഉണക്കാനായി വെയിലും കാറ്റും, എന്തൊരാഹ്ലാദമാണവർക്ക്! കർഷകർക്ക് ധാന്യം ഉണക്കി ചുമന്ന് കൊണ്ടു പോയി കൂട്ടിയിടാനുള്ള വെയിലും കാറ്റുമില്ല. ഇതിനേക്കാൾ നല്ലതായി എന്തുണ്ടാകാനാണ്!

എന്നാൽ ഏറ്റവും പൊതുവായി കാണുന്ന പക്ഷി, ഞാൻ സൂചിപ്പിച്ച മറ്റെല്ലാ പക്ഷികളേക്കാൾ കൂടുതൽ കാണപ്പെടുന്നത്, 'സ്റ്റാർ ലിങ്' ആണ്. കാലെബ് ബൊകാമ്പിന്റെ ഏറ്റവും പ്രിയങ്കരനായ പക്ഷിയാണത്! കുന്നിൻ പ്രദേശത്തിലെ എല്ലാ ആട്ടിടയന്മാർക്കും അതിനോടൊരു പ്രത്യേക ഇഷ്ടമാണെന്ന് ഞാൻ വിശ്വസിക്കുന്നു. കാരണം ചെമ്മരിയാടുകൾ മേയുമ്പോൾ അവർ പുൽത്തകിടിയിൽ അവരോടൊപ്പം സ്ഥിരമായി നീങ്ങുന്നത് കാണാം- നായ, ചെമ്മരിയാട്, സ്റ്റാർലിങ് പക്ഷിക്കൂട്ടങ്ങൾ- ഏകാന്തരായ ആട്ടിടയന്മാരുടെ കുന്നിൻ പ്രദേശത്തെ സുദീർഘമായ നാളുകളിലെ കൂട്ടുകാരാണിവർ, ഏപ്രിൽ മുതൽ നവംബർ വരെ അവൻ എത്ര ബുദ്ധിശാലിയായ പക്ഷിയാണെന്നോ എത്ര നന്നായാണവൻ തന്റെ സുഹൃത്തുക്കളെയും ശത്രുക്കളെയും മനസ്സിലാക്കുന്നത്! ഒരു കഴുകൻ ആ പരിസരത്ത് പറന്നെത്തിയാൽ ഒരു സ്റ്റാർലിങ് കൂട്ടത്തിന്റെ പെരുമാറ്റം കാണേണ്ടതുതന്നെയാണെന്നും അതിനേക്കാൾ മനോഹരമായ മറ്റൊരു കാഴ്ചയില്ലെന്നും കാലെബ് പറയുമായിരുന്നു. ഒരു പരുന്തിനെയാണവർ കാണുന്നതെങ്കിൽ, അതിനെ ശ്രദ്ധിക്കയേയില്ല! എന്നാൽ കഴുകനാണ് പ്രത്യക്ഷപ്പെടുന്നതെങ്കിലോ, തൽക്ഷണം ആ പക്ഷികൾ ഭയങ്കര വേഗത്തിൽ പറന്ന്, ഏറ്റവും അടുത്തുള്ള ആട്ടിൻ

കൂട്ടത്തിനുള്ളിലേക്ക് കല്ലുകൾ വർഷിക്കുന്നതുപോലെ പതിച്ച് മറ്റുള്ള വരുടെ ദൃഷ്ടിയിൽ നിന്ന് തൽക്ഷണം അപ്രത്യക്ഷരാകുന്നു! അവിടെ മേയുന്ന ചെമ്മരിയാടുകളുടെ കാലുകൾക്കിടയിൽ നിലത്ത് കിടക്കുന്നു. കഴുകൻ തന്റേതായ വഴിക്ക് പോയി കണ്ണിൽനിന്ന് അപ്രത്യക്ഷനാകു ന്നതുവരെ അവിടെത്തന്നെ കിടക്കുന്നു.

വേനൽക്കാലത്ത് മുട്ടവിരിഞ്ഞശേഷം തള്ളമാരെ വിട്ടുപിരിഞ്ഞ് കൂട്ട മായി നടക്കുന്ന പക്ഷിക്കുഞ്ഞുങ്ങളാണ് പ്രധാനമായും കഴുകന്മാരുടെ ഇരകൾ. എപ്പോഴും ചെറിയ പക്ഷികളെയാണ് കഴുകന്മാർ കൊന്നതായി ഞാൻ കണ്ടിട്ടുള്ളത്- ഒരു 'തവിട്ട് ത്രഷ്' പഴയ പക്ഷിശാസ്ത്രപണ്ഡി തർ അങ്ങനെയാണതിനെ വിളിക്കാറുള്ളത്. കഴുകനാണതിനെ കൊന്ന തെങ്കിൽ ആ പക്ഷിയുടെ മാംസം, തൊലി വലിച്ചൂരി കളഞ്ഞ് തിന്നുക യാണ് ചെയ്യുക. തലയും തൊലിയും ഉപേക്ഷിക്കുന്നു. കഴുത്തിൽ നിന്നും തലയിൽനിന്നും മാംസം കൊത്തി എടുത്തതായി കാണാം. വേനൽക്കാ ലത്ത് പക്ഷികൾ കണക്കില്ലാത്തത്ര ഉള്ളതിനാൽ കഴുകൻ മതിവരാ ത്തൊരു തീറ്റക്കാരനായി മാറുന്നു!

സ്റ്റാർലിങ്ങുകളും ചെമ്മരിയാട് മണികളും

ചെമ്മരിയാടുകളും സ്റ്റാർലിങ്ങുകളും എന്ന വിഷയം എന്നെ മറ്റ് ചിലകാര്യങ്ങൾ ഓർമ്മിപ്പിക്കുന്നു, പ്രത്യേകിച്ച് സ്റ്റാർലിങ്ങുകളുടെ സംഗീതം കേൾക്കുമ്പോൾ! സന്ദർഭവശാൽ, ഞാൻ സാലിസ് ബറിയിലെ ചെറിയൊരു ഗ്രാമത്തിൽ ഇരുന്നാണ് എഴുതുന്നത്, 1909 സെപ്തംബർ പകുതിയാണ് കാലം. എന്റെ വാതിലിന് തൊട്ട് മുന്നിലുള്ള കുറ്റിക്കാട്ടിൽ പഴുത്ത ബെറിക്കുലകൾ ഞാന്നു കിടക്കുന്നുണ്ട്; അത് തിന്നാനായി സ്റ്റാർലിങ്ങുകൾ വരാറുണ്ട്. അവയുടെ ഗാനാലാപനം മുറിക്കുള്ളിൽ അനന്തമായി അലയടിക്കുന്നു അവ ഗൗരവത്തോടെ പാടാൻ വേണ്ടി ചിറകുകൾ താഴ്ത്തി, ഓടിന്മേൽ നിശ്ചലരായി, കൊക്ക് മുകളിലേക്ക് പൊക്കി നിന്നും കൊണ്ട് ഗാനമാലപിക്കുന്നു- പഴവർഗ്ഗങ്ങൾ സുഭിക്ഷമായി തിന്നുമ്പോഴും അവ ഗാനം ആലപിക്കുന്നു - സംസാരിച്ചും പാട്ടുപാടിയും ചൂളമടിക്കാൻവേണ്ടി ഇടയ്ക്കിടെ എൽഡർബെറികൾ വിഴുങ്ങിയും അവർ ആനന്ദിച്ചു. കാലാവസ്ഥ വല്ലാത്ത തണുപ്പുള്ളതല്ലെങ്കിൽ നിങ്ങൾക്ക് ഈ സംഗീതം എന്നും കേൾക്കാൻ കഴിയും. നനവുള്ളതോ വരണ്ടതോ ആയ കാലാവസ്ഥയിൽ വർഷം മുഴുവൻ കേൾക്കാം! എല്ലാ പാടുന്ന പക്ഷികളിലും വെച്ച് ഏറ്റവും സ്വരമാധുരി അവർക്കാണെന്ന് നമ്മൾക്ക് പറയാം; എന്നാലും സ്ഥിരമായൊരു ഗാനമില്ല. ഒരു ഡസൻ സ്വരങ്ങളും രാഗങ്ങളും അവർക്കുണ്ടെന്ന് ഞാൻ കരുതുന്നു; ഓരോ പക്ഷിയിലും അതുണ്ട്, അവർക്ക് സ്വന്തമായ സ്വരവും രാഗവും! അവരിൽ ഒന്നിന്റേത് വ്യക്തവും മൃദുലവും സംഗീതാത്മകവുമായ ചൂളമടിയാണ്, അല്പം രൂപഭേദമുള്ളത്. മറ്റൊന്നിന്റേത് ചുംബിക്കുന്ന ശബ്ദം, സാധാരണ രണ്ടോ മൂന്നോ പ്രാവശ്യം ആവർത്തിക്കപ്പെടും. അല്ലെങ്കിൽ ഇടയ്ക്കിടയ്ക്ക് ഉച്ചത്തിലുള്ള ചുംബനംപോലെ മറ്റൊന്ന് കർക്കശമായ നീണ്ടു നില്ക്കുന്ന ലോഹങ്ങ

ളുടേതുപോലുള്ള കിലുങ്ങുന്ന ശബ്ദം, ആരോ അതിനെ ടിൻ പാത്രത്തിലേക്ക് പശുവിൻ പാൽ കറക്കുന്ന ശബ്ദം എന്ന് ഉപമിച്ചിരിക്കുന്നു - വളരെ നല്ല ഒരു വിവരണം. ചില നേരിയ രാഗങ്ങളുമുണ്ട്, സംഗീതമൊഴുക്കുന്ന ത്രഷിന്റേതുപോലുള്ള, കളകൂജനം; പിന്നെ കുമിള ഉയരുന്നതുപോലെയുള്ള ശബ്ദവും കൊമ്പ് വിളിക്കുന്നതുപോലുള്ള ശബ്ദവും ഉണ്ട്. എന്നാൽ ക്രൗഞ്ചത്തിന്റേത് പോലുള്ള കടുത്ത ശബ്ദമല്ല. ഈ ശബ്ദങ്ങൾ ഒന്നിനു പിന്നാലെ ഒന്നായി വരുന്നില്ല; ഇടയ്ക്കിടയ്ക്കാണവ വരുന്നത്. അവയുടെ ഇടവേള മറ്റ് പല പക്ഷികളുടേയും ശബ്ദങ്ങൾകൊണ്ട് നിറയ്ക്കുന്നു; ഓരോ പക്ഷിക്കും അതിന്റേതായ രാഗമുണ്ട്. അത് അനുകരണമാണെന്ന് ആരും കരുതും! സത്യത്തിൽ, സ്റ്റാർലിങ് ആണ് നമ്മുടെ ഏറ്റവും വലിയ ഹാസ്യാനുകരണക്കാരൻ! ഓരോ രാഗവും തിരിച്ചറിയാവുന്ന വിധത്തിൽ ഓരോ രാഗവും അവൻ അനുകരിക്കുന്നു, ചിലപ്പോൾ മുഴുവൻ ഗാനവും! ഉദാഹരണത്തിന് ബ്ലാക്ക് ബേഡിന്റേത്! അവന്റെ പാട്ട് ശ്രദ്ധിച്ചാൽ അത് അനുകരണമാണെന്ന് നമ്മൾക്ക് ബോദ്ധ്യമാകും. അവന്റെ ഏറ്റവും നല്ല ഗാനം പോലും നമ്മളെ ആഹ്ലാദിപ്പിക്കുന്നതിലേറെ രസിപ്പിക്കുകയാണ് ചെയ്യുന്നത്. അവൻ പരിഹസിക്കുന്ന പക്ഷികളെപ്പോലെയല്ല. അവന്റെ തൊണ്ടയ്ക്ക് ബ്ലാക് ബേഡിന്റേതുപോലെ ശുദ്ധവും മധുരവുമായ ഗുണമേന്മയോടെ ശബ്ദം ഉണ്ടാക്കാനാവില്ല. താഴ്ന്ന ശബ്ദത്തിലാണവൻ പാടുന്നത്. ദൂരെനിന്ന് പാടുന്ന ഒരു ബ്ലാക് ബേഡിന്റെ ശബ്ദംപോലെ അതുപോലെ മറ്റ് നിരവധി ഗാനങ്ങളും രാഗങ്ങളും ഒരു മനുഷ്യന്റെ മൗലികമായ ശബ്ദം ടെലിഫോണിലൂടെ കേൾക്കുന്നതുപോലെയുള്ള അന്തരം! പരുക്കൻ ലോഹങ്ങളുടേത് പോലെയുള്ള കിലുങ്ങുന്ന ശബ്ദം അനുകരിക്കുന്നതിലവൻ ഏറ്റവും വിദഗ്ദ്ധനാണ്. എനിക്ക് ചിലപ്പോൾ തോന്നാറുണ്ട് ഈ ശബ്ദം അവൻ അനുകരിക്കുന്നത് ചെമ്മരിയാട് മണിയൊച്ച കടമെടുത്തുകൊണ്ടാണെന്ന്! ആ ശബ്ദം അവൻ മേച്ചിൽ സ്ഥലത്തുവെച്ച് ധാരാളം കേൾക്കാറുള്ളതാണല്ലോ. എല്ലാ സ്റ്റാർലിങ്ങുകളും നേരിട്ട് ചെമ്മരിയാട് മണികളിൽ നിന്നാണിത് സ്വീകരിച്ചിട്ടുള്ളതെന്ന് എന്തായാലും കരുതാനാവില്ല. പരിഹസിക്കുന്ന പക്ഷികളെപ്പോലെ ഈ പക്ഷികൾ ഹാസ്യാനുകരണക്കാരാണെന്നതിൽ സംശയമില്ല. ചെറുപ്പക്കാരായ പക്ഷികൾ പ്രായമായവരിൽനിന്ന് ഈ ഗാനഭാഷ പെട്ടെന്ന് കരസ്ഥമാക്കുന്നു; അവർക്കപ്പോൾ മേച്ചിൽ സ്ഥലം സന്ദർശിക്കേണ്ട ആവശ്യം വരുന്നില്ല.

ചെമ്മരിയാടുകളുടെ കഴുത്തിൽ കെട്ടി ഞാത്തിയിടുന്ന മണിയുടെ ഒച്ച ചെറിയൊരു ചുറ്റികകൊണ്ട് ഇരുമ്പു പ്ലേറ്റിലോ ചെമ്പ് പ്ലേറ്റിലോ കൊട്ടുന്നതുപോലെയാണ്; സ്റ്റാർലിങ്ങിന്റെ കേൾവിപ്പുറത്തുള്ള ഒരു ശബ്ദം അവന് പ്രത്യേകിച്ച് ആകർഷകമായി തോന്നുന്നു, അതവൻ എളുപ്പം അനുകരിക്കുകയും ചെയ്യുന്നു. എന്നാൽ - മറ്റൊരു വിഷയത്തിലേക്ക് കടക്കുക- ആട്ടിടയൻ സ്വയം എന്താണതിനെക്കുറിച്ച് കരുതുന്നത്? എന്തിനാണയാൾ തന്റെ ചെമ്മരിയാടുകൾക്ക് മണി കെട്ടുന്നത്?

അയാൾ തന്റെ മണികളെക്കുറിച്ച് ഒരുപാട് കാര്യങ്ങൾ ഓർക്കുന്നുണ്ട്. കല്പിത കഥാപാത്രങ്ങളെപ്പോലെ അവൻ ഫ്ലൂട്ട് വായിക്കുന്നവനോ ഗാനമാലപിക്കുന്നവനോ അല്ല. ഒരു ചൂളമടിക്കുന്നവൻ പോലുമല്ല. എന്നാലും അയാൾ ഒരു സംഗീത പ്രേമിയാണ്, അയാൾ ചെമ്മരിയാടിൽ മണികളിലൂടെ സംഗീതം ആസ്വദിക്കുന്നു; അയാൾക്ക് അനേകം മണികൾ വേണമെന്നാണാഗ്രഹം. ഓൾഡ് സറമിന്നടുത്ത് ആടുമേച്ചു കൊണ്ടിരിക്കുന്ന ഒരു ആട്ടിടയനോട് ഒരു ദിവസം ഞാൻ ചോദിച്ചു. "എത്ര മണികൾ ചെമ്മരിയാടുകളിൽ ഞാത്തിയിട്ടിട്ടുണ്ട്?"

അയാൾ മറുപടി പറഞ്ഞു. "വെറും നാല്പത്, എൺപത് എണ്ണം ഉണ്ടായിരുന്നെങ്കിൽ എന്ന് ഞാൻ ആഗ്രഹിച്ചുപോകുന്നു." ഇരുപത്തഞ്ചോ മുപ്പതോ ആണ് പതിവായുള്ള സംഖ്യ; ആട്ടിയന്മാരുടെ പക്കൽ അത്രയ്ക്ക് പണമില്ലാത്തതിനാൽ അധികം പണം ഇതിനുവേണ്ടി ചില വാക്കാൻ പറ്റാറില്ല. മറ്റൊരാൾ പറഞ്ഞു അയാൾക്ക് മുപ്പത് മണികളേ ഉള്ളൂ എന്ന്; എന്നാൽ കൂടുതൽ വേണമെന്നാണയാളുടെ മോഹം! ആ മണിനാദം അയാളെ ആഹ്ലാദിപ്പിക്കുന്നു. ആ മണികൾ പല വലുപ്പത്തിലും വിവിധ കനത്തിലും ഉള്ളവ ആയതിനാൽ, അവ വ്യത്യസ്ത സ്വരങ്ങളാണ് പുറപ്പെടുവിക്കുന്നത്, മൂർച്ചയുള്ള ചെറിയ ടിങ്കിൽ ടിങ്കിൾ സ്വരം മുതൽ വലിയ മുഴക്കമുള്ള ക്ലോങ്ക് ക്ലോങ്ക് ശബ്ദം വരെ! അതുകൊണ്ട് വാസ്തവത്തിൽ ആ മണിയടി വിരസമായി തോന്നുന്നില്ല. പിന്നെ, വ്യത്യസ്ത രീതിയിലാണവ ഇളക്കി വിടുന്നതും. ശിരസ്സുതാഴ്ത്തി പുല്ല് തിന്നുകൊണ്ടിരിക്കുന്ന ചെമ്മരിയാടുകളുടെ മണി മുഴക്കം ശാന്തമായിരിക്കും. നടക്കുകയോ ഓടുകയോ ചെയ്യുന്നവയുടേത് ദ്രുതഗതിയിലും. മൊത്തത്തിൽ ഒരുതരം സ്വരച്ചേർച്ച സൃഷ്ടിക്കപ്പെടുന്നു- ദൂരെനിന്ന് കേൾക്കുന്ന ബാഗ് പൈപ്പിന്റേയോ താളക്രമത്തിൽ ഉയരുന്ന പള്ളി മണികളുടേയോ സംഗീതം പോലെയാണത്.

അതിന്റെ ഉപയോഗത്തെക്കുറിച്ച് പറയുകയാണെങ്കിൽ, കാര്യമായൊന്നുമില്ല, അല്ലെങ്കിൽ യാതൊന്നുമില്ല. ഈ വിഷയത്തെക്കുറിച്ച് ഒരു ആട്ടിടയൻ ചോദ്യം ചെയ്യപ്പെട്ടാൽ ചിലപ്പോൾ പറഞ്ഞേക്കാം, ഈ ബെല്ലുകൾ അയാളോട് പറയുമത്രേ എവിടെയാണ് ആട്ടിൻകൂട്ടം സ്ഥിതി ചെയ്യുന്നതെന്ന്, അല്ലെങ്കിൽ ഏത് ദിശയിലേക്കാണവർ നീങ്ങിക്കൊണ്ടിരിക്കുന്നതെന്ന്! എന്നാൽ അയാൾക്കതിനെ പറ്റി കൂടുതൽ അറിയാം. അതിനെക്കുറിച്ചുള്ള ലളിതമായ സത്യം ഒരു അപരിചിതനോട് ഏറ്റുപറയാൻ ഭയമില്ലാത്ത ആട്ടിടയൻ നിങ്ങളോട് പറയും. ചെമ്മരിയാടുകൾ എവിടെയാണെന്നോ അവർ ഏതു ദിശയിലേക്കാണ് നീങ്ങുന്നതെന്നോ അറിയാൻ മണികളുടെ ആവശ്യമില്ലെന്ന്! അയാളുടെ കണ്ണുകൾ തന്നെ ധാരാളമാണ്! ആ ബെല്ലുകൾ അയാളുടെ വിനോദത്തിനോ ആനന്ദത്തിനോ വേണ്ടി മാത്രമാണ്. ചെമ്മരിയാടുകൾക്കും ആ മണിനാദം ഇഷ്ടമായിരിക്കും- അവർക്കും അത് ഇഷ്ടമാണെന്നത് അയാളുടെ വിശ്വാസമാണ്. ഏതാനും ദിവസങ്ങൾക്കു മുമ്പ് ഒരു ആട്ടിടയൻ എന്നോട് പറഞ്ഞു "ചെമ്മ

രിയാട്ടിൻ കൂട്ടത്തോടൊപ്പം കുന്നിൻ പ്രദേശത്ത് കഴിയുമ്പോൾ വല്ലാത്ത ഏകാന്തത തോന്നിക്കുന്നു, പ്രത്യേകിച്ച് തണുപ്പുള്ള മഴക്കാലത്ത്; ദിവസം മുഴുവൻ അക്കാലത്ത് നിങ്ങൾക്കൊരാളെ കാണാൻ കഴിഞ്ഞെന്ന് വരില്ല- സംസാരം പോയിട്ട് ദൂരെനിന്ന് ഒന്ന് കാണാൻ പോലും പറ്റില്ല. ആ മണികൾ ഞങ്ങളെ സാന്ത്വനിപ്പിക്കുന്നു! അവ എന്തിനാണെന്ന് ഞങ്ങൾക്കറിയാം. കൂടുതൽ അറിയുംതോറും ഞങ്ങൾ അതിനെ കൂടുതൽ ഇഷ്ടപ്പെടുന്നു. അവർ ഞങ്ങൾക്കൊരു തുണയാണ്."

നല്ല കാലാവസ്ഥയിൽപ്പോലും അയാൾക്ക് സംസാരിക്കാനായി ആരേയും കിട്ടാറില്ല. അലസനായ ഒരു വ്യക്തിയുടെ സന്ദർശനം അയാൾ അടുത്തിരുന്ന് പുകവലിച്ചുകൊണ്ട് സരസ സംഭാഷണത്തിലേർപ്പെട്ട ദിവസം വളരെക്കാലം അയാളുടെ ഓർമ്മയിൽ തങ്ങി നില്ക്കും! ആ ദിവസങ്ങളും മാസങ്ങളും പോലും! അതായത് മെയ്, ജൂൺ അല്ലെങ്കിൽ ഒക്ടോബർ എന്നീ മാസങ്ങളിലാണ് ആ അപരിചിതൻ കുന്നിൻ പ്രദേശത്തേക്ക് വന്ന് എന്നോട് സംസാരിച്ചത് എന്ന്!"

സെപ്തംബർ മാസത്തിലെ ഒരുദിവസം ഞാൻ മേരെഡൗണിൽ അലസനായി ചുറ്റിക്കറങ്ങുകയായിരുന്നു. സൗത്ത് വിൽറ്റ്സിലെ ഏറ്റവും വിശാലവും ഏറ്റവും ഏകാന്തവുമായ മേച്ചിൽ സ്ഥലങ്ങളിലൊന്നായിരുന്നു അത്. ഒരു വിശാലമായ പീഠഭൂമി അതിന്റെ ഒരു ഭാഗം വൈറ്റ് ഷീറ്റ് ഹിൽ എന്നാണ് അറിയപ്പെടുന്നത്- ഞാൻ മൂന്നു ചെമ്മരിയാട്ടിൻ കൂട്ടങ്ങളെ കടന്നുപോയി, എല്ലാറ്റിലും ധാരാളം മണികൾ ഉണ്ട്. ഒരോ കൂട്ടവും വ്യത്യസ്ത സ്വരമാണ് ഉണ്ടാക്കുന്നത്; ചെറിയതും വലിയതുമായ നിരവധി മണികൾ ഉണ്ടെന്ന കാര്യത്തിൽ സംശയമില്ല. അതിൽനിന്ന് എനിക്കൊരു കാര്യം മനസ്സിലായി. കൂരിരുട്ടുള്ള രാത്രിയിൽ ആ കുന്നിൻപ്രദേശത്തായാൽ പോലും ഏത് ആട്ടിടയനും തന്റെ ആട്ടിൻ കൂട്ടത്തെ മണിമുഴക്കത്തിലൂടെ തിരിച്ചറിയാൻ കഴിയും എന്ന്! മൂന്ന് ആട്ടിൻകൂട്ടത്തിൽ അവസാനത്തേതിൽ വിചിത്രമായൊരു സംഭവം നടന്നു. അതിനോടൊപ്പം ആട്ടിടയൻ ഉണ്ടായിരുന്നില്ല, അല്ലെങ്കിൽ അവിടെയൊന്നും കാണാനുണ്ടായിരുന്നില്ല. എന്നാൽ ഒരു നായയ്ക്കായിരുന്നു അവരുടെ ചുമതല. ഒരു പൊത്തിൽ അവൻ കിടക്കുന്നത് ഞാൻ കണ്ടു. ഉറങ്ങുകയാണെന്നേ തോന്നൂ. അടുത്ത് ഒരു വടിയും ഒരു പഴയ ചാക്കും കിടക്കുന്നുണ്ട്. ഞാനവനെ വിളിച്ചു. എന്നാൽ അവൻ തന്റെ യജമാനൻ ഉള്ളപ്പോൾ ചെന്നിരുന്നതുപോലെ, ചാടി എഴുന്നേറ്റ് എന്റെ അടുത്തേക്ക് വന്നതേയില്ല. അവൻ തല ഒന്ന് ഉയർത്തി എന്നെ നോക്കി; പിന്നെ വീണ്ടും തന്റെ കാൽ പത്തിയിൽ മൂക്ക് അമർത്തിവെച്ച് കിടപ്പ് തുടർന്നു- "ഞാൻ ഡ്യൂട്ടിയിലാണ്- പൂർണ്ണചുമതലക്കാരൻ- നിങ്ങൾ എന്നോട് സംസാരിക്കരുത്, അതാണവൻ പറഞ്ഞത്. അല്പം ദൂരെ നടന്നശേഷം ആ ആട്ടിടയൻ മറ്റൊരു നായയോടൊപ്പം ആ സ്ഥലത്തേക്ക് നടന്നുവരുന്നത് ഞാൻ കണ്ടു. ഞാൻ അത് ശ്രദ്ധിച്ചുകൊണ്ടവിടെനിന്നു. ആ നായ കിടന്നിരുന്ന പൊത്തിൽനിന്ന് നൂറ് വാര ദൂരെ അവർ എത്തിയപ്പോൾ അവൻ ചാടി

എഴുന്നേറ്റ് അവനെ സ്വീകരിക്കാനായി പാഞ്ഞുചെന്നു; അവർ ഒന്നിച്ചു നിന്ന് വാല് ആട്ടിക്കൊണ്ടിരുന്നു, എന്തൊക്കെയോ സംസാരിക്കുന്നതു പോലെ! ആട്ടിടയൻ അവരുടെ അടുത്തെത്തിയപ്പോൾ അയാൾ നിന്ന് ഒരു വിചിത്രമായ ശബ്ദം പുറപ്പെടുവിച്ചു. ഒരുതരം രാഗം! തൽസമയം ദൂരെ മേയുന്ന ചെമ്മരിയാടുകൾ തീറ്റി നിർത്തി എല്ലാവരും ഒന്നിച്ചു അയാളുടെ അടുത്തേക്ക് ഓടി വരുവാൻ തുടങ്ങി; മുപ്പതുവാര ദൂരത്ത് അവർ വന്നുനിന്നു. എല്ലാവരും അയാൾക്കു നേരെ മിഴിച്ചുനോക്കി. അയാൾ അപ്പോൾ മറ്റൊരു ശബ്ദം മുഴക്കി. പിന്നെ തിരിഞ്ഞ് നായ്ക്കളോടൊപ്പം നടന്നു. തൊട്ടു പിന്നാലെ ചെമ്മരിയാടുകളും. സന്ധ്യാസമയം ആയിക്കഴിഞ്ഞിരുന്നു. അയാൾ അവയെ കുന്നിനടിയിൽ അര മൈൽ ദൂരെയുള്ള ഏതോവയലിൽ തൊഴുത്തിലാക്കാൻ മടങ്ങുകയായിരുന്നു. ഞാൻ കണ്ട രംഗം അസാധാരണമായി എനിക്ക് തോന്നിയതിനാൽ അടുത്തതായി കണ്ട ഒരു ആട്ടിടയനോട് ഇക്കാര്യം വിവരിച്ചുകൊടുത്തു.

"ഓഹ്, അതിൽ കാര്യമൊന്നുമില്ല." അയാൾ പറഞ്ഞു. "തീർച്ചയായും നായ അവർക്ക് പിന്നിൽ ഉണ്ടല്ലോ."

ഞാൻ പറഞ്ഞു. "ഇല്ല. സവിശേഷമായ കാര്യം രണ്ട് നായ്ക്കളും അവരുടെ യജമാനനോടൊപ്പമായിരുന്നു എന്നതാണ്; ആട്ടിൻകൂട്ടങ്ങൾ അവയെ പിൻതുടരുകയായിരുന്നു!" "ശരി, എന്റെ ചെമ്മരിയാടുകളും അപ്രകാരം ചെയ്യും." അയാൾ മറുപടി നല്കി. "അവർക്കതുകൊണ്ട് എന്തെങ്കിലും ഗുണം ഉണ്ടെന്നറിഞ്ഞാൽ അവർ അത് ചെയ്യും- മടങ്ങിപ്പോകുന്നതിൽ അവർക്കിഷ്ടമുള്ള എന്തെങ്കിലും കാര്യ സാദ്ധ്യതയുണ്ടെങ്കിൽ! അവർക്ക് നല്ല ജ്ഞാനമാണ്."

ഞാൻ ഈ സംഭവം വിശദീകരിച്ചപ്പോൾ മറ്റ് ആട്ടിടയന്മാരും ഇതൊക്കെത്തന്നെയാണ് പറഞ്ഞത്. എന്നാൽ ഏതെങ്കിലും ആട്ടിടയന് തന്റെ ആടുകളെ ശബ്ദം കൊണ്ടുമാത്രം നിയന്ത്രിക്കാൻ കഴിയുമെന്ന കാര്യം കേൾക്കാൻ മറ്റുമുള്ളവർ ഇഷ്ടപ്പെടുന്നില്ല! എന്റെ കഥ അവർ കേൾക്കുന്ന രീതിയിൽനിന്ന് എനിക്ക് ഉറപ്പിക്കാനായത് ഞാൻ എന്തോ അസാധാരണ സംഭവത്തിന് ദൃക്സാക്ഷിയായി എന്നിവർ വിശ്വസിക്കുന്നു എന്നാണ്!

ഈ ചെറിയ അദ്ധ്യായം അവസാനിപ്പിക്കുന്നതിനു മുമ്പ് കോൺവാളിൽ തങ്ങളുടെ കന്നുകാലികൾക്ക് പാട്ടുപാടിക്കൊടുത്തിരുന്ന മനുഷ്യരെക്കുറിച്ച് എഴുതിയ ഒരുസ്തുത്യർഹമായ ഖണ്ഡിക ഞാനിവിടെ ഉദ്ധരിക്കാം. അതോടെ വിൽറ്റ് ഷയർ ആട്ടിടയനേയും അവന്റെ ചെമ്മരിയാടുകളേയുംകുറിച്ചുള്ള വിഷയം ഉപേക്ഷിക്കാം. ബാത്തിലെ റിച്ചാർഡ് വാർണർ ആ കൗണ്ടിയെക്കുറിച്ചെഴുതിയ ഒരു കൃതിയിൽനിന്നുള്ള ഒരു ഖണ്ഡികയാണത്. ഒരുകാലത്ത് പ്രകൃതിയെക്കുറിച്ച് ധാരാളം പുസ്തകങ്ങൾ എഴുതിയിട്ടുള്ള പ്രശസ്തനായൊരു രചയിതാവാണദ്ദേഹം. ആ കൃതികളൊന്നും ഇപ്പോൾ പ്രചാരത്തിലില്ല! എന്നാൽ തന്റെ കാലഘട്ടത്തിൽ മഹാനായൊരു എഴുത്തുകാരനായിരുന്നു അദ്ദേഹം, പതിനെട്ടാം നൂറ്റാണ്ടിന്റെ മദ്ധ്യം മുതൽ പത്തൊൻപതാം നൂറ്റാണ്ടിന്റെ മദ്ധ്യംവരെ

ആ നില തുടർന്നു. എന്തുതന്നെ ആയാലും അദ്ദേഹം 1857 ൽ തൊണ്ണൂറ്റി നാലാം വയസ്സിൽ മൃതിയടഞ്ഞു. തുടക്കത്തിൽ അദ്ദേഹം ആ പ്രശസ്ത നൊന്നുമല്ലായിരുന്നു; മദ്ധ്യവയസ്കനായിട്ടും ജീവിതത്തിൽ അഭിവൃദ്ധി യൊന്നും കാണാതായപ്പോൾ പള്ളിയുടെ സേവനത്തിൽ ഉപജീവനമാർഗ്ഗം കണ്ടെത്തി. അതോടൊപ്പം സാഹിത്യ രചനയും തുടർന്നു. അദ്ദേഹ ത്തിന്റെ പ്രകൃതിയെക്കുറിച്ചുള്ള കൃതികളിൽ ചിലവ, വാക്സ് ഇൻ വെയിൽസ്, സോമർസെറ്റ്, ഡെവൺ, വാക്സ് ഇൻ മെനിപ്ലെയ്സ്, സാധാ രണയായി വണ്ടികളിലോ കുതിരപ്പുറത്തോ, നടത്തിയ സഞ്ചാരങ്ങളാ ണ്. ഞാൻ താഴെ കൊടുത്തിരിക്കുന്ന ഒരു ഖണ്ഡികയൊഴിച്ച് മറ്റൊന്നും ഓർത്തുവയ്ക്കത്തക്കതല്ല;

"ഞങ്ങൾ കോൺവാളിൽ എത്തിയപ്പോഴേക്കും ആളുകളുടെ കൃഷി സംബന്ധമായൊരു സമ്പ്രദായം ഞങ്ങളുടെ ശ്രദ്ധയാകർഷിച്ചു. ഞങ്ങളെ സംബന്ധിച്ചിടത്തോളം അത് തികച്ചും പുതുമയുള്ളതായിരുന്നു. കർഷ കർ വിവേകപൂർവ്വം നാട്ടിലെ ഒന്നാംതരം കാളകളെ നിലം ഉഴുതു മറി ക്കാനും മറ്റ് കൃഷിപ്പണികൾക്കും ഉപയോഗിക്കുന്നു. അവയുടെ ശക്തി യാണവിടെ പ്രയോജനപ്പെടുത്തുന്നത്. അപ്രകാരം പിന്നിൽനിന്നു കൊണ്ട് കർഷകൻ അടിമമൃഗങ്ങളെക്കൊണ്ട് പണി എടുപ്പിക്കുമ്പോൾ അവർ ആ കന്നുകാലികളോട് സംസാരിച്ചും പാട്ട് പാടിക്കൊടുത്തും അവയെ ആനന്ദിപ്പിക്കുന്നു, അതവരെ ഉത്തേജിപ്പിക്കുന്നു; പല ദിശയിൽ നിന്നും അന്തരീക്ഷത്തിലൂടെ ഒഴുകിയെത്തുന്ന ആ ഗാനശകലങ്ങൾ ചെവികളിൽ വന്നലയ്ക്കുന്നു. അത് മനസ്സിനെ ത്രസിപ്പിക്കുന്നു. വളരെ ലളിതമായ രാഗങ്ങളാണവ. തങ്ങളുടെ കന്നുകാലികളോട് സഹാനുഭൂതി ഉണർത്തുന്ന മൃദുലവും സ്നേഹം നിറഞ്ഞതുമായ ബാഹ്യപ്രകടനങ്ങ ളാണത്! അതവന് പൂർണ്ണമായും തിരിച്ചുകിട്ടുകയും ചെയ്യുന്നു. ഈ പ്രാകൃതസംഗീതം എന്റെ മനസ്സിൽ സ്പർശിച്ചു. ഹിംസയുടെ ഈ ലോകത്ത് ഇത്തരം മനുഷ്യത്വ പ്രകടനം എന്റെ ഹൃദയത്തെ ത്രസിപ്പിച്ചു! ആ സ്വർഗ്ഗീയ സ്വരച്ചേർച്ചയുടെ കാലത്തെക്കുറിച്ച് ചിന്തിച്ചപ്പോൾ എനിക്ക് വലിയ ആഹ്ലാദം തോന്നി. വിദ്വേഷത്തിൽനിന്നും കോപത്തിൽ നിന്നും ഒടുവിൽ മനുഷ്യൻ മുക്തനായാൽ ശാന്തവും സഹാനുഭൂതിയുള്ള പ്രകൃതം സൃഷ്ടിച്ചെടുക്കുന്നതിൽ അവൻ ആനന്ദം കണ്ടെത്തും. മൃഗങ്ങ ളുടെ ലോകം തങ്ങളുടെ യജമാനന്റെ നന്മകൾ മനസ്സിലാക്കുമ്പോൾ അവർ മാന്യരും സ്നേഹമുള്ളവരുമായി മാറും.

അങ്ങനെ ആ വിവരണം നീണ്ടുപോകുന്നു. ദീർഘമായൊരു ചൂണ്ടൽ വടി പോലെ! ആ സംഗീതത്തിന്റെ കാര്യമൊഴിച്ച് ബാക്കി കാര്യങ്ങൾ വിശ്വസനീയമാണോ? അതൊരു ആകർഷണീയമായ ചിത്രമാണ്; ആ പ്രാകൃത സംഗീതത്തെക്കുറിച്ച് ആരും കൂടുതൽ അറിയാൻ ആഗ്രഹിച്ചു പോകും! കോൺവാളിലായിരുന്നപ്പോൾ ഒറ്റ വളർത്തുമൃഗങ്ങളോടും അവ രുടെ യജമാനന്മാർ കരുണയൊന്നും കാണിക്കാതിരുന്നത് നിരീക്ഷിക്കാ നിടയായ എന്നിൽ അത് വലിയ ജിജ്ഞാസ ഉയർത്തി. ആട്ടിടയന്മാർ

തങ്ങളുടെ ചെമ്മരിയാടുകളോട് ചെയ്യുന്ന പ്രവൃത്തികൾ കണ്ടപ്പോൾ, എന്റെ മനസ്സിൽ ഒരു ചോദ്യം ഉദിച്ചു, അത്തരം ഒരു രംഗം എന്റെ വിൽറ്റ് ഷയർ ആട്ടിടയ സുഹൃത്തുക്കൾ സാക്ഷ്യം വഹിച്ചപ്പോൾ എന്താണ് അവർ പറയുക? വാർനറുടെ നിരീക്ഷണങ്ങൾ സ്ഥിരീകരിക്കാനായി അച്ച ടിച്ച രേഖകളൊന്നും എനിക്ക് കണ്ടെത്താൻ കഴിഞ്ഞിട്ടില്ല. വളരെ പ്രായ മായ ആ നാട്ടുകാരായ മനുഷ്യരോട് അന്വേഷിച്ചാൽ അവർ നിങ്ങളോട് പറയും, തങ്ങളുടെ കാലത്ത് അങ്ങനെ ഒരു സമ്പ്രദായമുണ്ടായിരുന്നി ല്ലെന്ന്! മുമ്പ് അങ്ങനെ ഒരു പതിവുണ്ടായിരുന്നതായി അവർ ഒരിക്കലും കേട്ടിട്ടില്ലെന്നും! കോൺവാളിലൂടെ വാർനർ സഞ്ചരിച്ചിട്ടുള്ളത് 1808 ൽ ആണ്.

സത്യത്തിൽ, അദ്ദേഹം നേരിട്ട് കണ്ട ഒരുരംഗമാണ് ഇവിടെ വിവരി ച്ചിട്ടുള്ളതെന്ന് ഞാൻ കരുതുന്നു. അതിൽനിന്ന് നിലമുഴുതു മറിക്കുന്ന വൻ തന്റെ കാളകൾക്ക് പാട്ടുപാടി കേൾപ്പിക്കുക പതിവായിരുന്നു. എന്ന തീരുമാനത്തിലേക്കദ്ദേഹം എടുത്ത് ചാടുകയായിരുന്നു! എവിടെയെങ്കിലും ഒരാൾ തന്റെ കാളകൾക്കോ, കുതിരകൾക്കോ, ചെമ്മരിയാടുകൾക്കോ പാട്ടുപാടി കേൾപ്പിക്കുക എന്നതിൽ അസാധാരണത്വമൊന്നുമില്ല. അവന് നല്ല സ്വരവും പാടാൻ ആഗ്രഹവുമുണ്ടെങ്കിൽ അത് പതിവാണ്! എന്റെ മുമ്പത്തെ ഒരു പുസ്തകത്തിൽ- നെയിച്ചർ ഇൻ ഡൗൺലാന്റ് ഒരു കൗമ്പോയ് വെസ്റ്റ് സസക്സിലെ ട്രോട്ടൻ അടുത്തുള്ള ഒരു കുറ്റിക്കാടു നിറഞ്ഞ പ്രദേശത്ത് പശുക്കളെ മേക്കുമ്പോൾ മധുരമായി ഗാനമാലപി ക്കാറുള്ളത് ഞാൻ വിവരിച്ചിട്ടുണ്ട്. ഇവിടെ വിൽറ്റ് ഷയറിൽ വളരെ ദൂരെനിന്നുള്ള ഒരു ആട്ടിടയന്റെ ശക്തമായ സ്വരത്തിലുള്ള ഗാനാലാപനം എന്നെ വളരെ ആനന്ദിപ്പിക്കാറുണ്ട്, ചിറ്റർസിക്ക് മുകളിലെ ഏകാന്തമായ കുന്നിൻ പ്രദേശത്തിലൂടെ ചെമ്മരിയാട്ടിൻ കൂട്ടങ്ങളെ പിൻതുടരുമ്പോ ഴാണ് ഈ ഗാനാലാപനം. കുന്നിൻപ്രദേശത്തെ ഒരു തരം 'ടമാഗ്നൊ' ആയിരുന്നു അയാൾ! ഒരു മൈൽ ദൂരെനിന്ന് കേൾക്കാവുന്നഗംഭീര സ്വര മായിരുന്നു അയാളുടേത്!

ആട്ടിടയനും ബൈബിളും

ആ ആട്ടിടയന്റെ ആദ്യത്തെ ഓർമ്മകളിലൊന്ന് ഐസക് ബാകോമ്പ് ആട്ടിടയത്തലവനായിരുന്ന ഫാമിലെ ഒരു തൊഴിലാളിയായ ഡാനൽ ബർഡനെക്കുറിച്ചാണ്. അയാൾ ഈ മനുഷ്യനെക്കുറിച്ച് സ്പഷ്ട മായി ഓർക്കുന്നു. ഭയങ്കര ഗൗരവക്കാരനാണയാൾ, ആ ഇടവകയിലെ ഏറ്റവും മൗനിയായ മനുഷ്യൻ, അയാൾ എപ്പോഴും ഒളിച്ചുവെക്കപ്പെട്ട നിധിയെക്കുറിച്ച് ചിന്തിച്ചുകൊണ്ടിരിക്കുമായിരുന്നു, അയാൾ ഒഴിവുസ മയം മുഴുവൻ അത് അന്വേഷിക്കുന്നതിനായി ചെലവഴിച്ചു. ഞായറാഴ്ച രാത്രിയോ അല്ലെങ്കിൽ ജോലി സമയത്തിന് ശേഷമുള്ള സായാഹ്നങ്ങ ളിലോ അയാൾ ഒരു കൈക്കോട്ടോ പിക്കാസോ എടുത്ത് കുന്നിൻ മുക ളിലേക്ക് പോയി തനിക്ക് കണ്ടെത്താൻ കഴിയാത്ത എന്തിനോ വേണ്ടി അന്തമായ അന്വേഷണത്തിലേർപ്പെടും. അയാൾ ചില വലിയ പ്രാചീന സ്മാരകക്കുന്നുകൾ തുറന്ന് പത്തടി ആഴമുള്ള കിടങ്ങുകൾ കുഴിച്ചു പരി ശോധന നടത്തി, എന്നാൽ ഫലപ്രദമായവയൊന്നും ലഭിച്ചില്ല. ഒരു ദിവസം അയാൾ കാലെബിനെയും കൂട്ടി കുന്നിന്റെ ഒരുഭാഗത്തേക്ക് പോയി. അവിടെ ആറോ ഏഴോ അടി ചുറ്റളവിൽ പുൽത്തകിടി അല്പം താഴ്ന്ന് കിടക്കുന്നത് ബർഡൻ കണ്ടു. പ്രാചീനകാലത്ത് നിധി കുഴിച്ചി ട്ടിട്ടുള്ള സ്ഥലമായിരിക്കാം ഇതെന്ന് അയാൾ ചിന്തിച്ചു. ആദ്യം അയാള തിന് മുകളിലുള്ള പുൽത്തകിടി എടുത്ത് മാറ്റി; പിന്നെ സൂക്ഷിച്ച് കുഴി ച്ചപ്പോൾ ഒരു അടുക്ക് കട്ടിയുള്ള കല്ലുകൾ കണ്ടു. അതയാൾ എടുത്ത് മാറ്റി അപ്പോൾ കരിഞ്ഞ മരവും ചാരവും കാണാനായി. അത്രതന്നെ! ബർഡൻ ഒരക്ഷരം മിണ്ടാതെ അതെല്ലാം തിരിച്ച് കുഴിച്ചിട്ടു ചാരവും കരിഞ്ഞ മരത്തടിയും മണ്ണും കട്ടിയുള്ള കല്ലുകളും അത് ദൃഢമായി ഇടിച്ചുറപ്പിച്ചശേഷം അതിനു മീതെ പുൽത്തകിടി ശ്രദ്ധയോടെ വിരിച്ചു.

പിന്നെ ഏതാനും മിനിറ്റുകൾ അതിലേക്ക് മിഴിച്ചു നോക്കി. നിശ്ശബ്ദം തന്റെ കൈക്കോട്ടിൽ ഊന്നിനിന്നു! ഒടുവിൽ അയാൾ പറഞ്ഞു. "ഒരുപക്ഷേ, കാലെബ്, തീയിൽ ബലിയർപ്പിക്കുന്നതിനെക്കുറിച്ച് ബൈബിളിൽ പറയുന്ന വിവരണം. നീ കേട്ടുകാണും. ശരി അതിവിടെയാണ് നടന്നിട്ടുള്ള തെന്നാണ് എന്റെ അഭിപ്രായം ഇവിടെ വൈറ്റ് ബസ്റ്റാഡ് ഡൗണിൽ, ബലിയർപ്പിക്കാനായി ആളുകൾ വന്നിരുന്നതെന്ന് *ബൈബിൾ* പറയുന്നു. ഈ സ്ഥലത്തായിരിക്കണം അവർ തീകുണ്ഡങ്ങൾ തയ്യാറാക്കിയിരുന്നത്."

പിന്നെ അയാൾ കൈക്കോട്ട് തോളിൽവെച്ച് വീട്ടിലേക്ക് പുറപ്പെട്ടു. ആ ബാലൻ അയാളെ പിൻതുടർന്നു. കാലെബിന്റെ അഭിപ്രായം ഇപ്രകാരമായിരുന്നു. ഞാൻ അയാളോട് ഒന്നും പറഞ്ഞില്ല. കാരണം, ഞാൻ വെറുമൊരു ബാലനും അയാൾ പ്രായമായവനുമാണല്ലോ. എന്നാൽ എനിക്കതിനേക്കാളേറെ എപ്പോഴും അറിയാമായിരുന്നു. എന്തുകൊണ്ടെന്നാൽ *ബൈബിളി*ലെ ആ ആളുകൾ ഒരിക്കലും ഇംഗ്ലണ്ടിൽ ആയിരുന്നില്ല. അപ്പോൾ എങ്ങനെയാണവർക്ക് വിൽറ്റ് ഷിയറിലെ വൈറ്റ് ബസ്റ്റാഡ് ഡൗണിൽ ബലി അർപ്പിക്കാൻ കഴിയുക?"

അതവൻ ചുമ്മാ വീമ്പടിക്കുന്നതല്ല. കാലെബും അവന്റെ സഹോദരന്മാരും വളരെ ചെറുപ്പത്തിൽതന്നെ എഴുത്തും വായനയും അഭ്യസിച്ചിരുന്നു. *ബൈബിൾ* എന്ന ഒരു ഗ്രന്ഥം വീട്ടിൽ വൈകുന്നേരം മാത്രമല്ല അവർ വായിച്ചിരുന്നത്. പകൽ സമയത്ത് ആടുമാടുകളെ മേക്കാൻ കൊണ്ടുപോകുമ്പോഴും അവർ വായിക്കുമായിരുന്നു. അവന്റെ *ബൈബിൾ* ജ്ഞാനം എന്നെ അതിശയപ്പെടുത്തിയിട്ടുണ്ട്. എന്നാൽ ജീവിതകാലം മുഴുവൻ *ബൈബിൾ* പാരായണത്തിൽ മുഴുകിയ ബുദ്ധിമാനായൊരു മനുഷ്യനായിരുന്നു അയാൾ, എങ്കിലും വിൽറ്റ് ഷയർ ശൈലിയിലുള്ള അയാളുടെ സംസാരത്തിന് യാതൊരു മാറ്റവും വന്നിട്ടില്ല എന്നതും ആശ്ചര്യകരമാണ്!

ഉന്നതനിലവാരത്തിലുള്ള വിമർശനങ്ങളെക്കുറിച്ചൊന്നും അറിയാത്ത പഴയ മതഭക്തരായ ഗ്രാമീണർക്ക് *ബൈബിളി*നോടു ദൈവികവും വൈകാരികവുമായ ബന്ധത്തിന് പുറമെ ഏകാന്തമായ കുന്നിൻ പ്രദേശത്ത് ആടുമേക്കുന്നവർക്കായി പ്രത്യേക രൂപത്തിലുള്ള അഭ്യർത്ഥന ആ പഴയ വേദപുസ്തകങ്ങളിൽ അടങ്ങിയിട്ടുണ്ടെന്നവർ വിശ്വസിക്കുന്നു. എന്റെ ബാല്യകാലത്തും യൗവനകാലത്തും അർദ്ധപരിഷ്കൃതരായവർക്കിടയിൽ ഗ്രാമത്തിൽ കഴിയവെ, വളരെ ലളിതരായ ആ മനുഷ്യർ എത്ര വാചാലമായാണ് പുരാതനകഥകൾ മനസ്സിലാക്കുന്നരീതിയിൽ പറഞ്ഞിരുന്നതെന്ന്, ഞാൻ നന്നായി ഓർക്കുന്നു. ആ ജീവിതം, ആ കാഴ്ചപ്പാട്, ആ നാഗരികതയില്ലാത്ത സമ്പ്രദായങ്ങൾ, കാണപ്പെടാത്തവനിലുള്ള തികഞ്ഞ വിശ്വാസം എന്നിവ ആ പുരാതനകാലത്തെ കുഗ്രാമത്തിലെ മനുഷ്യർക്കും ഞാൻ എന്റെ വീട്ടിൽ ഇടപഴകിയിരുന്ന ആളുകൾക്കും ഒന്നുംതന്നെ ആയിരുന്നു. ആ നാട് ഇപ്പോൾ മാറിയിരിക്കുന്നു. അവർ പുരോഗമിക്കുകയും പരിഷ്കൃതരാകുകയും യൂറോപ്യൻ നിലവാരത്തി

ലെത്തുകയും ചെയ്തിരിക്കുന്നു. രണ്ട് നൂറ്റാണ്ടായി അതിന്റെ വളർച്ച ഞാൻ ഓർക്കുന്നു. ഞാൻ അറിയുന്ന ആളുകൾ പതിനേഴാം നൂറ്റാണ്ടിലെ സ്പാനിഷ് കൊളോണിസ്റ്റുകളുടെ പിൻതലമുറക്കാരാണ്. അവർ സസന്തോഷം സമതലപ്രദേശത്തുവന്ന് സ്ഥിരതാമസമാക്കുകയും യൂറോപ്യൻ ചിന്താഗതിയും പട്ടണസംസ്കാരവും നിഷ്പ്രയാസം വലിച്ചെറിഞ്ഞവരുമാണ്. അവരുടെ ജീവിത ഫിലോസഫിയും അവരുടെ ആദർശങ്ങളും അവരുടെ ധർമ്മശാസ്ത്രവും അവർ ഉൾപ്പെടുന്ന വ്യവസ്ഥിതിയുടെ ഫലമാണ്, നമ്മളിൽനിന്ന് തികച്ചും വ്യത്യസ്തം, *ബൈബിൾ* നമ്മളോട് പറയുന്ന പുരാതന മനുഷ്യരുടേതുപോലുള്ള വ്യവസ്ഥിതി. അവരുടെ വാചകശൈലി പവിത്രമായ എഴുത്തിനെ ശക്തമായി ഓർമ്മിപ്പിക്കുന്നതാണ്. അവരിൽ ഏറ്റവും മാതൃകാപരമായ മനുഷ്യർ ദൈവസാമീപ്യത്തിൽ കഴിഞ്ഞ പുരാതന മനുഷ്യരെപ്പോലെയാണ്; തീർച്ചയായും ഈ കൃത്രിമാവസ്ഥയിൽ നമ്മൾക്ക് കഴിയാൻ പറ്റുന്നതിനേക്കാളേറെ പ്രകൃതിയുമായി അടുപ്പമുള്ളവർ. അവർക്കിടയിൽ ചിലപ്പോൾ വൃദ്ധജനങ്ങളുണ്ടാകാം; അവർ വലിയ ജന്മിമാരും ധാരാളം ആടുമാടുകളുടെ ഉടമകളുമായിരിക്കാം. ഡിസ്ട്രിക്റ്റിലെ ഉന്നതരായ ഇവർ, സ്വന്തം പേര് പോലും ശരിക്ക് ഉച്ചരിക്കാൻ കഴിയാത്തവരാണെങ്കിലും ഇവരാണ് നിങ്ങളെ അബ്രഹാം, ഐസക്, ജാക്കബ്, യേശുവാ, ജോസഫ്, അദ്ദേഹത്തിന്റെ സഹോദരന്മാർ, ഡേവിഡ് എന്നിവരെക്കുറിച്ച് ഓർമ്മിപ്പിക്കുന്നവർ!

എല്ലാ ഞായറാഴ്ചകളിലും വേദപുസ്തകപാഠങ്ങൾ ആയിരക്കണക്കിന് പള്ളികളിൽ വായിക്കുന്നത് പ്രേക്ഷകർക്ക് പ്രായോഗികതലത്തിൽ അർത്ഥശൂന്യമാണെന്നുള്ളതിൽ യാതൊരു സംശയവുമില്ല! തങ്ങളുടെ ആടുമാടുകളോടും ഭാര്യമാരോടുമൊപ്പം കഴിയുന്ന ഈ വൃദ്ധജനങ്ങളുടെ ദൈവത്തെക്കുറിച്ചുള്ള സംസാരം മൊത്തത്തിൽ നമ്മുടെ ചിന്താഗതിയിൽ നിന്ന് വ്യത്യസ്തമാണ്, സത്യത്തിൽ നമ്മളിൽനിന്ന് വളരെ ദൂരെയാണ്- അവിശ്വസനീയമെന്നോ സങ്കല്പിക്കാനാവാത്തതെന്നോ നമ്മൾക്ക് പറയാം- നവീനശിലായുഗമനുഷ്യരെയോ മറ്റൊരു ഗ്രഹത്തിലെ നിവാസിയേയോ പോലെ! ഐതിഹാസിക കഥാ നായകന്മാരെപ്പോലെ പൗരാണിക പ്രതിഭാശാലികളാണവർ, അവരെക്കുറിച്ച് വായിക്കുന്നത് ഒരു പഴയ സമ്പ്രാദയമാണ്, എന്നാൽ നമ്മൾ അത് ശ്രദ്ധിക്കുന്നില്ല.

ഞാൻ പോലും എന്റെ കുട്ടിക്കാലത്തെ ഓർമ്മകൾ വെറും സങ്കല്പമായിട്ടാണ് കരുതിയത്. പട്ടണങ്ങളിലുള്ള ആധുനിക മനുഷ്യരുമായി വർഷങ്ങളോളം ഇടപഴകിയശേഷമാണ് ഞാൻ കുന്നിൻപ്രദേശത്തെ ആട്ടിടയന്മാരുമായി ഇടപെട്ടത്. ഇവിടെപ്പോലും പുരാതനമായ ആത്മാവ് അതിജീവിച്ചിട്ടുണ്ടെന്ന് ഞാൻ കണ്ടെത്തി. കാലെബിലും, ഏകദേശം അയാളെപ്പോലുള്ള ഒരു ഡസൻ വൃദ്ധരിലും പുരാതന മനുഷ്യരെ ഓർമ്മിപ്പിക്കുന്ന പലതും എനിക്ക് കണ്ടെത്താൻ കഴിഞ്ഞു. അവരിൽ ചിലർ ശാന്തരും വൃദ്ധരുമായ സമതലത്തിലെ ആട്ടിടയന്മാരാണ്. അവരെ കാണുമ്പോൾ എനിക്ക് സ്വയം ഇപ്രകാരം പറയാതിരിക്കാൻ കഴിഞ്ഞില്ല. "എന്തു

കൊണ്ടാണ് ഈ മനുഷ്യൻ ടിയൊ ഇസിഡൊറോയെ യോ ത്രിപോപ്ലാർ ട്രിസിലെ ഡോൺ പാസ്ക്വിലിനെയോ അല്ലെങ്കിൽ ചെമ്മരിയാട്ടിൻകൂട്ടത്തിൽ എപ്പോഴും മൂന്ന് കരിങ്കാലികളുമായി നടക്കുന്ന മാർക്കോസിനേയോ ഓർമ്മിപ്പിക്കുന്നു?" ഞാൻ ശരിക്കും അറിയുന്ന ഈ മനുഷ്യരെ അവർ ഓർമ്മിപ്പിക്കുന്നതുപോലെ, അവർ *ബൈബിൾ* ചരിത്രത്തിലെ പഴയ മനുഷ്യരെ തിരിച്ചുകൊണ്ടുവരുന്നു - അബ്രഹാമും ജാക്കബും മറ്റുള്ളവരും.

ഇതിന്റെ സാരം എന്താണെന്നുവെച്ചാൽ ഈ പുരാതന *ബൈബിൾ* കഥകൾക്ക് കുന്നിൻ പ്രദേശത്തിലെ ആട്ടിടയന് വലിയ പ്രാധാന്യമുണ്ട്; ഇതെല്ലാം നൂതനമായ മനസ്സുകൾക്ക് നഷ്ടമായിരിക്കുന്നു! ഈ പുരാതന ചിത്രങ്ങളിൽ അവർ സ്വന്തം ആത്മീയ മുഖലക്ഷണം തിരിച്ചറിയുന്നു. ഈ അസാധാരണ സംഭവങ്ങളെല്ലാം വളരെ മുമ്പല്ല ഏതാനും വർഷങ്ങൾക്ക് മുമ്പാണ് നടന്നതെന്ന് സങ്കല്പിക്കുകയും ചെയ്യുന്നു.

ഒരുദിവസം ഞാൻ കാലെബ് ബൊകോമ്പിനോട് പറഞ്ഞു, അയാളുടെ *ബൈബിൾ* പരിജ്ഞാനം പ്രത്യേകിച്ച് പഴയ ഭാഗം ഞാൻ അറിയുന്ന കുന്നിൻപ്രദേശത്തെ മറ്റ് ആട്ടിടയന്മാരേക്കാൾ മഹത്താണ്, അതെന്തുകൊണ്ടാണെന്നറിയാനെനിക്ക് ആഗ്രഹമുണ്ട്. അത് അയാളുടെ അച്ഛന്റെ ബാല്യകാലകഥകളിലേക്ക് വഴി തെളിയിച്ചു; അതയാൾ പില്ക്കാലത്ത് അമ്മയിൽനിന്ന് കേട്ടറിഞ്ഞവയാണ്. ഐസക് അച്ഛനമ്മമാരുടെ ഒരേ ഒരു മകനായിരുന്നു. അയാൾ ഒരു ആട്ടിടയന്റെ പുത്രനായിരുന്നില്ല, അയാളുടെ അച്ഛൻ പൂർണ്ണമായും ഒരു ചീത്തമനുഷ്യനായിരുന്നില്ലെങ്കിലും ഏറക്കുറെ ഒരു അയോഗ്യനായിരുന്നു എന്ന് പറയാം. അയാൾ അലസനും ദുർവൃത്തനുമായിരുന്നു. അയാൾ ഉരുക്ക് മുഷ്ടിയുള്ളൊരു കരുത്തനായതിനാൽ നല്ലൊരു പോരാട്ടക്കാരനായിരുന്നു- അക്കാലത്തത് പതിവായൊരു തൊഴിലായിരുന്നു! കൂടുതലൊന്നും അയാൾ ആഗ്രഹിച്ചില്ല. ജീവിതത്തിലെ അധികം സമയവും അയാൾ അലഞ്ഞുനടന്നു. അയാൾ സമ്പാദിച്ച പണം മുഴുവൻ വീടിന് പുറത്ത് മദ്യപാനത്തിനും മറ്റുമായി ചിലവഴിച്ചു; അതേസമയം വീട്ടിലും വയലിലും അദ്ധ്വാനിച്ച് അയാളുടെ ഭാര്യ മക്കളെ പോറ്റി വളർത്തി. കുറച്ചുനാൾ കഴിഞ്ഞപ്പോൾ ഒരു പാവം അന്യനാട്ടുകാരൻ ആ ഗ്രാമത്തിൽ ജോലി അന്വേഷിച്ച് വന്നു. ചെറിയൊരു കർഷകർ അയാളെ നിസ്സാരമായൊരു കൂലിക്ക് ജോലി ചെയ്യാൻ നിർത്തി; കാരണം തനിക്ക് ഒരുവിധത്തിലുള്ള കൃഷിപ്പണിയും അറിയില്ലെന്ന് അയാൾ ഏറ്റുപറഞ്ഞു! അയാൾക്ക് കണ്ടെത്താൻ കഴിഞ്ഞ ഏറ്റവും ചിലവ് കുറഞ്ഞ വാസസ്ഥലം ആ പാവം സ്ത്രീയുടെ കുടിലായിരുന്നു. അയാൾ ഈ ലോകത്ത് ഒറ്റപ്പെട്ട ഒരു പാവം പരദേശിയാണെന്ന സഹാനുഭൂതി ഐസക്കിന്റെ അമ്മയ്ക്ക് അയാളോട് തോന്നി; വളരെ നിശ്ശബ്ദനും വിഷാദവാനുമായ അയാൾ ജീവിതത്തിലെ മറ്റൊരു നിലവാരത്തിലുള്ളവനാണെന്ന് അവൾ കരുതി. അയാളുടെ സംസാരവും വ്യക്തിപരമായ ശീലങ്ങളും കൈകളും അത് സൂചിപ്പിച്ചു. അയാൾ ഒരു മാന്യ

നാണെന്ന കാര്യത്തിൽ യാതൊരു സംശയവുമില്ല. അയാളുടെ പെരുമാറ്റ രീതിയിൽ നിന്നും ശബ്ദത്തിൽനിന്നും വാക്കുകളിൽനിന്നും മതത്തോടുള്ള അയാളുടെ താല്പര്യത്തിൽനിന്നും അയാൾ ഒരു പള്ളിവികാരിയായിരുന്നിരിക്കണം എന്നവൾ തീർപ്പ് കല്പിച്ചു! എന്തെങ്കിലും പ്രശ്നമോ അപകടമോ മൂലം അയാൾ ആ ലോകം ഉപേക്ഷിച്ച് താൻ അറിയുന്ന മനുഷ്യരിൽനിന്നും ബഹുദൂരം വന്ന്, കൂലിപ്പണി ചെയ്യുകയാണ്!

ഒരുദിവസം അയാൾ ഐസക്കിനെക്കുറിച്ച് അവളോട് സംസാരിച്ചു അയാൾ അവനെ നിരീക്ഷിച്ചുകൊണ്ടിരിക്കയായിരുന്നെന്നും ഇത്രയും ബുദ്ധിമാനായൊരു കുട്ടിക്ക് അക്ഷരാഭ്യാസം നല്കാത്തത് കഷ്ടമാണെന്നും അയാൾ പറഞ്ഞു. അവൾ അതിനോട് യോജിച്ചു; എന്നാൽ എന്താണവൾക്ക് ചെയ്യാൻ കഴിയുക? ഗ്രാമത്തിലെ സ്കൂൾ നടത്തുന്നതൊരു വൃദ്ധയാണ്; അവർ വളരെക്കുറച്ചേ കുട്ടികളെ പഠിപ്പിക്കുന്നുള്ളൂ; എങ്കിലും അവർക്ക് ഫീസ് കൊടുക്കണം, അവൾക്കതിന് കഴിവില്ല. അപ്പോൾ അയാൾതന്നെ ഐസക്കിനെ പഠിപ്പിക്കാമെന്നേറ്റു. അവൾ വളരെ സന്തോഷത്തോടെ സമ്മതിച്ചു. അന്നുമുതൽ എന്നും വൈകുന്നേരം അയാൾ ഏതാനും മണിക്കൂറുകൾ ഐസക്കിനെ പഠിപ്പിക്കുമായിരുന്നു. അങ്ങനെ അവൻ വളരെ നന്നായി എഴുതാനും വായിക്കാനും പഠിച്ചു. അതിനുശേഷം അവർ *ബൈബിൾ* ഒന്നിച്ച് വായിച്ചു. ആ പാവം മനുഷ്യർ എല്ലാം ഭംഗിയായി വിശദീകരിച്ചുകൊടുത്തു, പ്രത്യേകിച്ചും ചരിത്രഭാഗങ്ങൾ വളരെ വ്യക്തമായും മനോഹരമായും വിവരിച്ചുകൊടുത്തു, വിദൂരമായ പൂർവ്വദേശത്തെയും ജനങ്ങളെയും അവരുടെ സമ്പ്രദായങ്ങളെയുംകുറിച്ച് വളരെ അടുത്തറിയുന്ന മട്ടിൽ വിവരിച്ചുകൊടുത്തു; അതെല്ലാം യക്ഷിക്കഥകളേക്കാൾ ഏറെ രസകരമായിരുന്നു! ഒടുവിൽ തന്റെ കൈയിലുണ്ടായിരുന്ന *ബൈബിൾ* അയാൾ ഐസക്കിന് നല്കിക്കൊണ്ട് പറഞ്ഞു. "നീ ആടുകളെ മേക്കാനായി കുന്നിൻ പ്രദേശത്തേക്ക് പോകുമ്പോൾ എന്നും ഈ *ബൈബിൾ* പോക്കറ്റിൽ വെക്കുക; എവിടെയെങ്കിലും ഇരിക്കുമ്പോൾ ഇത് പുറത്തെടുത്ത് വായിക്കുക." അപ്പോഴേക്കും ഐസക്കിന് പത്ത് വയസ്സായി കഴിഞ്ഞിരുന്നു; വളരെ സന്തോഷത്തോടെ ആടുമേയ്ക്കാൻ പോയി തുടങ്ങിയിരുന്നു; കാരണം ഒരു ആട്ടിടയൻ ആകുക എന്നതായിരുന്നു അവന്റെ അഭിലാഷം.

അങ്ങനെ ഒരുദിവസം ആപരദേശി തന്റെ സാമാനങ്ങളെല്ലാം ഒരു ഭാണ്ഡത്തിലാക്കി ഒരുവടിയുടെ അറ്റത്ത് ഞാത്തി ഇട്ട് അത് തോളിൽ വെച്ച് അവരോട് എന്നെന്നേക്കുമായി വിടപറഞ്ഞ്, ദുഃഖകരമായ സ്വന്തം രഹസ്യവും പേറി നടന്നകന്നു!

ആ അപരിചിതന്റെ ഉപദേശം ഐസക് പിൻതുടർന്നു. പിന്നീടയാൾക്ക് സ്വന്തം മക്കൾ ഉണ്ടായപ്പോൾ താൻ ബാല്യകാലം മുതൽ അനുഷ്ഠിച്ച ജീവിതരീതി മക്കളെ പരിശീലിപ്പിച്ചു. ഈ പുസ്തകമില്ലാതെ കാലെമ്പ് ആടുമേക്കാൻ ഒരിക്കലും പോയിട്ടില്ല; ഒരുദിവസംപോലും അതിലെ ഒരു ഭാഗമെങ്കിലും വായിക്കാതെ കടന്നുപോയിട്ടില്ല!

ആ വൃദ്ധൻ ആട്ടിയനുമായുള്ള നിരവധി സംഭാഷണങ്ങളിൽ നിന്നും, നിരീക്ഷണങ്ങളിൽനിന്നും ആകസ്മിക സംഭവങ്ങളിൽനിന്നും ഞാൻ കോർത്തിണക്കിയ വിവരണങ്ങളാണ് വരാൻ പോകുന്ന അദ്ധ്യായങ്ങളിൽ ഞാൻ ചേർക്കാൻ ഉദ്ദേശിക്കുന്നത്; പ്രത്യേകിച്ച് ജീവിതത്തിന്റെ ആദ്യകാലത്തെക്കുറിച്ച്, വിവാഹം കഴിച്ച് മൂന്ന് കൊച്ചു കുഞ്ഞുങ്ങളുടെ അച്ഛനായശേഷം വാർ മിൻസ്റ്ററിലേക്ക് താമസം മാറ്റുന്നതുവരെയുള്ള കാലം ആ സ്ഥലം അയാൾക്ക് അപരിചിതമായിരുന്നു. വീട്ടിൽനിന്നും സുഹൃത്തുക്കളിൽനിന്നും പഴയ സുപരിചിതമായ ചുറ്റുപാടുകളിൽനിന്നും വളരെദൂരെ; പുതിയ പശ്ചാത്തലവും പുതിയ മനുഷ്യരും! എന്നാൽ ആ സ്ഥലത്ത് അയാൾ ചിലവിട്ട ഏതാനും വർഷങ്ങൾ അയാളുടെ മനസ്സിൽ നിരവധി രസകരമായ ഓർമ്മകൾ കെട്ടിപ്പടുത്തിട്ടുണ്ട്; അവയിൽ ചിലത് ഇനി വരുന്ന അദ്ധ്യായങ്ങളിൽ വിവരിക്കാം.

വിന്റർ ബോൺ ബിഷപ്പിനെക്കുറിച്ച് വിവരിച്ചപ്പോൾ ഞാൻ അയാളുടെ ജന്മഗ്രാമം കാണാൻ വേണ്ടി മാത്രം ആദ്യമായി പോയകാര്യം സൂചിപ്പിച്ചിട്ടുണ്ടല്ലോ. പിന്നീട് ഞാൻ ഡൗട്ടൺ സന്ദർശിച്ചത് അയാൾ അവിടെ താമസിച്ചിരുന്നു എന്ന കാരണംകൊണ്ടുമാത്രമാണ്. ആ ഭൂമിയിലെ ഏറ്റവും ആകർഷണീയമായ ഗ്രാമങ്ങളിൽ ഒന്നാണത്. അയാൾ താമസിച്ചിരുന്ന കുടിൽ അന്വേഷിച്ച് ഞാൻ നടന്നു. അത് കുറ്റമറ്റ ഒരു വീട് ആയിരിക്കുമെന്ന് ഞാൻ ചിന്തിച്ചു; പ്രകൃതിയെ സ്നേഹിക്കുന്ന ശാന്തനും ചിന്താശീലമുള്ളവനുമായ ഒരു മനുഷ്യന്റേതുപോലെ ഒരു ചെറിയ, ഓല മേഞ്ഞകുടിൽ, വളരെ പഴയതായി തോന്നിക്കുന്നത്, ഒരുപക്ഷേ, ജീവിക്കാൻ അസൗകര്യമുള്ളത്. എന്നാൽ ഏറ്റവും മനോഹരസ്ഥലത്തായിരിക്കും അത് സ്ഥിതി ചെയ്യുക, മറ്റ് വീടുകളിൽനിന്നും ദൂരെ മാറി, പഴയ എൽവ് മരങ്ങളും ബീച്ച് മരങ്ങളുമുള്ള പറമ്പിനടുത്തുള്ള പുരാതന പള്ളികാണാവുന്ന വിധത്തിൽ; അതിന് ചുറ്റുമുള്ള ഭൂമി പച്ച പുൽമൈതാനമായിരിക്കും. തെളിഞ്ഞ വെള്ളമുള്ള കോര പുല്ലുകളും ഈറ്റകളും സമൃദ്ധമായി വളരുന്ന, പുഴ ഒരു വിളിപ്പാട് അകലെ!

വൈലി താഴ്വരയെക്കുറിച്ച് അത്രയും അറിയാൻ ഞാൻ ആഗ്രഹിച്ചു; ഞാനതിനെക്കുറിച്ച് നന്നായി മനസ്സിലാക്കിയപ്പോൾ, വരുന്ന അദ്ധ്യായങ്ങളിൽ അതിനെക്കുറിച്ച് പൂർണ്ണമായി വിവരിക്കുവാൻ ഞാൻ ആഗ്രഹിച്ചു.

വൈലി താഴ്‌വര

മനോഹരമായ പേരുള്ള വൈലി ഒരു കൊച്ചു പുഴയാണ്. അതിന്റെ ഉത്ഭവസ്ഥാനത്തുനിന്ന് സാലിസ്ബറിവരെ ഇരുപത് മൈൽ നീളം കാണില്ല. സാലിസ്ബറിയിൽ അത് വിൽട്ടസിൽ വെച്ച് നഡ്ഡറുമായി കൂടി ച്ചേർന്നശേഷം 'അവൺ'ൽ ലയിക്കുന്നു. അതിന്റെ ഉത്ഭവസ്ഥാനത്തിന്നടുത്ത് വാർമിൻസ്റ്റർ. സ്ഥിതിചെയ്യുന്നു. ശ്രേഷ്ഠമായ പേരുള്ള വിൽറ്റ്ഷയറിലെ അപ്രധാനമായ ഒരു കൊച്ചുനഗരം. ട്രെബിഡ്ജ്, വിവൈസസ് മാൽബരോ, സാലിസ് ബറി എന്നിവയൊന്നും ഇതേ അളവിൽ മനുഷ്യമനസ്സിനെ ഇളക്കുന്നവയല്ല. ചിപ്പൻ ഹാം, മെൽക്ക് ഷാം, മെരെ, കാനെ, കോർഷാം എന്നിവയെല്ലാം ഗ്രാമങ്ങളുമായി മാത്രമേ താരതമ്യപ്പെടുത്താനാകൂ. എന്നാലും വാർമിൻസ്റ്ററിന് മറ്റൊന്നിനോടും സഹവാസമില്ല- നമ്മുടെ മനസ്സിലെ ഭൂമിശാസ്ത്രത്തിൽ ഒരു സ്ഥാനവുമില്ല; ഒരു സംഭവത്തിലും അതിനെക്കുറിച്ച് ആരും ഓർക്കുന്നില്ല. വേരെയിലെ ഒരു സന്ന്യാസിമഠം എന്നു മാത്രമാണ് പേരിന്റെ അർത്ഥം- 'വൈലി'യുടെ ഉത്ഭവസ്ഥാനത്തേക്ക് ഒഴുകിയെത്തുന്ന മൂന്ന് അരുവികളിലൊന്ന്- അതാണതിന്റെ മഹിമ, കാലെബ് ബൊകോമ്പ് സ്ഥിരമായി അങ്ങോട്ട് കുടിയേറിയതിനെക്കുറിച്ചും വാർമിൽസ്റ്ററിൽ ചിലവഴിച്ച കാലത്തെക്കുറിച്ചും, ആനന്ദപൂർവ്വം വിവരിക്കുന്നതിൽ അത്ഭുതപ്പെടാനില്ല! വാസ്തവത്തിൽ അവിടെയല്ല, ആ ശ്രേഷ്ഠമായ ടൗണിൽനിന്ന് ഏതാനും മൈൽ ദൂരെ വൈലി താഴ്‌വരയിലെ ഡൗടൺ എന്ന കൊച്ചുഗ്രാമത്തിലായിരുന്നു താമസിക്കുന്നത് എങ്കിലും!

അതൊരു പച്ചപിടിച്ച താഴ്‌വരയാണ്. ഇരുവശത്തുമുള്ള ഉയർന്ന കുന്നുകളുടെ പശ്ചാത്തലത്തിൽ ഈ പച്ചപ്പ് ഏതൊരുവന്റയും മനസ്സിൽ പതിയും! അരമൈൽ മുതൽ ഒരുമൈൽവരെ വീതിയുള്ള പച്ചപിടിച്ച പര

ന്നുകിടക്കുന്ന പുൽമൈതാനങ്ങൾ, പിന്നെ വൃക്ഷങ്ങൾക്കിടയിൽ അവ അപ്രത്യക്ഷമാകുന്നു. അനേകം വലിയ തണൽ വൃക്ഷങ്ങൾ, ബീച്ചുകൾ, ഏഷുകൾ, എൽമുകൾ തുടങ്ങിയവ. ചിലവശത്തുനിന്ന് നോക്കുമ്പോൾ തുടർച്ചയായ കാടാണ് ആ താഴ്‌വരയിലെന്ന് തോന്നും! തൊട്ടു തൊട്ടു കിടക്കുന്ന തണൽ പ്രദേശം, ആ വൃക്ഷങ്ങൾ ഗ്രാമത്തെ മറയ്ക്കുന്നു; ചില ഭാഗങ്ങളിൽ വളരെ ഫലപ്രദമായി; കുന്നുകളിൽനിന്ന് താഴോട്ട് നോക്കിയാൽ നിങ്ങൾക്ക് ഒറ്റ മനുഷ്യനേയും കാണാൻ കഴിയില്ല. അത് മനുഷ്യവാസമില്ലാത്ത സ്ഥലമാണെന്ന് നിങ്ങൾ സങ്കല്പിച്ചേക്കാം. ചില പ്പോൾ നിങ്ങൾക്ക് മനുഷ്യവാസം ഉള്ളതായി കാണാൻ കഴിഞ്ഞേക്കും-ചുകപ്പോ മഞ്ഞയോ നിറമുള്ള രണ്ട് മൂന്ന് വീടുകളുടെ മേല്ക്കൂരകൾ, പാതിമറഞ്ഞ ചാരനിറമുള്ള പള്ളിടവർ, അല്ലെങ്കിൽ മുകളിലേക്കുയരുന്ന നീലപുകച്ചുരുളുകൾ; എന്നാൽ ഗ്രാമം കാണണമെങ്കിൽ നിങ്ങൾ താഴെ വന്ന് നോക്കുകതന്നെ വേണം. എന്നാലും നിങ്ങൾക്കവയെല്ലാം എണ്ണാൻ ബുദ്ധിമുട്ടാണ്. ഞാൻ പലപ്രാവശ്യം താഴ്‌വരയിൽ അങ്ങോളമിങ്ങോളം കാൽനടയായും സൈക്കിളിലും സഞ്ചരിച്ച് ഗ്രാമങ്ങളുടെ എണ്ണം എടു ക്കാൻ ശ്രമിച്ചിട്ടുണ്ട്. എന്നാൽ ഒരേ സംഖ്യ എനിക്കൊരിക്കലും കിട്ടിയി ട്ടില്ല. കൊച്ചുഗ്രാമങ്ങൾ ഒഴിവാക്കിയാൽതന്നെ തീർച്ചയായും ഇരുപത് ഗ്രാമങ്ങളിലേറെയുണ്ട് ഇരുപത്തഞ്ചിനും മുപ്പതിനുമിടയ്ക്ക്. എന്നാൽ, പുസ്തകങ്ങളും ഭൂപടങ്ങളും പഠിച്ച് അത് കണ്ടുപിടിക്കാൻ ഞാൻ ആഗ്ര ഹിച്ചില്ല. അക്കാര്യം തീർപ്പ് കല്പിക്കപ്പെടാതെ കിടക്കുന്നതായിരുന്നു എനിക്കിഷ്ടം; അപ്പോൾ ഭാവിയിൽ എപ്പോഴെങ്കിലും എനിക്ക് അത് എണ്ണി തിട്ടപ്പെടുത്തുന്നതിന്റെ സന്തോഷം ആസ്വദിക്കാമല്ലോ! എന്നാൽ അതിൽ ഞാൻ വിജയിക്കുമോ എന്ന കാര്യത്തിൽ എനിക്ക് സംശയമുണ്ട്. ഒരു സന്ദർഭത്തിൽ ഒരു പുൽമൈതാനത്തിന്റെ മദ്ധ്യത്തിലായി ഒരു സുന്ദര മായ കൊച്ചുപള്ളി സ്ഥിതിചെയ്യുന്നത് ഞാൻ കണ്ടു. അതൊരു ഏകാന്ത സ്ഥലമാണ്; അടുത്ത് വീടുകളൊന്നും കാണാനില്ല. അവിടെ ഒരു പശു പോലും മേയുന്നില്ല! എനിക്കും പള്ളിക്കും ഇടയിൽ പുഴയാണ്. അതു കൊണ്ട് മറുകരയിലെത്താനായി ഒന്നര നാഴികയോളം ഞാൻ മുന്നോട്ടു നടന്നു; അവിടെ ഒരു പാലം കടന്ന്, പള്ളികാണാനായി പിന്നാക്കം നടന്നു; എന്നാൽ എനിക്ക് ആ പള്ളി കാണാൻ കഴിഞ്ഞില്ല! എന്നാലും അതൊരു മിഥ്യയായിരുന്നില്ല. ഞാനത് വീണ്ടും രണ്ട് സന്ദർഭങ്ങളിൽ കണ്ടിട്ടുണ്ട്. പക്ഷേ, പുഴയുടെ മറ്റ് ഭാഗത്തുനിന്നു തന്നെയായിരുന്നു കണ്ടത്! ഞാൻ എന്നെങ്കിലും അവിടേക്ക് തിരിച്ചുപോയി, കാണാതായ ആ പള്ളിയെ അന്വേഷിച്ചു കണ്ടെത്തും. അവിടെ വിഗ്രഹങ്ങളും പിച്ചള തകിടുകളിൽ കൊത്തി വെച്ച വിശദമായ ലിഖിതങ്ങളും മറ്റ് പുരാതനകാലത്തെ ദുരന്ത സംഭവങ്ങളും ഇന്ന് ഭൂമുഖത്തില്ലാത്ത മഹത്തായ കുടുംബങ്ങളെക്കുറി ച്ചുള്ള സ്മാരകങ്ങളും കണ്ടേക്കാം!

ഒരു പക്ഷേ ഇതായിരിക്കാം വൈലിയുടെ മുഖ്യ ആകർഷണം - പച്ചില പടർപ്പിനുള്ളിൽ മനോഹരമായ മനുഷ്യജ്ഞാനം മറച്ചുവെക്കൽ!

മറ്റൊന്ന് ഗ്രാമങ്ങളുടെ വ്യക്തിത്വമാണ്. ഇരുപത്തഞ്ചോ ഇരുപത്തെട്ടോ ഗ്രാമങ്ങൾ ഇരുപത് മൈൽ ദൂരത്തിനുള്ളിൽ സ്ഥിതി ചെയ്യുന്നു; എന്നിട്ടും മനസ്സിലുള്ള തോന്നൽ ഈ നിവാസകേന്ദ്രങ്ങൾ യഥാർത്ഥത്തിൽ കുറച്ചേ ഉള്ളൂ എന്നാണ്; അതും ദൂരത്തിൽ! അവ ചെറുതാണെന്നു മാത്രമല്ല, പുരാതനവും പ്രശാന്തവുമാണ്; അത്തരം ഗ്രാമങ്ങൾ ഇപ്പോൾ മിക്കവാറും കാലോചിതമല്ലാതായിരിക്കുന്നു; അവ വൃക്ഷങ്ങളും പൂന്തോട്ടങ്ങളും മേച്ചിൽസ്ഥലങ്ങളും കാണുന്നതുപോലെ മനസ്സിന് ശാന്തി നല്കുന്നു. പള്ളികൾ വളരെ ചെറിയതും, പുരാതനവും മനോഹരവുമാണ്. പള്ളി മുറ്റത്തെവൃക്ഷങ്ങളാൽ അത് പാതി മറക്കപ്പെട്ടിരിക്കുന്നു. അതിന്റെ ബന്ധം വളരെ പിന്നിലേക്ക് പോകുന്നു. ചരിത്രം ഇതിഹാസത്തിലും പുരാണത്തിലും അലിഞ്ഞുചേരുന്നൊരുകാലഘട്ടംവരെ! എന്തായാലും എല്ലാം ഇതേ രീതിയിലുള്ളതല്ല; ഏതാനും ചില പള്ളികൾ അലംകൃതമല്ലാത്ത വിരസമായ കെട്ടിടങ്ങൾ ആണ്; അവയിൽ ഒന്നിനെക്കുറിച്ച് ഞാൻ ഇവിടെ സൂചിപ്പിക്കാം; അത് പുരാതനമാണെങ്കിലും അതിൽ സ്മാരകങ്ങളോ ശ്മശാനമോ ഇല്ല. ഇത് ടിനെറിങ്ട്ടനിലെ പള്ളിയാണ്, ഒരു കൊച്ച്, അപരിഷ്കൃത ഗ്രാമമാണിത്; ആ ഗ്രാമത്തിന്റെ ഒരുവശത്ത് കോഡ് ഫോഡ് സെന്റ് പീറ്ററും, മറുവശത്ത് സട്ടൻവെനിയും നോർട്ടൻ ബാവന്റും സ്ഥിതി ചെയ്യുന്നു. ഈ പള്ളിയിലേക്ക് കടക്കാനായി, അതിനുള്ളിൽ കാണാൻ ശൂന്യമായ ചുമർ മാത്രമാണുള്ളതെങ്കിലും കണ്ണ് ശരിക്ക് കാണാത്ത എൺപതുവയസ്സായൊരു വൃദ്ധൻ ക്ലർക്കിൽനിന്ന് പള്ളിയുടെ താക്കോൽ എനിക്ക് വാങ്ങിക്കേണ്ടിവന്നു. അയാൾ ഒരുചെരുപ്പുകുത്തിയാണെന്ന് എന്നോട് പറഞ്ഞു, എന്നാൽ ചെരുപ്പ് തുന്നാൻ, കാഴ്ചക്കുറവ് മൂലം പറ്റുന്നില്ല. ഒരു ബാലനായിരുന്നപ്പോൾത്തന്നെ അയാൾ ദുർബ്ബലനായിരുന്നു- ഒരു രോഗി. അതുകൊണ്ട് ഒരു ജന്മിയുടെ കാര്യസ്ഥനായ അവന്റെ അച്ഛൻ അവനെ ഷൂ ഉണ്ടാക്കാൻ പഠിപ്പിച്ചു. കാരണം പുറത്ത് പണിയെടുക്കാനവന് പറ്റില്ലായിരുന്നു. "ഞാൻ ഈ പള്ളി ഓർക്കുന്നു." അയാൾ പറഞ്ഞു. "അന്ന് മൂന്നുമാസത്തിൽ ഒരു കുർബ്ബാനയേ ഇവിടെ ഉണ്ടായിരുന്നുള്ളൂ." എന്നാൽ ആ നായയുടെ കഥ എന്നോട് പറയാനയാൾ മറന്നുപോയി എന്നത് വിചിത്രംതന്നെ! "എന്ത്, നിങ്ങളോടയാൾ ആ നായയെക്കുറിച്ച് പറഞ്ഞില്ല?" എല്ലാവരും ആശ്ചര്യം പ്രകടിപ്പിച്ചു! സത്യത്തിൽ മറ്റൊന്നും പറയാനില്ല.

അത് സംഭവിച്ചത് ഒരു നൂറ് കൊല്ലം മുമ്പാണ്. ഒരുദിവസം മൂന്നു മാസത്തിലൊരിക്കലുള്ള കുർബ്ബാനയ്ക്ക്ശേഷം, ഒരു നായയെ കാണാതായിരിക്കുന്നു. ടിതേറിങ്ടണിലെ ഒരു കർഷകന്റെ യുവതിയായ ഭാര്യയുടെ ഒരു ചെറിയ ടെറിയർ നായ. അവൾ തന്റെ പ്രിയപ്പെട്ട നായ നഷ്ടപ്പെട്ടതിൽ കുറച്ചുനേരം കരഞ്ഞു, പിന്നെ അതെല്ലാം മറന്നു. എന്നാൽ മൂന്നുമാസത്തിനുശേഷം വീണ്ടും ആ തുരുമ്പുപിടിച്ച പൂട്ടിൽ താക്കോലിട്ടു തിരിച്ചു വാതിൽ തുറന്നപ്പോൾ, അതാ ആ നായ അവിടെ കിടക്കുന്നു. ഒരു ജീവനുള്ള അസ്ഥികൂടം എന്നാണവർ പറഞ്ഞത്; പകൽ

വെളിച്ചംകണ്ട് അതിന്റെ കണ്ണഞ്ചിച്ചെങ്കിലും അതിന് നടക്കാൻ കഴിയുമായിരുന്നു. ചുമരിൽനിന്ന് ഈർപ്പം നക്കിത്തിന്ന് അത് ജീവൻ നിലനിർത്തി എന്ന് കരുതപ്പെട്ടു. വെള്ളം ഇറ്റിറ്റുവീണ് ചുമരിൽ നിറയെ പൂപ്പൽ കട്ടിയായി പറ്റി പിടിച്ചിരുന്നുവത്രേ! പഴയ ക്ലാർക്കിൽനിന്ന് കൂടുതൽ വിവരം തേടാനായി ഞാൻ അയാളുടെ അടുത്തേക്ക് ചെന്നു. മോചിപ്പിക്കപ്പെട്ട് അധികം താമസിയാതെ തന്നെ ആ നായ ചത്തുപോയെന്ന് അയാൾ പറഞ്ഞു. നായയുടെ യജമാനത്തി, മിസ്സിസ് കെയ്സി അതിനെ കുറിച്ചെല്ലാം അയാളോട് പറഞ്ഞു. അപ്പോൾ അവളൊരു വൃദ്ധയായിരുന്നു. എന്നാലും തന്റെ അരുമയായ ആ നായക്കുട്ടിയുടെ കദനകഥ പറയാനവൾ എപ്പോഴും തയ്യാറായിരുന്നു!

പട്ടിണികിടന്ന ആ നായ പുറത്തേക്ക് വരുന്ന ചിത്രം, ഒരു ജീവനുള്ള അസ്ഥികൂടം നനഞ്ഞ പൂപ്പലുള്ള പള്ളിയിൽനിന്ന് പുറത്ത് വരുന്ന രൂപം നമ്മൾ ജീവിക്കുന്ന മാറിയ കാലത്തെയും പള്ളി ഇപ്പോഴും വളരെ ശാന്തമായി ഉറങ്ങിക്കൊണ്ടിരിക്കുന്ന നാളുകളെയും ഓർമ്മിപ്പിക്കുന്നു! കോഡ് ഫോഡിലെ സന്തോഷവാനായ ഒരു ഗ്രാമീണപുരോഹിതൻ മൂന്നുമാസത്തിലൊരു കുർബ്ബാന ധാരാളമാണെന്ന് ടി തെറിങ്ടൻ നിവാസികൾക്ക് എന്ന് ചിന്തിച്ചാൽ അവിടെ കുർബ്ബാന നടന്നേക്കും.

ടിതെറിങ്ടൻ നായ എന്നിൽ ഉണർത്തിയത്ര താല്പര്യം, അയൽ ഗ്രാമമായ അപ്ട്ടൻ ലോവയിൽ സ്വന്തം വീട്ടിൽ സ്വന്തം തടവുകാരനാക്കപ്പെട്ട അവസാന ലോവൽ പ്രഭുവിന്റെ കഥയോടും ഉണ്ടായിരുന്നു. അദ്ദേഹം തന്റെ ജീവനുവേണ്ടി ദാഹിക്കുന്ന ശത്രുക്കളിൽനിന്നും രക്ഷപ്പെടാനായി ആ ബംഗ്ലാവിൽ അഭയം പ്രാപിച്ച്, ഇനിയൊരിക്കലും കാണപ്പെടാത്തവിധത്തിൽ വളരെ ഭദ്രമായി സ്വയം ഒളിച്ചിരുന്നു. നൂറ്റാണ്ടുകൾക്കുശേഷം തകർന്ന ആ ബംഗ്ലാവിന്റെ അവശിഷ്ടങ്ങൾ ഉള്ള സ്ഥലം കുഴിച്ചപ്പോൾ ഒരു രഹസ്യ അറ കണ്ടെത്തി. മേശയ്ക്കു മുന്നിലെ ഒരു കസേരയിൽ ഒരു മനുഷ്യന്റെ അസ്ഥികൂടം ഇരിക്കുന്നു! മേശമേൽ പുസ്തകങ്ങളും കടലാസുകളും പൊടിഞ്ഞു കിടക്കുന്നു!

വൈലിയിലെ കൊച്ചുഗ്രാമങ്ങളിലെ അത്തരം വിചിത്രവും വൈകാരികവുമായ സംഭവങ്ങൾ കൊണ്ട് ഒരു വാല്യം തന്നെ എഴുതി നിറയ്ക്കാം! പ്രകൃതി പ്രേമികൾക്ക് അത് അനന്തമായ ആകർഷണമായിരിക്കും. എന്നാൽ അവർ സ്ഥിരമായി ചിത്രീകരിക്കുന്നത് അവരുടെ കാലത്തെ മഹത്വ്യക്തികളെക്കുറിച്ച് മാത്രമാണ് യോദ്ധാക്കൾ, രാജ്യതന്ത്രജ്ഞർ, പുരാതനവും ശ്രേഷ്ഠവുമായ വംശത്തിലെ ജന്മിമാർ, ഏറ്റവും അടിയിൽ വ്യാപാരികൾവരെ, ധാരാളം പണം സമ്പാദിച്ച അവർ തങ്ങൾക്കായി വലിയ ബംഗ്ലാവുകൾ നിർമ്മിച്ചു. വൃദ്ധരായ ദരിദ്രർക്കായി ധർമ്മശാലകൾ പണിതു. അവർ മരിച്ചപ്പോൾ പള്ളികളിൽ സ്മാരകങ്ങൾ ഉയർത്തപ്പെട്ടു. എന്നാൽ ചെറിയ കുടിലുകളിൽ വസിക്കുന്ന താഴ്വരയിലെ യഥാർത്ഥ മണ്ണിന്റെ മക്കൾക്ക് യാതൊരുസ്മാരകങ്ങളുമില്ല. അവിടത്തെ മരങ്ങളെ പോലെ അവർ ജീവിക്കുകയും മരിക്കുകയും ചെയ്യുന്നു! അവർ

ജീവിച്ചിരുന്നുവെന്നും അദ്ധ്വാനിച്ചിരുന്നുവെന്നും മാത്രം അവർ അറിയുന്നു. അവർ മരിക്കുമ്പോൾ മൂന്നോ നാലോ പേർ ഒരു വർഷം അല്ലെങ്കിൽ മുന്നൂറോ നാന്നൂറോ, ഒരു നൂറ്റാണ്ട് ഒരു തണലുള്ള പള്ളി പറമ്പിൽ മറവുചെയ്യപ്പെടുന്നു; അവർക്കു മീതെ ഒരു അടയാളത്തിനായി ചെറിയൊരു മൺകൂമ്പാരം ഉണ്ടാകുന്നു. കാലക്രമേണ ഈ മൺകുമ്പാരങ്ങൾ താഴ്ന്നുപോകുന്നു. ആ ശരീരം പൊടിയായി മാറുന്നു. മറ്റ് തലമുറകളിലെ ഏതെങ്കിലുമൊരാൾ, വിസ്മരിക്കപ്പെട്ട മനുഷ്യന്റെ സ്ഥലത്ത് മറവു ചെയ്യപ്പെടുന്നു; അവരും മാറിമാറി വിസ്മരിക്കപ്പെടുന്നു. എന്നിട്ടും താഴ്വരയിൽ സ്മാരകങ്ങൾ ഉള്ള മഹത് വ്യക്തികളുടെ ജീവിതത്തേക്കാളേറെ ഈ എളിയവരും അറിയപ്പെടാത്തവരുടെതുമായവരുടെ ജീവചരിത്രങ്ങൾ അറിയാനാണ് എനിക്ക് ആഗ്രഹം.

അതുകൊണ്ടായിരിക്കാം താഴ്വരയിലെ ബംഗ്ലാവുകളെക്കുറിച്ച് എനിക്കൊരു താല്പര്യവും തോന്നാത്തത്, അവ ധാരാളം അവിടെ ഉണ്ട്. ചിലത് നശിച്ചു പോയി. അല്ലെങ്കിൽ മറ്റും പല കാര്യങ്ങൾക്കായി ഉപയോഗിച്ചു. മറ്റുള്ളവയെല്ലാം ഇപ്പോഴും സൗന്ദര്യത്തിന്റേയും കലയുടെയും ആർഭാടത്തിന്റെയും വീടുകളിലായി നിലകൊള്ളുന്നു. രാജകീയമായ മുറികൾ, വിലപിടിച്ച അലങ്കാര തുണികൾ, ചിത്രങ്ങൾ പുസ്തകങ്ങൾ, കൈയെഴുത്ത് പ്രതികൾ സ്വർണ്ണം- വെള്ളി പാത്രങ്ങൾ, ഗ്ലാസുകൾ വിലപിടിച്ച കൗതുകവസ്തുക്കൾ, ആന കൊമ്പുകൾ, മാൻ കൊമ്പുകൾ, കടുവാ തോലുകൾ, സ്റ്റഫ് ചെയ്ത കഴുകന്മാർ, മയിൽപ്പീലികൾ എന്നിവയാൽ അലംകൃതമാണാഭവനങ്ങൾ! ചില വീടുകൾ നൂറ്റാണ്ടുകൾക്കു മുമ്പ് നിർമ്മിക്കപ്പെട്ടവയാണ്, അവ ഗ്രാമത്തിൽനിന്ന് ഒറ്റപ്പെട്ട് വൃക്ഷങ്ങളാൽ പാതി മറയ്ക്കപ്പെട്ട് സ്ഥിതി ചെയ്യുന്നു. ആ ഭവനങ്ങൾ അപ്രകാരം ദൂരെ മാറി നില്ക്കുന്നതുപോലെ, അവയ്ക്കുള്ളിൽ ജീവിക്കുന്നവർ, നാട്ടുകാരുമായി ഇടപഴകുകയോ, യഥാർത്ഥ സ്വദേശി ജീവിതം നയിക്കുകയോ ചെയ്യുന്നില്ല. പതിനെട്ട് നൂറ്റാണ്ടുകൾക്ക് മുമ്പുള്ള റോമൻ ഗ്രാമീണർ പോലെയാണ് ഇന്നത്തെ ഈ കുടിൽ നിവാസികൾ! ഇത് അവിശ്വസനീയമായി ചിലർക്ക് തോന്നിയേക്കാം. ബംഗ്ലാവും കുടിലും സുപരിചിതനായ, ഒരു പ്രതിബന്ധവും സൃഷ്ടിക്കാത്ത എനിക്ക്, അവർ തമ്മിലുള്ള അകലം വളരെ വലുതായിത്തോന്നുന്നു!

ആ താഴ്വര നന്നായി പരിചയമുള്ള ഒരു വായനക്കാരൻ എനിക്ക് ഏറ്റവും ഇഷ്ടപ്പെട്ട ബംഗ്ലാവ് 'നൂക്കി'ലെ ബംഗ്ലാവാണെന്ന് ഞാൻ പറയുന്നത് കേട്ടാൽ അത് ഒരുപക്ഷേ, പൊട്ടിച്ചിരിക്കും! ഹെട്സ്ബറിക്കും അപടൻലോ വലിനും ഇടയ്ക്കുള്ള ഒരു ചെറിയ ദരിദ്ര ഗ്രാമമാണത്. അതിന്റെ ടവർ ഇല്ലാത്ത പരുക്കൻ ചുമലുകളോ കൂടിയ പുരാതന പള്ളി ടിതറിഷ്ട്ടനേക്കാൾ ഏറെ നിരാനന്ദകരമാണ്. അത് തുറക്കാനായി താക്കോലിനുവേണ്ടിയുള്ള ഓട്ടത്തിൽ ഞാൻ ഒരു അസാധാരണ വൃദ്ധനെ ബുദ്ധിമുട്ടിച്ചു. എൺപതിനും തൊണ്ണൂറിനും ഇടയ്ക്ക് വയസ്സുള്ള മറ്റൊരു പടുകിഴവൻ, ആകർഷകമായ നീണ്ട വെള്ളത്താടിക്കാരൻ. താൻ ഒരു ഓല

മേയുന്നവനായിരുന്നെന്ന് അയാൾ എന്നോട് പറഞ്ഞു. പിന്നീട് കഷ്ടകാലം വന്നപ്പോൾ ജോലി ചെയ്യാൻ പറ്റാത്ത അവസ്ഥയിൽ ഇടവക പള്ളിയുടെ സഹായം തേടേണ്ടിവന്നു. "നിങ്ങൾ താക്കോലിന് ബംഗ്ലാവിൽ പോകുക" അയാൾ എന്നോട് പറഞ്ഞു. പള്ളിക്കടുത്തുള്ള ആ ബംഗ്ലാവ് കണ്ടപ്പോൾ അതിലേറെ വിചിത്രമായിത്തോന്നി. പള്ളിയുടെ മേല്ക്കൂരയിൽ ആ ചെറിയ കുരിശില്ലായിരുന്നെങ്കിൽ ഏതാണ് വിശുദ്ധ മന്ദിരം എന്ന് തിരിച്ചറിയാൻ കഴിയില്ലായിരുന്നു! ആദ്യം ഒരു സന്ന്യാസിയുടെ വീട് റിഫോർമേഷനുശേഷം ഏതോ അത്യാഗ്രഹിയായ മാന്യൻ അത് കൈവശപ്പെടുത്തി, തന്റെ വാസസ്ഥലമാക്കി.. പില്ക്കാലത്തത് ഫാം - ഹൗസ് ആയി അത് ഉപയോഗിക്കപ്പെട്ടിരുന്നു എന്ന കാര്യത്തിൽ സംശയമില്ല. ഇപ്പോൾ അത് ഏറ്റവും ശോകമൂകവും വൃത്തികെട്ടതും അവഗണിക്കപ്പെട്ടതും, പൊളിഞ്ഞ ചുമരുകളോട് കൂടിയതും, ഏത് നിമിഷവും നിലം പതിക്കാവുന്ന അവസ്ഥയിലുള്ളതുമാണ്. ഒരു കുറ്റിക്കാട്ടിലാണത് നിലകൊള്ളുന്നത്. പ്രതിവാരം പന്ത്രണ്ട് ഷില്ലിങ് കൂലി ലഭിക്കുന്ന ഒരു തൊഴിലാളിയും കുടുംബവുമാണവിടെ വാടകക്ക് താമസിക്കുന്നത്, ഭാര്യയും എട്ട് കൊച്ചുകുട്ടികളുമാണയാൾക്കുള്ളത്. വാടക ഒരാഴ്ചയ്ക്ക് പതിനെട്ട് പെൻസ്! ഒരുപക്ഷേ, ഇംഗ്ലണ്ടിൽ ഏറ്റവും കുറഞ്ഞ വാടകയ്ക്ക് നല്കപ്പെട്ട ഒരു പ്രഭു ബംഗ്ലാവ്! അത്തരം സ്ഥലങ്ങൾ തൊഴിലാളികൾ വാടകയ്ക്കെടുക്കുന്നത് അത്ര വിരളമൊന്നുമല്ല!

എന്നാൽ നമ്മൾക്ക് യഥാർത്ഥ കുടിലുകളിലേക്കൊന്ന് എത്തിനോക്കാം. എളിയവരായ ആളുകളുടെ ഇത്രയും ആകർഷണീയമായ വീടുകൾ ഇംഗ്ലണ്ടിൽ വളരെ കുറച്ച് സ്ഥലത്തേ കാണാൻ കഴിയൂ എന്ന് ഞാൻ കരുതുന്നു. അവയുടെ ഉൾഭാഗം, കൂടുതൽ ഇരുണ്ടതാണെന്നതിൽ സംശയമില്ല. പെട്ടിയുടെ ആകൃതിയിൽ ചുകന്ന ഇഷ്ടികകൾ കൊണ്ട് നിർമ്മിച്ച് സ്ലേറ്റ് മേല്ക്കൂര വിരിച്ച നവീന വീടുകളുടേതുപോലെ താമസിക്കാൻ സൗകര്യമില്ലെങ്കിലും അവ കണ്ണുകൾക്ക് കുളിർമ്മ നല്കുന്നു! നാട്ടിലുടനീളം വൈരൂപ്യത്തിന്റെ തരംഗം പരത്തുന്ന നവീനഗൃഹങ്ങളേക്കാൾ ചെറിയതാണവ. വെയിലും മഴയും കാറ്റും അവയുടെ കരുത്തും നിറവും പാകപ്പെടുത്തിയിരിക്കുന്നു! അവ സ്ഥിതിചെയ്യുന്നതിന് ചുറ്റുമുള്ള വൃക്ഷങ്ങളും പുഴയും പുൽത്തകിടികളും കുന്നിൻചെരുവുകളും മേഘാവൃതമായ ആകാശവുമായി അത് ബന്ധപ്പെട്ടിരിക്കുന്നതുപോലെ തോന്നും! ഏറ്റവും ആനന്ദകരമായ കാര്യം അവയ്ക്ക് ചുറ്റുമുള്ള വസ്ത്രത്തിലേതുപോലുള്ള പൂക്കളാണ് റോസും മുന്തിരിവള്ളികളും പച്ചപ്പടർപ്പും ക്ലൈമ്പിങ് റോസും മറ്റും. ആ വീടുകൾ അധികവും ഓലമേഞ്ഞവയാണ്. ചിലത് ഓട് ഇട്ടവയും. കടും ചുവപ്പുള്ള ഓടുകളിൽ കൽ പായൽ പിടിച്ച് കറപുരണ്ടിരിക്കുന്നു. ഈ മേല്ക്കൂരകളിലും വേനലിൽ പൂക്കൾ ഉണ്ടാകാറുണ്ട്. ചെറിയ ചെടികളിൽ ആഹ്ലാദനിർഭരമായ മഞ്ഞപ്പൂക്കൾ താഴ്ന്ന മേല്ക്കൂരയിൽ വാതിലിന് മുകളിൽ നിന്ന് താഴോട്ടു നോക്കി നിങ്ങളോട് പുഞ്ചിരിക്കുന്നു. നിങ്ങൾ എത്രതന്നെ

പാവമോ വിലയില്ലാത്തവനോ ആയാലും നിങ്ങളെ കാണാനവർക്ക് വളരെ സന്തോഷമാണെന്നാണാ പുഞ്ചിരിയുടെ അർത്ഥം! സാവധാനം, വിചിത്രമായ ആ ചെടിയുടെ നാടൻ പേരിന്റെ പ്രാധാന്യം നിങ്ങൾ മനസ്സിലാക്കാൻ തുടങ്ങുന്നു- 'വീട്ടിലേക്ക് സ്വാഗതം പ്രിയതമാ, എന്നാലും ഒരിക്കലും- അത്ര മദ്യപിക്കരുത്!'

എന്നാൽ പൂന്തോട്ടത്തിൽ കൂടിക്കലർന്ന്, പടർന്നു കിടക്കുന്ന ചെടികളിലെ പൂക്കളാണ്, എന്നെ സംബന്ധിച്ചിടത്തോളം ഏറ്റവും മനോഹരമായ പൂക്കൾ! നമ്മൾ അറിയുന്ന ഈ പൂക്കളാണ് നമ്മൾ എന്നുമെന്നും ഓർക്കുക. പഴയ കൊച്ചു ഗാർഹിക പൂന്തോട്ടങ്ങളിലെ പൂക്കൾ എത്രയോ കാലം മുമ്പ് നമ്മുടെ മനസ്സിലേക്ക് പ്രവേശിച്ചു കഴിഞ്ഞു. വലിയ ബംഗ്ലാവുകളിൽ തോട്ടക്കാരൻ നട്ടുവളർത്തുന്ന എല്ലാത്തരം ചെടികളുമുള്ള തോട്ടം ഞാൻ വെറുക്കുന്നു! എന്നാൽ, ഇവ ഞാൻ ഇഷ്ടപ്പെടുന്നു - സൗരഭ്യമുള്ള മല്ലിപ്പൂ റോസ് നിറത്തിൽ കരയാമ്പുമണമുള്ള കാർനേഷേൻ, ചുമരിൽ പടർന്നുപിടിച്ച ചെടികളുടെ പുഷ്പങ്ങൾ, പെരിവിങ്കിൾ, സ്വീറ്റ്-വില്യം ലാർക്ക് സ്പൂർ, പൻസി തുടങ്ങിയവ! ഏറ്റവും സമൃദ്ധമായി കാണപ്പെടുന്ന, അവയിൽ ഏറ്റവും മനോഹരമായത് പൂക്കളുടെ പൂക്കളായ ജമന്തിപ്പൂ ആണ്!

പട്ടണത്തിൽ ജനിച്ചുവളർന്നവൻ ഈ പൂവിനെ എങ്ങനെയാണ് കണക്കാക്കുന്നതെന്ന് എനിക്കറിയില്ല. ഞാൻ എത്രകാലം അവനോടൊപ്പം കൂട്ടംകൂടി കഴിഞ്ഞിട്ടും— താരതമ്യേന ഒരു അപരിചിതൻ തന്നെയാണവൻ എനിക്ക് — ഭൂമിയിൽ ജീവിക്കുന്ന ഈ വ്യക്തി എന്നിൽ വലിയ താല്പര്യമൊന്നുമുണർത്തുന്നില്ല. ഏതെങ്കിലും ജനനിബിഡമായ ഗ്രഹത്തിലെ ജനസംഖ്യ കുറയ്ക്കാനായി കോടിക്കണക്കിന്, അന്യഗ്രഹവാസികളെ നമ്മുടെ ഭൂമിയിൽ ഇറക്കി വിടപ്പെട്ടവരായിരിക്കാം അവർ. കൂട്ടംകൂടി ജീവിക്കുന്ന ഈ കോടിക്കണക്കിന്, വെറിപിടിച്ച മനസ്സുള്ള വിളർത്ത മനുഷ്യർ- ഒരു ക്യാമ്പിൽതന്നെ ആറ് മില്യൻ ആളുകളാണ് താമസിക്കുന്നത്! ഞാൻ ഈ കോളനികളിൽ വർഷങ്ങളോളം ജീവിച്ചിട്ടുണ്ട്. എന്റെ ഭാരത്തെക്കുറിച്ച് ഞാനെപ്പോഴും ബോധവാനായിരുന്നു. അതുൾക്കൊള്ളാനുള്ള ശക്തി നഷ്ടപ്പെടുത്താതെ ആ ജനകോടികളുടെ പ്രവൃത്തികളാൽ യാതൊരു താല്പര്യവുമെടുക്കാതെ, അവരുടെ ബഹുമുഖ പ്രവർത്തനങ്ങളിലും ആദർശങ്ങളിലും ഫിലോസഫിയിലും കലയിലും വിനോദങ്ങളിലും പങ്കെടുക്കാതെ ഞാനവിടെ ജീവിച്ചു. അപ്പോൾ അവർ ഈ സാധാരണ ഓറഞ്ച് നിറവും തീക്ഷ്ണ ഗന്ധവുമുള്ള പൂവിനെക്കുറിച്ചവർ എന്ത് കരുതുന്നു എന്ന് എന്തിന് ചിന്തിക്കണം? എന്നെ സംബന്ധിച്ചിടത്തോളം അതിനൊരു പ്രത്യേക അന്തരീക്ഷമുണ്ട്? വളരെ വിദൂരതയിൽനിന്നും തിരിച്ചറിയാവുന്ന അതിമനോഹരവും അനശ്വരവുമായ ആ വികാരത്തെ ഒറ്റ വാക്കിൽ വിശേഷിപ്പിക്കാം, ജമന്തി പൂ എന്ന്!

എന്നാൽ ഈ പൂവിൽനിന്ന് അതോടൊപ്പം നില്ക്കുന്ന പൂക്കളിലേക്ക് എന്റെ ദൃഷ്ടി പാഞ്ഞപ്പോൾ- ഞാൻ മുമ്പ് പേരെടുത്തു പറഞ്ഞ എല്ലാം

പൂക്കളിലേക്കും. പൊക്കമുള്ള ചെടികളിലേക്കും- അവയ്ക്കും അതേ രീതിയിലുള്ള മാന്ത്രികശക്തിയുണ്ടെന്നെനിക്ക് കാണാൻ കഴിഞ്ഞു. അവയിൽ ചില ചെടികൾക്ക് പുരയുടെ മേല്ക്കൂരയുടെ മോന്തായം വരെ ഉയരമുണ്ട്. ഹോളിഹോക്ക്, പിയോണി, സുവർണ്ണപൊടി ഉള്ളിലുള്ള വെളുത്ത ലില്ലി, സൂര്യകാന്തി. ഈ പൊക്കമുള്ള പൂച്ചെടികൾ എന്നെ സായംകാലത്തെ പ്രിംറോസിനെ ഓർമ്മിപ്പിച്ചു. നമ്മുടെ ഹൃദയങ്ങളിൽ സ്വാഭാവികമായും കാലങ്ങളായി പതിഞ്ഞുകിടക്കുന്ന മറ്റൊരു സാധാരണ കുടിൽ തോട്ടപുഷ്പമാണത്. വളരെ മനോഹരമായൊരു പുഷ്പം! അവിടെ വൈലിയിൽ അതേ പാശ്ചാത്യ ലോകത്ത് നിന്നുള്ള മറ്റൊരു അപരിചിതൻ കൂടിയുണ്ട്; അത് അതിവേഗം നമ്മളുടെ സ്നേഹം കരസ്ഥമാക്കിക്കൊണ്ടിരിക്കുന്നു. ഇതൊരു സുവർണ്ണ തണ്ടുള്ള മനോഹരമായ വലിയൊരു മഞ്ഞരോമം നിറഞ്ഞ കുടുമയോടുകൂടിയ ചെടിയാണ്. ആ ജട ശരിക്കും മഞ്ഞയാണെന്ന് പറയാൻ കഴിയില്ല. അത് പച്ചയാണ്, നേരിയ സുവർണ്ണനിറം കലർന്നത്. ഇംഗ്ലണ്ടിൽ ഇതുപോലൊരു പൂവ് ഇല്ല; അത് ഒരു കാട്ടുപൂവാണെന്ന് സ്ഥിരീകരിക്കപ്പെടുമെന്നതിൽ സന്തോഷമുണ്ട്!

താഴ്വരയിൽ താഴ്ന്ന പ്രദേശത്ത് സ്ഥിതിചെയ്യുന്ന ഗ്രാമത്തിൽ കുടിലുകൾ വെള്ളത്തിനരികിൽ ആയിരിക്കും നിർമ്മിക്കപ്പെട്ടിട്ടുള്ളത്. അവിടെ കാട്ട് പൂക്കളും ഉണ്ടാകും, സുന്ദരമായ തോട്ടത്തിലെ പൂക്കളുടെ എതിരാളികളാണത് ആനക്കൊമ്പ് നിറമുള്ളതും ചുകന്നതും മഞ്ഞ നിറമുള്ളതുമായ കാട്ടുപൂക്കൾ. ഇവയെല്ലാം ഈറ്റ പുല്ലുകളും കോരപുല്ലുകളും വെള്ളത്തിലെ പുല്ലുകളുമായി കൂടിക്കലർന്ന് ഉരുളക്കിഴങ്ങിന്റെയും കേബേജിന്റെയും വയലിന് ഒരു അതിർത്തി വരമ്പായിത്തീരുന്നു, അവയെ പുഴയിൽനിന്ന് വേർപെടുത്തി നിർത്തുന്നു.

ഇപ്പോൾ പൂക്കളെക്കുറിച്ച് പറഞ്ഞ് ഞാൻ ക്ഷീണിച്ചു, ആ വിഷയവുമായി ബന്ധപ്പെട്ട വിവിധ രംഗങ്ങളും വിവരിച്ചു. എന്നാൽ ശരിയായ കാര്യം ഞാൻ ഇനിയും പറഞ്ഞിട്ടില്ല- വൈലിയുടെ നൈസർഗ്ഗികമായ ഭാവാവിഷ്കാരം! പുഷ്പങ്ങളിൽ ശ്രദ്ധ കേന്ദ്രീകരിക്കുമ്പോൾ നമ്മൾ കുന്നുകളെ വിട്ടുകളയുന്നു! അങ്ങനെ വിശദവിവരങ്ങളിലേക്ക് പ്രവേശിക്കുമ്പോൾ പൊതു ഉദ്ദേശം നമ്മൾക്ക് നഷ്ടമാകുന്നു. അതുകൊണ്ട് ഈ അദ്ധ്യായം അവസാനിപ്പിക്കുന്നതിനു മുമ്പായി, ഈ കൊച്ചുപുഴയുടെ രഹസ്യം പിടിച്ചെടുക്കാനായി ഞാൻ ശ്രമിക്കട്ടെ!

വിൽറ്റ് ഷയറിലും ഹാമ്പ് ഷയറിലും ഡോർ സെറ്റിലും മറ്റ് ചോക്ക് അരുവികൾ ഉണ്ട്. തെളിഞ്ഞ ജലം പ്രവഹിക്കുന്നവ; വേനൽക്കാലം മുഴുവൻ ചരൽ നിറഞ്ഞ അടിത്തട്ടിനു മുകളിലൂടെ പ്രവഹിക്കുന്ന ആ പുഴകൾ സുഗമമായ കുന്നിൻപ്രദേശത്തിലൂടെയും പുരാതന പള്ളിയുടെ പച്ച പിടിച്ച ഗ്രാമത്തിലൂടെയും പൂക്കൾ നിറഞ്ഞ സുന്ദരമായ ഓലമേഞ്ഞ കുടിലുകൾക്കരികിലൂടെയും ഒഴുകുന്നു. എന്നിട്ടും വൈലിയുടേതുപോലുള്ള പ്രഭാവം അവ സൃഷ്ടിക്കുന്നില്ല; സുന്ദരമായ ആവനോ ഇച്ചനോ

ടെസ്റ്റോ ആ പ്രതീതി ഉളവാക്കുന്നില്ല. ഇവയിൽ നിന്നെല്ലാം വ്യത്യസ്തമാണ് വൈലി! എന്നതാണതിന്റെ പ്രത്യേക ആകർഷണീയത? അതിനെക്കുറിച്ച് ഞാൻ ചിന്തിക്കാനിരുന്നപ്പോൾ സ്വന്തം മനസ്സിലെ വൈകാരികാനുഭൂതി വിശകലനം ചെയ്യാൻ കഴിഞ്ഞപ്പോൾ മാത്രമാണ് ഞാനാ രഹസ്യം കണ്ടെത്തിയത്. എന്റെ അഭിപ്രായത്തിൽ, മറ്റുള്ളവരുടെ കാര്യം എനിക്കൊന്നും പറയാൻ കഴിയില്ല. ഞാൻ കണ്ടുപിടിച്ചതെന്തെന്നാൽ മറ്റ് ചോക്ക് പുഴ താഴ്‌വരകളിൽ നമ്മൾ കണ്ടതെല്ലാം ഇവിടെ കേന്ദ്രീകരിക്കപ്പെട്ടിരിക്കുന്നു അല്ലെങ്കിൽ പരിമിതമായൊരു സ്ഥലത്ത് ഉൾക്കൊള്ളിച്ചിരിക്കുന്നു; അങ്ങനെ മനസ്സിൽ ഒരു സംയോജിതമായ ഫലം സൃഷ്ടിക്കപ്പെടുന്നു. അതിനുകാരണം താഴ്‌വരയുടെ വിസ്താരക്കുറവും ഇരുവശത്തും സ്ഥിതി ചെയ്യുന്ന വലിയ കുന്നുകളുടെ സാമിപ്യവും അവയുടെ മിനുസമുള്ള ഉപരിതലത്തിൽ കൊത്തിവെച്ച പുരാതനസ്മാരകങ്ങളും ശവക്കല്ലറകളും അവയുടെ മുകളിൽ വിശാലമായ പുൽത്തകിടിയും ആണ്! നീലാകാശത്ത് തുളച്ചു കയറുന്ന ശബ്ദത്തിൽ വാനമ്പാടി ഗാനമാലപിക്കുമ്പോൾ നിങ്ങൾ ചരിത്രാതീതകാലത്തെ മൃതിയടഞ്ഞവരോടൊപ്പം ഈ പുൽത്തകിടിയിൽ ഇരിക്കുകയാണ് – സൂര്യപ്രകാശത്തിൽ പോലും അഗോചരമായ അനേകമനേകം മനുഷ്യാത്മാക്കൾ! ചെമ്മരിയാടുകൾ പുല്ല് മേഞ്ഞ് നടക്കുകയും ആട്ടിയന്മാർ, അവരുടെ സാന്നിദ്ധ്യം സംശയിക്കാതെ അവർക്കിടയിലൂടെ ആട്ടിൻ കൂട്ടത്തെ പിൻതുടരുകയും ചെയ്യുന്നു! കുന്നിൻ മുകളിൽനിന്ന് ഇന്നത്തെ ജീവിതത്തെ നിങ്ങൾ നോക്കിക്കാണുന്നു – ദൃഷ്ടിഗോചരമായ ജീവിതം ഒരു വ്യക്തിയിൽ സംക്ഷിപ്തമായത്, അത് താഴെ പ്രവഹിക്കുന്ന അരുവി പോലെയാണ്. എന്നാലും യുഗങ്ങളായി അനശ്വരമായി അത് ഒഴുകുന്നു. നിങ്ങൾ താഴേക്ക് നോക്കുമ്പോൾ ദൂരെ, മറഞ്ഞുകിടക്കുന്ന ആ കൊച്ചുപള്ളി ഗോപുരത്തിൽനിന്ന് ഉച്ചയായെന്നറിയിച്ചുകൊണ്ടുള്ള മണിമുഴങ്ങുന്നു. തൽക്ഷണം, സ്കൂളിൽനിന്ന് പുറത്തിറങ്ങിയ കുട്ടികളുടെ ആഹ്ലാദം നിറഞ്ഞ അട്ടഹാസം ഉയരുന്നു. ആ ശബ്ദകോലാഹലത്താൽ ജീവൻവെച്ച നിങ്ങൾ താഴേക്കിറങ്ങി വന്ന് വിശ്രമിക്കാനോ, വെയിൽ കൊള്ളാനോ, പൂപ്പൽ പിടിച്ച ശവക്കല്ലറ സ്ലാബിൽ ഇരിക്കുന്നു. അതിന്റെ ഒരുവശത്ത് പൂർണ്ണനാശം സംഭവിച്ച രണ്ട് നൂറ്റാണ്ട് പഴക്കമുള്ള ലിഖിതമുണ്ട്. ചെറിയൊരു പുല്ലുപിടിച്ച, പൂക്കളുള്ള പള്ളിപ്പറമ്പാണത്; ഗ്രാമത്തിന്റെ പുൽ മൈതാനമായും കളിസ്ഥലമായും അത് സേവനമനുഷ്ഠിക്കുന്നു. അവിടെ ജീവിച്ചിരിക്കുന്നവരും മൃതിയടഞ്ഞവരും അയൽവാസികളായി ജീവിക്കുന്നു. കാരണം, ഇവിടെ പട്ടണങ്ങളിലേതുപോലെ മരിച്ചവർ ദൂരെ അകറ്റി നിർത്തപ്പെടുന്നില്ല; കഴിഞ്ഞകാലം അറുത്തുമാറ്റുകയോ, മനസ്സിൽനിന്ന് എടുത്ത് കളയുകയോ ചെയ്യപ്പെടുന്നില്ല! കുറേ നേരം ആ സ്ഥലത്ത് വെയിൽ കാഞ്ഞശേഷം, ശരീരം തണുപ്പിക്കാനായി നിങ്ങൾ ആ കൊച്ചു പള്ളിക്കുള്ളിലേക്ക് പോകുന്നു, അവിടെ അൾത്താരയിൽനിന്ന് അധികം ദൂരെയല്ലാതെ ഒരു ഇരുണ്ട മൂലയിൽ സ്ഥിതി ചെയ്യുന്ന ഒരു പുരാതന

കൽരൂപത്തിനടുത്തേക്ക് പോകുന്നു. അതൊരു അശ്വാരൂഢ വീരയോദ്ധാവിന്റെ പ്രതിമയാണ്. പടച്ചട്ട അണിഞ്ഞ ആ യോദ്ധാവ് ഒരുപക്ഷേ, കുരിശുയുദ്ധ പോരാളി ആയിരുന്നിരിക്കാം, മങ്ങിയ വെളിച്ചത്തിൽ അത്ര വ്യക്തമല്ല. വളരെക്കാലം മുമ്പു മുതൽ ഈ പള്ളി ഗ്രാമീണരുടെ ഒരു ആരാധനാലയമായിരുന്നു, നോർമൻ അല്ലെങ്കിൽ സാക്സൻ അടിത്തറ; അവർ അതിന് അസ്ഥിവാരമിടുന്നതിനുമുമ്പ് ആ സ്ഥാനത്ത് ഏതെങ്കിലും ഒരു പ്രാചീന ദൈവത്തിന്റെ ദൈവാലയമായിരുന്നിരിക്കാം, അല്ലെങ്കിൽ ഒരു റോമൻ വില്ലാ. കാരണം സാക്സൺ അടിത്തറയേക്കാൾ പഴക്കമുള്ള പലതും താഴ്വരയിൽ കാണപ്പെട്ടിരുന്നു! ഉദാഹരണത്തിന്, ഇത്രയും ദൂർഘകാലത്തിനുശേഷം മണ്ണിനടിയിൽ കിടന്നിട്ടും മനോഹരമായി കാണപ്പെടുന്ന മൊസൈക് തറ!

ഇതെല്ലാം നമ്മൾ താഴ്വരയിലുള്ളപ്പോൾ നമ്മുടെ മനസ്സിൽ ഉയർന്നുവരുന്നില്ല, അല്ലെങ്കിൽ മുകളിൽനിന്നവയെ നോക്കി കാണുമ്പോൾ മനസ്സപ്പോൾ നേരിട്ട് കാണുന്നതിൽ മാത്രമാണ് വ്യാപൃതമാകുന്നത്. അങ്ങനെ ആ ശവക്കല്ലറയിലിരുന്ന് ചുറ്റുമുള്ള പലതരം ജീവികളുടെ ശബ്ദങ്ങൾ ഞാൻ ശ്രദ്ധിച്ചു; പുഷ്പങ്ങളും തേനീച്ചകളും പൂമ്പാറ്റകളും എന്നെ ആകർഷിച്ചു, ഇടയ്ക്കിടെ ഒരു പുരുഷനോ, സ്ത്രീയോ കുട്ടിയോ പള്ളിപ്പറമ്പിലെ എളുപ്പ വഴിയിലൂടെ കടന്നുപോകുന്നത് ചുമ്മാ നോക്കിക്കൊണ്ടു അവരോട് ഒന്നോരണ്ടോ വാക്ക് കുശലം പറഞ്ഞു; അല്ലെങ്കിൽ ഞാൻ പുഴയോരത്താണെങ്കിൽ തെളിഞ്ഞ വെള്ളത്തിൽ കൂട്ടമായി നീങ്ങുന്ന മീനുകളെ വീക്ഷിക്കും. അവ ഇര തേടുന്നത് നിരീക്ഷിക്കും. വൃക്ഷങ്ങളിൽ കൂട്ടംകൂടിയിരിക്കുന്ന കുരുവികളും സംഗീതാത്മകമായ ഗാനങ്ങളും സംഭാഷണവും ശ്രദ്ധിക്കും, ഇത്തരം കാര്യങ്ങളിലായിരിക്കും എന്റെ മനസ്സ് വ്യാപൃതമാക്കുക. താഴ്വരയുമായി അടുപ്പമുള്ളവർക്ക്, പുരാതന ജീവിതത്തിന്റെ സ്മാരകങ്ങളും ചിഹ്നങ്ങളും താല്പര്യമുള്ളവരുടെ മനസ്സുകളിലവ പതിഞ്ഞുകിടക്കുന്നു; എല്ലായിടത്തും പ്രാചീന സ്മാരക ചിഹ്നങ്ങളിൽ കാണാവുന്നതാണ്! ഉപബോധമനസ്സിൽ പതിഞ്ഞു കിടക്കുന്ന രംഗങ്ങൾക്കത് പ്രാധാന്യവും വൈകാരികാനുഭൂതിയും നല്കുന്നു! മറ്റെല്ലാ സ്ഥലങ്ങളിലേക്കാളേറെ, ഇവിടെ അത് നമ്മളെ സ്പർശിക്കുന്നു; ഈ കൊച്ച് താഴ്വരയുടെ പ്രത്യേക ആകർഷണ ശക്തി അതാണെന്ന് ഞാൻ കരുതുന്നു.

ഒരു ഇടയനായയുടെ ജീവിതം

ഒരുപക്ഷേ, ആ ആട്ടിടയൻ വിവരിച്ചിട്ടുള്ള ഇടയനായകളുടെ ചരിത്രത്തിൽ ഏറ്റവും രസകരമായ ചരിത്രം 'വാച്ചി'ന്റേതായിരിക്കും. അയാൾ വാർ മിൻസ്റ്ററിലേക്ക് സ്ഥിരതാമസം മാറുന്നതിനുമുമ്പ് മൂന്ന് വർഷം അയാളോടൊപ്പം വിന്റർ ബോൺ ബിഷപ്പിൽ ഉണ്ടായിരുന്ന നായയാണ് വാച്ച്. അതൊരു ക്രിസ്ത്യാനിയെപ്പോലെയാണെന്നാണവൻ പറഞ്ഞത്, അല്ലെങ്കിലൊരു വിവേകമുള്ളവൻ; അയാൾ വളർത്തിയ മറ്റേത് നായയേക്കാളേറെ ഔചിത്യബോധമുള്ളവൻ. അവൻ അങ്ങേയറ്റം ചുറുചുറുക്കുള്ളവനായിരുന്നു. എന്നാൽ, വേനൽക്കാലത്ത് മറ്റ് നായ്ക്കളേക്കാളേറെ അവൻ ചൂട് മൂലം ബുദ്ധിമുട്ട് സഹിച്ചു. അതുകൊണ്ട് വെള്ളം ഉള്ള പരിസരത്ത് മാത്രമേ അവനെ ആട് മേയ്ക്കാൻ വിടാൻ കഴിയുമായിരുന്നുള്ളൂ. ചൂട് സഹിക്കാതാകുമ്പോൾ വാച്ച് തന്റെ യജമാനന്റെ അടുത്തേക്ക് ഓടിച്ചെന്ന് അയാളുടെ കാല്ക്കൽ ഇരുന്ന്, മുഖത്തേക്ക് നോക്കി നേരിയ ശബ്ദത്തിൽ അഭ്യർത്ഥിക്കും.

"നിനക്കെന്താണ് വേണ്ടത്, വാച്ച്- കുടിക്കാൻ എന്തെങ്കിലും, അതോ നീന്തണോ?" ആ ആട്ടിടയൻ ചോദിക്കും; ചെവി കൂർപ്പിച്ചുകൊണ്ട് വാച്ച് അഭ്യർത്ഥന ആവർത്തിക്കും. "വളരെ നല്ലത്, കുളത്തിലേക്ക് പോകൂ. ബൊക്കോമ്പ് പറയും. വാച്ച് കുളത്തിലേക്ക് പാഞ്ഞുചെന്ന്, വെള്ളത്തിൽ മുങ്ങിക്കുളിച്ചും നീന്തിക്കുളിച്ചും സമയം ചിലവഴിക്കും. കുളികഴിഞ്ഞ് പുറത്തുവന്ന്,. കുളത്തിന്റെ അടുത്തുള്ള വലിയൊരു പാറക്കല്ലിൽ ചാടിക്കയറിനിന്ന് ചുറ്റുപാടും തിരിഞ്ഞ് ആ ഉയരത്തിൽനിന്ന് നാട്ടിൻപുറം മുഴുവൻ ഒരു വിഹഗവീക്ഷണം നടത്തും. പിന്നെ താഴേക്ക് ചാടി തിരിച്ചു ചെന്ന് ധൃതിയിൽ സ്വന്തം ഡ്യൂട്ടികളിൽ പ്രവേശിക്കും.

വിന്റർ ബോൺ ബിഷപ്പ് കാലത്തെ മറ്റൊരു സംഭവകഥ വേദനാജ

നകമാണ്; അത് മുമ്പ് സൂചിപ്പിച്ചിട്ടുള്ള 'മോങ്ക്' എന്ന് പേരുള്ള കുറുനരി വേട്ടക്കാരൻനായയുടെ ദുരന്തത്തെക്കുറിച്ചാണ്. കുറച്ചുകാലം കാലെബ് മോങ്കിനെ കൊണ്ട് പണിയെടുപ്പിച്ചിരുന്നു. എന്നാൽ അയാൾക്ക് വാച്ചിനെ കിട്ടിയപ്പോൾ അയാൾ തന്റെ അനുജൻ ഡേവിഡിന് മോങ്കിനെ കൊടുത്തു; അയാൾ അതേ ഫാമിൽ സഹായ ആട്ടിടയനായിരുന്നു.

ഒരു പ്രഭാതത്തിൽ കാലെബ് ആട്ടിൻ കൂട്ടത്തോടൊപ്പം വയലിലായിരുന്നു. അപ്പോൾ ചെമ്മരിയാടുകളെ രണ്ട് മൂന്ന് വയലുകൾക്കപ്പുറത്ത് മേച്ചിരുന്ന ഡേവിഡ് അസാധാരണമായൊരു ഭാവത്തോടെ അവന്റെ അടുത്തുവന്നു, വല്ലാത്ത ചിന്താക്കുഴപ്പത്തിലാണെന്ന് തോന്നി!

"നീ എന്തിനാണ് വന്നത്?- എന്താണ് കുഴപ്പം?" കാലെബ് ചോദിച്ചു

"കുഴപ്പമൊന്നുമില്ല." അവൻ മറുപടി നല്കി.

"മോങ്ക് എവിടെയാണ്?" കാലെബ് ചോദിച്ചു

"ചത്തു" ഡേവിഡ് പറഞ്ഞു.

"ചത്തു!" എങ്ങനെയാണവൻ ചത്തത്?"

"ഞാനവനെ കൊന്നു, അവൻ എന്നെ അനുസരിക്കുന്നില്ല. എന്നെ ഭ്രാന്ത് പിടിപ്പിച്ചു. ഞാൻ എന്റെ വടി എടുത്തു ചെന്ന് ഒറ്റ അടിക്ക് അവന്റെ തല പൊളിച്ചു. അവൻ ചത്തു!"

"നീ അവനെ കൊന്നു!" കാലെബ് അലറി. "എന്നിട്ട് ഇവിടെവന്ന് പറയുന്നു കുഴപ്പമൊന്നുമില്ല. എന്ന്! അപ്രകാരം പറയാവുന്ന ഒരു കാര്യമാണോ അത്, അതാണോ ശരിയായ രീതി? നീ എന്താണ് വിചാരിക്കുന്നത്? ചെമ്മരിയാടുകളെ എങ്ങനെയാണ് മേയ്ക്കാൻ പോകുന്നത്?"

"ഞാൻ ഉടനെ അവരുടെ അടുത്തേക്ക് പോകുകയാണ് - ഒരു നായയില്ലാതെ ഞാനവയെ മേയ്ക്കും. ഞാൻ അവയെ പുൽവയലിനകത്താക്കി തീറ്റാൻ പോകുകയാണ്; അവർ ശരിയാകും."

"എന്ത്! അവയെ പുൽവയലിനകത്താക്കുക! നായയുടെ സഹായമൊന്നുമില്ലാതെ!" കാലെബ് അട്ടഹസിച്ചു. "നീ ഒന്നും നേരെ ചൊവ്വെ ചെയ്യാൻ പോകുന്നില്ല, യജമാനൻ അതിനായി പണമൊന്നും തരാൻ പോകുന്നില്ല. സഹായത്തിനായി വാച്ചിനെ കൊണ്ടുപോകൂ. ഇന്നുരാവിലെ അവനില്ലാതെ ഞാൻ കാര്യങ്ങൾ നിയന്ത്രിച്ചുകൊള്ളാം."

"ഇല്ല, ഞാനവനെ എടുക്കില്ല" താൻ ഒരു ദുഷ്പ്രവൃത്തി ചെയ്താൽ അവൻ കുപിതനായിരുന്നു. ഇനി സഹായത്തിനായി ആളോ നായയോ വേണ്ടെന്നവൻ തീരുമാനിച്ചു. "ഒരു നായയില്ലാത്തതാണ് ഭേദം." അത്രയും പറഞ്ഞ് അവൻ സ്ഥലം വിട്ടു

കാലെബ് നിലവിളിച്ചു കൊണ്ടവന്റെ പിന്നാലെ ചെന്നു. "നിനക്ക് നായയെ വേണ്ടെങ്കിൽ വേണ്ട. ചെമ്മരിയാടുകളെ കഷ്ടപ്പെടാനിടവരുത്തരുത്. ഞാൻ പറയുന്നതുപോലെ ചെയ്യൂ. പത്ത് മിനിറ്റിൽ കൂടുതൽ നേരം അവയെ പുൽവയലിൽ നില്ക്കാൻ സമ്മതിക്കരുത്, പിന്നെ, അവയെ പുറത്തേക്ക് ഓടിക്കുക. അരമണിക്കൂർ നേരം അവർ പുറത്ത് നില്ക്കട്ടെ, പിന്നീട് അവയെ പത്ത് മിനിറ്റ് നേരത്തേക്കായി അകത്തേക്ക്

കയറ്റുക. വീണ്ടും അരമണിക്കൂറോളം പുറത്ത് നിർത്തുക. അപ്പോൾ അപകടം ഒഴിവാക്കാം. ഞാൻ പറഞ്ഞതുപോലെ നീ ചെയ്തില്ലെങ്കിൽ നിനക്കത് നല്ല പീഡനത്തിനിടവരുത്തും!

ഡേവിഡ് ശ്രദ്ധിച്ചു: പിന്നെ, ഒരക്ഷരം മിണ്ടാതെ തന്റെ വഴിക്ക് പോയി. കാലെബിന്റെ മനസ്സ് അപ്പോഴും വല്ലാതെ അസ്വസ്ഥമായിരുന്നു. ഒരു നായയില്ലാതെ എങ്ങനെയാണ് വിശപ്പുള്ള ചെമ്മരിയാടുകളെ പുൽവയലിൽനിന്ന് പുറത്താക്കുക? എന്തായാലും തല്ക്കാലം വാച്ചിനെ അയക്കാൻതന്നെ കാലെബ് തീരുമാനിച്ചു. ഡേവിഡ് പോയി അരമണിക്കൂർ കഴിഞ്ഞപ്പോൾ, അവൻ നായയെ വിളിച്ച് ഡേവിഡ് പോയവഴി ചൂണ്ടിക്കാട്ടി, ഉറക്കെ പറഞ്ഞു. “ഡേവിഡിന് നിന്നെ ആവശ്യമുണ്ട്. ഡേവിഡിന്റെ അടുത്തേക്ക് പോകൂ.”

വാച്ച് അവനു നേരെ നോക്കി ശ്രദ്ധിച്ചു. പിന്നെ കുതിച്ചു പാഞ്ഞു. അൻപത് വാര ദൂരം ഭയങ്കര വേഗത്തിൽ ഓടിയശേഷം താൻ ചെയ്യുന്നത് ശരി തന്നെയല്ലേ എന്ന് ഉറപ്പുവരുത്താനായി ഒന്നുനിന്ന് തിരിഞ്ഞു നോക്കി. “ഡേവിഡിനടുത്തേക്ക് പോകുക” കാലേബ് ഒരിക്കൽക്കൂടി വിളിച്ചു പറഞ്ഞു. അവൻ വീണ്ടും ദൂരേക്ക് പാഞ്ഞു. വയലിന്റെ പ്രധാന ഗേറ്റിൽച്ചെന്ന് അതിന്റെ മുകളിലൂടെ ചാടിക്കടക്കാനായി രണ്ട് മൂന്ന് തവണ ശ്രമിച്ചു. വളരെ ഉയരമുള്ളൊരു ഗേറ്റായിരുന്നു അത്, ഓരോ തവണയും അവൻ കയറാനാകാതെ നിലം പതിച്ചു. എന്നാൽ ഒടുവിൽ ഒരു വിധത്തിലവൻ മുകളിൽ കയറിപ്പറ്റി താഴേക്ക് ചാടി!

ഡേവിഡ് രാത്രി തിരിച്ചെത്തിയപ്പോൾ അവൻ നല്ല മാനസികാവസ്ഥയിലായിരുന്നു. വാച്ച് അവനെ വലിയ ഒരു കഷ്ടതയിൽനിന്ന് രക്ഷിച്ചു എന്നവൻ പറഞ്ഞു. അവന് ഒരിക്കലും ആ ചെമ്മരിയാടുകളെ സ്വയം പുറത്താക്കാൻ പറ്റില്ലായിരുന്നു; കാരണം അവർ ഭ്രാന്താവേശത്തോടെയായിരുന്നു പുല്ല് തിന്നുകൊണ്ടിരുന്നത്! ഏതാനും ദിവസങ്ങൾ വാച്ച് രണ്ട് യജമാനന്മാരേയും സേവിച്ചു. കാലെബ് അവനെ തന്റെ ചെമ്മരിയാടുകൾക്കടുത്തേക്ക് ആദ്യം കൊണ്ടുപോകും. കുറച്ചു നേരത്തിനുശേഷം അയാൾ പറയും, “പോകൂ, ഡേവിഡിന് നിന്നെ ആവശ്യമാണ്.” ഉടനെ വാച്ച് മറ്റെ ആട്ടിടയന്റെയും ആട്ടിൻ കൂട്ടത്തിന്റെയും അടുത്തേക്ക് പോകും.

ബൊകോമ്പ് തന്റെ പുതിയ വാസസ്ഥലം ഡവ്ട്ടനിലേക്ക് മാറ്റിയപ്പോൾ അയാളുടെ യജമാനൻ മി. എല്ലെർബി, ഒരു നിമിഷം തന്റെ കൂർത്ത കണ്ണുകൾകൊണ്ട് അയാൾ നിരീക്ഷിച്ചു. തൽക്ഷണം അദ്ദേഹത്തിന് ബോദ്ധ്യമായി, പതിവ് അന്വേഷണങ്ങൾ ഒന്നും കൂടാതെ ഇരുപത്തഞ്ച് മൈൽ ദൂരെ ഒരു മുഖ്യ ആട്ടിടയനായി അയാളെ നിയമിച്ചതിൽ യാതൊരു തെറ്റും പറ്റിയിട്ടില്ലെന്ന്! യാദൃച്ഛികമായുണ്ടായ സംസാരത്തിന്റെ ബലത്തിലായിരുന്നു അദ്ദേഹം കാലെബിനെ മുഖ്യ ആട്ടിടയനായി നിയമിക്കാനിടയായത്. എന്നാൽ, പ്രതീക്ഷിച്ചതിലേറെ അയാളോട് തൃപ്തനായ അദ്ദേഹം നായയുടെ കാര്യത്തിൽ സംശയാലുവായിരുന്നു.” നിന്റെ നായ

ചെമ്മരിയാടുകളെ ദ്രോഹിക്കുമോ എന്നെനിക്ക് ഭയമുണ്ട്." അദ്ദേഹം പറഞ്ഞു. അവനെ മാറ്റി ശാന്തനായൊരു നായയെ നിർത്തുവാൻപോലും അദ്ദേഹം ഉപദേശിച്ചു. വാച്ച് വളരെ പെട്ടെന്ന് ക്ഷോഭിക്കുന്നവനും സാഹസികനുമാണ് - അവൻ ചെമ്മരിയാടുകൾക്ക് പിന്നാലെ അക്രമാസക്തമായ രീതിയിൽ പാഞ്ഞുചെന്ന്, അവയെ കടിച്ചു പിടിച്ചു വലിച്ചിഴയ്ക്കുമ്പോൾ പല്ലുകൾ കൊണ്ട് മുറിവേല്ക്കാതിരിക്കില്ല!

"അവൻ ജീവിതത്തിലൊരിക്കലും ഒരു ചെമ്മരിയാടിനെ കടിച്ചിട്ടില്ല." ബൊകോമ്പ് അദ്ദേഹത്തിന് ഉറപ്പ് കൊടുത്തു. വാച്ച് ചെമ്മരിയാടുകളെ കടിക്കുന്നതുപോലുള്ള വൻ പ്രകടനം നടത്തുന്നുണ്ടെങ്കിലും നിസ്സാരമായ വിധത്തിൽ പോലും അവ ക്ഷതപ്പെടുന്നില്ലെന്ന് അയാൾ തന്റെ യജമാനനെ ബോദ്ധ്യപ്പെടുത്തി. എന്തിനെയെങ്കിലും കടിക്കുകയോ മുറിപ്പെടുത്തുകയോ ചെയ്യുന്നതവന്റെ പ്രകൃതമല്ല.

ചോളം കൊയ്തു കഴിഞ്ഞ സമയത്ത്, വേനൽ അവസാനത്തിലെ ഒരുദിവസം, ബൊക്കോമ്പ് തന്റെ ആട്ടിൻ കൂട്ടത്തോടൊപ്പം ധാന്യവയലിനരികിൽ നില്ക്കുകയായിരുന്നു. കനത്ത മഴ വർഷിക്കുന്നുണ്ട്. അപ്പോൾ തന്റെ യജമാനൻ അങ്ങോട്ട് നടന്നു വരുന്നതയാൾ കണ്ടു. നേരിയ വേനൽക്കാല വേഷമാണദ്ദേഹം ധരിച്ചിട്ടുള്ളത്; ഒരു വൈക്കോൽ തൊപ്പി വെച്ചിരിക്കുന്നു; മഴ കൊള്ളാതിരിക്കാനായി കുട ചൂടിയിട്ടൊന്നുമില്ല!

"ഇന്ന് യജമാനന് എന്തുപറ്റി?' ബൊക്കോമ്പ് പറഞ്ഞു. "ഇതുപോലുള്ളൊരു മഴയത്ത് കോട്ടിടാതെ, വൈക്കോൽ തൊപ്പിമാത്രം ധരിച്ച് പുറത്തുനടക്കാൻ മാത്രം അദ്ദേഹം ഭയങ്കര അസ്വസ്ഥനാണ്!"

മനസ്സിന് വിഷമം തോന്നുമ്പോൾ തന്റെ ആട്ടിടയന്റെ അടുത്ത് ചെന്നിരുന്ന് സുദീർഘമായ സംഭാഷണത്തിലേർപ്പെടുക എന്നത് ഇതിനകം മി. എല്ലെർബിയുടെ ഒരു ശീലമായിക്കഴിഞ്ഞിരുന്നു. സ്വന്തം വിഷമത്തെ കുറിച്ചുള്ള സംസാരമല്ല- അതയാളുടെ ഹൃദയത്തിനുള്ളിലെ രഹസ്യദുഃഖമാണ്- എന്നാൽ, ചെമ്മരിയാടുകളെക്കുറിച്ചും മറ്റ് സാമാന്യ വിഷയങ്ങളെക്കുറിച്ചുമുള്ള കാലെബിന്റെ സംസാരം അദ്ദേഹത്തിന് സന്തോഷം നല്കുന്നു! അദ്ദേഹത്തിന്റെ ഈ ശീലം മറ്റുള്ളവർ നിരീക്ഷിച്ചിരുന്നു, ഫാമിലെ ജോലിക്കാർ പറയുമായിരുന്നു. "ഇന്നെന്തോ കുഴപ്പമുണ്ട്. യജമാനൻ മുഖ്യ ആട്ടിടയന്റെ അടുത്തേക്ക് പോയിരിക്കുന്നു."

ബൊകൊമ്പ് അഭയം തേടിയിരുന്ന വേലിക്കടുത്തുള്ള ഒരു ചെറിയ ഷെഡ്ഡിൽ അദ്ദേഹം എത്തി, പരസ്പരം ബന്ധമില്ലാത്ത വിഷയങ്ങളെക്കുറിച്ച് സംസാരിക്കാൻ തുടങ്ങി; ശക്തമായ മഴ പെയ്തുകൊണ്ടിരിക്കയാണെന്ന ഭാവമേയില്ല! അദ്ദേഹത്തിന്റെ നനുത്ത ഉടുപ്പ് നനഞ്ഞ് കുതിർന്നിട്ടുണ്ട്, വൈക്കോൽ തൊപ്പിയിലൂടെ മഴവെള്ളം കടന്ന്, മുഖത്തിലൂടെ താഴേക്ക് പ്രവഹിക്കുന്നു! സാവധാനം ആ നായയുടെ നീക്കത്തിൽ അദ്ദേഹം ആകൃഷ്ടനായി; അത് മഴയിൽ ധാന്യക്കറ്റകൾക്കിടയിൽ ഓടിക്കളിക്കയാണ്.

"അവന്റെ വായിൽ എന്താണ്?" അദ്ദേഹം ചോദിച്ചു.

"ഇങ്ങോട്ടു വരൂ വാച്ച്" ആട്ടിടയൻ വിളിച്ചു, വാച്ച് അടുത്ത് വന്നപ്പോൾ അയാൾ കുനിഞ്ഞുനിന്ന് അവന്റെ വായിൽ നിന്ന് ഒരു പക്ഷിയെ പിടിച്ചെടുത്തു. ധാന്യക്കറ്റകൾക്കിടയിൽ ഒരുപക്ഷി ഒളിച്ചിരിക്കുന്നതവൻ കണ്ടിരുന്നു, അവൻ അതിനെ മുറിപ്പെടുത്താതെ പിടികൂടി. "എന്ത് അതിന് ജീവനുണ്ട്. ആ നായ അതിനെ മുറിവേല്പിച്ചിട്ടില്ല." ആ പക്ഷിയെ കൈയിലെടുത്ത് പരിശോധിച്ചുകൊണ്ട് ഫാം ഉടമ പറഞ്ഞു.

"യാതൊരു ജീവിയേയും വാച്ച് ഇതുവരെ ദ്രോഹിച്ചിട്ടില്ല." ബൊകോമ്പ് പറഞ്ഞു. അവൻ ഒരു വിനോദത്തിനായി അവയെ പിടികൂടുന്നു, എന്നാൽ ഒരിക്കലും അവയെ മുറിവേല്പിച്ചിട്ടില്ല- അവൻ എപ്പോഴും അവയെ പോകാനനുവദിക്കുകയും ചെയ്യുന്നു. വയലുകളിലെ എലികളെ അവൻ വേട്ടയാടാറുണ്ട്. അവൻ ഒന്നിനെ പിടികൂടിയാൽ, പൂച്ചയെപ്പോലെ അതിനോടൊപ്പം കളിക്കും, അതിനെ ഓടി രക്ഷപ്പെടാൻ വിടുകയും വീണ്ടും പിടികൂടുകയും ചെയ്യും. ഒടുവിൽ അവനതിനെ പോകാനനുവദിക്കും. അതേ രീതിയിലാണ് അവൻ മുയലുകളോടൊപ്പം കളിക്കുന്നതും! നിങ്ങൾ അവനിൽനിന്ന് ഒരു മുയലിനെ പിടിച്ചെടുത്ത് പരിശോധിച്ചാൽ അതിന് യാതൊരു മുറിവും പറ്റിയിട്ടില്ലെന്ന് കാണാനാകും.

അത് അതിശയകരമാണെന്ന് ഫാം ഉടമ പറഞ്ഞു- മുമ്പൊരിക്കലും ഇതുപോലൊരു കാര്യം അദ്ദേഹം കേട്ടിട്ടില്ല. വാച്ചിനെക്കുറിച്ച് സംസാരിച്ചപ്പോൾ തന്റെ മനസ്സിലെ വിഷമങ്ങൾ അദ്ദേഹത്തിന് മറക്കാൻ കഴിഞ്ഞു. അങ്ങനെ വിഷാദമനസ്സുമായി നേരിയ ഉടുപ്പും വൈക്കോൽ തൊപ്പിയുമണിഞ്ഞ് എത്തിയ അദ്ദേഹം, ആഹ്ലാദനിർഭരമായ മനസ്സുമായാണ് തിരിച്ചുപോയത്!

തന്റെ യജമാനനുമായി സംസാരിക്കവെ കാലൊമ്പ് ഒരുകാര്യം സൂചിപ്പിക്കാൻ മറന്നു പോയി. മിക്കവാറും സന്ദർഭങ്ങളിൽ വാച്ച് ഒരു മുയലിനെ പിടികൂടിയാൽ അതവൻ തന്റെ യജമാനന്റെ കൈയിൽ വെച്ചുകൊടുക്കുന്നു - ഇതായിരുന്നിരിക്കണം വാച്ച് പറയാൻ ഉദ്ദേശിച്ചിരിക്കുക, ഞാൻ പിടികൂടിയ വളരെ വലിയ ഒരുതരം എലി, അതിനെ നിയന്ത്രിക്കാനെനിക്ക് ബുദ്ധിമുട്ടാണ്- ഒരുപക്ഷേ, നിങ്ങൾക്കതിനെ എന്തെങ്കിലും ചെയ്യാൻ കഴിയുമായിരിക്കും?

ഈ വിചിത്രമായ നായയുടെ സഹജ ഗുണത്തെക്കുറിച്ച് മറ്റ് നിരവധി കഥകൾ ആ ആട്ടിടയന് പറയാനുണ്ട്. അയാൾ പുതിയ സ്ഥലത്ത് സ്ഥിരതാമസമാക്കി ഏതാനും മാസങ്ങൾ കഴിഞ്ഞപ്പോൾ, അയാളുടെ സഹോദരൻ ഡേവിഡ് അവനെ പിന്തുടർന്ന് വൈലിയിലെത്തി. മി. എല്ലെർ ബിയുടെ ഫാമിന് തൊട്ടടുത്തുള്ള ഒരു ഫാമിൽ ആട്ടിടയനായി അവന് ജോലി കിട്ടി. അവന്റെ കുടിൽ ഗ്രാമത്തിൽനിന്ന് അല്പം മാറിയാണ് സ്ഥിതി ചെയ്തിരുന്നത്. ആ കുടിലിനോടൊപ്പം ഭംഗിയുള്ള പുൽത്തകിടിയുള്ള അല്പം സ്ഥലമുണ്ട്. പക്ഷികളേയും മൃഗങ്ങളെയും

ഓമനിച്ച് വളർത്താൻ ഡേവിഡിന് വലിയ ഇഷ്ടമായിരുന്നു- പക്ഷികൾ, മുയലുകൾ, ഗിനി പിഗ്ഗുകൾ തുടങ്ങിയവ; കമ്പി കൂടുകൾക്കുള്ളിലിട്ട് വളർത്തപ്പെട്ട ഗിനിപിഗ്ഗുകൾ നന്നായി ഇണങ്ങിയിരുന്നതിനാൽ അവയെ അവൻ പുല്ലുകളിലേക്ക് തുറന്നുവിട്ട് അവയുടെ കളികൾ കണ്ട് ആസ്വദിക്കുമായിരുന്നു! വാച്ച് ആദ്യം ഇവയെ കണ്ടപ്പോൾ വല്ലാതെ ആകർഷിക്കപ്പെട്ടു! അവരോടൊപ്പം കളിക്കാനാഗ്രഹിച്ചു. കാലെബ് ഒരുപാട് നിർബ്ബന്ധിച്ചപ്പോൾ ഒരുദിവസം അവയെ ആ നായയുടെ സാന്നിദ്ധ്യത്തിൽ പുൽത്തകിടിയിലേക്ക് തുറന്നുവിടാമെന്ന് അവൻ സമ്മതിച്ചു. അവർ ആദ്യം ഒന്ന് പേടിച്ചു. അതിശയമെന്നു പറയട്ടെ, അതിവേഗം, ഈ പ്രത്യേക നായ തങ്ങളുടെ ശത്രു അല്ലെന്നും, നേരെ മറിച്ച് ഒരു കളിക്കൂട്ടുകാരനാണെന്നും അവർ മനസ്സിലാക്കി! അവൻ അവർക്കിടയിൽ പുൽത്തകിടിയിൽ കിടന്നുരുണ്ടു. അവരെ ചുറ്റുപാടും ഇട്ടോടിച്ചു; ചിലപ്പോൾ അവരെ പിടികൂടി ഭയപ്പെടുത്തുന്നതുപോലെ നടിച്ചു; അവർക്കത് വളരെ രസകരമായ തമാശയായി തോന്നി! "പതിനഞ്ച് വർഷത്തിനിടയിൽ വാച്ച് ഒരിക്കലും ഒരുജീവിയേയും ദ്രോഹിച്ചിട്ടില്ല, ഒരു കൊച്ചു ചുണ്ടെലിയെപ്പോലും! എപ്പോഴെങ്കിലും പിടിച്ചിട്ടുണ്ടെങ്കിൽത്തന്നെ അത് അവരുമായി കളിക്കാൻ വേണ്ടി മാത്രമായിരുന്നു" ബൊകോമ്പ് പറഞ്ഞു.

അക്കാലത്ത് ആ ഫാമിൽ ജോലി ചെയ്തിരുന്ന ഒരു വൃദ്ധയുടെ കഥയിലേക്ക് വാച്ച് കടന്നുവന്നു. മുമ്പ് ആ വൃദ്ധ വാർമ്മിൻസ്റ്ററിൽ കുറച്ചുകാലം ജോലി ചെയ്തിരുന്നു, ആ കൗണ്ടിയുടെ മറ്റൊരു ഭാഗത്ത് ഉണ്ടായിരുന്ന മുമ്പത്തെ യജമാനത്തിയുടെ മകൾ വിവാഹിതയായി അവിടെ വന്നിട്ടുണ്ടെന്നും അവൾ ഇപ്പോൾ അടുത്തുള്ള ഡൗട്ടിൻ ഫാമിന്റെ യജമാനത്തിയാണെന്നും ആ വൃദ്ധ കേട്ടു. അപ്പോൾ വൃദ്ധ നാൻസ് അവിടത്തെ ജോലി വിട്ട്, കഷ്ടപ്പെട്ട് നടന്ന് ഡൗട്ടനിൽ എത്തി. തണുത്തുറഞ്ഞ ഒരുദിവസം അവർ ഫാമിലെത്തി തനിക്ക് ജീവിതം മുന്നോട്ട് നയിക്കാനായി എന്തെങ്കിലും ജോലിതരണമെന്ന് യാചിച്ചു; ജോലി ഒന്നും ലഭിച്ചില്ലെങ്കിൽ അവൾക്ക് തിരിച്ചുപോയി, വാർ മിൻസ്റ്ററിൽ ജീവൻ ഒടുക്കേണ്ടിവരും. മിസ്സിസ്സ് എല്ലെർബിക്കവരെ ഓർമ്മവന്നു, സഹതപിച്ചു; ഭർത്താവിന്റെ അടുത്തുചെന്ന്, നിസ്സഹായയായ ആ വൃദ്ധയ്ക്കുവേണ്ടി എന്തെങ്കിലും ജോലി കണ്ടെത്തണമെന്ന് ആത്മാർത്ഥമായി അഭ്യർത്ഥിച്ചു. എന്ത് ചെയ്യണമെന്ന് അയാൾക്ക് അറിയില്ലായിരുന്നു. കീറിയ ചാക്കുകൾ തുന്നിക്കുത്താനും, മറ്റ് ചെറിയ പണികൾ ചെയ്യാനുമായി അവർ ഒരു വൃദ്ധയെ നിർത്തിയിട്ടുണ്ട്. മറ്റൊരു വൃദ്ധയ്ക്കുള്ള ജോലി അവിടെ ഇല്ല! പിന്നെ അയാൾ അകത്തുചെന്ന് ആ വൃദ്ധയെ നന്നായി ഒന്ന് വീക്ഷിച്ച് എന്തു ജോലി കൊടുക്കുമെന്ന് ചിന്തിച്ചു കൊണ്ടിരുന്നു. സ്വന്തം ഭാര്യയെ പ്രതീപ്പെടുത്തുന്ന കാര്യത്തിൽ അയാൾ ഉൽക്കണ്ഠാകുലനായിരുന്നു, ഒടുവിൽ അയാൾ ചോദിച്ചു. അവർക്ക് കാക്കകളെ വിരട്ടി ഓടിക്കാൻ കഴിയുമോ? മറ്റൊന്നും ചിന്തിക്കാനയാൾക്ക് കഴിഞ്ഞില്ല. തീർച്ചയായും കാക്കകളെ വിരട്ടി ഓടിക്കാനവർക്ക് കഴിയും. അതവർക്ക് പറ്റിയ പണി ആയിരുന്നു

മധുരക്കിഴങ്ങ് കൃഷി നോക്കി സംരക്ഷിക്കാം. ഒരിനം കാക്കകൾക്കാകിഴങ്ങിനോട് വലിയ ഇഷ്ടമാണ്; ആ വൃദ്ധ അത്ര അധികം ചുറുചുറുക്കുള്ളവളൊന്നുമല്ലെങ്കിലും, ഒരുപക്ഷേ, കാക്കകളെ ഓടിപ്പിക്കാൻ പറ്റുമായിരിക്കും.

വൃദ്ധ നാൻസ് ഉടനെതന്നെ എഴുന്നേറ്റ്, ജോലിക്ക് പോകാൻ ഒരുങ്ങി! അപ്പോൾ ഫാം ഉടമ അവരുടെ ഉടുപ്പിലേക്ക് നോക്കി പറഞ്ഞു, ഇത്തരം മോശം ദിവസം, ചീത്തക്കാലാവസ്ഥയിൽനിന്ന് സംരക്ഷണം ലഭിക്കാൻ മറ്റെന്തെങ്കിലും വസ്ത്രം കൊടുക്കാമെന്ന്. അയാൾ ആ വൃദ്ധയ്ക്ക് പഴയ ഒരു ഫെൽറ്റ് തൊപ്പി, വലിയൊരു ഓവർക്കോട്ട് ഒരു ജോഡി ലെഗ്ഗിങ്സ് എന്നിവ നല്കി. ഈ വസ്ത്രങ്ങളെല്ലാം വേണ്ടരീതിയിൽ ധരിച്ച് കെട്ടി ഭദ്രമാക്കിയപ്പോൾ, അവരോട് മുഖ്യ ആട്ടിടയന്റെ അടുത്തേക്ക് പോകാൻ ഫാം ഉടമ നിർദ്ദേശിച്ചു. കാക്കകൾ നാശം വിതയ്ക്കുന്ന വയലുകൾ കാണിച്ചു തരുവാനായി അയാളോട് ആവശ്യപ്പെടുക. അങ്ങനെ വൃദ്ധ പോകാൻ നില്ക്കുമ്പോൾ ഫാം ഉടമ അവരെ തിരിച്ചു വിളിച്ചു. പക്ഷികളെ വിരട്ടി ഓടിക്കാനായി പഴയ, തുരുമ്പു പിടിച്ച ഒരു തോക്ക് നല്കി.

"ഇത് നിറച്ചിട്ടില്ല." അയാൾ ഒരു ഇളിഞ്ഞ ചിരിയോടെ പറഞ്ഞു. "ഞാൻ കരിമരുന്നും വെടിവെപ്പും അനുവദിക്കില്ല. എന്നാൽ നിങ്ങൾ ഇത് അവക്കുനേരെ ചൂണ്ടിയാൽ, അവ പറപറക്കും."

അങ്ങനെ വിശേഷ രീതിയിൽ വസ്ത്രധാരണം ചെയ്ത് തോക്കുമേന്തി ചെല്ലുന്ന വിചിത്രരൂപത്തെ ദൂരെ നിന്നുതന്നെ കണ്ടപ്പോൾ കാലെബ് ആശ്ചര്യപ്പെട്ടുപോയി! എന്നാൽ അവൾ ആരാണെന്നും വിശദീകരിക്കുകയും മധുരക്കിഴങ്ങ് വയലുകളിലേക്കുള്ള വഴി കാട്ടിത്തരണമെന്ന് ആവശ്യപ്പെടുകയും ചെയ്തപ്പോൾ അയാൾ കൂടുതൽ ആശ്ചര്യപ്പെട്ടുപോയി.!

ഏതാനും മണിക്കൂറുകൾക്കുശേഷം ഫാം ഉടമ അയാളുടെ അടുത്തുവന്നു ആകസ്മികമായി ചോദിച്ചു, കാക്കകളെ ഓടിപ്പിക്കുന്ന ഒരു വൃദ്ധയെ എങ്ങാനും കണ്ടോ എന്ന്!

"ഉവ്വ്" ആ ആട്ടിടയൻ മറുപടി നല്കി. "പുരുഷന്റെ കോട്ടും മറ്റും ധരിച്ച ഒരു വൃദ്ധസ്ത്രീയെ ഞാൻ കണ്ടു ഒരു തോക്കും പിടിച്ചിട്ടുണ്ട്; അവൾക്ക് ഞാൻ സ്ഥലം കാണിച്ചു കൊടുത്തു."

"ആ വയലിൽ ആ വൃദ്ധ തണുത്ത് വിറയ്ക്കുമെന്നാണെനിക്ക് തോന്നുന്നത്." ഫാം ഉടമ പറഞ്ഞു 'നീ അവർക്ക് ഇരിക്കാനായി ഓല കൊണ്ട് ഒരു ചട്ടക്കൂടുണ്ടാക്കി കൊടുക്കുമോ."

ഹെഡ്ജിനോട് ചേർന്ന് നിർമ്മിച്ച ഒരു കൊച്ചുകുടിലിൽ വൃദ്ധ നാൻസ് മധുരമുള്ളങ്കി വയൽ സംരക്ഷിച്ചുകൊണ്ട് ദിവസങ്ങൾ ചിലവഴിച്ചു; അതിനുശേഷം എന്തെങ്കിലും ജോലി അവൾക്കു വേണ്ടി കണ്ടെത്തിയേക്കും. അതിനിടയിൽ അവൾ കാലെബിന്റെ കുടിലിൽ താമസമാക്കി. കുട്ടികളോടും ആ നായയോടും അവൾക്ക് വലിയ ഇഷ്ടമായിരു

ന്നു. വാച്ച് അവരോട് അത്രയ്ക്ക് അടുപ്പത്തിലായിരുന്നതിനാൽ ചെമ്മരിയാടുകളെ നോക്കുന്ന ഡ്യൂട്ടിയില്ലാത്തപ്പോഴെല്ലാം അവൻ ആ വൃദ്ധയുടെ സഹായത്തിനെത്തുമായിരുന്നു, കാക്കകളെ വിരട്ടി ഓടിക്കാനായി അവൻ എപ്പോഴും വയലിൽ പോകും!

വൃദ്ധ നാൻസിന് വിലപിടിച്ച രണ്ട് സ്വത്തുക്കളാണ് ഉണ്ടായിരുന്നത്- ഒരു പുസ്തകവും ഒരു കണ്ണടയും. മധുരമുള്ളങ്കിവയലിലിരുന്ന്, കൈയിൽ പുസ്തകവും മൂക്കിൽ കണ്ണടയുമായി ദിവസം മുഴുവൻ വായിക്കുവാനായി ചിലവഴിക്കുക എന്നതവരുടെ പതിവായിരുന്നു. അവരുടെ കണ്ണട അത്രയ്ക്ക് നല്ലതാണ്. എല്ലാ വൃദ്ധ നയനങ്ങൾക്കും യോജിച്ചത്! ഇത് കണ്ടുപിടിക്കപ്പെട്ട ഉടനെ, ആ കണ്ണടയ്ക്ക് ഗ്രാമത്തിൽ ഭയങ്കര ഡിമാന്റ് ആയി. സൂക്ഷ്മമായ തുന്നലിനും നല്ല കാഴ്ച ആശ്യമായ എല്ലാ പണികൾക്കും വൃദ്ധ നേത്രങ്ങൾക്ക് ഇത് ആവശ്യമായിരുന്നു! ഒരു ദിവസം വളരെ വിഷമിച്ചാണ് വൃദ്ധ വയലിൽനിന്ന് തിരിച്ചെത്തിയത്- അവരുടെ കണ്ണട നഷ്ടപ്പെട്ടിരിക്കുന്നു. അവർ വിചാരിക്കുന്നത്, തലേന്നു വൈകുന്നേരം ഗ്രാമത്തിലെ ആർക്കോ അത് വായ്പ കൊടുത്തെന്നും പിന്നീട ക്കാര്യം മറന്നുപോയെന്നുമാണ്! എന്നാൽ, ആരുടെ പക്കലും അത് ഇല്ലായിരുന്നു; ആ കണ്ണട ദുരൂഹമായ രീതിയിൽ നഷ്ടപ്പെട്ട വിവരം ഒരു ചർച്ചാ വിഷയമായി, എല്ലാവരും ഖേദിച്ചു. ഒന്നോരണ്ടോ ദിവസത്തിനുശേഷം ആ നായയോടൊപ്പം കാലെബ് മധുരമുള്ളങ്കിവയലിലൂടെ വീട്ടിലേക്ക് തിരിച്ചുവരികയായിരുന്നു. അവർ വീട്ടിലെത്തിയപ്പോൾ വാച്ച് യജമാനനെ ചുറ്റിവളഞ്ഞുവന്ന് ആ നഷ്ടപ്പെട്ട കണ്ണട അയാളുടെ കാല്ക്കൽവെച്ചു. വീട്ടിൽ നിന്ന് ഒരു മൈൽ ദൂരെ മധുരമുള്ളങ്കി വയലിലാണാ കണ്ണട അവൻ കണ്ടെത്തിയത്. ഒരു നായയാണെങ്കിലും ആളുകളുടെ മൂക്കുകളിലും കൈകളിലും അവനത് കണ്ടിട്ടുള്ളതായി ഓർത്തു. അതുകൊണ്ട് അവ വിലപിടിപ്പുള്ളതാണെന്നവൻ മനസ്സിലാക്കി- അവനു വേണ്ടിയല്ല പിൻകാലുകളിൽ നടക്കുന്ന പ്രമാണികളായ നായ്ക്കൾക്ക്!

നായ്ക്കളുടെ ജീവചരിത്രത്തിൽ എപ്പോഴും ഒരു ദുഃഖകരമായ അദ്ധ്യായമുണ്ട്, അത് അവസാനത്തേതാണ്; അവന്റെ പതനത്തെ അത് പറയുന്നു. ഇടയ നായയുടെ കാര്യത്തിൽ അത് ഏറ്റവും ദുഃഖകരമാണ്. എന്തുകൊണ്ടെന്നാൽ അവൻ മനുഷ്യനുമായി കൂടുതൽ അടുത്ത് ജീവിച്ചിട്ടുള്ളവനാണ്, മനുഷ്യന്റെ ദൈനംദിന ജീവിതത്തിൽ തന്റെ സർവ്വശക്തിയും ബുദ്ധിയുമെടുത്ത് സേവിച്ചിട്ടുള്ളവനാണ്. വേട്ടനായ്ക്കൾ, അരുമയായി വളർത്തുന്ന നായ്ക്കൾ- സ്പോർട്സിനും സന്തോഷത്തിനും വേണ്ടിയുള്ള നായ്ക്കൾ- ഒരേപോലുള്ളവയല്ല, അവർ കായികാഭ്യാസം തൊഴിലാക്കിയിട്ടുള്ളവരും, അഭ്യാസികളുമാണ്. ചുറുചുറുക്കുള്ള പരിഷ്കാരികളെ ജോലി ചെയ്യുന്ന മനുഷ്യരുമായി താരതമ്യപ്പെടുത്തുന്നതുപോലെ! ജോലി ചെയ്യുന്നവർ നമ്മൾക്ക് അന്നവും വസ്ത്രവും തരുന്നു. നായ്ക്കൾ സേവകരും സുഹൃത്തുക്കളുമാണെന്ന് നമ്മൾ പൊതുവെ പറയാറുണ്ട്. എന്നാൽ ഇടയനായ മാത്രമാണ് സത്യത്തിൽ ഈ വിശേഷ

ണത്തിന് തികച്ചും അർഹൻ. ആട്ടിടയന്റെ ഒരു വിശ്വസ്തസേവകൻ മാത്രമല്ല അവൻ, ഒരു ആത്മാർത്ഥ സുഹൃത്ത് കൂടിയാണ്, മറ്റൊരു വ്യക്തിയെപ്പോലെ!

സുദീർഘവും കഷ്ടത നിറഞ്ഞതുമായ ജീവിതം അവസാനിക്കാറായപ്പോൾ കടും കറുപ്പു നിറമുണ്ടായിരുന്ന വാച്ച് ചാരനിറമുള്ളവനായിത്തീർന്നു, തലയിലാണ് ആദ്യം ആ നിറമാറ്റം പ്രത്യക്ഷപ്പെട്ടത്; ഒടുവിൽ അത് വെള്ള നിറമായി മാറി.

ചില മൃഗങ്ങൾ പ്രായമാകുമ്പോൾ മനുഷ്യരെപ്പോലെ, നരയ്ക്കുമെന്ന കാര്യത്തിൽ സംശയമില്ല. വാച്ച് പതിനഞ്ചാം വയസ്സിൽ, അറുപത്തഞ്ചോ എഴുപതോ വയസ്സായ ഒരു മനുഷ്യന്റെ ആനുപാതത്തിൽ വൃദ്ധനായി കഴിഞ്ഞിരുന്നു! എന്നാൽ എപ്പോഴും നര വരുന്നത് പ്രായത്തോടൊപ്പമാണെന്ന് പറയാനാവില്ല. ഈ മാറ്റം കൂടുതൽ പ്രത്യക്ഷപ്പെടാറുള്ള വളർത്തു മൃഗങ്ങളിൽപോലും! കാട്ടുമൃഗങ്ങളുടെ കാര്യം നമ്മൾക്ക് തീർത്ത് പറയാൻ കഴിയില്ല. കാരണം അധികം കാട്ടുമൃഗങ്ങളുടേയും ജീവിതം മൂപ്പെത്താതെയാണ് അവസാനിക്കുന്നത്.

ഒരു പെരുച്ചാഴിയെക്കുറിച്ചുള്ള വിചിത്രാനുഭവം ആ ആട്ടിടയൻ വിവരിച്ചു. ഒരു വയലിൽ പ്രത്യേകതരത്തിൽ ഒരു തുരപ്പൻ മണ്ണ് തുരന്ന് മാറ്റിയിട്ടിരിക്കുന്നത് അയാൾ കണ്ടു. തന്റേതായൊരു രീതിയിലാണ് ഈ പെരുച്ചാഴി അത് ചെയ്തിരിക്കുന്നതെന്നയാൾ മനസ്സിലാക്കി, മറ്റുള്ള പെരുച്ചാഴികളിൽനിന്ന് തികച്ചും വ്യത്യസ്തമായ രീതിയിൽ! അത് തുരന്ന് പുറത്തേക്കെറിഞ്ഞ് ഉണ്ടാക്കിയ മണ്ണിൻകുന്നുകൾ വലിയതാണ്. അവ ഓരോന്നിൽ നിന്നും എട്ട് ഗാലൻ കൊള്ളുന്ന ഓരോ പറ നിറയ്ക്കാനുള്ള മണ്ണ് ഉണ്ടാകും! ഈ പെരുച്ചാഴി എന്നും ഇതേ രീതിയിൽ മണ്ണ് തുരന്നുകൊണ്ടിരിക്കുന്നത് അയാൾ കണ്ടു. എന്നും രാവിലെ പുതിയ കുന്നിൻ നിരകൾ കാണാം. ഒരു തുരപ്പൻകെണിവെക്കാൻ പോയപ്പോൾ കുഴികൾ വളരെ ആഴമുള്ളതാണെന്നയാൾ കണ്ടു- ഭൂനിരപ്പിൽനിന്ന് രണ്ട് അടിയിലേറെ ആഴം! ആ കുഴി പുൽത്തകിടി കൊണ്ട് മൂടി അയാൾ അതിൽ കെണിവെച്ചു. പിറ്റേന്നത് തുറന്നപ്പോൾ പെരുച്ചാഴി കെണിയിൽപ്പെട്ടുകിടക്കുന്നതയാൾ കണ്ടു. അതിന്റെ വലുപ്പം കണ്ടയാൾ അതിശയിച്ചുപോയി! അയാൾ അതിന്റെ അളവൊന്നും എടുത്തില്ലെങ്കിലും അത് തനിക്ക് വിശ്വസിക്കാൻ പറ്റാത്തവിധം വലുതായിരുന്നു. കറുപ്പിന് പകരം അതിന്റേത് ചാരനിറമായിരുന്നു! തലയിൽ ഇടതൂർന്ന് നിന്നിരുന്ന ചാരരോമങ്ങൾ ഏകദേശം വെള്ള നിറമായിരുന്നെന്ന് പറയാം, വൃദ്ധൻ വാച്ചിന്റേത്പോലെ! അത് വളരെ പ്രായമായൊരു പെരുച്ചാഴിയാണെന്നയാൾ കരുതി. അതുകൊണ്ടാണത് മറ്റ് തുപ്പന്മാരേക്കാൾ കരുത്തനായ കുഴിമാന്തൽകാരനായത്! അതുകൊണ്ടായിരിക്കാം ഇത്രയും കാലം അത് മരണത്തിൽ നിന്ന് രക്ഷപ്പെട്ടത്!

ഇനി വാച്ചിലേക്ക് മടങ്ങാം. അവൻ കൂടുതൽ വൃദ്ധനാകും തോറും കാഴ്ചയും കേൾവിയും കുറഞ്ഞുവന്നു. ഒടുവിൽ സാധാരണസംഭാഷണം

കേൾക്കാനോ കാണാനോ പറ്റാത്ത നിലയിലെത്തി. എന്നാൽ കായികമായി അവൻ കരുത്തനായിരുന്നു, മാനസികമായി ഊർജ്ജസ്വലനും! അവന് ഒട്ടും ക്ഷീണം തോന്നിയിരുന്നില്ല. നേരെമറിച്ച് അവൻ എപ്പോഴും ജോലി ചെയ്യാൻ ആഗ്രഹിച്ചു; ആടും മേയ്ക്കുന്നതിൽ അവൻ അപ്പോഴും ഉപയോഗപ്രദമായിരുന്നു. ആട്ടിൻകൂട്ടങ്ങളുടെ വേലിക്കെട്ടുകൾ പുതിയ സ്ഥലത്തേക്ക് മാറ്റുമ്പോഴെല്ലാം ആടുകളെ ഒരു മൂലയിൽ നിർത്തേണ്ടതുണ്ട്. പുതിയ സ്ഥലം തയ്യാറാകുന്നതുവരെ ഈ നില്പ് തുടരും. ആടുകൾ ചിതറിപോകാതെ നോക്കേണ്ടത് വൃദ്ധൻ വാച്ചിന്റെ ചുമതലയാണ്. അവന് കാണാനോ കേൾക്കാനോ കഴിയില്ല; എന്തോ ദുരൂഹമായ രീതിയിൽ ആടുകൾ പുറത്ത് പോകാൻ ശ്രമിക്കുന്നതവൻ മനസ്സിലാക്കുന്നു അത് ഒരെണ്ണമായാൽപോലും. ഒരുപക്ഷേ,. തറയിലെ ചെറിയ ഇളക്കം, അവയുടെ ചലനവും ദിശയും അവനെ അറിയിക്കുന്നുണ്ടായിരിക്കാം. അവൻ കുതിച്ചു ചെന്ന് ചെമ്മരിയാടിനെ പിന്നാക്കം ഓടിപ്പിക്കും. പിന്നെ ആട്ടിൻകൂട്ടത്തിന് മുന്നിൽ അവർ ശാന്തരാകുന്നതുവരെ അങ്ങോട്ടുമിങ്ങോട്ടും ഓടും! ഒടുവിൽ അവന്റെ അദ്ധ്വാനം കാണുന്നത് വേദനാജനകമായിത്തീർന്നു, പ്രത്യേകിച്ച് ചെമ്മരിയാടുകൾ ഇളകി മറിയുകയും നിരന്തരമായി വേറിട്ടു പോകാൻ ശ്രമിക്കുകയും ചെയ്യുമ്പോൾ! അവയെ നിയന്ത്രിക്കാൻ പ്രയാസമാകുമ്പോൾ വാച്ച് കോപത്തോടെ അവർക്കു നേരെ കുതിച്ചുപായും. എന്നാൽ വേലിയിൽ ശക്തമായി ചെന്നിടിച്ച് തെറിച്ചു വീഴും! ഉടനെ എഴുന്നേറ്റ് വേദനിച്ചു നിലവിളിച്ച് മറുവശത്തേക്ക് കുതിക്കും. ആ വശത്തെ വേലിയിൽ ചെന്നിടിച്ച് വീണ്ടും ദയനീയമായി മോങ്ങും!

അതങ്ങനെ തുടർന്നുപോകാനനുവദിച്ചുകൂട; എങ്കിലും തന്നെ ജോലിയിൽനിന്നും ഒഴിവാക്കുന്നത് വാച്ചിന് സഹിക്കാൻ കഴിയില്ല. അവനെ ഒറ്റയ്ക്ക് വീട്ടിൽ വിട്ടാൽ തന്നെ ആട്ടിൻകൂട്ടത്തിലേക്ക് കൊണ്ടുപോകാനഭ്യർത്ഥിച്ച് മോങ്ങിക്കൊണ്ടിരിക്കും! ഒടുവിൽ തകർന്ന ഹൃദയത്തോടെ അവന്റെ യജമാനൻ അവനെ കൊല്ലാൻ നിർബ്ബന്ധിതനായി!

തീർച്ചയായും ഇതൊക്കെത്തന്നെയാണ് മിക്കവാറും എല്ലാ ഇടയനായകളുടേയും അന്ത്യം. അവൻ എത്രതന്നെ അത്യുത്സാഹിയും വിശ്വസ്തനും വിലപ്പെട്ടവനും സ്നേഹമുള്ളവനുമായാലും, അവസാനം അവൻ കൊല്ലപ്പെടുന്നു! ഈ നായയുടെ കഥ, വാച്ച് തന്റെ യജമാനനെ സേവിച്ച് ജീവിച്ചിരുന്ന അതേ ഡിസ്ട്രിക്ടിലെ ഒരു ആട്ടിടയനോട് ഞാൻ വിവരിച്ചുകൊടുത്തു. ഇംബർകോർട്ടിൽ നാല്പത് വർഷത്തിലേറെക്കാലം മുഖ്യ ആട്ടിടയനായി ജോലി ചെയ്തവനായിരുന്നു അയാൾ; ഇംബർ ഗ്രാമത്തിലെ പ്രധാനപ്പെട്ട ഒരു ഫാം ആണ് ഇംബർ കോർട്ട്. തന്റെ ആട്ടിടയക്കാലത്തിലുടനീളം അയാൾ മറ്റൊരാളിൽനിന്ന് വാങ്ങിയ നായയെ നിർത്തിയിട്ടില്ല, എല്ലാ നായകളേയും കൊച്ചുകുഞ്ഞുങ്ങളായിരിക്കുമ്പോൾ വാങ്ങി സ്വയം പരിശീലിപ്പിച്ചെടുക്കുകയാണ് ചെയ്തിട്ടുള്ളത്. അയാൾക്ക് തന്റെ നായകളോട് വളരെ സ്നേഹമായിരുന്നു; എന്നാൽ അവസാനം

അവരെ വെടിവെച്ചു കൊല്ലാൻ അയാൾ എപ്പോഴും നിർബ്ബന്ധിതനായി ത്തീർന്നു! അവർക്ക് വളരെ പ്രായമായി ബുദ്ധി പ്രവർത്തിക്കാത്ത നില യിൽ ആയപ്പോൾ തീറ്റിപ്പോറ്റുന്നത് ഒരു ഭാരമായതു കൊണ്ടായിരുന്നില്ല, അവരുടെ പതനം സാക്ഷ്യം വഹിക്കാനുള്ള വേദനകൊണ്ടായിരുന്നു. ചെമ്മരിയാടുകളോടൊപ്പം പഴയ ജോലി ചെയ്യാനുള്ള അവരുടെ ശാശ്വ തമായ മോഹം, ഇനിയൊരിക്കലും അത് ചെയ്യാനുള്ള കഴിവില്ലായ്മ, എന്നിട്ടും അതിൽനിന്ന് മാറ്റിനിർത്തിയാലുള്ള അവരുടെ ശോച്യാവസ്ഥ, എല്ലാം അസ്സഹനീയമായിരുന്നു.

പൂച്ചകളെക്കുറിച്ച്

ആ ആട്ടിടയന്റെ ഡൗട്ടൻ കാലത്തെ ഏറ്റവും രസകരമായ ഓർമ്മ കളിലൊന്ന് അവരുടെ ഒരു പൂച്ചയെക്കുറിച്ചുള്ളതായിരുന്നു. അതിനെ അവർ വല്ലാതെ പുകഴ്ത്തിപ്പറയുമായിരുന്നു! തടിച്ച് സുന്ദരനായൊരു വരയൻ പൂച്ചയായിരുന്നു അവൻ, കനത്ത രോമമുള്ളവൻ. എപ്പോഴും സുഭിക്ഷമായി ആഹാരം കഴിച്ച ഭാവമാണവന്; എന്നാൽ ഒരിക്കലും ആഹാരം ആവശ്യപ്പെടാത്തവൻ! ശാന്തനും സൗഹൃദശീലമുള്ളവനുമായ ഒരു മൃഗം, അവൻ വീട്ടിനകത്ത് വരുമ്പോഴെല്ലാം വീട്ടിലുള്ളവരോട് സന്തോഷത്തോടെയാണ് പെരുമാറാറുള്ളത്. അവൻ ഓരോരുത്തരുടെ അടുത്തുംചെന്ന്, അവരുടെ കാലുകളിൽ ഉരസി നടന്ന്, സംതൃപ്തി യോടെ ഉറക്കെ മുരളും; അപ്പോൾ അവർ അവന് ഭക്ഷണം നല്കും; അവൻ ശകലം ചോറോ ഒരുസ്പൂൺ പാലോ കുടിച്ചെങ്കിലായി! അവരെ പ്രീതിപ്പെടുത്താൻവേണ്ടി എന്തെങ്കിലും കഴിച്ചെന്ന് വരുത്തുകയാണ വൻ. ഗ്രാമത്തിലെ എല്ലാവരും അവരുടെ പൂച്ചയെ പ്രശംസിച്ചു- അവന്റെ വലുപ്പം, ഭംഗി, മാന്യത സൗഹൃദ പെരുമാറ്റം എല്ലാം അവർക്കിഷ്ടപ്പെട്ടു; അങ്ങനെയാണവന് ആഹാരം ലഭിച്ചിരുന്നത്, അതെല്ലാവർക്കും ദൗർഗ്രാ ഹ്യമായിരുന്നു. കാരണം പുറമെനിന്ന് എന്തെങ്കിലും അവൻ പിടിക്കാൻ ശ്രമിക്കുന്നത് ആരും കണ്ടിട്ടില്ല! വൈലി താഴ്‌വരയിലെ ആ ഭാഗത്ത് അവന് വേട്ടയാടാൻ പറ്റിയ കാടുകളുമില്ല. ചെറിയ പക്ഷികൾ അവന്റെ സാന്നിദ്ധ്യത്തിൽ ഉൽക്കണ്ഠയോടെ നിലവിളിച്ച് ധൃതിയിൽ പറന്നുപോ കുന്നതവർ കണ്ടിട്ടുണ്ട്, എന്നാൽ അവൻ അതൊന്നും ശ്രദ്ധിക്കാറില്ല! അവന്റെ പുറം ജീവിതത്തിൽ അവർ നിരീക്ഷിച്ചിട്ടുള്ള ഒരേ ഒരു കാര്യം റെയിൽവേ ട്രാക്കിൽ ചെന്നിരിക്കുന്ന ശീലമാണ്. വെസ്റ്റ് ബറിയിൽനിന്ന് സാലിസ്ബറിയിലേക്ക് പോകുന്ന ഈയിടെ നിർമ്മിച്ച റെയിൽ പാതയാ

ണത്. അവരുടെ വീട്ടിനരികിലൂടെയാണത് കടന്നുപോകുന്നത്; അവൻ ആ പാളത്തിലൊന്നിൽ ചെന്നിരുന്ന് വളരെനേരം അതിലേക്ക് മിഴിച്ചു നോക്കിക്കൊണ്ടിരിക്കും. ആ തിളങ്ങുന്ന ലോഹനിർമ്മിതമായ പാതയിലേക്ക് നോക്കിയിരിക്കുന്നതവന് വലിയ ആനന്ദം നല്കുന്നുണ്ടെന്ന് കാണപ്പെട്ടു.

ആ കുടിലിനു പിന്നിൽ പുഴവരെ നീണ്ടുകിടക്കുന്ന തരിശുഭൂമിയാണ്; പഴയ, ഇടിഞ്ഞു പൊളിഞ്ഞ ചെറിയൊരു പത്തായപ്പുര പുഴയോരത്തുനിന്ന് ഏതാനും വാര ദൂരെ സ്ഥിതി ചെയ്യുന്നു. പത്തായപ്പുരയ്ക്കും പുഴയ്ക്കും ഇടയ്ക്കുള്ള സ്ഥലം നിറയെ പാഴ്ച്ചെടികൾ ആണ്. ഒരു ദിവസം ആ പാഴ്ച്ചെടികൾക്കിടയിൽ നിന്ന് തന്റെ പൂച്ച എന്തോ തിന്നുന്നത് കാലെബ് കാണാനിടയായി. അപ്പോൾത്തന്നെ പിടിച്ച വലിയൊരു പുഴമീൻ! ആ സ്ഥലം പരിശോധിച്ചപ്പോൾ മീൻ തലകളും ചിറകുകളും മുള്ളുകളും അവിടെ ചിതറിക്കിടക്കുന്നതയാൾ കണ്ടു; മുമ്പ് തന്റെ പൂച്ച തിന്ന മീനുകളുടെ അവശിഷ്ടങ്ങൾ! ആ കണ്ടെത്തലിനെ കുറിച്ചയാൾ ആരോടും പറഞ്ഞില്ല! എന്നാൽ ആ പൂച്ചയെ നിരീക്ഷിച്ചുകൊണ്ടിരുന്നു. അവൻ എന്നും ആ സ്ഥലത്തേക്ക് ഒരു മത്സ്യത്തെ കൊണ്ടുവരുന്നുണ്ടെന്നയാൾ മനസ്സിലാക്കി; എന്നാൽ എങ്ങനെയാണവൻ മീൻ പിടിക്കുന്നതെന്ന് ഒരിക്കലും അറിയാനായില്ല.

പിന്നീട് വൈലി ചൂണ്ടക്കാരെ സന്തോഷിപ്പിച്ചുകൊണ്ട് അവരുടെ പൂച്ച ഒരു ദുരന്തത്തിൽപ്പെട്ടു. പതിവായി ഇരിക്കാറുള്ള റെയിൽവേ ട്രാക്കിൽ പാൻ കേക്കുപോലെ അവൻ ചതഞ്ഞുകിടക്കുന്നു! നീണ്ടുകിടക്കുന്ന തിളങ്ങുന്ന റെയിലിന്റെ മനോഹാരിതയിൽ മുഴുകി, ചിന്താമഗ്നനായി ഇരിക്കവെ, അടുത്തുവരുന്ന ട്രെയിനിന്റെ ശബ്ദമോ കുലുക്കമോ അവൻ സമയത്തിന് ശ്രദ്ധിക്കാതെപോയി എന്ന് കരുതപ്പെടുന്നു. അങ്ങനെ സ്വന്തം ജീവൻ രക്ഷിക്കാനവന് കഴിഞ്ഞില്ല. അപകടത്തിൽനിന്ന് ധൃതിയിൽ രക്ഷപ്പെടാറുള്ള, അത്രയ്ക്ക് കരുതലുള്ള ഒരു ജീവി ഈ വിധത്തിൽ മരണം ഏറ്റുവാങ്ങിയത് വിചിത്രമായി ആളുകൾക്ക് തോന്നി. അല്പം നാളുകൾക്കു ശേഷം ഗ്രാമത്തിലെ മറ്റൊരു പൂച്ച അതേ റെയിൽപ്പാതയിൽ ചതഞ്ഞു ചത്തത് ആശ്ചര്യം വർദ്ധിപ്പിക്കാനിടയാക്കി! ഒരുപക്ഷേ, ദീർഘനേരം ആ തിളങ്ങുന്ന റെയിൽപ്പാതയിലേക്ക് തുറിച്ചു നോക്കുമ്പോൾ ഒരു ഹിപ്നോട്ടിക് പ്രതീതി മൃഗത്തിന്റെ തലച്ചോറിൽ ഉളവാക്കുന്നുണ്ടായിരിക്കാം. അങ്ങനെ അവർക്ക് രക്ഷപ്പെടാനുള്ള ശക്തി നഷ്ടപ്പെട്ടുപോകുന്നു!

ഞാൻ ഈ പുസ്തകത്തിലെ ഈ അദ്ധ്യായമടക്കമുള്ള ഒരുഭാഗം എഴുതാനായി താമസിക്കുന്ന ഈ ഗ്രാമീണ സത്രത്തിൽ മൂന്നു പൂച്ചകൾ ഉണ്ടെന്നുള്ളത് വിചിത്രമായ ഒരു യാദൃച്ഛികത്വം തന്നെ! മൂന്നു പേരും കാഴ്ചയിലും ശീലത്തിലും വളരെ വ്യത്യസ്ഥരാണ്; വ്യത്യസ്ഥ ഇനങ്ങൾ. അവയിലൊന്ന് ആ ആട്ടിടയൻ ചിത്രീകരിച്ച ഡൗട്ടൻ മൃഗത്തിനോട് വലിയ സാദൃശ്യമുണ്ട്. മൂന്ന് പൂച്ചകളും അലഞ്ഞു തിരിയുന്നവരായിരുന്നു. മൃദുല

ഹൃദയയായ ആ സത്രക്കാരി അവ പട്ടിണി കിടക്കുന്നതുകണ്ട് വീട്ടിലേക്ക് കൊണ്ടുവന്ന് പെറ്റ് ആയി വളർത്തി; എല്ലാവരും നല്ല ഭംഗിയുള്ളവരാണ്. ഒന്ന് പേഴ്സ്യൻ രക്തമാണ്; നീണ്ട രോമമുള്ള കറുപ്പും തവിട്ടും നിറമുള്ള മൃഗം, സുവർണ്ണ കണ്ണുകൾ, ഈ പൂച്ചക്കുട്ടികളെപ്പോലെ എപ്പോഴും കളിച്ചു കൊണ്ടിരിക്കുന്നു, ഊർജ്ജസ്വലനാണ്. വീട്ടിലെ ഏതെങ്കിലും അന്തേവാസിയോടൊപ്പം നടക്കാൻ പോകുന്നത് ഇഷ്ടമാണ്. മനുഷ്യനോ പൂച്ചയോ ആരും ഇല്ലാത്തപ്പോൾ തോട്ടത്തിൽ പതുങ്ങി നടന്ന് ഈച്ചയെ പിടിക്കും. അല്ലെങ്കിൽ ഒരു ബീച്ച് മരത്തിന് കീഴിൽ മലർന്നുകിടന്ന് ഏതെങ്കിലും അദൃശ്യമായ വസ്തുക്കൾ അന്തരീക്ഷത്തിൽനിന്ന് പിടിക്കും. സൂര്യരശ്മിയിലെ കരടുകൾ! രണ്ടാമത്തേത് പച്ചക്കണ്ണുകളുള്ള ഒരുവലിയ കറുത്ത പൂച്ചയാണ്. വെളുത്ത കഴുത്ത്; മടിയനും സുഖലോലുപനുമാണ്. ഏറ്റവും സുഖകരമായ കുഷനിൽ ചുരുണ്ടുകൂടി കിടക്കും. അവസാനത്തേത് ജിപ് ആണ്. ഒരു രാജകീയ പ്രൗഢിയുള്ള ജീവി! സാധാരണ പൂച്ചകളെക്കാൾ വലിപ്പമുണ്ട്. ബ്രിട്ടീഷു കാട്ടുപൂച്ചപോലെ വലിപ്പവും കരുത്തുമുള്ളവൻ. തിളങ്ങുന്ന കണ്ണുകളോടു കൂടിയ ഒരു വരയൻ പൂച്ച. ഈ പ്രത്യേകതരം കണ്ണുകളുള്ള മൃഗത്തെ ഞാൻ ആദ്യം കണ്ടപ്പോൾ, അവന്റെ ക്രൂരമായ കാടൻ മുഖഭാവം കണ്ട് ഞാൻ ഞെട്ടിപ്പോയി. ഞാൻ ആ മൃഗത്തെ നോക്കുമ്പോഴെല്ലാം അവന്റെ പുള്ളിപ്പുലി കണ്ണുകൾ ക്രൂരതയോടെ എന്റെ മേൽ തുളച്ചുകയറ്റുന്നതുപോലെയാണ് ഞാൻ കണ്ടത്! പിന്നീടവൻ എന്നോട് വിനയം കാണിച്ച് ചെവികൾ താഴ്ത്തി, എന്റെ ഓരോ ചലനവും സസൂക്ഷ്മം വീക്ഷിച്ചു കിടന്നു, അവനുമേൽ പെട്ടെന്നൊരാക്രമണമുണ്ടാകുമോ എന്ന് ഭയപ്പെടുന്നതുപോലെ! വളരെ നാളുകൾക്കുശേഷമാണ് അവൻ എന്നെ അവന്റെ അടുത്തേക്ക് ചെല്ലാൻ അനുവദിച്ചതു തന്നെ! അതുവരെ ഞാൻ അടുത്തെത്തുമ്പോഴേക്കും അവൻ ചാടി എഴുന്നേറ്റ് അപ്രത്യക്ഷനാകുമായിരുന്നു. രണ്ടുമൂന്നു ആഴ്ചയായി അവനുമേൽ ഞാൻ കൈവെക്കുന്നത് അവൻ സഹിക്കുന്നു!

എന്നാൽ, ജന്മസിദ്ധമായ കാടത്തവും സംശയവും അവന് പൂർണ്ണമായും മറികടക്കാൻ കഴിഞ്ഞിട്ടില്ല. ഞാൻ മാസങ്ങളായി അവനോട് നല്ല പരിചയത്തിലായിട്ടും അവന്റെ വിശ്വാസം കരസ്ഥമാക്കിയിട്ടും ആ പഴയ കാടൻ സ്വഭാവം ചിലപ്പോഴൊക്കെ പ്രകടിപ്പിക്കാറുണ്ട്. വേട്ടയ്ക്കിടെ അവൻ മുൻകാലുകളിലൊന്നിന് മുറിവേറ്റു. കാലാവസ്ഥ നല്ല തണുപ്പായതിനാൽ അവൻ തന്റെ അലസമായ സമയം എന്റെ സിറ്റിങ് റൂമിലെ തീച്ചൂളയ്ക്കരികിൽ കഴിച്ചുകൂട്ടി; ചൂടുള്ള ഉരുകിയ വെണ്ണ, ഞാൻ അവന്റെ മുറിവേറ്റ കാലിൽ പുരട്ടി തിരുമ്മിക്കൊടുത്തപ്പോൾ അവന് സുഖം തോന്നി. വെണ്ണപുരട്ടി തിരുമ്മിക്കൊടുത്തശേഷം അവനതിൽ പത്തോ പതിനഞ്ചോ മിനിറ്റു നേരം തുടർച്ചയായി നക്കിക്കൊണ്ടിരുന്നു. ഇടയ്ക്കിടെ സംതൃപ്തിയോടെ മുരളും! എന്നിട്ടും ഞാൻ പെട്ടെന്ന് ഒന്ന് ഇളകുകയോ, എന്റെ കൈയിലെ പത്രം മർമ്മരശബ്ദം പുറപ്പെടുവിക്കുകയോ

ചെയ്താൽ, എന്റെ കാല്ക്കൽ ഇട്ടിരുന്ന കുഷനിൽ നിന്നവൻ ചാടി എഴുന്നേറ്റ്, രക്ഷപ്പെടാനായി വാതില്ക്കലേക്ക് ഓടും! വാതിൽ അടച്ചിരിക്കുന്നതു കണ്ട് അവൻ നിലത്തിരിക്കും. പിന്നെ ചിന്തയിലാണ്ട് എന്റെ കാൽക്കലേക്ക് തിരിച്ചുവരും.

കൊച്ചു കുഞ്ഞായിരുന്നപ്പോൾവന്ന ഈ പൂച്ചക്കുട്ടി ഈ വീട്ടിൽ രണ്ടോ മൂന്നോ വർഷങ്ങൾ ജീവിച്ചു. അവൻ അനേകം ജനങ്ങളെ കണ്ടു. മറ്റുള്ളവർ എന്നും സ്ഥിരമായി അവനെ തീറ്റിപ്പോറ്റി. എന്തായാലും അത്തരം സഹജ ഗുണമുള്ള ഒരു പൂച്ച അത്ര വിരളമാണെന്ന് പറഞ്ഞുകൂടാ, ശുദ്ധവും നാട്യവുമില്ലാത്തൊരു പൂച്ച.

എനിക്കറിയാവുന്നതിൽ വച്ച് ഏറ്റവും സ്ഥിരചിത്തനായ എലി കൊലയാളിയാണ് ജിപ്. മറ്റൊരു ജീവിയേയും അവൻ വേട്ടയാടുന്നത് കണ്ടിട്ടില്ല. ചുണ്ടലിയെപ്പോലും; ഒരുപക്ഷേ, അവയെ അവൻ പിടികൂടി അതേ സ്ഥലത്തും വെച്ചുതന്നെ തിന്നുന്നുണ്ടായിരിക്കാം! എന്നാൽ താൻ പിടികൂടുന്ന എലികളെ ഉള്ളിലേക്ക് കൊണ്ടുവരുന്നതവന്റെ ഒരു ശീലമാണ്. ഒന്നിനെയെങ്കിലും പിടികൂടാതെ അവന്റെ ഒരു ദിവസം കടന്നുപോകില്ല. ചിലപ്പോൾ രാത്രിയിൽ രണ്ടോ മൂന്നോ എണ്ണത്തിനെ അവൻ കൊണ്ടുവരാറുണ്ട്. വർഷത്തിൽ മുന്നൂറോ നാന്നൂറോ എലികളെ അവൻ കൊന്നുകളയുന്നു!

ആ പൂച്ചയുടെ എലി സംഹാരശക്തിയെക്കുറിച്ചറിയുന്ന ആർക്കും ഒരു കാർഷിക ഗ്രാമത്തിൽ എന്താണത് സൂചിപ്പിക്കുന്നതെന്ന് മനസ്സിലാക്കാനാകും. തങ്ങളുടെ ധാന്യക്കളങ്ങളും പത്തായപ്പുരകളും എലിശല്യത്തിൽനിന്ന് രക്ഷിക്കുന്ന ഇത്തരം 'പൊലീസുകാർ' കർഷകർക്ക് എന്തുമാത്രം ഉപകാരപ്രദമാണെന്ന് ഊഹിക്കാമല്ലോ. കാരണം, ഗ്രാമം മുഴുവൻ അവന്റെ നായാട്ട് ഭൂമിയാണ്. അവന്റെ യജമാൻ പറയുന്നു. "അവന്റെ ഭാരത്തിലുള്ള സ്വർണ്ണത്തിന്റെ വിലയാണവനുള്ളത് എന്ന്." ഇതിനേക്കാൾ എത്രയോ കൂടുതലാണെന്ന് ഞാൻ പറയും. അവന്റെ ഭാരത്തിന് തുല്യമായ പരിശുദ്ധ സ്വർണ്ണത്തിന്റെ വിലയേക്കാൾ അധികമാണ് അവൻ ഒറ്റക്കൊല്ലംകൊണ്ട് നാശത്തിൽനിന്ന് സംരക്ഷിക്കുന്ന ഭക്ഷ്യധാന്യങ്ങളുടെ വില!

അവൻ സ്ഥിരമായി തന്റെ എലികളെ ജീവനോടെ പിടിച്ചുകൊണ്ടുവന്ന് കല്ല് വിരിച്ച മുറ്റത്ത് കളിക്കാനായി വിടുന്നു. കുറച്ചു നേരം കളിച്ച ശേഷം അവൻ അവരെക്കൊല്ലുന്നു. പൂർണ്ണ വളർച്ച എത്തിയവരെ അവൻ വിടുന്നു, കുട്ടികളെ അവൻ തിന്നുന്നു അല്ലെങ്കിൽ മറ്റ് പൂച്ചകൾക്ക് തിന്നാൻ കൊടുക്കുന്നു.

ജിപ്പിന് സ്തുത്യർഹമായൊരു ചരിത്രമുണ്ട്. ആ ഗ്രാമം എപ്പോഴും ജിപ്സികളുടെ പ്രിയങ്കരമായൊരു സങ്കേതമായിരുന്നു. ഒരിക്കൽ ഒരു ജിപ്സിസംഘം അവിടെ വിട്ടുപോയപ്പോൾ ഒറ്റ പ്രസവത്തിലെ ആറ് പൂച്ചക്കുഞ്ഞുങ്ങളെ അവിടെ ഉപേക്ഷിച്ചു. ഗ്രാമവാസികൾ ഭയങ്കര ആശയക്കുഴപ്പത്തിലായി, "അവയെ എന്താണ് ചെയ്യുക? നമ്മൾ അവയെ വെള്ള

ത്തിൽ മുക്കി കൊന്നെങ്കിലോ? ഓഹ്, വേണ്ട നമ്മൾക്കത് ചെയ്യാൻ കഴിയില്ല." മുയൽ വേട്ടയ്ക്കായി തുരപ്പൻ കീരിയെ വളർത്തുന്ന ഒരാൾ പറഞ്ഞു, അയാൾ അതിനെ കീരിക്ക് കൊടുക്കാനായി കൊണ്ടുപോകാം. അങ്ങനെ അക്കാര്യം അതോടെ തീർന്നു എന്നെല്ലാവരും ആശ്വസിച്ചു. എന്നാൽ ഏറെക്കുറെ അതൊരു വെറുപ്പുളവാക്കുന്ന മാർഗ്ഗമായിരുന്നു. ചെറിയ മൂഷികവർഗ്ഗത്തിൽപ്പെട്ട ജീവികളെ അവയുടെ ചുടുരക്തം വലിച്ചുകുടിക്കാനായി കീരികൾക്ക് കൊടുക്കുന്നത് തികച്ചും സ്വാഭാവികമാണെന്ന് തോന്നിയാലും പൂച്ചക്കുഞ്ഞുങ്ങളെ ചുകന്ന കണ്ണുള്ള ആ മൃഗത്തിന് കൊടുക്കുന്നത് ഒരാളുടെ വികാരങ്ങൾക്കെതിരായിരുന്നു. കാരണം, പൂച്ച ഒരു മാംസഭുക്കാണ്. എന്ന് മാത്രമല്ല, അത് കീരിയേക്കാൾ എത്രയോ സുന്ദരനും ബുദ്ധിമാനുമാണ്, മൗലികമായി ഉന്നത നിലയിലുമാണ്! എന്തൊക്കെ ആയാലും ഗ്രാമത്തിൽ ഈ ആശയങ്ങൾ നടപ്പാക്കപ്പെട്ടില്ല. അങ്ങനെ ആറു പൂച്ചകളെയും എടുത്തുകൊണ്ടുപോയി. എന്നാൽ ഈ പൂച്ചക്കുട്ടികൾ അങ്ങേ അറ്റം ഊർജ്ജസ്വലരും ഭീകരരുമായി മാറി. അവരെ എന്താണ് ആ മനുഷ്യൻ ചെയ്യാൻ പോകുന്നതെന്ന് പൂച്ചക്കുഞ്ഞുങ്ങൾ മനസ്സിലാക്കിയതുപോലെ! അവർ പോരാടുകയും മാന്തിപ്പൊളിക്കുകയും ചെയ്തു! അവയിൽ ഏറ്റവും ഭീകരരും വലിയവരുമായ പൂച്ചകൾ അയാളുടെ കൈയിൽനിന്നും രക്ഷപ്പെട്ടു; പിന്നീട് അതിലൊന്ന് സത്രപരിസരത്ത് ചുറ്റിക്കറങ്ങുന്നത് കാണാൻ കഴിഞ്ഞു. കഷ്ടപ്പാടിലകപ്പെട്ട എല്ലാജീവികളുടെയും അഭയകേന്ദ്രം! അതിനുശേഷം അതവന്റെ വീട് ആയി മാറി.

പൂച്ചകളെ പോറ്റുന്നത് ജിപ്സികൾക്ക് വലിയ ഇഷ്ടമാണെന്ന് ഞാൻ കേട്ടിട്ടുണ്ട്. അവരുടെ പൂച്ചകളാണത്രെ ഏറ്റവും നല്ല എലിപിടുത്തക്കാർ! അതെനിക്കൊരു പുതിയ അറിവായിരുന്നതിനാൽ ഞാൻ അക്കാര്യം എന്റെ അയൽപക്കത്തുള്ള ചില ജിപ്സികളോട് ചോദിച്ചു. അത് ശരിയാണെന്നവർ പറഞ്ഞു. അവർ പൂച്ചകളെ സ്നേഹിച്ചു. വേട്ടയാടുന്നതിൽ വിദഗ്ദ്ധരായ പൂച്ചകളെയാണവർക്ക് കൂടുതൽ താല്പര്യം, വിവിധതരം പൂച്ചകൾ! ഒരുപോലുള്ള രണ്ട് പൂച്ചകളെ വിരളമായേ നിങ്ങൾക്ക് കാണാൻ കഴിയൂ. മീൻപിടുത്തക്കാരനായൊരു സമർത്ഥൻ പൂച്ചയുടെ കാര്യം വിവരിച്ചിരുന്നല്ലോ. പൗരാണികമായൊരു ഗോളിക് ചൊല്ലുണ്ട്, പൂച്ചയ്ക്ക് മീൻ ഇഷ്ടമാണ്. എന്നാൽ കാൽ നനയ്ക്കുന്നത് ഭയവും! മറ്റൊരുത്തനാകട്ടെ എലി ഹത്യമാത്രം ചെയ്യുന്നവൻ! ഇവിടെ പ്രാവുകളെ മാത്രം വേട്ടയാടിയിരുന്ന ഒരു പൂച്ചയുടെ കഥ ഞാൻ ഓർക്കുന്നു. ആ കഥയിപ്രകാരമാണ്. എൻടിവ്യാട്ടിനെ റിച്ചാർഡ് മൂന്നാമൻ 'ടവർ ഓഫ് ലണ്ടനിൽ തടവിലിട്ടു. വളരെ ക്രൂരമായ വിധത്തിലായിരുന്നു അദ്ദേഹത്തോട് പെരുമാറിയിരുന്നത്, ആ അറയിൽ ഉറങ്ങാനായി കിടക്കയൊന്നും നല്കപ്പെട്ടില്ല. ജീവൻ നിലനിർത്താനായി അല്പം ആഹാരമായിരുന്നു കൊടുത്തിരുന്നത്. ഒരു ശീതകാലത്തിൽ അദ്ദേഹം തണുത്തുവിറച്ച് ചാകാറായപ്പോൾ ഒരു പൂച്ച ആ അറയിൽ പ്രത്യക്ഷപ്പെട്ടു. ചിമ്മിനിയി

ലൂടെയായിരുന്നു അവൻ ഉള്ളിലേക്ക് ഇറങ്ങിവന്നത്; അവൻ വളരെ സൗഹൃദത്തോടെ പെരുമാറി. അദ്ദേഹത്തിന്റെ നെഞ്ചിൽ ചുരുണ്ടു കൂടി കിടന്നുറങ്ങി. അങ്ങനെ രാത്രി മുഴുവൻ അദ്ദേഹത്തെ തണുപ്പിൽനിന്ന് അകറ്റി നിർത്തി! രാവിലെ അവൻ ചിമ്മിനിയിലൂടെ അപ്രത്യക്ഷനായി. പിന്നീട് ഒരു പ്രാവിനെയും പിടിച്ച് തിരിച്ചെത്തി. അതവൻ സർ ഹെൻട്രിക് കൊടുത്ത്, സ്ഥലംവിട്ടു. ജയിലർ വന്ന് അല്പം ഭക്ഷണം മാത്രം തരാനാണ് ഉത്തരവെന്ന് ആവർത്തിച്ചപ്പോൾ സർ ഹെൻട്രി ചോദിച്ചു. "ഞാൻ എന്തെങ്കിലും തന്നാൽ അത് പാചകം ചെയ്ത് തരുമോ?"

അത് ചെയ്യാമെന്ന് ജയിലർ വാക്കു കൊടുത്തു, കാരണം, തന്റെ തടവ് പുള്ളിയോടയാൾക്ക് ദയ തോന്നി. അയാൾ പ്രാവിനെക്കൊണ്ട് പോയി തൊലി പോളിച്ച് വൃത്തിയാക്കി പാചകം ചെയ്തുകൊടുത്തു. ആ പൂച്ച എന്നും പ്രാവുകളെ കൊണ്ടുവന്നിരുന്നു. അത് ദിവ്യാത്ഭുതത്താൽ സംഭവിക്കുന്നതാണെന്ന് കരുതിയ ജെയിലർ, അവയെ പാകം ചെയ്തുകൊടുക്കൽ തുടർന്നുകൊണ്ടിരുന്നു. സർ ഹെൻട്രിക് വേണ്ടത്ര ആഹാരം കൊടുക്കരുതെന്ന് റിച്ചാർഡിന്റെ ഉത്തരവ് ഉണ്ടായിട്ടും ഹെൻട്രിയുടെ ആരോഗ്യം മെച്ചപ്പെട്ടുവരുന്നതുകണ്ട് അദ്ദേഹം അക്ഷമനായിത്തീർന്നു. അദ്ദേഹം ഹെൻട്രിയുടെ തലയെടുക്കാനാഗ്രഹിച്ചില്ല. സ്വാഭാവികമരണമാണാഗ്രഹിച്ചത്. അങ്ങനെ ഒടുവിൽ ആ സ്വേച്ഛാധിപതിയെ സർ ഹെൻട്രി അതിജീവിച്ചു. അദ്ദേഹം ജയിൽ മോചിതനായി. ആ കുടുംബം ഇപ്പോഴും ആ കഥ കാത്തുസൂക്ഷിക്കുന്നു. അതൊരു നാടോടിക്കഥയായി പ്രചരിച്ചിട്ടുണ്ടെങ്കിലും അക്ഷരാർത്ഥത്തിലത് സത്യമാണെന്ന് കരുതുന്നത് തടയാൻ യാതൊരു കാരണവുമില്ല!

ചില വേട്ടയാടുന്ന പൂച്ചകൾ തങ്ങളുടെ ഇരകളെ യജമാനന്റേയോ യജമാനത്തിയുടേയോ അരികിലേക്ക് കൊണ്ടുവരുന്നത് സുപ്രസിദ്ധമായൊരു ശീലമാണ്. ഞാൻ അത്തരം ഒരുപാട് പേരെ കണ്ടുമുട്ടിയിട്ടുണ്ട്- നൂറുകണക്കിന് എന്ന് വേണമെങ്കിൽ പറയാം. സമൂഹത്തിൽ പെരുമാറാനറിയാത്ത ഒരു വൃദ്ധനെ ഞാൻ ഓർക്കുന്നു; ദക്ഷിണാഫ്രിക്കയിൽ എന്റെ അയൽവാസി ആയിരുന്നു അയാൾ. വിശാലമായ പുൽപ്രദേശത്തിൽനിന്ന് തന്റെ പൂച്ച പിടിച്ച പുള്ളിക്കുത്തുള്ള തിത്തിരിപ്പക്ഷിയെയാണ് എന്നും ഡിന്നറിനോടൊപ്പം കഴിക്കാറുള്ളതെന്ന് അയാൾ എന്നോട് പൊങ്ങച്ചം പറയുമായിരുന്നു. ഇംഗ്ലണ്ടിൽപ്പോലും തിത്തിരിപ്പക്ഷികൾ അത്ര അധികമില്ലെങ്കിലും അവയെ പിടിക്കാനത്ര എളുപ്പമല്ലെങ്കിലും തിത്തിരിപ്പക്ഷികളെ വേട്ടയാടുന്ന സമർത്ഥരായ പൂച്ചകൾ ഉണ്ട്. വളരെ സുന്ദരമായൊരു വെള്ള പൂച്ചയെ ഞാൻ ഓർക്കുന്നു. ഒരു വനപാലകനാണവന്റെ യജമാനൻ. സവർനേക് കാട്ടിൽ ഞാൻ താമസിച്ചകാലത്ത് എനിക്കയാളെ അറിയാം. ആ പൂച്ച ഒരു തിത്തിരിപ്പക്ഷിയെ പിടിച്ച്, വനപാലകന്റെ വീട്ടിലെ അടുക്കളയിൽ വെച്ച് യജമാനത്തി വരുന്നതു

വരെ അതിന് കാവൽ ഇരിക്കും. അപ്പോഴേക്കും വനപാലകന്റെ ഭാര്യ വന്ന് അതിനെ എടുത്ത് ഞായറാഴ്ച ഡിന്നറിനായി മാറ്റി വെക്കും.

വേനൽക്കാലത്ത് എന്റെ ഒരു ലേഡി സുഹൃത്ത് ഒരു ഫാം ഹൗസിൽ താമസിക്കവെ ഉണ്ടായ ഒരു അനുഭവം അവൾ എന്നോട് പറയുകയുണ്ടായി. അവിടെ ഉണ്ടായിരുന്ന ഒരു പൂച്ചയ്ക്ക് അവളോട് വലിയ അടുപ്പമായിരുന്നു. ആ പൂച്ച അവൾക്ക് സ്ഥിരമായി മുയൽക്കുഞ്ഞുങ്ങളെ കൊണ്ടുവന്ന് കൊടുക്കുമായിരുന്നത്രേ. അവരെ ഒരിക്കലും പൂച്ച മുറിപ്പെടുത്തിയിരുന്നില്ല. കഴുത്തിലെ തൊലിയിൽ കടിച്ചു പിടിച്ചാണവയെ കൊണ്ടുവരാറുള്ളത്. ആ മഹതി വളരെ മൃദുവായി അതിനെ കൈയിൽ ഏറ്റുവാങ്ങി. മടിയിൽ വെച്ച് ഒരു ഉറുമാൽ കൊണ്ടോ മറ്റേതെങ്കിലും തുണി കൊണ്ടോ മൂടും. അതവളുടെ കൈയിൽ സുരക്ഷിതമാണെന്ന് കണ്ടാൽ പൂച്ച സ്ഥലം വിടും. ആ മഹതി അപ്പോൾ ആ വിറയ്ക്കുന്ന കൊച്ചുജീവിയെ മോചിപ്പിക്കാനായി വീട്ടിൽ നിന്ന് അല്പം ദൂരേക്ക് നടക്കും. ഇത്തരം സമ്മാനങ്ങൾ തനിക്ക് സ്വീകാര്യമാണെന്നുള്ള ഈ സ്നേഹം നിറഞ്ഞ പൂച്ചയുടെ മിഥ്യാഭ്രമം മാറ്റിയെടുക്കണമെന്നവൾ ആത്മാർത്ഥമായി ആഗ്രഹിക്കും! ഒരു ദിവസം ആ പൂച്ച ഒരു കീരിയെ കടിച്ചുപിടിച്ച് ഡ്രോയിങ് റൂമിയിലേക്ക് ഓടിവന്ന്, ആ ലേഡിയുടെ കസേരക്കരികിൽവെച്ച് ധൃതിയിൽ മുറിവിട്ട് പോയി. അത് ചത്തിരുന്നു. അത്തരം ഒരു ജീവിയെ ജീവനോടെ കടിച്ചുപിടിച്ച് കൊണ്ടുപോകുക എന്നത് എളുപ്പമായിരുന്നില്ല! ആ പൂച്ചയ്ക്ക് മറ്റ് കാര്യങ്ങൾ ചെയ്യാൻ ഉണ്ടായിരുന്നതിനാൽ തന്റെ യജമാനത്തി അതിനെ ശ്രദ്ധാപൂർവ്വം എടുത്ത് മടിയിൽ വെക്കുന്നതു കാണാനവൻ കാത്തുനിന്നില്ല.

ഇത്തരം സംഭവങ്ങൾ സർവ്വസാധാരണമാണ്; അതിനുള്ള വിശദീകരണം ചില പ്രകൃതി ശാസ്ത്രപണ്ഡിതൻ നമ്മളെ വിശ്വസിപ്പിച്ചിട്ടുള്ളതുപോലെ പൂച്ച ഒരു സാമൂഹ്യ വിരുദ്ധയായ ജീവി അല്ലെന്നതുതന്നെ! ഇക്കാര്യത്തിൽ അവനെ, ആനകൾ, തിമിംഗലങ്ങൾ പന്നികൾ, കടൽനായകൾ, കന്നുകാലികൾ, കുരങ്ങന്മാർ, ചെന്നായ്ക്കൾ നായ്ക്കൾ, മറ്റ് വലിയ തലച്ചോറുള്ള മൃഗങ്ങൾ എന്നിവരുമായി മോശം രീതിയിലായാണ് അവർ താരതമ്യപ്പെടുത്തിയിരിക്കുന്നത്. അവൻ മറ്റ് പൂച്ചകളെക്കുറിച്ചും, തന്റെ മനുഷ്യസുഹൃത്തുക്കളെക്കുറിച്ചും ചിന്തിക്കുന്നു! അത്തരം ഒരു മൃഗത്തിന് യജമാനൻ എന്ന വാക്ക് ശരിക്കും മതിയാകില്ല. പിൻകാലുകളിൽ കുത്തനെ നടക്കുന്ന വലിയൊരു പൂച്ച മാത്രമാണ് മനുഷ്യൻ എന്ന കാര്യത്തിൽ അവന് യാതൊരു സംശയവുമില്ല. എന്തായാലും മറ്റുള്ളവർക്കുവേണ്ടി വേട്ടയാടിയ മറ്റൊരു പൂച്ചയെക്കുറിച്ചുള്ള വിവരംകൂടി ഞാനിവിടെ പ്രസ്താവിക്കട്ടെ. എന്റെ വളരെ വൃദ്ധനായൊരു സുഹൃത്ത് എന്നോട് പറഞ്ഞ കാര്യമാണ്. ഒരു ഫോണ്ട്ഹിൽ നിവാസി. 'ഓൾഡ് വിൽറ്റ് ഷിയർ ഡെയ്സ് എന്ന പിന്നീട് വരുന്ന അദ്ധ്യായത്തിൽ, അദ്ദേഹത്തിന്റെ ചില ആദ്യകാല സ്മരണകൾ കൊടുക്കുന്നതാണ്.

അവർ അമ്മയില്ലാത്തൊരു പെൺകുട്ടി ആയിരുന്നപ്പോൾ അവർ വളരെ ദരിദ്രരായിരുന്നു. അച്ഛനാണെങ്കിൽ ഒരു അംഗവികലനും! അക്കാലത്ത് അവർക്കുണ്ടായിരുന്ന ഒരു പൂച്ച വലിയ സഹായമായിരുന്നു. കറുപ്പും വെളിപ്പും നിറമുള്ള വലിയൊരു മൃഗം; അവൻ അധികസമയവും 'ഫുട്ട്ഹിൽ അബി' കാട്ടിൽ വേട്ടയാടിക്കൊണ്ടിരിക്കും. ഏതെങ്കിലും ആഹാരത്തിനുള്ള വക അവൻ നേടാറുണ്ട്. ആ പൂച്ചയ്ക്ക് അവളോട് വളരെ അടുപ്പമായിരുന്നു. അവൻ കൊണ്ടുവരുന്നതെല്ലാം അവൾക്ക് വേണ്ടി മാത്രമായിരുന്നു. എല്ലാ പൂച്ചകളുടെ കാര്യത്തിലും അത് അപ്രകാരം തന്നെയാണെന്ന് ഞാൻ കരുതുന്നു. ഭക്ഷണം പങ്കിടുക എന്ന രീതി ആ പൂച്ചയ്ക്ക് അറിയില്ല. അവന് മറ്റൊരു പൂച്ചയോടൊപ്പം ഒരു എലിയേയോ പക്ഷിയേയോ, പങ്കിടാൻ കഴിയില്ല. അവൻ പങ്കിടുകയില്ല. അവൻ ആർക്കെങ്കിലും കൊടുക്കുമ്പോൾ മുഴുവൻ മൃഗത്തെ കൊടുക്കുന്നു. ആ പൂച്ച ഒരു മുയലിനെ പിടിച്ച് വീട്ടിലേക്ക് കൊണ്ട് വന്നാൽ അവൻ നേരെ അടുക്കളയിലേക്ക് പോകില്ല, അവളുടെ അനിയനോ മറ്റാരെങ്കിലുമോ ആ മുയലിനെ തട്ടിയെടുത്തെങ്കിലോ എന്ന് പേടിച്ച് അവൻ വീടിന്റെ പിന്നിലെ പുല്ലുകൾക്കിടയിൽ കൊണ്ടുപോയി മുയലിനെ ഒളിപ്പിച്ചു വെക്കും. പിന്നെ തിരിച്ചുവന്ന് യജമാനത്തിക്ക് മനസ്സിലാകും വിധത്തിൽ മെല്ലെ മുരളും. അവൾ ഉടനെ അവനെ പിൻതുടർന്ന് ഒളിപ്പിച്ചു വെച്ച മുയലിനെ കരസ്ഥമാക്കും. പൂച്ചയ്ക്കപ്പോൾ തൃപ്തിയാകും.

ആ പൂച്ച അവൾക്ക് മുയലുകളെയും പാർക്കിലെ കുളത്തിൽനിന്ന് കുളക്കോഴികളെയും പിടിച്ചുകൊണ്ടു കൊടുത്തിരുന്നു. കുളക്കോഴി എന്ന പേര് ഒരു പക്ഷിക്ക് ഉണ്ടെന്ന കാര്യം ഞാൻ ആദ്യമായി അറിഞ്ഞത് ഈ സന്ദർഭത്തിലാണ്. എന്നാൽ അതൊരു പഴയ ഇംഗ്ലീഷ് നാടൻ പേരാണ്. (ഷെയിൽ സ്പിയറിൽ കണ്ടിട്ടുണ്ട്) കുളക്കോഴികളെ മാത്രമല്ല ഈ പൂച്ച പിടിക്കാറുള്ളത്, മറ്റ് കിളികളേയും പിടിക്കും. രണ്ടോ മൂന്നോ സന്ദർഭങ്ങളിൽ തിത്തിരി പക്ഷിയേയും, ഒരിക്കൽ ഒരു മീനിനേയും അവൻ പിടിച്ചു കൊണ്ടുവന്നിട്ടുണ്ട്. അത് ഗ്രൗട്ട് മത്സ്യമാണോ എന്നവൾക്ക് പറയാൻ കഴിഞ്ഞില്ല. അവൾ അതിനെ പാചകം ചെയ്തു കഴിച്ചെന്നു മാത്രം അവൾക്കറിയാം. അത് വളരെ നന്നായിരുന്നു.

ഒരുദിവസം അവൾ പുറത്ത് നോക്കി നില്ക്കുമ്പോൾ അവളുടെ പൂച്ച വീട്ടിലേക്ക് വരുന്നതവൾ കണ്ടു. എന്തോ വലിയ വസ്തു കടിച്ചുപിടിച്ചിട്ടുണ്ട്. അവനേക്കാൾ വലിയതെന്തിനെയോ അവൻ പിടികൂടിയിരിക്കുന്നു. അതിന്റെ തല പൊക്കിപ്പിടിച്ചിട്ടുണ്ട്. വളരെ ബുദ്ധിമുട്ടിയാണതിനെ നിലത്തിലൂടെ വലിച്ചിഴയ്ക്കുന്നത്. അതൊരു വലിയ മുച്ചുണ്ടൻ മുയൽ ആയിരുന്നു. അതിനെ ഏറ്റുവാങ്ങാനായി അവൾ പുറത്തേക്ക് ഓടി. അവൾ കുനിഞ്ഞ് ആ മുയലിനെ എടുക്കാൻ ശ്രമിക്കവെ അവൻ വേഗം അതിനെ വിട്ടു. അതിന് മുറിവൊന്നും പറ്റിയിട്ടില്ലാതിരുന്നതിനാൽ അത് ചാടി ഓടി കാട്ടിൽ അപ്രത്യക്ഷമായി. അവർ ഇരുവരും ആശ്ചര്യപ്പെട്ടുപോയി!

കുറേക്കാലം അവളുടെ പൂച്ച കാട്ടിൽ ഒളിവേട്ട ചെയ്യുന്ന മൃഗങ്ങളുടെ പതിവായ വിധിയിൽനിന്നും രക്ഷപ്പെട്ടുപോന്നു. എന്നാൽ ഒരു ദിവസം അത് ഞൊണ്ടിക്കൊണ്ടാണ് വീട്ടിലെത്തിയത്. അതൊരു സ്റ്റീൽ കെണിയിൽ പെട്ടുപോയി. മൃഗപാലകനല്ലാതെ ഏതോ ഒരു മനുഷ്യൻ അവനെ കണ്ടപ്പോൾ കെണിയിൽനിന്ന് സ്വതന്ത്രനാക്കി. യജമാനത്തി അവന്റെ കാലിലെ രക്തമെല്ലാം കഴുകിക്കളഞ്ഞ്, തന്റെ മടിയിൽക്കിടത്തി, ഒടിഞ്ഞ എല്ലുകൾ കൂടിവച്ച് കെട്ടി. എല്ലുകൾ കൂട്ടിച്ചേർന്നു. അധികം താമസിയാതെ ആ പൂച്ച സുഖം പ്രാപിച്ചു. സുഖമായ ഉടനെ കാട്ടിൽ വേട്ടയ്ക്ക് പോകുകയും മുയലുകളെയും കുളക്കോഴികളെയും പിടിച്ചു കൊണ്ടുവരികയും ചെയ്തുകൊണ്ടിരുന്നു.

എന്നാൽ കഷ്ടം ഒൻപത് എണ്ണം മാത്രമേ അവന് പിടിക്കാൻ കഴിഞ്ഞുള്ളൂ. അതെല്ലാം ഉദാരമായി സ്വന്തം യജമാനത്തിയുടെ സേവനത്തിനായി ചിലവഴിച്ചശേഷം അവന്റെ ജീവിതത്തിന് അന്ത്യം കുറിച്ചു! ഒരു മൃഗസംരക്ഷകൻ അവനെ കൊന്നുകളഞ്ഞു. എന്ന് കരുതപ്പെടുന്നു!

എന്റെ വൃദ്ധൻ ആട്ടിടയന്റെ വിചിത്രമനുഷ്യരെക്കുറിച്ചുള്ള കഥകളിൽ ഒന്ന് അയാൾ തന്റെ സുദീർഘമായ ജീവിതത്തിൽ നന്നായി അറിഞ്ഞിരുന്ന മാന്യനായൊരു ഫാം ഉടമയുടേതാണ്. വിന്റർ ബോൺബിഷപ്പ് ഇടവകയിൽ കഴിയുന്ന ഒരു വൃദ്ധനായൊരു അവിവാഹിതനാണദ്ദേഹം. അയാൾക്ക് പൂച്ചകളോട് അമിതമായ സ്നേഹമാണ്, അയാൾ എപ്പോഴും പതിനൊന്ന് പൂച്ചകളെ ഓമനിച്ച് വളർത്തിയിരുന്നു. എന്തോ ദുരൂഹകാരണത്താൽ ഈ എണ്ണം നിഷ്ഠയോടെ നിലനിർത്തിപോന്നു! ആ കുന്നിൻ പ്രദേശത്ത് കുതിരസവാരി ചെയ്യുവാനയാൾക്ക് വലിയ ഇഷ്ടമായിരുന്നു; അയാളുടെ സേവകനായി എപ്പോഴും ഒരു കുതിരക്കാരൻ കൂടെ ഉണ്ടായിരിക്കും നിസ്സാരകാര്യത്തിനുപോലും ശുണ്ഠി കാണിക്കുന്നൊരു വൃദ്ധൻ. ഇയാളുടെ ചുമതലകളിലൊന്ന് തന്റെ യജമാനന്റെ പതിനൊന്ന് പൂച്ചകളെ പോറ്റലാണ്. അവർക്ക് സമയത്തിന് തീറ്റകൊടുക്കണം. അവർക്കുവേണ്ടി അവരുടേതായ ഡൈനിങ് റൂമിൽ ഇട്ടിട്ടുള്ള പൊക്കം കുറഞ്ഞ നീണ്ട മേശപ്പുറത്ത് നിരയായി വെച്ച പ്ലേറ്റിൽ നിന്നാണവർ ഭക്ഷണം കഴിക്കുക. അവർ ഓരോരുത്തർക്കും സ്വന്തം സ്ഥലവും പ്ലേറ്റും പഠിപ്പിച്ചു കൊടുത്തിട്ടുണ്ട്. അവിടെ ചെന്നിരുന്ന് മേശപ്പുറത്ത് കയറിയിരിക്കാതെ സീറ്റിൽ ഇരുന്ന് അടുത്തിരിക്കുന്നവരോട് ശണ്ഠകൂടാതെ കൃസ്ത്യാനികളെപ്പോലെ ആഹാരം കഴിക്കണം. സാധാരണയായി അവർ എല്ലാവരും നന്നായി പെരുമാറിയിരുന്നു, വലിയൊരു കണ്ടൻ പൂച്ചയൊഴിച്ച്. ഈ കണ്ടൻ പൂച്ച ഭയങ്കര ആർത്തി പിടിച്ചവനും ദ്രോഹചിന്തയുള്ളവനും ക്രൂരനുമായിരുന്നു. ഒരു ദിവസംപോലും ഭക്ഷണസയമത്ത് അവൻ ശാന്തനായി ഇരുന്നിട്ടില്ല. എന്നും കടിച്ചും മാന്തിയും തുപ്പിയും? അവൻ എല്ലാം അലങ്കോലപ്പെടുത്തും. ഓരോ ദിവസവും ആ വൃദ്ധ സേവ

കൻ യജമാനന്റെ അടുത്തുചെന്ന് ഈ പൂച്ചയുടെ അസഹ്യമായ പെരുമാറ്റത്തെക്കുറിച്ച് സുദീർഘവും ദുഃഖകരവുമായ ആവലാതികൾ നിരത്തും. എന്നാൽ ആ ഫാം ഉടമ അതിനെ പുറത്താക്കാൻ സമ്മതിക്കില്ല ശക്തമായ ഏതെങ്കിലും നടപടി എടുക്കാനും തയ്യാറല്ലായിരുന്നു. ക്ഷമയും ദയയും കൊണ്ട് അവന്റെ സ്വഭാവം മാറ്റിയെടുക്കാമെന്നദ്ദേഹം കരുതി. എന്നാൽ അവസാനം നന്നാകാനൊക്കാത്ത ആ പൂച്ചയോടദ്ദേഹം തോറ്റുപോയി. അവൻ മറ്റ് പൂച്ചകളെയും വഴക്കാളികളും ക്രൂരന്മാരുമാക്കിത്തീർത്തു! ഒരുദിവസം പതിവിലേറെ മോശം ആവലാതികേട്ട അദ്ദേഹം കുപിതനായി തന്റെ വെടിയുണ്ട നിറച്ച തോക്കെടുത്ത് സേവകന് കൊടുത്തുകൊണ്ട് പറഞ്ഞു "ഇനി കുഴപ്പമുണ്ടാക്കിയാൽ തൽക്ഷണം ആ പൂച്ചയെ വെടിവെച്ചുകൊല്ലുക" അപ്പോൾ അവനെ ഒഴിവാക്കാമെന്നുമാത്രമല്ല അവന്റെ മരണം മറ്റുള്ളവർക്കൊരു താക്കീതും ആയിരിക്കും. അടുത്ത ഭക്ഷണസമയത്തുതന്നെ ആ വഴക്കാളി പൂച്ച മേശപ്പുറത്ത് കയറി വഴക്കടിക്കുകയും പരസ്പരം കടിച്ച് കീറുകയും ചെയ്തു! ആ ജോലിക്കാരൻ വൃദ്ധൻ ഉടനെ തോക്കെടുത്ത് ആ അക്രമിക്കു നേരെ നിറയൊഴിച്ചു. മൂന്ന് പൂച്ചകൾ വെടിയുണ്ടയേറ്റ് നിലംപതിച്ചു! എന്നാൽ കുഴപ്പക്കാരനായ പൂച്ച യാതൊരു മുറിവും കൂടാതെ രക്ഷപ്പെട്ടു. ഈ മാരകമായ മണ്ടത്തരത്തിൽ ഫാം ഉടമ വല്ലാതെ ക്രുദ്ധനായി തൽക്ഷണം ആ ജോലിക്കാരനെ പുറത്താക്കാൻ തീരുമാനിച്ചു. എന്നാൽ ആ മനുഷ്യൻ വൃദ്ധനും വിലപ്പെട്ട ഒരു വേലക്കാരനുമായിരുന്നു. പിന്നീടദ്ദേഹം അയാൾക്ക് മാപ്പുനല്കി. ആ വഴക്കാളി മൃഗം ഒഴിവായപ്പോൾ നാല് പുതിയ പൂച്ചകളെക്കൊണ്ടുവന്ന് ആ ഒഴിവ് നികത്തി, സമാധാനം പുനഃസ്ഥാപിക്കപ്പെട്ടു.

ഇനി ഈ അദ്ധ്യായത്തിന്റെ ആദ്യഭാഗത്ത് സൂചിപ്പിച്ച പൂച്ച ദുരന്തത്തിലേക്ക് നമ്മൾക്ക് തിരിച്ചുപോകാം ഡൗട്ടനിലെ ബൊക്കോബിന്റെ പൂച്ച, താഴ്വരയിലെ റെയിൽവേ പാതയിൽ പതിവായി ഇരിക്കാറുള്ള പൂച്ച, പിന്നീട് ട്രെയിൻ കയറി ചത്ത പൂച്ച! വളരെ വിചിത്രമായൊരു കഥ- ഇത്ര സമചിത്തതയും ജാഗ്രതയുമുള്ള ഒരു മൃഗം. എല്ലാവരെക്കാളുമേറെ ബുദ്ധിമുട്ടുകളും അപകടങ്ങളും അത്യാഹിതങ്ങളും തരണം ചെയ്യാൻ കഴിവുള്ള ഒരു മൃഗം, എങ്ങനെ അത്തരം ഒരു രീതിയിൽ ജീവിതം അവസാനിപ്പിക്കുന്നതിനിടയായി! ഇതിന് പിന്നിൽ എന്തെങ്കിലും ദുരൂഹതയുണ്ടോ/ എന്തെങ്കിലും ദൗർബല്യം ഈ മൃഗത്തിൽ ഉണ്ടോ? ഈജിപ്ഷ്യൻ പൂച്ചയെക്കുറിച്ച് ഹെറോഡോട്ടസ് വിവരിച്ചിട്ടുള്ളതുപോലെ ഒരു വീട് കത്തുമ്പോൾ അതിലേക്ക് പാഞ്ഞുചെന്ന് ആത്മഹൂതി ചെയ്യാനുള്ള പ്രവണത! എന്നാലും അത്തരം ആശയമൊന്നും എന്റെ മനസ്സിലേക്ക് വന്നില്ല. അതൊരു അസാധാരണ വസ്തുതയാണ്. ഒരു വ്യക്തിയുടെ ജീവിതത്തിൽ സംഭവിച്ച ഒരു അത്യാഹിതം, അത് പറ

ഞ്ഞശേഷം അത് കടന്നുപോയി, ആ വിഷയത്തെക്കുറിച്ച് പിന്നീട് ചിന്തിച്ചിട്ടില്ല. അനേകം മാസങ്ങൾക്കുശേഷം യാദൃച്ഛികമായി, മൃഗങ്ങളുടെ ജീവചരിത്രത്തിലെ ഏറ്റവും മഹത്തായ സൂചിതാർത്ഥം കണ്ടെത്തുന്നതിന്റെ വക്കിലെത്തി നില്ക്കുകയായിരുന്നു.

അത് താഴെ കൊടുത്തിരിക്കുംവിധത്തിലാണ് സംഭവിച്ചത്. സാലിസ്ബറിയിൽനിന്ന് യോവിലേക്കുള്ള സൗത്ത് വെസ്റ്റേൺ ലൈനിന്റെ ഒരു സ്റ്റേഷൻ പ്ലാറ്റ്ഫോമിൽ ഞാൻ ട്രെയിൻ കാത്ത് നില്ക്കുകയായിരുന്നു. അപ്പോൾ പ്ലാറ്റ്ഫോമിന്റെ അറ്റത്തുള്ള സ്റ്റേഷൻമാസ്റ്ററുടെ വീട്ടിൽനിന്ന് ഭംഗിയുള്ള ഒരു പൂച്ചക്കുട്ടി പുറത്തുവന്നു, ഞാനതിനെ കൈയിൽ എടുത്തു. അപ്പോൾ അഞ്ച് വയസ്സുള്ള ഒരു പെൺകുട്ടി വന്ന് തന്റെ ഓമനയായ പൂച്ചക്കുട്ടിയെ ആവശ്യപ്പെട്ടു. ആ പൂച്ചക്കുട്ടിയെക്കുറിച്ച് ഞങ്ങൾ സംഭാഷണത്തിലേർപ്പെട്ടു. അതിനെ പ്രശംസിച്ചു സംസാരിച്ചതവൾക്ക് ഇഷ്ടമായി. മറ്റൊന്നിനെക്കൂടി എന്നെ കാണിക്കാമെന്നു പറഞ്ഞ് അവൾ ഓടിപ്പോയി, ഒരു കറുത്ത പൂച്ചക്കുട്ടിയേയും കൈയിൽ പിടിച്ച് തിരിച്ചെത്തി! അതിനേയും ഞാൻ ഉചിതമായി പ്രശംസിച്ചു.

“എന്നാൽ” ഞാൻ പറഞ്ഞു. “ഒരുപാട് പൂച്ചകൾ ഉള്ളപ്പോൾ, ഈ രണ്ടെണ്ണത്തിനെ മാത്രം പോറ്റാൻ നിന്നെ അവർ അനുവദിക്കില്ല.”

“ഇല്ല രണ്ടെണ്ണം മാത്രം” അവൾ തിരിച്ചടിച്ചു.

“അവരുടെ അമ്മയോടൊപ്പം മൂന്ന്.”

“ഇല്ല, അവർക്ക് അമ്മയില്ല അവൾ റെയിൽവേ ലൈനിൽ കൊല്ലപ്പെട്ടു.”

ഞാൻ ആ ആട്ടിടയന്റെ പൂച്ചയെ ഓർത്തു. പിന്നീട് സ്റ്റേഷൻ മാസ്റ്ററെ കണ്ടപ്പോൾ കൊല്ലപ്പെട്ട ആ പൂച്ചയെക്കുറിച്ച് ചോദിച്ചു.

“ഓഹ്, യെസ്” അയാൾ പറഞ്ഞു. “പൂച്ചകൾ എപ്പോഴും റെയിൽവെ ലൈനിൽ കൊല്ലപ്പെടാറുണ്ട്. ഞങ്ങൾക്ക് ഒന്നിനേയും അധികകാലം നിർത്താൻ കഴിയാറില്ല. അവർ ലൈൻ കുറുകെ കടക്കുമ്പോഴാണോ, അതോ മറ്റെന്തെങ്കിലും കാരണം കൊണ്ടാണോ എന്നെനിക്കറിയില്ല. അവസാനത്തെ ഒരുപൂച്ച കൊല്ലപ്പെട്ടത് കണ്ട ഒരു പോർട്ടർ അതെങ്ങനയാണ് സംഭവിച്ചതെന്ന് നിങ്ങളോട് കൃത്യമായി പറയും.”

ഞാൻ ആ പോർട്ടറെ കണ്ടു, അയാളുടെ വിവരണം ഇപ്രകാരമായിരുന്നു. ഒരു എക്സ്പ്രസ് ട്രെയിൻ വരുന്ന സമയത്ത് ഒരു പൂച്ച അതിന്റെ മുൻകാലുകൾ റെയിലിൽ വെച്ച് നില്ക്കുന്നത് അയാൾ കണ്ടു. അയാൾ രണ്ടു മൂന്ന് പ്രാവശ്യം ആ പൂച്ചയെ വിളിച്ചു, പിന്നെ അതിനെ പേടിപ്പിച്ച് ഓടിക്കാനായി ഉറക്കെ കൂക്കി വിളിച്ചു, എന്നാൽ, അത് ഒരിക്കലും നീങ്ങിയില്ല. അത് കണ്ണഞ്ചിച്ചതുപോലെ പാഞ്ഞുവരുന്ന ട്രെയിനിനെ മിഴിച്ചു നോക്കി നിന്നു! ട്രെയിനിൽ അതിന്റെ തലഅടിച്ച് ചത്തുവീണു.

ഈ കഥ മറ്റ് ഗ്രാമീണ റെയിൽവേസ്റ്റേഷനുകളിലും, സ്റ്റേഷനുകൾ

ഇല്ലാത്ത റെയിൽവേ ലൈൻ കടന്നുപോകുന്ന വൈലി താഴ്വരയിലെ ഗ്രാമങ്ങളിലും അന്വേഷണങ്ങൾ നടത്താൻ എന്നെ പ്രേരിപ്പിച്ചു. പൂച്ചകൾ ഇടയ്ക്കിടെ റെയിൽവെ ലൈനിൽ കൊല്ലപ്പെടാറുണ്ടെന്ന് ആളുകൾ എന്നോട് പറഞ്ഞു. ചില സംഭവങ്ങളിൽ അവ ചതഞ്ഞ് അരഞ്ഞിരുന്നു! ട്രെയിൻ അവയ്ക്കു മീതെ കടന്നു പോയപ്പോൾ അവ ലൈനിൽ കിടക്കുകയോ, ഇരിക്കുകയോ ആയിരുന്നിരിക്കണം! അവയുടെ കണ്ണഞ്ചിച്ചിരിക്കണം, ആ മനുഷ്യർ പറഞ്ഞു. അതുകൊണ്ട് സ്വയം രക്ഷപ്പെടാനവർക്ക് കഴിഞ്ഞില്ല.

മുയലുകളും ഇടയ്ക്കിടെ ഇപ്രകാരം കൊല്ലപ്പെടാറുണ്ടെന്ന് ഞാൻ അറിഞ്ഞു. "എനിക്ക് പല മുയലുകളേയും റെയിൽവേ ലൈനിൽനിന്ന് കിട്ടിയിട്ടുണ്ട്. ഒരാൾ എന്നോട് പറഞ്ഞു ഒരു ട്രെയിനിന്റെ മുന്നിലൂടെ ഒരു മുയൽ ഓടുന്നത് അയാൾ കണ്ടിട്ടുണ്ടത്രേ! അധികം മുയലുകളും നേരെ ഓടി ട്രെയിനിടിച്ച് ചാകാറാണ് പതിവ്. എന്നയാൾ കരുതുന്നു. എന്നാൽ എല്ലായ്പ്പോഴും അങ്ങനെ സംഭവിക്കുന്നില്ല. ഒരിക്കൽ ഒരു മുയൽ റെയിൽവേ ലൈനിൽ ഇരുന്ന്, പാഞ്ഞുവരുന്ന ട്രെയിനിനെ മിഴിച്ചു നോക്കി. മരണം ഏറ്റുവാങ്ങി.

പൂച്ചകൾ ഈ വിചിത്ര ദൗർബല്യത്തിന് വിധേയരാണെന്ന കാര്യത്തിൽ എനിക്ക് സംശയമില്ല. അത് പരിഭ്രമം മൂലമല്ല, ഗതാഗതത്തിരക്കിനിടയിലെ സൈക്കിൾകാരനെപ്പോലെയോ അല്ലെങ്കിൽ ട്രെയിനിന്റെ വേഗത തെറ്റായി കണക്ക് കൂട്ടി റെയിൽ ലൈൻ കുറുകെ കടക്കാൻ ശ്രമിച്ചവനെ പോലെയോ അല്ല! പാഞ്ഞുവരുന്ന ട്രെയിനിന്റെ ദൃശ്യം അതിന്റെ മനസ്സിനെ മരവിപ്പിച്ചതാണ്, അല്ലെങ്കിൽ ഹിപ്നോട്ടൈസ് ചെയ്തതാണ്; അതുകൊണ്ടതിന് സ്വയം രക്ഷപ്പെടാൻ കഴിഞ്ഞില്ല.

പൂച്ചയേക്കാൾ സമചിത്തതക്കുറവും പലതരത്തിലും താണനിലയിലുള്ളതുമായ നായയ്ക്ക് അത്തരം സ്വഭാവവൈകല്യങ്ങൾ ഒന്നുമില്ല. അവ ട്രെയിനിൽ പെട്ട് ചാകുന്നത് അബദ്ധം കൊണ്ട് മാത്രമാണ്! ഈ അന്വേഷണത്തിൽ ഉൾപ്പെട്ടിരിക്കവെ, തന്റെ കുറുനരിവേട്ടക്കാരനായൊരു നായയുടെ ധീരകൃത്യത്തെക്കുറിച്ച് ഒരു വിൽറ്റ് ഷയർക്കാരി സ്ത്രീ എന്നോട് പറഞ്ഞു. അവൾ ഒരു ലെവൽ ക്രോസ് കടന്ന ഉടനെ ഗേറ്റ് അടഞ്ഞു, അവൾ തന്റെ നായയെ നോക്കിയപ്പോൾ റെയിൽവേ ലൈനിന്റെ മറുവശത്ത് എന്തോ മണം പിടിച്ചവൻ നില്ക്കുന്നതവൾ കണ്ടു. ഒരു എക്സ്പ്രസ് ട്രെയിൻ അതാ പാഞ്ഞ് വരുന്നു! അവൾ നായയോട് നിലവിളിച്ചപ്പോൾ, അവൻ ലൈൻ ക്രോസ് ചെയ്യാനായി ഓടി; അപ്പോഴേക്കും എഞ്ചിൻ എത്തിക്കഴിഞ്ഞിരുന്നു! ആ നായ കാഴ്ചയിൽനിന്ന് അപ്രത്യക്ഷനായി. എന്നാൽ, ട്രെയിൻ മുഴുവൻ കടന്നു പോയപ്പോൾ, അവൻ റെയിലുകൾക്കിടയിൽനിന്ന് ചാടി എഴുന്നേറ്റ് അവളുടെ അടുത്തേക്ക് കുതിച്ചുപാഞ്ഞു. അവൻ ട്രെയിനിന്റെ എഞ്ചിനടിയിൽ പതുങ്ങി കിടക്കു

കയായിരുന്നു! വണ്ടിപോകുന്നതുവരെ അവൻ താഴെ പതുങ്ങി കിടന്നു. അവന് യാതൊരു ക്ഷതവും പറ്റിയില്ല!

എന്തായാലും, റെയിൽവേ ലൈനിൽ കൊല്ലപ്പെടുന്ന എല്ലാ പൂച്ച കളും കുതിച്ചുവരുന്ന ട്രെയിൻ കണ്ട് പരിഭ്രമിച്ചിട്ടോ അത് ഹിപ്നോ ട്ടൈസ് ചെയ്തിട്ടോ അല്ലെന്നതൊരു വസ്തുതയാണ്. ചില പൂച്ചകൾ ട്രെയിൻ എത്തുന്നതിനുമുമ്പ് പാളം കടക്കാൻ ശ്രമിക്കവെ ട്രെയിൻ തട്ടി ചത്ത് വീഴുന്നു എന്ന കാര്യത്തിൽ സംശയമില്ല.

എന്തുതന്നെ ആയാലും അത്തരം ഒരു സംഭവം ഒരു ദൃക്സാക്ഷി യിൽനിന്ന് ഞാൻ കേൾക്കുകയുണ്ടായി. റെയിൽവേ ലൈനിന് തൊട്ട് ഒരു ചെറിയ കൂട്ടം തൊഴിലാളികളുടെ കുടിലുകൾ സ്ഥിതി ചെയ്യുന്ന സ്ഥലത്താണത്. ഇവിടെ 'നിരവധി പൂച്ചകൾ' ഓരോ വർഷവും റെയിൽവേ ലൈനിൽ കൊല്ലപ്പെടാറുണ്ടത്രേ! എനിക്കാ വിവരങ്ങൾ തന്ന മനുഷ്യൻ, ഒരു ട്രെയിൻ വരുന്ന നേരത്ത് ഒരു പൂച്ച ലൈനിന് കുറുകെ ഓടി ട്രെയിൻ ഇടിച്ച് ചാകുന്നത് നേരിൽ കണ്ടിട്ടുണ്ട്. അതുകൊണ്ട് എല്ലാ സന്ദർഭങ്ങളിലും ഇപ്രകാരം തന്നെയാണ് മരണം സംഭവിക്കുന്നതെന്ന് ആ ഗ്രാമീണർ കരുതുന്നു!

ഡൗട്ടനിലെ എല്ലെർബികൾ

കാലെബും അയാളുടെ ഭാര്യയും ഡൗട്ടൻ ഫാമിലെ അവരുടെ ജീവിതകാലത്തെക്കുറിച്ച് സംസാരിക്കുന്നത് കേട്ടാൽ അതാണവരുടെ ജീവിതത്തിലെ ഏറ്റവും പ്രധാനപ്പെട്ട കാലഘട്ടമെന്ന് ആരും കരുതും. അതവരുടെ മനസ്സിൽ അഗാധമായി പതിഞ്ഞുകിടക്കുന്നു. സ്വന്തം ജന്മ ഗ്രാമം വിട്ട്, ജീവിതത്തിൽ ആദ്യമായി വീട്ടിൽ നിന്നു മൈലുകൾക്കപ്പുറ മുള്ള ഗ്രാമത്തിൽ അപരിചിതർക്കിടയിൽ താമസിച്ച്, പുതിയൊരു യജ മാനനെ സേവിക്കുക എന്നത് അവരെ സംബന്ധിച്ചിടത്തോളം മഹത്താ യൊരു മാറ്റം തന്നെയാണെന്നതിൽ സംശയമില്ല. എല്ലാറ്റിനുമുപരി അവ രോട് കുപിതനായ വൃദ്ധപിതാവിനെ വിട്ടുപോകുന്നതിൽ വിഷമമുണ്ടാ യിരുന്നു. അത്തരം ഒരു നടപടി എടുത്തതിന്റെ പേരിൽ അദ്ദേഹം അവരെ കൈ വിടുമെന്ന നിലവരെ എത്തിയിരുന്നു. എന്തൊക്കെ ആയാലും ഡൗട്ടന് അവരുടെ ഓർമ്മകളിൽ അനശ്വരമായ സ്ഥാനമാണുള്ളത്. ആ വൃദ്ധ ദമ്പതികളുടെ വാർമിൻസ്റ്റർ കാലത്തെക്കുറിച്ച് ഞാൻ നടത്തിയ നിരവധി സംഭാഷണങ്ങൾക്കുശേഷം അവർ ജീവിച്ചിട്ടുള്ള മറ്റേതൊരു സ്ഥലത്തേക്കാളേറെ അവർക്ക് പ്രിയങ്കരം ഡൗട്ടൻ ആണെന്ന് ഞാൻ മനസ്സിലാക്കി. എന്തുകൊണ്ടെന്നാൽ അവരുടെ യജമാനനോടും യജമാ നത്തിയോടും വ്യക്തിപരമായൊരു വൈകാരികബന്ധം അവർ മനസ്സിൽ വെച്ച് താലോലിച്ചിരുന്നു.

ഇതുവരെ തങ്ങളെ ജോലിക്ക് നിർത്തിയവരിൽനിന്നും ചിന്തയിലും വികാരത്തിലും അല്പം അകന്നരീതിയിലായിരുന്നു കാലെബ് സേവന മനുഷ്ഠിച്ചിരുന്നത്. അവൻ അധികവും താഴ്ന്നനിലയിലുള്ളവരായിരുന്നു. ആ ഇടവകയിൽ ജനിച്ചു വളർന്നവർ; ചിലർ സ്വന്തം അദ്ധ്വാനം കൊണ്ട് വലുതായവർ, സ്വന്തം ഇടപാടുകൾക്കപ്പുറം യാതൊന്നിലും താല്പര്യമോ

വിവരമോ ഇല്ലാത്തവർ. തൊഴിലാളികളേക്കാൾ അധികം വ്യത്യാസമൊന്നും ഇല്ലാത്തവർ. എല്ലെർബിമാർ മറ്റൊരു തരമാണ്. അല്ലെങ്കിൽ ഒരു വ്യത്യാസമൊന്നും ഇല്ലാത്തവർ. എല്ലെർബിമാർ മറ്റൊരു തരമാണ്. അല്ലെങ്കിൽ ഒരു വ്യത്യസ്ത വർഗ്ഗം. മി. എല്ലെർബി ഒരു മാന്യനെപ്പോലെയാണ്, മാന്യന്മാരോട് കൂടിച്ചേർന്ന് ജീവിച്ച് ശീലിച്ചവനാണ്. അദ്ദേഹം ഒരു കർഷകനായിരുന്നു. നീണ്ട ഒരു കർഷകനിരയുടെ പിൻതുടർച്ചക്കാരൻ. അദ്ദേഹത്തിന് സ്വന്തമായ കൃഷിഭൂമി ഉണ്ടായിരുന്നു. വിദ്യാസമ്പന്നനും ധാരാളം സഞ്ചരിച്ചിട്ടുള്ളവനുമായിരുന്നു; സമ്പന്നനായൊരു കർഷകർ; അദ്ദേഹത്തിന് ഒരു വണ്ടിയുണ്ടായിരുന്നു, സവാരിക്കും നായാട്ടിനും പറ്റിയ കുതിരകൾ ഉണ്ടായിരുന്നു. ആ ഡിസ്ട്രിക്ടിലെ ഏറ്റവും നല്ല ചെമ്മരിയാട് വളർത്തുന്നവനായി അദ്ദേഹം കരുതപ്പെട്ടു. നല്ലൊരു വീട്ടിലാണദ്ദേഹം താമസിച്ചിരുന്നത്. അതിനുള്ളിലെ ചിത്രങ്ങൾ, പുസ്തകങ്ങൾ, മനോഹരമായ അലങ്കാരങ്ങൾ, ഫർണിച്ചർ എന്നിവ അവരുടെ എളിമയുള്ള മനസ്സുകൾക്ക് അങ്ങേയറ്റം ആഡംബരമുള്ളതായിത്തോന്നി. ആദ്യം ഈ അന്തരീക്ഷം അവർക്ക് ഏറക്കുറെ സംഭ്രമജനകമായിരുന്നു. എന്തുകൊണ്ടെന്നാൽ അയാൾക്ക് സ്വന്തം വില അറിയാമായിരുന്നു, സ്വയം ഒരു നല്ല ആട്ടിടയനാണെന്ന അഭിമാനത്തോടെയാണ് ഇതുവരെ ഫാം ഉടമകളുമായി അയാൾ ഇടപെട്ടിരുന്നത്. ഒരുതരത്തിലവർ അയാളോട് തുല്യത പാലിച്ചിരുന്നു. അവർ അവനെ മനസ്സിലാക്കി, അവൻ അവരേയും. എന്നാൽ അതിവേഗം അപരിചിതത്വ മനോഭാവം അപ്രത്യക്ഷമായി. വ്യക്തിപരമായി ഒരു സഹചാരി എന്ന നിലയ്ക്ക് അയാളുടെ യജമാനൻ മറ്റ് ഫാം ഉടമകളേക്കാളേറെ അയാളോട് അടുത്തു. തന്റെ യജമാനനെക്കുറിച്ച് അയാൾ ഒരുപാട് മനസ്സിലാക്കി. മി. എല്ലെർബി അവനുമായുള്ള പരിചയം വളർത്തിയെടുത്തു, നമ്മൾ കണ്ടതുപോലെ, അയാൾ ദൂരെ കുന്നിൻ പ്രദേശത്ത് ആട് മേയ്ക്കാൻ പോയാലും അവനെ അന്വേഷിച്ചുചെന്ന് സംസാരിച്ചു കൊണ്ടിരിക്കുക അദ്ദേഹത്തിന്റെ പതിവായിരുന്നു. ഫാമിലെ മറ്റ് ജോലിക്കാരേക്കാളേറെ തന്നെ യജമാനൻ ഇഷ്ടപ്പെടുന്നു എന്ന് കാലേബിന് മനസ്സിലാക്കാൻ കഴിഞ്ഞു.- തന്റെ യജമാനന്റെ കണ്ണുകളിൽ അയാൾ 'പക്ഷഭേദം' കണ്ടെത്തി.

അയാൾ എന്നോട് വാച്ചിനെക്കുറിച്ചും കാക്കയെക്കുറിച്ചും പറഞ്ഞപ്പോൾ അതെന്റെ മനസ്സിൽ പതിഞ്ഞു കിടന്നിരുന്നു. പിന്നീട് ആദ്യം കിട്ടിയ അവസരത്തിൽത്തന്നെ ഞാൻ ആവിഷയത്തെക്കുറിച്ച് ചോദ്യമെടുത്തിട്ടു. യഥാർത്ഥത്തിൽ എന്തുകൊണ്ടാണ് അയാളുടെ യജമാനൻ അന്ന് അത്രയും അസാധാരണമായ വിധത്തിൽ പെരുമാറിയത്- കോരിച്ചൊരിയുന്ന വിധത്തിൽ പെരുമാറിയത് കോരിച്ചൊരിയുന്ന മഴയത്ത് സമ്മർ വേഷവും വൈക്കോൽ തൊപ്പിയും ധരിച്ച് ഒന്ന് രണ്ട് മൈൽ ദൂരം നടന്ന് വന്നു, അയാളോട് ചുമ്മാ സംസാരിച്ച് മഴയത്ത് നിന്നത്. എന്ത് രഹസ്യപ്രശ്നമാണദ്ദേഹത്തിനുണ്ടായിരുന്നത്- മോശം അവസ്ഥ വല്ലതുമായിരുന്നോ, അല്ലെങ്കിൽ അദ്ദേഹം ഭാര്യയോട് വഴക്കിട്ടിരുന്നോ?

അല്ല, അത്തരത്തിലുള്ളതൊന്നുമല്ല, അതൊരു നീണ്ടകഥയാണ്- എല്ലെർബികളുടെ ഈ രഹസ്യപ്രശ്നം. കാലെബിന്റെ മൗനശീലം മറ്റുള്ളവരുടെ സ്വകാര്യ ഇടപാടുകളിൽ താല്പര്യമെടുക്കാത്ത തരത്തിലുള്ളതാണ്, സാധാരണരീതിയിൽ അതിനെക്കുറിച്ച് എന്തെങ്കിലും ചില അഭിപ്രായം പറഞ്ഞ് ഒരു ചർച്ച അയാൾ ഒഴിവാക്കും!

എന്നാൽ അയാളുടെ വൃദ്ധയായ ഭാര്യ ഞങ്ങളുടെ സംസാരം കേൾക്കുന്നുണ്ടായിരുന്നു. സ്ത്രീസഹജമായ ആകാംക്ഷ മൂലം അവർ ആ വിഷയം കടന്നുപോകാനനുവദിക്കില്ല, അവർ അത് പറയും, അയാൾക്ക് ഭാര്യയെ നിശ്ശബ്ദയാക്കാൻ കഴിയില്ല. അവരെല്ലാം മരിച്ചുപോയി- എനിക്കത് കേൾക്കണമെന്നുണ്ടെങ്കിൽ എന്തുകൊണ്ട് എന്നോട് പറഞ്ഞുകൂടാ? അങ്ങനെ ആ സ്ത്രീ സംസാരിക്കാൻ തുടങ്ങി. അവിടവിടെ അയാൾ ഓരോ വാക്ക് കൂട്ടിച്ചേർക്കും. അങ്ങനെ അവർ ഇരുവരും കൂടി ആ കഥയുടെ ചുരുളഴിച്ചു. അത് അവർ പറഞ്ഞപ്പോൾ വളരെ ദീർഘമുള്ളതായിരുന്നു. അതിവിടെ ചുരുക്കിപ്പറയാം.

ബോകോമ്പുകൾ ഗൗട്ടനിൽ സ്ഥിര താമസമാക്കിയപ്പോൾ മി. എല്ലെർബി ആ ആട്ടിടയനെ സുഹൃത്തായി എടുത്തപ്പോൾ, മിസിസ് എല്ലെർബി ആട്ടിടയന്റെ ഭാര്യയെ സ്നേഹിതയായി കണ്ടു. അവൾ ആട്ടിടയന്റെ വീട്ടിൽ ഒരു പതിവു സന്ദർശകയായി മാറി. അവൾ വളരെ സുന്ദരിയായൊരു സ്ത്രീയായിരുന്നു; അന്തസ്സും പ്രതാപവുമുള്ളവൾ, പ്രൗഢിയോടെയുള്ള പെരുമാറ്റം. ഇടതൂർന്ന അവളുടെ ചുരുണ്ട തലമുടി ഇരുവശത്തെ തോളുകളിലേക്ക് ഞാന്നു കിടക്കുന്നു! അക്കാലത്തെ ഫാഷൻ ആണത്. തുടക്കം മുതൽ അവൾ ബോക്കോമ്പുകളിൽ പ്രത്യേക താല്പര്യം എടുക്കുന്നതായി കാണപ്പെട്ടു. അവർ ഫാമിലെ മറ്റുള്ളവരോടുള്ളതിനേക്കാളേറെ സ്നേഹവും മമതയും തങ്ങളോട് കാണിക്കുന്നുണ്ടെന്ന് അവർ ശ്രദ്ധിച്ചിരുന്നു. ബൊക്കോമ്പുകൾക്കപ്പോൾ മൂന്ന് കുട്ടികളാണ് ഉണ്ടായിരുന്നത്, ആറും നാലും രണ്ടും വയസ്സ് പ്രായമുള്ളവർ; എല്ലാവരും അതിശയകരമാംവിധം ആരോഗ്യമുള്ളവർ! റോസ് നിറമുള്ള കവിളുകളും കറുത്തകണ്ണുകളുമുള്ള അവർ ആഹ്ലാദഭരിതരായ കുഞ്ഞുങ്ങൾ ആയിരുന്നു. മിസ്സിസ്സ് എല്ലെർബിക്ക് കുട്ടികളെ വളരെ ഇഷ്ടമായിരുന്നു. വളരെ വൃത്തിയായും, ഭംഗിയായി വസ്ത്രം ധരിപ്പിച്ചും അവരെ എപ്പോഴും നിർത്തുന്നതുകണ്ട് അവരുടെ അമ്മയെ അവൾ പ്രശംസിക്കുമായിരുന്നു! അവരുടെ തുച്ഛമായ വരുമാനംകൊണ്ട് എങ്ങനെ എല്ലാം നിയന്ത്രിച്ചു കൊണ്ടുപോകുന്നു. എന്നവൾ ആശ്ചര്യപ്പെടും. വണ്ടിക്കാരനും അയാളുടെ ഭാര്യയും അടുത്തുള്ള ഒരു കുടിലിലായിരുന്നു താമസിച്ചിരുന്നത്. അവർക്കും മൂന്ന് ചെറിയ കുട്ടികൾ ഉണ്ടായിരുന്നു. വണ്ടിക്കാരന്റെ കുടിലിനടുത്ത് കാര്യസ്ഥന്റെ കുടിലാണ്. അയാളും വിവാഹിതനും കുട്ടികൾ ഉള്ളവനുമാണ്. എന്നാൽ, മിസ്സിസ്സ് എല്ലെർബി അവരുടെ വീടുകളിലേക്ക് ഒരിക്കലും പോയിരുന്നില്ല. അതിന് കാരണം, അവരുടെ കുട്ടികൾ ദുർബ്ബലരും രോഗികളെപ്പോലുള്ളവരും, കുള്ളന്മാരും

വൃത്തിയില്ലാത്തവരുമായതിനാലാണെന്ന് ആ ആട്ടിടയനും ഭാര്യയും തീരുമാനിച്ചു. വണ്ടിക്കാരന്റെ ഭാര്യയും വൃത്തിഹീനമായി വസ്ത്രംധരിച്ചു നടക്കുന്നവളാണ്. ഒരുദിവസം മിസ്സിസ്സ് എല്ലെർബി മിസ്സിസ് ബോകോബിനെ കാണാൻ ചെന്നപ്പോൾ വണ്ടിക്കാരന്റെ ഭാര്യ ആ വീട്ടിൽനിന്ന് പുറത്തേക്ക് പോകുന്നതവൾ കണ്ടു. മിസ്സിസ് എല്ലെർബിക്ക് ആ കാഴ്ച അരോചകമായിത്തോന്നി. തിരിച്ചുപോകുന്നതിനു മുമ്പവൾ പറഞ്ഞു "മിസ്സിസ്സ് ബോക്കോമ്പ് നിങ്ങൾ അയൽവാസികളുമായി കൂടുതൽ ഇടപഴകില്ലെന്ന് ഞാൻ ആശിക്കുന്നു. നിങ്ങളുടെ മക്കളും അവരോടൊപ്പം സ്വതന്ത്രമായി കൂടിക്കലർന്ന് അവരുടെ മാർഗ്ഗത്തിലൂടെ നീങ്ങരുത്."

അവർ മറ്റൊരു കാര്യം കൂടി നിരീക്ഷിച്ചു, വഴിയിലൂടെ പോകുമ്പോൾ ആ അയൽവാസി കുട്ടികളെ കണ്ടാൽ, അവൾ അവരോട് ഒറ്റവാക്ക് മിണ്ടുകയോ, അവരെ കണ്ടതായി നടിക്കുകയോ ചെയ്യില്ല. എന്നാലും അവൾക്കവരോട് അനുകമ്പ തോന്നിയിരുന്നു. അവൾ വലിയ കേക്ക് പെട്ടികൾ പഴങ്ങൾ, മധുരപലഹാരങ്ങൾ എന്നിവ വാങ്ങിക്കുമ്പോൾ എല്ലാം (അതവൾ ഇടയ്ക്കിടെ വാങ്ങിക്കാറുണ്ട്) അവ മൂന്നായി വിഭജിച്ച് അവളുടെ കുട്ടികൾക്കും രണ്ട് അയൽവാസികളുടെ കുട്ടികൾക്കുമായി വീതിച്ച് നല്കണമെന്ന് ആട്ടിടയന്റെ ഭാര്യയോട് പറയുമായിരുന്നു. ആട്ടിടയന്റെ കുട്ടികളോടുള്ള മിസ്സിസ്സ് എല്ലെർബിയുടെ സ്നേഹം വർദ്ധിച്ചുവന്നു, പ്രത്യേകിച്ച് റോസ് കവിളുകളുള്ള ആറു വയസ്സുകാരനായ മൂത്ത കുട്ടിയോട്. ആ കുടിലിൽ ഇരുന്ന് അവൾ അവനെ തന്റെ അടുത്തേക്ക് വിളിക്കും. പിന്നെ അവന്റെ അമ്മയുമായി സംസാരിക്കവെ അവന്റെ കൈ പിടിച്ചുകൊണ്ടിരിക്കും. അവന്റെ കൈ തന്റെ കൈ കൊണ്ട് അവൾ തിരുമ്മും. ചിലപ്പോൾ ഈ കുഞ്ഞിനെ ഇപ്രകാരം ലാളിക്കവെ അവൾ തന്റെ കണ്ണുകളിൽനിന്ന് ഇറ്റുവീഴുന്ന കണ്ണുനീർ തുള്ളികൾ മറയ്ക്കാനായി മുഖം തിരിക്കും!

അവർക്ക് സ്വന്തം കുട്ടികൾ ഇല്ല - എല്ലാറ്റിനും ഉപരി അവളും ഭർത്താവും അഗ്രഹിക്കുന്ന സന്തോഷം!- പത്തുവർഷത്തെ അവരുടെ വിവാഹജീവിതത്തിനിടയിൽ എല്ലാ പ്രവാശ്യവും അവർ ആശിക്കുകയും ആഹ്ലാദിക്കുകയും ചെയ്തെങ്കിലും ഭീതിയോടെയും വിറയലോടെയും അവരുടെ പ്രാർത്ഥന ഫലിക്കുമെന്ന് പ്രതീക്ഷിച്ചെങ്കിലും എല്ലാം നിഷ്ഫലമായി- അവർക്ക് ജനിച്ച എല്ലാ കുഞ്ഞുങ്ങളും ചാപിള്ളകൾ ആയിരുന്നു! "അതങ്ങനെത്തന്നെയേ വരൂ. ഉറപ്പാണ്." ഗ്രാമീണർ പറഞ്ഞു "ശാപം കൊണ്ടാണത്."

ഇത്രയും കരുത്തരും ആരോഗ്യദൃഢഗാത്രരും ശ്രേഷ്ഠരും കുട്ടികളുണ്ടാകാനായി ഉൽക്കണ്ഠാകുലരുമായ ദമ്പതികൾ അത്ര നിർഭാഗ്യവാന്മാരായതിൽ ആട്ടിടയനും പത്നിയും ആശ്ചര്യപ്പെട്ടു. എന്നിട്ടും അത് ശാപം മൂലമാണെന്ന് ഗ്രാമീണർ ആവർത്തിച്ചു.

അത് ആട്ടിയനെ കുപിതനാക്കി "എന്ത് ശാപമാണ് അവരിൽ ഉണ്ടെന്ന് നിങ്ങൾ പറയുന്നത്? ഒരു നല്ല പുരുഷനും ഒരു നല്ല സ്ത്രീയും!"

അയാൾ തന്റെ വടിയുമെടുത്ത് അവരെ സ്വന്തം വെടി പറച്ചിലിന് വിട്ട് എഴുന്നേറ്റ് പോകും. അവർ എന്താണ് ഉദ്ദേശിക്കുന്നതെന്നയാൾ ചോദിക്കാറില്ല. അവർ അതിനെക്കുറിച്ച് സംസാരിക്കാൻ ശ്രമിക്കുമ്പോൾ അയാൾ കേൾക്കാൻ തയ്യാറാവില്ല. എന്നാൽ ഒടുവിൽ അവന് അറിയാതിരിക്കാനായില്ല. കാരണം, ഈ ആശയം എല്ലാ ഗ്രാമീണരുടേയും മനസ്സിൽ പതിഞ്ഞു കിടക്കുകയായിരുന്നു; അവനത് മനസ്സിൽനിന്ന് എടുത്തുമാറ്റാൻ കഴിഞ്ഞില്ല,.

"അവരെ നോക്കൂ." ആ കിംവദന്തിക്കാർ പറയും. "നിങ്ങൾ കണ്ടിട്ടുള്ളതിൽവെച്ച് ഏറ്റവും നല്ലൊരു ജോഡി, കുട്ടികൾ ഇല്ല; അദ്ദേഹത്തിന്റെ രണ്ട് സഹോദരന്മാരെ നോക്കൂ, കരുത്തരും സുന്ദരന്മാരും ആരോഗ്യവാന്മാരുമായ മനുഷ്യർ; ഇരുവരും വിവാഹം കഴിച്ചിട്ടുള്ളത് ആരോഗ്യവതികളായ സുന്ദരികളെയാണ്. ഇരു ദമ്പതികൾക്കും കുട്ടികൾ ഇല്ല; അവരുടെ സഹോദരിമാരോ, അവിവാഹിതകളും! ഇത് ശാപമല്ലാതെ മറ്റൊന്നുമല്ല."

മി. എല്ലെർബിയുടെ അച്ഛനാണ് ശാപം ഏറ്റിരുന്നത്. തൊഴിൽ ലാഭിക്കുന്നതിനായി യന്ത്രങ്ങൾ ആവിഷ്കരിക്കപ്പെട്ടപ്പോൾ ഇംഗ്ലണ്ട് മുഴുവൻ കർഷകത്തൊഴിലാളികൾ ഭ്രാന്താവസ്ഥയിലെത്തി. അക്കാലത്ത്, 1831 ൽ വിപ്ലവം അരങ്ങേറിയപ്പോൾ മി. എല്ലെർബിയുടെ അച്ഛൻ വളരെ ഉന്നത നിലയിലായിരുന്നു! ഗോതമ്പിന് അപ്പോൾ ഭയങ്കരവിലയായിരുന്നു; കർഷകർ വളരെ സമ്പന്നരായി. എന്നിട്ടും അവർ തങ്ങളുടെ ദരിദ്രരായ കർഷകത്തൊഴിലാളികൾക്ക് ആഴ്ചയിൽ ഏഴ് ഷില്ലിങ്ങിലേറെ കൂലികൊടുത്തിരുന്നില്ല. എല്ലാവർക്കും ജോലി ഉണ്ടായിരുന്നിട്ടും ധാന്യം അരിവാൾ കൊണ്ട് കൊയ്തിരുന്ന കാലമായിരുന്നിട്ടും അവർ അർദ്ധപട്ടിണിയിലായിരുന്നു കഴിഞ്ഞിരുന്നത്. അപ്പോൾ യന്ത്രവൽകൃതകാലത്തെ കാര്യം പറയാനുണ്ടോ? നിലം ഉഴുത് മറിക്കാനും വിത്ത് വിതയ്ക്കാനും കൊയ്യാനുമെല്ലാം യന്ത്രങ്ങൾ ഉപയോഗിക്കാൻ തുടങ്ങി. അവർക്കത് സഹിക്കാൻ കഴിഞ്ഞില്ല, അവർ എല്ലായിടത്തും സംഘങ്ങളായി ചെന്ന് യന്ത്രങ്ങൾ നശിപ്പിച്ചു. സംഘടിതരായ അവർ അജയ്യരായിത്തീർന്നു. അങ്ങനെ രാജ്യം മുഴുവൻ വിപ്ലവം ആളിക്കത്തി.

ആ ഇടവകയിലെ ഏറ്റവും സമ്പന്നനും പ്രയത്നശാലിയുമായ മി. എല്ലെർബി ആയിരുന്നു അവിടെ നൂതന സമ്പ്രദായം ആദ്യം നടപ്പിലാക്കിയത്. ജനങ്ങൾ തനിക്കുനേരെ കലാപമുയർത്തുമെന്നയാൾ വിശ്വസിച്ചിരുന്നില്ല. കാരണം, താൻ ഒരു നീതിമാനും ദയാലുവായുമാണ് കരുതപ്പെട്ടിരുന്നതെന്ന് അയാൾക്ക് നന്നായി അറിയാമായിരുന്നു. അയാളുടെ തൊഴിലാളികൾക്കയാളോട് വലിയ സ്നേഹവുമായിരുന്നു, അങ്ങനൊന്നുമായിരുന്നില്ലെങ്കിൽ പോലും, അത് നടപ്പാക്കാനുള്ള തന്റെ തീരുമാനത്തിൽ നിന്നയാൾ പിൻമാറില്ലായിരുന്നു. എന്തുകൊണ്ടെന്നാൽ അത്യുത്സാഹിയായൊരു മനുഷ്യനായിരുന്നു അയാൾ. ഒരുദിവസം ഗ്രാമവാസികൾ സംഘം ചേർന്ന് അപ്രതീക്ഷിതമായി അയാളുടെ പത്തായ പുരക

ളിലെത്തി. അവിടെ ഉണ്ടായിരുന്ന പുതിയ ധാന്യം മെതിക്കുന്ന മെഷീൻ തകർക്കാൻ പദ്ധതിയിട്ടു. ഈ വിവരം അറിഞ്ഞ മി. എല്ലെർബി ആ രംഗത്ത് പാഞ്ഞെത്തി. അയാൾ അടുത്തെത്തിയപ്പോൾ ജനക്കൂട്ടത്തിൽ നിന്ന് ആരോ ഒരാൾ അയാൾക്കുനേരെ ഭയങ്കരഭാരമുള്ള ഒരു ചുറ്റിക എറിഞ്ഞു. അതയാളുടെ തലയിൽ ശക്തിയായി വന്നുപതിച്ചു. തൽക്ഷണം അയാൾ ബോധം കെട്ട് നിലത്ത് വീണു.

ഗുരുതരമായി മുറിവേറ്റിരുന്നില്ലെങ്കിലും അയാൾക്ക് ബോധം വന്നപ്പോഴേക്കും യന്ത്ര നശീകരണം പൂർത്തിയാക്കി, ആളുകൾ സ്വന്തം വീടുകളിലേക്ക് തിരിച്ചു പോയിക്കഴിഞ്ഞിരുന്നു. ആരാണ് അവരെ നയിച്ചതെന്നോ, ആരാണ് ചുറ്റിക എറിഞ്ഞതെന്നോ, ആർക്കും പറയാൻ കഴിഞ്ഞില്ല. സാവധാനം, പൊലീസ് ആ ചുറ്റിക ഗ്രാമത്തിലെ ഒരു ചെരിപ്പ് കുത്തിയുടേതാണെന്ന് കണ്ടെത്തി; മനഃപ്പൂർവ്വം കൊല്ലാൻ ശ്രമിച്ചതാണെന്ന കുറ്റം ചുമത്തി അയാളെ അറസ്റ്റ് ചെയ്തു. ഡിസ്ട്രിക്ടിലെ മറ്റ് ഗ്രാമങ്ങളിൽ നിന്നുള്ളവരോടൊപ്പം സാലിസ്ബറി അസ്സീസിയിൽ വിചാരണ നടത്തി, അയാൾ കുറ്റക്കാരനാണെന്ന് കണ്ടെത്തിയശേഷം ജീവപര്യന്തം നാടുകടത്തപ്പെട്ടു. എന്നിട്ടും ഡൗട്ടൻ ചെരുപ്പുകുത്തി ശാന്തനും, നിരുപദ്രവിയും ആയ യുവാവാണെന്ന് എല്ലാവർക്കും അറിയാമായിരുന്നു. അവസാനംവരെ താൻ നിരപരാധിയാണെന്ന് അയാൾ വാദിച്ചു; എന്തുകൊണ്ടെന്നാൽ അയാൾ മറ്റുള്ളവരോടൊപ്പം വയലിലേക്ക് പോയിരുന്നെങ്കിലും, ചുറ്റിക എടുത്തിരുന്നില്ല, അതുകൊണ്ട് ചുറ്റിക എറിഞ്ഞു എന്ന കുറ്റം ചെയ്തിട്ടില്ല.

അയാളെ നാടുകടത്തി രണ്ടുവർഷങ്ങൾ ശേഷം മി. എല്ലെർ ബിക്ക് ആസ്ട്രേയിലൻ സ്റ്റാമ്പോടുകൂടിയ ഒരുകത്ത് കിട്ടി. കത്ത് തുറന്നപ്പോൾ അതിൽ നിന്ന് *ബൈബിളിൽ* നിന്നുള്ള ഒരു നീണ്ട ഖണ്ഡിക മാത്രമാണ് കിട്ടിയത്. പേരോ വിലാസമോ ഒന്നുമില്ലായിരുന്നു. മി. എല്ലെർബിക്ക് വല്ലാത്ത മനോവേദന തോന്നി. ആ കടലാസ് കത്തിച്ചുകളഞ്ഞു മനസ്സമാധാനം കൈവരിക്കുന്നതിനുപകരം അയാളത് സൂക്ഷിച്ചുവെച്ച് അടുപ്പമുള്ളവരോട് അതിനെക്കുറിച്ച് സംസാരിച്ചു, അങ്ങനെ എല്ലാവരും അവരവരുടെ *ബൈബിൾ* നിവർത്തി എന്താണ് ആ പാവം ചെരുപ്പുകുത്തി അയച്ച സന്ദേശം എന്ന് കണ്ടുപിടിക്കാൻ ശ്രമിച്ചു. അത് നൂറ്റി ഒൻപതാം സ്തോത്രമാണെന്നവർ കണ്ടെത്തി.

അന്നു മുതൽ നൂറ്റി ഒൻപതാമത്തെ സ്തോത്രം ഗ്രാമീണർക്ക് സുപരിചിതമായി. അത് മനഃപാഠമാക്കാത്തവർ വിരളമായിരുന്നു. പാവം ചെരുപ്പ്കുത്തിയുടെ നിരപരാധിത്വത്തെക്കുറിച്ച് അവരുടെ മനസ്സിൽ യാതൊരുസംശയവുമില്ലായിരുന്നു. അയാൾ ഒരു ഈച്ചയെപ്പോലും ഉപദ്രവിക്കാൻ കഴിവില്ലാത്തവനാണെന്ന് എല്ലാവർക്കും അറിയാം. ജനക്കൂട്ടം അവന്റെ ഷോപ്പിൽ ചെന്ന് അവനെ അവരോടൊപ്പം പിടിച്ചുവലിച്ച് കൊണ്ടുപോയതാണ്, അവർ എല്ലാവരും ആ സംഘത്തിലുണ്ടായിരുന്നു. ആരോ ചിലർ ആ ചുറ്റിക കണ്ടപ്പോൾ മെഷീൻ അടിച്ചു തകർക്കാനായി അത് എടുത്തു

കൊണ്ടുപോയതാണ്. അയാൾ നിരപരാധിയാണെന്ന് തന്റെ ഉള്ളിന്റെ ഉള്ളിൽ മി. എല്ലെർബിക്കും അറിയാം. കോടതിയിൽ അദ്ദേഹം ഒരുവാക്ക് അവനുവേണ്ടി പറഞ്ഞിരുന്നെങ്കിൽ സംശയത്തിന്റെ ആനുകൂല്യം കണക്കിലെടുത്ത് അവനെ വെറുതെ വിട്ടേനെ! എന്നാൽ അതുണ്ടായില്ല. അദ്ദേഹത്തിന് തന്റെ പ്രതികാരം ആരുടെയെങ്കിലും പുറത്ത് ചൊരിയണമായിരുന്നു. അദ്ദേഹം ശാന്തത പാലിച്ചു, ആ പാവം മനുഷ്യനെ ബലിമൃഗമാക്കാൻ അനുവദിച്ചു. അങ്ങനെ, അദ്ദേഹം മൃതിയടഞ്ഞപ്പോൾ മൂത്ത പുത്രൻ ഡൗട്ടൻ ഫാമിന്റെ ഉടമയായി, അദ്ദേഹവും മറ്റ് പുത്രന്മാരും വിവാഹിതരായി. ആർക്കും കുട്ടികൾ ഉണ്ടായില്ല. അല്ലെങ്കിൽ, ഒരു കുട്ടിയും ജീവനോടെ പിറന്നില്ല. അവർ വീണ്ടും സ്ത്രോത്രത്തിലേക്ക് തിരിച്ചു ചെന്നു. അത് വായിച്ചു, വീണ്ടും വീണ്ടും വായിച്ചു. അതിലെ വാക്കുകൾ ഉദ്ധരിച്ചു; “അവന്റെ സന്തതി പരമ്പരകൾ വിച്ഛേദിക്കപ്പെടട്ടെ, വരും തലമുറ അവരുടെ നാമം മായ്ച്ചുകളയട്ടെ.” ശാപം അവർക്കുമേൽ ഉണ്ട് എന്നതിൽ സംശയമില്ല.!

കഷ്ടം! ശാപം അവരുടെ വിശ്വാസമാണ്. ഒരു സ്ത്രീയുടെ മനസ്സിൽ ആ അറിവ് സൃഷ്ടിച്ച ഭീകരഫലം - ലോകത്തിന്റെ മറ്റൊരു ഭാഗത്തുനിന്ന് വന്ന ഒരു കഷണം കടലാസ് തീയിലേക്ക് എറിഞ്ഞുകളയാതിരുന്ന മി. എല്ലെർബിയുടെ അച്ഛന്റെ മാരകമായ തെറ്റിന്റെ ഫലമാണതെല്ലാം. അടുത്ത തലമുറയുടെ എല്ലാ അസന്തുഷ്ടിയും ഈ രീതിയിലാണ് വന്നത്, അങ്ങനെ ആ കുടുംബം അവസാനിച്ചു. അവസാന എല്ലെർബി പടുവൃദ്ധനായി മൃതിയടഞ്ഞപ്പോൾ വിൽറ്റ്ഷയറിന്റെ ആ ഭാഗത്ത് ആ പേരുള്ള ഒരു വ്യക്തിയും ഉണ്ടായിരുന്നില്ല.

പഴയ വിൽറ്റ് ഷയർ ദിനങ്ങൾ

ആട്ടിടയന്റെ ചരിത്രത്തിൽവന്ന എല്ലെർബി കുടുംബകഥയും ആസ്ട്രേലിയയിലേക്കോ തസ്മാനിയായിലേക്കോ ആ നിർഭാഗ്യവാനായ യുവാവിനെ നാടുകടത്താനിടയാക്കിയ സംഭവവും, എന്റെ മനസ്സിനെ അക്കാര്യം കൂടുതൽ ആഴത്തിൽ മനസ്സിലാക്കുവാൻ പ്രേരിപ്പിച്ചു. എൺപത് വർഷങ്ങൾക്ക് പിന്നിലേക്ക് ഓർമ്മകൾ പോകാവുന്ന തരത്തിൽ, വളരെ പ്രായമുള്ള കുന്നിൽ പ്രദേശ നിവാസികളെ സമീപിച്ചു നോക്കണം? ഇപ്പോഴും അതെല്ലാം ഓർക്കുന്ന ചിലരെ ഞാൻ കണ്ടെത്തി. 1830 ലെ ദയനീയമായ കലാപം സാക്ഷ്യം വഹിച്ചവരാണവർ. അതിലൊന്ന് ഫോണ്ട് ഹിൽ ബിഷപ്പിലെ എന്റെ പഴയ ഒരു സുഹൃത്താണ്, ഇപ്പോൾ തൊണ്ണൂറ്റി നാല് വയസ്സുള്ള ഒരു സ്ത്രീ. അന്ന് ബാലികയായിരുന്നു അവൾ, ആയിരം പേരുള്ള ഒരു സംഘം ചുറ്റികകളും കോടാലികളും കുറുവടികളും ഏന്തി അവളുടെ ഗ്രാമത്തിലെത്തി അവിടെ കണ്ട ധാന്യം മെതിക്കുന്ന യന്ത്രങ്ങളെല്ലാം തല്ലിത്തകർക്കുന്നത് കണ്ടിരുന്നു.

അതോർക്കുന്ന മറ്റൊരാൾ ഹിണ്ട്സനിലെ ഒരു എൺപത്തിഒൻപതുകാരനായ മനുഷ്യനായിരുന്നു. ഫോണ്ട് ഹിൽബിഷപ്പിൽ ഏതാനും മൈലുകൾക്കപ്പുറത്ത് സ്ഥിതി ചെയ്യുന്ന ഒരു ഗ്രാമമാണ് ഹിണ്ട്സൻ. അതൊരു സുന്ദരമായ ഗ്രാമമാണ് - ആഹ്ലാദം തുളുമ്പുന്ന നാഗരികത തൊട്ടു തീണ്ടിയിട്ടില്ലാത്ത കുന്നിൻ പ്രദേശം, അതിനപ്പുറത്ത് വലിയ കാടുകൾ, പണ്ട് അതൊരു സുപ്രധാനവാണിജ്യ കേന്ദ്രവും, യോഗസ്ഥലവുമായിരുന്നെന്ന വസ്തുത ആർക്കും വിശ്വസിക്കാനാവില്ല! രണ്ട് പാർലിമെന്റ് അംഗങ്ങളെ തിരഞ്ഞെടുക്കുന്ന ഒരു ബറൊ ആയിരുന്നു അത്! അവിടെ പതിമൂന്ന് മദ്യശാലകൾ ഉണ്ടായിരുന്നെന്ന് അതിന് പൊങ്ങച്ചം

പറയാമായിരുന്നു! ഇപ്പോൾ രണ്ട് എണ്ണമേയുള്ളൂ. മിനറൽ വാട്ടറും ചായയും കുടിക്കുന്ന ഇക്കാലത്ത് മദ്യശാലകൾ അഭിവൃദ്ധിപ്പെട്ടില്ല. അത് അങ്ങേയറ്റം അഴിമതി വിളയാടുന്ന ഒരു കൊച്ചുബറോ ആയിരുന്നു. തിരഞ്ഞെടുപ്പിനുമുമ്പ് നാല് മുതൽ ആറാഴ്ചവരെ ഒരു വോട്ടുള്ള ഓരോ വീട്ടുകാരനും അയാൾ തിരഞ്ഞെടുക്കുന്ന സ്ഥാനാർത്ഥിയിൽനിന്ന് ഇരുപത് ഗിനിയകിട്ടും. അക്കാലത്തെ ഒരുവീട്ടുകാരൻ അവിടത്തെ പതിമൂന്ന് മദ്യശാലകൾ സന്ദർശിച്ചു. കാശില്ലാത്തൊരു അവസ്ഥയിലെത്തിയാൽ അവൻ അവിടത്തെ ഏതെങ്കിലും ധനികനായ വ്യാപാരിയുടെ അടുത്തു ചെന്ന് തനിക്ക് അടുത്ത തിരഞ്ഞെടുപ്പിന് കിട്ടാൻ പോകുന്ന ഇരുപത് ഗിനിയ പണയം വെച്ച് കുടിച്ചതായി അവർ ഇപ്പോഴും ഓർക്കുന്നു! കാലക്രമേണ, റിഫോംബില്ലിനു ശേഷം അതിന്റെ പ്രതാപമെല്ലാം നഷ്ടപ്പെട്ടു, പിന്നീട് സൗത്ത് വെസ്റ്റേൺ റെയിൽവെ, സാലിസ് ബറിയിൽനിന്ന് യോവിൽ വരെ റെയിൽവേലൈൻ ഇട്ടപ്പോൾ ഹിണ്ട്സൻ റെയിൽവേ ലൈനിൽ നിന്ന് ഏതാനും മൈൽ ദൂരെ ആയി ടിസ് ബറിയിലായിരുന്നു റെയിൽവേ സ്റ്റേഷൻ. അതോടെ ഹിണ്ട്സിന്റെ പ്രാധാന്യം അസ്തമിക്കുകയും ഇന്നത്തെപ്പോലെയൊരു കൊച്ചുഗ്രാമമായി അത് ജീർണ്ണിക്കയും ചെയ്തു! അത് സമചിത്തതയുള്ളതായി മാറി. പഴയതിനേക്കാൾ വളരെ നല്ലതായിത്തീർന്നു. അതിനുള്ളിൽ എല്ലാ അപരിചിതരും സൗഹൃദത്തോടെ സ്വീകരിക്കപ്പെട്ടു. സന്തോഷത്തോടെയും നന്ദിയോടെയും പഴയ പ്രതാപം ഓർമ്മിപ്പിക്കപ്പെട്ടു.

അതിന്റെ പഴയ ബഹളം പിടിച്ച കാലഘട്ടത്തിനു ശേഷം എത്ര ശാന്തസുന്ദരമായ ഒരു കൊച്ചു സ്ഥലമായിത്തീർന്നു ഹിണ്ട്സൻ എന്ന് താഴെക്കൊടുത്തിരിക്കുന്ന കൊച്ചുപക്ഷിക്കഥ കാണിക്കുന്നു! കുറെ ആഴ്ചകളോളം, 1909 ലെ വസന്ത വേനൽ കാലങ്ങളിൽ എന്റെ വീട്, പഴയ പ്രതാപകാലത്തെ 'ലാമ്പ് ഇന്നിൽ' ആയിരുന്നു. ഞങ്ങൾക്ക് മൂന്ന് ജോഡി പക്ഷികൾ ഉണ്ടായിരുന്നു- ത്രോസ്റ്റിൽ, വാഗ്ടെയിൽ, ഫ്ലൈകേച്ചർ, ഗ്രാമവീഥിയെ അഭിമുഖീകരിച്ചു നില്ക്കുന്ന മതിലിൽ പടർന്നുപിടിച്ച ചെടികൾക്കിടയിലായിരുന്നു പക്ഷികൾ കുഞ്ഞുങ്ങളെ വളർത്തിയിരുന്നത്, എന്റെ ജനാലയ്ക്ക് തൊട്ട് മുകളിൽ! അവർ കൂടുണ്ടാക്കുന്നതും, കുഞ്ഞുങ്ങൾക്ക് തീറ്റി കൊടുക്കുന്നതും അവയെ വളർത്തി വലുതാക്കുന്നതും ഞാൻ ശ്രദ്ധിച്ചു. ഗ്രാമീണരെയും ആ ദൃശ്യം രസിപ്പിച്ചു. ചിലപ്പോൾ ഒരു ഡസനോ, അതിൽ കൂടുതലോ പുരുഷന്മാരും കുട്ടികളും അരമണിക്കൂറോളും നേരം അവിടെ കൂടിനിന്ന്, പക്ഷികൾ കൂടിനുള്ളിലേക്കും പുറത്തേക്കും പറക്കുന്നതും കുഞ്ഞുങ്ങളെ തീറ്റുന്നതും നോക്കി നില്ക്കാറുണ്ട്. അവസാനം വന്നത് ഫ്ലൈകേച്ചേഴ്സ് ആയിരുന്നു, ജൂൺ 18ന് ഒരു ദിവസം രാവിലെ ഞാൻ പ്രാതൽ കഴിച്ചുകൊണ്ടിരിക്കവെ, ഒരു ചെറിയ കിളി മുറിയിലേക്ക് ദ്രുതഗതിയിൽ പറന്നുവന്നു. പൂച്ചകൾ അതിനെ കണ്ടെത്തുന്നതിനു മുമ്പ് ഞാൻ അതിനെ പിടികൂടി,

മതിലിൽ പടർന്ന ചെടികളിൽ തിരികെ വെച്ചു; മൂന്നു ചെറിയപക്ഷിക്കുഞ്ഞുങ്ങൾ ഉണ്ടായിരുന്നു. അവ മുട്ടകളിൽ നിന്നും വിരിഞ്ഞിറങ്ങുന്നതുവരെ ഞാൻ അവയെ നിരീക്ഷിക്കാറുണ്ടായിരുന്നു. രണ്ടാഴ്ചയ്ക്കുശേഷം ഞാൻ മടങ്ങി എത്തിയപ്പോൾ മൂന്നെണ്ണം ഉണ്ടായിരുന്നു. അപ്പോഴും മരത്തിലും മേല്ക്കൂരയിലുമിരുന്ന് അവയുടെ രക്ഷിതാക്കൾ അവരെ തീറ്റിപ്പോറ്റുന്നുണ്ടായിരുന്നു. അവർക്ക് ഇരിക്കാൻ ഇഷ്ടമുള്ള സ്ഥലം ആടിക്കൊണ്ടിരിക്കുന്ന ലാംബ് ബോർഡ് ആണ്. ഒരുപക്ഷി ചാടി ഒരു ഈച്ചയെ പിടിച്ചാൽ ആ മൂന്ന് കുഞ്ഞുങ്ങളും ചിറകിട്ടടിച്ചു അതിന് ചുറ്റും കൂടും. ഈച്ചയെ പിടിക്കുവാൻ ശ്രമിക്കുന്ന മൂന്ന് പൂമ്പാറ്റകളെപ്പോലെ! ജൂലായ് 18 നു വരെ ഇത് തുടർന്നു. അതിനുശേഷം അവർ കുഞ്ഞുങ്ങൾക്ക് തീറ്റ കൊടുക്കുന്നത് എനിക്ക് കാണാൻ കഴിഞ്ഞിട്ടില്ല. അവയുടെ വിശപ്പിന്റെ വിളി ഇടയ്ക്കിടെ കേട്ടിരുന്നെങ്കിലും!

ഫ്ലൈകേച്ചർ തന്റെ കുഞ്ഞുങ്ങളെ ഇരപിടിക്കാൻ ഒരു മാസം കൊണ്ട് പഠിപ്പിക്കുമെങ്കിലും വർഷത്തിലൊരിക്കൽ ആണത് വംശവർദ്ധന നടത്തുന്നത്! വളരെ ലോലമായൊരു കലയാണ് ആ പക്ഷി അഭ്യസിപ്പിക്കുന്നത്, പഠിക്കാൻ ദീർഘസമയമെടുക്കുന്നു; എന്നാൽ മീവൽ പക്ഷിയുടെ കാര്യത്തിൽ അതെത്ര വ്യത്യസ്തമാണ്! ഏതാനും ദിവസങ്ങൾക്കുള്ളിൽ അത് കുഞ്ഞുങ്ങളെ ബഹിഷ്കരിക്കുന്നു. വീണ്ടും മുട്ടയിട്ട് കുഞ്ഞുങ്ങളെ വിരിയിക്കുന്നു! കൊല്ലത്തിൽ മൂന്ന് പ്രാവശ്യമെങ്കിലും!

എന്റെ ജനാലയ്ക്ക് മുകളിൽ കൂട് കൂട്ടിയിട്ടുള്ള ഈ മൂന്ന് ഇനങ്ങൾക്ക് പുറമെ, ചുരുങ്ങിയത് ഇരുപത് ജോഡിയെങ്കിലും തോട്ടത്തിലും സത്രത്തിന്റെ ഔട്ട് ഹൗസുകളിലും കാണും - കുരുവികൾ, ത്രഷുകൾ, ബ്ലാക് ബേഡുകൾ, ഡണ്ണക്കുകൾ, ചെറുകുരുവികൾ, സ്റ്റാർലിലിങ്ങുകൾ, മീവൽ പക്ഷികൾ, തുടങ്ങിയവ. സത്രമാകട്ടെ ഗ്രാമത്തിന്റെ മദ്ധ്യത്തിലാണ് സ്ഥിതി ചെയ്യുന്നത്, ഏറ്റവും അധികം ജനങ്ങൾ വന്നുപോകുന്നതും ബഹളം നടക്കുന്നതുമായൊരു സ്ഥലമാണത്.

എന്റെ പഴയ എൺപത്തി ഒൻപത് വയസ്സുകാരൻ, സുഹൃത്തിലേക്ക് മടങ്ങാം. അദ്ദേഹം ഹിണ്ട്സൻ സ്കൂളിൽ പഠിക്കുന്ന ഒരുചെറിയ കുട്ടി ആയിരുന്നപ്പോഴാണ് കലാപകാരികൾ രംഗപ്രവേശം ചെയ്തത്. സ്കൂളിന്റെ ജനാലയിലൂടെയാണ് ആ ബാലൻ പ്രവേശിക്കുന്നത് കണ്ടത്. അന്നൊരു ചന്തദിവസമായിരുന്നു. ആക്രമികൾ ചന്ത തടഞ്ഞു; എക്സിബിഷനും കച്ചവടത്തിനുംവേണ്ടി കൊണ്ടുവന്ന കാർഷിക യന്ത്രങ്ങൾ തല്ലിത്തകർത്തു. ആവേശഭരിതരായ ജനങ്ങളുടെ ചിത്രം ഇപ്പോഴും അയാളുടെ മനസ്സിൽ പതിഞ്ഞുകിടക്കുന്നു. ചന്ത നടക്കുന്ന വിശാലമായ തെരുവിൽ മനുഷ്യരും കന്നുകാലികളും ചെമ്മരിയാടുകളും കൂടിക്കലർന്നു, അവരുടെ അട്ടഹാസവും യന്ത്രങ്ങൾ അടിച്ചുതകർക്കുന്ന ശബ്ദവും അവിടെ മാറ്റൊലി കൊണ്ടു. ഒടുവിൽ ആ ജനാവലി അടുത്ത ഗ്രാമത്തിലേക്കുള്ള പാതയിലൂടെ പ്രവഹിച്ചു! അയാളും മറ്റ് ബാലന്മാരും അവരുടെ ജാഥയെ പിൻതുടർന്നു.

കള്ളക്കടത്ത് വ്യാപാരം അക്കാലത്ത് വളരെ അധികം അഭിവൃദ്ധി പ്രാപിച്ചിരുന്നു. കടലോരത്തുനിന്ന് ദൂരെയാണെങ്കിൽപോലും കള്ളക്കടത്ത് വീഞ്ഞ് മദ്യം, മറ്റ് വസ്തുക്കൾ സ്വീകരിക്കാനും വിതരണം ചെയ്യാനും കൗണ്ടിയിലെ എല്ലാ പട്ടണങ്ങളിലും അനേകം ഗ്രാമങ്ങളിലും ആളുകൾ ഉണ്ടായിരുന്നു. ഈ ബിസിനസ്സിൽ സഹായിയായി പ്രവൃത്തിച്ച, ആ ഗ്രാമത്തിലേയോ പട്ടണത്തിലേയോ ഒരു അന്ധനായ വ്യക്തിയെ അയാൾ ഓർക്കുന്നു. ബാല്യകാലം മുതലേ അയാൾക്ക് കാഴ്ചയില്ലായിരുന്നു. കൊച്ചുകുഞ്ഞായിരുന്നപ്പോൾ തൊട്ടിലിൽ കിടക്കവെ, ഒരു കീരിയാണവന്റെ ഒരു കണ്ണ് നശിപ്പിച്ചത്. അവന് ആറ് വയസ്സുള്ളപ്പോൾ ഒരു ഫോക്ക് കൈയിൽ പിടിച്ച് മുറിയിൽ കുറുകെ ഓടിയപ്പോൾ അവൻ കാലിടറി വീണ് ഫോർക്കിന്റെ മുന തുളഞ്ഞുകയറി, മറ്റെ കണ്ണിന്റെ കാഴ്ചയും നഷ്ടപ്പെട്ടു. അവൻ അന്ധനായിരുന്നിട്ടും നല്ലൊരു ജോലിക്കാരനായിരുന്നു, വേലി കെട്ടുക, കൊയ്യുക, ഹെഡ്ജ് വെട്ടി ശരിപ്പെടുത്തുക, മൃഗങ്ങൾക്ക് തീറ്റികൊടുക്കുക, കുതിരയെ നയിക്കുക എന്നീ ജോലികളെല്ലാം ഏതൊരു മനുഷ്യനെയും പോലെ ചെയ്യും! അവന്റെ അച്ഛന് ചെറിയൊരു ഫാം ഉണ്ട്. അയാൾ ഒരു വണ്ടിക്കാരനുമാണ്. ശാന്തനും അദ്ധ്വാന ശീലനുമായൊരു മനുഷ്യൻ; അയാളെ അയൽവാസികൾ ഒരിക്കലും സ്മഗ്ലർ ആയി സംശയിച്ചിട്ടില്ല! കാരണം, അയാൾ ഒരിക്കലും തന്റെ വീടും ജോലിയും വിട്ട് പോകാറില്ല. എന്നാൽ, ഇടയ്ക്കിടെ അയാൾക്ക് റമ്മിന്റേയും ബ്രാണ്ടിയുടേയും വീപ്പകൾ ഇരുട്ടുള്ള രാത്രികളിൽ എത്തിച്ചുകൊടുക്കാറുണ്ട്. അതയാൾ ശ്രദ്ധയോടെ വളം കൂമ്പാരത്തിലും പന്നിക്കൂട്ടിനടിയിലും ഒളിപ്പിച്ചുവെക്കും. പിന്നെ, ആ അന്ധൻ തന്റെ വൃദ്ധയായ അമ്മയെ വണ്ടിയിൽ കൊണ്ടുപോയി, ഒരു ഡസനോ ഇരുപതോ പ്രൈവറ്റ് വീടുകളിൽ ഓർഡർ പ്രകാരമുള്ള പാഴ്സലുകൾ എത്തിച്ചുകൊടുക്കുന്നു, അത് ആളുകൾ നേരത്തെ പണം കൊടുത്ത് ബുക്ക് ചെയ്തിട്ടുള്ളതാണ്. ഒന്നിൽ ഒരു ഗാലൻ ബ്രാണ്ടി, മറ്റൊന്നിൽ രണ്ടോ മൂന്നോ ഗാലൻറം അങ്ങനെ പോകുന്നു.... എല്ലാം അതാത് വീടുകളിൽ എത്തിച്ചുകഴിഞ്ഞാൽ പിറ്റേന്നവർ സാമാനങ്ങൾ വാങ്ങി ഹിണ്ട്സനിലേക്ക് മടങ്ങും. ഈ ശാന്തമായ കൊച്ചുബിസിനസ് കുറച്ചു വർഷങ്ങളായി തൃപ്തികരമായി നടന്നുപോന്നു. ഇതിനിടയിൽ എക്സൈസ് ഓഫീസർമാർ ഒരായിരം തവണയെങ്കിലും കഴുകന്റെ ദൃഷ്ടിയോടെ ചാക്ക് തൊപ്പിയും ഷാളും ധരിച്ച ആ അസാധാരണ വൃദ്ധയെയും ശൂന്യമുഖഭാവമുള്ള അന്ധൻ വണ്ടിക്കാരനേയും മിഴിച്ചുനോക്കിയിട്ടുണ്ട്. എന്നാൽ യാതൊരു സംശയവും തോന്നിയിട്ടില്ല! ഒരുദിവസം ചെറിയൊരു തെറ്റ് അവർ ചെയ്തു; ഒരു ജാർ ബ്രാണ്ടി തെറ്റായ വിലാസത്തിൽ കൊണ്ടു കൊടുത്തു! അത് കിട്ടിയവൻ ഏറ്റവും അന്ധസ്സുള്ള ഒരു മാന്യനായിരുന്നു! ബ്രാണ്ടിയുടെ യഥാർത്ഥ അവകാശിയെ കണ്ടെത്താനുള്ള ഉൽക്കണ്ഠയിൽ അദ്ദേഹം അയൽപക്കത്തിൽ വ്യാപകമായ അന്വേഷണം നടത്തി. സാവധാനം

എക്സൈസുകാർ ഈ വാർത്ത മണത്തറിയാനിടയായി. ഈ വൃദ്ധയുടേയും മകന്റേയും ബാത്തിലേക്കുള്ള അടുത്ത യാത്രയിൽ, അവർ പിടിക്കപ്പെട്ടു. ഒരു മജിസ്ട്രേട്ടിന്റെ മുന്നിൽ വെച്ച് നടന്ന പരിശോധനയ്ക്കു ശേഷം, അന്ധനെന്നതിന്റെ പേരിൽ മകനെ അവർ വെറുതെവിട്ടു. വണ്ടിയും കുതിരയും, സ്മഗ്ഗിൾ ചെയ്ത മദ്യവുമെല്ലാം കണ്ടുകെട്ടി. പാവം അന്ധന് ഹിണ്ട്സനിലേക്ക് കാൽനടയായി തിരിച്ചുപോകേണ്ടിവന്നു!

അയാളുടെ മറ്റൊരു ഓർമ്മ റൊലിങ്ങ്സ് എന്നൊരു കുടുംബത്തെ കുറിച്ചുള്ളതാണ്, ഹിണ്ട്സന് അടുത്തുള്ള ലോവർ പെർട്ട്വുഡ് ഫാമിലെ കുടികിടപ്പുകാരാണവർ. കുന്നിൻപ്രദേശത്ത്, ശൂന്യമായ, ഏകാന്തതയിൽ നിലകൊള്ളുന്നൊരു വീടാണത്. എഴുപതോ എൺപതോ വർഷങ്ങൾക്ക് മുമ്പുള്ള കർഷകൻ റൊലിങ്ങ്സ് അസാധാരണമായ ആശയങ്ങളുള്ളൊരു മനുഷ്യനായിരുന്നു. അക്കാലത്തെ നിയമം വളരെ കർശനമായിരുന്നു. അതിനെ എതിർക്കുന്നവർക്കുള്ള ശിക്ഷ അതിഭീകരവുമായിരുന്നു! എന്നിട്ടും അയാളുടെ ആശയങ്ങൾ പ്രായോഗികമാക്കാൻ അനുവാദം നല്കപ്പെട്ടു എന്നതിൽനിന്ന് ഇന്നില്ലാത്ത ഒരുതരം സ്വാതന്ത്ര്യം അന്നുണ്ടായിരുന്നു എന്നതാണ്! തന്റെ സ്വന്തം വീട്ടിൽ ചെയ്യുന്നത് ഉചിതമായി ഒരാൾ കരുതുന്നുണ്ടെങ്കിൽ അത് ചെയ്യാനുള്ള ഒരു മനുഷ്യന്റെ സ്വാതന്ത്ര്യം, റൊലിങ്ങ്സ് വലിയൊരു കുടുംബമാണ്,. ചിലർ വീട്ടിൽ മരിച്ചു, മറ്റുള്ളവർ വളർന്നുവന്നു. വിചിത്രമായ പേരുകളിലാണവർ ലോകത്ത് അറിയപ്പെട്ടത് - വിശ്വാസം, ആശ, അനുകമ്പ എന്നിവയായിരുന്നു അദ്ദേഹത്തിന്റെ മൂന്ന് പുത്രമാർ; നീതി, സദാചാരം, സഹനശക്തി എന്നിവർ മൂന്നു പുത്രിമാർ. ഇപ്പോൾ എന്തോ ചില കാരണത്തിന്റെ പേരിൽ തന്റെ മൃതിയടഞ്ഞവരെ അടുത്ത ഗ്രാമത്തിലെ പള്ളിപ്പറമ്പിൽ മറവു ചെയ്യുന്നതിനെ റൊലിങ്ങ്സ് എതിർത്തു - മോങ്കടൻ ഡെവെറില്ലിൽ ഗ്രാമത്തിൽ അദ്ദേഹം ഇടവക പുരോഹിതനുമായി വഴക്കുണ്ടാക്കി എന്നാണ് കഥ. ശവസംസ്കാരവേളയിൽ പള്ളിമണി അടിക്കുന്നതിനെ ചൊല്ലിയായിരുന്നു തർക്കം. പള്ളിമണി അടിക്കരുതെന്നയാൾ ഉറപ്പിച്ചു പറഞ്ഞു. മണി അടിക്കാതെ ആരേയും മറവു ചെയ്യില്ലെന്ന് ഇടവക പുരോഹിതനും ശഠിച്ചു. അനന്തരം റൊലിങ്ങ്സ് ശവപ്പെട്ടി ഒരു ഔട്ട് ഹൗസിലെ മേശപ്പുറത്തെടുത്തുവെച്ച് വാതിൽ ഭദ്രമായി പൂട്ടി. പിന്നീട് ഒരു മരണം കൂടി സംഭവിച്ചു. അതിനുശേഷം മൂന്നാമത്തേതും ആ മൂന്ന് ശവങ്ങളും അതേസ്ഥലത്ത് ശവപ്പെട്ടിയിൽ നിരവധി വർഷങ്ങൾകിടന്നു, നാട്ടിലുള്ളവർക്കെല്ലാം അത് അറിയാമായിരുന്നെങ്കിലും യാതൊരു നടപടിയും പ്രാദേശിക അധികാരികൾ എടുത്തില്ല!

എന്നെ ഈ വിവരങ്ങൾ അറിയിച്ച വൃദ്ധൻ പറഞ്ഞത് അയാൾ കുട്ടി ആയിരുന്നപ്പോൾ പലപ്പോഴും ആ ഫാമിൽ ഉണ്ടാകാറുണ്ടെന്നാണ്. അയാൾ ആ മരണവീട്ടിൽ (അതിനെ അങ്ങനെയാണ് വിളിച്ചിരുന്നത്) ഒളിച്ചുചെന്ന് വാതിൽ പഴുതിലൂടെ അകത്തേക്ക് നോക്കാറുണ്ട്. ഇരുണ്ട വെളിച്ചത്തിൽ മേശപ്പുറത്ത് വെച്ചിട്ടുള്ള മൂന്ന് ശവപ്പെട്ടികൾ കണ്ടിട്ടുണ്ട്!

പിന്നീട് റൊലിങ്സ് ഫാം വിട്ടുപോകുന്നതിന് അല്പം മുമ്പ് മൃത ദേഹങ്ങൾ അപ്രത്യക്ഷമായി. ആ വൃദ്ധൻ ഫാം ഉടമ രാത്രിയിൽ ആ ശവപ്പെട്ടികൾ കൊണ്ടുപോയി അടുത്തുള്ള ഒരു ചോക്ക് കുഴിയിൽ കുഴിച്ചിട്ടു എന്ന് കരുതപ്പെടുന്നു. എന്നാൽ, ആ സ്ഥലം ഒരിക്കലും കണ്ടെത്തിയിട്ടില്ല!

പഴയ വിൽറ്റ് ഷയർ കാലത്തെ കഥകളിലൊന്ന് ഞാൻ സമ്പാദിച്ചത് വിൽട്ടൻ വർക്ക് ഹൗസിലെ എൺപത്തിയേഴ് വയസ്സായ ഒരു വൃദ്ധയിൽനിന്നാണ്. സാലിസ് ബറിക്കടുത്തുള്ള ഓഡ് സ്റ്റോക്ക് ഗ്രാമത്തിലെ റീഡ് എന്ന് പേരുള്ള ഒരു തൊഴിലാളിയെ ഈ വൃദ്ധയ്ക്ക് സ്പഷ്ടമായ ഓർമ്മയുണ്ട്! നല്ല കരുത്തും സഹനശക്തിയും ഉള്ളവനാണവൻ ഭൂരിഭാഗം തൊഴിലാളികളും വെറുക്കുന്ന ജോലിയാണവൻ ഏറ്റവും അധികം ഇഷ്ടപ്പെട്ടത്! ധാന്യം മെതിക്കുന്ന മെഷിൻ വരുന്നതിനുമുമ്പ് അവൻ നീണ്ട വടികൾ ഉപയോഗിച്ച് ധാന്യം മെതിച്ചു. പുലർച്ച മുതൽ ഇരുട്ട് വ്യാപിക്കുന്നതുവരെ അവൻ മങ്ങിയ, പൊടി നിറഞ്ഞ പത്തായപ്പുരയിലിരുന്നോ നിന്നോ, യാതൊരു ഇടവേളയോ വിശ്രമമോ ഇല്ലാതെ വിരസമായ ആ ജോലി ചെയ്തുകൊണ്ടിരിക്കും. ഉച്ചഭക്ഷണം പോലും കഴിക്കാറില്ല. അതിനുപകരം ഒരുകഷണം ബ്രെഡ് ഒരു നുള്ള് ഉപ്പ് ചേർത്ത് കഴിക്കും. ഉപ്പില്ലാതെ അവൻ ബ്രഡ് കഴിക്കാറില്ല. മറ്റെല്ലാവരും ജോലി നിർത്തി ഒരു മണിക്കൂർ കഴിയുമ്പോഴാണ് അവൻ ജോലി നിർത്തി കോട്ട് ധരിച്ച് ക്ഷീണിതനായി ഭാര്യയുടെയും മക്കളുടെയും അടുത്തേക്ക് നടക്കുക!

ആ വർക്ക് ഹൗസിലൂടെ സ്ത്രീ ഒരു സംഭവം ഓർക്കുന്നു - ജോലിയിൽനിന്ന് വിരമിച്ച വളരെ പ്രായമായ റീഡ് ഒരു ദിവസം എന്തോ കാര്യത്തിനായി അവരുടെ കുടിലിൽ ചെന്നു; അയാൾ വാതില്ക്കൽ കാത്തു നില്ക്കവെ, ഒരു ചെറിയ ബാലൻ ഓടിവന്ന്, ഒരു കഷണം വെള്ളം പുരട്ടിയ ബ്രെഡിൽ കുറച്ച് പഞ്ചസാര ഇട്ടു കൊടുക്കാനായി അവന്റെ അമ്മയോട് ആവശ്യപ്പെട്ടു. വൃദ്ധൻ റീഡ് അവനെ തുറിച്ചുനോക്കി. തന്റെ വലിയ വടി ആട്ടിക്കൊണ്ട് അലറി "നീ എന്റെ കുട്ടി ആയിരുന്നെങ്കിൽ ഇതുകൊണ്ട് ഞാൻ നിനക്ക് പഞ്ചാര തന്നേനെ!" അക്കാലത്തെ ആ ധാരളിത്തത്തെ അത്രഭയങ്കര കോപത്തോടെയാണയാൾ നോക്കിയത്! ആ കൊച്ചു ബാലൻ പൊട്ടിക്കരഞ്ഞു ഓടിപ്പോയി.

ഈ വൃദ്ധനെക്കുറിച്ച് എനിക്ക് ഏറ്റവും താല്പര്യമുണ്ടായിരുന്ന കാര്യം, അയാൾ ഒരു മാൻ കവർച്ചക്കാരനായിരുന്നു എന്നതാണ്! അക്കാലത്ത് ആ കുറ്റം നാട്ടിൽ വ്യാപകമായിരുന്നു. അത് ചെമ്മരിയാടിനെ മോഷ്ടിക്കുന്നതുപോലെ അത്ര വലിയ കുറ്റമായിരുന്നില്ല. ആടുമോഷ്ടിച്ചവർ തൂക്കിലേറ്റപ്പെട്ടിരുന്നു! ഒരു മാനിനെ മോഷ്ടിച്ചാൽ കഠിനാദ്ധ്വാനമാണ് ശിക്ഷ. എന്നാൽ, റീഡ് ഒരിക്കലും പിടിക്കപ്പെട്ടിട്ടില്ല. അവൻ ദിവസം മുഴുവൻ അദ്ധ്വാനിക്കും. രാത്രി കുന്നിൻപ്രദേശത്തേക്ക് ആരുമറിയാതെ പോകും. പാതിരാത്രിക്ക് ശേഷം ഒരു മാനിനേയും തോളിലിട്ട് മടങ്ങും.

അതവന് കഴിക്കാൻവേണ്ടി ആയിരുന്നില്ല. പണത്തിനുവേണ്ടി അവനത് സാലിസ് ബറിയിൽ വിറ്റു; ഒളിവേട്ടക്കാരുമായി അയാൾ കൂട്ടു ചേർന്നിരിക്കാനിടയുണ്ട്; കാരണം, അയാൾക്ക് ഒറ്റയ്ക്ക് മൃഗങ്ങളെ പിടിക്കാൻ കഴിയുമെന്ന് വിശ്വസിക്കാൻ പ്രയാസമാണ്.

അയാളുടെ മരണശേഷം തന്റെ ജീവിച്ചിരിക്കുന്ന രണ്ട് മക്കൾക്കുമായി വൃദ്ധൻ റീഡ്, ഒരു നൂറ് പൗണ്ട് വീതം മാറ്റിവെച്ചിട്ടുള്ളതായി കണ്ടെത്തി. എല്ലാവർക്കും ഇതൊരു അതിശയമായിരുന്നു! ഒരു കുടുംബം പുലർത്തുകയും ജോലിയിൽനിന്ന് വിരമിച്ചശേഷം ഇത്രയും ദീർഘകാലം ജീവിക്കുകയും ചെയ്തിട്ടും ഇത്രയും വലിയൊരു തുക എങ്ങനെ സമ്പാദിക്കാൻ കഴിഞ്ഞു? ഇപ്രകാരം ഊഹിക്കാൻ മാത്രമേ ആർക്കും കഴിയൂ- അപ്പോൾ ഒരു മിതവ്യയക്കാരനായിരുന്നു; ഒരാഴ്ച പോലും അയാൾ സുഖമില്ലാതെ കിടന്നിട്ടില്ല. ബീറും പുകയിലയും ഉപയോഗിക്കാത്ത അയാൾക്ക്, ഏഴോ എട്ടോ ഷില്ലിങ് പ്രതിവാര വേതനം ലഭിക്കുന്നതിൽനിന്ന് ഏതാനും ഷില്ലിങ് സമ്പാദിച്ചുവെക്കാൻ കഴിയും; നാല്പത് വർഷങ്ങൾകൊണ്ട് അത് ഇരുന്നൂറ് പൗണ്ടിലേറെ പോയേക്കാം!

ഓഡ്സ്റ്റോക്കിലെ വൃദ്ധൻ റീഡിനെപ്പോലെ, തന്റെ തൊഴിലിനെ ശക്തമായി സ്നേഹിക്കുന്നവനും, കലയെ ഇഷ്ടപ്പെടുന്ന കലാകാരനെപ്പോലെ ജോലിയെ ഇഷ്ടപ്പെടുന്നവനുമായ ഒരു കർഷകത്തൊഴിലാളിയെ കാണാൻ വലിയ പ്രയാസമൊന്നുമില്ല. ഡോർസെറ്റ് അതിർത്തിയിൽ ഞാൻ എന്റെ ചില സുഹൃത്തുക്കളെ സന്ദർശിക്കാൻ പോയപ്പോൾ, ഇതേപോലെ ചിത്രീകരിക്കപ്പെട്ട ഒരു അത്യുത്സാഹിയുടെ കാര്യം എന്നോട് പറഞ്ഞു. ഈയിടെയാണത്രെ അയാൾ മരിച്ചത്! "എന്തൊരു കഷ്ടമാണ് നിങ്ങൾ നേരെത്തെ വരാതിരുന്നത്!" അവർ പറഞ്ഞു. കഷ്ടം! അതെപ്പോഴും അങ്ങനെയാണ്. ഒരു ഗ്രാമത്തിൽ ഞാൻ ആദ്യം താമസിക്കാൻ വന്നപ്പോൾ ഒരാൾ പറഞ്ഞു, ഈയിടെയാണ് ഈ ഗ്രാമത്തിലെ ഏറ്റവും പ്രായമുള്ളവനും ഏറ്റവും കൗതുകം ജനിപ്പിക്കുന്നവനുമായ നിവാസി അന്തരിച്ചത്! പഴയ കാലത്തിന്റെ ഒരുഭൗതികാവശിഷ്ടം!

മനഷ്യൻ അരിവാൾ സദാ കൈയിലെടുത്തു, റീഡ് മെതിക്കാനായി കോൽ എടുത്തതുപോലെ! ഒരുപാടമെങ്കിലും കൊയ്യാനില്ലെങ്കിൽ അയാൾ വളരെ അസ്വസ്ഥനാണ്. വളരെ പൊക്കമുള്ളൊരു വൃദ്ധനാണയാൾ. വല്ലാതെ മെലിഞ്ഞിരുന്നതിനാൽ ഒരു അസ്ഥികൂടം പോലുണ്ട്! പഴയതുകൽപോലെ തവിട്ടുനിറമാണ് ആ അസ്ഥികൾ പൊതിഞ്ഞിട്ടുള്ള അയാളുടെ ചർമ്മത്തിന്! നേരിയ തലമുടി നരച്ചു മഞ്ഞുപോലെ വെളുത്ത വളരെ നീണ്ട താടി. അയാൾ ഒരു വെളുത്ത കഴുതപ്പുറത്താണ് യാത്ര. സാധാരണകാഴ്ചയാണ് അയാൾ കഴുതപ്പുറത്തേറി ഗ്രാമീണ പാതയിലൂടെ സവാരി ചെയ്യുന്നത്. തൊപ്പിയില്ല, തവിട്ടുനിറമുള്ള നഗ്നപാദങ്ങൾ നിലത്ത് കൊള്ളാതിരിക്കാനായി പൊക്കിവെച്ചിരിക്കും. തോളിൽ അരിവാൾ ഞാത്തിയിട്ടിട്ടുണ്ടാകും. "ഇതാ വരുന്നു വൃദ്ധൻ ഫാദർ ടൈം!'

ആളുകൾ ആർത്ത് വിളിക്കും; പിന്നെ പുത്തൻ ആഹ്ലാദത്തോടെ ആ വിചിത്ര വൃദ്ധൻ പോകുന്നത് മിഴിച്ചു നോക്കാനായി വാതില്ക്കലേക്ക് ഓടും; അപ്പോൾ വേഗം പോകാനായി അയാൾ കഴുതയെ കുത്തുകയും ശാസിക്കുകയും ചെയ്യും. അയാൾ എപ്പോഴും തിരക്കിലാണ്, ഭയങ്കര ഉത്സാഹത്തോടെ പണിയെടുക്കുവാൻ അയാൾക്ക് എന്തെങ്കിലും വയൽ കൊയ്യാൻ കിട്ടിയിട്ടുണ്ടെങ്കിലും ജോലി ചെയ്യാൻ അത്യാസക്തനായ അയാൾ വീട്ടിൽ ഉറങ്ങാൻ പോലും പോകാതെ, വയലിനരികിലുള്ള പുൽത്തകിടിയിൽ കിടന്നുറങ്ങും (വീട് അടുത്താണെങ്കിൽപോലും) പുലർച്ച രണ്ടു മണിക്കും മൂന്നുമണിക്കും ഇടയ്ക്ക് എഴുന്നേറ്റ് കൊയ്തു തുടങ്ങും. സാധാരണ ജനങ്ങൾ എഴുന്നേല്ക്കുന്നതിന് മൂന്നുമണിക്കൂർ മുമ്പ്!

വടികൊണ്ട് ധാന്യം മെതിക്കുന്ന അത്യുത്സാഹിയായ റീഡ് എന്നെ മറ്റൊരു റീഡിനെ ഓർമ്മിപ്പിച്ചു. ഏതാനും വർഷങ്ങൾക്കുമുമ്പ് മരിച്ച തൊണ്ണൂറ്റിനാല് വയസ്സായ ഒരു സ്ത്രീയെ അവരുടെ നാമം ആ കുന്നിൻ പ്രദേശത്തിലെ ഗ്രാമങ്ങളിലൊന്നിൽ എന്നും ഓർമ്മിക്കപ്പെടും. നസ്ഥറിലെ ബാർഫോഡ് സെന്റ് മാർട്ടിൻകാരിയാണവൾ, മറ്റൊരു ഗ്രാമം വൈലി പുഴക്കടുത്തുള്ള വിഷ്ഫോഡ് ആണ്. ഇവിടത്തെ നിവാസികൾക്ക് വാൾട്ടൻ എസ്റ്റേറ്റിലെ വൻകാടായ ഗ്രോവ് ലിവുഡിൽ പോയി തീകത്തിക്കാനുള്ള വിറക് സംഭരിക്കാൻ അവകാശമുണ്ട്. ഒരാൾക്ക് കൊണ്ടുപോകാൻ കഴിയുന്നത്ര വിറക് വീട്ടിലേക്ക് സ്വയം ചുമന്നുകൊണ്ടുപോകാം. വിഷ് പോഡുകാർക്ക് പച്ചമരം മുറിച്ച് കൊണ്ടുപോകാം. എന്നാൽ ബാർഫോഡുകാർക്ക് ഉണങ്ങിയത് മാത്രം! പുരാതനകാലത്ത് വളരുന്ന മരം മുറിക്കാനുള്ള അവകാശം പ്രതിവർഷം അഞ്ച് പൗണ്ടിന് അവർ ജന്മിക്ക് കൊടുത്തിരുന്നു. അത് ഇപ്പോഴും ജന്മിഗ്രാമത്തിന് നല്കുന്നുണ്ട്, അതിനും പുറമെ ഉണങ്ങിയ മരം എടുക്കാനുള്ള അവകാശവും.

ഈ അവകാശം കാടിന് ഒരു മൈലിനുള്ളിൽ സ്ഥിതി ചെയ്യുന്ന രണ്ട് ഗ്രാമങ്ങൾക്കാണ് കിട്ടിയിട്ടുള്ളതെന്ന് ഓർക്കണം. ആധുനിക കാലത്തെ ശ്രേഷ്ഠരായ ഭൂവുടമകൾക്കിതൊരു ശാശ്വതമായ സൈ്വരക്കേടിന്റെ ഉറവിടമാണ്! പ്രത്യേകിച്ച്, കാട്ടുകോഴി നായാട്ട് ഈ ഭൂവുടമകളുടെ ഒരു ജീവിത സമ്പ്രദായമായി വളർന്നുവന്നിട്ടുള്ളപ്പോൾ! ഇപ്പോൾ ഒരുകാര്യം പുറത്തുവന്നിരിക്കുന്നു, ഏകദേശം അരനൂറ്റാണ്ടിനുമുമ്പ് അക്കാലത്തെ പെംബ്രോക് സന്തോഷകരമായൊരു കണ്ടുപിടുത്തം നടത്തിയിരുന്നു- ബാർഫോഡ് ജനങ്ങൾക്ക് ഉണക്കമരങ്ങൾ എടുക്കാനായി യാതൊരവകാശവുമില്ല. അവരെ അത് എടുത്തുകൊണ്ടു പോകാൻ സന്മനസ്സ് കാട്ടുക മാത്രമാണ് ഉണ്ടായിട്ടുള്ളത്! അത് നാടു മുഴുവൻ നടപ്പിലുണ്ടായിരുന്ന ഒരു കാര്യമായിരുന്നു, അത്രതന്നെ! ഉടനെ ഗ്രാമീണർ കാട്ടിൽനിന്ന് ഉണക്കമരങ്ങൾ എടുത്തുകൊണ്ടുപോകുന്നതിനെതിരെ രാജശാസനം പുറപ്പെടുവിച്ചു. അവർക്കത് വലിയ നഷ്ടമായിരുന്നു. അവർ

എതിർക്കാൻ ധൈര്യപ്പെട്ടില്ല. ബാർഫോഡ് സെന്റ് മാർട്ടിനിലെ ഒറ്റ മനുഷ്യൻപോലും നിരോധനാജ്ഞ അനുസരിക്കാതിരിക്കാനോ അതിനെതിരെ ശബ്ദമുയർത്താനോ ധൈര്യപ്പെട്ടില്ല. അപ്പോൾ ഗ്രേഡ് റീഡ് ശക്തനായ പ്രഭുവിനെ എതിർക്കാൻ തീരുമാനിച്ചു. അവൾ മറ്റ് നാല് ഗ്രാമീണ സ്ത്രീകളോടൊപ്പം ധൈര്യസമേതം കാട്ടിൽ പോയി ഉണക്കക്കമ്പുകൾ ശേഖരിച്ച് വീട്ടിലെത്തി; അവരെ മജിസ്ട്രേറ്റിനടുത്തേക്ക് വിളിപ്പിച്ചു. പിഴ അടക്കാൻ വിധിച്ചു. അവർ പിഴ അടയ്ക്കാൻ വിസമ്മതിച്ചപ്പോൾ അവരെ തടവിലിട്ടു. എന്നാൽ പിറ്റേദിവസംതന്നെ അവർ സ്വതന്ത്രരാക്കപ്പെട്ടു, ഒരു തെറ്റ് പറ്റിയതാണെന്നും, കാര്യങ്ങൾ വിശദമായി അന്വേഷിച്ചപ്പോൾ, ബാർഫോഡ് നിവാസികൾക്ക് ശരിക്കും, ഉണങ്ങിയ മരം കാട്ടിൽനിന്ന് കൊണ്ടുവരാനുള്ള അവകാശം ഇപ്പോഴും ഉണ്ടെന്നും കണ്ടെത്തിയതായി അധികാരികൾ ഏറ്റു പറഞ്ഞു!

ഈ സ്ത്രീകളുടെ നടപടിമൂലം പിന്നീട് ആ അവകാശം വെല്ലുവിളിക്കപ്പെട്ടിട്ടില്ല; എന്റെ കഴിഞ്ഞ ബാർ ഫോഡ് സന്ദർശനത്തിൽ, ഈ അദ്ധ്യായം എഴുതുന്നതിന് ഏതാനും ദിവസങ്ങൾക്കുമുമ്പ്, മൂന്ന് സ്ത്രീകൾ അവർക്ക് കഴിയാവുന്നത്ര ഉണക്ക മരച്ചില്ലകൾ തലയിലും പുറത്തും ഏറ്റി കാട്ടിൽനിന്ന് വരുന്നത് ഞാൻ കണ്ടു. എന്നാൽ അവരുടെ അവകാശം നഷ്ടപ്പെടുന്നതിന് എത്ര അടുത്തെത്തിയിരുന്നുവെന്നോ അവർ! അവർ ചെയ്ത് എത്ര ധീരവും കേട്ടുകേൾവി പോലുമില്ലാത്തൊരു കാര്യവുമായിരുന്നു; തക്കസമയത്ത് അത് ചെയ്യാൻ ആവേശമുള്ളൊരു പാവം കുടിൽ നിവാസി സ്ത്രീ ഇല്ലായിരുന്നെങ്കിൽ ആ അവകാശം ഒരിക്കലും വീണ്ടും പ്രവർത്തനക്ഷമമാകില്ലായിരുന്നു.

ഗ്രേസ് റീഡിന്റെ പേരക്കുട്ടികൾ ഇപ്പോൾ ബാർ ഫോഡിൽ താമസിക്കുന്നുണ്ട്. അവർ പണ്ട് ആ ഗ്രാമത്തിൽ നടന്ന സംഭവങ്ങളെക്കുറിച്ചും അവിടത്തെ ആളുകളെക്കുറിച്ചും വളരെ വ്യക്തമായി ഓർത്തിരുന്നു, കഴിഞ്ഞ നൂറ്റാണ്ടിന്റെ ആദ്യകാലം വരെ! മരണംവരെ ആ ഓർമ്മകൾ കാത്ത് സൂക്ഷിച്ചിരുന്നെന്നവർ പറയുന്നു. പഴയകാലത്തെക്കുറിച്ചോർക്കുമ്പോൾ, പഴയ ആളുകളും പഴയ രംഗങ്ങളും അവരുടെ മനസ്സിൽ വ്യക്തമായി തെളിഞ്ഞുവരും; അടുത്ത് നടന്ന സംഭവത്തെക്കുറിച്ചെന്നപോലെ അവയെക്കുറിച്ചവർ സംസാരിക്കും! അവരേക്കാൾ അൻപത് വയസ്സ് പ്രായക്കുറവുള്ള ചിലരോട് അവർ പറയും. "നിങ്ങൾക്കത് ഓർമ്മയില്ലേ? അന്നത് ഗ്രാമത്തിലെ ഒരു സംസാരവിഷയമായിരുന്നു, തീർച്ചയായും നിങ്ങൾ അത് മറന്നിട്ടുണ്ടാവില്ല!

എല്ലാ വൃദ്ധർക്കും ചില പൊതുവായ മിഥ്യാബോധമുണ്ട്. എന്റെ പഴയ ഹിണ്ട്സൻ സുഹൃത്തിൽ അത്തരം രസകരമായൊരനുഭവം എനിക്കുണ്ടായി. 1835 ൽ ബാത്ത് ആദ്യമായി സന്ദർശിച്ചപ്പോൾ അയാളുടെ മനസ്സിൽ പതിഞ്ഞ മതിപ്പിനെക്കുറിച്ചയാൾ എന്നോട് പറഞ്ഞു, അയാളെ അന്ന് ഏറ്റവും അത്ഭുതപ്പെടുത്തിയത് 'കസേര പല്ലക്കുകൾ ആയിരുന്നു

എന്ന്! എന്തുകൊണ്ടെന്നാൽ അത്തരം ഒരു വാഹനത്തെക്കുറിച്ചയാൾ ഒരിക്കലും കേട്ടിരുന്നില്ല! എന്നാൽ ഈ അത്ഭുതങ്ങളുടെ നഗരത്തിൽ നിങ്ങൾക്കത് എല്ലാ തെരുവിലും കാണാം.' പിന്നെ അയാൾ കൂട്ടിച്ചേർത്തു! "എന്നാൽ നിങ്ങൾ ബാത്തിൽ പോയിട്ടുണ്ടല്ലോ. അപ്പോൾ അവ നിങ്ങൾ തീർച്ചയായും കണ്ടിട്ടുണ്ടാകും. അതിനെക്കുറിച്ചെല്ലാം അറിയുകയും ചെയ്യും."

കാടുകളിൽനിന്ന് പാവങ്ങൾ വിറക് സംഭരിക്കുന്നതിനെക്കുറിച്ച് ഫോണ്ട്ഹിൽ ബിഷപ്പിലെ എന്റെ പഴയ സുഹൃത്ത് പറഞ്ഞത്, 'ഫോണ്ട് ഹില്ലി'നും ഗ്രേറ്റ് റിഡ്ജ് വുഡ്സിനും അടുത്തുള്ള ഗ്രാമങ്ങളിലെ ജനങ്ങളെ അവർക്കാവശ്യമുള്ളത്ര വിറക് ആ സ്ഥലങ്ങളിൽ നിന്നെടുക്കാൻ അനുവദിച്ചിരുന്നു എന്നാണ്. അവർ പതിവായി ഗ്രേറ്റ് റിഡ്ജ് വുഡിലേക്കാണ് പോകാറുള്ളത്. അത് ഇന്നത്തേക്കാളേറെ ഇടതൂർന്ന കാടായിരുന്നു അപ്പോൾ! പ്രകൃതിദത്തമായ കാട്. അവരുടെ ഗ്രാമത്തിൽനിന്ന് രണ്ട് മൈൽ ദൂരെയാണത്. ഇത്രദൂരം ഭാരം ചുമക്കുക എന്നത് ക്ലേശസ്കരമാണ്. അതുകൊണ്ട് അവർ വിറക് ഒരു വലിയ വീപ്പയുടെ ആകൃതിയിൽ കെട്ടി, മിനുസ്സമുള്ള കടുംചെരുവിലൂടെ ഉരുട്ടി താഴെ എത്തിക്കുന്നു! അങ്ങനെ ഞരക്കവും വിയർപ്പൊഴുക്കലുമൊന്നുമില്ലാതെ ആ ഭാരം വീട്ടിലെത്തിക്കുന്നു. അന്ന് ആ വലിയ കാട് മുഴവൻ ഹെയ്സൻ വൃക്ഷങ്ങൾ ആയിരുന്നു. ധാരാളം ഹെയ്സൻ ബദാം അത് ഉല്പാദിപ്പിച്ചിരുന്നു. ജൂലായ് പകുതി മുതൽ സെപ്തംബർവരെ നാട് മുഴുവനുമുള്ള ആളുകൾ ബദാം പെറുക്കാനായി കൂട്ടമായി അവിടെ എത്തുന്നു. ബാത്തിൽനിന്നും ബ്രിസ്റ്റലിൽനിന്നുംപോലും ആളുകൾ ബദാം നിറയ്ക്കുവാനുള്ള ചാക്കുകളും വണ്ടികളുമായി അവിടെ എത്തുന്നു, അവ മാർക്കറ്റിലേക്ക് കൊണ്ടുപോകുന്നു. പിന്നീട് കാട് നായാട്ടിനായി കർശനമായി കാത്ത് സൂക്ഷിക്കപ്പെട്ടപ്പോൾ മുയലുകളെ വളർന്നു പെരുകാൻ അനുവദിച്ചു. കടുത്ത ശീതകാലത്ത് അവ ഹെയ്സൻ വൃക്ഷങ്ങളെ ആക്രമിച്ചു, വൃക്ഷത്തൊലി കാർന്നുതിന്നു. ഒടുവിൽ ഏറ്റവും ഉപകാരപ്രദവും ലാഭകരവുമായ ഈ കാട്ടുവൃക്ഷങ്ങൾ ഏറക്കുറെ പൂർണ്ണമായും നശിപ്പിക്കപ്പെട്ടു. കാട്ടുകോഴികളും മുയലുകളും കർശനമായി കാത്തുരക്ഷിക്കപ്പെട്ടു. വിറക് സംഭരിക്കുന്നവർ പൂർണ്ണമായും ഒഴിവാക്കപ്പെട്ടു! ഉണങ്ങിയ മരങ്ങൾ ആ സ്ഥലം മുഴുവൻ കിടക്കുന്നത് ഇപ്പോൾ നിങ്ങൾക്ക് കാണാൻ കഴിയും. ഏതൊരു പ്രാചീനവനം പോലെ നിറയെ ഉണങ്ങിയ മരങ്ങളാണ്. പ്രായമായി ഉണങ്ങുന്നവ അല്ലെങ്കിലും രോഗം മൂലം, കാറ്റ് മൂലം ഒടിഞ്ഞു വീഴുകയോ പറിഞ്ഞു, വീഴുകയോ ചെയ്യുന്നവ. ഈ വൃക്ഷങ്ങൾ നിലത്തുകിടന്ന് ദ്രവിക്കുന്നു, അതിനു മീതെ വൃക്ഷലതാദികളും മുൾച്ചെടികളും വളരുന്നു. എന്നാലും ഈ ഉണങ്ങിയ മരങ്ങളിലെ ഒരു ചില്ലപോലും അടുപ്പ് കത്തിക്കുവാനായി എടുക്കുവാൻ അയൽ ഗ്രാമങ്ങ

ളിലെ പാവങ്ങൾക്ക് അനുവാദമില്ല; കാട്ടുകോഴികൾക്കത് ശല്യമായെങ്കിലോ! അല്ലെങ്കിൽ മുയലിനെ അവർ പിടിച്ചെങ്കിലോ!

ആ വൃദ്ധ വീട്ടമ്മുടെ ചില സ്മരണകൾ കൂടി അടുത്ത അദ്ധ്യായത്തിൽ കൊടുക്കാം. 1830 ൽ ഈ ഡിസ്ട്രിക്ടിലെ ജനങ്ങളുടെ നില എന്താണെന്ന് കാണിക്കാം. പാവം കർഷകത്തൊഴിലാളികൾ വിശപ്പും കഷ്ടപ്പാടും സഹിക്കാനാവാതെ അവരുടെ യജമാനൻമാർക്ക് നേരെ കലാപമുയർത്തി. കർഷകർ കൂടുതൽ നിലങ്ങൾ ഉഴുതുമറിച്ച് വിളയിറക്കി കൂടുതൽ കൂടുതൽ ധാന്യം വിളയിച്ചു, അവർ അഭിവൃദ്ധിപ്പെട്ടു. കൂടുതൽ ഉയർന്ന പാട്ടം അവരുടെ തടിച്ചു കൊഴുത്ത ഭൂവുടമകൾക്ക് നല്കി; അതേസമയം നിലമുഴുന്ന ദുരിതമനുഭവിക്കുന്ന നിർഭാഗ്യവാൻ വിശപ്പടക്കാനുള്ള ആഹാരം നേടാനാവാതെ വലഞ്ഞു!

പഴയ വിൽറ്റ് ഷയർ ദിനങ്ങൾ - തുടർച്ച

തൊണ്ണൂറ്റിനാല് വയസ്സായ എന്റെ പഴയ സ്നേഹിത ജോവന്റെ ആദ്യകാല ചരിത്രം കഴിഞ്ഞ നൂറ്റാണ്ടിലെ മുപ്പതുകളിലെ കർഷകത്തൊഴിലാളിയുടെ കൊടുംപട്ടിണിയെ കുറിച്ചും ദുരിതജീവിതത്തെക്കുറിച്ചും ചില സങ്കല്പരൂപം നല്കാൻ ഉപകരിച്ചേക്കും. അക്കാലത്തായിരുന്നു കർഷകർ അങ്ങേയറ്റം അഭിവൃദ്ധി പ്രാപിച്ചതും ഭൂവുടമകൾക്ക് ഉന്നതമായ പാട്ടം ലഭിച്ചുകൊണ്ടിരുന്നതും!

അവൾക്ക് മൂന്നുവയസ്സുള്ളപ്പോഴായിരുന്നു, പതിനൊന്നാമത്തെ പ്രസവത്തിൽ ഒരു പുത്രന് ജന്മം നല്കിയശേഷം അവളുടെ അമ്മ മരിച്ചത്. അവരുടെ കൊച്ചുഗ്രാമമായ ഫോണ്ട്ഹിൽ ആബിയിൽ ഒരു സ്ത്രീയുടെ സ്കൂൾ ഉണ്ടായിരുന്നു. എന്നാൽ ജോവന്റെ ദാരിദ്ര്യം അവളെ സ്കൂൾ വിദ്യാഭ്യാസത്തിൽനിന്ന് മാറ്റി നിർത്തേണ്ടതായിരുന്നു. ഭാഗ്യത്തിന് അവിടെ താമസിച്ചിരുന്ന നിസ്വാർത്ഥനായ മി. കിങ് എല്ലാ കുട്ടികളും എഴുതാനും വായിക്കാനും പഠിക്കണമെന്ന് ഉൽക്കണ്ഠയുള്ളവനായിരുന്നു. നാലുവയസ്സുമുതൽ എട്ടുവയസ്സുവരെയുള്ള ജോവന്റെ സ്കൂൾ ചെലവ് അദ്ദേഹം വഹിച്ചു; ഇപ്പോൾ തന്റെ ജീവിതസായാഹ്നത്തിൽ തീച്ചൂളക്കടുത്ത് പുസ്തകവുമായി ഇരിക്കുമ്പോൾ ആ മനുഷ്യന്റെ ഓർമ്മയെ ജോവൻ വാഴ്ത്തുന്നു; അദ്ദേഹമാണവൾക്ക് ഈ ആശ്വാസം നല്കിയത്!

എട്ട് വയസ്സിനുശേഷം അവിടെ വേറെ സ്കൂളൊന്നുമില്ല; കാരണം ഇപ്പോൾ അത്ര പ്രായമായവർ പുറത്തുപോയി സ്വന്തം എളിയ ജീവിതമാർഗ്ഗം കരസ്ഥമാക്കുന്നു; ആൺകുട്ടികൾ ദൂരെയുള്ള ഫാമുകളിൽ പണിയെടുക്കുന്നു, പെൺകുട്ടികൾ വീട്ടുജോലി ചെയ്യുകയോ, ഭാര്യമാരാകുകയോ ചെയ്യുന്നു, ജോവന് അച്ഛന്റെ വീട് നോക്കേണ്ടിവന്നു- തുണി

അലക്കൽ, തുന്നൽ, വീട് അടിച്ച് തുടച്ച് വൃത്തിയാക്കൽ, പാചകം; അതിനുപുറമെ, തന്റെ കൊച്ചു സഹോദരനെ ഒരു അമ്മയുടെ സ്ഥാനത്ത് നിന്ന് വളർത്തിയെടുക്കലും!

അവളുടെ അച്ഛൻ ഒരു ഉഴവുകാരനായിരുന്നു; ഏഴ് ഷില്ലിങ് ആണ് പ്രതിവാര വേതനം. എന്നാൽ ജോവന് പത്ത് വയസ്സായപ്പോൾ ഒരു ജോഡി വഴങ്ങാത്ത കാളകളെക്കൊണ്ട് വയൽ ഉഴുമ്പോൾ ഭീകരമായൊരു അത്യാഹിതം സംഭവിച്ചു; അവയെ പിടിച്ചുനിർത്താൻ ശ്രമിക്കവെ അയാൾ കയറിൽ ചുറ്റിപ്പിണഞ്ഞ്, ഒരു കാല് നുകത്തിന്നടിയിൽപ്പെട്ട് ഒടിഞ്ഞുപോയി! തൽഫലമായി അയാൾ വീട്ടിൽ കിടപ്പായി. ആ ഇടവകയിലെ മേൽനോട്ടക്കാരൻ, സമ്പന്നനായൊരു കർഷകൻ (ഏതാനും മൈൽ ദൂരെ വിശാലമായൊരു പാടശേഖരം അയാൾക്കുണ്ട്) കാര്യങ്ങൾ അറിയാനും എന്ത് ചെയ്യണമെന്ന് തീരുമാനിക്കാനുമായി രോഗിയുടെ വീട്ടിലെത്തി. ജോലിചെയ്യാറാകുന്നതുവരെ അയാൾക്ക് പ്രതിവാരം മൂന്ന് ഷില്ലിങ് ലഭിക്കുമെന്നായിരുന്നു ഇടവക മേൽനോട്ടക്കാരന്റെ തീരുമാനം. അയാൾക്ക് മാത്രം ജീവിക്കാനത് മതിയാകും, കുട്ടികൾ ജോലിക്കായി പുറത്ത് പോകേണ്ടിവരും. അതിനിടയിൽ വിവാഹിതയായ ഒരു മകൾ അച്ഛനെ നോക്കാനായി കുടിലിലെത്തി; അത് കുട്ടികളെ സ്വതന്ത്രരാക്കി.

അവർക്ക് തന്റെ ഫാമിൽ ജോലി കൊടുക്കാമെന്ന് ഇടവകമേൽനോട്ടക്കാരൻ പറഞ്ഞു. ഏതാനും പെൻസ് കൂലിയും ഭക്ഷണവും കൊടുക്കാമെന്നേറ്റു. അങ്ങനെ അയാളുടെ ഫാമിലേക്ക് അവർ പോയി, എന്നും വൈകുന്നേരം വീട്ടിൽ തിരിച്ചെത്തും. അതായിരുന്നു അവളുടെ ആദ്യ ജോലി സ്ഥലം. അന്നുമുതൽ അകത്തും പുറത്തും അവൾ അദ്ധ്വാനിക്കാൻ തുടങ്ങി; എന്നാൽ പ്രധാനമായും വയലിൽ, എൺപത്തഞ്ചു വയസ്സ് കഴിയുന്നതുവരെ - എഴുപത്തഞ്ച് വർഷത്തെ കഠിനാദ്ധ്വാനം - പിന്നെ, സാവധാനം അവളുടെ അതിശയകരമായ ശക്തി ക്ഷയിച്ചുതുടങ്ങി; അവളുടെ പുത്രന്മാരും പുത്രിമാരും പ്രായമായി നരച്ചു. ഇപ്പോൾ തൊണ്ണൂറ്റിനാലാം വയസ്സിൽ അവർ കാര്യമായ ജോലിയൊന്നും ചെയ്യുന്നില്ല- ഫലത്തിൽ ഒന്നുമില്ല.

ആദ്യത്തെ സ്ഥലത്ത് വളരെ കാർക്കശ്യമുള്ളൊരു യജമാനനായിരുന്നു അവൾക്കുണ്ടായിരുന്നത്; കാര്യസ്ഥന്റെ ജോലിയും അയാൾ തന്നെയാണ് ചെയ്തിരുന്നത്. അയൽപക്കത്തെല്ലാം അയാൾ അറിയപ്പെട്ടിരുന്നത് 'ഡെവിൾ ടേണർ' എന്നായിരുന്നു. അക്കാലത്തെ കർഷകരെല്ലാം അവരുടെ പണിക്കാരെ സ്വന്തം കാൽക്കീഴിലാണ് നിർത്തിയിരുന്നതെങ്കിലും അയാൾ തന്റേതായ ക്രൂര സ്വഭാവത്തിന് കുപ്രസിദ്ധി നേടിയിരുന്ന അയാളുടെ രൂക്ഷപരിഹാസ നിർഭരമായ ഹാസ്യം; തൊഴിലാളികളെ ക്രൂരമായി ശിക്ഷിച്ചുകൊണ്ടാണ് പ്രകടിപ്പിച്ചിരുന്നത്! നിർഭാഗ്യവാന്മാരായ തൊഴിലാളികൾക്ക് അയാളെ എതിർക്കാൻ കഴിയില്ലായിരുന്നു. എത്രതന്നെ വേദന നിറഞ്ഞതായാലും അപമാനകരമായാലും യാതൊരു മുറുമുറുപ്പും കൂടാതെ അവർ അത് സഹിച്ചുകൊണ്ട് പട്ടിണികിടന്നു!

അതിനുശേഷം എന്നും രാവിലെ ജോവനും, അവളുടെ ഏഴു വയസ്സ് പ്രായമുള്ള കൊച്ചുസഹോദരനും അഞ്ച്മണിക്ക് വയലിലെത്താൻ വേണ്ടി വളരെ നേരത്തെ എഴുന്നേല്ക്കണമായിരുന്നു! മഴ ആയാലും മഞ്ഞ് ആയാലും, ഭയങ്കര തണുപ്പായാലും അവർ പാടത്ത് എത്തിയിരിക്കണം! കാരണം, ഡെവിൾടേണറുടെ കോപം മോശം കാലാവസ്ഥയേക്കാൾ കഠിനമാണ്! ജോവൻ എല്ലാ പണികളും ചെയ്യുന്നൊരു പെൺകുട്ടി ആയിരുന്നു, വീടിന് അകത്തും പുറത്തും! മോശം കാലാവസ്ഥയിൽ മറ്റൊന്നും ചെയ്യാനില്ലാത്തപ്പോൾ അവളെ പാടത്തുനിന്ന് കല്ലുകൾ പെറുക്കി കൊണ്ടുവരുവാനായി വിടും, അവളുടെ കൊച്ചുകൈകൾക്ക് ഏറ്റവും തണുപ്പേല്ക്കുന്നജോലി!

"എന്നാൽ അത്തരം ഒരു സ്ഥലത്ത്, ഏഴു വയസ്സ് മാത്രം പ്രായമുള്ള നിങ്ങളുടെ കൊച്ചു അനിയൻ എന്ത് ജോലി ചെയ്യാനാണ്" ഞാൻ ചോദിച്ചു.

കൊച്ചനിയന്റെ ആദ്യ ദിവസത്തെ ഫാമിലെ ജോലിയെക്കുറിച്ച് പറഞ്ഞപ്പോൾ അവൾ ചിരിച്ചു. "ആ ഫാമുടമ തുടക്കത്തിൽ അല്പം ദാക്ഷണ്യം കാണിച്ചു. വളരെ ലഘുവായ ജോലികളാണ് നല്കിയത്, ധാന്യക്കൂമ്പാരത്തിൽ നിന്ന് പക്ഷികളെ വിരട്ടി ഓടിക്കൽ. അവ വീണ്ടും തിരിച്ചുവന്നാൽ, നീ അവയെ പിടിക്കണം." അയാൾ പറഞ്ഞു. പിന്നെ ബുദ്ധിമുട്ടുള്ള തന്റെ ആജ്ഞ അനുസരിക്കാനായി അവനെ വിട്ടു. അവനെ ഏറ്റവും അധികം ശല്യപ്പെടുത്തിയിരുന്ന പക്ഷികൾ കോഴികൾ ആയിരുന്നു; കാരണം, അവയെ അവൻ എത്രതന്നെ ഓടിപ്പിച്ചാലും അവ വീണ്ടും തിരിച്ചെത്തും! ഒടുവിൽ അവൻ ഒരു ചരടുകൊണ്ട് കുടുക്കിട്ട് അതൊരു വടിയിൽ കെട്ടിയിട്ടു അതിനു മുന്നിൽ വൃത്തിയായ നിലത്ത് കുറച്ച് ധാന്യം വിതറി ആ പക്ഷികളെ ആകർഷിച്ചു. ഈ വിധത്തിൽ മൂന്ന് മോഷ്ടാക്കളെ അവന് പിടികൂടാൻ കഴിഞ്ഞു. അവൻ എങ്ങനെയാണ് പണിയെടുക്കുന്നതെന്ന് പരിശോധിക്കാനായി ഫാം ഉടമ ഉച്ചയ്ക്ക് വന്നപ്പോൾ ആ കൊച്ചുബാലൻ താൻ പിടികൂടിയ പക്ഷികളെ അയാൾക്ക് കാണിച്ചുകൊടുത്തു. "ഇവ പക്ഷികളല്ല" ഫാം ഉടമ പറഞ്ഞു. "അവ കോഴികളാണ് അവയെ ഇനി നീ ഉപദ്രവിക്കരുത്. നീ കുരുവികളിലേക്കും കാക്കകളിലേക്കും ജേൽഡോകളിലേക്കും മറ്റും ശ്രദ്ധ തിരിക്കൂ; ഈ ചെറിയ പക്ഷികളാണ് വൈക്കോൾ വലിച്ചെടുക്കാനായി വരുന്നത്."

അപ്രകാരമാണവൻ ജോലി ആരംഭിച്ചത്. ധാന്യക്കൂമ്പാരത്തിൽ പക്ഷികളെ തുരത്തുന്നതിൽ നിന്ന് വയലിലേക്ക് അതേ പണിക്കായി വിട്ടു. പിന്നെ, അവന് പറ്റിയ മറ്റു പല ജോലികളിലേക്കും. വളരെ കഷ്ടപ്പാടും കണ്ണുനീരും അവൻ കുടിച്ചിറക്കി. മണിക്കൂറുകളോളം മുറ്റത്ത് കിടക്കുന്ന ഒരുബഞ്ചിൽ കയറ്റി നിർത്തുന്ന ശിക്ഷയായിരുന്നു. അവന്റെ ഏറ്റവും മോശം അനുഭവം! വീടിലുള്ളവർക്കെല്ലാം ജനലുകളിലൂടെ ആ ദൃശ്യങ്ങൾ നന്നായി കാണാം. അതിനു ശേഷം ഏറ്റവും കഠിനവും ക്രൂരവുമായ ജോലികൾ അവന് ആശ്വാസമാണ് പകർന്നത്. ജോവന് അത്തരം

ശിക്ഷകളൊന്നും സഹിക്കേണ്ടിവന്നിട്ടില്ല. അവൾ തന്റെ യജമാനനെ പ്രീതനാക്കാൻ വളരെ ജിജ്ഞാസയുള്ളവളായിരുന്നു. അതനുസരിച്ച് കടിനാദ്ധ്വാനം ചെയ്തു; അവൾ വളരെ വിവേകവും ഉത്സാഹവുമുള്ള കുട്ടിയായിരുന്നു. എന്നാൽ ചുരുക്കത്തിൽ അവളുടെ ഏറ്റവും നല്ല പ്രയത്നത്തിന്റെ ഫലം, അവൾക്ക് കൂടുതൽ കൂടുതൽ ജോലി ഏല്പിക്കലായിരുന്നു! അത്തരം അനീതിക്കെതിരെ അവൾ ലഹള കൂട്ടി; ഒടുവിൽ സഹിക്കാനൊക്കാത്ത അവസ്ഥയിലായപ്പോൾ, അവൾ വീട്ടിലേക്ക് ഓടിപ്പോയി; പിന്നീട് ഫാമിലേക്ക് തിരിച്ചുപോകാൻ തയ്യാറായില്ല. അവൾ ഗ്രാമത്തിൽ ചില ജോലി കണ്ടെത്തി; ഇപ്പോൾ അവളുടെ സഹോദരിക്ക് ഭർത്താവിന്റെ അടുത്തേക്ക് തിരിച്ചുപോകണമായിരുന്നു. ജോവന് അവളുടെ സ്ഥാനം ഏറ്റെടുക്കേണ്ടിവന്നു. അവൾക്ക് അച്ഛനെ ശുശ്രൂഷിക്കണം, വീട് നോക്കണം. ജീവിക്കാനായി പ്രതിവാരം മൂന്നു ഷില്ലിങ് സമ്പാദിക്കുകയും വേണം.

ഏകദേശം ഒൻപത് മാസങ്ങൾക്കു ശേഷം അവളുടെ അച്ഛൻ സുഖം പ്രാപിച്ചു; വീണ്ടും നിലം ഉഴുന്ന പണി ചെയ്യാൻ പോയിത്തുടങ്ങി. അപ്പോഴേക്കും കുന്നിൻപ്രദേശങ്ങൾ നിരപ്പാക്കി ഒരുപാട് സ്ഥലങ്ങൾ കൃഷിയോഗ്യമാക്കിയിരുന്നു! ഗോതമ്പിന്റെ വില സീമാതീതമായി ഉയർന്നു! കൂടുതൽ വയലുകളിൽ കൃഷിയിറക്കാൻ തുടങ്ങിയപ്പോൾ നല്ല ഉഴവുകാർക്ക് വലിയ ഡിമാന്റ് ആയി. അയാൾ മുടന്തനായിരുന്നു; ഒടിഞ്ഞ കാൽ ഇപ്പോൾ മറ്റേ കാലിനേക്കാൾ നീളം കുറവാണ്, നിലം ഉഴുമ്പോൾ നീളമുള്ള കാൽ ഉഴവ് ചാലിലും മറ്റേക്കാൽ പൊക്കമുള്ള തറയിലും വെക്കും; അങ്ങനെയാണയാൾ നുകം നിയന്ത്രിച്ചു പോന്നത്! ഈ രീതിയിൽ വല്ലാത്ത വേദനസഹിച്ച് അയാൾ കഠിനാദ്ധ്വാനം തുടർന്നു. ആരോഗ്യം മോശമായി കൊണ്ടിരുന്നു. വീണ്ടും ഒരു അത്യാഹിതത്തിനിരയായ അയാൾ കുടിലിൽ കിടപ്പായി അന്നുമുതൽ മരണംവരെ അയാൾക്ക് കൃഷിപ്പണി ഒന്നും ചെയ്യാൻ കഴിഞ്ഞിട്ടില്ല. ജോവനും അവളുടെ കൊച്ചനിയനും വീട്ടിൽത്തന്നെ നിന്ന് കഴിയാവുന്ന ജോലി ചെയ്ത് കുടുംബം പോറ്റി!

അവരുടെ സ്വന്തമായ കൊച്ചുചരിത്രം, അക്കാലത്തെ ജനങ്ങളുടെ അവസ്ഥയെക്കുറിച്ചുള്ള അവരുടെ വിവരണം, അവളുടെ അത്രതന്നെ വൃദ്ധരായ സ്ത്രീ പുരുഷന്മാരുടെ പുരാതന സ്മരണകൾ, അക്കാലത്തെ പത്രങ്ങളിൽ പ്രത്യക്ഷപ്പെട്ട കൊച്ചുവാർത്തകൾ, എന്നിവയിൽനിന്ന് ദീർഘകാലം പട്ടിണിയും പീഡനവും സഹിച്ച ആ ദരിദ്രതൊഴിലാളികളും അടിമകളും എപ്രകാരമാണ് തങ്ങളുടെ ക്രൂരരായ യജമാനന്മാർക്കെതിരെ കലാപമുയർത്തിയതെന്നും, കാർഷികയന്ത്രങ്ങൾ അടിച്ചു തകർക്കുകയും ധാന്യക്കൂമ്പാരങ്ങൾ അഗ്നിക്കിരയാക്കിയതെന്നും എനിക്ക് മനസ്സിലാക്കാൻ കഴിഞ്ഞു. അതൊരു ഗതികെട്ട, ഭ്രാന്തൻ വീരസാഹസമായിരുന്നു!- അർദ്ധപട്ടിണിക്കാരായ ഈ ഗ്രാമീണരുടെ വടികളും കോടാലികളുമേന്തിയ കലാപം അതിവേഗം അടിച്ചമർത്തപ്പെട്ടു. അതിനോട് വില്യം

ദി ബാസ്റ്റർഡ്, പോലും ദയ കാണിക്കില്ലായിരുന്നു. അടിച്ചമർത്തൽ ആളുകളെ ഭ്രാന്ത് പിടിപ്പിച്ചു. മെതിക്കുന്ന മെഷിന്റെ അവതരണം മാത്രമായിരുന്നില്ല അവരുടെ പ്രശ്നം. ഭൂവുടമകളുടെയും പാട്ടക്കാരുടെയും പീഡനം വർദ്ധിച്ചുവന്നു. ഭൂവുടമകൾക്ക് തങ്ങളുടെ നിലത്തിന് പരമാവധി പാട്ടം കിട്ടണം. പാട്ടക്കാരാണെങ്കിൽ കഴിയുന്നത്ര കുറഞ്ഞ വേതനമേ തൊഴിലാളികൾക്ക് കൊടുക്കുകയുള്ളൂ. ഭൂവുടമയും പാട്ടക്കാരനും തൊഴിലാളിക്കെതിരെ സൃഷ്ടിച്ച ഒരു കരാറാണത്! ശക്തനായൊരു മനുഷ്യന് ലഭിക്കുന്നത് ആഴ്ചയിൽ ഏഴ് ഷില്ലിങ് മാത്രമായിരുന്നു! അവനും കുടുംബത്തിനും പട്ടിണി കൂടാതെ കഷ്ടിച്ച് കഴിഞ്ഞുകൂടാനുള്ള കൂലി! (സത്യത്തിൽ അതുപോരാ; എന്നാൽ അല്പം ഒളിവേട്ടയും കളവും കൂടി നടത്തിയാൽ ജീവിച്ചു പോകാമെന്ന് മാത്രം!) മറ്റൊരു ദ്രോഹം, പ്രത്യേകിച്ച് ചെറിയ ഫാമുകളിൽ കൊയ്ത്തു കഴിഞ്ഞാൽ തൊഴിലാളികളെ പിരിച്ചുവിടും. എന്നതാണ്. കടുത്ത ശീതകാലത്ത് സ്വയം ജീവിതമാർഗ്ഗം അവർക്ക് കണ്ടെത്തണം! അതിനു പുറമെ വൃദ്ധജനങ്ങൾ, കുട്ടികൾ, ദുർബ്ബലർ തുടങ്ങിയവർ തൊഴിൽ രഹിതരായിക്കഴിയുന്നു, ഇവരുടെ കഷ്ടപ്പാടുകൾ വിവരിക്കാനാവാത്തതാണ്!

അവർ കാട്ടിൽപോയി ഉണങ്ങിയ മരങ്ങളിലെ ചുള്ളിക്കമ്പുകൾ ശേഖരിച്ച് ഗ്രാമങ്ങളിൽ കൊണ്ടുവന്ന് വില്ക്കാൻ ശ്രമിക്കുന്നു; എന്നാൽ, വളരെ കുറച്ചുപേർക്കേ അത് വാങ്ങാനുള്ള കഴിവുള്ളൂ; രാത്രി അവർ വയലിൽ ഒളിച്ചുചെന്ന് വിശപ്പടക്കാനായി ഒന്നോ രണ്ടോ മധുരമുള്ളങ്കി പറിച്ചു തിന്നുന്നു!

ചില ഇടവക പള്ളിക്കാര്യസ്ഥന്മാർ ദുരിതാശ്വാസ പ്രവർത്തനങ്ങൾ നടത്താറുണ്ട്. ഒക്ടോബർ നവംബർ മാസങ്ങളിൽ ജോലിയിൽനിന്ന് പുറത്താക്കി, ശീതകാലത്തിനുശേഷം ജോലിയിൽ തിരിച്ചെടുക്കുന്നവർക്ക്, പാടത്തുനിന്ന് കല്ലുകൾ ശേഖരിക്കുന്ന പണി നല്കുന്നു; അവർക്കുള്ള ശമ്പളം ആഴ്ചയിൽ നാല് ഷില്ലിങ് ആണ്! കടുപ്പമുള്ള ബാർളി ഉണ്ടയാണവരുടെ ജോലി സമയത്തെ ഉച്ചഭക്ഷണം! പാടത്തെ ജോലി കഴിഞ്ഞ് വീട്ടിലെത്തുമ്പോഴും ഈ ബാർലി ഉണ്ട തന്നെയാണ് അത്താഴം. അതു കഴിച്ച് വേഗം കിടന്നുറങ്ങുന്നു; കാരണം, മുറി ചൂടാക്കാൻ തീച്ചൂളയൊന്നുമില്ല.

അക്കാലത്ത് ചെമ്മരിയാട് മോഷണം ആയിരുന്നു നിയമ വിരുദ്ധമായ സാധാരണകുറ്റം എന്ന കാര്യത്തിൽ ആശ്ചര്യപ്പെടാനില്ല. ഭയങ്കര ശിക്ഷ ആയിരുന്നിട്ട് പോലും! വിശപ്പ് മനുഷ്യരെ കൂസലില്ലാത്തവരാക്കി. എന്റെ വൃദ്ധ സ്നേഹിത ജോവനും മറ്റ് വൃദ്ധരും എന്നോട് പറഞ്ഞത്, അക്കാലത്ത് മനുഷ്യർ വിചിത്രമാം വിധത്തിൽ അലക്ഷ്യരായിരുന്നു എന്നാണ്, അവർ തൂക്കിലേറെപ്പെടുമോ എന്ന ചിന്തയൊന്നും അവരെ അലോസരപ്പെടുത്തിയിരുന്നില്ല. അധികം പേരെയൊന്നും അവർ തൂക്കിലേറ്റിയിരുന്നില്ല എന്നതൊരു സത്യമാണ്- പതിവുപോലെ കറുത്ത തൊപ്പി ശിരസ്സിൽ ധരിച്ച് അവരെ കഴുമരത്തിലേറ്റാൻ ഉത്തരവ് നല്കി

യശേഷം മിക്കവാറും എല്ലാവർക്കുംവേണ്ടി ദയവിനായി ശുപാർശ ചെയ്യുന്നു! എന്നാൽ അന്നത്തെ ദയ ഹൃദയശൂന്യവും അങ്ങേയറ്റം ക്രൂരവുമായിരുന്നു. തൂക്കിലേറ്റുന്നതിനുപകരം ജീവപര്യന്തം നാടുകടത്തൽ, അല്ലെങ്കിൽ 14 വർഷം, ഏറ്റവും ചുരുങ്ങിയത് 7 വർഷം! ക്ലാർക്കിന്റെ *ഫോർ ദി ടൈം ഓഫ് ഹിസ് നാച്ചുറൽ ലൈഫ്* എന്ന ഭീകര പുസ്തകം വായിച്ചിട്ടുള്ളവർക്ക്, ആസ്ത്രേലിയയിലും തസ്മാനിയായിലും നാടുകടത്തപ്പെട്ട് ദുരിതജീവിതം നയിക്കുന്ന ഈ പാവം വിൽറ്റ് ഷയർ തൊഴ ലാളികളെക്കുറിച്ച് അറിയാം; അവരിൽ അധികം പേരും പിന്നീടൊരിക്കലും അവരുടെ ഭാര്യമാരെ കുറിച്ചോ മക്കളെ കുറിച്ചോ കേട്ടിട്ടില്ല.

ചിലർ തൂക്കിലേറ്റപ്പെട്ടിട്ടുണ്ട്; അയൽ പക്കത്തുണ്ടായിരുന്ന ചിലരെ എന്റെ സ്നേഹിത ജോവൻ പേരെടുത്ത് പറഞ്ഞു; സാലിസ് ബറിയിൽ തൂക്കിലേറ്റപ്പെട്ട ഒരാളുടെ പേരക്കുട്ടികളായിരുന്നു ആ അയൽവാസികൾ. ഭാര്യയും കൊച്ചുകുഞ്ഞുങ്ങളുമുള്ള ഒരു യുവാവിനെയായിരുന്നു അന്നവർ തൂക്കിലേറ്റിയത്! ഇക്കാര്യം അവൾ വളരെ വ്യക്തമായി ഓർക്കുന്നു. എന്തുകൊണ്ടെന്നാൽ ദാരിദ്ര്യംമൂലം അത്രയ്ക്ക് ഉന്മാദാവസ്ഥയിലെത്തിയപ്പോഴാണയാൾ ഒരു ചെമ്മരിയാടിനെ മോഷ്ടിച്ചത്. അതിനും പുറമെ, ഭർത്താവ് തൂക്കിലേറ്റപ്പെട്ടപ്പോൾ, അയാളുടെ യുവതിയായ പാവം ഭാര്യ ആ മൃതദേഹം വിട്ട് തരുവാൻ യാചിച്ചുകൊണ്ട് ആ സ്ഥലത്തെത്തി, അത് വീട്ടിലേക്ക് കൊണ്ടുവന്ന് ഉചിതമായ രീതിയിൽ ഗ്രാമത്തിലെ പള്ളിപ്പറമ്പിൽ സംസ്കരിച്ചു.

ഈ നാട്ടിൻ പുറങ്ങളിലെ വയലുകളിൽ ചുറ്റിക്കറങ്ങുന്ന ഒരാൾക്ക് ചെമ്മരിയാടുകളെ മോഷ്ടിക്കാൻ എത്ര വലിയ പ്രലോഭനമാണ് സൃഷ്ടിക്കപ്പെടുന്നതെന്ന് മനസ്സിലാക്കാൻ കഴിയും; യാതൊരു കാവലുമില്ലാതെയാണ് ഗ്രാമത്തിൽനിന്ന് ദൂരെ കുന്നിൻ പ്രദേശത്തും വയലുകളിലും ചെമ്മരിയാടുകളെ രാത്രിയിൽ നിർത്തിയിരിക്കുന്നത്. ഏറ്റവും മോശം കാലത്ത് പോലും രാത്രിയിൽ ആട്ടിൻകൂട്ടത്തിന് കാവൽ വേണമെന്നവർക്ക് ഒരിക്കലും തോന്നിയിട്ടില്ല! എത്ര എളുപ്പം ആടുകളെ മോഷ്ടിക്കാമെന്ന് നിരവധി അനുഭവങ്ങളിലൂടെ തെളിയിക്കാവുന്നതാണ്! ഇരുപത് വർഷങ്ങൾക്കുമുമ്പ് ഇടയ്ക്കിടെ ചന്തയ്ക്ക് ചെമ്മരിയാടുകളെ കൊണ്ടുപോകുന്ന ഒരു ആട്ടിടയൻ ഉണ്ടായിരുന്നു. ഒരുദിവസം രാത്രി വിൽട്ടൻ ചന്തയിലേക്ക് പോകവെ ആട്ടിൻകൂട്ടത്തിൽ നിന്നയാൾ പത്തൊൻപത് എണ്ണത്തെ പുറത്തെടുത്തു. ചന്തയിലെത്തിയ ഉടനെ അയാൾ ആ മോഷ്ടിച്ച പത്തൊൻപത് ചെമ്മരിയാടുകളെ തന്റെ പരിചയക്കാരനായൊരു കശാപ്പുകാരന് വിറ്റു; അയാൾ അതിനെ ലണ്ടനിലേക്കയച്ചു. എന്നാൽ ഒരുകൂട്ടത്തിൽനിന്ന് ഇത്ര അധികം ആടുകളെ അയാൾ അടിച്ചു മാറ്റിയതിനാൽ, മോഷണം കണ്ടുപിടിക്കപ്പെട്ടു. തൽക്ഷണം ആട്ടിടയൻ അറസ്റ്റു ചെയ്യപ്പെടുകയുമുണ്ടായി. എട്ടുമാസം കഠിനതടവിനയാൾ ശിക്ഷിക്കപ്പെട്ടു. വിചാരണയ്ക്കിടെ പ്രതിവാര വേതനം പതിനാല് ഷില്ലിങ് ഉള്ള ആ പാവം

ആട്ടിടയന് സാലിസ്ബറിബാങ്കിൽ നാന്നൂറ് പൗണ്ട് നിക്ഷേപമുണ്ടെന്ന് വെളിവായി!

മറ്റൊരു സംഭവം 'ഡെ' എന്നു പേരുള്ള ഒരു ഫാം ഉടമയുടേതാണ്. അയാൾ ചന്തയിലേക്ക് ചെമ്മരിയാടുകളെ കൊണ്ടുപോകാനായി ഒരു ആട്ടിടയനെ നിർത്തിയിരുന്നു; വഴിക്കുവെച്ച് അയാൾ ചെമ്മരിയാടുകളെ മോഷ്ടിക്കാറുണ്ട്. ഈ സൂത്രപ്പണി വർഷങ്ങളായി അയാൾ തുടർന്നു പോന്നു. ഒടുവിൽ കളവ് കണ്ടുപിടിക്കപ്പെട്ടു. യജമാനനും അയാളും വഴക്കായി. അങ്ങനെ യജമാനനെതിരെ ആട്ടിടയൻ കൊടുത്ത തെളിവുകളുടെ അടിസ്ഥാനത്തിൽ ഡെ അറസ്റ്റ് ചെയ്യപ്പെട്ടു. സാലിസ്ബറിയിലെ ഫിഷർട്ടൻ ജയിലിൽ അയാളെ തടവിലിട്ടു. പിന്നീടയാളെ വിചാരണയ്ക്കായി ഡെവിസെസിലേക്കയച്ചു. രണ്ട് കോൺസ്റ്റബിൾമാരുടെ അകമ്പടിയോടെ കുതിരപ്പുറത്തായിരുന്നു യാത്ര. 'ഡ്രൂയിഡ് സ് ഹെഡിൽ' വഴിയോരത്തുള്ള ഒരു മദ്യശാലയിൽ മൂന്ന് യാത്രക്കാരും ലഘുഭക്ഷണത്തിനായി ഇറങ്ങി, അവിടെവെച്ച് അയാൾക്കുവേണ്ടി തയ്യാറാക്കി നിർത്തിയിരുന്ന നല്ല വേഗതയുള്ളൊരു കുതിരപ്പുറത്ത് ചാടിക്കയറി 'ഡെ' രക്ഷപ്പെട്ടു. ഫാം ഉടമ ഡെ പിന്നീടൊരിക്കലും ആ പ്രദേശത്തേക്ക് തിരിച്ചു വന്നിട്ടില്ല. അയാളെക്കുറിച്ച് ആരും പിന്നെ കേട്ടിട്ടുമില്ല!

പഴയകാലത്തെ ചില ആട് മോഷണ കഥകളിൽ നർമ്മത്തിന്റെ ഒരംശം കാണാനാകും. ഞാൻ പലപ്പോഴും താമസിക്കാറുള്ള ഒരു ഗ്രാമത്തിൽ, എബനേസർ ഗാർലിക് എന്നൊരാളെക്കുറിച്ച് ഞാൻ കേട്ടിരുന്നു. അയാളെ സ്വീറ്റ്വിലെറ്റ്സ് എന്നാണ് സാധാരണ വിളിക്കാറുള്ളത്. അയാളൊരു സമചിത്തനും കഠിനാദ്ധ്വാനിയുമായൊരു മനുഷ്യനായിരുന്നു. എല്ലാവർക്കും ഒരു മാതൃക! എന്നാൽ അയാൾക്ക് എതിരായൊരു കാര്യം ഉണ്ടായിരുന്നു - അയാൾക്ക് ദരിദ്രനും നിന്ദ്യനും മദ്യപാനിയുമായൊരു തെണ്ടിയോട് വലിയ അടുപ്പമായിരുന്നു. ഫ്ളിറ്റർ മൗസ് എന്നായിരുന്നു തെണ്ടിയുടെ പരിഹാസപ്പേര്. അയാൾ സദാ അവിടത്തെ ഒരു പഴയ മദ്യശാലാപരിസരത്ത് ചുറ്റിക്കറങ്ങി പണം യാചിക്കും. സ്വീറ്റ് വിലെറ്റ്സ്, അയാൾക്ക് എപ്പോഴും ചെസ് നാണ്യങ്ങളോ ആറ് പെൻസുകളോ നല്കുമായിരുന്നു. എന്നാൽ ഒരു ദിവസം അയാൾ ഒരു ഷില്ലിങ് ആവശ്യപ്പെട്ടു. കുറയ്ക്കാനയാൾ തയ്യാറല്ലായിരുന്നു. സ്വീറ്റ് വിലറ്റ് വിസമ്മതിച്ചപ്പോൾ അയാൾ അദ്ദേഹത്തെ പിൻതുടർന്ന് ചീത്തവിളിച്ച്, പണം ആവശ്യപ്പെട്ടുകൊണ്ടിരുന്നു. എല്ലാവരും അതു കണ്ട് അതിശയിച്ചുപോയി. ഒടുവിൽ സ്വീറ്റ് വിലെറ്റ്സ് അയാൾക്കു നേരെ തിരിഞ്ഞു 'പോയി തുലയൂ' എന്ന് വിളിച്ചുപറഞ്ഞു. ഫ്ളിറ്റർ മൗസ് കോപത്തോടെ നേരെ കോൺസ്റ്റബിളിന്റെ അടുത്തുചെന്ന് തന്റെ രക്ഷിതാവ് ഒരു ചെമ്മരിയാട് മോഷ്ടാവാണെന്ന് ആരോപിച്ചു. ഫ്ളിറ്റർ മൗസ് അയാളുടെ സേവകനും സഹായിയുമായിരുന്നെന്നും കഴിഞ്ഞപ്രാവശ്യം ഒരു ചെമ്മരിയാടിനെ മോഷ്ടിച്ചപ്പോൾ അതിന്റെ തൊലിയും അവശിഷ്ടങ്ങളും ഗ്രാമീണ വീഥിയുടെ അറ്റത്തുള്ള ഒരു പൊട്ടക്കിണറ്റിലാണ് ഇട്ടതെന്നും അയാൾ ബോധിപ്പിച്ചു.

ആ കോൺസ്റ്റബിൾ കയറും കൊളുത്തും ഉപയോഗിച്ച് പൊട്ടക്കിണറ്റിൽനിന്ന് ഫ്ളിറ്റർ മൗസ് വിവരിച്ച അവശിഷ്ടങ്ങളെല്ലാം പുറത്തെടുത്തു. അതിനുശേഷം ഗാർലിക്കിനെ അറസ്റ്റു ചെയ്തു; മജിസ്ട്രേറ്റിന് മുന്നിൽ ഹാജരാക്കി. അദ്ദേഹം അയാളെ കുറ്റവിചാരണയ്ക്ക് വിട്ടു. പ്രോസിക്യൂഷന്റെ സാക്ഷിയായി ഫ്ളിറ്റർ മൗസ് മാത്രമാണുണ്ടായിരുന്നത്. കുറ്റവിചാരണ സമാഹരിച്ചുകൊണ്ട് ജഡ്ജി പറഞ്ഞു. ഗാർലിക് ഒരു ശാന്തശീലനും അദ്ധ്വാനിയും അന്തസ്സുള്ളവനുമായാണ് ഗ്രാമത്തിൽ അറിയപ്പെടുന്നത്; ഫ്ളിറ്ററ് മൗസ്പോലുള്ള ഒരു ജീവിയുടെ മാത്രം സാക്ഷ്യപത്രത്തിന്റെ പിൻബലത്തിൽ അന്തസ്സുള്ള ഒരു മനുഷ്യനെ കഴുമരത്തിലേറ്റുന്നത് ഒരു കടന്ന കൈയാണ്. ഫ്ളിറ്റർ മൗസ് ആണെങ്കിൽ പാതി അവിവേകിയും പാതി നികൃഷ്ടനുമാണ്. ജൂറി സസന്തോഷം അയാളെ കുറ്റക്കാരനല്ലെന്ന് വിധിയെഴുതി, വെറുതെ വിട്ടു. സ്വീറ്റ് വിലെറ്റ്സ് വിജയാഹ്ലാദത്തോടെ സാലിസ്ബറിയിൽനിന്നും തിരിച്ചുപോന്നു. എല്ലാ ഗ്രാമീണരും അയാൾ രക്ഷപ്പെട്ടതിൽ അഭിനന്ദനങ്ങളർപ്പിച്ചു. അയാൾ ഓരോരുത്തരേയും നോക്കി കൗശലത്തിൽ കണ്ണിറുക്കുകയും പുഞ്ചിരിക്കുകയും ചെയ്തു!

ആട് മോഷണത്തെക്കുറിച്ച് ഞാൻ ഒരു കഥ കൂടി പറയാം- ഒരിക്കലും കോടതിയിൽ വരാത്തതും ഒരിക്കലും കണ്ടുപിടിക്കപ്പെടാത്തതുമായൊരു കേസ് ആയിരുന്നു അത്. വാർമിൻസ്റ്ററിലെ മദ്ധ്യവയസ്കനായ ഒരു ആട്ടിടയനാണിത് എന്നോട് പറഞ്ഞത്. ആവനിനും വൈലിനുമിടയിൽ സാലിസ്ബറിപ്ലെയിനിലെ ഒരുവേറിട്ടുകിടക്കുന്ന ഏകാന്ത ഗ്രാമമായ ചിറ്റേർനിയിലെ ആട്ടിടയനായ സ്വന്തം പിതാവിൽ നിന്നാണീ കഥ അയാൾക്ക് കിട്ടിയത്. ആ കുറ്റം ചെയ്തവൻ നേരിട്ട് അവന്റെ പിതാവിനോട് പറഞ്ഞതാണിത്; മനസ്സമാധാനത്തിനുവേണ്ടി ആരോടെങ്കിലും ഈ സംഭവം പറയാനയാൾ ഉൽക്കണ്ഠയോടെ ഇരിക്കയായിരുന്നു! ഈ ആട്ടിടയൻ അയാളുടെ യഥാർത്ഥ സുഹൃത്തായിരുന്നു, നിശ്ശബ്ദനും സുരക്ഷിതനുമായൊരു വ്യക്തി! ഷെർഗോൾഡ് എന്നുപേരുള്ളൊരു കർഷകത്തൊഴിലാളി ആയിരുന്നു അയാൾ - കഴിഞ്ഞ നൂറ്റാണ്ടിന്റെ ആരംഭത്തിൽ സൗത്ത് വിൽറ്റ്ഷയറിൽ സർവ്വസാധാരണമായൊരു സർ നെയിം ആയിരുന്നു ഷെർഗോൾഡ്. ഇപ്പോൾ അത് നശിച്ചുകൊണ്ടിരിക്കയാണ്- അയാൾ കരുത്തനും ഊർജ്ജസ്വലനുമായൊരു ആജാനുബാഹു ആയിരുന്നു. അയാൾക്ക് ഭാര്യയും നിരവധി മക്കളും ഉണ്ടായിരുന്നു. അപ്പോൾ ശീതകാലം അടുത്തിരുന്നു. ഷെർഗോൾഡിന് കൊയ്ത്തുകഴിഞ്ഞതോടെ ജോലി നഷ്ടമായി. അസാധാരണ തണുപ്പായിരുന്നു ആ ശീതകാലത്ത്! ആഹാരത്തിന് വകയില്ല, വീട്ടിൽ ചൂടുപിടിപ്പിക്കാനായി തീച്ചൂളയില്ല!

ഒരുദിവസം സന്ധ്യക്ക് ഒരു കന്നുകാലി മേയ്ക്കുന്നവൻ ഒരു ചെമ്മരിയാട്ടിൻകൂട്ടത്തോടൊപ്പം ചിറ്റേർനിയിലെത്തി; കുറേ മൈലികൾക്കപ്പുറത്തുള്ള ടിൻഷെഡ് ഗ്രാമത്തിലേക്കയാൾ ആട്ടിൻകൂട്ടത്തെ തെളിച്ചുകൊണ്ടുപോകുകയാണ്. അയാൾ അന്ന് രാത്രിതന്നെ ടിൻഷെഡിൽ

എത്തുവാൻ ഉൽക്കണ്ഠാകുലനായിരുന്നു; അയാൾക്ക് സഹായത്തിനായി ഒരാളെ വേണം. അപ്പോൾ അവിടെ ഉണ്ടായിരുന്ന ഷെർഗോൾഡ് നാല് പെൻസിന് ആ ജോലി ചെയ്യാമെന്നേറ്റു. സന്ധ്യയോടെ അവർ യാത്ര ആരംഭിച്ചു; ആടുകളെ പാതയിൽ വരിയായി നിർത്തി; കന്നുകാലികളെ തെളിക്കുന്നവൻ ആട്ടിൻ കൂട്ടത്തിന്റെ മുന്നിലും ഷെർഗോൾഡ് ഏറ്റവും പിന്നിലും നടന്നു. തണുപ്പുള്ള കാർമേഘാവൃതമായ രാത്രി ആയിരുന്നു അത്, മഞ്ഞുപെയ്യാൻ സാദ്ധ്യതയുണ്ട്. വല്ലാത്ത ഇരുട്ടായതിനാൽ ഏറ്റവും പിന്നിലെ ചെമ്മരിയാടിനെപ്പോലും കാണാനയാൾക്ക് കഴിയുമായിരുന്നില്ല. അതിവേഗം ഒരു ചെമ്മരിയാടിനെ മോഷ്ടിക്കാനുള്ള മോഹം അയാളെ കീഴ്പ്പെടുത്തി! അയാൾക്ക് അതെത്ര എളുപ്പമാണ്! അതിശക്തനായ അവന് ഒറ്റ അടിക്ക് ഒരു ചെമ്മരിയാടിനെ കൊന്ന്, യാതൊരു ശബ്ദവും കേൾപ്പിക്കാതെ, കന്നുകാലി മേക്കുന്നവനറിയാതെ ഒളിപ്പിച്ച് വെക്കാൻ പറ്റും! അവൻ വളരെ ദൂരെയാണ്; അവന്റെ ശബ്ദം കേട്ട് ദൂരം തീർച്ചപ്പെടുത്താൻ ഷെർഗോൾഡിന് കഴിഞ്ഞു, ഇടയ്ക്കിടക്കവൻ ഓരോ ശബ്ദങ്ങൾ പുറപ്പെടുവിച്ചുകൊണ്ടിരുന്നു! അതിനും പുറമെ ആടുകളെ നേർവഴിക്ക് നടത്താനായി ഇടയനായ റോഡിന്റെ അപ്പുറത്തേക്കും ഇപ്പുറത്തേക്കും കുരച്ചുകൊണ്ട് ഓടിനടക്കുന്ന ശബ്ദവും കേൾക്കാമായിരുന്നു. തനിക്കും വീട്ടിൽ വിശന്ന് വലഞ്ഞിരിക്കുന്നവർക്കും ഒരു ആട് എത്ര അമൂല്യവസ്തുവാണെന്നയാൾ ചിന്തിച്ചു. അവന്റെ പ്രലോഭനം അത്രയ്ക്ക് ശക്തമായിരുന്നു. പെട്ടെന്നയാൾ തന്റെ കനത്ത വടിയെടുത്ത് ശക്തമായി ഒരു ചെമ്മരിയാടിന്റെ തലയ്ക്കടിച്ച് അതിന്റെ തലപൊളിച്ചു, അത് തൽക്ഷണം ചത്ത് വീണു! അയാൾ പെട്ടെന്നതിനെ എടുത്ത് ഏതാനും വാര ദൂരെയുള്ള കുറ്റിക്കാട്ടിൽ ഒളിപ്പിച്ചുവെച്ച് തിരിച്ചുവരുമ്പോൾ എടുത്തുകൊണ്ടുപോകാമെന്ന് തീരുമാനിച്ചു. വീണ്ടും ചെമ്മരിയാട്ടിൻ കൂട്ടത്തിലേക്ക് ഓടിവന്നു.

പാതിരാത്രിക്കുശേഷം അവർ ടിൻ ഷെഡ്ഡിലെത്തി; നാല് പെൻസ് കൂലി വാങ്ങി അവൻ വീട്ടിലേക്ക് പുറപ്പെട്ടു. സമയത്തെത്താൻവേണ്ടി അവൻ അതിവേഗം നടന്നു, പിന്നെ ഓടി; എന്നാൽ, ചെമ്മരിയാടിനെ ഒളിപ്പിച്ചു വെച്ച സ്ഥലത്തെത്തിയപ്പോഴേക്കും നേരം പുലരാറായി. താൻ ചെമ്മരിയാടിനെയും തോളിലേറ്റി ചിറ്റേർനിയിലെത്തുമ്പോഴേക്കും ഗ്രാമത്തിലെ ആളുകൾ ഉണർന്നിട്ടുണ്ടാകും എന്നയാൾക്ക് അറിയാം. അവനെ അവർ കാണാനിടയുണ്ട്. ഒരേ ഒരു മാർഗ്ഗം ചെമ്മരിയാടിനെ ഒളിപ്പിച്ച് വെച്ച് പിറ്റേന്ന് രാത്രി തിരിച്ചുവന്ന് അതെടുത്ത് കൊണ്ടുപോകുന്നതാണ്. അങ്ങനെ അതിനെ അയാൾ കുറച്ച് ദൂരേക്ക് കൊണ്ടുപോയി. ഒരു പൊത്തിനകത്തുവെച്ച് ചുള്ളിക്കമ്പുകൾ കൊണ്ടുമൂടി. കുറേനേരമായി പെയ്യാൻ കാത്തിരുന്ന മഞ്ഞു മഴ പെയ്യാൻ തുടങ്ങി. മഞ്ഞ് നിറഞ്ഞു കിടക്കുന്ന സ്ഥലത്തിലൂടെ നടന്നു ചെന്ന് ചെമ്മരിയാടിനെ എടുത്തുകൊണ്ടുവരുവാനയാൾ ധൈര്യപ്പെട്ടില്ല, തന്റെ കാൽപ്പാടുകൾ അവനെ ചതിച്ചെങ്കിലോ! മഞ്ഞ് ഉരുകാൻവേണ്ടി വീണ്ടും അയാൾക്ക് കാത്തിരിക്കണം!

എന്നാൽ രാത്രി മുഴുവൻ മഞ്ഞ് പെയ്തുകൊണ്ടിരുന്നു. രാവിലെയും മഞ്ഞു പെയ്യുന്നത് കണ്ടപ്പോൾ അയാളുടെ മാനസിക വികാരം എന്തായിരുന്നിരിക്കും!

വീണ്ടും മഞ്ഞുവീഴ്ച നിലച്ച് മഞ്ഞു ഉരുകാനായി ക്ഷമയോടെ കാത്തിരിക്കുകയല്ലാതെ മറ്റൊന്നും ചെയ്യാനില്ല! എന്നാൽ എത്ര ദുസ്സഹമാണത്! കാരണം കുറച്ചുനാളത്തേക്ക് കാലാവസ്ഥ കടുത്ത തണുപ്പായി തുടർന്നു. നാട് മുഴുവൻ വെളുത്തു! ആ പട്ടിണി നാളുകളിൽ അല്പം ആശ്വാസം നല്കുന്ന ഉറക്കം പോലും അയാൾക്ക് നിഷേധിക്കപ്പെട്ടു! കാരണം കുറ്റകൃത്യം കണ്ടുപിടിക്കപ്പെടുമോ എന്ന അപകടഭീതി അയാളുടെ മനസ്സിനെ ഉലച്ചു. മറ്റുള്ളവരെപ്പോലെ വിധിയോട് അലക്ഷ്യഭാവം വെച്ചുപുലർത്തുന്ന ഹൃദയശൂന്യനല്ല ഷെർഗോൾഡ്; അതവന്റെ ആദ്യ കുറ്റകൃത്യമാണ്. അവൻ സ്വന്തം ജീവനേയും ആഹാരത്തിനുവേണ്ടി തന്നോട് കരയുന്ന ഭാര്യയേയും മക്കളേയും സ്നേഹിച്ചു. അവർക്ക് വേണ്ടിയുള്ള ആഹാരമാണ് ആ കുന്നിൻ പ്രദേശത്ത് കിടക്കുന്നത്. വളരെ അടുത്ത്, എന്നിട്ടും അവനത് എടുക്കാൻകഴിയുന്നില്ല; മട്ടൻ പൊരിച്ചത്- മട്ടൻ കറി- ഒരു ഡസൻ രീതിയിലുള്ള സ്വാദുള്ള പാചകങ്ങൾ അതിനെക്കുറിച്ചുള്ള ചിന്ത തീവ്രദുഃഖം ഉളവാക്കുന്നതായിരുന്നു. ഭ്രാന്ത് പിടിപ്പിക്കുന്നത്! അങ്ങനെ ഒരാപത്തിലകപ്പെട്ടിരിക്കയായിരുന്നു അയാൾ!

രണ്ടാഴ്ചകഴിഞ്ഞപ്പോഴാണ് അയാൾ ആശിച്ച മഞ്ഞുരുകൽ ഉണ്ടായത്; അപ്പോൾ പേടിച്ചുവിറച്ച് അയാൾ തന്റെ ചെമ്മരിയാടിനുവേണ്ടി പോയി. നായ്ക്കളും കുറുനരികളും തിന്നു തീർത്ത ചെമ്മരിയാടിന്റെ അവശിഷ്ടങ്ങളാണയാൾക്കവിടെ കാണാൻ കഴിഞ്ഞത്.

പഴയ ഗ്രാമീണരെക്കുറിച്ചുള്ള ഈ ഓർമ്മക്കുറിപ്പുകളിൽനിന്ന് അക്കാലത്തെ പത്രങ്ങളിലേക്ക് ഞാൻ തിരിഞ്ഞ് അതിൽനിന്ന് ഏതാനും ചിത്രീകരണങ്ങൾ തയ്യാറാക്കാം.

നിയമം ഇപ്പോൾ വിവരിച്ചതുപോലുള്ള പട്ടിണിക്കാരനായ ഷെർഗോൾഡിന്റെ കേസും കളവ് തൊഴിലാക്കിയ ഒരു പെരുംകള്ളന്റെ കേസും തമ്മിൽ വേർതിരിച്ചറിയുന്നില്ല. ആട് മോഷണം വധശിക്ഷ അർഹിക്കുന്നൊരു കുറ്റമാണ്. ദയയ്ക്കായി ശുപാർശ ലഭിച്ചിട്ടില്ലെങ്കിൽ അവൻ കഴുമരത്തിലേറ്റപ്പെടും. അക്കാലത്ത് 'ദയ' എന്നുദ്ദേശിക്കുന്നത് എന്താണെന്ന് നമ്മൾക്കറിയാം! മിക്കവാറും ഗ്രാമങ്ങളിൽ ജീവിച്ചിരിക്കുന്നവരുടെ ഓർമ്മകളിൽ തങ്ങി നില്ക്കുന്ന അത്രക്ക് പ്രാകൃതമായ ഒരു നിമയം നമ്മൾക്ക് അവിശ്വസനീയമായി തോന്നും. അധികം കേസുകളിലും ദയയ്ക്കായി ശുപാർശ ചെയ്തിരുന്നെങ്കിലും നിയമനിർവ്വാഹകരുടെ മനോഭാവത്തേക്കാൾ ഏറെ ഭീകരമായിരുന്നില്ല അക്കാലത്തെ നിയമം. എല്ലാവർക്കിടയിലും നല്ല മനുഷ്യരും ചീത്തമനുഷ്യരുമുണ്ട്, എല്ലാ തൊഴിലിലും. എന്നാൽ മിക്കവാറും എല്ലാറ്റിലും ഒരുകറുത്ത പുള്ളി ഉണ്ട്. എല്ലാ ഹൃദയങ്ങളിലും! ഏത് പരിധിവരെ അത് വളർന്ന് വികസിച്ചേക്കാം; ഏറ്റവും നീതിമാനും ബുദ്ധിമാനും സന്മാർഗ്ഗിയുമായവരെ 'മനുഷ്യപി

ശാചുക്കളായി മാറ്റിയേക്കാം'- മറ്റൊരു അവസ്ഥയിൽ കേനൻ വിൽഭെർഫോഴ്സ് കണ്ടുപിടിച്ച ചൊല്ലാണത്. പഴയ റിപ്പോർട്ടുകളും ജഡ്ജികളുടെ സംക്ഷേപങ്ങളും വിധികളും വായിക്കുമ്പോൾ അവർ കൈവശപ്പെടുത്തിയിട്ടുള്ള ഭീഷണിമായ അധികാരത്തെക്കുറിച്ച് വിശ്വസിക്കാതിരിക്കാൻ കഴിയുന്നില്ല! അതിന്റെ സ്ഥിരമായ പ്രയോഗം അനിവാര്യമായ കാഠിന്യം സൃഷ്ടിക്കുന്നു എന്നു മാത്രമല്ല ശരിക്കും ക്രൂരമാക്കുകയും ചെയ്യുന്നു. ഭയാനകമായ വിധി നടപ്പാക്കുന്നതിലുള്ള അവരുടെ ആഹ്ലാദം ചില ഉയർന്ന മാമൂൽ ആവിഷ്കാരരീതി കൊണ്ട് വളരെ ലോലമായി മറയ്ക്കുന്നു. നിയമം, സദാചാരം, മതം എന്നിവയെ ഉയർത്തിപ്പിടിക്കാനുള്ള ആവശ്യകത! പട്ടിണിക്കാരനായ ഒരു നിർഭാഗ്യവാൻ ഒരു കഷണം അപ്പം കട്ടെടുത്ത കേസിൽ സ്ഥിരമായി ഉപയോഗിക്കാറുള്ള ഒരു ശൈലിയാണ് 'കുറ്റകൃത്യങ്ങളുടെ ആധിക്യം'. കൊള്ള, കൊല, ബലാത്സംഗം, കൊള്ളിവെപ്പ് എന്നീ കേസുകൾപോലെതന്നെയാണ് ഈ നിസ്സാരകേസുകളും കണക്കാക്കപ്പെടുന്നത്.

മനുഷ്യർ ഇത്ര ദുരിതമനുഭവിച്ചുകൊണ്ടിരിക്കുന്ന കാലത്ത് പോലും യഥാർത്ഥ കുറ്റകൃത്യങ്ങൾ എത്ര കുറവായിരുന്നു. എന്ന് കാണുമ്പോൾ ആശ്ചര്യം തോന്നും! അന്ന് കഴുമരത്തിലേറ്റപ്പെടുവാനും ജീവപര്യന്തം നാടുകടത്തപ്പെടുവാനും ഉള്ള ശിക്ഷാവിധി കിട്ടുവാൻ ഒരു മനുഷ്യൻ ചെയ്ത കുറ്റകൃത്യത്തിന് ഇപ്പോൾ നല്കുന്ന ശിക്ഷ ഏതാനും ദിവസത്തേയോ പരമാവധി ഏതാനും ആഴ്ചകളുടെയോ തടവ് ആണ്! 1825 ൽ മി. ജസ്റ്റിസ് പാക്ക് ഉൽക്കണ്ഠാകുലനായി പ്രസ്താവിച്ച ഭീമമായ കുറ്റവാളികളുടെ സംഖ്യ 170 ആയിരുന്നെന്ന് ഞാൻ കുറിച്ചുവെച്ചിട്ടുണ്ട്. ഇതിൽ ഏറ്റവും മോശം കുറ്റം ആട് മോഷണം ആയിരുന്നു!

വീണ്ടും 1827 ൽ ഇതേ മി. ജസ്റ്റിസ് പാർക്ക് സാലിസ് ബറിയിലെ സ്പ്രിങ് അസ്സിസെസ്സിൽ പ്രസ്താവിച്ചു. കുറ്റകൃത്യങ്ങൾ ആ വർഷം കൂടുതൽ ആയിരുന്നെങ്കിലും പ്രധാനപ്പെട്ട കേസുകളുടെ സത്യവാങ്മൂലങ്ങൾ നോക്കിയപ്പോൾ അവ അത്ര ഗുരുതരമായ കേസുകളല്ലെന്ന് കാണാൻ കഴിഞ്ഞതിൽ അദ്ദേഹത്തിന് സന്തോഷമുണ്ട് എന്ന് - എന്നിരുന്നാലും അദ്ദേഹം ഇരുപത്തെട്ടുപേർക്ക് വധശിക്ഷ വിധിക്കുകയുണ്ടായി! അവരിൽ അയാൾ അര ക്രൗൺ മോഷ്ടിച്ച കുറ്റത്തിനായിരുന്നു!

ഇരുപത്തെട്ടുപേരിൽ മൂന്നു പേർക്ക് ഒടുവിൽ വധശിക്ഷ ഒഴിവാക്കി കൊടുക്കുകയുണ്ടായി. അതിലൊരാൾ പത്തൊമ്പത് വയസ്സുള്ള ഒരു യുവാവായിരുന്നു. ഒരു പെൺകുതിരയെ മോഷ്ടിച്ചു എന്നായിരുന്നു അവനുമേലുള്ള കുറ്റാരോപണം. അവൻ കുറ്റം സമ്മതിച്ചു. അപ്രകാരം ചെയ്യരുതെന്ന് ജഡ്ജി മുന്നറിയിപ്പ് നല്കിയിട്ടും അവനത് ചെയ്തു! ആ വലിയ മനുഷ്യന് ദേഷ്യം വന്നു. ജീവനോ മരണമോ കൊടുക്കാനുള്ള അധികാരം അദ്ദേഹത്തിന്റെ കൈയിലുണ്ട്. വിധി പ്രസ്താവിക്കവെ, കുതിര മോഷണക്കുറ്റം പ്രാബല്യത്തിലുള്ള വസ്തുത ആ ജഡ്ജി വിശദീക

രിച്ചു., അതുപോലെ അതൊരു മാതൃക ആകേണ്ടതിന്റെ ആവശ്യകതയും. അതുകൊണ്ട് ദയ ലഭിക്കുമെന്ന് പ്രതീക്ഷിക്കേണ്ടതില്ല. ഈയിടെയായി ഒരുപാട് കുറ്റവാളികൾ കുറ്റസമ്മതം നടത്തുന്നുണ്ട്. അവർക്ക് കഠിനശിക്ഷയിൽനിന്ന് രക്ഷപ്പെടാനാകുമെന്ന വ്യാമോഹം മൂലമാണത്. അത്തരം കാര്യങ്ങൾക്ക് തടയിടാൻ അദ്ദേഹം തീരുമാനിച്ചിരിക്കുകയാണ്!

അങ്ങനെ കറുത്തതൊപ്പി ധരിച്ച 'മനുഷ്യപിശാച്' സംസാരിച്ചു.

ഒരു ഉറുമാൽ മോഷ്ടിച്ച പതിനെട്ട് വയസ്സ് പ്രായമുള്ള ഒരു യുവാവിനെ ജീവപര്യന്തം നാടുകടത്തിയ ഒരു കേസ് ഞാൻ കണ്ടു. എഡ്വാഡ് ബേക്കർ എന്നാണവന്റെ പേര്. അവൻ കുറ്റസമ്മതം നടത്തിയിരുന്നെങ്കിൽ അതവന് കൂടുതൽ കടുത്ത ശിക്ഷ നേടിക്കൊടുത്തേനെ!

1830 ൽ സാലിസ് ബറി സ്പ്രിങ് അസ്സിസെസ്സിൽ മി. ജസ്റ്റിസ് ഗസാലി ഗ്രാണ്ട് ജൂറിയെ അഭിസംബോധന ചെയ്ത് പറഞ്ഞു, കുറ്റകൃത്യങ്ങളൊന്നും വലിയ അധാർമ്മികതയുള്ളവയല്ല. തടവുപുള്ളികളുടെ എണ്ണം നൂറ്റിമുപ്പത് ആയിരുന്നു, ഇരുപത്തൊൻപത് പേർക്ക് അദ്ദേഹം വധശിക്ഷ വിധിച്ചു; അഞ്ചുപേർക്ക് ജീവപര്യന്തം നാടുകടത്തലും, അഞ്ചുപേർക്ക് പതിനാല് വർഷം, പതിനൊന്ന് പേർക്ക് ഏഴ് വർഷവും നല്കി. മറ്റുള്ളവർക്ക് പലകാലയളവിലുള്ള കഠിനതടവും!

മജിസ്ട്രേറ്റുമാരുടെ ശിക്ഷകളും അതുപോലെ അസഹ്യമായിരുന്നു. ഒരു കേസിലെ ഉന്നതമായ മജിസ്ട്രേറ്റ് ആ പ്രദേശത്തെ പ്രമുഖ പ്രഭുവായിരുന്നു. സാലിസ്ബറി എം പി തുടങ്ങിയ പദവി അലങ്കരിക്കുന്നവൻ. പത്തടി നീളമുള്ള ഒരു മരപ്പലക മോസസ് സ്നൂക് എന്നൊരു പാവം മനുഷ്യൻ മോഷ്ടിച്ചു എന്ന ആരോപണമുയർന്നു. ആ സാലിസ്ബറി എം പിയുടേതായിരുന്നു ആ മരപ്പലക. അയാൾക്ക് പതിനാല് വർഷത്തെ നാടുകടത്തൽ ശിക്ഷയാണ് വിധിക്കപ്പെട്ടത്! ആ പലകയ്ക്ക് ഒരുപക്ഷേ, ഒന്നോ രണ്ടോ ഷില്ലിങ് വില വരും!

രാജ്യ നിയമം അപ്രകാരമായിരിക്കുകയും അത് നടപ്പാക്കുന്നവരുടെ സ്വഭാവം അതേ രീതിയിലായിരിക്കുകയും ജഡ്ജിമാർ, മജിസ്ട്രേട്ടുമാർ, ഭൂവുടമകൾ എന്നിവരുടെ - ജനങ്ങളുടെ ദുരിതം അവരെ യജമാനന്മാർക്കെതിരെ കലാപമുയർത്തുവാൻ പ്രേരിപ്പിക്കുമെന്ന കാര്യത്തിൽ സംശയമില്ല! ഉന്മത്തയുടെ പാരമ്യത്തിൽപോലും നിഷ്ഠൂരമായ കാര്യങ്ങളൊന്നും അവർ ചെയ്തില്ല. അവർ ധാന്യം മെതിക്കുന്ന യന്ത്രംതല്ലിത്തകർത്തു. വൈക്കോൽ കൂമ്പാരം കത്തിച്ചു. അവരിൽ ഭ്രാന്തുപിടിച്ച ചിലർ ചില വീടുകളിൽ അതിക്രമിച്ചു കയറി, വീട്ടിനുള്ളിലെ ചില സാധനങ്ങൾ തല്ലിത്തകർത്തു, എന്നാൽ ഒറ്റ മനുഷ്യനേയും അവർ ദേഹോപദ്രവം ചെയ്തില്ല. എന്നിട്ടും എന്താണവർ അഭിമുഖീകരിക്കാൻ പോകുന്നതെന്നവർക്ക് അറിയാമായിരുന്നു-കഴുമരങ്ങൾ, ആന്റിപോസ്സിൽ അവരെ സ്വീകരിക്കാൻ തയ്യാറാക്കപ്പെട്ടിട്ടുള്ള നാടുകടത്തൽ കേന്ദ്രം! ഏറ്റവും ക്ഷമാശീലരും അനുസരണയുള്ളവരുമായ ഈ കർഷകത്തൊഴിലാളികളുടെ കലാപ ചരിത്രം ഒരിക്കലും രേഖപ്പെടുത്തപ്പെട്ടിട്ടില്ല എന്നത്

പരിതാപകരമാണ്! സത്യത്തിൽ ഭൂവുടമകളുടേയും കർഷകരുടേയും കഷ്ടപ്പാടിലൂടെയുള്ള വിവരങ്ങളൊഴികെ, മറ്റൊന്നും അതിനെക്കുറിച്ച് എഴുതപ്പെട്ടിട്ടില്ല.സത്യസന്ധമായ ധാരാളം തെളിവുകളും വിവരണങ്ങളും ഉണ്ടായിരുന്നു. അക്കാലത്തെ പത്രറിപ്പോർട്ടുകൾ മാത്രമല്ല, ഇപ്പോൾ ജീവിച്ചിരിക്കുന്ന പലരുടെ മനസ്സിലും ആ ഓർമ്മകൾ പതിഞ്ഞുകിടക്കുന്നുണ്ട്. ദക്ഷിണ ഇംഗ്ലണ്ടിലെ അനേകം കുടിലുകളിൽ താമസിക്കുന്ന അവരുടെ മക്കളുടെയും മക്കളുടെ മക്കളുടെയും മനസ്സുകളിലത് മായാതെ കിടപ്പുണ്ട്!

ആശയറ്റ ആ കലാപം പെട്ടെന്ന് അടിച്ചമർത്തപ്പെട്ടു. ഭൂവുടമകൾക്കും കർഷകർക്കും അത് ആപത് സൂചക ധ്വനി നല്കി! മറ്റ് കലാപങ്ങൾ, പ്രത്യേകിച്ച് ബ്രിസ്റ്റളിലേത്, നാട്ടിൽ പൊതുവെ ഉൽക്കണ്ഠ ഉളവാക്കി. ആ വികാരം 1831 ഫെബ്രുവരി 14 ന് മി. പെർസിവലിന്റെ പ്രമേയത്തിലൂടെ ഹൗസ് ഓഫ് കോമ്മൻസിൽ പ്രകടിപ്പിക്കപ്പെട്ടു. ഹിസ് മെജസ്റ്റിയോട് 'യുനൈറ്റഡ് കിങ്ഡം', മുഴുവൻ ഒരുദിവസം നിരാഹാരം അനുഷ്ഠിക്കാനായി തീരുമാനമെടുക്കണമെന്ന കൗതുകകരമായൊരു പ്രമേയമായിരുന്നു അത്! അത്തരം ഒരു നടപടി എടുക്കുവാൻ പ്രേരിപ്പിക്കുന്ന അവസ്ഥയാണ് ഇപ്പോൾ രാജ്യത്തിന്റേതെന്ന് അദ്ദേഹം പറഞ്ഞു. രാഷ്ട്രീയമായും മതപരമായും ക്രമമില്ലാത്ത ഒരവസ്ഥ! ഓരോ മണിക്കൂർതോറും ഭരണഘടനാ മൂലതത്ത്വങ്ങൾ ശിഥിലമായിക്കൊണ്ടിരിക്കുന്നു. ദരിദ്രരും ധനികരും മുതലാളിയും തൊഴിലാളിയും തമ്മിൽ യാതൊരു സ്നേഹബന്ധമോ, നിയന്ത്രണമോ മമതയോ, പരസ്പര വിശ്വാസമോ ഇല്ല, ഭീതിയും അവിശ്വാസവും വെറുപ്പുമാണുള്ളത്. അതേസമയം നമ്മുടെ പിതാക്കന്മാരുടെ കാലത്ത് സഹോദര സ്നേഹവും സന്തോഷവുമായിരുന്നു പ്രഭുക്കന്മാരോട് ഉണ്ടായിരുന്നത്.

ഹൗസ് ദോഷം മാത്രം കാണുന്നതായിരുന്നു. ആ വിഷയം വിനോദത്തോടെയാണത് വീക്ഷിച്ചത്. എന്നാൽ അറസ്റ്റു ചെയ്യപ്പെട്ട് സാരിസ്ബറി വിഞ്ചെസ്റ്റർ മറ്റ് പട്ടണങ്ങൾ എന്നിവിടങ്ങളിൽ സ്പെഷ്യൽ കമ്മീഷന് മുമ്പാകെ വിചാരണയ്ക്കായി ഹാജരാക്കപ്പെട്ട പാവങ്ങളോടുള്ള പെരുമാറ്റം ഉൽക്കണ്ഠ നിറഞ്ഞതായിരുന്നു. ജഡ്ജിമാർക്കത് ആഹ്ലാദഭരിതമായ കാലമായിരുന്നു. സാലിസ് ബറിയിൽ മുപ്പത്തി നാല് പാവങ്ങൾ വധശിക്ഷയ്ക്ക് വിധിക്കപ്പെട്ടു, മുപ്പത്തിമൂന്നുപേർ ജീവപര്യന്തം നാടുകടത്തലിനും പത്ത് പേർ പതിനാല് വർഷത്തിനും... അങ്ങനെ പോകുന്നു ശിക്ഷാവിധി!

അക്കാലത്തെ വർത്തമാന പത്രങ്ങളിൽ പ്രത്യക്ഷപ്പെട്ടിട്ടില്ലാത്ത ഒരു അവസാന കൊച്ചുരംഗം അതിപ്പോഴും വ്യക്തമായി ഓർക്കുന്ന ഒരു ദൃക്സാക്ഷിയിൽ നിന്നെനിക്ക് ലഭിച്ച വിവരമാണ്. ജീവിതകാലം മുഴുവൻ സാരിസ് ബറി കാത്തഡ്രലിൽനിന്നുള്ള മണിനാദം കേട്ടുകൊണ്ട് ഒരുഗ്രാമത്തിൽ ജീവിച്ച ഒരു തൊണ്ണൂറ്റഞ്ചുകാരി സ്ത്രീയാണ് ആ ദൃക്സാക്ഷി.

വിചാരണ കഴിഞ്ഞ് കുറ്റവാളികളാണെന്ന് വിധിക്കപ്പെട്ടവരെ ജയിലിലേക്ക് തിരിച്ചുകൊണ്ടു പോകാനായി കോടതി മുറ്റത്ത് നിർത്തിയപ്പോൾ ആ പ്രദേശത്തും വിൽറ്റ് ഷയറിലുമുള്ള അവരുടെ സ്ത്രീജനങ്ങൾ അവരുടെ വിധി അറിയാനായി കൂട്ടം കൂടി നില്ക്കുകയായിരുന്നു; വിളർത്ത് ഉൽക്കണ്ഠാകുലരായി, കണ്ണുനീരൊഴുക്കികൊണ്ട് ഗേറ്റിന് പുറത്താണവർ നില്ക്കുന്ത്. വിധി അറിഞ്ഞവർ ആകാംക്ഷയോടെ ജനക്കൂട്ടത്തിലേക്ക് നോക്കി സ്വന്തം ആളുകളെ തിരിച്ചറിഞ്ഞപ്പോൾ വിളിച്ചു പറഞ്ഞു 'വിഷമിക്കാതിരിക്കൂ. എനിക്ക് വധശിക്ഷയാണ്.' ഒരാൾ പറയുന്നു. 'എന്നാൽ ഒരുപക്ഷേ, ദയക്കുവേണ്ടി ശുപാർശ പോയേക്കാം. അതുകൊണ്ട് അത് അറിയുന്നതുവരെ നിങ്ങൾ അസ്വസ്ഥരാകരുത്. അപ്പോൾ മറ്റൊരാൾ അങ്ങനെ വിഷമിക്കല്ലെ അമ്മേ, ജീവപര്യന്തം തടവ് മാത്രമാണനിക്ക് കിട്ടിയിട്ടുള്ളത്, ഇനിയും വേറൊരാൾ 'കരയല്ലെ പെണ്ണെ എനിക്ക് പതിനാല് വർഷത്തെ നാടുകടത്തൽ മാത്രമല്ലേ കിട്ടിയിട്ടുള്ളൂ. ഒരുപക്ഷേ, നിങ്ങളെ എല്ലാവരെയും എനിക്ക് വീണ്ടും കാണാൻ കഴിഞ്ഞേക്കും. അങ്ങനെ തങ്ങളുടെ കരഞ്ഞുകൊണ്ടിരിക്കുന്ന സ്ത്രീകളോടവർ ഫിഷർട്ടൻ ജയിലിലേക്ക് പോയിക്കൊണ്ടിരിക്കവെ പറഞ്ഞു. അവിടന്നവരെ പോർട്ട് സ്മിത്തിലേക്കും ഹിമത്ത് ഹാർബറിലേക്കും കൊണ്ടുപോകാം. വീട്ടിൽനിന്നും ബഹുദൂരെയുള്ള ഭൂമിയിലെ നരകത്തിലേക്കവരെ എത്തിക്കാനുള്ള കപ്പൽ അവിടെ കാത്തു നില്ക്കുന്നുണ്ടായിരിക്കും! അവർ ക്രിമിനലുകൾ നല്ലധീരന്മാരായ മനുഷ്യരാണ്- കരുത്തരും സഹനശക്തിയുമുള്ള വർഗ്ഗത്തിലെ വിൽറ്റ് ഷയർ ജനങ്ങൾ. അന്നാട്ടിലെ തൊഴിലാളികൾ മാത്രമല്ല അവർ, ലോകത്തിന്റെ പലഭാഗങ്ങളിലും കഠിനാദ്ധ്വാനം ചെയ്തിട്ടുള്ളവരാണ്. പഴയ കുന്നിൻ പ്രദേശം മുതൽ ഏതാനും വർഷങ്ങൾക്കുമുമ്പ് ആഫ്രിക്കയിൽ നടന്ന നമ്മുടെ യുദ്ധംവരെ അവർ തങ്ങളുടെ കഴിവ് കാണിച്ചു.

എന്നാൽ കഷ്ടം. അവിടെ വിട്ടുപോയസ്ത്രീകൾക്ക് വൃദ്ധയായ അമ്മയ്ക്ക് ഒരിക്കലും അവളുടെ മകനെ വീണ്ടും കാണാൻ കഴിയില്ല; ഭാര്യയും മക്കളും കഷ്ടപ്പാടു നിറഞ്ഞ അനേകം വർഷങ്ങൾ ആശയ്ക്ക് വഴിയില്ലെങ്കിലും ആശകൈവെടിയാതെ കാത്തിരുന്നു - ഉറക്കത്തിൽ അയാൾ വന്നെന്ന് സ്വപ്നം കണ്ട് ആനന്ദത്തോടെ ഞെട്ടി ഉണർന്നു, എന്നാൽ ഉറക്കമുണർന്നപ്പോൾ അയാളുടെ മുഖം പിന്നീട് കണ്ടിട്ടില്ല! എനിക്കറിയാവുന്നിടത്തോളം വളരെ കുറച്ചുപേർ മാത്രമേ തിരിച്ചു വന്നിട്ടുള്ളൂ - അഞ്ചോ ആറോ പേരിൽ ഒരാൾ മാത്രം!

ഇത്തരം നിയമം നിലനില്ക്കുമ്പോൾ അത് മാത്രമാണവർക്ക് പ്രതീക്ഷിക്കാൻ കഴിഞ്ഞിരുന്നത് വെറും സാധാരണ കാര്യം ഏറ്റവും അറപ്പു തോന്നുന്ന കാര്യം, പ്രോസിക്യൂഷനുവേണ്ടി സാക്ഷികളെ വാടകയ്ക്കെടുക്കാൻ ആ സമ്പന്ന വർഗ്ഗം ഒഴുക്കിയ പണമാണ്! മനുഷ്യരിലേക്ക് ഉൾക്കിടിലം അടിച്ചു കേറ്റേണ്ടത് അവരുടെ ആവശ്യമായിരുന്നു. രക്തച്ചുവയുള്ള പണത്തിന്റെ ഗന്ധം അനേകം അധമന്മാരായ ആഭാസന്മാരെ ആകർഷിച്ചു.

ഏതാനും പൗണ്ടുകൾക്കുവേണ്ടി ഏത് മനുഷ്യന്റെ ജീവിതം നശിപ്പിക്കാനായും കള്ളസാക്ഷി പറയാൻ തയ്യാറായിരുന്നു. ഈ രീതിയിൽ അനേകം പാവങ്ങൾ ശിക്ഷിക്കപ്പെട്ടു. എന്നത് കുപ്രസിദ്ധി നേടിയ ഒരു വസ്തുതയായിരുന്നു.

പഴയ അസുഖകരമായ കാര്യങ്ങളെക്കുറിച്ചുള്ള ഈ അദ്ധ്യായം അവസാനിപ്പിക്കുമ്പോൾ ഒരു സംഭവംകൂടി രേഖപ്പെടുത്തട്ടെ. കഴുമരത്തിൽ ഏറ്റപ്പെട്ടവനോ നാടുകടത്തപ്പെട്ടവനോ ആയ ഒരാളെ സംബന്ധിക്കുന്ന കാര്യമല്ല അത്. എന്നാൽ ഒരു മരിച്ചവനോടുള്ള പെരുമാറ്റവും അപമൃത്യുവിചാരണയുമാണ്!

ഹിണ്ട്സനിലും ഫോണ്ട് ഹില്ലിലും മറ്റ് ഗ്രാമങ്ങളിലും ജനക്കൂട്ടം കലാപമുയർത്തിയ സംഭവം ഞാൻ കഴിഞ്ഞ അദ്ധ്യായത്തിൽ പറഞ്ഞിരുന്നല്ലോ. ടിസ്ബറിക്കടുത്തുള്ള പിറ്റ്ഹൗസിൽ പ്രക്ഷോഭണ ജാഥ അവർ അവസാനിപ്പിച്ചു. അവിടത്തെ യന്ത്രസാമഗ്രികൾ അവർ തല്ലിത്തകർത്തു. ആ സന്ദർഭത്തിൽ ഒരുകൂട്ടം സൈനികർ, സന്നദ്ധഭടന്മാർ ആ രംഗത്തെത്തി. എന്നാൽ കലാപകാരികൾ ധാന്യം മെതിക്കുന്ന യന്ത്രങ്ങളും മറ്റും തല്ലിത്തകർത്തശേഷമായിരന്നു അവരുടെ വരവ്! ആ സംഘം പ്രത്യക്ഷപ്പെട്ടപ്പോൾ കലാപകാരികളെന്ന് പറയപ്പെട്ടവർ കാട്ടിലേക്കോടി രക്ഷപ്പെട്ടു. എന്നാൽ അവർ ഓടിപ്പോകുന്നതിന് മുമ്പ് ഒരാൾക്ക് മരണം സംഭവിച്ചു. അനേകം പേർ ഗ്രാമത്തിൽനിന്നും വയലുകളിൽനിന്നും വന്ന് ആ കലാപം നോക്കി നില്ക്കുന്നുണ്ടായിരുന്നു. അപ്പോൾ, അടുത്ത ഗ്രാമമായ ചിൽമാർക്കിൽനിന്നുവന്ന ഒരു കർഷകൻ ഒരു വേട്ടക്കാരന്റെ കൈയിൽനിന്നും ഒരു തോക്ക് തട്ടിപ്പറിച്ച് ഒരുകലാപകാരിയെ വെടിവെച്ച് കൊന്നു. 1831 ജനുവരി 27 ന് അപമൃത്യു വിചാരണ ശവശരീരത്തിനടുത്ത് നടന്നു. അപ്പോൾ ആരോ സാക്ഷിപറയുന്നത് കണ്ടു, ആ മനുഷ്യനെ വെടിവെച്ച് കൊന്നത് സന്നദ്ധ ഭടന്മാരിൽ ആരോ ആണെന്ന്! എന്നാൽ സന്നദ്ധ സംഘം എത്തുന്നതിനേക്കാൾ മുമ്പാണ് ആ കൊല നടന്നത്. ഈ സാക്ഷിയുടെ മൊഴി അനുസരിച്ച്, ഈ മനുഷ്യൻ തന്റെ വടി കൊണ്ട് ഭടന്മാരിൽ ഒരാളെ ആക്രമിക്കുകയോ ഭീഷണിപ്പെടുത്തുകയോ ചെയ്തു. അതായിരുന്നു വെടിവെക്കാനുള്ള കാരണം. ദുർമരണവിചാരണാധികാരിക്കിത് ധാരാളമായിരുന്നു. നീതീകരിക്കാവുന്ന നരഹത്യ എന്ന് വിധിയെഴുതുവാനയാൾ തന്റെ ജൂറിയോട് നിർദ്ദേശിച്ചു. അതവർ അനുസരണയോടെ നിർവ്വഹിച്ചു.

“ഈ” വിധി വിചാരണാധികാരി പറഞ്ഞു. “അനുസരിച്ച് മൃതിയടഞ്ഞവനെ സംസ്കരിക്കാനുള്ള അനുമതി എനിക്ക് നല്കാൻ കഴിയില്ല. എന്നാലും മരിച്ചവന്റെ ബന്ധുക്കളുടെ ദുഖത്തിലയാൾ സഹാനുഭൂതി പ്രകടിപ്പിച്ചു. ശവം മറവു ചെയ്യാനായി മറ്റെന്തെങ്കിലും മാർഗ്ഗം ആരായണം.

വിചാരണാധികാരി ജഡ്ജിമാരെപ്പോലെ കുലീന വർഗ്ഗത്തിനുവേണ്ടി അമിതാവേശം പ്രകടിപ്പിക്കാൻ ഉത്സുകനായിരുന്നു. ഈ കലാപം അവ

രുടെ താല്പര്യങ്ങൾക്ക് ഹാനികരമായിരുന്നല്ലോ. വെറും വിചാരണാധികാരിയായിരുന്ന അയാൾക്ക് ആരെയും വധശിക്ഷയ്ക്ക് വിധിക്കാൻ അധികാരമില്ലെങ്കിലും അയാളുടെ മുന്നിൽ കിടത്തിയിട്ടുള്ള ശവത്തെ എന്തായാലും ചവുട്ടാനയാൾക്ക് കഴിയും. അയാൾ സഹാനുഭൂതി പ്രകടിപ്പിച്ച മരിച്ച ആളുടെ ബന്ധുക്കൾ കൊല്ലപ്പെട്ട ആ പാവം മനുഷ്യനെ രാത്രി എടുത്തുകൊണ്ടുപോയി എവിടെയോ മറവു ചെയ്തു.

അപ്രകാരം നിയമം സമർത്ഥിക്കപ്പെടുകയും എല്ലാ ചുമതലകളും നിർവ്വഹിക്കപ്പെടുകയും ചെയ്തെങ്കിലും കർഷകർ അപ്പോഴും ഉൽക്കണ്ഠാകുലരായിരുന്നു. അവർ യോഗങ്ങൾ കൂടി കർഷകത്തൊഴിലാളികളുടെ അവസ്ഥയെക്കുറിച്ച് ചർച്ച ചെയ്തു. ആളുകളെ വേണ്ടരീതിയിൽത്തന്നെ ശിക്ഷിച്ചിട്ടുണ്ടെന്ന് അവർ എല്ലാവരും പറഞ്ഞു. അതേസമയം തൊഴിലാളികൾ അസംതൃപ്തരാകാൻ ചിലകാരണങ്ങൾ ഉണ്ടെന്നും അവർ സമ്മതിച്ചു. ബ്രഡ്ഡിന് ഇപ്പോൾ നല്ല വിലയുള്ളതിനാൽ കുടുംബമുള്ള ഒരു മനുഷ്യന് പ്രതിവാരം ലഭിക്കുന്ന ഏഴ് ഷില്ലിങ് വേതനം കൊണ്ട് ജീവിക്കാൻ കഴിയില്ല. അതുകൊണ്ട് കൂലി ഒരുഷില്ലിങ് വർദ്ധിപ്പിക്കണമെന്ന് പൊതുവെ ധാരണയായി. എന്നാൽ പെട്ടെന്ന് ആ ഉൽക്കണ്ഠ മാറിയപ്പോൾ ആളുകൾ മുമ്പത്തേക്കാളേറെ വിധേയത്തമുള്ളവരായി കാണപ്പെട്ടപ്പോൾ അവർ കൂട്ടിയ ഒരു ഷില്ലിങ് കൂലി വീണ്ടും കുറച്ചു- കുടംബമുള്ള കഠിനാദ്ധ്വാനിയായ നല്ല പണിക്കാരന് പ്രതിവാരം ഏഴ് ഷില്ലിങ്ങും, അവിവാഹിതരായ പുരുഷനും സ്ത്രീക്കും നാല് മുതൽ ആറ് ഷില്ലിങ്ങും. അവർ ഏതോ ശക്തനായ പുരുഷനെപ്പോലെ പാടത്ത് പണിയെടുത്താലും അതേകൂലിതന്നെ!

എന്നാൽ പിന്നീട് ഒരു കലാപം ഉണ്ടായിട്ടില്ല.

ആട്ടിടയന്റെ തിരിച്ചുപോക്ക്

ഡൗട്ടനിലെ കാലെബിന്റെ ആട്ടിയ കാലഘട്ടം പെട്ടെന്നാണ് അവസാനിപ്പിക്കപ്പെട്ടത്. ആഗസ്ത് അവസാനമാകാറായി. ഒക്ടോബർ 5 നു ചെമ്മരിയാടുകളെ കാസിൽ ചന്തയ്ക്ക് കൊണ്ടുപോകുന്നതിനെക്കുറിച്ചയാൾ ചിന്തിക്കുകയായിരുന്നു. എന്നാൽ ഈ വിഷയത്തെക്കുറിച്ച് അവന്റെ യജമാനൻ ഒന്നും പറയാത്തത് അവന് വിചിത്രമായി തോന്നി. കാസിൽ എന്നവൻ ഉദ്ദേശിച്ചത് യാൻബറോ കാസിൽ ആണ്. വാർമിൻസ്റ്ററിനും അമെസ്ബറിക്കും ഇടയ്ക്കുള്ള ഉയർന്ന കുന്നിൻ പ്രദേശത്ത് നിലകൊള്ളുന്ന വലിയൊരു ചരിത്രാതീതകാലത്തെ കോട്ടമതിലാണത്. അവിടെ യാതൊരു ഗ്രാമവുമില്ല. അടുത്തൊന്നും ഒറ്റവീടുമില്ല. വലിയ വൃത്താകൃതിയിൽ നിർമ്മിക്കപ്പെട്ട മതിലും കിടങ്ങുമാണവിടെ ഇപ്പോൾ ഉള്ളത്. അതിനുള്ളിലാണ് ചന്ത നടക്കുന്നത്. മുമ്പ് ഇത് നാട്ടിലെ ഏറ്റവും പ്രധാനപ്പെട്ട ചെമ്മരിയാട് ചന്തകളിൽ ഒന്നായിരുന്നു, എന്നാൽ രണ്ട് മൂന്ന് ദശകങ്ങളായി അതിന്റെ പ്രാധാന്യം കുറഞ്ഞ് വരികയായിരുന്നു. ഇപ്പോൾ തീരെ കുറഞ്ഞു. ബൊകോമ്പ് ഡൗട്ടനിൽ ഒരു ആട്ടിടയനായിരുന്ന കാലത്ത് അത് വലുതായിരുന്നു. അയാൾ മി. എല്ലെർബിയുടെ മുഖ്യ ആട്ടിടയനായി ആദ്യം അവിടെ പോയപ്പോൾ കാസിലിൻ വലിയ പ്രാധാന്യമുള്ളൊരു വ്യക്തിയായാണ് താൻ കരുതപ്പെട്ടതെന്നയാൾ മനസ്സിലാക്കി! ചെമ്മരിയാടുകളുമായി പുറപ്പെടുന്നതിനുമുമ്പ് അയാൾ യജമാനന്റെ നിർദ്ദേശങ്ങൾ ആരാഞ്ഞു. അയാൾ ഗ്രൗണ്ടിൽ പ്രവേശിച്ചാൽ ആ സ്ഥലത്തിന്റെ ചുമതല വഹിക്കുന്നവർ അയാളെ നയിക്കുമെന്ന് യജമാനൻ പറഞ്ഞു. എല്ലെർബികൾ എൺപത്തി എട്ട് വർഷങ്ങളായി ചെമ്മരിയാടുകളെ അവിടെ പ്രദർശിപ്പിക്കുകയും വില്ക്കുകയും ചെയ്യുന്നു! ഒറ്റ വർഷം പോലും ആ പതിവ് മുടക്കിയിട്ടില്ല. എപ്പോഴും അതേസ്ഥലത്ത്

തന്നെ! ആ ചന്തയ്ക്ക് കച്ചവടത്തിനായി വരുന്നവർക്കെല്ലാം എല്ലെർബി യുടെ ചെമ്മരിയാടുകൾ എവിടെയാണ് നില്ക്കുന്നതെന്നറിയാം. പിന്നെ അദ്ദേഹം അന്തസ്സോടെ കൂട്ടിച്ചേർത്തു. അവ കാസിലിലെ ഏറ്റവും മികച്ച ചെമ്മരികളായിരിക്കുമെന്നവർ പ്രതീക്ഷിക്കുന്നു.

ഒരുദിവസം മി. എല്ലെർബി തന്റെ ആട്ടിയനുമായി സംസാരിക്കാ നെത്തി. ഒക്ടോബറിലെ ചെമ്മരിയാട് പ്രദർശനത്തെക്കുറിച്ചയാൾ ചോദി ച്ചപ്പോൾ, അതിന് അയക്കാനായി ചെമ്മരിയാടുകൾ ഇല്ലെന്നദ്ദേഹം മറു പടി നല്കി. "അയക്കാനായി ചെമ്മരിയാടുകൾ ഇല്ലെന്നോ യജമാനനെ" കാലെബ് ആശ്ചര്യപ്പെട്ടു! അപ്പോൾ മി. എല്ലെർബി പറഞ്ഞു, അദ്ദേഹം ഭാര്യയോടൊപ്പം കുറച്ചുകാലത്തേക്ക് വിദേശത്തേക്ക് പോകുകയാണ്. ഒരാൾ നല്ല വിലയ്ക്ക് അദ്ദേഹത്തിന്റെ ചെമ്മരിയാടുകളേയെല്ലാം വാങ്ങി ക്കാമെന്നേറ്റിട്ടുണ്ട്. മി. എല്ലെർബി ആ വില സ്വീകരിക്കാൻ പോകുകയാ ണ്. അങ്ങിനെ 88 വർഷത്തിനുള്ളിൽ ആദ്യമായി ഡൗട്ടൻഫാമിൽനിന്ന് കാസിൻചന്തയ്ക്ക് ചെമ്മരിയാടുകൾ പോകില്ല! അദ്ദേഹം തിരിച്ചെത്തു മ്പോൾ വീണ്ടും ആടുകളെ വാങ്ങിക്കും. എന്നാൽ ഫാമിൽനിന്ന് വേറി ട്ടാണ് അദ്ദേഹം ജീവിക്കാൻ പോകുന്നതെങ്കിൽ ഒരുപക്ഷേ, ഒരിക്കലും തിരിച്ചു വന്നേക്കില്ല- അദ്ദേഹം അത് വില്ക്കും.

വലിയ ഹൃദയഭാരത്തോടെ കാലെബ് വീട്ടിലേക്ക് പോയി. ഭാര്യ യോട് ഇക്കാര്യം പറഞ്ഞു. അതവളേയും വേദനിപ്പിച്ചു. മിസ്സിസ് എല്ലെർബിയെക്കുറിച്ചുള്ള ചിന്ത അവളെ ആകുലയാക്കി. എന്നാൽ അല്പസമയത്തിനുള്ളിൽ അവൾ ഭർത്താവിനെ ആശ്വസിപ്പിക്കാൻ ശ്രമിച്ചു. "അതുകൊണ്ട് എന്താണ് കുഴപ്പം?" അവൾ ചോദിച്ചു. "ഒരു കൊല്ലമാകാൻ ഇനി മൂന്ന് മാസമേയുള്ളൂ. യജമാനൻ മുഴുവൻ കൊല്ലത്തെ കൂലി തരുമെന്നുറപ്പാണ്. നമ്മൾക്ക് ബിഷപ്പിന്റെ വീട്ടിലേക്ക് തിരിച്ചുപോ കാം. കുറച്ചുനാൾ ജോലി ഇല്ലാതെ കാത്തിരിക്കേണ്ടിവരും. നിങ്ങൾ വിർമിൻസ്റ്ററിൽ പോയതിന് നിങ്ങളുടെ അച്ഛൻ മാപ്പു നല്കുമോ എന്നു നോക്കാം."

അവർ സ്വയം ആശ്വസിച്ചു. അങ്ങനെ വീട്ടിലേക്ക് സുഖമായി തിരി ച്ചുപോകുന്നതിനെക്കുറിച്ച് ചിന്തിക്കാൻ തുടങ്ങിയപ്പൾ മി. എല്ലെർബി തന്റെ ആട്ടിടയനോട് പറഞ്ഞു. അയാളുടെ നല്ലവനായൊരു സുഹൃത്ത്, അത്ര ധനികനൊന്നുമല്ലെങ്കിലും, അവനെ മുഖ്യ ആട്ടിടയനായി എടു ക്കുവാൻ താല്പര്യപ്പെടുന്നു. നല്ല ശമ്പളവും താമസിക്കുവാൻ സൗജ ന്യമായി ഒരു കുടിലും കൊടുക്കും. വീട്ടിൽനിന്ന് കുറേക്കൂടി ദൂരേക്കാ ണവർക്ക് പോകേണ്ടിവരുക എന്നതാണ് ബൊക്കോമ്പുകൾക്കുള്ള ഒരേ ഒരു വിഷമം. എന്തുകൊണ്ടെന്നാൽ ഡോർസെറ്റിലാണ് ആ ഫാം, വിൽഷ യർ അതിർത്തിക്ക് വളരെ അടുത്താണെങ്കിലും.

അവർ ആ ജോലി സ്വീകരിച്ചു. അങ്ങനെ സെപ്തംബർ മദ്ധ്യത്തിൽ അവർക്ക് അപരിചിതമായ ആ നാട്ടിൽ അവൻ സ്ഥിരതാമസമാക്കി. വീട്ടിൽനിന്നും പരിചയമുള്ള എല്ലാറ്റിൽനിന്നും അകന്ന് ജീവിതം നയിച്ച

ആ അപരിചിത സ്ഥലം നാല്പത് വർഷത്തിനുശേഷവും അയാൾക്ക് അപരിചിതം തന്നെ! ഒരു സാധാരണ ആധുനിക മനുഷ്യൻ ഉഗാണ്ട യിലോ ആന്തമാൻ ദ്വീപുകളിലോ താമസിച്ച കാര്യം പറയുന്നതുപോ ലെയാണ് കാലെബ് അവിടത്തെ താമസത്തെക്കുറിച്ച് പറയുക. അതൊരു വിദേശ രാജ്യമാണ്, അവിടത്തെ ആളുകളുടെ രീതികൾ അയാൾക്ക് അസാധാരണമാണ്. വളരെ വിചിത്രമായ വസ്തുക്കളുടെ നാടാണത്. അവൻ ആട്ടിടയനായി പണിയെടുക്കുന്ന ഫാമിന്റെ അടുത്ത് ഏറ്റവും വിചിത്രമായ ഒരു പൊളിഞ്ഞ പഴയ പള്ളിയുണ്ട്. അതിന് മേല്ക്കൂരയില്ല. പകുതിയിലേറെ തകർന്നുകിടക്കുന്നു. ബാക്കി കുത്തനെ നില്ക്കുന്ന ഭാഗത്തും ടവറിലും വള്ളിച്ചെടികൾ പടർന്നുപിടിച്ചിരിക്കുന്നു. ആ കെട്ടി ടത്തിന് ചുറ്റും വലിയ മതിൽക്കെട്ടും കിടങ്ങും ഉണ്ട്. അതിന് പുറത്തു മൈതാനത്ത് പ്രാചീന ശവക്കല്ലറകൾക്ക് മീതെ നിർമ്മിച്ചതുപോലുള്ള കുന്നുകൾ കാണാം. ഈ പള്ളിയെക്കുറിച്ച് അതിശയകരമായൊരു കഥ അയാൾക്ക് പറയാനുണ്ട്. ആ പള്ളിയുടെ നാശം സംഭവിക്കാൻ തുടങ്ങി യത് അതിന്റെ ടവറിൽ ഉണ്ടായിരുന്ന വലിയ മണി ദുരൂഹമാംവിധം അപ്ര ത്യക്ഷമായതിനു ശേഷമാണ്! കൊടുങ്കാറ്റുള്ള ഒരുരാത്രി പിശാച് സ്വയം വന്ന് അത് മോഷ്ടിച്ചതാണെന്ന് വിശ്വസിക്കുന്നു. ആ മോഷ്ടിക്കപ്പെട്ട മണി പിന്നീട് കണ്ടെത്തുകയുണ്ടായി. പള്ളിയിൽനിന്ന് ഏതാനും മൈലു കൾക്കപ്പുറമുള്ള ചെറിയൊരു പുഴയിലേക്കത് വലിച്ചെറിഞ്ഞിരിക്കുകയാ യിരുന്നു. വേനൽക്കാലത്ത് വെള്ളം കുറഞ്ഞപ്പോൾ അടിയിലെ ചെളി യിൽ അത് പാതി താഴ്ന്നുകിടക്കുന്നത് വ്യക്തമായി കാണാൻ കഴിഞ്ഞി രുന്നു. എന്നാൽ രാജാവിന്റെ എല്ലാ കുതിരകളും എല്ലാ മനുഷ്യരും ഒന്നിച്ച് വലിച്ചിട്ടും ആ മണിപൊക്കി എടുക്കാനായില്ല. എതിർവശത്തേ ക്കുള്ള പിശാചിന്റെ വലി ഏറ്റവും ശക്തമായിരുന്നു. ഒടുവിൽ ഏതോ ബുദ്ധിശാലിയായ മനുഷ്യൻ പറഞ്ഞു. ഒരു സംഘം വെളുത്തകാള കൾക്കത് പൊക്കി എടുക്കാൻ കഴിഞ്ഞേക്കും. ഒരുപാടന്വേഷിച്ചശേഷം വെള്ളക്കാളകളെ കിട്ടി, താഴ്ന്നുപോയ മണിയിൽ തടിച്ച കയർ കെട്ടി, കാളകളെക്കൊണ്ട് വലിപ്പിച്ചു. പുഴയുടെ കുത്തനെയുള്ള ഓരത്തേക്ക് മണി പൊക്കിപ്പിടിച്ചു നിർത്തി. അപ്പോൾ നാടീമിലെ ഒരാൾ വിജയാഹ്ലാ ദത്തോടെ വിളിച്ചുപറഞ്ഞു. "ഇതാ നമ്മൾ ബെൽ എടുത്ത് പൊക്കിയി രിക്കുന്നു. നരകത്തിലെ എല്ലാ പിശാചുക്കൾ എതിർത്തിട്ടും." അയാൾ ഇത് വിളിച്ചുപറഞ്ഞ ഉടനെ കയറുകൾ മുറിഞ്ഞുപോയി. ബെൽ പഴയ ചെളിക്കുണ്ടിലേക്ക് തന്നെ വീണു. ഇപ്പോഴും അത് അവിടെത്തന്നെ കിട ക്കുന്നു. ആ പ്രദേശത്തുള്ള ഒരാളെ ഒരിക്കൽ കാലെബ് കാണുകയു ണ്ടായി. അയാൾ സ്വന്തം കണ്ണുകൾ കൊണ്ട് ആ ബെൽ കണ്ടതായി കാലെബിനോട് ഉറപ്പിച്ചുപറഞ്ഞത്രെ. പുഴയുടെ അടിയിൽ ചെളിയിൽ താഴ്ന്നു കിടക്കുകയായിരുന്നു.

ഈ ഐതിഹ്യം ഡോർസെറ്റ് ചരിത്രത്തിലില്ല. കൂടുതൽ മുഷിപ്പ നായൊരു വിവരണമാണ് ബെൽ അപ്രത്യക്ഷമായതിനെക്കുറിച്ച് കൊടു

ത്തിട്ടുള്ളത്. അതിൽ പിശാചിന് യാതൊരു പങ്കുമില്ല. ഈ ഇടപാടിൽ ഉൾപ്പെട്ട ചീത്ത മനുഷ്യർ പിന്നിൽ ഉണ്ടായിരുന്നോ എന്നറിയില്ല. എന്നാൽ വിൽറ്റ് ഷയറിന് പുറത്തുള്ള ഈ വിചിത്രമായ വിദൂരദേശത്ത് എന്തും സംഭവിച്ചിട്ടുണ്ടായിരിക്കാം! അവിടത്തെ മണ്ണും മേച്ചിൽസ്ഥല വുമെല്ലാം അവന്റെ ജന്മനാടിനേക്കാൾ വ്യത്യസ്തമാണ്. അയാളുടെ ബൂട്ട്സിൽ എന്തുമാത്രം ചെളിയാണ് ഒട്ടിപ്പിടിക്കുന്നത്, തികച്ചും അസാ ധാരണം! അയാൾക്ക് വല്ലാത്ത ഗൃഹാതുരത്വമായിരുന്നു എന്ന കാര്യ ത്തിൽ സംശയമില്ല. ഒരുവർഷം പൂർത്തിയാകുന്നതിന് ഒന്നോരണ്ടോ മാസം മുമ്പ് മറ്റൊരു ആട്ടിടയനെ അന്വേഷിക്കാനായി അയാൾ യജമാന നോട് ആവശ്യപ്പെട്ടു.

ഫാം ഉടമയ്ക്കത് വല്ലാത്ത ആശാ ഭംഗത്തിനിടയാക്കി. നല്ലൊരു ആട്ടിടയനെ കിട്ടാനായി വീട്ടിൽനിന്ന് വളരെ ദൂരെ പോയിട്ടാണയാൾ ഈ ആട്ടിടയനെ കൊണ്ടുവന്നത്. അവനെ സ്ഥിരമായി നിർത്താനാകുമെന്ന യാൾ ആശിച്ചു. എന്നാൽ ഇപ്പോൾ ഒറ്റക്കൊല്ലത്തിനുശേഷം അയാൾക്ക വൻ നഷ്ടപ്പെടാൻ പോകുകയാണ്. ആ ആട്ടിടയന് എന്താണ് വേണ്ടത്? അവനെ സന്തോഷിപ്പിക്കാൻ എന്ത് വേണമെങ്കിലും അയാൾ ചെയ്യും. ഒരുവർഷംകൂടി നില്ക്കുവാനയാൾ അവനോട് അഭ്യർത്ഥിച്ചു. എന്നാൽ ഇല്ല, അവന്റെ മനസ്സ് സ്വന്തം ജന്മഗ്രാമത്തിലേക്കും സ്വന്തം ആളുകൾക്കി ടയിലേക്കും തിരിച്ചുപോകാൻ ഉറപ്പിച്ചുകഴിഞ്ഞിരുന്നു. അതുകൊണ്ട് ദീർഘമായ ആ കൊല്ലം അവസാനിച്ചപ്പോൾ അവൻ തന്റെ വടിയുമെ ടുത്ത് കുന്നുകളും താഴ്വരകളും താണ്ടി മടക്കയാത്ര ആരംഭിച്ചു. പിന്നാലെ ഒരു വണ്ടിയിൽ അവന്റെ ഗൃഹോപകരണങ്ങളും ഭാര്യയും മക്കളും ഇരിക്കുന്നുണ്ടായിരുന്നു. വീട്ടിൽ തന്റെ വൃദ്ധരായ അച്ഛനമ്മ മാരും സ്വന്തക്കാരുമായി സസന്തോഷം വീണ്ടും അവൻ ചേർന്നു. ഏതാനും ദിവസങ്ങൾക്കുള്ളിൽ മുഖ്യ ആട്ടിടയനായി അവന് ജോലി കിട്ടി. താമസിക്കാനായി ഗ്രാമത്തിൽ ഒരു കുടിലും ലഭിച്ചു. അവന് പരി ചിതമായ പഴയ മേച്ചിൽ സ്ഥലങ്ങളിലവൻ ആട്ടിൻകൂട്ടത്തെ മേക്കാൻ പോയി. എല്ലാം വീണ്ടും ജീവിതാരംഭത്തിലേത് പോലെ, ആയി. അവൻ ആഗ്രഹിച്ചതുപോലെ. അത് അവസാനംവരെ പോകുകയും ചെയ്യും!

സന്ദർഭവശാൽ കാലെബിന്റെ തിരിച്ചുവരവ് ബൊക്കോമ്പ് കുടും ബത്തിൽ ചില മാറ്റങ്ങൾക്കും കുടിയേറിപ്പാർപ്പുകൾക്കും ഇടവരുത്തി. അവനേക്കാൾ ഏകദേശം എട്ടു വയസ്സ് പ്രായക്കൂടുതലുള്ള അവന്റെ ചേട്ടൻ ജോസഫ് വീട്ടുകാരുമായി ഒത്തുപോയിരുന്നില്ല. അയാൾ ഒരു പ്രത്യേക സ്വഭാവക്കാരനാണ്. നിശ്ശബ്ദനും ഗൗരവക്കാരനുമാണ്. ചുണ കെട്ടവനും തൊലിക്കട്ടിയുള്ളവനുമാണയാൾ എന്ന് തോന്നിപ്പിച്ചു. എന്നാൽ ഉള്ളിൽ അയാൾ വളരെ ലോലഹൃദയനായിരുന്നു. തന്നോട് യജമാനൻ വേണ്ട രീതിയിൽ പെരുമാറുന്നില്ലെന്ന് പറഞ്ഞ് ആ ജോലി ഉപേക്ഷിച്ച് കുറേനാളായി വീട്ടിൽ ഇരിപ്പാണ്. അയാൾ സാധാരണമാം വിധം കാലെബ് പറഞ്ഞതെല്ലാം ശ്രദ്ധിച്ചുകേട്ടു. അവന്റെ വിപുലമായ

സഞ്ചാരങ്ങൾ വിചിത്രാനുഭവങ്ങൾ, പ്രത്യേകിച്ച് വിദൂരമായ ഡോർസറ്റ് പ്രദേശത്തെ ജീവിതം. ഒടുവിൽ തന്റെ സഹോദരൻ തിരിച്ചുവന്ന് ഒരു വർഷം കഴിഞ്ഞപ്പോൾ ജന്മദേശം എന്നന്നേക്കുമായി വിട്ടുപോകുകയാണെന്നയാൾ പ്രഖ്യാപിച്ചു. ദൂരദേശത്തേക്ക് ഭാഗ്യപരീക്ഷണത്തിനായി പോകുകയാണ്. ഒരുപക്ഷേ, അവിടെ അയാളുടെ സേവനം കൂടുതൽ വിലമതിച്ചെങ്കിലോ! എവിടേക്കാണയാൾ പോകാൻ ഉദ്ദേശിക്കുന്നതെന്ന് ചോദിച്ചപ്പോൾ കാലെബ് ഒരുവർഷം ആട്ടിടയനായി ജോലി ചെയ്ത ഡോർസെറ്റിലേക്ക് പോകാനാണ് ഉദ്ദേശിച്ചതെന്ന് മറുപടി നല്കി.

ജോസഫ് അവിവാഹിതനായിരുന്നതിനാൽ വീട്ടുസാമഗ്രികൾ ഒന്നുമില്ലായിരുന്നു. അവന്റെ സാമാനങ്ങളെല്ലാം ഒരു ഭാണ്ഡത്തിലാക്കി തന്റെ വടിയുടെ അറ്റത്ത് കെട്ടിവെച്ച് തോളിലേറ്റി ഒരുദിവസം പുലർച്ചയ്ക്ക് തന്റെ ജീവിതത്തിലെ ഏറ്റവും പ്രധാനപ്പെട്ട വീരസാഹസത്തിനായി പുറപ്പെട്ടു. അവന്റെ ഇടയനായ അവനെ പിൻതുടർന്നു. അപ്പോഴാണ് ആ യാദൃച്ഛികത്വം സംഭവിച്ചത്. അതിനെ ആ കുന്നിൻപ്രദേശത്തെ ആട്ടിടയന്മാർ പഴയ വിശ്വാസവും പാരമ്പര്യവും അനുസരിച്ച് ഈശ്വരാനുഗ്രഹം എന്ന് പറയുന്നു.

ഉച്ചനേരത്ത് അയാൾ ചുങ്കം റോഡിലൂടെ നടന്നുപോകവെ, ഒരു ഫാം ഉടമ വണ്ടി ഓടിച്ച് വരുന്നത് കണ്ടു. അയാളോട് വിന്റർബോൺ ബിഷപ്പ് എത്രദൂരെയാണെന്ന് വണ്ടിക്കാരൻ ചോദിച്ചു. ഏകദേശം പതിനാല് മൈൽ. അയാൾ അന്ന് രാവിലെയാണ് ബിഷപ്പ് വിട്ടുപോന്നത്.

അപ്പോൾ ഫാം ഉടമ ചോദിച്ചു. കാലെബ് ബൊക്കോമ്പ് എന്നു പേരുള്ള ഒരാളെ അറിയുമോ എന്ന്. അവനെ അന്വേഷിച്ച് ഇറങ്ങിയതാണെന്ന് ആ ഫാം ഉടമ. അവനെ ഡോർസൈറ്റിലേക്ക് തിരിച്ചുകൊണ്ടുപോകാൻ നിർബ്ബന്ധിക്കണം. അവിടെ അവൻ അയാളുടെ മുഖ്യ ആട്ടിടയനായി ഒരുവർഷം ജോലി ചെയ്തിട്ടുണ്ട്.

ബിഷപ്പിൽ ഒരു ഫാമിൽ മുഖ്യ ആട്ടിടയനായി കാലെബ് ജോലി നോക്കുകയാണെന്ന് ജോസഫ് പറഞ്ഞു. അവൻ അവിടെ സംതൃപ്തനാണ്. അതിനും പുറമെ സ്വന്തം ജന്മനാട്ടിൽ താമസിക്കാനാണ് അവന് ഇഷ്ടം.

ഫാം ഉടമ നിരാശനായി. അപ്പോൾ മറ്റവൻ കൂട്ടിച്ചേർത്തു. "ഒരുപക്ഷേ, കാലെബ് തന്റെ ചേട്ടൻ ജോസഫിനെക്കുറിച്ച് സംസാരിക്കുന്നത് നിങ്ങൾ കേട്ടിരിക്കും. ഞാനാണത്."

"എന്ത്!" ആ ഫാം ഉടമ ആശ്ചര്യപ്പെട്ടു. "നിങ്ങൾ കാലെബിന്റെ ചേട്ടനാണോ! അപ്പോൾ എങ്ങോട്ടാണ് പോകുന്നത് - പുതിയൊരുജോലിക്കാണോ?"

"എനിക്ക് ജോലിയൊന്നും കിട്ടിയിട്ടില്ല. ഞാൻ ഡോർസെറ്റ് ഷയറിൽജോലി അന്വേഷിക്കാൻ പോകുകയാണ്." "നിങ്ങൾ അത് പറയുന്നത് കേൾക്കുമ്പോൾ അത്ഭുതം തോന്നുന്നു!" ഫാം ഉടമ ഉൽഘോഷിച്ചു. കാലെബിന് ഡോർസെറ്റിലേക്ക് തിരിച്ചുപോകാൻ പറ്റില്ലെങ്കിൽ അവന്റെ

ഗ്രാമത്തിൽനിന്ന് ചെമ്മരിയാടുകളെ മനസ്സിലാക്കുന്ന ജോലി അറിയാവുന്ന ഒരു ആട്ടിടയനെ ശുപാർശ ചെയ്യാനായി ആവശ്യപ്പെടാൻ പോകുകയാണയാൾ.

"ഇങ്ങോട്ടു നോക്കൂ ആട്ടിടയാ" അയാൾ തുടർന്നു. "നിങ്ങൾ എന്നോടൊപ്പം ഒരുവർഷമെങ്കിലും ജോലി ചെയ്യാൻ തയ്യാറാണെങ്കിൽ ഞാനിനി മുന്നോട്ട് പോകുന്നില്ല. നിങ്ങളെ എന്നോടൊപ്പം വണ്ടിയിൽ കയറ്റി നേരെ തിരിച്ചുപോകും."

ആ ജോലി വളരെ ആഹ്ലാദത്തോടെ ആ ആട്ടിടയൻ സ്വീകരിച്ചു. ഫാമുടമ അങ്ങനെ ചെയ്തത് ദൈവേച്ഛയാലാണെന്ന് അയാൾ ഭക്തിപുരസ്സരം വിശ്വസിച്ചു. ദൈവത്തിന്റെ ഈ പാവം സേവകനായ ജോസഫിനെപ്പോലും ആ സർവ്വശക്തൻ നിരീക്ഷിച്ചിരുന്നു- അവൻ സ്വന്തം വീടും ആളുകളേയും ഉപേക്ഷിച്ചു അപരിചിതമായൊരു നാട്ടിലേക്ക് അന്യരാജ്യക്കാരനെപ്പോലെ പോകുന്നത്!

അത്ര നല്ല രീതിയിൽ ജോലിക്കാരനും യജമാനനും പൊരുത്തപ്പെട്ട് പോയിരുന്നതിനാൽ, ജോസഫ് ഒരിക്കലും മറ്റൊരു ജോലിയെക്കുറിച്ച് ചിന്തിച്ചിട്ടേയില്ല! അയാളുടെ യജമാനൻ പ്രായമായി മൃതിയടഞ്ഞപ്പോൾ അദ്ദേഹത്തിന്റെ മകൻ ഫാം ഉടമയായി ചുമതലയേറ്റു. അയാൾ ജോലിയിൽനിന്ന് വിരമിക്കുന്നതുവരെ മകനെ സേവിച്ചു. അവിടത്തെ സേവനം ഒരുകൊല്ലം പൂർത്തിയാക്കുന്നതിന് മുമ്പുതന്നെ, അയാളുടെ അനിയത്തി ഹന്നാ അയാളോടൊപ്പം വന്ന് താമസിക്കുകയും ഗൃഹഭരണം ഏറ്റെടുക്കുകയും ചെയ്തു. കാലക്രമേണ ഇരുവരുടേയും വിവാഹങ്ങൾ നടന്നു. അന്നാട്ടുകാരിയായൊരു യുവതിയേയാണ് ജോസഫ് വിവാഹം കഴിച്ചത്. ഹന്നാ ചെറിയൊരു ഫാം ഉടമയേയും. അയാളുടെ ഫാം ഗ്രാമത്തിൽനിന്ന് ഏകദേശം ഒരു മൈൽദൂരെ ആയിരുന്നു. ഇരുവർക്കും മക്കൾ ഉണ്ടായി. അവർ വളർന്നു വന്നു. ജോസഫിന്റെ പുത്രന്മാർ അച്ഛന്റെ തൊഴിൽ പിൻതുടർന്നു. ഹന്നായുടെ മക്കൾ ഫാമിൽ ജോലി ചെയ്യാൻ ശീലിച്ചു. അവരിൽ ചിലർ സമയമായപ്പോൾ വിവാഹിതരായി. അവർക്കും മക്കളുണ്ടായി.

ജോസഫിന്റെയും ഹന്നായുടെയും ജീവിതത്തിലെ പ്രധാന സംഭവങ്ങൾ ഇതൊക്കെയാണ്; അവരുടെ സഹോദരൻ പലപ്പോഴായി എനിക്ക് വിവരിച്ചു തന്നിട്ടുള്ളതാണ്. അയാൾ ദൂരെ നിന്നവരുടെ സൗഭാഗ്യങ്ങൾ പിൻതുടർന്നു. ചിലപ്പോൾ എന്തെങ്കിലും സന്ദേശം ലഭിക്കും. അല്ലെങ്കിൽ സന്ദർഭവശാൽ എന്തെങ്കിലും കേൾക്കും. എന്നാൽ അയാൾ അവരെ കണ്ടിരുന്നില്ല. ജോസഫ് ഒരിക്കലും തന്റെ ജന്മഗ്രാമത്തിലേക്ക് തിരിച്ചുവന്നിട്ടില്ല. ഹന്നായുടെ സന്ദർശനങ്ങളും വളരെ വിരളമായിരുന്നു. വളരെ മുമ്പു തന്നെ അത് നിലച്ചിരുന്നു. എന്നാൽ അയാൾ അവർ ഇരുവരോടുമുള്ള സ്നേഹം മനസ്സിൽവെച്ച് താലോലിച്ചിരുന്നു! അവരെക്കുറിച്ചുള്ള വാർത്തകൾ കേൾക്കാനായി അയാൾ എപ്പോഴും ഉൽക്കണ്ഠാകുലനായിരുന്നു! കാരണം ജോസഫ് ഇപ്പോൾ ദുർബ്ബലനായൊരു വൃദ്ധനാണ്.

ഒരു മകനോടൊപ്പമാണ് താമസം. ഒരു വിധവയായി കഴിഞ്ഞിരുന്ന ഹെന്ന യുടെ ആരോഗ്യവും മോശമായിക്കൊണ്ടിരിക്കയാണ്. എന്നാലും ഒരു മക ന്റേയും അവിവാഹിതകളായ രണ്ട് പുത്രിമാരുടെയും സഹായത്തോടെ ഫാം നടത്തിക്കൊണ്ടുപോകുന്നു. കുറേനാളായി അവരെക്കുറിച്ച് ഒന്നും കേൾക്കാറില്ലെങ്കിലും എഴുത്തെഴുതണമെന്നയാൾക്ക് തോന്നിയിട്ടില്ല! അവരും അയാൾക്ക് ഒരിക്കലും എഴുതിയിട്ടില്ല.

അങ്ങനെ, വിന്റർ ബോൺബിഷപ്പിൽ താമസിക്കവെ അടുത്തൊരു ദിവസം കാലെബിനെ സന്ദർശിക്കാൻ ഞാൻ തീരുമാനിച്ചു. അപ്പോൾ എനിക്കു തോന്നി അതിനുമുമ്പ് അയാളുടെ സഹോദരങ്ങളെ കാണാ നായി ഡോർസെറ്റിലേക്ക് പോയി അവരുടെ വിശേഷങ്ങൾ അറിഞ്ഞാലോ എന്ന്. എങ്കിൽ കാലെബിനെ സന്ദർശിക്കുമ്പോൾ അവരുടെ വിവരങ്ങൾ അയാൾക്ക് നല്കാമല്ലോ. അത് അത്ര നീണ്ടയാത്രയൊന്നുമല്ല. ആ ഗ്രാമ ത്തിലെത്തിയ ഉടനെ ജോസഫിന്റെ ഒരു മകനെ കണ്ടെത്താനെനിക്ക് കഴിഞ്ഞു. സുമുഖനായൊരു യുവാവ്. അവനെന്നെ സ്വന്തം കുടിലിലേക്ക് കൊണ്ടുപോയി. അവിടെ അവന്റെ ഭാര്യ എന്നെ വൃദ്ധൻ ആട്ടിടയന്റെ മുറിയിലെത്തിച്ചു. അയാൾ വളരെ വൃദ്ധനായി എന്ന് എനിക്ക് തോന്നി. ചാരനിറമുള്ള മുഖം, കുഴിഞ്ഞ കവിളുകൾ, കിടക്കയിൽ കിടന്ന് പ്രായ സപ്പെട്ട് ശ്വാസോച്ഛ്വാസം ചെയ്യുന്നു! എന്നാൽ ഞാൻ കാലെബിന്റെകാര്യം പറഞ്ഞപ്പോൾ അയാളുടെ കണ്ണുകളിൽ ആഹ്ലാദത്തിന്റെ തിളക്കം പ്രത്യ ക്ഷപ്പെട്ടു. അയാൾ സ്വയം തലയണകളിൽ താങ്ങി ഇരുന്നു. എന്നോട് ജിജ്ഞാസയോടെ അനിയന്റെയും കുടുംബത്തിന്റെയും സുഖവിവരം അന്വേഷിച്ചു. ക്ഷീണിതനാണെങ്കിലും തനിക്ക് സുഖമാണന്ന് കാലെബി നോട് പറയാനയാൾ എന്നോട് അഭ്യർത്ഥിച്ചു. അയാളെ സ്വന്തം മക്കൾ നന്നായി നോക്കുന്നുണ്ടെന്നും!

ചേട്ടന്റെ അടുത്തുനിന്നും അനിയത്തിയുടെ വിവരങ്ങൾ അറിയാ നായി ഞാൻ പോയി. അവർക്കു തമ്മിൽ ഇരുപത് വയസ്സിലേറെ പ്രായ വ്യത്യാസമുണ്ട്. അവരുടെ വിശാലമായ ആ പഴയ ഫാം ഹൗസ്. അടു ക്കളയിൽ ഡിന്നർ സമയത്താണ് ഞാനവളെ കണ്ടത്. അവളാണ് അദ്ധ്യ ക്ഷപദവിയിലിരിക്കുന്നത്. അവിടെ സന്നിഹിതരായ മറ്റുള്ളവർ, അവളുടെ മകൻ, അവരുടെ കൂലിപ്പണിക്കാർ, ഒരു ഫാം കാര്യസ്ഥൻ, രണ്ട് അവി വാഹിതരായ പുത്രിമാർ എന്നിവരാണ്. അവൾ സ്വയം ആഹാരം കഴിച്ചി രുന്നില്ല. ഞാൻ അവരോടൊപ്പം ആഹാരം കഴിക്കാൻ ചേർന്നു. ഈ സ്ത്രീയോടൊപ്പം സമയം ചെലവഴിക്കാൻ കഴിഞ്ഞതിൽ എനിക്ക് വളരെ സന്തോഷവും അതേസമയം ദുഃഖവും തോന്നി! കാരണം അവർ കാലെ ബിന്റെ സഹോദരിയാണ്, ആകർഷണീയതയുള്ളവൾ. പ്രായത്തേക്കാൾ വളരെ ഇളപ്പം തോന്നിപ്പിക്കുന്നവൾ, മനോഹരമായ കറുത്തകണ്ണുകൾ; കറുത്ത ഇടതൂർന്ന മുടിയിൽ ഏതാനും ഇഴകൾ മാത്രം വെളുത്തിരി ക്കുന്നു. അവളുടെ സ്വരവും സംസാരവും ശൈലിയും ആകർഷണീയ മാണ്. എന്നാൽ കഷ്ടം! അവളുടെ മുഖത്ത് നീണ്ട കഷ്ടപ്പാടിന്റെ വേദനി

പ്പിക്കുന്ന ലക്ഷണങ്ങൾ കാണാം. രാത്രി ആഹാരം കഴിക്കാത്തതിന്റേത്. ഇരുണ്ടവിദൂരതയിലേക്ക് ഉൽക്കണ്ഠയോടെ കണ്ണും നട്ടിരിക്കുന്ന ഒരാളുടെ ഭാവമാണ് ആ കണ്ണുകളിലേത്! അനന്തമായൊരു ദൃശ്യം എന്നാൽ കാർമേഘവും ഇരുട്ടും അതിൽ കുടികൊള്ളുന്നു!

കനത്ത ഹൃദയ വികാരത്തോടെയാണ് ഞാനവളോട് വിടപറഞ്ഞത്. ഒരുവർഷത്തിനുള്ളിൽ അവളുടെ മരണവാർത്ത കാലെബിന് ലഭിച്ചപ്പോൾ എനിക്ക് അത്ഭുതം തോന്നിയില്ല!

ഗ്രാമത്തിലെ ഇരുണ്ട മനുഷ്യർ

ഈ പുസ്തകം തയ്യാറാക്കാനായി ഭൂരിഭാഗം വിവരങ്ങളും എങ്ങനെയാണ് സംഭരിച്ചതെന്നോർത്ത് ഞാൻ സ്വയം ചിരിച്ചുപോകാറുണ്ട്. നിരവധി വർഷങ്ങൾക്കിടയിൽ പല കാലഘട്ടങ്ങളിലായി ആ ആട്ടിടയനുമായുള്ള സംഭാഷണങ്ങളിൽനിന്ന് എനിക്ക് ലഭിച്ചതാണത്. തന്റെ ജന്മഗ്രാമത്തിലെ അയാളുടെ സുദീർഘമായ ജീവിതത്തിനിടെ വളരെക്കാലം ശാന്തമായ കുന്നിൻ പ്രദേശത്താണ് അയാൾ ചിലവഴിച്ചിട്ടുള്ളത്. അയാൾക്ക് കേൾക്കാൻ രസകരമായി തോന്നിയ അനേകം കാര്യങ്ങൾ കേട്ടിട്ടുണ്ട്. അക്കാലത്ത് അയാളെ രസിപ്പിച്ച കാര്യങ്ങൾ പലതും വിസ്മൃതിയിലാണ്ടുപോയി. ഒരുപക്ഷേ, ഓർമ്മ വീണ്ടെടുക്കാൻ പറ്റിയേക്കാം. എന്നാൽ അയാളെ ചോദ്യം ചെയ്യുന്നതുകൊണ്ട് വലിയ പ്രയോജനമൊന്നുമില്ല എന്ന് ഞാൻ കണ്ടെത്തി; ഏതെങ്കിലും വിഷയത്തെക്കുറിച്ചുള്ള അയാളുടെ ഓർമ്മ സാധാരണയായി ആവശ്യമുള്ളപ്പോൾ ലക്ഷ്യമാകാറില്ല. അതു ഉപരിതലത്തിനടിയിലായിരിക്കുമെന്ന് പറയാം. അയാൾ അത് കാണാതെ അതിനു മീതെ കടന്നുപോകും, വീണ്ടും വീണ്ടും കടന്നുപോകും. അതവിടെ ഉണ്ടെന്ന് അയാൾ അറിയുകയേ ഇല്ല. ഒരു 'ജെ' പക്ഷിയോ അണ്ണാനോ ഒരു ഓക്ക്പഴം ഒളിപ്പിച്ചുവെച്ച് മറന്നുപോകുന്നതുപോലെ! എന്നാലും സന്ദർഭവശാൽ എന്തെങ്കിലും സംഭവം അതിനെക്കുറിച്ച് ഓർമ്മിപ്പിക്കാൻ ഇടയായാൽ, ഒരുദിവസം അവനത് ഓർത്തെടുക്കും. അവന് അറിയാവുന്ന കാര്യങ്ങളെക്കുറിച്ച് സംസാരിക്കുന്നതാണ് അതിനുള്ള ഏകമാർഗ്ഗം. പഴയ ചില അനുഭവങ്ങളോ, നിരീക്ഷണങ്ങളോ, കേൾക്കാൻ താല്പര്യമുള്ള സംഭവങ്ങളോ അയാളെ ഓർമ്മിപ്പിക്കാനിടയായാൽ അയാളിൽ നിന്ന് മറ്റെന്തെങ്കിലും കിട്ടുമെന്ന് പ്രതീക്ഷിച്ച് കാത്തിരിക്കുക. അത് വളരെ സാവധാനത്തിലുള്ള ഒരു പ്രക്രിയ ആണ്. ധൃതി

പിടിക്കാതെ കണ്ണും കാതും മനസ്സും തുറന്ന് എന്താണ് വരാൻ പോകുന്നതെന്ന് നിരീക്ഷിച്ചു കൊണ്ടിരിക്കണം. അതൊരു മാനസിക ശീലമാണ്. ഒന്നും വന്നില്ലെങ്കിൽ നമ്മൾ ഹതാശരാകരുത്- നിരീക്ഷിക്കുക എന്നതു തന്നെ നല്ല സന്തോഷകരമായ പ്രവൃത്തിയാണ്. എന്തെങ്കിലും വന്നാലേ, നമ്മൾ ആഹ്ലാദപൂർവ്വം അതൊരു പാരിതോഷികമായി സ്വീകരിക്കുക. നമ്മൾ നടത്തത്തിനിടയിൽ വിലപിടിച്ചൊരു വസ്തു പെറുക്കി എടുത്തതുപോലെ!

ശീതകാലത്താണ് ഞാൻ ആ ആട്ടിടയന്റെ കുടിലിലെത്തിയതെങ്കിൽ, അയാൾ തീച്ചൂളയ്ക്കടുത്ത് ഇരിക്കുകയായിരിക്കും. ഞാൻ അയാളോടൊപ്പം ഇരുന്ന് പുകവലിക്കുകയും അയാൾ സംസാരിക്കാനുള്ള മാനസികാവസ്ഥയിലാണെങ്കിൽ ഞാൻ സഞ്ചരിച്ച സ്ഥലങ്ങളെക്കുറിച്ചും കണ്ടതും കേട്ടതുമായ കാര്യങ്ങളെക്കുറിച്ചും കാടുകളെയും ഗ്രാമങ്ങളെയും കുറിച്ചും സംസാരിച്ചുകൊണ്ടിരിക്കും. അയാളുടെ കഴിഞ്ഞകാല സ്മരണകൾ ഓർമ്മിപ്പിച്ച് കേൾക്കാൻ കൊള്ളാവുന്നതെന്തെങ്കിലും കിട്ടുമോ എന്നാണെന്റെ ശ്രമം!

കഴിഞ്ഞ വേനൽക്കാലത്ത് അയാളെ സന്ദർശിക്കാൻ പോയ സമയം ഒരു ഞായറാഴ്ച രാവിലെ ഞാൻ കാട്ടിലൂടെ നടക്കുകയായിരുന്നു. അപ്പോൾ ഒരു കുട്ടിയോടൊപ്പം മുള്ളൻ പന്നികളെ വേട്ടയാടുന്ന ഒരുഗ്രാമീണനെ കണ്ടുമുട്ടി. അയാൾ രണ്ടെണ്ണത്തിനെ പിടിച്ച് കൊന്നിട്ടുണ്ട്. ആ ബാലനാണവയെ ചുമക്കുന്നത്. തനിക്ക് മുള്ളൻ പന്നിയുടെ മാംസം വളരെ ഇഷ്ടമാണെന്നയാൾ എന്നോട് പറഞ്ഞു- 'പന്നി'കൾ എന്ന ചുരുക്കപ്പേരാണവർക്ക് അയാൾ കൊടുത്തിട്ടുള്ളത്. അയാൾ ഒരു മുയൽ ആയിട്ടുപോലും ഈ മുള്ളൻ പന്നിയെ കൈമാറുകയില്ല എന്നയാൾ പറഞ്ഞു. അയാൾ എപ്പോഴും തന്റെ ഒഴിവുസമയം ഈ പന്നിവേട്ടയ്ക്കുവേണ്ടിയാണ് ചിലവഴിക്കാറ്! അയാൾക്ക് നായയൊന്നുമില്ല, അതിന്റെ ആവശ്യവുമില്ല. അയാൾ അവയെ സ്വയം കണ്ടെത്തുന്നു. അവ പതിവായിതാമസിക്കുന്ന സ്ഥലം കണ്ടെത്തലാണ് അയാളുടെ സമ്പ്രദായം. സാധാരണ, ഏതെങ്കിലും പഴയ കുഴിയുടെ ഓരത്ത് തഴച്ച് വളരുന്ന ഒരുതരം മുൾച്ചെടികൾക്കുള്ളിലായിരിക്കും അവ താമസിക്കുക. അയാൾ അതിനുള്ളിലേക്ക് കടന്നുചെന്ന് ഇളകിയ മണ്ണും, ചെടികളുടെ വേരുകളും കരിയിലകളും തന്റെ കനത്ത ബൂട്സിട്ട് ചവുട്ടി അരച്ച് ചുറ്റും നടക്കും. ഒടുവിൽ ആ കുറ്റിക്കാട്ടിനുള്ളിലെ പന്നിയുടെ കൂടോ അറയോ ചവുട്ടിത്തകർക്കും.

അയാൾ പൊക്കം കുറഞ്ഞ്, പരന്ന മുഖമുള്ള ഒരു മനുഷ്യനാണ്. തവിട്ടുനിറമുള്ള ചർമ്മം, കറുത്ത മുടി, കറുത്ത കണ്ണുകൾ! അയാളെ കണ്ടുമുട്ടിയ വിവരം അന്നു വൈകുന്നേരം ആ ആട്ടിയനുമായുള്ള സംഭാഷണത്തിനിടെ ഞാൻ പറഞ്ഞു. ആ മനുഷ്യൻ ഒരു തൊഴിലാളി ആണെങ്കിലും ജിപ്സി വംശത്തിൽപ്പെട്ടവനായിരിക്കാമെന്നും ഗ്രാമത്തിൽ താമസമാക്കി അവിടത്തുകാരിയായ നീലക്കണ്ണുകളുള്ള ഒരു സ്ത്രീയെ വിവാഹം കഴിച്ചതായിരിക്കാമെന്നും ഞാൻ അഭിപ്രായപ്പെട്ടു.

തന്റെ ജന്മഗ്രാമത്തിലെ ടാർഗെറ്റ് എന്ന് പേരുള്ള ഒരു കുടുംബത്തിലെ ഈ സംഭവം അയാളെ ഓർമ്മിപ്പിച്ചു. നാല് സഹോദന്മാരും ഒരു സഹോദരിയും അടങ്ങിയ ഒരുകുടുംബമാണത്. ഒരു ബാലനായിരുന്നപ്പോഴാണയാൾ ആദ്യം അവരെ പരിചയപ്പെട്ടത്. എന്നാൽ അവരുടെ മാതാപിതാക്കന്മാരെ ഓർക്കുന്നില്ല! "അങ്ങനെ ആരും ഉണ്ടായിരുന്നില്ല. എന്നാണ് തോന്നുന്നത്!" അയാൾ പറഞ്ഞു. നാല് സഹോദരന്മാരും കാഴ്ചയ്ക്ക് ഒരുപോലെയാണ്. പൊക്കം കുറഞ്ഞ്, പരന്ന മുഖങ്ങൾ. കറുത്തകണ്ണുകളും തലമുടിയും തവിട്ടുനിറമുള്ളചർമ്മം. അവർ നല്ല പണിക്കാരായിരുന്നു. എന്നാൽ കർഷകർ അവരെ ഒരിക്കലും മറ്റ് ആളുകളെപ്പോലെ കരുതിയില്ല! അവർക്ക് കുറഞ്ഞ വേതനമാണ് നല്കിയത്- മറ്റുള്ളവരിൽനിന്നും പ്രതിവാരം രണ്ടോ നാലോ ഷില്ലിങ് കുറവ്- മറ്റുള്ളവർ ചെയ്യാത്തപണികൾ ചെയ്യാൻ അവർ നിർബ്ബന്ധിതരായിരുന്നു. തൊഴിലാളികളെ നിയമിച്ചിട്ടുള്ള ആ സ്ഥലത്തെ എല്ലാ മുതലാളിമാർക്കും ഇക്കാര്യം അറിയാമായിരുന്നു. എന്നാലും അവർ വിഡ്ഢികൾ ആയിരുന്നില്ല. ഇടയ്ക്കെല്ലാം അവരുടെ യജമാനന്മാർ അതിരുകടന്ന രീതിയിൽ വിരട്ടുകയോ ശകാരിക്കുകയോ എന്നും ഓവർ ടൈം ചെയ്യാൻ നിർബ്ബന്ധിക്കുകയോ ചെയ്താൽ അവർ പെട്ടെന്ന് കോപം കൊണ്ട് പൊട്ടിത്തെറിച്ച് കൂലി പോലും വാങ്ങിക്കാതെ സ്ഥലംവിടും. അവരുടെ സഹോദരിക്ക് എന്തുപറ്റി എന്നയാൾക്കറിയില്ല. എന്നാൽ ആ നാല് സഹോദരന്മാരും വിവാഹം കഴിച്ചിട്ടില്ല. അവർ എപ്പോഴും ഒന്നിച്ചാണ് ജീവിച്ചത്. രണ്ടുപേർ ആ ഗ്രാമത്തിൽ വെച്ച് മരിച്ചു. മറ്റ് രണ്ടുപേർ ജോലിചെയ്ത് അവരുടെ ജീവിതം അവസാനിപ്പിക്കും.

ഈ സഹോദരന്മാരുടെ വിചിത്രമായ കാര്യങ്ങളിലൊന്ന് മുള്ളൻ പന്നിയെ കഴിക്കാൻ വേണ്ടിയുള്ള ആവേശമാണ്. ബാല്യകാലം മുതൽ അവർക്ക് ആ അത്യുത്സാഹം ഉണ്ടായിരുന്നു. അവർ വീട്ടിൽനിന്ന് വളരെ ദൂരെ പോയി ദിവസം മുഴുവൻ ഹെഡ്ജുകളിലും കുറ്റിക്കാടുകളിലും പന്നിവേട്ട നടത്തുമായിരുന്നു. അവർ ഒരു മുള്ളൻ പന്നിയെ പിടിച്ചാൽ സുരക്ഷിതമായൊരു സ്ഥലത്ത് തീപൂട്ടി അതിനെ പൊരിക്കും. ആ സമയം ആരെങ്കിലും ഒരാൾ ഏറ്റവും അടുത്തുള്ള കുടിലിൽച്ചെന്ന് അല്പം ഉപ്പ് ഇരന്നുവാങ്ങും. പൊതുവെ ആരും അത് കൊടുക്കും.

ഇവരും എന്തായാലും ജിപ്സികളാണെന്ന് ഞാൻ പറഞ്ഞു. ക്ലേശമുള്ളിടത്ത് ഒരുജിപ്സിയുടെ അദ്ധ്വാനം ഏറ്റവും ശക്തമായിരിക്കും. കുട്ടികൾ ആ സമൂഹത്തിൽ വളർത്തപ്പെട്ടാൽ, ജീവിതകാലം മുഴുവൻ അതിൽത്തന്നെ അവർ കഴിയും. എന്നാലും കാടിനോടുള്ള അവരുടെ സ്നേഹവും കാട്ട് മാംസം കഴിക്കാനുള്ള മോഹവും അവരിൽ നിലനില്ക്കും. അതുപോലെ സ്വഭാവത്തിലെ ചാഞ്ചല്യവും, അസ്വസ്ഥതയും. അത്തരം ആളുകളെ സാധാരണജോലിക്ക് നിർത്തുന്ന ചെറിയ കർഷകർക്ക് അതറിയാം. പാടത്ത് പണിക്ക് പോകുന്ന ജിപ്സി ശക്തനായ വെള്ളക്കാരനിൽനിന്ന് ലഭിക്കുന്ന അതേ പെരുമാറ്റം പ്രതീക്ഷിക്കേണ്ട

തില്ല. വെള്ളക്കാരൻ കരുത്തനും സഹനശക്തിയുള്ളവനും കുതിരയെയോ കാളയെയോ പോലെ മാറ്റമില്ലാത്തവനും സൂര്യനെപ്പോലെ സുദൃഢനുമാണ്.

ജിപ്സി അംശം ഇംഗ്ലണ്ടിലെ പല ഗ്രാമങ്ങളിലും കാണപ്പെടുന്നുണ്ട്. അവർ മുന്നിട്ടു നില്ക്കുന്ന, പരന്നുകിടക്കുന്ന വലിയൊരുഗ്രാമം എനിക്കറിയാം- ഇത്രയും അലങ്കോലപ്പെട്ടുകിടക്കുന്ന വൃത്തികെട്ടൊരു സ്ഥലം സങ്കല്പിക്കാൻ കഴിയില്ല. അവിടം നിറയെ ജിപ്സി കേമ്പിന് സദൃശമായ കുടിലുകളാണ്. ചപ്പും ചവറും പഴന്തുണികളും ആ പരിസരം നിറഞ്ഞു കിടക്കുന്നു. എല്ലാ ജിപ്സികളെയും പോലെ അവിടത്തെ ആളുകൾ അത്ര ദരിദ്രരൊന്നുമല്ല. മിക്കവാറും എല്ലാ കുടിൽ നിവാസികൾക്കും ഒരുകുതിരയും വണ്ടിയുമുണ്ട്. അതിലവർ നാട് മുഴുവൻ കറങ്ങി നടന്ന് എല്ലുകൾ, പഴന്തുണികൾ, കാലിക്കുപ്പികൾ ഏതാനും പെൻസ് കൊടുത്ത് വാങ്ങിക്കാവുന്ന മറ്റെന്തെങ്കിലും സാധനങ്ങൾ കരസ്ഥമാക്കി വണ്ടിയിൽ കയറ്റി കൊണ്ടുവരുന്നു. അതിനും പുറമെ പണംകൊടുക്കാതെ പെറുക്കി എടുക്കാവുന്നതെന്തും!

ജിപ്സി രക്തമുള്ളവരുടെ ക്രമീകൃതജീവിതം മിക്കവാറും ഇത്തരത്തിലുള്ളതാണ്! അതവന്റെ സഞ്ചാര ജീവിതത്തിനായുള്ള വികാരത്തെ തൃപ്തിപ്പെടുത്തുന്നു. കലർപ്പുള്ള രക്തമുള്ളവരിൽ അതത്രശക്തമല്ല. എന്നാൽ യഥാർത്ഥ ജിപ്സിക്കത് വളരെ മുഷിപ്പൻ ജീവിതമാണ്!

ഒരു നനഞ്ഞ സെപ്തംബർ സായാഹ്നത്തിൽ ഒരു ചെറിയ കാടിന്നരികിൽ ഷ്റട്ടന്നടുത്തായി ഞാൻ പക്ഷിനിരീക്ഷണം നടത്തിക്കൊണ്ട് മെല്ലെ നടക്കുകയായിരുന്നു. അപ്പോൾ ഞാനൊരു ജിപ്സി യുവാവിനെ കണ്ടുമുട്ടി. ഏതാനും ദിവസങ്ങൾക്കുമുമ്പ് സാലിസ്ബറിക്കടുത്തുവെച്ച് ഞാൻ കണ്ടിരുന്ന ഒരു ഡസൻ ജിപ്സികളിൽ ഒരാളാണതെന്ന് ഞാൻ തിരിച്ചറിഞ്ഞു. അവർ എന്നോടന്ന് പറഞ്ഞിരുന്നു, ഷാഫ്ടെസ് ബറിക്കടുത്തുള്ള ഒരു ഗ്രാമത്തിലേക്ക് പോകുന്നവഴിയാണ് അവർ എന്ന്. ഒരാഴ്ചയോ മറ്റോ അവിടെ തങ്ങാനവർ ഉദ്ദേശിച്ചിരുന്നു.

"നിങ്ങൾ എന്താണിവിടെ ചെയ്യുന്നത്?" ഞാൻ എന്റെ ജിപ്സിയോട് ചോദിച്ചു.

ഞാൻ ഇഡ് മിസ്റ്റനിൽ പോയിരിക്കയായിരുന്നെന്നയാൾ പറഞ്ഞു. രാവിലെ മുതൽ മഴനനഞ്ഞ് വെള്ളത്തിലൂടെ നടക്കുകയായിരുന്നു. അയാൾ. നനവ് അയാൾക്കൊരുപ്രശ്നമായിരുന്നില്ല. അയാൾ തളർന്നിട്ടുമില്ല. എന്നാൽ അയാൾക്കിനിയും ആ കുന്നിൻ പ്രദേശത്തിലൂടെ എട്ട് മൈൽ നടന്നാലേ അയാളുടെ ആളുകൾ താമസിക്കുന്ന വിലി താഴ്വരയിലെ ഗ്രാമത്തിലെത്താൻ കഴിയൂ.

"ഞാൻ വിചാരിച്ചിരുന്നത്, അവർ ഷാഫ്ടെസ് ബറി മാർഗ്ഗത്തിന്നപ്പുറത്താണ് താമസിക്കുന്നതെന്നാണ്." ഞാൻ അയാളോട് പറഞ്ഞു. "ആഹ് അതെ." അയാൾ പറഞ്ഞു. "രണ്ടാഴ്ച മുമ്പ് നമ്മൾ കണ്ടുമുട്ടിയതും കുറച്ചുനേരം സംസാരിച്ചതും ഞാൻ ഓർക്കുന്നു. അതെ ഞങ്ങൾ

അവിടെ പോയി, എന്നാൽ അവർ ഞങ്ങളെ സ്വീകരിച്ചില്ല. വേഗം സ്ഥലം വിട്ടോളാൻ അവർ ഞങ്ങളോട് ഉത്തരവിട്ടു. എവിടെയെങ്കിലും ഞങ്ങൾക്ക് താമസിക്കണമെന്നുണ്ടെങ്കിൽ അവിടെ സ്ഥിരതാമസമാക്കാൻ ഞങ്ങളെ അവർ ഉപദേശിച്ചു. സ്ഥിരതാമസമാക്കുക! അതിലും ഭേദം ചാവുകയാണ്!"

യഥാർത്ഥ ജിപ്സിയുടെ വാക്കുകളാണത്. അവർ അധികവും അതേ മനസ്സുള്ളവരാണ്. ഈ കാലാവസ്ഥയിൽ എന്ത് മനുഷ്യ മനസ്സാണത്! 1909 ലേതുപോലെ ഒരു ദീർഘമായ തണുത്തുറഞ്ഞ ശീതകാലവും ദുരിത പൂർണ്ണമായ വസന്തവും ജൂൺവരെ നീണ്ടു നില്ക്കുന്ന മഞ്ഞുറഞ്ഞ രാത്രികളും അതിനുശേഷം തണുത്ത മഴയുള്ള വേനലും ശരത്ക്കാലവും ഉണ്ടാകാനില്ല. അപ്പോൾ അയാളുടെ മനസ്സും ശരീരവും എപ്രകാരമാണെന്ന് നമ്മൾക്ക് ശരിക്കും മനസ്സിലാക്കാൻകഴിയും. അവന്റെ അവയവഘടന നിർമ്മാണവും പരിസ്ഥിതിയും തമ്മിലുള്ള ചേർച്ച നമ്മളേക്കാൾ എത്രയേറെ പൂർണ്ണതയുള്ളതാണ്. നമ്മൾക്ക് ജീവിക്കാൻ വീടുണ്ടെന്ന് മാത്രമല്ല വലിയൊരു സംഘം ആരോഗ്യരക്ഷാ ഇൻസ്പെക്ടർമാരും ഡോക്ടർമാരും ബാക്ടീരിയോളജിസ്റ്റുമാരും നമ്മളെ ആയുസ്സെത്തുന്നതിനു മുമ്പ് പരലോകത്തേക്കയക്കാൻ നില്ക്കുന്നവരിൽനിന്ന് രക്ഷിക്കാനായി തയ്യാറെടുത്ത് നില്പുണ്ട്! ഈ കഷ്ടത നിറഞ്ഞ വർഷത്തിൽ ഞാൻ നിരവധി ജിപ്സികളെ കാണുകയും സംസാരിക്കുകയും സന്ദർശിക്കുകയും ചെയ്തിട്ടുണ്ട്. ഒരാളെയും സന്തോഷവാനല്ലാതെ ഞാൻ കണ്ടിട്ടില്ല. അവർ പൊലീസിന്റെ നോട്ടപ്പുള്ളി ആയാൽപ്പോലും! ഒരു ജലദോഷം പോലും അവന് പിടിപെടുന്നില്ല. അല്ലെങ്കിൽ നടുവേദനയോ വയറുവേദനയോ നേരിടുന്നില്ല!

ജിപ്സിക്ക് തണുപ്പ് ഏല്ക്കുന്നതുപോലെത്തന്നെയാണവന്റെ നർമ്മബോധവും. തന്റെ കുടുംബത്തോടൊപ്പം അവൻ വിശ്രമിക്കുമ്പോൾ അവൻ വലിയ നർമ്മബോധമുള്ളവനാണ്. അതവനെ ആനന്ദിപ്പിക്കുന്നു. എന്നാൽ നിങ്ങൾ ആ രംഗത്ത് പ്രത്യക്ഷപ്പെട്ട ഉടനെ അവന്റെ ആഹ്ലാദ ഭാവം ഒരു ഇടിമിന്നൽപോലെ അപ്രത്യക്ഷമാകുന്നു. ഒരിക്കൽക്കൂടി അവൻ കാപട്യവും ദുരൂഹതയുമുള്ളവനാകുന്നു. നിങ്ങളെ ഒളിഞ്ഞുമറഞ്ഞ് നിരീക്ഷിക്കുന്നു. നിങ്ങൾ പോയിക്കഴിഞ്ഞാൽ അവൻ ഉല്ലാസവാനാകുന്നു. നർമ്മബോധം അവനിലേക്ക് തിരിച്ചുവരുന്നു. താഴെക്കിടയിലുള്ള മൃഗങ്ങളുടേതുപോലുള്ള നർമ്മമാണത്. പ്രത്യേകിച്ച് കാക്കവർഗ്ഗത്തിലുള്ള പക്ഷികളുടെ അല്ലെങ്കിൽ പ്രാകൃതമനുഷ്യരുടെ; കുടിലതകളിലൂടെയുള്ള ആനന്ദം!

1909 നവംബർ അന്ത്യത്തിൽ അതിശക്തമായുള്ള തണുപ്പിൽ രാവിലെ ഒൻപതിനും പത്തിനുമിടയ്ക്ക് ഞാൻ അറിയുന്ന ചില ജിപ്സികളെ അവരുടെ ക്യാമ്പിൽ സന്ദർശിക്കുവാൻപോയി. ആണുങ്ങൾ എല്ലാം പുറത്ത് പോയിരിക്കയായിരുന്നു. എന്നാൽ ചില സ്ത്രീകൾ അവിടെ ഉണ്ടായിരുന്നു.- ഒരു വിവാഹിതയായ യുവതി, രണ്ട് വലിയ പെൺകുട്ടി

കൾ, ആറോ ഏഴോ കുട്ടികൾ. കനത്ത മഞ്ഞ് പൊഴിയും കാലം! എന്നിട്ടും അവരുടെ ഉറക്കറ വേനൽക്കാലത്തേതുപോലെത്തന്നെയാണ്. വൈക്കോൽ കെട്ടുകളും പഴയ കമ്പളങ്ങളും വിരിച്ച, കാൻവാസുകൊണ്ടും പഴന്തുണി കൊണ്ടും ഉണ്ടാക്കിയ കൂടാരങ്ങൾ! ചില കുട്ടികൾ ഉറങ്ങി കിടക്കുന്ന മഞ്ഞു പാളികൾക്കുമേൽ നഗ്നപാദരായാണ് നിന്നിരുന്നത്! അവർക്ക് യാതൊരു കുഴപ്പവുമില്ലെന്നവർ എന്നോട് ഉറപ്പിച്ച് പറഞ്ഞു. അവർക്ക് ജലദോഷം പിടിക്കാറില്ലെന്നും, തണുപ്പവർ കാര്യമാക്കാറില്ലെന്നും പറഞ്ഞു. ആ ഉയർന്ന കുന്നിൻപ്രദേശത്തെ കനത്ത മഞ്ഞ് കുറേപ്പേർക്കെ ങ്കിലും അസുഖം വരുത്തിക്കാണുമെന്ന് ഞാൻ വിചാരിച്ചു, എന്നവരോട് പറഞ്ഞു. ജലദോഷം പിടിച്ച ഏതെങ്കിലും ഒരു കുട്ടിയെ കണ്ടെത്തിയാൽ അതിനെ ആശ്വസിപ്പിക്കാനായി ഞാൻ ആറ് പെൻസ് നല്കിയേനെ!

അപ്പോൾ ആ വിവാഹിതയായ യുവതി വിളിച്ചു പറഞ്ഞു, "ഓഹ് എന്റെ ആറ് മാസം പ്രായമുള്ള പാവം കുട്ടി തണുപ്പേറ്റ് പാതിചത്ത നില യിൽക്കിടപ്പാണ്. പാവം ഡിയർ, അവന്റെ നില വളരെ മോശമാണ്. അവന്റെ കാര്യമോർത്ത് ഞാൻ വലിയ വിഷമത്തിലാണ്."

"അവന്റെ നില മോശമാണ് ഡാർലിങ്." വലിയ പെൺകുട്ടികളി ലൊരുവൾ വിളിച്ചു പറഞ്ഞു. "എത്രമോശം അവസ്ഥയിലാണെന്ന് ഞാനു ടനെ കാണിച്ചുതരാം." ഇത്രയും പറഞ്ഞ് ഒരുകൂമ്പാരം വൈക്കോലിനി ടയിലേക്കവൾ ഊളിയിട്ട് പോയി. ഒരു ഉറങ്ങുന്ന വലിയ കുട്ടിയെ വലി ച്ചെടുത്ത് കൈയിൽ പിടിച്ച് തിരിച്ചുവന്നു. അതിനെ എനിക്കുനേരെ പൊക്കിപ്പിടിച്ച് എത്രമോശമാണതിന്റെ അവസ്ഥ എന്ന് എന്നോട് നോക്കാ നായി പറഞ്ഞു. ആ തടിച്ചകുട്ടി അതിന്റെ ഉറക്കം തൂങ്ങിയ കണ്ണുകൾ മെല്ലെ തുറന്ന് സൂര്യനു നേരെ നോക്കി കണ്ണിറുക്കി! എന്നാൽ ഒരു ശബ്ദ വുമുണ്ടാക്കിയില്ല. എന്തുകൊണ്ടെന്നാൽ അതൊരു കരയുന്നകുട്ടി ആയി രുന്നില്ല. ഒരു തടിച്ച നായക്കുട്ടി ആയിരുന്നു.

ഈ വിദേശികളെക്കുറിച്ച് പ്രത്യേകപഠനം നടത്തുന്നവർക്കുപോലും ഇവർ എത്ര ആരോഗ്യവാന്മാരാണെന്ന് അറിയില്ല. ഇവർ വിദേശികളാ ണെങ്കിലും ഈ നാട്ടിലെ ഏതൊരു ഇംഗ്ലീഷുകാരനേക്കാൾ ഏറെ 'സ്വദേശി'യാണ്. നനവിനോടും തണുപ്പിനോടുമുള്ള അവരുടെ അനാസ്ഥ മാത്രമല്ല, നമ്മൾക്ക് മാരകമായി തോന്നുന്ന ഭക്ഷണം, നായ്ക്കളെപ്പോലെ സുഖമായി കഴിക്കാനുള്ള അവരുടെ കഴിവ് അതിശയകരമാണ്. ഇത് തീർച്ചയായും നല്ലൊരു കാര്യമില്ല. എന്റെ നില വ്യക്തമാക്കാൻ വേണ്ടി മാത്രം ഞാൻ ഒരു സംഗതി പറയാം. മനംമറിയുന്ന വയറുള്ള വായന ക്കാർക്ക് വരാൻ പോകുന്ന ഖണ്ഡിക വിട്ടുകളയാം!

ചിറ്റേർണിയിലെ വൃദ്ധനായൊരു ആട്ടിടയൻ പറഞ്ഞതാണിത്. ഒരു ജിപ്സി കുടുംബമോ അല്ലെങ്കിൽ ഒരുസംഘം ജിപ്സികളോ ആ ഗ്രാമ ത്തിൽ ഇടയ്ക്കിടെ വരുമായിരുന്നു. അയാൾ അവരെ സാധാരണകാ ണാറുള്ളത് ചെമ്മരിയാടുകളുടെ പ്രസവകാലത്താണ്. അയാൾക്ക് അടു പ്പമുള്ള ഒരു സംഘത്തലവൻ അയാൾക്കുവേണ്ടി വില്ക്കാൻ എന്തെങ്കിലും

സാധനങ്ങൾ ഉണ്ടോ എന്നന്വേഷിച്ച് അവിടെ എത്തും. ഒരു അവസരത്തിൽ അയാളുടെ ജിപ്സിസ്നേഹിതൻ പല നാട്ടുവർത്തമാനങ്ങളും പറഞ്ഞശേഷം എന്തെങ്കിലും വില്ക്കാനുണ്ടോ എന്ന് ചോദിച്ചു.

"ഇല്ല, ഇപ്രാവശ്യം ഒന്നുമില്ല." ആട്ടിടയൻ പറഞ്ഞു. "ചെമ്മരിയാടുകളുടെ പ്രസവമൊക്കെക്കഴിഞ്ഞിട്ട് രണ്ട് മൂന്ന് മാസങ്ങൾ കഴിഞ്ഞു; ഒന്നും ബാക്കിയില്ല- ചത്ത ആട്ടിൻകുട്ടിയുമില്ല. പഴയ ഷെഡിൽ ഭ്രൂണത്തെ പൊതിഞ്ഞിരുന്ന കുറച്ചു ആവരണങ്ങൾ ഒരു ഉത്തരത്തിൽ ഞാത്തി ഇട്ടിരുന്നു. നായകൾക്ക് കൊടുക്കാമെന്നാണ് ഞാൻ വിചാരിച്ചിരുന്നത്. എന്നാൽ ഞാൻ അക്കാര്യം പാടെ മറന്നുപോയി. അവയെല്ലാം ഉണങ്ങി നാശമായി!"

"ഞങ്ങൾക്കത് നന്നായി ഉപയോഗിക്കാനാകും." അയാളുടെ സ്നേഹിതൻ പറഞ്ഞു.

"വേണ്ട നിങ്ങൾ അത് എടുക്കേണ്ട!" ആട്ടിടൻ പരിഭ്രമിച്ച് നിലവിളിച്ചു. മാസങ്ങൾക്കുമുമ്പവ നാശമായെന്ന് ഞാൻ പറഞ്ഞല്ലോ. അത്തരം സാധനം തിന്നാൽ ആരും ചത്തുപോകും! അവ ഇപ്പോൾ ഉണങ്ങി വരണ്ടു പഴയതോൽപോലെ കറുത്തിരിക്കുന്നു."

"അത് സാരമില്ല - അവ എങ്ങിനെ നന്നായി പാചകം ചെയ്യാമെന്ന് ഞങ്ങൾക്കറിയാം." ജിപ്സി പറഞ്ഞു. "അല്പം ഉപ്പ് ഇട്ട് തിളപ്പിച്ചാൽ അത് വളരെ നന്നായിരിക്കും." അയാൾ അത് എടുത്തുകൊണ്ടുപോയി!

പതിനെട്ടാം നൂറ്റാണ്ട് അന്ത്യം മുതൽ ഏകദേശം 1840 വരെ സാലിസ്ബറിയിൽ നടന്ന അസ്സീസികളുടെ റിപ്പോർട്ടുകൾ വായിച്ചപ്പോൾ തലയിൽ കറുത്ത തൊപ്പി ധരിച്ചിരിക്കുന്നവന്റെ മുന്നിലൂടെ വിഷാദവാന്മാരായി കടന്നുപോയ കുറ്റവാളികളുടെ ജാഥകളിൽ എത്രകുറവായിരുന്നു ജിപ്സികളുടെ സംഖ്യ എന്നുകണ്ട് ഞാൻ ആശ്ചര്യപ്പെട്ടിട്ടുണ്ട് ഇവരെല്ലാം കഴുമരത്തിലേറ്റപ്പെട്ടവരോ നാടുകടത്തപ്പെട്ടവരോ ആണ്. ചെമ്മരിയാടുകളേയോ കോഴികളെയോ താറാവുകളെയോ മോഷ്ടിച്ചു എന്ന കുറ്റത്തിന്റെ പേരിൽ. അപ്പോഴും ഇന്നത്തെപ്പോലെ ജിപ്സികളുടെ സംഖ്യവലുതായിരുന്നു. ഇതേപോലെ നീതിരഹിതമായ ജീവിതം നയിച്ചവർ; ആ പ്രദേശത്ത് പാർത്ത് ഗ്രാമം മുഴുവൻ ചുറ്റിക്കറങ്ങി കക്കാനുള്ളതെല്ലാം രഹസ്യമായി അവൻ വീക്ഷിക്കും. പിടിക്കപ്പെടുന്നവൻ എപ്പോഴും പാവം മന്ദബുദ്ധിയും ചടുലതയില്ലാത്തവനുമായ കർഷകത്തൊഴിലാളി ആയിരുന്നു. ചുറുചുറുക്കുള്ള സൂത്രശാലി ജിപ്സി രക്ഷപ്പെടും. ഈ വിഷയത്തെക്കുറിച്ച് 1820 ലെ സാലിസ് ബറി ജേർണലിൽ കൊടുത്ത ഒരു വാർത്ത ഞാൻ കാണുകയുണ്ടായി. അതിൽ ആ ലേഖകൻ എഴുതിയിരിക്കുന്നു. കട്ടെടുത്ത സാധനങ്ങളെല്ലാം ഒളിപ്പിച്ചുവെക്കാനായി ജിപ്സികൾ പതിവായി ചെയ്യുന്ന സൂത്രം അവരുടെ ക്യാമ്പിൽ ആഴമുള്ള കുഴി കുഴിക്കുക എന്നതാണ്. അതിൽ കട്ടുകൊണ്ടുവന്ന ചെമ്മരിയാടുകളെ കുഴിച്ച് മൂടുന്നു. അതിനു മീതെ അവർ ക്യാമ്പ് ഫയർ ഉണ്ടാക്കുന്നു. ചെമ്മരിയാട് നഷ്ടപ്പെട്ട വിവരം പൊലീസിന് പോയിട്ടില്ലെങ്കിൽ

കള്ളന്മാർക്കത് വേഗം പുറത്തെടുത്ത് പാചകംചെയ്ത് ആസ്വദിക്കാം. അന്വേഷണം നടത്തുന്നുണ്ടെങ്കിൽ അത് തീരുന്നതുവരെ അവർക്ക് കാത്തിരിക്കേണ്ടി വരും.

ഞാൻ അവസാനമായി താമസിച്ചിരുന്ന ഒരു ഗ്രാമത്തിലെ ഒരു തൊഴിലാളി എന്നോട് വിവരിച്ചുതന്ന ഒരു സംഭവത്തിൽനിന്ന് ഈ ലളിതമായ പഴയ സൂത്രം ഇപ്പോഴും ജിപ്സികൾ പ്രയോഗിക്കുന്നുണ്ടെന്നറിഞ്ഞപ്പോൾ എനിക്ക് കൗതുകം തോന്നി. എനിക്ക് ഈ വാർത്ത തന്നവൻ പറഞ്ഞു, കഴിഞ്ഞവേനലിൽ ഒരുദിവസം പുലർച്ചെ നാലു മണിക്ക് അയാൾ പുറത്തേക്ക് പോയപ്പോൾ രണ്ട് ജിപ്സികൾ ഒരു കുതിരയും വണ്ടിയുമായി, അവരുടെ സംഘം രണ്ടാഴ്ചയായി ക്യാമ്പടിച്ച ഒരു സ്ഥലത്ത് നില്ക്കുന്നതുകണ്ട് അയാൾ ആശ്ചര്യപ്പെട്ടു. അയാൾ ഒളിച്ചു നിന്ന് അവരെ നിരീക്ഷിച്ചു. അവർ ക്യാമ്പ് ഫയർ ഇട്ടിരുന്ന സ്ഥലത്ത് കുഴിക്കുകയായിരുന്നു. അവർ മണ്ണിന്നടിയിൽ നിന്ന് നിരവധി സാധനങ്ങൾ പുറത്തെടുത്തു, എന്നാൽ അവൻ ദൂരെ ആയതിനാൽ എന്തെല്ലാമാണത് എന്ന് മസ്സിലാക്കാൻ കഴിഞ്ഞില്ല. അവർ അത് വണ്ടിയിൽ കയറ്റി മൂടിവെച്ചശേഷം കുഴി മണ്ണിട്ട് മൂടി, ചവുട്ടി അമർത്തി. പിന്നെ കരിഞ്ഞ കൊള്ളികളും ചാരവും അതിനു മീതെ ഇട്ടു. അതിനു ശേഷം അവർ വണ്ടിയിൽ കയറി സ്ഥലം വിട്ടു.

തീർച്ചയായും ഒരു മനുഷ്യന്, ഒരു നായാടി ആയാലും തന്റെ വില പിടിച്ച സാധനങ്ങളും മറ്റ് സാമാനങ്ങളും സൂക്ഷിച്ചുവെക്കാൻ ചില സ്ഥലം വേണം. ജിപ്സിക്ക് അറയോ രഹസ്യ അലമാരയോ ഇല്ല. വണ്ടിയിൽ ഒരിക്കലും വിലപ്പെട്ട വസ്തുക്കൾ വെക്കാൻ കഴിയില്ല. എന്തുകൊണ്ടെന്നാൽ അവൻ എപ്പോഴും സഞ്ചാരത്തിലാണെങ്കിലും അല്ലെങ്കിലും സദാ ഒരു നോട്ടപ്പുള്ളിയാണ്. അതുകൊണ്ട് ഭൂമിയാണ് സാമാനങ്ങൾ ഒളിപ്പിച്ചു വെക്കാൻ ഏറ്റവും സുരക്ഷിതമായ സ്ഥലം, പ്രത്യേകിച്ച് വിൽറ്റ്ഷയർ ഡൗൺസ്പോലുള്ള സ്ഥലത്ത്! മറ്റുള്ള സ്ഥലങ്ങളിൽ പാറകൾക്കിടയിലും മരപ്പൊത്തുകളിലും സമ്മാനങ്ങൾ ഒളിപ്പിച്ചു വെക്കാം. ജെയ്പക്ഷിയേയും മാഗ്പൈ പക്ഷിയേയും പോലെയാണവരുടെ ശീലം. അല്ലെങ്കിൽ ആവശ്യം വരുന്നവരെ എല്ല് മണ്ണിൽ കുഴിച്ചിടുന്ന നായയെപ്പോലെ! നാട്ടിൻപുറത്തെ പൊലീസ് ജിപ്സിയുടെ ഈ സമ്പ്രദായം മനസ്സിലാക്കാൻ കഴിഞ്ഞിട്ടില്ലെന്ന് തോന്നുന്നു. ജിപ്സികളുടേയും പൊലീസുകാരുടെയും മനസ്സുകൾതമ്മിലുള്ള താരതമ്യം പലപ്പോഴും എന്നെ രസിപ്പിക്കാറുണ്ട്. ജിപ്സി കള്ളനായ ജെയ്പക്ഷിപോലെയാണ്. എപ്പോഴും കള്ളത്തരം ലക്ഷ്യമിട്ടിട്ടുള്ളവൻ. പൊലീസാണെങ്കിൽ അവനിൽ കണ്ണും നട്ട് നടക്കുന്ന ഫാം മുറ്റത്തെ കൊച്ചിൻ ചൈനാ കോഴിയോ അല്ലെങ്കിൽ മസ്കോവി താറാവോ ടർക്കിയോ പോലെയും.

ഇനി തിരിച്ചുപോകാം മണ്ണിൽ കുഴിച്ചിട്ട ചെമ്മരിയാട് കുറേനാൾ കഴിയുമ്പോൾ ചീഞ്ഞുപോകുന്നു. എന്നാൽ അത് ഭക്ഷിക്കുന്നവർക്ക് യാതൊരു വ്യത്യാസവുമില്ല. ഒരു കുതിരയുടെ ശവം ഒരു കൂട്ടം കഴുക

ന്മാർ തിന്നുന്നതുകണ്ട് സന്തോഷഭരിതനായ തോറൊയെ ആരും ഓർത്തു പോകും. നല്ല വിശപ്പും പ്രകൃതിയുടെ അതിരില്ലാത്ത ഓജസ്സും അവനെ ആഹ്ലാദിപ്പിച്ചു. നായകൾക്കും കഴുകന്മാർക്കും മാത്രമല്ല ചീഞ്ഞളിഞ്ഞ മാംസത്തിൽനിന്നുള്ള വിഷബാധ ഏല്ക്കാത്തത്. ഗ്രീൻലാന്റിലേയും ആഫ്രിക്കയിലേയും ലോകത്തിലെ മറ്റ് പലഭാഗങ്ങളിലേയും പ്രാകൃത മനുഷ്യരും അതിനോട് പ്രതിരോധശക്തിയുള്ളവരാണ്!

ചിലപ്പോൾ ജിപ്സികളോടൊപ്പം അവരുടെ പ്രാകൃതമായ തീക്കുണ്ഡത്തിന് മുന്നിൽ ഇരിക്കുമ്പോൾ അവരുടെ കറുത്ത പാത്രത്തിൽ കിടന്ന് തിളക്കുന്നവസ്തുക്കൾ ഏതാണെന്നറിയാൻ എനിക്ക് ജിജ്ഞാസ തോന്നാറുണ്ട്. ചില വിചിത്രമായ മാംസം ആയിരിക്കുമെന്ന കാര്യത്തിൽ സംശയമില്ല. എന്നാൽ അത്തരം കാര്യങ്ങളെക്കുറിച്ച് സംസാരിക്കുന്നത് മര്യാദയല്ല. വെനെസുലയിലെ പ്രാകൃതരുടെ അടുപ്പിന് മുകളിലെ കലം പോലെയാണത്. അതിലേക്കവർ തങ്ങളുടെ വിഷം പുരട്ടിയ അമ്പു കൊണ്ട് കൊല്ലുന്ന എല്ലാ മൃഗങ്ങളെയും പുഴയിലെ മീനുകളെയും ഇടുന്നു. എനിക്കവരോടുള്ള എതിർപ്പ് ചിറക് മുളച്ചുവരുന്ന പക്ഷിക്കുഞ്ഞുങ്ങളുടെ കാര്യത്തിൽ മാത്രമാണ്. അവർ പക്ഷിക്കൂടുകൾ അന്വേഷിച്ചു ചെന്ന് അതിലെ കൊച്ചുകുഞ്ഞുങ്ങളെ എടുത്തുകൊണ്ടുവരുമ്പോൾ എനിക്ക് ദേഷ്യം വരും. ഏപ്രിലിലും മെയിലും എന്റെ സുഹൃത്തുക്കളായ പക്ഷികൾ ജെയ്കളും മാഗ്പൈകളും അതേപണിതന്നെയാണ് ചെയ്യുന്നതെന്ന് ജിപ്സികൾക്ക് തിരിച്ചടിക്കാൻ കഴിയും!

ഞാൻ വിചാരിച്ച ജിപ്സിയുടെ ഈ ശീലമാണ് സന്മാർഗ്ഗിക്കും ആരോഗ്യശാസ്ത്രജ്ഞർക്കും ബീഭത്സമായി തോന്നുന്നത്, ലോലമായ വയറുള്ളവരെ ഓക്കാനിപ്പിക്കുന്നതും. എന്നാൽ, ജിപ്സി അഭിനിവേശ പണ്ഡിതർ അത്ഭുതകഥകളും കാവ്യങ്ങളും അവനെ വായിച്ചുകേൾപ്പിക്കാൻ ആസക്തി കാണിക്കുന്നതിനേക്കാൾ ഭേദമാണത്! എന്നെ സംബന്ധിച്ചിടത്തോളം വിചിത്രസ്വഭാവമുള്ള ഇണക്കി എടുക്കാൻ പറ്റാത്ത ഒരു കാട്ടുമൃഗമാണവൻ. ഒരു പ്രകൃതി ശാസ്ത്രപണ്ഡിതന്റേതുപോലെയാണ് എനിക്കവനോടുള്ള താല്പര്യം!

കുറച്ചുനാൾമുമ്പ് ഞാൻ ഒരു ജിപ്സിയുമായി സംസാരിച്ചുകൊണ്ടിരിക്കവെ, അയാൾ എന്നോട് പറഞ്ഞു. “പുസ്തകങ്ങൾ പറയുന്നത് എന്താണെന്ന് നിങ്ങൾക്കറിയാം. ഞങ്ങൾക്കതറിയില്ല. എന്നാൽ പുസ്തകത്തിലില്ലാത്ത മറ്റ് പല കാര്യങ്ങളും ഞങ്ങൾക്കറിയാം. അതാണ് ഞങ്ങൾക്കുള്ളത്. അത് ഞങ്ങളുടേതാണ്. ഞങ്ങളുടെ സ്വന്തം; നിങ്ങൾക്കത് അറിയാൻ കഴിയില്ല.”

അത് ഭംഗിയായി അയാൾ അവതരിപ്പിച്ചു. എന്നാൽ ആ പ്രത്യേക അറിവിനെക്കുറിച്ച് അയാൾ കരുതിയതുപോലെ ഞാൻ പൂർണ്ണമായും അജ്ഞനല്ല! അതിനെ കൗശലമായാണ് ഞാൻ കാണുന്നത്- മനുഷ്യന്റെ മസ്തിഷ്കമുള്ള ഒരു കാട്ടുമൃഗത്തിന്റെ കൗശലം- ഒരു ചെറിയ, അതിസൂക്ഷ്മമായ, നമ്മൾക്ക് പിടിതരാത്ത മറ്റ് ചിലതിന്റെ! ഒരുഡോസ്

എന്നാൽ ആ മറ്റ് ചിലത് ആത്മീയതരത്തിലുള്ളതല്ല. അത്തരത്തിലുള്ളതൊന്നും ജിപ്സിയിൽ ഇല്ല. ആത്മീയ വളർച്ച സാമൂഹ്യ ജന്മവാസനയിൽ വേരുറച്ചിട്ടുള്ളതായിരിക്കും. അത് വളർന്നുവികസിക്കുന്നത് ആ ജന്മവാസന ശക്തമായിട്ടുള്ളവനിലും! ജിപ്സി ഒരു ഇത്തിക്കണ്ണിയാണ്. എന്നാൽ സ്വതന്ത്രനാണ്. ഒരു കുറുക്കനെയോ കുറുനരിയെയോ പോലെ സ്വതന്ത്രനായി നിലകൊള്ളാൻ കഴിവുള്ളവൻ. ഇത്തിക്കണ്ണി സ്വഭാവം അവന് നല്ല ഗുണം ചെയ്യുന്നു! സാമൂഹ്യജീവികളുമായി ബന്ധമുള്ളിടത്തോളം അവനത് തുടർന്നിട്ടുണ്ട്. അതൊരു ജന്മവസാനപോലെ ആയി, അല്ലെങ്കിൽ രഹസ്യജ്ഞാനം!

നിയമരാഹിത്യത്തോടുള്ള ആകർഷണമാണ് ജീവിതം അനശ്വര ആനന്ദമായി അവന് തോന്നിപ്പിച്ചത്. വന്യജന്തുപാലകൻ, കർഷകൻ, പൊലീസുകാരൻ തുടങ്ങിയവരെ കെണിയിൽ വീഴ്ത്തി തോല്പിക്കുവാനും തേനീച്ചക്കൂട്ടിലെ പരാന്നഭുക്കായ ഈച്ചയെപ്പോലെ തിന്ന് കൊഴുക്കാനും തേനീച്ചകളുടെ കോപത്തിൽനിന്ന് രക്ഷപ്പെടാനും അവന് കഴിയും.

ഞാൻ വിഷയത്തിൽനിന്ന് വ്യതിചലിച്ച് കുറേദൂരം പോയി. ഗ്രാമത്തിലെ ഇരുണ്ട മനുഷ്യരെക്കുറിച്ചുള്ള ആട്ടിടയനുമായുള്ള എന്റെ സംഭാഷണത്തിലേക്ക് ഞാൻ തിരിച്ചുപോകട്ടെ.

ഞാൻ തുടർന്നു. സിരകളിൽ ജിപ്സി രക്തമില്ലാത്ത കറുത്തകണ്ണും കറുത്ത മുടിയുമുള്ള മറ്റ് ആളുകൾ ഗ്രാമങ്ങളിലുണ്ട്. എനിക്ക് മനസ്സിലാക്കാൻ കഴിഞ്ഞിടത്തോളം മൗലികമായി മൂന്ന് വ്യത്യസ്ത വംശങ്ങൾ വിൽറ്റ് ഷയർ ഡൗൺസിൽ ഉണ്ട്. വളരെ അധികം സമ്മിശ്രരക്തം ഉണ്ടെന്ന കാര്യത്തിൽ സംശയമില്ല. നിരവധി ഇരുണ്ട മനുഷ്യർ, ഒരുപ്രത്യേക വംശത്തിലും പെടാത്തവരായിട്ടുണ്ട്. എന്നിരുന്നാലും മൂന്ന് ഭിന്നമായ ഇനങ്ങൾ ഇരുണ്ട മനുഷ്യരിൽനിന്നും വേർതിരിക്കാനാകും. ഒന്നാമത്തേത്, ജിപ്സി,- പൊക്കംകുറവ്, തവിട്ടുനിറം, പരന്ന മുഖം, ഉയർന്ന കവിളെല്ലുകൾ, ഇപ്പോൾ നമ്മൾ സംസാരിച്ചിരുന്ന ആളുകൾ. രണ്ടാമത്തേത് വെളുത്ത ചർമ്മവും അംഗലാവണ്യവുമുള്ളവർ. പരന്ന മുഖവും ഉരുണ്ട ശിരസ്സും. ശാരീരികമായും മാനസികമായും ഏറ്റവും നല്ല നീല കണ്ണുള്ള മനുഷ്യരെപ്പോലെ കരുത്തർ; ഇരുണ്ട, പരന്ന മുഖമുള്ള വിൽസെറ്റെകളുടെ പിൻതലമുറക്കാരായിരിക്കണം അവർ. രാജ്യം ഇംഗ്ലീഷുകാരും മറ്റ് രാജ്യക്കാരും വർഗ്ഗങ്ങളും അതിക്രമിച്ച് പിടിച്ചപ്പോൾ അവർ വിൽറ്റ്ഷയറിൽ കുടിയേറി പാർക്കുകയും അതിനവരുടെ നാമം നല്കുകയും ചെയ്തു. മൂന്നാമത്തവർ, മറ്റ് രണ്ട് പേരെക്കാൾ വളരെയേറെ വ്യത്യസ്തരാണ്. എണ്ണത്തിലവർ ഏറ്റവും കുറവായിരുന്നു. ഇടുങ്ങിയ തലയും നീണ്ടമുഖവും ഇരുണ്ട് തവിട്ടുനിറമുള്ള ചർമ്മവുമാണവരുടേത്. മാനസികമായും അവർ മറ്റുള്ളവരിൽനിന്ന് വ്യത്യസ്തമാണ്. കൂടുതൽ ഉന്മേഷമുള്ള മനോഭാവവും വികാരതീവ്രമായ സ്വഭാവവുമാണ് പുരാ

തന ബ്രിട്ടീഷ്കാരുടേയോ ഇബേറിയൻ വംശത്തിന്റേയോ സ്വഭാവം ഈ ഇനത്തിലെ മനുഷ്യരിൽ മുന്തി നില്ക്കുന്നു.

ഇതിനെക്കുറിച്ച് കൂടുതലൊന്നും തനിക്കറിയില്ലെന്ന് ആ ആട്ടിടയൻ പറഞ്ഞു. എന്നാൽ ഞാൻ വിവരിച്ച അവസാന ഇനം മനുഷ്യരെപ്പോലുള്ള ഒരാൾ ഒരിക്കൽ ആ ഗ്രാമത്തിൽ ജീവിച്ചിരുന്നതായി അയാൾ ഓർക്കുന്നു. ടാർക്ക് എന്നുപേരുള്ളൊരു തൊഴിലാളി ആയിരുന്നു അയാൾ. അയാൾക്ക് കുറെ മക്കൾ ഉണ്ടായിരുന്നു. അവർ വളർന്നുവലുതായപ്പോഴാണ് അവസാന പുത്രൻ പിറന്നത്. അവൻ അവസാനത്തേതായത് അവന്റെ ജനനത്തോടെ അവന്റെ അമ്മ മരിച്ചതിനാലാണ്. ആ അവസാനത്തവൻ തന്റെ അച്ഛനെപ്പോലെ ആയിരുന്നു. പൊക്കം കുറഞ്ഞ് നല്ല കറുത്ത ചർമ്മം, കാട്ട് മുന്തിരിപ്പഴംപോലുള്ള കണ്ണുകൾ, ഉന്മേഷവും ചുറുചുറുക്കും ഉള്ളവൻ.

ടാർക്ക് സ്വയം ഏറ്റവും ചടുലതയുള്ളവനും ഏറ്റവും രസികനുമായൊരുമനുഷ്യനായിരുന്നു; അവനോട് ആവശ്യപ്പെടുന്ന കാര്യങ്ങൾ പെട്ടെന്ന് അവൻ ചെയ്തു കൊടുക്കും. എന്നാലവൻ അത്രപരിശ്രമ ശീല നല്ലായിരുന്നു. മിതവ്യയം ചെയ്യുന്നവനുമായിരുന്നില്ല. ടാർക്ക്മാർ എപ്പോഴും വളരെ ദരിദ്രരായിരുന്നു. അവന് കേൾക്കാൻ വലിയ ഇഷ്ടമായിരുന്നു, പഴയ പാട്ടുകൾ. അവൻ പാട്ട് പാടുമായിരുന്നു. അതെല്ലാം അവന് നന്നായി അറിയാമെന്ന് തോന്നി. ഇലത്താളം ആയിരുന്നു അവൻ ഉപയോഗിച്ചിരുന്ന ഒരു വാദ്യോപകരണം. പഴയ ലോഹപ്ലേറ്റുകൾ കൊണ്ടവൻ സ്വയം നിർമ്മിച്ചതായിരുന്നു അവ. നൃത്തം ചെയ്യുമ്പോൾ താളത്തിനനുസരിച്ച് അവൻ ഇലത്താളം തലയിലും നെഞ്ചത്തും കാലുകളിലും അടിച്ച് പാടും. അതവൻ അതിശയകരമാംവിധം ചുഴറ്റിയും വീശിയും കൈകളിലും കാലുകളിലും കുറച്ചുനേരം വെച്ചും കാണികളെ രസിപ്പിക്കും! വേനൽക്കാല സായാഹ്നങ്ങളിൽ, ഗ്രാമത്തിലെ പകുതി ആളുകളെങ്കിലും അവന്റെ വിചിത്രമായ കോമാളിത്തങ്ങൾ കാണാൻ അവന്റെ കുടിലിൽ ഒത്തുകൂടും!

ഒരുദിവസം ഉച്ചതിരിഞ്ഞ് അവൻ ഗ്രാമീണപാതയിലൂടെ നടന്ന് വരുമ്പോൾ ആ ഗ്രാമത്തിലെ കരുവാൻ അവന്റെ കുടിലിന് മുന്നിലെ ഒരു പൊക്കമുള്ള ഫിർമരത്തിലേക്ക് നോക്കിനില്ക്കുന്നതു കണ്ടു.

"എന്താണ് നോക്കുന്നത്?" ടാർക്ക് ചോദിച്ചു. ആ കരുവാൻ വൃക്ഷത്തിന്റെ ഒരു ശാഖ ചൂണ്ടിക്കാട്ടി അതിൽ ഒരു കുരുവി കൂടു കൂട്ടിയിട്ടുണ്ടെന്ന് പറഞ്ഞു. അത് ഏറ്റവുംതാഴെയുള്ള ശാഖയാണെങ്കിലും നിലത്തുനിന്ന് നാല്പതടി പൊക്കത്തിലാണ്. തായ്ത്തടിയിൽനിന്ന് മൂന്നടിമാറിയാണ് ആ കൂട് ശാഖയിൽ സ്ഥിതി ചെയ്യുന്നത്. അയാളുടെ മകൻ അതിൽ മനസ്സുവെച്ചിരിക്കയാണ്. അവനുവേണ്ടി അത് താഴെ ഇറക്കി കൊടുക്കാമെന്ന് കരുവാൻ മകന് വാക്കുകൊടുക്കുകയും ചെയ്തു. എന്നാൽ നീണ്ട കോണിയൊന്നും അവിടെ ഇല്ല. എങ്ങനെയാണത് എടുത്ത് കൊണ്ടുവരിക എന്നയാൾക്കറിയില്ല.

ടാർക്ക് ചിരിച്ചു; അരഗാലൻ ബീർ കൊടുത്താൽ താൻ തലകീഴായി മരത്തിൽ കയറി ആ പക്ഷിക്കൂടെടുത്ത് ഒരു കൈയിൽ പിടിച്ച് താഴോട്ട് ഇറങ്ങിവരാമെന്ന് ടാർക്ക് പറഞ്ഞു. ആ കൈ അയാൾ കയറാൻ ഉപയോഗിക്കില്ല. കയറിയതുപോലെ അയാൾ തലകീഴായി താഴേക്ക് ഇറങ്ങിവരുകയും ചെയ്യും!

"എന്നാൽ അങ്ങനെ ചെയ്യൂ" കരുവാൻ പറഞ്ഞു. "ഞാൻ അരഗാലിൻബീർ തരാം."

ടാർക്ക് ആ മരത്തിലേക്ക് ഓടിച്ചെന്നു കൈകുത്തിനിന്ന് കാലുകൾ കൊണ്ട് മരത്തടിയിൽ പിടിച്ച് വൃക്ഷശാഖയിലേക്ക് പോയി. ആ പക്ഷിക്കൂടെടുത്ത് ഒരു കൈയിൽ പിടിച്ച് തലകീഴായി സുരക്ഷിതനായി ഇറങ്ങി നിലത്തെത്തി.

അയാളുടെ ഊർജ്ജസ്വതയേയും ശരീരലാഘവത്തേയുംകുറിച്ച് രസകരമായ മറ്റ് പല സംഭവ കഥകളുമുണ്ട്. അതിനുശേഷം ഏറ്റവും താഴെയുള്ള മകൻ ലിഡ്ഡിയുടെ കഥ പറഞ്ഞു.

കാലെബ് പറഞ്ഞു, "അവനെ ജ്ഞാനസ്നാനം ചെയ്തപ്പോൾ എന്ത് പേരാണ് ഇട്ടതെന്ന് എനിക്കറിയില്ല. എന്നാൽ എപ്പോഴും ലിഡ്ഡി എന്നാണവൻ വിളിക്കപ്പെട്ടിരുന്നത്. അവന് മറ്റൊരു പേരുള്ളതായി ആർക്കും അറിയില്ല."

ലിഡ്ഡി ഒരു കൊച്ചുകുഞ്ഞായിരുന്നപ്പോൾത്തന്നെ അവന്റെ മൂത്ത സഹോദരന്മാരെല്ലാം വീടുവിട്ട് പോയിരുന്നു. ഒരു മകൻ പട്ടാളത്തിൽ ചേർന്നു ഇന്ത്യയിലേക്ക് പോയി. ഒരിക്കലും തിരിച്ചുവന്നില്ല. മറ്റ് രണ്ട് പേർ അമേരിക്കയിലേക്ക് പോയെന്ന് പറയപ്പെടുന്നു. അച്ഛൻ മരിച്ചപ്പോൾ അവന് പന്ത്രണ്ട് വയസ്സായിരുന്നു പ്രായം. അതുകൊണ്ടവന് കൂടുതൽ ദോഷമൊന്നും ഉണ്ടായില്ല. ദരിദ്രനായ ടാർക്കന്റെ ബീറിനോടുള്ള സ്നേഹം മൂലം അവൻ എപ്പോഴും വളരെ ദരിദ്രരായിരുന്നു. അധികം താമസിയാതെ ഒരുചെറിയ കർഷകൻ അവനെ ജോലിക്ക് നിർത്തി, ആ കർഷകന് ഏതാനും പശുക്കളും ഒരു ജോഡി കുതിരകളും ഉണ്ടായിരുന്നു. അവയെ ആ ബാലൻ മേയ്ക്കാനായി കുന്നിൻപ്രദേശത്ത് കൊണ്ടുപോകും.

ലിഡ്ഡി എപ്പോഴും ഒരു കൊച്ചുപയ്യൻ ആണ്, പന്ത്രണ്ട് വയസ്സായാലും ഒൻപതിൽ കൂടുതൽ തോന്നിക്കില്ല. അതുകൊണ്ടവന് കനത്ത ജോലികളൊന്നും ചെയ്യാൻ കഴിയില്ല. എന്നാൽ എന്ത് പണിയെടുക്കാനും തയ്യാറുള്ള ഒരു മിടുക്കൻ പയ്യനാണ്. നല്ല സ്വഭാവം വളരെ ഉല്ലാസവാനും രസികനും. അതുകൊണ്ട് ഗ്രാമവാസികളുടെയെല്ലാം പ്രിയങ്കരൻ. അവന്റെ കുസൃതികൾ കണ്ട് ആളുകൾ പൊട്ടിച്ചിരിക്കും. പ്രത്യേകിച്ച് വയലിൽ നിന്നവൻ, പ്രായമായ കുതിരപ്പുറത്ത് വാലിന്റെ ഭാഗത്തേക്ക് തിരിഞ്ഞിരുന്ന്, അതിനെ കുതിച്ചുപായാൻ നിർബ്ബന്ധിക്കുമ്പോൾ! അവൻ അച്ഛനെപ്പോലെതന്നെയാണെന്നവർ പറയും. ആളുകളെ ചിരിപ്പിക്കാനല്ലാതെ മറ്റൊന്നിനും കൊള്ളില്ല! എന്നാൽ സ്ത്രീകൾക്കവനോട് വാത്സ

ല്യമാണുള്ളത്. എന്തുകൊണ്ടെന്നാൽ അമ്മയില്ലാത്തവനും വളരെ ദരിദ്രനുമായിട്ടും അവൻ എപ്പോഴും വൃത്തിയും വെടിപ്പുമുള്ളവനായിക്കഴിയുന്നു. അവന്റെ വിലകുറഞ്ഞ വസ്ത്രങ്ങൾ അവൻ അങ്ങെയറ്റം ശ്രദ്ധയോടെ സ്വയം അലക്കിയും തുന്നിയും വൃത്തിയായി ഉപയോഗിക്കുന്നു. തന്റെ ആടുകളുടെ കാര്യത്തിലും അവൻ അഗാധമായ താല്പര്യമെടുക്കുന്നു, മിക്കവാറും എല്ലാ ദിവസവും അവൻ കാലെബിനടുത്ത് പോകും. ആട്ടിൻകൂട്ടത്തെ കുന്നിൻ പ്രദേശത്ത് മേയ്ക്കും. അയാളുടെ അടുത്തിരുന്ന് ചെമ്മരിയാടുകളെക്കുറിച്ചും അവയെ നിയന്ത്രിക്കുന്നതിനെക്കുറിച്ചും ഒരു നൂറ് ചോദ്യങ്ങൾ ചോദിക്കും. വലിയൊരു ഫാമിന്റെ മുഖ്യ ആട്ടിടയനെന്ന നിലയ്ക്ക് വലിയ ആദരവോടെയാണവൻ കാലെബിനെ നോക്കിക്കണ്ടത്. അവൻ അറിയുന്നതിൽവെച്ച് ഏറ്റവും ഉയർന്ന പദവിയിലുള്ളവനും ഏറ്റവും സൗഭാഗ്യവാനുമായ വ്യക്തി. അയാളെ വഴികാട്ടിയും തത്ത്വജ്ഞാനിയും സുഹൃത്തുമായി ലഭിച്ചതിൽ അവന് വലിയ അഭിമാനമായിരുന്നു.

ഒരിക്കൽ ഒരു ചെമ്മരിയാട്ചന്തയിൽനിന്ന് മുപ്പതോ നാല്പതോ ആടുകളെ ഫാം ഉടമ വാങ്ങിച്ച് വീട്ടിലേക്ക് കൊണ്ടുവന്നു. അവയിൽ ഒന്ന് പെണ്ണാടാണെന്ന് കണ്ടെത്തി. ഒരുപക്ഷേ, ഭാവിയിൽ ഒരുദിവസം അതിനൊരു ആട്ടിൻകുട്ടി ഉണ്ടാകും. ആ കണ്ടുപിടുത്തത്തിൽ ലിഡ്ഡി വല്ലാതെ ആവേശഭരിതനായി. അവൻ കാലെബിനടുത്തുചെന്ന് ഇക്കാര്യം പറഞ്ഞു. തന്റെ യജമാനൻ അതിനെ ഒഴിവാക്കുമോ എന്നോർത്ത് അവന് കരച്ചിൽ വന്നു. ഒടുവിൽ ധൈര്യം സംഭരിച്ച് അവൻ ഫാം ഉടമയുടെ അടുത്തുചെന്ന്, ആ പെണ്ണാടിനെ നിർത്തുവാനായി യാചിച്ചു. ഫാം ഉടമ അതുകേട്ട് അവനെ പരിഹസിച്ചു. എന്നാൽ ആ ബാലന്റെ വികാരം അയാളുടെ മനസ്സിൽ സ്പർശിച്ചു. ഒടുവിൽ അവനോട് സമ്മതം മൂളി. അപ്പോൾ ആ ഗ്രാമത്തിലെ ഏറ്റവും സന്തോഷവാനായ ബാലൻ ലിഡ്ഡി ആയിരുന്നു. അവന് അവസരം കിട്ടുമ്പോഴെല്ലാം അവൻ കുന്നിൻ പ്രദേശത്തു ചെന്ന് കാലെബിനെ കണ്ട് അവന്റെ പ്രിയപ്പെട്ട പെണ്ണാടിനെക്കുറിച്ചുള്ള വാർത്തകൾ പറയും. പത്തൊൻപതോ ഇരുപതോ ആഴ്ചകൾക്കുശേഷം ഒരുദിവസം കാലെബ്, ആടുമേക്കാനായി പുറത്തുപോയിരിക്കവെ, ദൂരെ നിന്ന് ആരോ വിളിച്ചു കൂവുന്നതയാൾ കേട്ടു, തിരിഞ്ഞു നോക്കിയപ്പോൾ ലിഡ്ഡി എന്തോ പ്രധാനപ്പെട്ട വാർത്ത വിളിച്ചു പറഞ്ഞുകൊണ്ട് തനിക്കു നേരെ അതിശീഘ്രം പാഞ്ഞുവരുന്നതയാൾ കണ്ടു. എന്നാൽ എന്താണുപറയുന്നതെന്ന് കാലെബിന് മനസ്സിലായില്ല, ആ ബാലൻ അടുത്തുവന്നശേഷവും! കാരണം അവന്റെ വികാരവിക്ഷോഭം അവനെ പരസ്പരബന്ധമില്ലാത്ത അവസ്ഥയിലാക്കിയിരുന്നു. ആ പെണ്ണാട് ഇരട്ടകളെ പ്രസവിച്ചിരിക്കുന്നു. രണ്ട് ശക്തരായ ചെമ്മരിടാട്ടിൻകുട്ടികൾ. കാണാൻ അതിസുന്ദരം! മുമ്പ് അവന്റെ ജീവിതത്തിൽ ഇത്രയും ആശ്ചര്യകരമായതൊന്നും സംഭവിച്ചിട്ടില്ല. ഇപ്പോൾ അവൻ തന്റെ സുഹൃത്തിന്റെ അടുത്ത് കൂടുതൽ പ്രാവശ്യം വരാൻ തുടങ്ങി. തന്റെ പ്രിയങ്കരരായ ചെമ്മ

രിയാട്ടിൻ കുട്ടികളെ കുറിച്ചവൻ സംസാരിച്ചുകൊണ്ടിരിക്കും. അവയെ പരിചരിക്കുമ്പോൾ ശ്രദ്ധിക്കേണ്ട കാര്യങ്ങളെക്കുറിച്ച് ഏറ്റവും സൂക്ഷ്മമായ നിർദ്ദേശങ്ങൾ ചോദിച്ചറിയും. പതിവായി ചിരിക്കാറില്ലാത്ത കാലെബിന് പാവം ലിഡ്ഡിയുടെ ഉത്സാഹത്തെക്കുറിച്ചോർത്ത്, അല്പനേരം ചിരിക്കാതിരിക്കാൻ കഴിഞ്ഞില്ല. എന്നാൽ ആ പാവം ബാലന്റെ ജീവിതത്തിലെ മനോഹരമായി ശോഭിക്കുന്ന ആ അദ്ധ്യായം അധികനാൾ നീണ്ടു നിന്നില്ല! ആ ചെമ്മരിയാട്ടിൻ കുട്ടികൾ വളർന്നപ്പോൾ അവ വില്ക്കപ്പെട്ടു, അതുപോലെ മറ്റെല്ലാ ആടുകളും! അവിടെ ലിഡ്ഡി ആവശ്യമില്ലാത്തവനായപ്പോൾ മറ്റെന്തെങ്കിലും ജോലി അന്വേഷിച്ചു പോകാൻ നിർബ്ബന്ധിതനായി.

ഈ വിഷയം വിട്ടുകളയാനാകാത്ത വിധം ഈ കഥയിൽ ഞാനത്രയ്ക്ക് തല്പരനായിരുന്നു. ലിഡ്ഡിയുടെ പിന്നീടുള്ള ജീവിതം എന്തായിരുന്നു? തീരെ സംഭവശൂന്യം. സത്യത്തിൽ അതിലൊന്നും ഉണ്ടായിരുന്നില്ല. എല്ലാറ്റിനോടുമുള്ള അവന്റെ അഗാധ സ്നേഹം ഒഴിച്ച്, പ്രത്യേകിച്ച് മൃഗങ്ങളോട്! അവസാനം വരെ അവന് ഒന്നും സംഭവിച്ചില്ല. അവൻ മരിച്ചിട്ട് ഇപ്പോൾ ഒൻപതോ പത്തോ വർഷം കഴിഞ്ഞു. അവന്റെ അടുത്തജോലി ആദ്യം വണ്ടിക്കാരന്റെ സഹായിയായും, പിന്നീട് വണ്ടിക്കാരനായും ആയിരുന്നു. കുതിരകൾക്കവൻ സ്നേഹം വാരിക്കോരി കൊടുത്തു. ചെമ്മരിയാടുകളേക്കാളേറെ അവന് പ്രിയങ്കരമായിരുന്നു കുതിരകൾ. വേദന അനുഭവിക്കാതെ അവനവരെ സ്നേഹിക്കാൻ കഴിഞ്ഞു. കാരണം അറപ്പ് തോന്നുന്ന കശാപ്പുകാരന്റെ കത്തിക്കുവേണ്ടി അവനതിനെ തയ്യാറാക്കിക്കൊടുക്കേണ്ടതില്ലല്ലോ. ലിഡ്ഡിയുടെ കുതിരകളോടുള്ള സ്നേഹവും അവയെക്കുറിച്ചുള്ള ജ്ഞാനവും അവന്റെ കൊച്ച് സമൂഹത്തിനപ്പുറം അറിയപ്പെട്ടു. ധനികനായൊരു യുവ ഫാം ഉടമ തന്റെ കുതിരാലയത്തിന്റെ ചുമതലക്കാരായി അവനെ നിയമിച്ചു. ആ ജോലി സസന്തോഷം അവൻ സ്വീകരിച്ചു. വലിയൊരു സ്ഥാപനമായിരുന്നു അത്. ഫാം ഉടമ ഒരു നായാട്ടുകാരൻ കൂടി ആയിരുന്നു. അങ്ങനെ ലായത്തിലെ ജോലിക്കാരൻ എന്ന നിലയിൽനിന്ന് അവൻ സാവധാനം ഉയർന്ന് ഒരു കുതിരക്കാരനായി തീർന്നു. ഇടയ്ക്കിടെ അവൻ തന്റെ ജന്മനാട്ടിൽ പ്രത്യക്ഷപ്പെടും. അവന്റെ വീട് ഏതാനും മൈലുകൾക്കപ്പുറമായിരുന്നു. ഒരു കുതിരയെ വ്യായാമം ചെയ്യിക്കാനായി പുറത്ത് കൊണ്ടുപോകുമ്പോൾ പഴയ ഗ്രാമീണ റോഡിലൂടെ പോകുന്നതിലവൻ ആനന്ദം കണ്ടു. അവിടെ ഒരു ഫാം ഉടമയുടെ ജോലിക്കാരനെന്ന നിലയ്ക്ക് കോമാളിത്തരം കാണിച്ച് ആ ഗ്രാമത്തെ അവൻ ചിരിപ്പിക്കാറുണ്ടായിരുന്നു. എന്നാൽ ദരിദ്ര ബാലനിൽനിന്ന് അവൻ വല്ലാതെ മാറിയിരുന്നു. അന്നവൻ പലപ്പോഴും തൊപ്പിയില്ലാതെ നഗ്നപാദനായാണ് നടന്നിരുന്നത്. ഇപ്പോൾ നല്ല വൃത്തിയുള്ള അനുയോജ്യമായ വിധത്തിൽ തയ്യാറാക്കിയ കുതിരക്കാരന്റെ കറുത്തസ്യൂട്ട് ധരിച്ച് മഞ്ഞുപോലെ വെളുത്ത കുതിരപ്പുറത്തിരുന്നാണ് സഞ്ചരിക്കുന്നത്!

ഈ ജോലിയിലവൻ മുപ്പത് വർഷം തുടർന്നു. വിവാഹിതനായി, അനേകം കുട്ടികൾ ഉണ്ടായി. വളരെ സന്തോഷവാനായി ജീവിച്ചു. പിന്നെ ഒരു മഹാവിപത്ത് സംഭവിച്ചു. ഭയങ്കരമായ നഷ്ടത്തിൽപ്പെട്ട അവന്റെ യജമാനൻ തന്റെ എല്ലാ കുതിരകളെയും വിറ്റു, എല്ലാ ജോലിക്കാരേയും പിരിച്ചുവിട്ടു. ലിഡ്ഡിക്കും പോകേണ്ടിവന്നു. ഈ വലിയ മാറ്റം, എല്ലാറ്റിനുമുപരി തന്റെ പ്രിയപ്പെട്ട കുതിരകൾ നഷ്ടപ്പെട്ടതിലുള്ള ദുഃഖം അവന് സഹിക്കാവുന്നതിനപ്പുറമായിരുന്നു. അവൻ വിഷാദശീലനായിത്തീർന്നു. ദിവസങ്ങൾ നിശ്ശബ്ദനായി ആധിപൂണ്ട് ഇരിപ്പായി. അതിവേഗം എല്ലാവരേയും അത്ഭുതപ്പെടുത്തിക്കൊണ്ട് ലിഡ്ഡി രോഗിയായി കിടന്നു. കാരണം അവന്റെ ജീവിതത്തിന്റെ മൂർദ്ധന്യ ദിശയിലായിരുന്നു. എപ്പോഴും നല്ല ആരോഗ്യവാനായിരുന്നു. അവൻ ആളുകളെ അത്ഭുതപ്പെടുത്തികൊണ്ട് മൃതിയടഞ്ഞു. എന്തായിരുന്നു അവന്റെ അസുഖം? എന്താണവനെ കൊന്നത്? എല്ലാവരും ഡോക്ടറോട് ചോദിച്ചു. അദ്ദേഹത്തിന്റെ മറുപടി അവന് യാതൊരു അസുഖവുമില്ലായിരുന്നു എന്നത്രെ! ഹൃദയം തകർന്നെന്നായിരുന്നു ഡോക്ടറുടെ അഭിപ്രായം; പാവം ലിഡ്ഡിയെ അതാണ് കൊന്നത്!

പല മാസങ്ങൾക്കുശേഷം നടന്ന ഒരു ചെറിയ സംഭവം വിവരിച്ചശേഷം ഞാൻ അവസാനിപ്പിക്കാം. ഞാൻ എന്റെ പഴയ സുഹൃത്ത് ആട്ടിടയനെ സന്ദർശിക്കാൻ പോയ സന്ദർഭമായിരുന്നു അത്. ഒരു ഞായറാഴ്ച വൈകുന്നേരം ഞങ്ങൾ ഒന്നിച്ച് ഇരുന്ന് സംഭാഷണത്തിലേർപ്പെട്ടിരിക്കയായിരുന്നു. അപ്പോൾ അയാളുടെ വൃദ്ധയായ ഭാര്യ പുറത്തേക്ക് നോക്കി പറഞ്ഞു. "അതാ മിസ്സിസ് ടെയ്‌ലർ കുട്ടികളോടൊപ്പം നമ്മളെ കാണാൻ വരുന്നു." അപ്പോഴേക്കും മിസ്സിസ് ടെയ്‌ലർ പ്രത്യക്ഷപ്പെട്ടു. അവൾ തന്റെ കുഞ്ഞിനെ ഒരു പെരംബുലേറ്ററിൽ കിടത്തി തള്ളിക്കൊണ്ടായിരുന്നു വന്നിരുന്നത്. രണ്ടു ചെറിയ പെൺകുട്ടികൾ അവളെ പിൻതുടരുന്നുണ്ട്. അവൾ റോസ് നിറമുള്ള ഒരു സുന്ദരിയാണ്- കറുത്ത തലമുടി, കറുത്ത കണ്ണുകൾ, പ്രത്യേകിച്ചും പ്രസന്നമായ മുഖഭാവം; അവളുടെ മൂന്ന് കുട്ടികളും അവളെപ്പോലെതന്നെ സുന്ദരികൾ ആണ്. രസകരമായി സംസാരിച്ചുകൊണ്ടവൾ അരമണിക്കൂർ അവിടെ ചിലവഴിച്ചു. പിന്നെ അവൾ തന്റെ വീട്ടിലേക്കുള്ള വഴിയിലൂടെ നടന്നുപോയി. "ആരാണ് ഈ മിസ്സിസ്സ് ടെയ്‌ലർ?" ഞാൻ ചോദിച്ചു.

ബൊക്കോബ് പറഞ്ഞു ഒരുതരത്തിൽ അവൾ അവരുടെ പഴയ വിന്റർ ബോൺബിഷപ്പ് ഗ്രാമത്തിലെ നിവാസിയായിരുന്നു. ചുരുങ്ങിയത് അവളുടെ അച്ഛൻ ആ നാട്ടുകാരനായിരുന്നു. അതിനടുത്തുണ്ടായിരുന്ന ഒരു ഫാം ഉടമയെ അവൾ വിവാഹം കഴിച്ചു. കൊച്ചുകുട്ടി ആയിരുന്നപ്പോൾ മുതൽ അവർക്കവളെ അറിയാമായിരുന്നതിനാൽ അവളെ വീണ്ടും അയൽവാസിയായി കിട്ടിയപ്പോൾ അവർ ആഹ്ലാദിച്ചു. "കുറച്ചുനാൾ മുമ്പ് ഞാൻ നിങ്ങളോട് പറഞ്ഞിട്ടുള്ള ആ ലിഡ്ഡിയുടെ പുത്രിയാണ് ഇവൾ." അയാൾ പറഞ്ഞു.

ചില ഇടയ നായ്ക്കൾ

കാലെബിനെ സംബന്ധിച്ചിടത്തോളം ഏറ്റവും പ്രധാനപ്പെട്ട കാര്യം ഒരുനായയെ വേണ്ടരീതിയിൽ പരിശീലിപ്പിച്ചെടുക്കലാണ്. അയാളുടെ അഭിപ്രായത്തിൽ ഒരു മനുഷ്യന് നല്ല ബുദ്ധി ഉണ്ടായാൽ മാത്രം പോരാ, അനുഭവജ്ഞാനവും നല്ല മനോഭാവവും അല്പം സഹാനുഭൂതിയും വേണം- തന്റെ മൃഗത്തിന്റെ പ്രത്യേക അഭിരുചികളും പരിമിതികളും മനോഭാവവും മനസ്സിലാക്കിയിരിക്കണം. അതിനും പുറമെ അതിന്റെ മാനസിക വൈചിത്ര്യം അല്ലെങ്കിൽ വിലക്ഷണവാസന അറിഞ്ഞിരിക്കണം. കുട്ടികളിൽ ഉള്ള അത്രതന്നെ വ്യക്തിപരമായ വ്യത്യാസങ്ങൾ നായ്ക്കൾക്കിടയിലുമുണ്ട്. അവയുടെ വംശം ശരിയായിരിക്കുകയും അക്കാര്യം നിങ്ങൾ വേണ്ട രീതിയിൽ പരിഗണിക്കുകയും ചെയ്തിട്ടുണ്ടെങ്കിൽ നല്ലൊരു സേവകനെ ലഭിക്കുന്ന കാര്യത്തിൽ നിങ്ങൾക്ക് പരാജയം സംഭവിക്കില്ല! ഒരു നായയെ വേണ്ടരീതിയിൽ ക്രമാനുസരണം വിശകലനം ചെയ്ത് പരിശീലിപ്പിച്ചില്ലെങ്കിൽ അതിന്റെ പരിശീലകൻ ഒരു നല്ല ആട്ടിടയൻ ആയിരിക്കില്ല. അവന് ബുദ്ധിക്കുറവാണ്- 'ഗ്രഹണ ശക്തി' എന്നായിരുന്നു അവന്റെ വാക്ക്.- അല്ലെങ്കിൽ ജ്ഞാനം, ക്ഷമ, സ്ഥിരോത്സാഹം എന്നിവ കുറവാണ്. എന്തായാലും ഏറ്റവും നല്ല ആട്ടിടയന്മാർക്ക് പോലും തെറ്റുകൾ പറ്റാറുണ്ട്. ഏറ്റവും വലിയ തെറ്റുകളിലൊന്ന് സമ്മിശ്ര രക്തമുള്ളനായയെ പരിശീലിപ്പിച്ചെടുക്കുന്ന സുദീർഘവും കഷ്ടപ്പാടുമുള്ള ജോലിയിൽ ഏർപ്പെടുക എന്നതാണ്. പ്രത്യേകിച്ച് അനുയോജ്യമല്ലാത്ത ഇനം നായ്ക്കളെ ഇടയ നായയാക്കാനുള്ള ഉദ്യമം. മറ്റ് ആട്ടിയന്മാരുമായി ഈ വിഷയത്തെക്കുറിച്ച് ചർച്ച ചെയ്തപ്പോൾ പൊതുവായൊരു കാര്യം ഞാൻ കണ്ടെത്തി. ഇക്കാര്യത്തിൽ കാലെബിനോട് പൂർണ്ണമായി യോജിക്കുന്നവർ, അയാളുടെ സ്വഭാ

വത്തിനോട് സാമ്യമുള്ളവരാണ്. ചെമ്മരിയാടുകളെ മേയ്ക്കുന്ന അവരുടെ ജോലി പ്രധാനപ്പെട്ടൊരു തൊഴിലായി അവർ കരുതുന്നു. അത് എല്ലാ രീതിയിലും കുറ്റമറ്റ വിധത്തിൽ ഏറ്റവും ഭംഗിയായി നിർവ്വഹിക്കണം. എനിക്കറിയാവുന്ന ഏറ്റവും നല്ല ആട്ടിടന്മാരിൽ ഒരാൾ ആ കുന്നിൻ പ്രദേശത്തെ ഒരു ഫാമിൽ ജീവിതകാലം മുഴുവൻ ജോലി ചെയ്തിട്ടുള്ള ഒരു അറുപതുകാരൻ, താൻ ഒരിക്കലും മറ്റൊരാൾ പരിശീലിപ്പിച്ചിട്ടുള്ള ഇടയ നായയെ ഉപയോഗിച്ചിട്ടില്ലെന്ന് എന്നോട് ഉറപ്പ് പറഞ്ഞു. എന്നാൽ സാധാരണ തരം ആട്ടിടയൻ പറയുന്നത് അയാൾ മൃഗത്തിന്റെ വംശത്തെക്കുറിച്ച് ശ്രദ്ധിക്കാറേ ഇല്ലെന്നാണ്. അല്ലെങ്കിൽ അതിന്റെ വംശപാരമ്പര്യത്തെക്കുറിച്ചന്വേഷിക്കാൻ മിനക്കെടാറില്ലെന്ന്! അയാൾ ആ മൃഗത്തിന് പരിശീലനം കൊടുക്കുന്നു, അത് ഭംഗിയായി കാര്യങ്ങൾ നിർവ്വഹിക്കുന്നു. അവനിൽ വിചിത്രമായ രക്തമാണ് ഒഴുകുന്നതെങ്കിലും! അവസാനമായി, എല്ലാ നായ്ക്കളിലും ദോഷങ്ങളുണ്ട്. നിങ്ങൾക്ക് അതുമായി ഇണങ്ങിപ്പോകാതെ നിവൃത്തിയില്ല. അത്തരം ഒരു മനുഷ്യൻ ഒരു നല്ല ആട്ടിടയനല്ലെന്ന് കാലെബ് പറയും. അയാളുടെ ഏറ്റവും ദുഃഖം നിറഞ്ഞ ഒരു ഓർമ്മ ഒരു നായയെ കുറിച്ചുള്ളതാണ്. അതിന്റെ വംശോല്പത്തിയെക്കുറിച്ച് ആവശ്യമായ അന്വേഷണം നടത്താതെയായിരുന്നു അതിനെ അയാൾ വാങ്ങിച്ച് പരിശീനം നല്കിയത്.

ആ ഗ്രാമത്തിലെ ഒരു ആട്ടിടയന് ദൂരെ ഒരുസ്ഥലത്തേക്ക് ജോലി കിട്ടിയപ്പോൾ ഒരു പ്രസവത്തിലുണ്ടായ അവന്റെ പട്ടിക്കുഞ്ഞുങ്ങളെ താൻ സ്ഥലം വിടുന്നതിനുമുമ്പ് കൊടുക്കുവാനവൻ ഉൽക്കണ്ഠാകുലനായിരുന്നു. കാലെബിനോട് ഒരെണ്ണം എടുക്കാനവൻ ആവശ്യപ്പെട്ടു. കാലെബ് വിസമ്മതിച്ചു. “എന്റെ നായയ്ക്ക് പ്രായമായി. എനിക്കറിയാം” അയാൾ പറഞ്ഞു. “എന്നാൽ ഇപ്പോൾ ഒരു നായക്കുട്ടിയെ വേണ്ട.”

ഒന്നുരണ്ട് ദിവസത്തിനുശേഷം ആ മനുഷ്യൻ വീണ്ടും വന്ന്, ആ അഞ്ച് നായ്ക്കുട്ടികളിൽ ഏറ്റവും നല്ലതിനെ അയാൾക്കുവേണ്ടി വെച്ചിരിക്കയാണെന്ന് പറഞ്ഞു. മറ്റുകുഞ്ഞുങ്ങളെ വിറ്റു കളഞ്ഞു എന്നും.

“വേണ്ട.” കാലെബ് പറഞ്ഞു. ഞാൻ പറഞ്ഞതുതന്നെ വീണ്ടും പറയുന്നു. എനിക്ക് ആവശ്യമില്ല. ഒരു നായയെ വാങ്ങിക്കാനുള്ള പണം എന്റെ കൈയിലില്ല.”

“പണത്തെക്കുറിച്ചോർത്ത് വിഷമിക്കേണ്ട.” അവൻ പറഞ്ഞു. “എനിക്കിഷ്ടപ്പെട്ടൊരു ബെൽ നിന്റെ കൈയിലുണ്ടല്ലോ. അതെനിക്ക് തന്ന് ഈ നായക്കുട്ടിയെ എടുത്തോളൂ.” അങ്ങനെ ആ കൈ മാറ്റം നടന്നു. വെളുത്ത കോളറോടു കൂടിയ ഒരു സുന്ദരനായ കറുത്ത നായക്കുട്ടിക്കു പകരം ഒരു ചെമ്പു മണി! അതിന്റെ അമ്മയെ ബൊക്കോമ്പിന് അറിയാം. നല്ലൊരു ഇടയപട്ടി; എന്നാൽ പിതൃത്വത്തെക്കുറിച്ചയാൾ അന്വേഷിച്ചില്ല.

ആ പട്ടികുട്ടിയുടെ പേര് ടോറി എന്നാണെന്ന് അയാൾ കാലെബിനോട് പറഞ്ഞു. കാലെബ് അത് മാറ്റിയില്ല.

ആ നായ അയാൾക്ക് വലിയ ചിലവൊന്നും വരുത്തിവെച്ചില്ലെങ്കിലും

അത് ഏതാനും ആഴ്ചകൾ മാത്രം പ്രായമുള്ള ഒരു കുട്ടി ആയതിനാൽ പരിശീലനം തുടങ്ങുന്നതിനുമുമ്പ് ആറുമാസം അതിനെ തീറ്റിപ്പോറ്റാനുള്ള ചിലവ് അയാൾക്ക് വഹിക്കേണ്ടിവന്നു! മൂന്നുമുതൽ ആറു മാസം വരെ പരിശീലനം നല്കേണ്ടിവരും. ആറ് മാസം തികയുന്നതിനുമുമ്പ് ഒരു നായയ്ക്ക് ജോലി കൊടുക്കാൻ പാടില്ല. അല്ലെങ്കിലവൻ അസാമാന്യമാംവിധം ഊർജ്ജസ്വലനായിരിക്കണം. ചെമ്മരിയാടുകൾ ഭീരുക്കളാണ്. എന്നാൽ ബുദ്ധിയില്ലാത്തവരല്ല. അവർക്ക് അനുഭവ സമ്പന്നരായ പഴയ ഇടയ നായ്ക്കളേയും പുതിയതായി വന്ന ഇടയ നായ്ക്കളേയും എളുപ്പം തിരിച്ചറിയാൻ കഴിയും. പഴയവരുടെ ശക്തമായ ആക്രമണവും കടിയും അവർ ഭയപ്പെടുന്നു. തോക്കുപിടിച്ചു നില്ക്കുന്ന മനുഷ്യനേയും ചൂൽകക്ഷത്ത് വെച്ച് നില്ക്കുന്ന വൈക്കോൽ മനുഷ്യനെയും കാക്കകൾക്ക് തിരിച്ചറിയാൻ കഴിയുന്നതുപോലെ! ചെമ്മരിയാടുകൾ പിന്തിരിഞ്ഞ് പുതിയ നായ്ക്കളെ ആക്രമിച്ചോടിക്കും. നായകൾ കാലുകൾക്കിടയിൽ വാൽ മടക്കിവെച്ച് ഓടും! അങ്ങനെ അവനൊരു ഭീരുവായ ഇടയ നായ ആയിത്തീരും. അല്ലെങ്കിൽ ആട്ടിടയന്മാർ പറയുന്നതുപോലെ ഹൃദയം തകർന്നവർ!

മറ്റൊരു കാര്യം. ആദ്യം അവനെ പ്രായമായൊരു ഇടയനായയോടൊപ്പം ജോലിചെയ്യാൻ വിടണം. കാരണം അവന് ചുറ്റുപാടും ഓടിനടക്കാനും എന്തെങ്കിലും ചെയ്യാനുമുള്ള ആവേശം ഉണ്ടെങ്കിലും അവന് എന്ത് ചെയ്യണമെന്ന് അറിയില്ല. അവന് യജമാനന്റെ അംഗവിക്ഷേപങ്ങളും കല്പനകളും മനസ്സിലാകില്ല. അവന് ലക്ഷ്യം ആധാരമാക്കിയുള്ള അഭ്യാസം നല്കണം. അവൻ ചലിക്കുന്നതെന്താണെന്ന് കാണണം വാക്കുകൾ കേൾക്കണം, എങ്ങനെയാണ് പ്രായമായ നായ അതിലേക്ക് പാഞ്ഞുചെല്ലുന്നതെന്നും എന്താണ് ചെയ്യുന്നതെന്നും ശ്രദ്ധിക്കണം. കല്പനയോ അല്ലെങ്കിൽ ആംഗ്യമോ അവന്റെ മനസ്സിൽ ഒരു പ്രത്യേക പ്രവൃത്തിയോടൊപ്പം സംയോജിക്കുന്നു. എന്നാൽ, ഒരുപാട് വസ്തു-അഭ്യാസങ്ങൾ അവന് നല്കരുത്. അല്ലെങ്കിൽ അവൻ നേടുന്നതിനേക്കാൾ ഏറെ അവന് നഷ്ടപ്പെടും!

ഒരു ഭീരുവോ വിമുഖനോ ആയ പുതിയ നായയെ പ്രായമായ നായയോടൊപ്പം രണ്ടോ മൂന്നോ പ്രാവശ്യം കൂട്ടിവിടാറുണ്ട്. എന്നാൽ ഈ സമ്പ്രദായത്തിനും അതിന്റേതായ അപകടങ്ങൾ ഉണ്ട്. കാരണം ഇത് പുതിയ നായയുടെ ശക്തിക്ക് താങ്ങാൻ പറ്റാത്തതായിരിക്കാം. അതവന്റെ ഹൃദയം തകർക്കും, അതിൽ നിന്നവൻ ഒരിക്കലും രക്ഷപ്പെടില്ല. അവൻ ഒരിക്കലും ഒരു നല്ല ഇടയ നായ ആകില്ല.

ഇനി ടോറിയിലേക്ക് മടങ്ങാം. കാലക്രമേണ അവൻ പരിശീലനം നേടി. പെട്ടെന്നു പഠിക്കുന്നവനും ജോലിചെയ്യാൻ ഇഷ്ടമുള്ളവനുമായി അവൻ മാറി. അതിവേഗം അവൻ ആടുകളെ നിയന്ത്രിക്കാൻ ഒഴിച്ചു കൂടാത്തവനായിത്തീർന്നു. കാരണം വൃദ്ധൻ നായയുടെ കാലുകൾ വഴങ്ങാതായി തുടങ്ങി. കേൾവിയും കുറഞ്ഞു.

ഒരുദിവസം ചെമ്മരിയാടുകളെ പാതി പുല്ലും പാതി കടുകും ഉള്ള വയലിലേക്ക് കാലെബ് കടത്തിവിട്ടു. അവയെ പുല്ലുള്ള ഭാഗത്ത് നിയന്ത്രിച്ച് നിർത്തണം. ഇത് ആ പുതിയ നായയ്ക്ക് കഴിഞ്ഞില്ല, അല്ലെങ്കിൽ മനസ്സിലായില്ല. വീണ്ടും വീണ്ടും അവൻ ചെമ്മരിയാടുകളെ കടുക് ചെടികളുള്ള ഭാഗത്തേക്ക് പോകാനനുവദിച്ചു. അതുകണ്ട് കുപിതനായ കാലെബ് തന്റെ വടി എടുത്ത് അവനു നേരെ എറിഞ്ഞു. ടോറി തിരിഞ്ഞ് അയാളെ ഒന്ന് നോക്കി. പിന്നെ ശാന്തനായി നടന്നുവന്ന് യജമാനന് പിന്നിൽ ഇരുന്നു. ആ നിമിഷം മുതൽ അവൻ അനുസരണയില്ലാത്തവനായി. കാലെബ് തന്റെ എല്ലാ കഴിവുകളും ഉപയോഗിച്ച് അവനെ ജോലി ചെയ്യിപ്പിക്കാൻ ശ്രമം നടത്തിയെങ്കിലും എല്ലാം നിഷ്ഫലമായി. അതോടെ അയാൾ അവനെ കൈയൊഴിഞ്ഞു. എല്ലാം സ്വയം ചെയ്യാൻ തുടങ്ങി.

ഒരുദിവസം സന്ധ്യക്ക് ആടുകളെ ആലയിലടച്ചശേഷം അയാൾ സന്ദർഭവശാൽ നല്ല പരിചയമുള്ള ഒരു ആട്ടിടയനെ കാണാനിടയായി. ടോറിയുടെ പ്രശ്നം കാലെബ് അയാളോട് പറഞ്ഞു.

“നീ അവനെ ഒരാഴ്ച കെട്ടിയിടുക.” ആ ആട്ടിടയൻ പറഞ്ഞു. അവൻ അക്കാര്യങ്ങളെല്ലാം മറക്കുന്നതുവരെ അവനോട് നന്നായി പെരുമാറുക. നീ അവന്റെ മനോവികാരങ്ങൾ വ്രണപ്പെടുത്തിയതിന് മുമ്പത്തേതുപോലെ ആയിത്തീരും അവൻ. അവൻ വൃദ്ധൻ ടോമിനെ പോലെ തന്നെ! അവന് സ്വന്തം അച്ഛന്റെ പ്രകൃതമാണ്.

“നീ എന്താണ് പറഞ്ഞത്?” ബോക്കോമ്പ് ഒച്ചവെച്ചു. “വൃദ്ധൻ ടോമിന്റെ മകനാണ് ടോറി എന്നാണോ നീ പറയുന്നത്? ഞാനത് അറിഞ്ഞിരുന്നെങ്കിൽ അവനെ ഒരിക്കലും എടുക്കില്ലായിരുന്നു. ടോമിന്റേത് ശുദ്ധമായ വംശമല്ല. അവന് റീട്രിവറിന്റെ രക്തമാണുള്ളത്.”

“ശരി അത് അറിയാവുന്ന കാര്യമാണ്. നീ അക്കാര്യം ചോദിച്ചിരുന്നെങ്കിൽ ഞാൻ പറഞ്ഞേനെ.” ആ ആട്ടിടയൻ പറഞ്ഞു. “എന്നാൽ ഞാൻ പറഞ്ഞതുപോലെ നീ ചെയ്യൂ. ആ നായ ശരിയായിക്കൊള്ളും.”

അപ്രകാരം ടോറിയെ വീട്ടിൽ ചങ്ങലയ്ക്കിട്ട്, നന്നായി പെരുമാറുകയും സ്നേഹപൂർവ്വം തലയിൽ തട്ടി തലോടുകയും മറ്റും ചെയ്തു. അങ്ങനെ യജമാനനും സേവകനുമിടയ്ക്ക് എന്തെങ്കിലും അനിഷ്ടമുണ്ടെങ്കിൽ മാറിക്കിട്ടട്ടെ! അവനൊരു ബുദ്ധിയുള്ള മൃഗമാണെങ്കിൽ ആ വടി എടുത്തെറിഞ്ഞത് അവനെ വേദനിപ്പിക്കാനല്ലെന്നും അവന്റെ തോന്ന്യാസത്തിനോടുള്ള എതിർപ്പ് പ്രകടിപ്പിക്കാൻവേണ്ടി മാത്രമാണെന്നും അവൻ മനസ്സിലാക്കും.

അന്ന് ആ ആട്ടിടയന് വളരെ തിരക്കുള്ള ഒരുദിവസമായിരുന്നു. വിൽട്ടൻ ചെമ്മരിയാട്ചന്തയ്ക്ക് ആടുകളെക്കൊണ്ടു പോകുന്നതിനുമ്പ് അവയുടെ രോമം വെട്ടിയെടുക്കണം. ബൊക്കോബ് അയാളുടെ സഹായി ബാലൻ, പ്രായാധിക്യത്താൽ തളർന്ന് അവശനായ ടോറി എന്നിവരാണ് ആ ജോലി ചെയ്യാനുള്ളവർ; ജോലി തുടങ്ങാറായപ്പോൾ ടോറി ഒന്നും ചെയ്യാൻ തയ്യാറല്ലായിരുന്നു.

ചെമ്മരിയാടുകളെ പറഞ്ഞയക്കാനായി അവനെ വിട്ടപ്പോൾ അവൻ ഇരുപത് വാര ദൂരെ ചെന്ന് യജമാനനേയും നോക്കി വെറുതെ ഇരുന്നു. അവരെല്ലാവരും ജോലി ചെയ്യാൻ തുടങ്ങുമ്പോൾ അവൻ വരുമെന്ന് കാലെബ് പ്രതീക്ഷിച്ചു. അങ്ങനെ അല്പനേരം തങ്ങൾക്ക് കഴിയാവുന്നത്ര പണി അവനില്ലാതെ അവർ ചെയ്തു. എന്നാൽ വൃദ്ധൻ നായ വല്ലാതെ തളർന്നവശയായിക്കഴിഞ്ഞിരുന്നു. അവർക്ക് വേണ്ടരീതിയിൽ ജോലി മുന്നോട്ട് കൊണ്ടുപോകാൻ കഴിഞ്ഞില്ല. കാലെബ് ഇടയ്ക്കിടെ ടോറിയുടെ അടുത്തുചെന്ന് അവരെ സാഹായിക്കാൻ സ്നേഹപൂർവ്വം ആവശ്യപ്പെട്ടു. അവനെ പ്രീതിപ്പെടുത്താനായി പലതും ചെയ്തുനോക്കി! ഓരോ പ്രാവശ്യം കാലെബ് അഭ്യർത്ഥിക്കുമ്പോഴും അവൻ എഴുന്നേറ്റ് യജമാനന്റെ അടുത്തേക്ക് വരും; എന്നാൽ എന്തെങ്കിലും പണി ചെയ്യാൻ പറഞ്ഞാൽ വീണ്ടും പഴയ സ്ഥലത്ത് ചെന്ന് ശാന്തനായി അവനെ നോക്കി ഇരിക്കും. കാലെബ് ക്രോധംകൊണ്ട് ജ്വലിക്കാൻ തുടങ്ങിയിരുന്നു. എന്നാൽ അതവൻ നായയോട് കാണിച്ചില്ല. അയാൾ പിന്നേയും ആശയ്ക്ക് വകയില്ലെങ്കിലും ആശ കൈവെടിയാതെ നിന്നു. അപ്പോൾ വിചിത്രമായൊരു സംഭവം നടന്നു. ഒരു കുരുവിമണ്ണിന് തൊട്ട് മുകളിലൂടെ പറന്നുവന്ന്, ടോറിയുടെ ഒരുവാരദൂരത്തിലൂടെ കടന്നുപോയി, ഉടനെ ആ നായ ചാടി എഴുന്നേറ്റ് ഭയങ്കര വേഗത്തിൽ വയലിലൂടെ പാഞ്ഞ് ആ കുരുവിയുടെ തൊട്ടടുത്തെത്തി. പെട്ടെന്ന് ആ പക്ഷി അറ്റത്തുള്ള ഹെഡ് ജിന്നപ്പുറത്തേക്ക് പറന്നു രക്ഷപ്പെട്ടു. രസകരമായ ആ ഓട്ടത്തിനുശേഷം ടോറി തന്റെ പഴയ സ്ഥലത്ത് വന്നിരുന്ന് അവൻ ചെമ്മരിയാടുകളുമായി മല്ലിടുന്നത് നോക്കിക്കൊണ്ടിരുന്നു. അത് ആട്ടിടയന് സഹിക്കാവുന്നതിനപ്പുറമായിരുന്നു. അയാൾ ആലോചിച്ചുറച്ച് നായയുടെ അടുത്തേക്ക് ചെന്നു. അതിനെ കോളറിൽ പിടിച്ചു മെല്ലെ വലിച്ചിഴച്ച് ഹെഡ്ജിന്റെ ഭാഗത്തേക്ക് കൊണ്ടുപോയി. കുറ്റിച്ചെടികളിൽ കെട്ടിയിട്ടു പിന്നെ വലിയൊരു വടി എടുത്തുകൊണ്ടുവന്ന് അതിന്റെ തലയിൽ ഒറ്റ അടിവെച്ചുകൊടുത്തു. അത്രയ്ക്ക് ശക്തമായ അടി ആയിരുന്നതിനാൽ നേരിയൊരു ശബ്ദം പോലും പുറപ്പെടുവിക്കാതെ ആ നായ ചത്തുവീണു. അവന്റെ ശരീരം ഒരു നിമിഷം കിടന്ന് വിറച്ചു. പിന്നെ കാലുകൾ നീട്ടി വെച്ചു - അവൻ ചത്തുകഴിഞ്ഞിരുന്നു! ബൊക്കോമ്പ് ഒരുപിടി പുല്ല് പറിച്ചെടുത്ത് അതിന്റെ ശവശരീരത്തിലിട്ട് അത് മൂടി. അയാൾ തിരിച്ച് വന്ന് തന്റെ സഹായിയായ ബാലനെ വീട്ടിലേക്ക് പറഞ്ഞയച്ചു. പിന്നെ മേൽക്കുപ്പായം ഊരി നിലത്ത് വിരിച്ച് ഹെഡ്ജിന്നടുത്ത് തലമൂടിക്കിടന്നു.

ഒരുമണിക്കൂറിനുശേഷം ഫാം ഉടമ അവിടെ പ്രത്യക്ഷപ്പെട്ടു. "നീ എന്താണിവിടെ ചെയ്യുന്നത് ആട്ടിടയാ?" അയാൾ ആശ്ചര്യത്തോടെ ചോദിച്ചു. "ചെമ്മരിയാടുകളുടെ രോമം മുറിക്കുകയല്ലേ!"

ബൊക്കോമ്പ് കൈ മുട്ടുകുത്തി എഴുന്നേറ്റ് മറുപടി നല്കി. അയാൾ ചെമ്മരിയാടുകളുടെ രോമം മുറിക്കുകയല്ലെന്ന്- അന്ന് ഒരു ചെമ്മരിയാടിന്റെയം രോമം മുറിക്കുകയില്ലെന്നും.

"ഓഹ്, എന്നാൽ നമ്മൾക്ക് രോമം മുറിക്കൽ തുടരണം." ഫാം ഉടമ ഉറക്കെ പറഞ്ഞു

ആ നായ അയാളെ വല്ലാത്ത കുഴപ്പത്തിലെത്തിച്ചു. ഇപ്പോൾ അത് ചത്തു. അയാൾ കോപത്താൽ അവനെ കൊന്നു, അതുകൊണ്ട് ഇന്നിനി ചെമ്മരിയാടുകളുടെ രോമം അവൻ മുറിക്കില്ല. അയാൾ അപ്രകാരം പറഞ്ഞു. അതയാൾ മുറകെപ്പിടിക്കുകയും ചെയ്യും.

ആ ഫാം ഉടമ ദേഷ്യത്തോടെ പറഞ്ഞു ആ നായയുടെ മൂക്ക് വളരെ നല്ലതായിരുന്നു, മുയലുകളെ പിടിക്കാനവൻ ഉപകാരപ്രദമായേനെ! "മാസ്റ്റർ" മറ്റവൻ പറഞ്ഞു. "ഞാനവനെ കൊച്ചുകുഞ്ഞായപ്പോൾ വാങ്ങിച്ചതായിരുന്നു. ചെമ്മരിയാടുകളെ നിയന്ത്രിക്കാൻ ഞാൻ അവനെ പഠിപ്പിച്ചു. മുയലുകളെ പിടിക്കാനല്ല. ഇപ്പോൾ ഞാനവനെ കൊന്നുകളഞ്ഞു. ഇനി അവൻ ഒരു മുയലിനെയും പിടിക്കില്ല."

ആ ഫാം ഉടമയ്ക്ക് തന്റെ മനുഷ്യനെ നന്നായി അറിയാം. അയാൾ തന്റെ കോപം കടിച്ചിറക്കി ഒരക്ഷരം മിണ്ടാതെ സ്ഥലംവിട്ടു.

പിന്നീട് അന്നുതന്നെ ഒരു ആട്ടിടയ സുഹൃത്ത് അയാളെ ഇക്കാര്യത്തിൽ കഠിനമായി കുറ്റപ്പെടുത്തി. അയാൾക്കാ നായയെ വേറൊരു ആട്ടിടയന് നിഷ്പ്രയാസം വില്ക്കാൻ കഴിഞ്ഞേനെ. ആ ഗ്രാമത്തിൽ നിന്നൊരു നായയെ കിട്ടുവാനയാൾക്ക് വലിയ ആകാംക്ഷയുണ്ടായിരുന്നു. അവൻ പണംതരാൻ സന്നദ്ധനായിരുന്നു. അതിന് ബൊക്കോബ് തിരിച്ചടിച്ചു. അവനെ പരിശീലിപ്പിച്ച എനിക്കുവേണ്ടി അവൻ പണിയെടുപ്പിക്കാൻ തയ്യാറല്ലെങ്കിൽ, അവൻ മറ്റൊരാൾക്കുവേണ്ടി പണി എടുക്കില്ല. ശുദ്ധരക്തമില്ലാത്ത മറ്റൊരു നായയെ ഞാനിനി ഒരിക്കലും പരിശീലിപ്പിക്കില്ല!

താൻ ചെയ്തതിനെ ഓർത്ത് പശ്ചാത്തപിക്കുന്നതിനെ അയാൾ ന്യായീകരിച്ചു. ആ നായയുടെ മൃതദേഹം പുല്ലുകൾകൊണ്ട് മറച്ചുവെക്കുകയും ജോലി ചെയ്യാതിരിക്കുകയും ചെയ്ത ആ ദിവസം മാത്രമല്ല ജീവിതകാലം മുഴുവൻ ആ സഹതാപം അയാളിൽ നിലനിന്നു. ആ സംഭവം സാധാരണമട്ടിൽ വിവരിക്കാനയാൾക്ക് കഴിഞ്ഞില്ല ആ നായ കുട്ടിയെ എടുത്ത് വളർത്തിയതിനും നീണ്ട മാസങ്ങൾ അതിന്റെ വംശാവലി സ്വയം മനസ്സിലാക്കാതെ പരിശീലനം നല്കിയതിനും അയാൾ സ്വയം കഠിനമായി കുറ്റപ്പെടുത്തി. ആ നായ ഒരുപക്ഷേ, ജീവിക്കാൻ അർഹതയുള്ളവനല്ലെങ്കിലും അയാൾ ഒടുവിൽ ദേഷ്യത്തിൽ അവനെ കൊന്നുകളഞ്ഞു. ഒരു കുരുവിക്കു പിന്നാലെ പെട്ടെന്ന് അവൻ സാഹസികമായി പാഞ്ഞു ചെന്നില്ലായിരുന്നെങ്കിൽ അയാൾ ഇപ്പോൾ അത് സഹിക്കുകയും എന്താണ് ചെയ്യേണ്ടതെന്ന് പിന്നീട് പരിഗണിക്കുകയും ചെയ്തേനെ! എന്നാൽ ആ പക്ഷിക്കു പിന്നാലെയുള്ള ആ കുതിച്ചോട്ടം അയാൾക്ക് സഹിക്കാവുന്നതിന്നപ്പുറമായിരുന്നു. കാരണം ടോറി അത് മനഃപൂർവ്വം ചെയ്തതാണെന്നയാൾക്ക് തോന്നി. കളിയാക്കുന്ന ആവേശത്തോടെ തന്റെ അതിശയകരമായ ഊർജ്ജസ്വലതയും വേഗതയും തന്റെ യജമാനന് പ്രദർശിപ്പിക്കാനെന്നതുപോലെ! അവന്റെ വികാരങ്ങൾ

വ്യണപ്പെടുത്തുന്നതുകൊണ്ട് യജമാനന് എന്താണ് നഷ്ടപ്പെടുന്നതെന്ന് കാണിക്കാനെന്നതുപോലെ!

ആ ആട്ടിടയൻ മറ്റൊരിക്കൽ ചെയ്ത തെറ്റിനെക്കുറിച്ച് വിവരിച്ചു. ആ സംഭവം അയാളെ വല്ലാതെ വേദനിപ്പിക്കുകയുണ്ടായി! അത് അയാളുടെ ബോബ് എന്നു പേരുള്ള ഒരു നായയുടെ കാര്യമാണ്. അയാൾ യുവാവായിരുന്ന കാലത്ത് ഉണ്ടായിരുന്ന നായയായിരുന്നു ബോബ്. വളരെ ചെറിയൊരു നായ എന്നാൽ അവന്റെ ബുദ്ധിശക്തി അവന്റെ ശാരീരിക ശക്തിയുടെ കുറവിനെ നികത്തുന്നതായിരുന്നു. വളരെ ഊർജ്ജസ്വലനായിരുന്നു അവൻ. ആ മനോഹരഭാവം അവൻ ആട്ടിടയന്റെ നല്ലൊരു കൂട്ടുകാരനും സേവകനുമായിത്തീർന്നു.

ചൂടുകാലത്തിലെ ഒരുദിവസം ഉച്ചയ്ക്ക് കാലൊബ് തന്റെ ചെമ്മരിയാട്ടിൻ കൂട്ടമുള്ള വയലിലേക്ക് പോകുകയായിരുന്നു. ഹെഡ്ജിന്റെ അരികിലൂടെയാണയാൾ നടന്നിരുന്നത്. അപ്പോൾ അതിനടുത്തുള്ള പഴയൊരു പൊള്ളിമരത്തിന്റെ വേരിനടിയിലൂടെ സംശയാസ്ദപമായ രീതിയിൽ ബോബ് മണപ്പിക്കുന്നതയാൾ നിരീക്ഷിച്ചു. അത് ഉയരം കുറഞ്ഞ മരമാണെങ്കിലും വളരെ പഴയതാണ്. കനത്ത തടി ഉള്ളിൽ ദ്രവിച്ചു പൊള്ളയായിരിക്കുന്നു. വേരിൽനിന്നുതന്നെ വളർന്നുനില്ക്കുന്ന കുറ്റിക്കാട് മൂലം പൊള്ളയായ ഭാഗം മറയ്ക്കപ്പെട്ടിരിക്കുന്നു. ആ മരത്തിനൊപ്പമെത്തിയപ്പോൾ ബോബ് തല ഉയർത്തി നീണ്ട സ്വരത്തിൽ ഒന്ന് മോങ്ങി. തന്റെ യജമാനനോടുള്ള ഒരുതരം പരാതിയാണീ മോങ്ങൽ എങ്കിലും യജമാനൻ എല്ലായ്പ്പോഴും കൃത്യമായ രീതിയിൽ മനസ്സിലാക്കാറില്ല. എന്തായാലും ഇക്കാര്യത്തിലും അതുതന്നെ സംഭവിച്ചു. അത് ആഗസ്ത് മാസമായിരുന്നു, നായാട്ട് കാലം ആരംഭിച്ചുകഴിഞ്ഞിരുന്നു. ഒരു മുറിവേറ്റ പക്ഷി മരപ്പൊത്തിലേക്ക് ഒളിച്ചിരിക്കാനായി കയറിയിട്ടുണ്ടെന്ന് പെട്ടെന്നയാൾ തീർപ്പുകല്പിച്ചു. അതുകൊണ്ടാണ് ബോബ് നീട്ടി മോങ്ങിയത്. എന്താണവൻ ചെയ്യേണ്ടത് എന്ന ഭീതിയോടെയുള്ള ചോദ്യം; ആ ആട്ടിടൻ മറുപടി നല്കി. “അവനെ പിടിക്കും.” ബോബ് പാഞ്ഞുചെന്ന് എന്നാൽ പെട്ടെന്ന് പിൻവാങ്ങി. ദയനീയമായി മോങ്ങിക്കൊണ്ട് മുഖം കാലിലിട്ട് ഉരയ്ക്കാൻ തുടങ്ങി. അയാൾ പരിഭ്രമത്തോടെ ചാടിച്ചെന്ന് ആ മരപ്പൊത്തിലേക്ക് നോക്കി. കരിയിലകളുടെ നേരിയ അനക്കം അല്ലാതെ മറ്റൊന്നും അയാൾ കണ്ടില്ല. അയാളുടെ നായയെ ഒരു അണലി കടിച്ചിരിക്കുന്നു. അയാൾ ഉടനെ ഗ്രാമത്തിലേക്ക് മടങ്ങി; താൻ ചെയ്ത തെറ്റിന്റെ പേരിൽ അയാൾ സ്വയം കഠിനമായി കുറ്റപ്പെടുത്തി. തന്റെ നായ ചത്തുപോകുമോ എന്നയാൾ വല്ലാതെ ഭയപ്പെട്ടു. അയാൾ ഗ്രാമത്തിൽ എത്തിയ ഉടനെ അയാളുടെ അമ്മ, ഐസക്കിനെ ഈ കുഴപ്പത്തെക്കുറിച്ച് അറിയിക്കാനായി മേച്ചിൽസ്ഥലത്തേക്ക് ഓടി. അയാൾ എന്താണ് ചെയ്യേണ്ടതെന്ന് ഐസക്കിനോട് ചോദിക്കണം. കാലെബിന് കുറച്ചുനേരം കാത്തുനില്ക്കേണ്ടി വന്നു. കാരണം അവിടെ കൂടിനിന്നിരുന്ന ഒറ്റ ഗ്രാമീണനും ഒരു ചികിത്സയും നിർദ്ദേശിക്കാൻകഴിഞ്ഞില്ല. അതിനിടയിൽ ബോബ്

അവന്റെ മുഖം മുൻകാലിലിട്ട് ഉരച്ചുകൊണ്ടിരുന്നു. വേദനകൊണ്ട് പിടയുകയും മോങ്ങുകയും ചെയ്തുകൊണ്ടിരുന്നു. അതിവേഗം മുഖവും തലയും ഒരുവശം വീർക്കാൻ തുടങ്ങി. ആ നീര് പിടലിയിലേക്കും തൊണ്ടയിലേക്കും ഇറങ്ങിവന്നു. ഉൽക്കണ്ഠാകുലനായ ഐസക് അപ്പോഴേക്കും ഭാര്യയെ ആടുകളുടെ ചുമതല ഏല്പിച്ച് അവിടെ എത്തി. അതേസമയം അടുത്തഗ്രാമത്തിലെ ഒരു മനുഷ്യൻ കുതിരപ്പുറത്തേറി അവിടെ എത്തി, ആ ആൾക്കൂട്ടത്തിൽച്ചേർന്നു. അയാളും കാലെബും ചേർന്ന് ആ നായയെ അമർത്തിപ്പിടിച്ചു. ഐസക് കത്തികൊണ്ട് വീർത്തഭാഗത്ത് കീറി കുറച്ച് രക്തം വാർന്നുപോകാനനുവദിച്ചു. അതിനുശേഷം അവർ ഒരു ഔഷധ തൈലം മുറിവുകളിൽ പുരട്ടി നന്നായി തിരുമ്മി. ഈ തൈലത്തിന്റെകൂട്ട് ഒരു രഹസ്യമാണ്. ഏതോ ഒരു കുന്നിൻപ്രദേശഗ്രാമത്തിലെ ഒരു മനുഷ്യൻ നിർമ്മിച്ചിട്ടുള്ളതാണത്. ഒരു ചെറിയ കുപ്പിക്ക് പതിനൊന്നു പെൻസാണ് വില. അതിന്റെ ഫലത്തിൽ ഐസക്കിന് പൂർണ്ണവിശ്വാസമുണ്ട്. എപ്പോഴും ഒരു കുപ്പി തന്റെ കുടിലിലെവിടെയോ അയാൾ ഒളിപ്പിച്ചുവെക്കുന്നു.

ഏതാനും ദിവസങ്ങൾക്കുള്ളിൽ ബോബ് സുഖംപ്രാപിച്ചു. എന്നാൽ നീരുവന്നിരുന്ന എല്ലാ ഭാഗത്തുനിന്നും രോമം കൊഴിഞ്ഞുപോയി. അപ്പോൾ അവൻ ഒരു വിചിത്ര നായയായി കാണപ്പെട്ടു. പുതിയരോമം മുളച്ചുവരുന്നതുവരെ അവന്റെ പാതിമുഖവും പാതിതലയും നഗ്നമായിരുന്നു. പഴയതുപോലെ വീണ്ടും അവൻ നല്ലവനും ഊർജ്ജസ്വലനുമായൊരു നായയായിത്തീർന്നു. വളരെ പ്രായമാകുന്നതുവരെ അവൻ ജീവിച്ചു. എന്നാൽ ആ വിഷത്തിന്റെ ഒരു പ്രത്യാഘാതത്തിൽനിന്നുമാത്രം അവന് രക്ഷപ്പെടാനായില്ല. അവന്റെ ശബ്ദത്തിന് മാറ്റം സംഭവിച്ചു. മൂർച്ച കൂടിയ മണിനാദത്തിൽനിന്ന് തൊണ്ട അടഞ്ഞ പരുഷശബ്ദമായി മാറി. തൊണ്ടവേദനയുള്ള ഒരു നായയെപ്പോലെയാണവൻ എപ്പോഴും കുരച്ചിരുന്നത്, ആ ആട്ടിടയൻ പറഞ്ഞു.

ഇനി ഒരു നായയെ പരിശീലിപ്പിക്കുന്ന വിഷയത്തിലേക്ക് തിരിച്ചുപോകാം. നിങ്ങൾ അതിന് ഒരു തുടക്കം കുറിച്ച നിലയ്ക്ക് അത് അവസാനംവരെ എത്തിക്കണം. അവനെ നിങ്ങൾ ആറു മാസമുള്ളപ്പോൾ കൊണ്ടുവന്നു. അഭ്യാസം അവന് ഒരു വയസ്സാകുമ്പോഴേക്കും ഒരുവിധം പൂർണ്ണമാകും. അപ്പോൾ അവൻ ചടുലതയുള്ളവനും മതിപ്പുളവാക്കുന്നവനും അങ്ങേയറ്റം പൊരുത്തപ്പെട്ടു പോകുന്നവനുമായിരിക്കും. അക്കാലത്തെ അവന്റെ ബുദ്ധിശക്തി മനുഷ്യന്റേത് പോലെ തന്നെ ആയിരിക്കും. അതങ്ങനെതന്നെ തുടർന്നുപോകണമെന്ന് കരുതുന്നത് തെറ്റായിരിക്കും. ഈ അതിശയകരമായ അരക്കൊല്ലത്തിനുള്ളിൽ അവൻ പഠിച്ചതിനോടൊപ്പം മറ്റ് കാര്യങ്ങളും കാലക്രമേണ അവസരം വരുമ്പോൾ കൂട്ടിച്ചേർത്തുകൊണ്ടിരിക്കും. ഒരു കൊല്ലംകൊണ്ട് പഠിക്കാനുള്ള കഴിവിന്റെ പാരമ്യത്തിലവൻ മിക്കവാറും എത്തിച്ചേരും. മനുഷ്യരെ പോലുള്ള സ്വീകാര്യക്ഷമത അവനപ്പോൾ നഷ്ടമാകും. എന്നാൽ അവനെ പഠിപ്പിച്ചകാര്യ

ങ്ങളെല്ലാം അവന്റെ ജീവിതകാലം മുഴുവൻ നിലനില്ക്കും. അതെല്ലാം അവൻ ഓർക്കുന്നെന്ന് നമ്മൾക്ക് പറയാൻ കഴിയില്ല. അതിനെ ഇൻഹെറിറ്റഡ് മെമ്മറീസ് എന്നോ ലാപ്സഡ് ഇന്റലിജൻസ് എന്നോ വിളിക്കാം.

ഇതെല്ലാം ഒരു ആട്ടിടയന് വളരെ പ്രധാനപ്പെട്ട കാര്യമാണ്. ഒരു പ്രായമായ ആട്ടിടയൻ എന്നോട് വിവിരിച്ചുതന്നു, എന്തുകൊണ്ടാണ് അയാൾ സ്വയം പരിശീലിപ്പിക്കാത്ത ഒരുനായയെ ഒരിക്കലും കൂടെ നിർത്തിയിട്ടില്ലെന്നും ഇനി ഒരിക്കലും നിർത്തുകയില്ലെന്നും പറയാൻ കാരണമെന്ന്; കൃത്യമായും ഒരാളുടെ പരിശീലനം പോലെയല്ല മറ്റൊരാളുടെ പരിശീലനം. അതുകൊണ്ട് ഒരാൾ പരിശീലിപ്പിച്ചെടുത്ത നായയെ മറ്റൊരാൾക്ക് കൈമാറുമ്പോൾ എപ്പോഴും എന്തൊക്കെയോ നഷ്ടമാകുന്നു; സമ്പ്രദായം, ശബ്ദം, ആംഗ്യം, വ്യക്തിത്വം, എല്ലാം വ്യത്യസ്തമാണ് അവന്റെ പുതിയ യജമാനൻ അവനെ പഠിക്കണം. ഒരുതരത്തിൽ പറഞ്ഞാൽ അയാൾ നായയുമായി പൊരുത്തപ്പെടണം. ഒരുപ്രദേശത്തുനിന്ന് മറ്റൊരുപ്രദേശത്തേക്ക് നായയെ അയക്കുമ്പോൾ അവന് വീണ്ടും പലതും നഷ്ടപ്പെടുന്നു. കാരണം അവിടെ ചെമ്മരിയാടുകൾ വ്യത്യസ്ത രീതിയിലാണ് കഴിയുന്നത്. ഇതിനെക്കുറിച്ച് കാലെബ് എന്നോട് പറഞ്ഞ ഒരു സംഭവം ഇവിടെ സൂചിപ്പിക്കുന്നത് ഉചിതമായിരിക്കും. അതയാൾ പറഞ്ഞ നായ കഥകളിൽ ഏറ്റവും മികച്ചതാണ്.

അയാളുടെ നായ്ക്കൾ സാധാരണയായി കുഞ്ഞുങ്ങളുമായിരുന്നപ്പോൾ വാങ്ങിച്ചവയാണ്. ചിലപ്പോൾ അയാൾക്ക് പരിശീലനം ലഭിച്ച നായകളെ വാങ്ങിക്കേണ്ടിവന്നിട്ടുണ്ട്. ഒരു ആട്ടിടയന് വേദനാജനകമായൊരനുഭവം തന്നെയാണത്. കാരണം ഒന്നോ രണ്ടോ പൗണ്ട് അതിന് വില വരും. അതവന് വലിയൊരു തുകയായിരുന്നു. ജീവിതത്തിലൊരിക്കൽ ഒരു പ്രയോജനവുമില്ലാതെ പ്രായമൊയൊരു പരിശീലനം നേടിയ ഇടയനായയെ വാങ്ങിക്കാനിടയായി. അയാൾ അപ്പോൾ ചെറുപ്പമായിരുന്നു. സ്വന്തം ഗ്രാമത്തിൽ ആട്ടിടയസഹായിയായി ജോലി നോക്കുകയായിരുന്നു. ആയിടയ്ക്ക് ഒരുദിവസം പടിഞ്ഞാറൻ പ്രദേശത്ത് പ്രദർശിപ്പിച്ചിരുന്ന ഒരു സർക്കസ് മൃഗങ്ങളെയും കൂട്ടി ആ വഴിക്ക് സാലിസ് ബറിയിലേക്ക് പോകുന്നു എന്ന വിവരം അയാൾ കേട്ടു. അടുത്തദിവസം രാവിലെ ആറ് മണിക്കായിരിക്കും അവർ ആ ഗ്രാമത്തിലൂടെ കടന്നുപോകുക. തെരുവ് ഗേറ്റിലേക്ക് അവിടെനിന്ന് ഒരു മൈലിലേറെ ദൂരമുണ്ട്. ആ സർക്കസ് സംഘം കടന്ന് പോകുന്നതു കാണാൻ ഗ്രാമത്തിലെ അരഡസൻ ചെറുപ്പക്കാരോടൊപ്പം കാലെബ് പുലർച്ച അഞ്ചു മണിക്ക് അങ്ങോട്ട് നടന്നു. അവർ ഗേറ്റിൽ കയറി അവരുടെ വരവും കാത്ത് ഇരിപ്പുറപ്പിച്ചു. സമയത്തിനുതന്നെ സർക്കസ് സംഘം നീണ്ട ജാഥയായി നടന്നുവന്നു. സ്ത്രീകളും പുരുഷന്മാരും കയറിയ കുതിരകൾ, സിംഹങ്ങളും കടുവകളും മറ്റ് വിചിത്രജീവികളും അടങ്ങിയ അത്യാകർഷകമായ വണ്ടികൾ എന്നിവ ജാഥയായി വരുന്നതു കണ്ട് അവർ അതിരറ്റ് ആഹ്ലാദിച്ചു. ജാഥയിലെ അവസാന വണ്ടിയും വളവ് കടന്ന് പോയപ്പോൾ, അവർ ഗേറ്റിൽ നിന്ന്

താഴെ ഇറങ്ങി തിരിച്ചുപോകാൻ തയ്യാറായി; അപ്പോൾ ഒരു വലിയ രോമാവൃതനായ ഇടയനായ കാട്ടിൽനിന്ന് പുറത്തുവന്നു. റോഡിലേക്ക് ഓടിവന്ന് അമ്പരന്നു താഴോട്ടും മേലോട്ടും നോക്കി നില്ക്കുന്നത് കണ്ടു. അത് സർക്കസ് സംഘത്തിലെ നായ ആണെന്ന കാര്യത്തിലവർക്ക് യാതൊരു സംശയവുമില്ലായിരുന്നു. തല്ക്കാലം കാട്ടിനുള്ളിലേക്ക് ഒരു മുയലിനെ വേട്ടയാടാൻ പോയതാണ്. തങ്ങൾ പറയുന്നത് ആ നായ മനസ്സിലാക്കും എന്ന് കരുതി അവർ അതിനോട് ഉറക്കെ വിളിച്ചുപറയുകയും ജാഥ പോയ ദിശയിലേക്ക് കൈവീശി കാണിക്കുകയും ചെയ്തു. എന്നാൽ ആ നായ പേടിച്ച് ഓടി ഒളിച്ചു! പിന്നെ അവർ അതിനെ കണ്ടിട്ടില്ല.

രണ്ട് മൂന്ന് ദിവസത്തിനുശേഷം അപരിചിതനായൊരു നായയെ വിന്റർ ബോൺ ബിഷപ്പ് പരിസരത്ത് പാടത്ത് കാണുകയുണ്ടായി എന്ന ഒരു നാട്ടുവർത്തമാനം പരന്നു. അടുത്തുള്ള കുടിലുകളിൽനിന്നും പാടത്തുനിന്നും വരുന്നവരും പോകുന്നവരുമായ സ്ത്രീകളും കുട്ടികളും അതിനെ യാദൃച്ഛികമായി കണ്ടിട്ടുണ്ടത്രേ! ചിലപ്പോൾ പെട്ടെന്ന് കുറ്റിക്കാട്ടിൽനിന്ന് പ്രത്യക്ഷപ്പെട്ട് അവരെ അത് മിഴിച്ചു നോക്കി നില്ക്കും! ഒരുനിമിഷം അനങ്ങാതെനിന്ന് അവരെ നോക്കിയശേഷം അവൻ പിൻതിരിഞ്ഞ് അപരിചിതരായ അവരുടെ മുഖം കണ്ട് പേടിച്ച് ഓടും. തങ്ങളുടെ ചെമ്മരിയാടുകളുടെ സുരക്ഷിതത്ത്വത്തെക്കുറിച്ചോർത്ത് ആട്ടിടയന്മാർക്ക് ആധിയായി. ഈ അപരിചിതനായ നായയെക്കുറിച്ച് വലിയ വികാരവിക്ഷോഭത്തോടെ ആളുകൾ സംസാരിക്കാൻ തുടങ്ങി! രണ്ടുമൂന്നുദിവസത്തിനുശേഷം കാലെബ് അതിനെ എതിരിട്ടു. അയാൾ ചെമ്മരിയാടിൻകൂട്ടങ്ങളെ മേയ്ക്കുന്ന വലിയ പുൽപ്പാടത്തിന്റെ ഓരത്തിലൂടെ വരികയായിരുന്നു. അവിടെ നാലഞ്ച് സ്ത്രീകൾ മുൾച്ചെടികൾ വെട്ടുന്നുണ്ടായിരുന്നു. അപ്പോൾ ആ നായ ഒരു സ്ത്രീയെ പിൻതുടർന്നു. കാലെബ് അതിനെ കണ്ട ഉടനെ അന്ന് ഗേറ്റിൽവെച്ച് കണ്ട നായയാണെന്ന് തിരിച്ചറിഞ്ഞു. നായ തന്നെ പിൻതുടരുന്നതുകണ്ട് പേടിച്ചുവിരണ്ട ആ സ്ത്രീ അവനെ വിളിച്ചു ."ഇങ്ങോട്ടുവരൂ. കാലെബ് ദൈവത്തെ ഓർത്ത്! ആ വലിയ നായയെ ഓടിപ്പിക്കൂ. അവൻ അത്രയ്ക്ക് ഭീകരനാണ്. എനിക്കവനെ പേടിയാണ്."

"നിങ്ങൾ പേടിക്കേണ്ട." അവൻ വിളിച്ചുപറഞ്ഞു. "അവൻ നിങ്ങളെ ഉപദ്രവിക്കില്ല. അവൻ വിശന്നിരിക്കയാണ്. അവന്റെ എല്ല് പുറത്തേക്ക് തള്ളി നില്ക്കുന്നത് നിങ്ങൾ കാണുന്നില്ലേ? അവൻ ആഹാരം ആവശ്യപ്പെടുകയാണ്." പിന്നെ അവളുടെ അടുത്തേക്ക് കുറച്ചുകൂടി നീങ്ങി വിളിച്ചു പറഞ്ഞു. "ഞാൻ അടുത്തെത്തുന്നതുവരെ അവന്റെ കഴുത്തിൽ പിരിച്ച് അവനെ ഓടിപ്പോകാതെ നിർത്തുക. താൻ വരുന്നതവൻ കണ്ടാൽ ആ നായ പേടിച്ച് സ്ഥലം വിടുമെന്ന് കാലെബിന് തോന്നി. കുറച്ചുകഴിഞ്ഞ് അവൾ നായയെ വിളിച്ചു. എന്നാൽ അവൻ അവളുടെ അടുത്ത് ചെന്നപ്പോൾ അവൾ അവനിൽനിന്ന് പുറകോട്ട് മാറി, വിളിച്ചുപറഞ്ഞു.

“ഇല്ല, അവനെ തൊടാനെനിക്ക് ധൈര്യമില്ല! അവനെന്റെ കൈകടിച്ചു കീറും. ഇത്ര ഭീകരനായൊരു മൃഗത്തെ ഞാൻ ഒരിക്കലും കണ്ടിട്ടില്ല.”

“അവൻ വിശന്ന് വലഞ്ഞിരിക്കയാണ്” കാലെബ് ആവർത്തിച്ചു. പിന്നെ വളരെ മെല്ലെ കരുതലോടെ അവൻ അടുത്ത് ചെന്നു. അവനെ എപ്പോഴും സംശയദൃഷ്ട്യാ വീക്ഷിച്ചിരുന്ന ആ നായ നേരിയൊരു പ്രകോനപമുണ്ടായാൽ പോലും ഓടി രക്ഷപ്പെടാൻ തയ്യാറായിരുന്നു. അടുത്തേക്ക് നടന്നുകൊണ്ടിരിക്കവെ വളരെ മമതയോടെയാണ് കാലൊബ് നായയോട് സംസാരിച്ചത്. പിന്നെ നിന്ന് കാലുകളിൽ തട്ടി നായയെ അടുത്തേക്ക് വിളിച്ചു. നായ വല്ലാതെ പതിഞ്ഞ് മുന്നേറി, ഒടുവിൽ ആ നീക്കം ഇഴച്ചിലായി മാറി! അത് ആട്ടിടയന്റെ കാല്ക്കൽ എത്തിയപ്പോൾ സ്വയം മലർന്ന് കിടന്നു. തന്നെക്കാൾ ശക്തനായ മനുഷ്യനോടോ നായോയോടോ ദയ യാചിക്കുമ്പോഴാണ് ഒരു നായ ചാതുര്യത്തോടെ അത്തരം പ്രകടനങ്ങൾ കാഴ്ച വെക്കുന്നത്!

കാലെബ് കുനിഞ്ഞ് ആ നായയെ വാത്സല്യപൂർവ്വം മെല്ലെ തട്ടിയ ശേഷം അതിന്റെ കഴുത്തിൽ ദൃഢമായി പിടിച്ച് പൊക്കി, സ്വതന്ത്രമായ മറ്റെ കൈകൊണ്ട് അതിന്റെ തുകൽ ബെൽറ്റ് ഊരി കോളറും തുകൽവാറുമാക്കി മാറ്റി. അതിന്റെ ഒരറ്റം പിടിച്ച് അയാൾ പറഞ്ഞു “വരൂ.” പിന്നെ നായയേയും കൂട്ടി വീട്ടിലേക്ക് നടന്നു. കുടിലിലെത്തിയ ഉടനെ ഒരു ബക്കറ്റ് എടുത്ത്, രണ്ടു നേരത്തെ ഭക്ഷണം അതിലിട്ട് തയ്യാറാക്കി. സദാ അതിലേക്ക് നോക്കി വായിലൂടെ വെള്ളമൊലിപ്പിച്ച് നില്ക്കുകയായിരുന്നു ആ നായ. ഭക്ഷണം നന്നായി കലർത്തിയശേഷം അത് പുൽത്തറയിൽ വെച്ചുകൊടുത്തു. പിന്നീട് കണ്ടത് അതിശയകരമായൊരു ദൃശ്യമായിരുന്നു എന്ന് അയാൾ പറഞ്ഞു. ആ നായ ഓടി വന്നിരുന്ന് അത് വെട്ടിവിഴുങ്ങാൻ തുടങ്ങി. അവൻ വേട്ടയാടി പിടിച്ച ഏതോ ജീവനുള്ള മൃഗത്തെ ക്രോധപാരവശ്യത്താൽ കടിച്ചുകീറുന്നതുപോലെയുണ്ടായിരുന്നു ആ ദൃശ്യം! അവൻ നിലത്ത് ചുറ്റിക്കറങ്ങി തൊണ്ട അടഞ്ഞവനെപ്പോലെ ചീറുകയും മോങ്ങുകയും ചെയ്തു. ആഹാരം അത്യാർത്തിയോടെ വിഴുങ്ങുമ്പോഴാണ് ഈ ശബ്ദമൊക്കെ അവൻ പുറപ്പെടുവിച്ചു കൊണ്ടിരുന്നത്. ആഹാരം മുഴുവൻ അകത്താക്കി കഴിഞ്ഞപ്പോൾ, പുൽത്തകിടിയിൽ പറ്റിപ്പിടിച്ചിരുന്ന ആഹാരത്തിന്റെ അംശം അകത്താക്കാനായി അത് കടിച്ചു കീറി വിഴുങ്ങാൻ തുടങ്ങി!

ഇത്തരം തീവ്രമായ വിശപ്പ് കാലെബ് ഒരിക്കലും കണ്ടിട്ടില്ല. അവൻ ഭക്ഷണം കിട്ടാതെ ആ പരിസരത്ത് അലഞ്ഞു തിരിഞ്ഞപ്പോൾ അനുഭവിച്ച ദുരിതങ്ങൾ ഓർത്ത് കാലെബിന് വേദന തോന്നി. എപ്പോഴും അത് ചെമ്മരിയാടുകൾക്കിടയിലായിരുന്നു. ഗ്രാമത്തിൽനിന്ന് അല്പം ദൂരെ മാറിയാണ് രാത്രി ചെമ്മരിയാടുകളെ ആലയിലിട്ടടയ്ക്കുന്നത്. അത്തരം ചുറ്റുപാടിൽ പഴയ ചെന്നായുടെയും കാട്ടുനായയുടെയും ജന്മവാസനയ്ക്ക് പുതുജീവൻ കൊടുക്കാനിടയായേക്കാമെന്ന് ചിലർ സങ്കല്പിച്ചേക്കാം. എന്നാൽ ആ ജന്മവാസനയെല്ലാം നശിച്ചതുപോലെ കാണപ്പെട്ടു.

പ്രകൃതിയുടെ അവസ്ഥയിലേക്ക് മടങ്ങിച്ചെല്ലാത്തവരാണ് ശുദ്ധ ഇനത്തിൽപ്പെട്ട ഇടയ നായകൾ എന്ന് ഞാൻ വിശ്വസിക്കുന്നു. ഒരു ഇടയ നായയാണ് രാത്രി ചെമ്മരിയാടിനെ കൊല്ലുന്നതെന്ന് കണ്ടെത്തിയാൽ, ആ മൃഗം. ആട്ടിടയൻ റ്റെറിയർ എന്ന് വിളിക്കുന്ന നായാട്ടുനായ വംശത്തിൽ പെട്ടതാണെന്ന് മനസ്സിലാക്കാം. ഞാൻ ബാലനായിരിക്കെ ദക്ഷിണ അമേരിക്കയിലെ അതിവിസ്തൃതമായ പുൽപ്രദേശങ്ങളിൽ, ചെമ്മരിയാടുകളെ കൊല്ലുന്ന നായ്ക്കൾ സുലഭമായിരുന്നു. അവയെല്ലാം നാട്ടിലെ സാധാരണ നായകൾ ആയിരുന്നു, മിനുസമുള്ള രോമത്തോടുകൂടിയ ചുകപ്പോ കറുപ്പോ വെളുപ്പോ നിറമുള്ളവ. ഞങ്ങളുടെ സ്വന്തം നായ്ക്കൾ പോലും ചെമ്മരിയാടുകളെ കൊന്ന സംഭവം ഞാൻ ഓർക്കുന്നു. അപ്പോൾ ആറോ എട്ടോ നായകൾ ഞങ്ങൾക്കുണ്ടായിരുന്നു. അന്നാട്ടുകാരനായ ഒരു അയൽക്കാരൻ, ഏതാനും മൈലുകൾക്കപ്പുറത്തുവെച്ച്, ഒരുദിവസം രാവിലെ അവരെ പിടികൂടി. അയാളുടെ നല്ല കുതിരയെപ്പോലും വെട്ടിച്ച് അവർ ഓടി രക്ഷപ്പെട്ടു! എന്നാൽ അയാളുടെ തീക്ഷ്ണമായ കണ്ണുകൾ മങ്ങിയ വെളിച്ചത്തിൽ പോലും വളരെ നന്നായി അവരെ തിരിച്ചറിഞ്ഞു. അവർ കൊല്ലുകയും ഗുരുതരമായി വിധത്തിൽ മുറിവേല്പ്പിക്കുകയും ചെയ്തപ്പോൾ മുപ്പത് ചെമ്മരിയാടുകൾക്ക് എന്റെ അച്ഛന് വിലകൊടുക്കേണ്ടിവന്നു. അതിനുശേഷം ഒരു കഴുമരം കുഴിച്ചിട്ട് ഞങ്ങളുടെ കാവല്ക്കാരെ നീചമായ വിധത്തിൽ തൂക്കിലേറ്റി. ഇവിടെ നമ്മൾ നായ്ക്കളെ വെടിവെച്ച് കൊല്ലുന്നു. ചിലരാജ്യങ്ങളിൽ തൂക്കിലേറ്റുന്ന പഴയ സമ്പ്രദായം ഇപ്പോഴും പിൻതുടരുന്നു. ഒരുപക്ഷേ, അതിന് വേദന കുറവായിരിക്കാം.

നമ്മുടെ കഥയിലേക്ക് തിരിച്ചുപോകാം. അക്കാലം മുതൽ ആ തെരുവ് നായ കാലെബിന്റെ അനുസരണയും സ്നേഹവുമുള്ള അടിമയായി തീർന്നു. അവൻ എപ്പോഴും അയാളുടെ മുഖത്തേക്ക് നോക്കിക്കൊണ്ടിരിക്കും. എന്തെങ്കിലും കാണിക്കുകയോ പറയുകയോ ചെയ്താൽ തൽക്ഷണം ആ ഉത്തരവ് നടപ്പാക്കാനായി തയ്യാറെടുത്ത് ഇരിക്കും. ചെമ്മരിയാട്ടിൻ കൂട്ടത്തോടൊപ്പം വിട്ടാൽ അവൻ ഉപകാരപ്രദമായൊരു ഇടയ നായ ആയിത്തീരും. എന്നാൽ നിർഭാഗ്യവശാൽ അവൻ വിൽറ്റ് ഷയർ ഡൗണിൽ പരിശീലനം ലഭിച്ചിട്ടില്ല. ആ പണി അവന് അപിരചിതമാണെന്ന് കണ്ടാലറിയാം. അവൻ വ്യത്യസ്ത ശാഖയിൽ ശിക്ഷണം നേടിയവനാണ്. അവന് ഒരിക്കലും പഴയത് മറന്ന് പുതിയ സമ്പ്രദായം കൈക്കലാക്കാൻകഴിയില്ല. ഏത് അവസ്ഥയിലാണവൻ വളർത്തപ്പെട്ടതെന്നോ അല്ലെങ്കിൽ ഏത് ഡിസ്ട്രിക്ടിൽ നിന്നോ ഏത് നാട്ടിൽ നിന്നോ ആണെന്ന് പോലും ആർക്കും ഊഹിക്കാനാവില്ല. അവൻ ഒരു ഇടയ നായ ആയിരുന്നെന്നാണ് എല്ലാവരും പറഞ്ഞത്. എന്നാൽ അവർ ഇതുവരെ കണ്ടിട്ടുള്ളതുപോലെത്തെ ഇടയനായയല്ല! അവൻ വിൽറ്റ് ഷയറോ, വെൽഷോ, സസ്സെക്സോ, സ്കോച്ചോ അല്ല, അതിൽ കൂടുതലൊന്നും അവർക്ക് പറയാൻ കഴിയില്ല. എപ്പോഴെങ്കിലും ഒരു ആട്ടിടയൻ ആദ്യ

മായി അവൻ കാണുമ്പോൾ അയാളുടെ ശ്രദ്ധ തൽക്ഷണം അവനിലേക്ക് ആകർഷിക്കപ്പെടും. അയാൾ കാലെബിനോട് സംസാരിക്കാനായി നില്ക്കും. "എന്ത് തരം നായ എന്നാണ് നീ അതിനെ പറയുന്നത്? അയാൾ ചോദിക്കും. "ഞാൻ ഇതുപോലെ ഒന്നിനെമുമ്പ് ഒരിക്കലും കണ്ടിട്ടില്ല."

ഒടുവിൽ ഗ്രാമത്തിൽ നിർമ്മാണപ്രവർത്തനത്തിനായി കൊണ്ടുവന്ന ദൂരദേശക്കാരായ തൊഴിലാളികൾ താമസിക്കുന്ന ഒരുപുതിയ കെട്ടിടത്തിന്നരികിലൂടെ പോയിരുന്ന കാലെബിനെ വിളിച്ചു ഒരാൾ ചോദിച്ചു. "എവിടെന്നാണ് നിങ്ങൾക്ക് ആ നായയെ കിട്ടിയത് കൂട്ടുകാരാ."

"എന്തുകൊണ്ടാണ് നിങ്ങൾ എന്നോടത് ചോദിച്ചത്?" ആ ആട്ടിടയൻ തിരക്കി.

"എന്തുകൊണ്ടെന്നാൽ അവൻ എവിടെന്നാണ് വരുന്നതെന്ന് എനിക്കറിയാം. അവനൊരു റഷ്യനാണ്. ക്രിമിയയിൽ അവനെപ്പോലെ ധാരാളം പേരെ ഞാൻ കണ്ടിട്ടുണ്ട്. എന്നാൽ മുമ്പൊരിക്കലും ഇംഗ്ലണ്ടിൽ ഞാൻ കണ്ടിട്ടില്ല."

കാലെബ് അത് വിശ്വസിക്കാൻ തികച്ചും തയ്യാറായിരുന്നു. അത്രയും വിദൂര രാജ്യത്തുനിന്നുള്ള ഒരു ഇടയനായയെ ലഭിച്ചതിൽ അയാൾ ക്കല്പം അഹങ്കാരം തോന്നാതില്ല. അതയാളുടെ മനസ്സിലേക്ക് നൂതനമായ ഒരു ആശയം കടത്തിവിട്ടു എന്നയാൾ പറഞ്ഞു. അതിനു മുമ്പ് റഷ്യയെക്കുറിച്ചവന് ഒന്നും അറിയില്ലായിരുന്നു, അവിടെ നടന്ന നമ്മുടെ മഹത്തായ യുദ്ധത്തെക്കുറിച്ചും അവിടെ വീരമൃത്യു അടഞ്ഞ ആളുകളെക്കുറിച്ചും ധാരാളം കേട്ടിട്ടുണ്ടെങ്കിലും. റഷ്യ ഒരു മഹത്തായ രാഷ്ട്രമാണെന്ന് ഇപ്പോൾ അയാൾ മനസ്സിലാക്കി. ആ നാട്ടിൽ കുന്നുകളും താഴ്വരകളും ഗ്രാമങ്ങളും ഉണ്ട്. ചെമ്മരിയാട്ടിൻ കൂട്ടങ്ങളും കന്നുകാലിക്കൂട്ടങ്ങളുമുണ്ട്. വിൽറ്റ് ഷയർ ഡൗൺസിലേതുപോലെ ആട്ടിടയന്മാരും ഇടയ നായകളുമുണ്ട്. ട്രാമ്പ് - അയാൾ തന്റെ നായയ്ക്ക് ആ പേരാണ് കൊടുത്തിട്ടുള്ളത്. തന്റെ ചരിത്രം അയാളോട് പറഞ്ഞിരുന്നെങ്കിൽ എന്നയാൾ ആശിച്ചു!

ആ കുന്നിൻപ്രദേശത്തിലെ ഇടയനായയുടെ ജോലി ട്രാമ്പിന് പരിചയമില്ലെങ്കിലും അവന്റെ മാറ്റാനാവാത്ത മുയൽ വേട്ടയോടുള്ള ആവേശം ഇല്ലായിരുന്നെങ്കിൽ അവനെ കാലെബ് അവസാനം വരെ ഒപ്പം നിർത്തിയേനെ! അവൻ സ്വന്തം ഡ്യൂട്ടി അവഗണിച്ചിട്ടില്ല. എന്നാൽ ഇടയ്ക്കിടെ എങ്ങോട്ടെങ്കിലും മുങ്ങും! ഒടുവിൽ മുയൽവേട്ടയ്ക്ക് പറ്റിയ നല്ലൊരു നായയെ തേടിവന്ന ഒരാൾ കാലെബിനോട് ട്രാമ്പിന് പതിനഞ്ച് ഷില്ലിങ് കൊടുക്കാമെന്ന് ഏറ്റു. അയാൾ അവനെ വിറ്റു. അവനെ പുതിയ യജമാനൻ വളരെ ദൂരേക്ക് കൊണ്ടുപോയതിനാൽ കാലെബ് അവനെ പിന്നീട് ഒരിക്കലും കണ്ടിട്ടില്ല.

പ്രകൃതി ശാസ്ത്രപണ്ഡിതനായ ആട്ടിടയൻ

കാട്ടുമൃഗങ്ങളെക്കുറിച്ചോ അല്ലെങ്കിൽ കാട്ടുമൃഗങ്ങളെയും വീട്ടുമൃഗങ്ങളെയും കുറിച്ചോ ഉള്ള രസകരമായ വസ്തുതകൾ ആ വൃദ്ധൻ ആട്ടിടയനുമായുള്ള സംഭാഷണത്തിൽനിന്ന് ഞാൻ സംഭരിച്ചിട്ടുള്ളവ അത്ര അധികമില്ലെന്ന് എന്റെ ചില വായനക്കാർക്ക് തോന്നിയേക്കാം. നീണ്ട ഒരുജീവിതം പുറത്ത് ചിലവഴിച്ചശേഷം ഇത്രമാത്രമേ പറയാനുള്ളൂ അല്ലെങ്കിൽ സൂക്ഷിച്ചുവെക്കാൻ ഉള്ളൂ എങ്കിൽ അതൊരു അപര്യാപ്തമായ പ്രയത്നഫലമാണെന്നവർ പറയും. എന്നെ സംബന്ധിച്ചിടത്തോളം അത് വലിയൊരു കാര്യമാണ്. ഞങ്ങൾ പ്രകൃതി ശാസ്ത്രപണ്ഡിതന്മാരെ രംഗത്തിറക്കുന്നു. ഞങ്ങൾ കാണുന്നതും കേൾക്കുന്നതുമെല്ലാം ഒരു നോട്ടുപുസ്തകത്തിലവർ കുറിച്ചുവെക്കുന്നു. അല്ലെങ്കിൽ നമ്മൾ അത് മറന്നു പോയെങ്കിലോ, പ്രകൃതി ശാസ്ത്രപണ്ഡിതന്മാരല്ലാത്തവർക്ക് അങ്ങേയറ്റം അപൂർവ്വമായ കാര്യങ്ങൾ എപ്പോഴും മനസ്സിൽ ഓർത്തുവെക്കാൻ കഴിഞ്ഞെന്നു വരില്ല. അവരുടെ മനസ്സും ബോധവും മറ്റ് കാര്യങ്ങളിൽ മുഴുകിയിരിക്കയായിരിക്കും. വന്യ മൃഗജീവിതത്തിലെ നൂതനവും രസകരവുമായ വസ്തുതകളും യാദൃച്ഛയാകണ്ട നിരീക്ഷണങ്ങളും പെട്ടെന്നവർ മറന്നുപോകുന്നു. പില്ക്കാലത്ത് ഗ്രേറ്റ് റിഡ്ജ് വുഡ്ഡിന്നടുത്തുള്ള ഹിണ്ട്സൻ ഗ്രാമത്തിൽ താമസിക്കുമ്പോഴാണ് ഇക്കാര്യം ശക്തമായി എന്റെ മനസ്സിൽ പതിഞ്ഞത്. വൈലി താഴ്വരയെ അഭിമുഖീകരിച്ച് ഉയരത്തിൽ നീണ്ടുകിടക്കുന്ന വലിയ ഒരു കാടാണ് ഗ്രേറ്റ് റിഡ്ജ് വുഡ്. കുറ്റിക്കാടുകളും പൊക്കം കുറഞ്ഞ ഓക്ക് മരങ്ങളുമാണ് അതിൽ അധികം ഉള്ളത്. ചില ഭാഗങ്ങളിൽ ഇട തിങ്ങിയും ചിലഭാഗങ്ങളിൽ കനം കുറഞ്ഞും അവ വളരുന്നു. ഇടയ്ക്കിടെ തുറസ്സായ തരിശ് സ്ഥലങ്ങളും കാണാം. കാടിന് പന്ത്രണ്ടോ പതിനാലോ സ്ക്വയർ മൈൽ

വിസ്തീർണ്ണം കാണും. ഒരുപക്ഷേ, അതിൽ കൂടുതൽ ഉണ്ടാകും. അതിനടുത്ത് വീടുകൾ ഒന്നുമില്ല, ഏതാനും വനപാലകരല്ലാതെ മറ്റാരും അതിൽ താമസിക്കുന്നുമില്ല. ഞാൻ അതിനുള്ളിൽ അനേകം ദിവസങ്ങളോളം ഒരു മനുഷ്യജീവിയേയും കാണാതെ ജീവിച്ചിട്ടുണ്ട്. ഇത്രയും വലിയ കാടുള്ള ഏകാന്തമായ സ്ഥലം ഇംഗ്ലണ്ടിൽ കാണുക എന്നത് എനിക്ക് ആനന്ദകരമായി തോന്നി! വന്യജീവിതത്തിന്റെ എല്ലാ സവിശേഷതകളും എനിക്കവിടെ കാണാനാകുമെന്ന പ്രതീക്ഷ എന്റെ മനസ്സിനെ ആഹ്ലാദഭരിതമാക്കി, പ്രത്യേകിച്ച് രണ്ടാംദിവസം എനിക്കുണ്ടായ അനുഭവത്തിനുശേഷം! അന്ന് ഞാൻ കാട്ടിലെ തുറസ്സായൊരു സ്ഥലത്ത് നില്ക്കുകയായിരുന്നു. അപ്പോൾ ഒരു കാട്ട് പൂവൻകോഴി അപായ ധ്വനി മുഴക്കി. തൽക്ഷണം ഒരുപക്ഷേ, ആ നിലവിളികൊണ്ട് ഞെട്ടിയിട്ടാവണം ഒരു മാൻ, അവൻ ഒളിച്ചിരുന്ന ഇടതൂർന്ന ഓക്കുമരങ്ങൾക്കിടയിൽനിന്ന് പുറത്തേക്ക് ഓടി. എന്റെ തൊട്ടടുത്ത് കൂടെയാണവൻ പാഞ്ഞത്! ഏറ്റവും ലജ്ജാശീലനായ ഈ വലിയ കാട്ടുമൃഗത്തെ എനിക്ക് നന്നായി കാണാൻ കഴിഞ്ഞു. അവൻ വളരെ സുന്ദരനായി എനിക്കു തോന്നി. ഇരുണ്ട തവിട്ടു നിറമുള്ള അവന്റെ ചർമ്മം കനത്ത നിഴലിൽ അവനെ അദൃശ്യനാക്കുന്നു. അങ്ങനെ പകൽ സമയത്ത് അവൻ ആരും കാണാതെ കാട്ടിൽ നടക്കുന്നു. ശക്തമായ മെയ് മാസ വെയിലിൽ പച്ചപ്പുള്ള തുറസ്സായ സ്ഥലത്തിലൂടെ അവൻ കുതിച്ചുപാഞ്ഞു. എന്നാൽ അവൻ ഒറ്റയ്ക്കായിരുന്നു. യദൃച്ഛയാ വന്നുപെട്ട ഒരു സന്ദർശകൻ കാട്ടിൽനിന്ന് കാട്ടിലേക്ക് ചുറ്റിക്കറങ്ങുന്നവൻ. ഞാൻ അവനെ അന്ന് കണ്ടുമുട്ടുന്നതിന് ഒരുമാസം മുമ്പ് ഒരിക്കൽ അവൻ പ്രത്യക്ഷപ്പെട്ടിട്ടുണ്ട്. അന്നുമുതൽ വനപാലകർ അവനെ നിരീക്ഷിക്കുകയും അവനു വേണ്ടി തോക്കുമായി കാത്തിരിക്കുകയും ചെയ്യുന്നു. അവനെ വെടിവെച്ച് വീഴ്ത്തുവാൻ.

ഗ്രേറ്റ് റിഡ്ജ് വുഡ്സിൽ ഞാൻ കണ്ട ഏറ്റവും നല്ലതും മഹത്തായതുമായ ഒരേ ഒരു കാര്യം അതാണ്. കാട്ടുകോഴിയുടെ ശാപം ആ കാടുകൾക്കു മേൽ ഉണ്ട്, വിൽറ്റ് ഷയറിലെ എല്ലാ കാടുകൾക്കും! എല്ലാ വന്യജീവിതവും പക്ഷിമൃഗാദികൾക്ക് ഹാനികരമായി തീർന്നിരിക്കുന്നു. എല്ലാ വന്യജീവിതവും നമ്മൾക്ക് മനോഹരവും ആനന്ദകരവുമായി തോന്നുന്നത് അതിന്റെ വന്യത കൊണ്ട് മാത്രമാണ്. അണ്ണാൻ മുതൽ പേടമാൻ വരെയുള്ളവരെക്കൊണ്ട്.

ഒരു നീണ്ട വേനൽക്കാലദിവസം അനന്തമായ കാട്ടിൽ ചുറ്റിക്കറങ്ങി ഞാൻ സമയം ചിലവഴിച്ചു. അപ്പോൾ ഒരു മരക്കുറ്റിയിൽ ഒരു മുച്ചുണ്ടൻ മാൻ ഇരിക്കുന്നത് കണ്ടു. അത് എനിക്ക് മുന്നിൽ നൂറ് വാരയ്ക്കപ്പുറത്തുനിന്ന് പുറപ്പെട്ട് ആദ്യം മുന്നോട്ട് പാഞ്ഞു. പിന്നെ തിരിഞ്ഞു എന്റെ ഇടതുവശത്തുകൂടെ ഓടി, ഞാൻ വന്ന ഭാഗത്തേക്ക് ചുറ്റിവളഞ്ഞുവന്നു അതിന്റെ വേഗത്തിലുള്ള ഓട്ടവും പാച്ചിലും നിരീക്ഷിച്ചുകൊണ്ട് ഞാൻ അനങ്ങാതെനിന്നു. ഒരു മുയൽ എന്ന നിലയ്ക്കല്ല, ഒരു മങ്ങിയ തവിട്ടു നിറത്തിലുള്ള വസ്തു പ്രത്യക്ഷമാകുകയും അപ്രത്യക്ഷമാകുകയും

വീണ്ടും പ്രത്യക്ഷമാകുകയും ചെയ്യുന്ന ഒരുദൃശ്യം എന്ന നിലയ്ക്കായിരുന്നു. കുറച്ചുനേരം ഇത് ആവർത്തിച്ചശേഷം പെട്ടെന്നതിനെ കാണാതായി. അത് എവിടെയെങ്കിലും നില്ക്കുന്നുണ്ടായിരിക്കുമെന്ന് കരുതി, അവൻ അപ്രത്യക്ഷമായ സ്ഥലത്തേക്ക് ഞാൻ ബൈനോക്കുലറിലൂടെ നോക്കി. അത് ഒരു പഴയ മുപ്പത് ഇഞ്ച് പൊക്കമുള്ള ഓക്കുമരക്കുറ്റിയിൽ ഇരിക്കുന്നത് ഞാൻ കണ്ടു. ഏകദേശം പതിനെട്ട് ഇഞ്ച് വ്യാസമുള്ള ഒരു പായൽ പിടിച്ച മരക്കുറ്റിയാണത്. തവിട്ടുനിറമുള്ള ഉണക്കയില കൂമ്പാരത്തിന്നിടയിലാണ് ആ മരക്കുറ്റി നില്ക്കുന്നത്. അതിന്റെ ഇരുവശത്തും ഓക്കുമരത്തടികൾ ഉണ്ട്. ആ മൃഗം ആകാരം നന്നായി പ്രദർശിപ്പിച്ച് നിശ്ചലനായി ഇരിക്കുകയായിരുന്നു. ചെവികൾ കുത്തനെ നില്ക്കുന്നു. ഒരു കണ്ണുകൊണ്ട് എന്നെ നോക്കുന്നു, ഒരു പീഠത്തിൽ പ്രതിഷ്ഠിച്ച ഒരു മുയലിന്റെ കൊത്തിവെച്ച രൂപമാണെന്നേ അതിനെ കണ്ടാൽ തോന്നൂ! വളരെ ആകർഷകമായൊരു ദൃശ്യം.

അത്തരം ഒരുകാഴ്ച ഞാനിതിന് മുമ്പൊരിക്കലും കണ്ടിട്ടില്ലാത്തതിനാൽ ഇക്കാര്യം വനപാലകരോട് സൂചിപ്പിക്കുന്നത് നന്നായിരിക്കുമെന്ന് ഞാൻ വിചാരിച്ചു. വൈകുന്നേരം തിരിച്ചുപോകുമ്പോൾ ഞാൻ അയാളുടെ താമസസ്ഥലത്തു ചെന്നു. അതൊരു ശൂന്യദിനമായിരിക്കുന്നെന്ന് ഞാൻ അയാളോട് പറഞ്ഞു. ഒരു മരക്കുറ്റിയിൽ ഇരിക്കുന്ന ഒരു മുയലിനെ കുറിച്ച് മാത്രമാണയാളോട് എനിക്ക് പറയാനുണ്ടായിരുന്നത്. “കൊള്ളാം.” അയാൾ പറഞ്ഞു. “ഇത്രയും കാലം കാട്ടിൽ ജീവിച്ച എനിക്ക് കാണാൻ കഴിയാതിരുന്ന ഒരുകാഴ്ചയാണ് നിങ്ങൾ കണ്ടിരിക്കുന്നത്. എന്നാലും ഒരു മുയൽ ചെയ്യുമെന്ന് ആരും പ്രതീക്ഷിക്കുന്ന കാര്യം മാത്രമേ അത് ചെയ്തിട്ടുള്ളൂ. ഈ കാട് നിറയെ പഴയ മരക്കുറ്റികളാണ്. മരങ്ങൾക്കിടയിലൂടെ ദൂരെ നില്ക്കുന്ന ഒരു മനുഷ്യനെയോ മൃഗത്തേയോ നന്നായി കാണാൻ വേണ്ടി, അവയിലൊരു മരക്കുറ്റിയിൽ ഒരു മുയൽ ചാടിക്കയറി നില്ക്കുന്നത് സ്വഭാവികം മാത്രം! എന്നാൽ ഞാനതൊരിക്കലും കണ്ടിട്ടില്ല.”

അപ്പോൾ കാട്ടിൽ ചിലവഴിച്ച നീണ്ട മണിക്കൂറുകൾക്കിടയിൽ അന്നോ അല്ലെങ്കിൽ അതിന്റെ തലേന്നോ അതുമല്ലെങ്കിൽ കാട്ടിൽ വന്യജീവി സംരക്ഷകനായി ചിലവഴിച്ച മുപ്പത് വർഷത്തിനുള്ളിലെ ഏതെങ്കിലും ഒരുദിവസമോ ഓർമ്മിക്കത്തക്കതായി എന്താണയാൾക്ക് ഉണ്ടായിട്ടുള്ളത്, എന്ന് ഞാൻ ചോദിച്ചു. അയാൾ നിരവധി വിചിത്രമായ കാര്യങ്ങൾ കണ്ടിട്ടുണ്ടെന്നും ഇപ്പോൾ എന്നോട് പറയാനായി ഒന്നും ഓർമ്മ വരുന്നില്ലെന്നും അയാൾ മറുപടി നല്കി. സ്വന്തം ജോലി സംബന്ധമായ കാര്യങ്ങൾ മാത്രമേ ഇപ്പോൾ ഓർക്കാൻ കഴിയുന്നുള്ളൂ എന്നും അയാൾ കൂട്ടിച്ചേർത്തു- പക്ഷികളെ പരിപോഷിപ്പിക്കലും സംരക്ഷിക്കലും മറ്റും. മൃഗങ്ങളിൽ അയാൾ നിരീക്ഷിച്ചിട്ടുള്ള മറ്റ് കാര്യങ്ങൾ എത്രതന്നെ ശ്രദ്ധേയമായി അന്ന് തോന്നിയിട്ടുണ്ടെങ്കിലും അതത്ര പ്രാധാന്യമുള്ളതല്ലാത്തതിനാൽ പെട്ടെന്ന് മറന്നുപോകുന്നു!

പിറ്റേന്ന് ഞാൻ ഒരു ജിപ്സിയോടൊപ്പം കുന്നിൻ പ്രദേശത്ത് കറങ്ങാൻ പോയി. ഞങ്ങളുടെ സംഭാഷണം കാട്ടുമൃഗങ്ങളിലേക്ക് തിരിഞ്ഞു. അയാൾ ഒരു മദ്ധ്യവയസ്കനാണ്, അയാളുടെ വംശത്തിന്റെ തികഞ്ഞ മാതൃക! നീലക്കണ്ണും ചെമ്പൻ മുടിയുമുള്ള തന്തയില്ലാത്ത ജിപ്സികളിൽ ഒരാളല്ല, എന്നാൽ റെഡ് ഇന്ത്യനെപ്പോലെ ഇരുണ്ട നിറവും കഴുകന്റേതുപോലുള്ള കണ്ണുകളും മെലിഞ്ഞ് കമ്പി പോലുള്ള ശരീരവും! പരിഷ്കൃതലോകത്തെ ഒരു പ്രാകൃത മനുഷ്യൻ. അയാളെ പിൻതുടരുന്ന മെലിഞ്ഞ് എലിയുടെ നിറത്തിലുള്ള നായയും അയാളുടേതായ രീതിയിൽ തികഞ്ഞവൻ തന്നെ. മനുഷ്യനും നായയും ഓരോരുത്തനും വേണ്ടി സൃഷ്ടിക്കപ്പെട്ടതുപോലെ! രാജ്യം മുഴുവൻ ചുറ്റിക്കറങ്ങിക്കൊണ്ടുള്ള അയാളുടെ ജീവിതം, വീടുകളോടുള്ള അയാളുടെ വെറുപ്പ്, ഏത് വീടിന്റെ ഉൾഭാഗവും അയാളിൽ ഉളവാക്കുന്ന ശ്വാസം മുട്ടലും അസ്വസ്ഥതയും എന്നിവയെക്കുറിച്ച് ആ മനുഷ്യൻ പറഞ്ഞപ്പോൾ എനിക്കയാളോട് അസൂയ തോന്നി, പക്ഷികളോടെനിക്ക് തോന്നുന്ന അസൂയ പോലെ! ബംഗ്ലാവുകളിൽ ജീവിക്കുന്ന മനുഷ്യരോട് എനിക്കൊരിക്കലും അസൂയപ്പെടാൻ കഴിയില്ല. അവന്റേത് കാടൻ ജീവിതമാണ്. യഥാർത്ഥ ജീവിതം; മറ്റൊന്നും ജീവിക്കാനർഹതയുള്ളതല്ലെന്ന് എനിക്ക് തോന്നി.

'നിങ്ങൾക്കറിയാമോ" വന്യമൃഗങ്ങളെക്കുറിച്ചുള്ള ഞങ്ങളുടെ സംഭാഷണത്തിനിടയിൽ അയാൾ പറഞ്ഞു. "ഞങ്ങൾക്ക് മുള്ളൻ പന്നിയെ വളരെ ഇഷ്ടമാണ്.- മുയലുകളേക്കാളേറെ ഞങ്ങൾ അവയെ ഇഷ്ടപ്പെടുന്നു?"

"കൊള്ളാം, എനിക്കും അപ്രകാരം തന്നെ." ഞാൻ അഭിപ്രായപ്പെട്ടു. എനിക്കതെത്ര ഉറപ്പില്ലായിരുന്നു, എന്നാൽ ഞാൻ അയാളോട് പറഞ്ഞത് അങ്ങനെ ആയിരുന്നു.

"എന്നാൽ നിങ്ങൾ ഇപ്പോൾ മുള്ളൻ പന്നികളെക്കുറിച്ച് പറയുക." ഞാൻ പറഞ്ഞു; അതിന് ചില വിചിത്രമായ ശീലങ്ങൾ ഉണ്ടെന്ന് ചിന്തിക്കുമ്പോൾ രസം തോന്നുന്നു. എന്നാൽ ഈ വിഷയത്തെക്കുറിച്ച് ഞാൻ ചർച്ച ചെയ്തിട്ടുള്ള വനപാലകർക്കോ മറ്റുള്ളവർക്കോ ഇക്കാര്യത്തെക്കുറിച്ച് ഒന്നും പറയാൻ കഴിഞ്ഞിട്ടില്ല. എന്റെ നിരീക്ഷണത്തിൽനിന്നും എനിക്കൊന്നും കണ്ടെത്താൻ കഴിഞ്ഞിട്ടില്ല. എന്നാലും ആ കൊച്ചു മൃഗങ്ങളെക്കുറിച്ച് അറിയാവുന്നതെല്ലാം അറിഞ്ഞു കഴിഞ്ഞിട്ടുണ്ടെന്ന് ആളുകൾ സങ്കല്പിക്കുന്നു. നൂറോ അഞ്ഞൂറോ പുസ്തകങ്ങളിൽ നിങ്ങൾക്കവന്റെ ചരിത്രം കണ്ടെത്താൻ കഴിയും. നമ്മുടെ ബ്രിട്ടീഷ് മൃഗങ്ങളെക്കുറിച്ച് മൂന്ന് വാല്യങ്ങളുള്ള വലിയൊരു പുസ്തകമുണ്ട്. അത് നിങ്ങളുടെ സ്വന്തം ശക്തികൊണ്ട് നിലത്തുനിന്ന് എടുത്തുപൊക്കാൻ പ്രയാസമാണ്. മുള്ളൻ പന്നിയെക്കുറിച്ചതിൽ അതിന്റെ ഗ്രന്ഥകാരൻ അറിയാവുന്ന കാര്യങ്ങളെല്ലാം സംഭരിച്ച് നിരത്തിയിട്ടുണ്ട്. എന്നാൽ എനിക്ക് ആവശ്യമുള്ള വിവരം മാത്രം കൊടുത്തിട്ടില്ല. അതിന് വേണ്ടിയാണ് ഞാൻ ആ പുസ്തകം പരിശോധിച്ചതുതന്നെ! എന്റെ ഒരു സുഹൃത്ത് ഒരിക്കൽ

കണ്ട കാര്യം ഇതാ. അയാൾ ഒരു പ്രകൃതി ശാസ്ത്ര പണ്ഡിതനല്ല, ഒരു നായാട്ടുകാരനോ വന്യമൃഗപാലകനോ അല്ല, ഒരു ജിപ്സിയുമല്ല; അയാൾ മൃഗങ്ങളെ നിരീക്ഷിക്കാനോ അവരുടെ രീതികൾ മനസ്സിലാക്കാനോ ആഗ്രഹിക്കുന്നവനല്ല; അയാൾ രാവും പകലും എഴുത്തുമായി കഴിയുന്നവനാണ്. സദാസമയം പുസ്തകങ്ങൾക്കിടയിൽ എഴുത്തുമായി കഴിയുന്നവൻ, എന്നിട്ടും പ്രകൃതി ശാസ്ത്രപണ്ഡിതന്മാരോ മൃഗപാലകരോ കണ്ടിട്ടില്ലാത്ത ചിലത് അയാൾ കണ്ടിരിക്കുന്നു. കാടിനുള്ളിലുള്ള ഒരു ഒറ്റയടിപ്പാതയിലൂടെ ഒരു നിലാവുള്ള രാത്രി അയാൾ വീട്ടിലേക്ക് നടന്നു പോകുകയായിരുന്നു. അപ്പോൾ അല്പം ദൂരെ നിന്നയാൾ ഒരു വിചിത്ര ശബ്ദം കേട്ടു. ശബ്ദം കുറഞ്ഞ ഒരുതരം ചൂളമടി, ഒരു വവ്വാലിന്റേതുപോലെ വളരെ മൂർച്ചയുള്ള ശബ്ദം. അയാൾ വളരെ ശ്രദ്ധയോടെ മുന്നോട്ടുനടന്നു. ഒടുവിൽ രണ്ട് മുള്ളൻ പന്നികൾ വഴിയിൽ മുഖാമുഖം നില്ക്കുന്നതയാൾ ഒളിച്ചുനിന്ന് കണ്ടു, അവരുടെ മൂക്കുകൾ പരസ്പരം കൂട്ടിമുട്ടിയിട്ടുണ്ട്. ഏതാനും നിമിഷങ്ങൾ അയാൾ അവരെ നിരീക്ഷിച്ചും ശബ്ദം കേട്ടും അവിടെ നിന്നു; പിന്നെ കുറച്ചുകൂടി അടുത്ത് ചെല്ലാനയാൾ ശ്രമിച്ചു; അവർ ഓടിപ്പോയി.

അത്തരം ഒരു കാര്യം എപ്പോഴെങ്കിലും കണ്ടിട്ടുണ്ടോ എന്ന് ഒരു ഡസൻ മൃഗപരിപാലകരോടെങ്കിലും ഞാൻ ചോദിച്ചിട്ടുണ്ട്. എന്നാൽ ആരും കണ്ടിട്ടില്ലെന്ന് മറുപടി നല്കി. ഒരു പക്ഷിയെപ്പോലെ അല്ലെങ്കിൽ ഒരു ചുണ്ടെലിയെപ്പോലെ ചിലയ്ക്കുന്ന മുള്ളൻ പന്നിയെ അവർ ഒരിക്കലും കണ്ടിട്ടില്ല. അവർ ഒരു കെണിയിൽ അകപ്പെട്ടാൽ ഒരു മുയലിനെപ്പോലെ ചീറുന്നത് മാത്രമാണവർ കേട്ടിട്ടുള്ളത്. ഇപ്പോൾ അതിനെക്കുറിച്ച് നിങ്ങൾക്ക് എന്താണ് പറയാനുള്ളത്?

“അത്തരമൊരു കാര്യം ഞാൻ ഒരിക്കലും കണ്ടിട്ടില്ല.” ആ ജിപ്സി പറഞ്ഞു. “മുള്ളൻപന്നി രാത്രി ആദ്യമായി പുറത്തുവരുമ്പോൾ, ചെറിയൊരു ചൂളമടി ശബ്ദം പുറപ്പെടുവിക്കാറുണ്ടെന്നു മാത്രം എനിക്കറിയാം. അതൊരുതരം വിളിച്ചുണർത്തലാണെന്ന് വിശ്വസിക്കുന്നു. നിങ്ങൾ മുള്ളൻ പന്നികളിലും മറ്റ് കൊച്ചുമൃഗങ്ങളിലും വിചിത്രമായ പല കാര്യങ്ങളും കണ്ടിട്ടുണ്ടായിരിക്കുമെന്ന കാര്യത്തിൽ എനിക്ക് സംശയമില്ല. ഞാൻ പറഞ്ഞു, “എനിക്കവയേക്കാൾ ആഗ്രഹമുണ്ട്.”

അതെ, അയാൾ ആദ്യാവസാനം ഒരുപാട് വിചിത്രസംഭവങ്ങൾ രാവും പകലും കണ്ടിട്ടുണ്ട്. കട്ടിലും മറ്റ് സ്ഥലങ്ങളിലും, അയാൾ മറുപടി നല്കി, പിന്നെ തുടർന്നു എന്നാൽ, നിങ്ങൾ നോക്കൂ, അതിതുപോലെയാണ്. ഇപ്പോൾ അത് വളരെ വിചിത്രമായ കാര്യമാണ്. പിന്നെ അത് നിങ്ങൾ പാടെ മറന്നുപോകുന്നു. നിങ്ങൾ മനസ്സിലാക്കുന്നോ, നമ്മൾ അത്തരം കാര്യങ്ങളൊന്നും ശേഖരിച്ചുവെക്കുന്നില്ല. ഞങ്ങൾ പഠിപ്പുള്ളവരല്ല. പുസ്തകങ്ങളിൽ പറഞ്ഞിട്ടുള്ളതൊന്നും ഞങ്ങൾക്കറിയില്ല. ഞങ്ങൾ ചിലത് കാണുന്നു. എന്നിട്ട് പറയുന്നു, ഇതുപോലൊരു കാര്യം ഞങ്ങൾ ഒരിക്കലും കാണുകയോ കേൾക്കുകയോ ഉണ്ടായിട്ടില്ലെന്ന്;

എന്നാൽ മറ്റുള്ളവർ അത് കണ്ടിട്ടുണ്ടായിരിക്കാം. നിങ്ങൾക്കത് പുസ്തകങ്ങളിൽ കണ്ടെത്താൻ കഴിയുമായിരിക്കാം. അപ്പോൾ അങ്ങനെയാണത്! ഞാൻ അവയൊന്നും മറന്നിട്ടില്ലെങ്കിൽ ഒരുപാട് വിചിത്രകാര്യങ്ങൾ എനിക്ക് നിങ്ങളോട് പറയാൻ കഴിഞ്ഞേനെ!"

അത്രമാത്രമേ അയാൾക്ക് പറയാൻ കഴിഞ്ഞുള്ളൂ; മറ്റ് ചുരുക്കം പേർക്ക് കൂടുതൽ പറയാൻ കഴിഞ്ഞേക്കും. ആ ചുരുക്കം പേരിൽ ഒരാളാണ് കാലെബ്. അതെന്തുകൊണ്ടെന്ന് ആരും അത്ഭുതപ്പെട്ടു പോകും. കാരണം അയാൾ എപ്പോഴും വയലിലും കുന്നിൻ പ്രദേശത്തും തന്റേതായ ജോലികളിൽ മുഴുകിയിരിക്കുകയായിരിക്കും. അവിടെ കാട്ടുമൃഗങ്ങൾ അത്ര അധികം കാണപ്പെടുന്നില്ല. അതുകൊണ്ട് വനപാലകരുമായി താരതമ്യപ്പെടുത്തുമ്പോൾ അയാളുടെ അവസരങ്ങൾ വളരെ ചുരുക്കമാണ്. അയാൾക്ക് മൃഗങ്ങളോടുള്ള സഹാനുഭൂതി മൂലമാണ്, അവരുടെ പ്രവൃത്തികൾ അയാളുടെ ഓർമ്മയിൽ പതിഞ്ഞുകിടക്കുന്നത്! എന്തുകൊണ്ടെന്നാൽ വൈകാരികതയോടെയാണയാൾ അവയെ കണ്ടിട്ടുള്ളത്. അയാൾ എത്ര നന്നായിട്ടാണ് സ്വന്തം ഇടയ നായകളെ ഓർക്കുന്നതെന്നും അവയെക്കുറിച്ചുള്ള വിവരണത്തിൽ അവയുടെ വ്യത്യസ്ത സ്വഭാവങ്ങളെക്കുറിച്ച് എത്ര സ്പഷ്ടമായാണ് ചിത്രീകരിച്ചിരിക്കുന്നതെന്നും നമ്മൾ കണ്ടതാണ്. സ്വന്തം നായകളെക്കുറിച്ചു കാര്യമായൊന്നും പറയാനില്ലാത്ത ആട്ടിടയന്മാരെ ഞാൻ കണ്ടിട്ടുണ്ട്. ആ നായകൾ ജീവിച്ചിരിക്കുന്നിടത്തോളം കാലം അവർ അവയെ ഉപകാരപ്രദമായ സേവകരായി കരുതി, അതിൽ കൂടുതലൊന്നുമില്ല, മരിച്ചാൽ അവയെ വിസ്മരിക്കുകയും ചെയ്തു. കാലെബിന് തന്റെ നായകളോട് ഹൃദയസ്പൃക്കായ സ്നേഹമാണുണ്ടായിരുന്നത്. അതവരെ മറക്കുക എന്നത് അസാദ്ധ്യമാക്കി. മൃതിയടഞ്ഞ സുഹൃത്തുക്കളോടുള്ള മൃദുല വികാരത്തോടെ മാത്രമേ തന്റെ നായകളെ കുറിച്ചും അയാൾക്ക് ഓർക്കാനാകൂ. അതിൽത്താഴെയുള്ള അളവിൽ അയാൾക്ക് എല്ലാ മൃഗങ്ങളോടും അനുകമ്പ ഉണ്ടായിരുന്നു. ഏറ്റവും ചെറിയ ആരും കണക്കിലെടുക്കാത്ത ജീവികളോട് വരെ! വളരെ ചെറിയൊരു ജീവിയെക്കുറിച്ച് അയാൾ പറഞ്ഞ ഒരു സംഭവ കഥ ഞാൻ ഓർക്കുന്നു- ഒരു ചുണ്ടെലിയുടേത്.

ഒരുദിവസം അയാൾ തന്റെ ചെമ്മരിയാട്ടിൽ കൂട്ടവുമായി പുറത്തിറങ്ങിയപ്പോൾ, പെട്ടെന്ന് ഭയങ്കരക്കാറ്റും മഴയും വന്നപ്പോൾ, അടുത്തുള്ള വെട്ടിത്തെളിക്കാത്ത പഴയ ഹെഡ്ജിന്നകത്ത് അഭയംതേടേണ്ടിവന്നു. കരിയിലകൾ നിറഞ്ഞ ഒരു കുഴിയിലയാൾ ഇറങ്ങിനിന്നപ്പോൾ കാലിനരികിൽ നിന്ന് ചീറുന്ന കൊച്ചുശബ്ദംകേട്ട് അയാൾ ഞെട്ടിപ്പോയി! അയാൾ താഴോട്ട് നോക്കിയപ്പോൾ അയാളുടെ ബൂട്ട്സിനടുത്ത് കരിയിലകളിന്മേൽ നിന്നു സകല ശക്തിയുമെടുത്ത് ചീറുന്ന ഒരു ചുണ്ടെലിയെയാണ് കണ്ടത്. അതിന്റെ നീണ്ട് കൂർത്ത മോന്ത മുകളിലേക്ക് പൊക്കി, വായ പൂർണ്ണമായും തുറന്നാണ് നില്പ്. അതിന് തൊട്ടുമുകളിൽ രണ്ട് മൂന്നിഞ്ച് ദൂരെ തവിട്ടു നിറമുള്ള ചെറിയൊരു ചിത്രശലഭം വട്ടമിട്ടുപറക്കുന്നു. ചുണ്ട

നെലി ചീറിക്കൊണ്ടിരിക്കവെ ഏതാനും നിമിഷങ്ങൾ അത് പറക്കൽ തുടർന്നു. പിന്നെ അത് ദ്രുതഗതിയിൽ പറന്നകന്നു പോയി. ചുണ്ടനെലി കരിയിലകൾക്കിടയിൽ അപ്രത്യക്ഷനായി!

ഈ കൊച്ചുസംഭവം വിവരിക്കവെ കാലെമ്പ് ചിരിച്ചു(അവനെ സംബന്ധിച്ചിടത്തോളം ചിരി ഒരു അപൂർവ്വസംഭവമാണ്) പിന്നെ അഭിപ്രായപ്പെട്ടു. "ഒരു കൊച്ചുചിത്രശലഭത്തെ പിടിക്കാൻ കഴിയാതിരുന്നതിനാൽ ആ ചുണ്ടനെലി കരയുകയായിരുന്നു."

ആ ആട്ടിടയന്റെ അനുമാനം തെറ്റായിരുന്നു. അയാൾക്കറിയില്ല. ചുണ്ടനെലിയുടെ വിചിത്രമായ ശീലം അത്ഭുതപ്പെടുമ്പോഴോ അപകടത്തിൽപെടുമ്പോഴോ അത് നിശ്ചലനായി നിന്ന് ചീറിവിളിക്കും. അയാളുടെ കാൽ അടുത്തുവെച്ചതോടെ അത് ചീറാൻ തുടങ്ങി. ആ ചെറിയ ചിത്രശലഭം അതേസമയം അവനെ അസ്വസ്ഥനാക്കി. എന്ന കാര്യത്തിൽ സംശയമില്ല. സന്ദർഭവശാൽ സംഭവിച്ചതാണത്. അയാൾ പറഞ്ഞ ഒരു പക്ഷിയുമായി ബന്ധപ്പെട്ട ഒരു കൊച്ചുകഥ ഞാനിവിടെ ഓർത്തുപോകുന്നു. ഒരു നീണ്ട ചെവിയുള്ള ഒരു മൂങ്ങയുടെ കഥ.

ഒരു വേനൽക്കാലത്ത് ഭയങ്കര വരൾച്ച ഉണ്ടായി; ഉണങ്ങിവരണ്ട കടുപ്പമുള്ള മേച്ചിൽസ്ഥലത്തുനിന്ന് കിട്ടാറുള്ള പതിവ് ആഹാരം മുടങ്ങിയപ്പോൾ കാക്കക്കൂട്ടങ്ങൾ കിഴങ്ങുകൾ കൊത്തിപ്പറിക്കാൻ തുടങ്ങി. കർഷകർ തങ്ങളുടെ മധുര മുള്ളങ്കികൾ പാടത്തിന് മുകളിൽ നൂലും ചരടും മറ്റും കെട്ടി കാക്കകളിൽ നിന്ന് സംരക്ഷിച്ചില്ലായിരുന്നെങ്കിൽ അത് മുഴുവൻ നശിപ്പിക്കപ്പെട്ടേനെ. ചെറിയ പൂന്തോട്ടങ്ങളിൽ വിത്ത് വിരിയുന്ന സമയത്ത് അവയെ കുരുവികളിൽനിന്ന് രക്ഷിക്കുന്നതുപോലെ ആയിരുന്നു ഇത്.

ഒരുദിവസം കാലെബ് ഒരു അസാധാരണ കാഴ്ച കണ്ടു; ഒരു ചാരവും തവിട്ടും കൂടിയ നിറത്തിലുള്ളൊരു വസ്തു മുള്ളങ്കി പാടത്ത് നില്ക്കുന്നു. അയാൾ നോക്കിനില്ക്കവെ അത് രണ്ടോ മൂന്നോ അടിയോളം മുകളിലേക്ക് പൊങ്ങി. പിന്നെ നിലം പതിച്ചു. ഈ വിചിത്രമായ ചലനം രണ്ടു മൂന്നു മിനിറ്റുനേരം ഇടവിട്ട് ആവർത്തിച്ചുകൊണ്ടിരുന്നു. ഒടുവിൽ എന്താണതെന്നറിയാനായി അയാൾ അതിന്റെ അടുത്തേക്ക് നടന്നു. അത് നീണ്ട കാതുകളുള്ള ഒരു മൂങ്ങയാണെന്ന് കണ്ടു. അയഞ്ഞു കിടന്ന ഒരു ചരടിൽ അതിന്റെ കാൽ സന്ദർഭവശാൽ കുടുങ്ങിപ്പോയതാണ്. അത് ആ പക്ഷിയെ ഏതാനും അടി മുകളിലേക്ക് പൊങ്ങാൻ അനുവദിക്കുന്നു. എന്നാൽ രക്ഷപ്പെടാനുള്ള ഓരോ ശ്രമവും അവസാനിച്ചത് വീണ്ടും നിലത്തേക്ക് വീഴ്ത്തലിലാണ്. അത് വളരെ മെലിഞ്ഞ് യാതൊരു ഭാരവുമില്ലാത്ത പക്ഷിയാണെന്ന് അതിനെ പൊക്കിയെടുത്ത് കാലിൽ ചുറ്റി പിണഞ്ഞ ചരടുകൾ അഴിച്ചു മാറ്റവെ അയാൾക്കനുഭവപ്പെട്ടു. രണ്ട് മൂന്നു ദിവസമായി അതവിടെ കിടുങ്ങി കിടക്കുകയാണെന്ന് അയാൾക്ക് തോന്നി. ഇത്രയും കടുത്ത നീണ്ടവേനൽക്കാല ദിവസങ്ങളിൽ ചുട്ടുപൊള്ളുന്ന വെയിലത്ത്, പാടത്തിന്റെ നടുവിൽ എങ്ങനെ അത് ചാകാതെ കിടന്നു

എന്നതാണത്ഭുതം! എന്നിട്ടും അതിന്റെ തൂവലുകൾ വളരെ മനോഹര മായിരുന്നു. അതുപോലെ തന്നെ സുന്ദരമായിരുന്നു അതിന്റെ നീണ്ട കാതുകളും, ഓറഞ്ച് മഞ്ഞനിറമുള്ള ഉണ്ടക്കണ്ണുകളും! ആ കണ്ണുകളിലെ ജ്വലിക്കുന്ന തിളക്കം മരണത്തിനു മാത്രമേ മായ്ക്കാനാകൂ! അതിനെ സൂക്ഷ്മമായി നിരീക്ഷിച്ചപ്പോൾ കാലെബിന് ആദ്യം തോന്നിയത്. ആ പക്ഷിയെ സ്റ്റഫ് ചെയ്ത് ഒരു ചില്ല് കൂട്ടിൽ വെച്ചാൽ മനോഹരമായൊരു പാരിതോഷികമായിരിക്കും എന്നാണ്. എന്നാൽ, അയാൾ അതിനെ തലയ്ക്കു മുകളിൽ പൊക്കിപ്പിടിച്ച് പറന്നുപോകാനനുവദിക്കുകയാണു ണ്ടായത്. അപ്പോൾ അത് ഏകദേശം പതിനഞ്ച്. വാരയോളം പറന്ന്, മുള്ളങ്കികൾക്കിടയിൽ വീണു. അതിനുശേഷം ഏതാനും അടിദൂരം നട ന്നു, പിന്നെയും കഷ്ടപ്പെട്ട് എഴുന്നേറ്റ് അതിവേഗം ശക്തി വീണ്ടെടുത്ത്, പാടത്തിനു മീതെ പറന്നു. ഒടുവിൽ അപ്പുറത്തുള്ള കാടിന്റെ തണലിൽ അപ്രത്യക്ഷമായി.

ഈ വസ്തുതകൾ വിവരിക്കുമ്പോൾ ആ ശബ്ദം, ആ രീതി, കണ്ണു കളിലെ ഭാവപ്രകടനം എന്നിവ വാക്കുകൾക്കതീതമായിരുന്നു. ഇത്രയും നീണ്ട കാലം അയാളുടെ ഓർമ്മകളിൽ മായാതെ നിലനിന്ന ഈ സംഭ വങ്ങൾ ഹൃദയസ്പൃക്കായ രീതിയിൽ അയാൾ പ്രകടിപ്പിച്ചു.

വനപാലകന് ഈ വികാരം ഉണ്ടാക്കാൻ സാദ്ധ്യതയില്ല. അയാൾ തന്റെ ജോലി ഏറ്റവും ഊർജ്ജസ്വലതയോടെ നിർവ്വഹിക്കും. സഹാനു ഭൂതിപോലും പ്രകടിപ്പിക്കും. കാരണം, കാട്ടുമൃഗങ്ങൾക്കിടയിലാണ് അയാൾ സ്വന്തം ജീവിതം ചിലവഴിക്കുന്നത്, എന്നാൽ, അതെല്ലാം അതി വേഗം നഷ്ടമാകുന്നു! അയാളുടെ കാട്ടിലെ പണി അവയെ കൊല്ലലാണ്. ജീവിച്ചിരിക്കുന്ന മൃഗങ്ങളോടുള്ള എല്ലാ താല്പര്യങ്ങളും അത് നശിപ്പി ക്കുന്നു. ജീവിതത്തിൽനിന്നും മനസ്സിൽനിന്നും. അതുകൊണ്ട് അവന് ഏതെങ്കിലും ഒരു മൃഗത്തിന്റെ അസാധാരണ പ്രവൃത്തിയോ അവ സ്ഥയോ ഓർക്കാൻ കഴിഞ്ഞെങ്കിൽ അത് തീർച്ചയായും അതിശയകര മായൊരു കാര്യം തന്നെ ആയിരിക്കും! അത് നിരീക്ഷിക്കുന്നതിനേക്കാൾ മുമ്പ് അവന്റെ തോളിലെ തോക്ക് നിറയൊഴിച്ചിട്ടുണ്ടാകും!.

ഗ്രാമത്തിന്റെ യജമാനൻ

എന്റെ കുന്നിൻപ്രദേശങ്ങളിലെ സഞ്ചാരങ്ങൾക്കിടെ ജന്മിയോ പ്രതാപിയോ ദാനശീലനോ ഇല്ലാത്തൊരു ഗ്രാമം കണ്ടെത്തുന്നത് എപ്പോഴും ഒരാശ്വാസമാണ്- സത്യത്തിൽ തികഞ്ഞ ഒരാനന്ദം- കാരണം, എല്ലാവരുടേയും എല്ലാറ്റിന്റെയും ആധിപത്യം ഇവർക്കാണ്. അവനു വേണമെങ്കിൽ സമൂഹത്തിൽ ദൈവമായിട്ടുപോലും ഒരു കളി കളിക്കാം! എനിക്കവനോട് വ്യക്തിപരമായി എതിർപ്പൊന്നുമില്ല. അവൻ ചിലപ്പോൾ കുറെയൊക്കെ മനുഷ്യത്വമുള്ളവനായിരിക്കും, പൂർണ്ണമായുമല്ലെങ്കിലും! എനിക്ക് ഒട്ടും ഇഷ്ടമില്ലാത്തത് അവന്റെ പദവിയുടെ പ്രയോജനമാണ് (പിഗ്മികൾക്കിടയിലെ രാക്ഷസൻ അവന് ചുറ്റുമുള്ള താഴ്ന്നവരുടെ മനസ്സിൽ അവന്റെ പദവി സൃഷ്ടിക്കുന്ന പ്രത്യാഘാതം ഈ ഇത്തിക്കണ്ണികളെ അവൻ ഇഷ്ടപ്പെട്ടാലും ഇല്ലെങ്കിലും അവന്റെ തണലിൽ അടിമനോഭാവവും കാപട്യവും ഇത്തിക്കണ്ണി സ്വഭാവവും വളർന്ന് വികസിക്കുന്നു. സാധാരണ രീതിയിൽ അവൻ അവരെ ഇഷ്ടപ്പെടുന്നു. കാരണം അവന് അവർക്കിടയിൽ ഉന്നതനായി നിലകൊള്ളുവാൻ ഇഷ്ടമാണ്. എന്നാൽ എന്നും ഓരോ മണിക്കൂറും അവൻ നോക്കുന്ന എല്ലാ മുഖത്തും അതിന്റെ മനോഹര ചിഹ്നം കണ്ടില്ലെങ്കിൽ അവൻ എങ്ങനെ അത് മനസ്സിലാക്കാനാണ്? എന്റെ മനസ്സിൽ തോന്നുന്നത് കൂടുതൽ കഠിനമായ അവസ്ഥകളും ദാരിദ്ര്യവും മാറ്റാനാവാത്ത കഷ്ടപ്പാടുകളും ഭേദമാകുന്നത് മനുഷ്യർ അവരവരുടെ ഭാഗധേയം സ്വയം നിർണ്ണയിക്കുമ്പോഴാണെന്നാണ്! ഇക്കാര്യത്തെസംബന്ധിച്ച് കാലെബിന്റെ ജന്മഗ്രാമത്തിൽ ഞാൻ ആദ്യസന്ദർശത്തിൽ നടത്തിയ കണ്ടെത്തലിൽ എനിക്ക് അതിയായ സന്തോഷമുണ്ട്. അതായത്, അവിടെ ധനികരോ മറ്റ് വലിയവരോ ഇടവക വികാരിയൊഴിച്ച് മറ്റ് മാന്യമാരോ ഇല്ല; വികാരി ഒരു ധനിക

നായിരുന്നില്ല. അങ്ങനെ ഉപജീവനത്തിനുള്ളത് സ്വയം കണ്ടെത്തുകയും കഠിനമായ ഈ ലോകത്ത് നിലനിന്നുപോകാൻ സ്വയം പോരാടിക്കൊണ്ടിരിക്കുകയും ചെയ്യുന്ന അനാഥമാക്കപ്പെട്ട ഗ്രാമങ്ങളിലൊന്നായിരുന്നു അത്! അവിടത്തെ വൃദ്ധസ്ത്രീകൾക്ക് മറ്റിടങ്ങളിൽ കിട്ടിയിരുന്നതുപോലെ പുതപ്പോ കൽക്കരിയോ കിട്ടിയിരുന്നില്ല. വലിയ ഫാം ഉടമകളും അവിടെ ഇല്ലായിരുന്നു. തീർച്ചയായും മാന്യരായ കർഷകർ ആരുമില്ലായിരുന്നു. അവർ അധികവും എളിയ മനുഷ്യരായിരുന്നു. തങ്ങളുടെ കർഷകത്തൊഴിലാളികളിൽനിന്ന് സംസാരത്തിലും കാഴ്ചയിലും ആ കർഷകർ വ്യത്യസ്തരായിരുന്നില്ല!

ഇത്തരം ചെറിയ ഒറ്റപ്പെട്ടു കിടക്കുന്ന സമൂഹങ്ങളിൽ മറ്റുള്ളവരിൽ നിന്ന് ഉയരങ്ങളിലേക്ക് പൊന്തിവരുകയും അവയ്ക്കുമേൽ ഒരുതരം ആധിപത്യം സ്ഥാപിക്കുകയും ചെയ്ത മനുഷ്യനെ കാണുക പതിവാണ്. സാധാരണയായി അവർ മറ്റുള്ളവരേക്കാൾ കൂടുതൽ ബുദ്ധിയുള്ളവർ ഒന്നുമല്ല. അവർ തമ്മിലുള്ള പ്രധാന വ്യത്യാസം അവർ കൂടുതൽ കടുപ്പമുള്ളവരും കൂടുതൽ ഗ്രഹണ ശക്തിയുള്ളവരും കൂടുതൽ ആത്മനിയന്ത്രണമുള്ളവരും ആണ് എന്നത്രെ. ഈ ഗുണങ്ങൾ സാവധാനം ഒരു മനുഷ്യനെ അല്പം മാറ്റി നിർത്തി, മറ്റുള്ളവരേക്കാൾ അല്പം ഉയരത്തിൽ പ്രതിഷ്ഠിക്കുന്നു. അവൻ അധികാരത്തിന്റെ സ്വാദ് അറിയുന്നു. കടുവ രക്തത്തിന്റെ സ്വാദ് ആദ്യമായി അറിയുന്നതുപോലെ, അതവനിൽ പ്രതികരിക്കുന്നു. അന്നുമുതൽ അവനിൽ തന്റേതായ ആദർശങ്ങൾ തന്റേതായ ലക്ഷ്യങ്ങൾ എന്നിവ ആധിപത്യം നേടുന്നു ഉന്നതപദത്തിലെത്തുവാൻവേണ്ടി! ഒരു അയൽവാസിക്ക് കിട്ടാവുന്ന ഏറ്റവും അരോചകനായ മനുഷ്യനായിരിക്കാം അയാൾ- നീചൻ, അധാർമ്മികൻ, ദുരാഗ്രഹി, ക്രൂരമായി ഹിംസിക്കുന്നവൻ. പൊതുവെ അവൻ വെറുക്കപ്പെട്ടവനാണെങ്കിലും ഒരുതരം നാണംകെട്ട ബഹുമാനവും ആദരവും ആളുകൾ അയാളുടെ ആദർശങ്ങൾ പിൻതുടരുന്നതിലുള്ള ധീരതയോട് കാണിക്കുന്നു. അവൻ ഒരുയജമാന പദവിയിലേക്കുയരുന്നു. അവൻ ഒരു പൊലീസുകാരനോ മജിസ്ട്രേട്ടോ ഗവൺമെന്റ് അധികാരിയോ അല്ല; എന്നാൽ ഒരുകൂട്ടം ആളുകളുടെ തലവൻ അയാൾ എന്നും കാണുകയും കേൾക്കുകയും അറിയുകയും ചെയ്യുന്ന തന്നെപ്പോലുള്ളവരുടെ നേതാവ്! പഴയ പരിചയമുള്ള വസ്ത്രങ്ങൾ ധരിച്ച, ഒരു യഥാർത്ഥ മനുഷ്യൻ, ഒരു സഹ-ഗ്രാമീണൻ, ചെന്നായയെയോ നായയെയോപോലെ ആധിപത്യത്തിനായി പോരാടിയവൻ.

ഇത്തരത്തിലുള്ള ഒരു മനുഷ്യൻ വിന്റർ ബോൺ ബിഷപ്പിൽ ഉണ്ടായിരുന്നു. കാലെബ് തന്റെ സ്മരണയിൽ ഇയാളെക്കുറിച്ച് പലപ്പോഴും സൂചിപ്പിച്ചിട്ടുണ്ട്. കാരണം അയാൾ ഒരു ആട്ടിടയന്റെ മനസ്സിൽ ശക്തമായൊരു മുദ്ര പതിപ്പിച്ചിട്ടുണ്ട്- ആരോചകമായ രീതിയിലാണെങ്കിലും, പിതാവായ ഐസക്കിന്റേതും ഡൗട്ടനിലെ മി. എല്ലേർബിയുടെതും പോലെ! അയാൾ കരുത്തുറ്റ ഒരു സ്വഭാവത്തിന്റെ ഉടമയായിരുന്നെന്നു

മാത്രമല്ല ഒരു അരക്കിറുക്കനുമായിരുന്നു, ഒരു അവലക്ഷണം പിടിച്ച രൂപമായിരുന്നു അയാളുടേത്.

ഈ വ്യക്തിയുടെ വിചിത്രമായ നാമം എലീജാരാവെൻ എന്നായിരുന്നു! ആ ഗ്രാമത്തിൽ ജനിച്ച്, പരമാവധി പ്രായമാകുന്നതുവരെ ജീവിച്ച്, മരിച്ച ആളാണദ്ദേഹം. ആ കുടുംബത്തിലെ അവസാന സന്തതി. അച്ഛനിൽനിന്ന് പരമ്പരാഗതമായി ലഭിച്ച ഒരു കൊച്ചുവീട്ടിലാണ് താമസിച്ചിരുന്നത്. ഗ്രാമവീഥിയുടെ ഏകദേശം മദ്ധ്യത്തിലായിരുന്നു ആ വീട് സ്ഥിതി ചെയ്തിരുന്നത്. അതൊരു ശാന്തമായ മരംകൊണ്ടുള്ള വീടായിരുന്നു. ഒരുകുടിലിനേക്കാൾ അല്പം വലുത്. ഓല മേഞ്ഞത്. അതിന് പിന്നിൽ ചില ഔട്ട് ഹൗസുകൾ, ഒരു ചെറിയ പറമ്പ്, പതിനഞ്ച് ഏക്കറോളം വിസ്തീർണ്ണമുള്ള ഒരു വയൽ എന്നിവയുണ്ട്. ഇവിടെ മറ്റൊരാളോടൊപ്പമാണയാൾ താമസിച്ചിരുന്നത്. ഒരു വൃദ്ധൻ, ഭക്ഷണംപാകം ചെയ്യലും മറ്റ് വീട്ടുപണികളും ഈ വൃദ്ധനാണ് ചെയ്തിരുന്നത്. ഈ വൃദ്ധന്റെ മരണശേഷം ഒറ്റയ്ക്കായിരുന്നു അയാളുടെ വാസം. അയാൾ ഒരു അവിവാഹിതനായിരുന്നെന്നുമാത്രമല്ല, ഒരു സ്ത്രീയേയും അകത്ത് കടക്കാൻ അനുവദിക്കുകയും ചെയ്തിരുന്നില്ല. എലീജായുടെ ഒരു ആശയം കാര്യലാഭത്തിനായി മറ്റുള്ളവരെ ഉപയോഗിക്കുക എന്നതായിരുന്നു. തന്നെ സ്വയം ഗ്രാമാധിപനായി ഉയർത്തുക. തുടക്കത്തിൽ ദരിദ്രനായ അയാൾ ചെറിയൊരു ഫാമിൽ ആണ് ജോലി ചെയ്തിരുന്നത്, പിന്നീട് അടുത്തുള്ള ഒരു കഷണം വയലും, പുൽത്തകിടിയും മറ്റും വാങ്ങി, കുറച്ച് ചെമ്മരിയാടുകളേയും പശുക്കളേയും വളർത്താനും കുതിരകളെ വാങ്ങാനും വില്ക്കാനും, കുഞ്ഞുങ്ങളെ ഉല്പാദിപ്പിക്കാനും വളർത്തി വലുതാക്കാനും തുടങ്ങി. വളരെ കുറഞ്ഞ കൂലിക്കാണയാൾ ജോലിക്കാരെ നിർത്തിയിരുന്നത്! ജോലിയില്ലാതിരുന്ന പാവങ്ങളെയും ജിപ്സികളെയും മറ്റും; സാധാരണ പണക്കാർക്ക് കൊടുക്കുന്നതിന്റെ പാതി കൂലി കൊടുത്താൽ മതി ഇവർക്ക്! ചികിത്സയ്ക്കുവേണ്ടിയോ അല്ലെങ്കിൽ മറ്റെന്തെങ്കിലും അത്യാവശ്യത്തിനുവേണ്ടിയോ ഒരു ദരിദ്രന് പെട്ടെന്ന് പണം ആവശ്യമായി വന്നാൽ, അവനത് തൽക്ഷണം എലിജായിൽ നിന്ന് ലഭിക്കും- കടമായിട്ടല്ല; കാരണം, എലീജാ കടം കൊടുക്കുകയോ വാങ്ങുകയോ- ഇല്ല.- എന്നാൽ, അവന് തന്റെ പക്കലുള്ളതെന്തും അയാൾക്ക് വില്ക്കാം ഒരു കുതിരയോ പശുവോ ഇടയനായയോ ഫർണിച്ചറോ; അവന് വില്ക്കാനൊന്നുമില്ലെങ്കിൽ എലീജാ അവന് ചെയ്യാൻ എന്തെങ്കിലും പണി കൊടുക്കും, അതിന് എന്തെങ്കിലും കൂലിയും കൊടുക്കും. മഹത്തായ കാര്യം എന്താണെന്നു വെച്ചാൽ എലീജായ്ക്ക് പണമുണ്ട്, അത് എപ്പോഴും കറങ്ങിക്കൊണ്ടിരിക്കാൻ അയാൾ അനുവദിക്കുന്നു എന്നതാണ്. അയാളുടെ മരണത്തിൽ അനേകായിരം പൗണ്ട് ആണ് അയാൾ വിട്ടുപോയത്. അതെല്ലാം ഒരു അകന്ന ബന്ധുവിന് ലഭിച്ചു. അങ്ങനെ അരോചകമായൊരു പേരാണെങ്കിലും അത് വിന്റർ ബോൺ ബിഷപ്പിൽ

മാത്രമല്ല, സാലിസ് ബറി പ്രദേശത്തെ മറ്റനേകം ഗ്രാമങ്ങളിലും ഇപ്പോഴും ഓർക്കുന്നു.

എലീജാ പൊക്കം കുറഞ്ഞവനും വിരിഞ്ഞ തോളുകളും അസാധാരണ വലിപ്പമുള്ള തലയും വലിയ കറുത്തകണ്ണുകളും ഉള്ള ഒരു മനുഷ്യനായിരുന്നു. അയാൾ ജീവിതത്തിലൊരിക്കലും തലമുടി വെട്ടിയിട്ടില്ലെന്ന് ആളുകൾ പറയുന്നു. അത് ഇടതൂർന്ന് ചുരുണ്ട് തോളുകൾ വരെ ഞാന്നുകിടക്കുന്നു. അയാൾ വൃദ്ധനായപ്പോൾ തലമുടിയും താടിമീശയും നരച്ചു, അപ്പോൾ അയാൾ ഭീകരനായ വെളുത്തൊരു മൂങ്ങയെപ്പോലെയുണ്ടെന്ന് ആളുകൾ പറഞ്ഞു. അമ്മമാർ കുഞ്ഞുങ്ങളെ പേടിപ്പിച്ച് ശാന്തരാക്കിയത് ഇപ്രകാരം പറഞ്ഞുകൊണ്ടായിരുന്നു: "നീ നന്നായി പെരുമാറിയില്ലെങ്കിൽ എലീജാ നിന്നെ പിടിച്ചുകൊണ്ടുപോകും." അയാളിത് അറിഞ്ഞ് കോപിച്ചു. അയാൾ ഒരിക്കലും ഒരുകുട്ടിയെ ശ്രദ്ധിച്ചിട്ടില്ലെങ്കിലും അയാളെ കുട്ടികൾ ഭീതിയോടെ തുറിച്ചുനോക്കുന്നതയാൾ വെറുത്തു. ഗ്രാമീണരിൽനിന്ന് തന്നെ കൂടുതൽ ഒഴിച്ചുനിർത്താനായി അയാൾ വീടിനു മുന്നിൽ ഹോള്ളി മരങ്ങളും യ്യൂ മരങ്ങളും നട്ടുവളർത്തി സാവധാനം വീട്ടിന് മുന്നിൽ നിബിഡമായി വളർന്നുവന്ന ഈ വൃക്ഷങ്ങൾ വീട് മറച്ചുകളഞ്ഞു. അയാളുടെ മരണശേഷം വൃക്ഷങ്ങളെല്ലാം മുറിച്ചുമാറ്റി. ഞാൻ ആ ഗ്രാമം ആദ്യം സന്ദർശിച്ചപ്പോൾത്തന്നെ ആ വൃക്ഷങ്ങളെല്ലാം പോയിരുന്നു. സന്ദർഭവശാൽ എനിക്കന്നവിടെ താമസിക്കാൻ ഇടം കിട്ടി. ഞാൻ ഇതുവരെ താമസിച്ചിട്ടില്ലാത്ത അസാധാരണമായ പഴയ മുറികൾ കിട്ടിയതിൽ ഞാൻ സ്വയം അഭിനന്ദിച്ചു. എലിജാ രാവെന്റെ വീടായിരുന്നു അതെന്ന് എനിക്കറിയില്ലായിരുന്നു. എനിക്കയാളുടെ പേര് വളരെക്കാലമായി സുപരിചിതമായിരുന്നെങ്കിലും! ഒരുദിവസം ആ നാട്ടുകാരിയായ കാര്യസ്ഥയോട് ഈ സ്ഥലത്തെക്കുറിച്ചുള്ള ചരിത്രം പറയാൻ ഞാൻ ആവശ്യപ്പെട്ടപ്പോഴാണ് കാര്യങ്ങൾ പുറത്തായത്! അവൾ ഒരു കൊച്ചുകുട്ടി ആയിരുന്നപ്പോൾ വലിയ വികൃതിയും ധീരതയുമുള്ളവളുമായിരുന്നത്രേ. അവൾ ചിലപ്പോൾ മുന്നിലെ പൊക്കംകുറഞ്ഞ മതിലിന് മുകളിൽ കയറി കനത്ത യ്യൂ മരച്ചില്ലകൾക്കിടയിൽ ഒളിച്ചിരുന്ന് ആ മൂങ്ങയെപ്പോലുള്ള വൃദ്ധനെ വാതിൽക്കലോ ജനാലയ്ക്കലോ ഒരു നോക്ക് കാണാനായി കാത്തിരിക്കുമായിരുന്നു.

വളരെ വർഷങ്ങൾ എലിജാ രണ്ട് പക്ഷികളെ വളർത്തിയിരുന്നു. ഒരുജോഡി വെളുത്ത മൂങ്ങകൾ!- അയാളോട് വളരെ സാമ്യമുള്ള രണ്ട് പക്ഷികൾ! അയാളുടെ കിടപ്പുമുറിയുടെ അറ്റത്തെ ഒരു കൊച്ചു അറയിലാണവ കഴിഞ്ഞിരുന്നത്. അതിലേക്ക് വരുവാൻ മേല്ക്കൂരയ്ക്ക് അടിയിലൂടെ ഒരുതുളയുണ്ട്. അവർ അവിടെ മനസ്സമാധാനത്തോടെ കഴിഞ്ഞു. വേനൽക്കാല സായാഹ്നങ്ങളിൽ ഗ്രാമത്തിലെ ഒരു സാധാരണ കാഴ്ചയാണ്, എലിജായുടെ മൂങ്ങകൾ വീട്ടിൽനിന്നും പുൽമേടുകളിലേക്ക് പറന്നുപോകുന്നതും കാൽനഖങ്ങളിൽ എലികളെ ഇറുക്കിപ്പിടിച്ചു തിരിച്ചു വരുന്നതും. ആ കാലത്ത് അച്ചടക്കമില്ലാത്ത കുട്ടികളെ ഭീഷണിപ്പെടു

ത്തുന്നത്, “വൃദ്ധൻ എലീജായുടെ മൂങ്ങകൾ നിന്നെ പിടിക്കും.” എന്നായിരുന്നു സ്വാഭാവികമായും കുട്ടികൾ വളർന്നുവരുന്നത്, ആ പക്ഷികളേയും വൃദ്ധനായ മൂങ്ങയെപ്പോലുള്ള മനുഷ്യനേയും തങ്ങളുടെ മനസ്സിൽ വെച്ചുകൊണ്ടായിരിക്കും.

നീണ്ട ഏകാന്ത ജീവിതത്തിൽ ഉടനീളം രണ്ട് മുറികൾ മാത്രമേ എലീജാ ഉപയോഗിച്ചിരുന്നുള്ളൂ എന്നത് വിചിത്രമാണ്! മറ്റുള്ളവ പൊടി പിടിച്ചും മാറാല പിടിച്ചും കിടപ്പാണ്. ഈ രണ്ട് മുറികളാണ് ഞാൻ അവിടെ താമസിക്കാൻ വന്നപ്പോൾ എനിക്ക് തന്നത്. ഒന്നാമത്തേത് എന്റെ സിറ്റിങ് റൂമാണ്. അതിന്റെ മേല്ക്കൂര അത്രയ്ക്ക് താഴ്ന്നതായിരുന്നതിനാൽ ഞാൻ നീണ്ടുനിവർന്നു നിന്നാൽ എന്റെ തലമുടി അതിൽ സ്പർശിക്കും. അതിന്റെ തറയിൽ ഇഷ്ടിക വിരിച്ചിരിക്കുന്നു. ഒരുവശത്ത് പഴയ തീകുണ്ഠമുണ്ട്. താഴ്ന്ന മേൽക്കൂരയുള്ള മുറിയാണെങ്കിലും വളരെ വിശാലമായതിനാൽ പുൽമേടുകളിൽ ചുറ്റിക്കറങ്ങി നനഞ്ഞു തണുത്ത് വരുമ്പോൾ അതിനുള്ളിൽ കയറി, തീച്ചൂളയിൽ വിറകിട്ടു കത്തിച്ച് തീകാഞ്ഞിരിക്കാൻ നല്ല രസമായിരുന്നു. രാത്രി ഇടുങ്ങിയ വളഞ്ഞ ചിതൽതിന്ന് ദ്രവിച്ച കോണിയിലൂടെ മുകളിലെ കിടപ്പുമുറിയിൽ ഞാൻ കയറി എത്തും. പിന്നെ കുറേനേരം ചാരനിറമുള്ള ചെറിയ ചതുരൻ ജാലകത്തിൽ കണ്ണും നട്ട് കിടക്കും. പുറമെ കാറ്റിന്റേയും മഴയുടെയും ഒച്ച ശ്രദ്ധിച്ച് ഞാൻ കിടക്കുമ്പോൾ ആ നീചനായ വൃദ്ധൻ മൂങ്ങ മനുഷ്യനും വർഷങ്ങളോളം രാത്രി അവിടെ കിടന്ന് അതേ ജാലകത്തിലേക്ക് മിഴിച്ചു നോക്കിയിരുന്നിട്ടുണ്ടാകുമല്ലോ എന്നു ഓർക്കും. അവിടെ ആ ശക്തനായിരുന്ന മനുഷ്യന്റെ പ്രേതബാധ ഉണ്ടായിരുന്നെങ്കിൽ ഈ രാത്രി എലീജാ രാവെന്റെ പ്രേതം എന്നെ സന്ദർശിക്കാൻ സാദ്ധ്യതയുണ്ടെന്ന് ഞാൻ കരുതി. എന്നാൽ അയാളുടെ മൂങ്ങയുടേതുപോലുള്ള മുഖം എനിക്കും ആ ഇരുണ്ട ജാലകത്തിനുമിടയിൽ ഒരിക്കലും പ്രത്യക്ഷപ്പെട്ടിട്ടില്ല. തണുത്ത ഭൂമിയിലില്ലാത്ത ഒരു നിശ്വാസം എന്നെ സ്പർശിച്ചതായും എനിക്ക് തോന്നിയിട്ടില്ല.

കാലത്തിനനുസരിച്ച് എലീജാ മെച്ചപ്പെട്ടില്ല. അയാളെ നീണ്ട തലമുടിക്കാരനും കൂടുതൽ മൂങ്ങമുഖക്കാരനും ആക്കിയ വർഷങ്ങൾ തന്നെ അയാളെ കൂടുതൽ പിശുക്കനും ആളുകളെ ചൂഷണം ചെയ്യുന്നവരുമാക്കിത്തീർത്തു. അയാളുടെ കൈയിൽനിന്നും കഷ്ടതകൾ അനുഭവിക്കാത്ത ഒരു ദരിദ്രനായ മനുഷ്യനും ആ ഗ്രാമത്തിൽ ഇല്ലായിരുന്നു. ഒറ്റക്കർഷകത്തൊഴിലാളിയോ ആട്ടിടയനോ ഫാം ജോലിക്കാരനോ അയാൾ ജോലിക്കുവെച്ച ഏതെങ്കിലും വൃദ്ധയോ! ഏറ്റവും ദരിദ്രർക്ക് യാതൊരു രക്ഷയുമില്ല. നാല്പെൻസ് ദിവസക്കൂലിക്ക് ആരെയെങ്കിലും അയാൾക്ക് കിട്ടിയാൽ അവനിൽനിന്ന് അതന്റെ ചെറിയൊരു ഭാഗം ഏതെങ്കിലും കാരണം കണ്ടുപിടിച്ച് അയാൾ പിടിച്ചുവെക്കും. എന്നാൽ ഏതെങ്കിലും ഒരവസരം ലഭിച്ചാൽ തന്നെക്കുറിച്ച് നല്ല അഭിപ്രായം മറ്റുള്ളവരിൽ സൃഷ്ടി

ക്കാനായി അയൽവാസികളെ വഴിവിട്ട് സഹായിക്കാൻ തയ്യാറാക്കുകയും ചെയ്യും.

കുറേക്കാലമായി ഒരുചെറിയ ബെനിഫിറ്റ് സൊസൈറ്റി അല്ലെങ്കിൽ ഒരു ക്ലബ്ബ് ആ ഗ്രാമത്തിൽ പ്രവർത്തിക്കുന്നുണ്ടായിരുന്നു, അതിൽ ആ ഇടവകയിലെ മിക്കവാറും എല്ലാ കർഷകത്തൊഴിലാളികളും അംഗങ്ങളായിരുന്നു. അറുപതോ എഴുപതോ അംഗങ്ങൾ ഉണ്ടായിരുന്നു. മൂന്ന് മാസം തോറുമാണ് വരിസംഖ്യ കൊടുത്തിരുന്നത്. എന്നാൽ നിയമം അത്ര കർശനമായിരുന്നില്ല. ഒരാൾ സുഖമില്ലാതെ കിടപ്പായാൽ പാതി ശമ്പളം ആഴ്ച തോറും ഫണ്ടിൽനിന്ന് കൊടുക്കുമായിരുന്നു, കൊല്ലത്തിലൊരിക്കൽ ഒരു ഡിന്നർ നടത്തും. ആ ക്ലബ്ബിന്റെ സെക്രട്ടറി ഒരു തൊഴിലാളിയായിരുന്നു അയാൾക്ക് പ്രായാധിക്യം മൂലം വിരലിൽ പേന പിടിച്ച് ഇടറാതെ എഴുതാൻപോലും പറ്റാത്ത അവസ്ഥയായി. ഇക്കാര്യത്തിൽ ഒരു തീരുമാനമെടുക്കാനായി ഒരു യോഗം വിളിച്ചുകൂട്ടി. അത് ഒരുധാരണയിലെത്തിക്കുക എന്നത് അത്ര എളുപ്പമുള്ള കാര്യമായിരുന്നില്ല. പുസ്തകങ്ങൾ ഏറ്റെടുത്ത് ശമ്പളമില്ലാത്ത ആ ഡ്യൂട്ടി ചെയ്യുവാൻ ചിലർ കഴിവുള്ളവരാണെങ്കിലും അവർ അതിന് തയ്യാറായിരുന്നില്ല. അവരിലാരും സുപ്രസിദ്ധരോ മറ്റ് അംഗങ്ങൾക്ക് വിശ്വാസം ഉള്ളവരോ ആയിരുന്നില്ല. അപ്പോഴാണ് എലീജാ രാവെൻ അവരുടെ രക്ഷക്കായി എത്തിയത്! അയാൾ ആ യോഗത്തിൽ പങ്കെടുത്തു. പ്രധാന ഒരു വ്യക്തി എന്ന നിലയിൽ അയാൾക്കതിന് അനുവാദമുണ്ടായിരുന്നു. ആ ഗ്രാമത്തിൽ അതിനർഹതയുണ്ടായിരുന്ന ഒരേ ഒരാൾ; അയാൾ എഴുന്നേറ്റുനിന്ന് സെക്രട്ടറി ആയി പ്രവർത്തിക്കാമെന്ന് പ്രസ്താവിച്ചു. അതൊരു വലിയ അത്ഭുതമായി തോന്നി! തൽക്ഷണം ആ അഭിപ്രായം ഐകകണ്ഠ്യേന അംഗീകരിക്കപ്പെട്ടു. എല്ലാ അരോചകമായ വികാരങ്ങളും വിസ്മരിക്കപ്പെട്ടു. ജീവിതത്തിലാദ്യമായി താൻ ഒരു നിസ്വാർത്ഥനാണെന്ന് പ്രശംസിക്കപ്പെടുന്നത് എലീജാ കേട്ടു, ഗ്രാമത്തിൽ അങ്ങനെ ഒരാൾ ഉള്ളത് നല്ലതാണെന്നും!

കുറച്ചുകാലം കാര്യങ്ങൾ വളരെ ഭംഗിയായി നീങ്ങി. ഏതാനും മാസങ്ങൾക്കുശേഷം ക്ലബ്ബിന്റെ വാർഷിക സദ്യ നടത്തപ്പെട്ടു. എലീജ തന്റെ മേൽനോട്ടക്കാലത്തെ കണക്കുകൾ അവതരിപ്പിച്ചു, ക്ലബ്ബിന് ഇരുന്നൂറ് പൗണ്ട് നീക്കിയിരിപ്പുണ്ടായിരുന്നു. അത് കഴിഞ്ഞ് അധികം നാൾ ആകുമ്പോഴേക്കും കുഴപ്പങ്ങൾ ആരംഭിച്ചു. എലിജാ തന്റെ സെക്രട്ടറി പദവി ദുരുപയോഗിച്ച് സ്വന്തം താല്പര്യങ്ങൾ നേടിയെടുക്കാനും അയാൾക്ക് ഇഷ്ടമില്ലാത്തവരോട് പഴയ പക തീർക്കുവാനും തുനിഞ്ഞു. ഒരാൾ തന്റെ ത്രൈമാസ വരിസംഖ്യയുമായി എത്തുമ്പോൾ ആ വ്യക്തി തനിക്കുവേണ്ടി ജോലി ചെയ്യാൻ മുമ്പ് വിസമ്മതിച്ചവനോ എന്തെങ്കിലും വഴക്കുണ്ടാക്കിയവനോ ആണെങ്കിൽ അവൻ വൈകിച്ച വരിസംഖ്യ വാങ്ങാൻ അയാൾ വിസമ്മതിച്ചു. അവൻ ഇനി ഒരു ക്ലബ്ബ് അംഗമല്ലെന്നയാൾ അവനോട് പറഞ്ഞു. അവസാനവരിസംഖ്യ മുടക്കിയവർക്ക് സിക്ക്പെ കൊടുക്കാനും അയാൾ സമ്മതിച്ചില്ല, അയാളുടെ കരിംപുസ്തകത്തിൽ ആ

അപേക്ഷകൻ പെട്ടിട്ടുണ്ടെങ്കിൽ! അധികം വൈകാതെ കാലെബുമായി അയാൾ ഏറ്റുമുട്ടി. അവനോടയാൾ ഒരു പ്രത്യേക പക വെച്ചു പുലർത്തിയിരുന്നു. ഈ ചെറിയ പ്രശ്നം ക്ലബ്ബ് പിരിച്ചുവിടുന്നതിലേക്ക് നയിച്ചു.

ഈ സമയത്ത് കാലെബ് ബാർട്ടലിസ്ക്രോസ്റ്റിലെ ഒരു വലിയ ഫാമിലെ മുഖ്യ ആട്ടിയനായിരുന്നു. ഗ്രാമത്തിൽനിന്ന് ഏകദേശം ഒന്നര മൈൽ ദൂരെയാണ് ഈ ഫാം സ്ഥിതി ചെയ്യുന്നത്. ആഗസ്ത് മാസത്തിലെ അത്യുഷ്ണമുള്ള ഒരുദിവസം അയാൾ ചെമ്മരിയാടുകളെ കുളിപ്പിക്കാൻ കൊണ്ടുപോയി. അവയെ ഫാമിൽനിന്ന് കുന്നിൻപ്രദേശത്തിലൂടെ നയിച്ച് ഗ്രാമത്തിന് ഒരുമൈൽ താഴെയുള്ള പനിനീർച്ചോലയിലേക്ക് കൊണ്ടുപോയി കുളിപ്പിക്കുന്നത് ഭയങ്കര ക്ലേശകരമായൊരു പണിയാണ്! അയാൾ വളരെ കഷ്ടപ്പെട്ട് ചൂടുകൊണ്ട് വിയർത്തുകുളിച്ചു തന്റെ ജോലി തുടങ്ങി. അയാൾ ഓരോ ആടിനെയും എടുത്ത് അരുവിയിൽ മുക്കി പുറത്ത് നിർത്തും. ഇപ്രകാരം ആടുകളെ വെള്ളത്തിൽ മുക്കിയെടുക്കുമ്പോൾ എപ്പോഴും വായ മുറുക്കി അടച്ചിരിക്കും; ഒരുതുള്ളി വെള്ളം പോലും വായിൽ തെറിച്ചു വീണെങ്കിലോ എന്ന ഭയത്തിലായിരുന്നു അത്; എന്നാൽ ഈ അവസരത്തിൽ നിർഭാഗ്യവശാൽ അയാളുടെ സഹായി എന്തോ കാര്യം സംസാരിച്ചപ്പോൾ അയാൾ അതിന് മറുപടി പറയാൻ നിർബ്ബന്ധിതനായി. അയാൾ വായ തുറന്ന ഉടനെ കൈയിലിരുന്ന ചെമ്മരിയാട് ഭയങ്കരമായി പിടഞ്ഞ് വെള്ളം അയാളുടെ മുഖത്തേക്കും വായിലേക്കും തെറിപ്പിച്ചു. പെട്ടെന്നതിൽനിന്ന് കഴിയാവുന്ന വിധത്തിലയാൾ രക്ഷപ്പെട്ടു. എന്നാലും അതിവേഗം വല്ലാത്ത അസ്വസ്ഥത അയാൾക്കനുഭവപ്പെട്ടു. ജോലി തീരുന്നതിനുമുമ്പ് രണ്ടോ മൂന്നോ പ്രാവശ്യം അയാൾക്ക് അവിടെയിരുന്ന് വിശ്രമമെടുക്കേണ്ടിവന്നു! എന്തായാലും കഷ്ടപ്പെട്ട് അയാൾ ആ പണി പൂർത്തിയാക്കി, ആട്ടിൻകൂട്ടത്തെ തിരിച്ചുകൊണ്ടുപോന്നു. അയാൾ സ്വന്തം കുടിലിലേക്ക് പോയി. കൂടുതൽ ഒന്നും ചെയ്യാനയാൾക്ക് കഴിഞ്ഞില്ല. എന്താണ് കാര്യമെന്നറിയാനായി ഫാം ഉടനെ അയാളുടെ കുടിലിലെത്തി, അയാൾ പനിപിടിച്ചു കിടക്കുന്നതാണ് ഫാം ഉടമ കണ്ടത്. മുഖവും തൊണ്ടയും വല്ലാതെ നീരുവന്ന് വീർത്തമട്ടുണ്ട്. “നിന്റെ നില മോശമാണെന്ന് തോന്നുന്നു. അദ്ദേഹം പറഞ്ഞു. “നീ ഡോക്ടറെ പോയി കാണണം. എന്നാൽ അഞ്ച് മൈൽ ദൂരെയുള്ള ഒരുഗ്രാമത്തിലാണ് ഡോക്ടർ താമസിക്കുന്നത്. തനിക്ക് അത്ര ദൂരം സഞ്ചരിക്കാനാവില്ലെന്ന് ബോക്കോസു മറുപടി പറഞ്ഞു. ഞാൻ വല്ലാതെ തളർന്നിരിക്കയാണ്. എനിക്ക് നടക്കാൻ കഴിയില്ല. യജമാനനെ, അങ്ങ് പണം ചിലവാക്കാൻ തയ്യാറായാലും.”

അപ്പോൾ ഫാം ഉടമ സ്വയം തന്റെ കുതിരപ്പുറത്തേറി ഡോക്ടറുടെ ഗ്രാമത്തിൽ പോയി അദ്ദേഹത്തെ കൂട്ടിക്കൊണ്ടുവന്നു. “യാതൊരു സംശയവുമില്ല. ഡോക്ടർ പറഞ്ഞു. “നിങ്ങളുടെ അകത്ത് വിഷം ചെന്നിട്ടുണ്ട്, അതേസമയം തണുപ്പും പിടികൂടിയിരിക്കുന്നു.” അസുഖം ആറാഴ്ചയോളം നീണ്ടുനിന്നു. പിന്നീട് ആട്ടിടയൻ ജോലിക്ക് ചേർന്നു. അപ്പോഴും

അയാൾ വളരെ ദുർബ്ബലനായിരുന്നു. അധികം താമസിയാതെ അവസരം വന്നപ്പോൾ അയാൾ രോഗകാലത്തെ ശമ്പളം ആവശ്യപ്പെടാനായി പോയി.- പ്രതിവാരം ആറ് ഷില്ലിങ് എന്ന നിരക്കിന് ആറാഴ്ചത്തെ വേതനം. അന്നയാളുടെ പ്രതിവാര വേതനം പന്ത്രണ്ട് ഷില്ലിങ് ആയിരുന്നു. എലീജാ തൽക്ഷണം അത് നിരസിച്ചു! അയാളുടെ വരിസംഖ്യ നിരവധി ആഴ്ചകളായി മുടങ്ങിക്കിടക്കുകയായിരുന്നു എന്നതായിരുന്നു അത് നിരസിക്കാനുള്ള കാരണം! അതിനാൽ അയാളുടെ എല്ലാവിധ അവകാശങ്ങളും എടുത്തു കളയപ്പെട്ടു. സുഖമില്ലാതെ കിടന്ന സമയത്ത് ഫാം ഉടമയിൽനിന്ന് തനിക്ക് വേതനമൊന്നും ലഭിച്ചിരുന്നില്ലെന്നും തന്റെ വീട്ടിൽ പണമൊന്നും ഇല്ലായിരുന്നെന്നും ആ ആട്ടിടയൻ വൃഥാ വിശദീകരിച്ചു. ആ വൃദ്ധന്റെ കഠിനഹൃദയം അലിഞ്ഞില്ല; തകർന്ന ഹൃദയവുമായി ആട്ടിടയൻ പുറത്തുവന്നു. ആട്ടിടയന്റെ അപേക്ഷയുടെ ഫലം അറിയാനായി മൂന്നോ നാലോ ഗ്രാമീണർ റോഡരികിൽ കാത്ത് നില്ക്കുന്നുണ്ടായിരുന്നു. ആ സ്വേച്ഛാധിപതിയായ സെക്രട്ടറി അവരേയും ക്ലബ്ബ് അംഗത്വത്തിൽ നിന്ന് പുറത്താക്കിയിരുന്നു. അവരോട് തന്റെ കൂടിക്കാഴ്ചയെക്കുറിച്ച് കാലെബ് വിവരിക്കവെ, എലീജാ വീട്ടിൽനിന്ന് പുറത്തുവന്ന്, മുൻഗേറ്റിൽ ചാരിനിന്ന് ശ്രദ്ധിക്കാൻ തുടങ്ങി. അപ്പോൾ ആ ആട്ടിടയൻ അയാൾക്ക് നേരെ തിരിഞ്ഞ് ഉച്ചത്തിൽ അട്ടഹസിച്ചു, “മി. എലീജാ രാവെൻ ഇത് വെറുതെ വൈകിപ്പിക്കുന്ന നിഷ്ഠൂരമായ കാര്യമാണെന്ന് നിങ്ങൾ കരുതുന്നില്ലേ! എല്ലാ മൂന്ന് മാസം തോറും ഞാൻ വരിസംഖ്യ കൃത്യമായി മുപ്പത്ത് വർഷം തന്നിട്ടുള്ളവനാണ്. ആകെ ഞാൻ ഫണ്ടിൽ നിന്ന് വാങ്ങിച്ചിട്ടുള്ളത് ഏതാനും വർഷങ്ങൾക്ക് മുമ്പ് ഞാൻ സുഖമില്ലാതെ കിടപ്പായപ്പോൾ രണ്ടാഴ്ചത്തെ വേതമാണ്! ഇപ്പോൾ ഞാൻ ആറ് ആഴ്ച രോഗം പിടിച്ച് കിടപ്പിലായിരുന്നു. അക്കാലത്ത് എന്റെ യജമാനൻ യാതൊരു വേതനവും എനിക്ക് തന്നിട്ടില്ല. എനിക്ക് ഡോക്ടറുടെ ഫീസും കൊടുക്കേണ്ടിവന്നു. ജീവിക്കാനായി ഒന്നുമില്ല. ഞാൻ എന്താണ് ചെയ്യേണ്ടത്?”

എലീജാ കുറച്ചുനേരം അയാളെ നിശ്ശബ്ദനായി തുറിച്ചു നോക്കി നിന്നു, പിന്നെ പറഞ്ഞു. “ഉള്ളിൽ വെച്ചു ഞാൻ നിന്നോട് പറഞ്ഞു. ഒരു പെനിപോലും തരില്ലെന്ന് ഞാൻ ആ പറഞ്ഞതുതന്നെ മുറുകെ പിടിക്കുന്നു- എന്നാൽ ഒരുദിവസം നിന്നെ പുറത്തു വെച്ച് കാണുമ്പോൾ ഞാൻ നിനക്കത് തരും. ഇപ്പോൾ പോകൂ.”

അയാൾ വളരെ വിനീതനായി മടങ്ങിപ്പോയി. വീട്ടിലേക്ക് നടക്കവെ അയാളുടെ കോപം ശമിച്ചു. അധികം താമസിയാതെ തന്റെ പണം കിട്ടുമല്ലോ ആ വൃദ്ധൻ കഴിഞ്ഞ കാലങ്ങളിലെ തന്നോടുള്ള വിരോധത്തിന്റെ പേരിൽ കുറച്ചുനാൾ കാത്തിരിക്കുവാനുള്ള ശിക്ഷ നല്കിയതാവും.

ഒരാഴ്ച കടന്നുപോയി. അങ്ങനെ ഒരു ദിവസം അയാൾ ഗ്രാമത്തിലൂടെ കടന്നുപോകവെ, എലീജാ തന്റെ നേരെ നടന്നുവരുന്നത് കണ്ടു. അയാൾ സ്വയം പറഞ്ഞു. ഇപ്പോൾ എനിക്ക് പണം തരും. ഇരുവരും അടുത്തെത്തിയപ്പോൾ അയാൾ ആഹ്ലാദപൂർവ്വം വിളിച്ച് പറഞ്ഞു. “ഗുഡ്

മോണിങ് മി. രാവെൻ" മറ്റെയാൾ ഒരക്ഷരം മിണ്ടാതെ, ഒന്ന് നില്ക്കുക പോലും ചെയ്യാതെ തന്റെ വഴിക്ക് പോയി. ആ പാവം ആട്ടിടയൻ വിഷണ്ണനായി ആ വൃദ്ധന്റെ പോക്കു നോക്കിനിന്നു.

എന്തായാലും അയാൾക്ക് പണം കിട്ടാൻ പോകുന്നില്ല. പ്രശ്നം കുടിലുകളിൽ ചർച്ച ചെയ്യപ്പെട്ടു. അധികം താമസിയാതെ മറ്റ് ഭൂരിഭാഗം പേരെയും പോലെ അത്ര ദരിദ്രനല്ലാത്ത ഒരുഗ്രാമവാസി- അയാൾ ഇടയ്ക്കിടെ സാലിസ്ബറിയിൽ പോകാറുള്ളവനാണ്.- ഇക്കാര്യത്തിൽ ഒരു വക്കീലിന്റെ ഉപദേശം തേടാമെന്ന് പറഞ്ഞു. ഉപദേശത്തിനുള്ള ഫീസ് സ്വന്തം പോക്കറ്റിൽനിന്ന് കൊടുക്കാമെന്നയാൾ ഏറ്റു. നിയമപരമായി എലീജയ്ക്ക് അത്തരംകാര്യങ്ങൾ ചെയ്യാൻ കഴിയുമോ എന്നറിയാനയാൾ ആഗ്രഹിച്ചു.

എന്നാൽ, ക്ലബ് രജിസ്റ്റർ ചെയ്യാത്തതും, അതിലെ അംഗങ്ങൾ തന്നെ എലീജായെ തങ്ങളുടെ നേതാവായി തിരഞ്ഞെടുത്തിട്ടുള്ളതും ആയതിനാൽ അയാൾക്ക് ഇഷ്ടമുള്ളത് ചെയ്യാൻ കഴിയും എന്ന് വക്കീൽ പറഞ്ഞപ്പോൾ അയാൾ അത്ഭുതപ്പെട്ടുപോയി! ആ വൃദ്ധനെതിരെ നടപടിയൊന്നും എടുക്കാൻ കഴിയില്ലത്രെ! എന്നാൽ പുറത്തുവെച്ച് കണ്ടുമുട്ടുമ്പോൾ ആട്ടിടയന് പണം കൊടുക്കാമെന്ന് ആ വൃദ്ധൻ പറഞ്ഞതായി തെളിയിക്കാൻ കഴിഞ്ഞാൽ അയാൾക്ക് പണം കൊടുക്കേണ്ടിവരും. പക്ഷേ, താൻ ഈ കേസ് കോടതിയിൽ കൊണ്ടുവന്ന് സന്ദർഭവശാൽ, തോറ്റുപോയാൽ, കോടതി ചിലവായി ചിലവഴിച്ച അഞ്ച് പൗണ്ടു ഗ്യാരണ്ടി നല്കേണ്ടിവരും.

ജീവിക്കാനും കടം വീട്ടാനുമായി പാവം കാലൊബിന് ആഴ്ചതോറും കിട്ടുന്ന വേതനം പന്ത്രണ്ട് ഷില്ലിങ് ആണ്. അയാൾക്ക് ഒന്നും ഗ്യാരണ്ടി ചെയ്യാൻ കഴിഞ്ഞില്ല. അധികം വൈകാതെ വക്കീലിന്റെ അഭിപ്രായം വിശദമായി മദ്യശാലയിലും കുടിലുകളിലും ചർച്ച ചെയ്യപ്പെട്ടു. ബൊകോമ്പിന്റെ നിരവധി സുഹൃത്തുക്കൾ ഗ്യാരണ്ടി ഫണ്ടിലേക്ക് എന്തെങ്കിലുമൊക്കെ സംഭാവന ചെയ്യാൻ തയ്യാറായി. ഒടുവിൽ അഞ്ച് പൗണ്ട് സ്വരൂപിക്കപ്പെട്ടു. ആ തുക വക്കീലിനെക്കണ്ട വ്യക്തിക്ക് കൈമാറി.

അയാളുടെ ആദ്യ ചുവടുവെപ്പ് ബൊക്കോമ്പിനെ കൊണ്ട് ഒരുദിവസത്തെ ലീവ് എടുപ്പിച്ച് ഒരു ചന്തദിവസം വണ്ടിയിൽ സാലിസ് ബറിയിലേക്ക് അയക്കൽ ആയിരുന്നു. തൽഫലമായി കേസ് കോടതിയിലെത്തി. രണ്ടോ മൂന്നോ സുഹൃത്തുക്കളോടൊപ്പം എലീജാരാവെൻ കോടതിയിൽ വന്നു- ചെറുകിട കർഷകരായിരുന്നു അവർ. അയാളെ പിൻതാങ്ങിയത് അവരുടെ വ്യക്തി താല്പര്യങ്ങൾ കാത്തുരക്ഷിക്കാൻ വേണ്ടി ആയിരുന്നു. തന്റെ കേസ് നടത്താനായി അയാളും ഒരു വക്കീലിനെ നിയോഗിച്ചിരുന്നു. ബൊക്കോമ്പ് പറഞ്ഞത് ആ ജഡ്ജിനെ മുമ്പൊരിക്കലും കണ്ടിട്ടില്ല എന്നാണ്. വിഗ് ധരിച്ച ഭയങ്കര കർക്കശനായൊരു വൃദ്ധൻ! പരാതിക്കാരന്റെ വക്കീൽ കേസ് തുറന്ന് ഒരുപാട് സംസാരിച്ചു. എന്നാൽ ഏലീജായുടെ വക്കീൽ ഓരോരോ തടസ്സവാദങ്ങൾ ഉന്നയിച്ചുകൊണ്ടിരുന്നു. അവ

രുടെ വാദപ്രതിവാദങ്ങൾ തുടർന്നു. എന്നാൽ ജഡ്ജി ഒരക്ഷരം മിണ്ടിയില്ല. അദ്ദേഹം കൂടുതൽ കർക്കശക്കാരനായി കാണപ്പെട്ടു. വാദങ്ങളെല്ലാം അവസാനിച്ചെന്ന് തോന്നിയപ്പോൾ ഉപചാരങ്ങളൊന്നും അറിയാത്ത ബൊക്കോമ്പ് എഴുന്നേറ്റ് പറഞ്ഞു. "ഞാൻ യുവർ ലോർഡ് ഷിപ്പിന്റെ ക്ഷമ യാചിക്കുന്നു എനിക്കു സംസാരിക്കാമോ? അദ്ദേഹത്തെ എങ്ങനെയാണ് സംബോധന ചെയ്തതെന്ന് പിന്നീടയാൾക്ക് ശരിക്ക് ഓർമ്മയില്ല. എന്നാൽ അത് യുവർ ലോർഡ്ഷിപ്പ് എന്നോ അല്ലെങ്കിൽ യവർ വർഷിപ്പ് എന്നോ ആയിരുന്നെന്നയാൾക്ക് ഉറപ്പായിരുന്നു.

"ഉവ്വ്, തീർച്ചയായും നിങ്ങൾക്ക് സംസാരിക്കാം." ജഡ്ജി പറഞ്ഞു. അപ്പോൾ ബോക്കോമ്പ് എലീജയുമായുള്ള തന്റെ അഭിമുഖത്തെക്കുറച്ചും വീടിന് പുറമെ വെച്ചു നടന്ന സംഭാഷണത്തെക്കുറിച്ചും വിശദീകരിച്ചു.

അപ്പോൾ എലീജാരാവെൻ എഴുന്നേറ്റുനിന്ന് ഉറക്കെ പറഞ്ഞു. ലോർഡ്, ലോർഡ്, ഈ മനുഷ്യന്റെ നുണകൾ കേട്ട് ഇവിടെ ഇരിക്കുക എന്നത്, വളരെ ദുഃഖകരമായൊരു കാര്യമാണ്!"

"അവിടെ ഇരിക്കൂ സാർ" ജഡ്ജി അലറി "നാവടക്കി മിണ്ടാതിരിക്കൂ, അല്ലെങ്കിൽ ഞാൻ നിങ്ങളെ പിടിച്ചു പുറത്താക്കും."

അപ്പോൾ എലീജായുടെ വക്കീൽ ചാടി എഴുന്നേറ്റു. അയാളോടും ഇരിക്കാനായി ജഡ്ജി കല്പിച്ചു. കാരണം, ഈ കേസിൽ ആരാണ് നുണ പറയുന്നവനെന്ന് അദ്ദേഹം മനസ്സിലാക്കിക്കഴിഞ്ഞു. "ഒരു നിഷ്ഠൂരമായ കേസ്" അദ്ദേഹം പറഞ്ഞു; അതായിരുന്നു അന്ത്യം. ബൊക്കോമ്പിന് ആറ് ആഴ്ചത്തെ സിക്ക്പെയും കോടതിച്ചിലവും കിട്ടി. അതിനും പുറമെ സൊസൈറ്റി ഫണ്ടിന്റെ ഷെയർ ആയി അയാൾക്ക് മൂന്ന് പൗണ്ടും കിട്ടി. അത് അംഗങ്ങൾക്കായി വിതരണം ചെയ്യാൻ എലീജായ്ക്ക് ഉപദേശം ലഭിച്ചു. അതായിരുന്നു വിന്റർ ബോൺ ബിഷപ്പ് ക്ലബ്ബിന്റെ അന്ത്യം. അന്നു മുതൽ ഒരുക്ലബ്ബ് ഇല്ലാതെ അവർ ജീവിച്ചു.

ഐസക്കിന്റെ മക്കൾ

അഞ്ച് മക്കളിൽ ഒരാളായിരുന്നു കാലെബ്, നടുവിലത്തവൻ- ഒരു സഹോദരനും സഹോദരിയും അവന് മൂത്തതും മറ്റ് ഒരു സഹോദരനും സഹോദരിയും അവന് ഇളയതും, ഒരു സമതുലനാവസ്ഥയിലുള്ള കുടുംബം! സന്ദർഭവശാൽ മൂത്ത സഹോദരനെയും ഏറ്റവും താഴെയുള്ള സഹോദരിയെയും കുറിച്ച് ഞാൻ നേരത്തെ എഴുതിയിട്ടുണ്ട്. ഈ അദ്ധ്യായത്തിൽ ഏറ്റവും മൂത്ത സഹോദരിയേയും ഏറ്റവും ഇളയ സഹോദരനേയും കുറിച്ച് വിവരിച്ച് ഐസക്കിന്റെ മക്കളുടെ ചരിത്രം പൂർത്തീകരിക്കാം.

ആ സഹോദരൻ ഡേവിഡ് ആണ്; അയാളുടെ ഇടയ നായ, മോങ്കിനെ, കൊന്ന കോപിഷ്ഠനായ യുവ ആട്ടിടയൻ. അവൻ പിന്നീട് തന്റെ സഹോദരനെ വാർമിൻസ്റ്ററിലേക്ക് പിൻതുടർന്നു. അവൻ കോപിഷ്ഠനും അവിവേകിയുമൊക്കെ ആണെങ്കിലും, കാലെബിന്നവനോട് അഗാധ സ്നേഹമായിരുന്നു. അയാൾ വൃദ്ധനായി ആട്ടിടയജോലി അവസാനിപ്പിച്ചപ്പോൾ ഭാര്യയെ പിൻതുടർന്നു, അവരുടെ പുതിയ വീട്ടിലെത്തി. തന്റെ പ്രിയങ്കരനായ സഹോദരനിൽനിന്ന് വളരെ ദൂരേക്ക് താമസം മാറ്റേണ്ടി വന്നതിൽ അയാൾ വല്ലാതെ ദുഃഖിതനായിരുന്നു. ചിലപ്പോൾ വർഷത്തിലൊരിക്കൽ അവനെ സന്ദർശിക്കാനായി അയാൾ ഒരു യാത്ര ഒരുക്കും. വാർമിൻസ്റ്ററിന്നടുത്തുള്ള അവന്റെ വീട്ടിലേക്കല്ല, വിൽട്ടനിലേക്ക്, സെപ്തംബർ 12 ന് നടത്തപ്പെടുന്ന മഹത്തായ ചെമ്മരിയാട് ചന്തയിലേക്ക്; തന്റെ കുടിലിൽനിന്ന് സമാന വണ്ടിയിൽ ഏറ്റവും അടുത്ത പട്ടണത്തിലേക്കയാൾ പോകും, അവിടന്ന് ട്രെയിനിൽ സാലിസ്ബറിയിലേക്കും വിൽട്ടനിലേക്കും പോകും.

ഞാൻ കാലെബുമായി പരിചയത്തിലായശേഷം അയാൾ രോഗി

യായിരുന്നു, സുഖപ്പെടുക പ്രയാസമാണെന്ന് തോന്നി. രണ്ട് വർഷത്തിലേറെയായി എവിടേക്കെങ്കിലും യാത്ര ചെയ്തിട്ട്! ഈ കാലത്തിനിടയ്ക്ക് അയാൾ പലപ്പോഴും തന്റെ സഹോദരനെ കുറിച്ചെന്നോട് സംസാരിക്കുമായിരുന്നു. അവനെ കാണാൻ സാധിച്ചിരുന്നെങ്കിൽ എന്ന് ആശിച്ചുപോകാറുണ്ട്! എന്തുകൊണ്ടയാൾ കത്തെഴുതിയിരുന്നില്ല എന്ന് ഞാൻ അത്ഭുതപ്പെട്ടു. എന്നാൽ അവർക്കതിൽ അത്ഭുതമൊന്നുമില്ല. ഈ പഴയ തലമുറ പരസ്പരം കത്തെഴുതാറില്ല. യാതൊരു വാർത്തയുമറിയാതെ വർഷങ്ങൾ കടന്നുപോകും. അവർ സുഖമായിരിക്കുകയാണെന്ന വിശ്വാസത്തിൽ അവരെക്കുറിച്ച് സന്തോഷത്തോടെ സംസാരിച്ചുകൊണ്ടിരിക്കും! എന്നാലും ഒരു കത്തെഴുതുക എന്ന ചിന്ത അവരുടെ മനസ്സിലേക്ക് ഒരിക്കലും പ്രവേശിക്കുകയില്ല!

ഒടുവിൽ, കാലെബിന്റെ ആരോഗ്യം കുറേശ്ശെ മെച്ചപ്പെടാൻ തുടങ്ങിയപ്പോൾ, വീണ്ടും തന്റെ പ്രിയങ്കരനായ അനിയനെ കാണാനായി വിൽട്ടൻ ചെമ്മരിയാട്ചന്തയ്ക്ക് പോകാൻ തീരുമാനിച്ചു. വാർമിൻസ്റ്ററിലേക്ക് പോകാനയാൾക്ക് കഴിയില്ല; അത് വളരെ ദൂരെയാണ്. സെപ്തംബർ 12 ന് അയാൾ വീണ്ടും പഴയ സമാഗമസ്ഥലത്തെത്തി. വളരെ കഷ്ടപ്പെട്ട് മെല്ലെ നടന്ന്, ആട്ടിടയൻ ഡേവിഡ്ബൊക്കോമ്പ് പതിവായി ചെമ്മരിആടുകളെ നിർത്താറുള്ള സ്ഥലത്തേക്ക് നടന്നുചെന്നു. എന്നാൽ അയാൾ അവിടെ ഇല്ലായിരുന്നു. “അവൻ ഇവിടെ വേഗം എത്തും.” കാലെബ് പറഞ്ഞു. പിന്നെ ക്ഷമയോടെ കാത്തിരുന്നു. എന്നാൽ മണിക്കൂറുകൾ കടന്നുപോയിട്ടും ഡേവിഡ് വന്നില്ല. അയാൾ എഴുന്നേറ്റ് അവനെ അന്വേഷിച്ച് ചന്ത സ്ഥലത്ത് ചുറ്റിക്കറങ്ങി; എന്നാൽ അവനെ കാണാൻ കഴിഞ്ഞില്ല. തിരിച്ച് പഴയ സ്ഥലത്ത് വന്ന് അവിടെ ഉണ്ടായിരുന്ന രണ്ട് യുവ ആട്ടിയന്മാരുമായി സംഭാഷണത്തിലേർപ്പെട്ടു. ഈ സ്ഥലത്തായിരുന്നു തന്റെ അനിയൻ ആടുകളെ നിർത്താറുള്ളതെന്നും അവനെ കാത്തു നില്ക്കുകയാണ് താൻ എന്നും കാലെബ് അവരോട് പറഞ്ഞു. “അയാളുടെ പേരെന്താണ്?” അയാളുടെ പേര് പറഞ്ഞപ്പോൾ, അവർ പരസ്പരം നോക്കി നിശ്ശബ്ദരായി ഇരുന്നു! പിന്നെ അവരിൽ ഒരാൾ പറഞ്ഞു. “നിങ്ങൾ ആട്ടിടയൻ കാലെബ് ബൊക്കോബ് ആണോ?” അയാൾ മറുപടി കൊടുത്തപ്പോൾ മറ്റവൻ പറഞ്ഞു. “ഇന്ന് നിങ്ങൾക്ക് അനിയനെ വിൽട്ടനിൽ കാണാൻ കഴിയില്ല. ഞങ്ങൾ ഡൗട്ടനിൽനിന്ന് വരുന്നവരാണ്, അയാളെ ഞങ്ങൾക്കറിയാം. നിങ്ങൾക്ക് അനിയനെ ഇനി ഒരിക്കലും കാണാൻ കഴിയില്ല; രണ്ട് വർഷമായി അയാൾ മരിച്ചിട്ട്!”

ഈ വാർത്ത അറിയിച്ചതിൽ കാലെബ് അവരോട് നന്ദി പറഞ്ഞു, അവിടെനിന്ന് എഴുന്നേറ്റ് വളരെ ശാന്തനായി തിരിച്ചുപോന്നു; രാത്രി സ്വന്തം കുടിലിലെത്തി. അയാൾ വല്ലാതെ തളർന്നിരുന്നെന്ന് അയാളുടെ ഭാര്യ പറഞ്ഞു. അയാൾ യാതൊന്നും കഴിച്ചില്ല, യാതൊന്നും പറഞ്ഞില്ല! അനേകം ദിവസങ്ങൾ അങ്ങനെ കടന്നുപോയി; അപ്പോഴും അയാൾ തന്റെ മൂലയിൽ കൂനിക്കൂടിയിരുന്നു! ഒടുവിൽ ഭാര്യ ദേഷ്യത്തോടെ

പറഞ്ഞു, ഒരു സഹോദരൻ നഷ്ടപ്പെട്ടതിന്റെ പേരിൽ ഇത്രയേറെ കുഴപ്പം സൃഷ്ടിക്കുന്ന ഒരാളെ കണ്ടിട്ടില്ലെന്ന്! അത് ഒരു ഭാര്യയേയോ, മകനേയോ നഷ്ടപ്പെടുന്നതുപോലെ ആയിരുന്നില്ല എന്നവൾ പറഞ്ഞു. എന്നാൽ അയാൾ ഒരക്ഷരം മിണ്ടിയില്ല. ഏതാനും ആഴ്ചകൾ പിന്നിട്ടപ്പോൾ, ആ ഭീകരദുഃഖം മാഞ്ഞുപോകാൻ തുടങ്ങി, വീണ്ടും തന്റെ പഴയ ഗ്രാമീണ ജീവിതത്തെക്കുറിച്ച് സസന്തോഷം സംസാരിച്ചു തുടങ്ങി!

സഹോദരി മാർത്തയെക്കുറിച്ച് കുറച്ചധികം പറയാനുണ്ട്. ഈ കുന്നിൻ പ്രദേശജീവിതം വളരെ ശാന്തമായി മുന്നോട്ടു പോകുന്നതരത്തിലുള്ളതാണെങ്കിലും, അവളുടെ ജീവിതം സംഭവബഹുലമായിരുന്നു! ആ കുടുംബത്തിലെ മറ്റ് അംഗങ്ങളിൽ നിന്നുമവൾ സമുന്നതയായി കാണപ്പെട്ടു; അവൾ സൗന്ദര്യത്തിലും ഉന്മേഷത്തിലും മറ്റുള്ളവരെ കവച്ചുവെച്ചു. എൺപതിലേറെ വയസ്സുള്ളപ്പോഴാണ് ഞാൻ അവരെ സ്വന്തം ജന്മഗ്രാമത്തിൽവെച്ച് അറിയുന്നതു തന്നെ; കുറച്ചുനാൾമുമ്പ് അവൾ അവിടെ വെച്ച് അന്തരിച്ചു. ആ പ്രായത്തിൽ പോലും അവർ സുന്ദരിയും വശ്യതയുള്ളവളുമായിരുന്നു! നല്ല രൂപകാന്തിയായിരുന്നു അവർക്ക്, നല്ല പൊക്കവും; സുന്ദരമായ തെളിഞ്ഞ കരിനീല നയനങ്ങൾ, ചുളിവില്ലാത്ത ചർമ്മം, വടിവൊത്ത മുഖം, ഇടതൂർന്ന ചാരനിറമുള്ള തലമുടി (ഒരു കാലത്ത് കറുത്തതായിരുന്നു) അവരുടെ പെരുമാറ്റം ആരുടേയും ശ്രദ്ധ ആകർഷിക്കുന്നതായിരുന്നു. ഇരുപത്തഞ്ചാം വയസ്സിൽ അവൾ തോമസ് ലെറാറ്റ് എന്നു പേരുള്ളൊരു ആട്ടിടയനെ വിവാഹം കഴിച്ചു - ഞാൻ മുമ്പൊരിക്കലും കേട്ടിട്ടില്ലാത്ത ഒരു സർനെയിം, അതെന്നെ ആശ്ചര്യപ്പെടുത്തി; എന്റെ കുന്നിൻ പ്രദേശ ഗ്രാമങ്ങൾക്കിടയിലെ ചുറ്റിക്കറക്കത്തിനുള്ളിൽ ഇങ്ങനെ ഒരു സർനെയിം ഞാൻ കേട്ടിട്ടേയില്ല, പള്ളി പറമ്പുകളിൽപോലും! വിൽറ്റ് ഷയറിൽ എവിടെ ആയിരുന്നു ഈ ലെറാറ്റുകൾ? ആർക്കും അറിയില്ല. വിധവ മാർത്താലെറാറ്റും മകനും ഒഴിച്ച് മറ്റൊരു ലെറാറ്റുകളും വിന്റർ ബോൺ ബിഷപ്പിലില്ല! ആ പേരിലുള്ള മറ്റൊരു കുടുംബത്തെക്കുറിച്ച് ആരും കേട്ടിട്ടുപോലുമില്ല. അങ്ങനെ ഒരു കുടുംബ പേരുണ്ടോ എന്ന് ഞാൻ സംശയിച്ചുകൊണ്ടിരിക്കെയാണ് അടുത്തകാലത്ത് കുന്നിൻപ്രദേശത്തെ ഒരു പുരാതന ഗ്രാമീണ പള്ളിയിൽ പോയപ്പോൾ പുരോഹിതൻ എന്നെ പുറത്തേക്ക് കൊണ്ടുപോയി. പുറത്തെ കെട്ടിടത്തിന്റെ ചുമരിലെ ഒരു ലോഹതകിടിൽ! 'ഒരു വിചിത്രമായ പേര്' കൊത്തിവെച്ചത് എനിക്ക് കാണിച്ചുതന്നത്! പേര് ലെറാറ്റ്, തീയതി പതിനേഴാം നൂറ്റാണ്ടിന്റേതാണ്. ആ ലോഹത്തകിടിലല്ലാതെ, മറ്റൊരിടത്തും ആ പേര് അയാൾ കണ്ടിട്ടില്ല. അപ്പോൾ, അത് മാർത്തായുടെ ഭർത്താവായിരിക്കുമോ? അതൊരു വിചിത്രമായ കഥയാണ്, മാർത്ത ഒരിക്കലും അതെന്നോട് പറയുമായിരുന്നില്ല; എന്നാൽ എനിക്കത് കിട്ടിയത് അവളുടെ സഹോദരനിൽനിന്നും സഹോദരപത്നിയിൽ നിന്നുമാണ്.

മാർത്തയുടെ ഒരു തലമുറയ്ക്ക്മുമ്പ് എബ്ബിളിലെ ബോവർ ചോക്ക് ഗ്രാമത്തിലെ ഒരു ഫാമിൽ എല്ലൻ ലെറാറ്റ് എന്നു പേരുള്ളൊരു ജോലി

ക്കാരി ക്ഷീരഫാമിൽ ജോലി ചെയ്തിരുന്നു. അവൾ ആ ഗ്രാമക്കാരി ആയിരുന്നില്ല. അവളുടെ പിതൃത്വമോ ജന്മദേശമോ അറിയാവുന്നവരാരും അന്ന് ജീവിച്ചിരുന്നില്ല! അവൾ അഴകുള്ളവളും സൗമ്യതയുള്ളൊരു പെൺകുട്ടിയുമായിരുന്നു; അവളെ യജമാനനും യജമാനത്തിക്കും വലിയ ഇഷ്ടമായിരുന്നു. അതുകൊണ്ട് അവിടത്തെ ജോലിയിൽ രണ്ട് വർഷം കഴിഞ്ഞപ്പോൾ, അവൾ ഗർഭിണി ആയെന്നുകേട്ട് അവർ ഞെട്ടിപ്പോയി! മറ്റൊരു അവിവാഹിതയായ നല്ല വേലക്കാരിയും ഇതുപോലെ ഗർഭിണിയാണെന്നു കേട്ട്, ആ ഞെട്ടൽ ഇരട്ടിയായി! ആ രണ്ട് നിർഭാഗ്യവതികളായ സ്ത്രീകളും മറ്റുള്ളവരിൽനിന്ന്, കഴിയാവുന്നത്ര നാൾ ഈ രഹസ്യം മറച്ചുവെച്ചു; അവർക്ക് പരസ്പരം അത് അറിയാമായിരുന്നു. ഒടുവിൽ അവർ കൂടിയാലോചിച്ച്, തങ്ങളുടെ യജമാനത്തിയോട് കുറ്റസമ്മതം നടത്താൻ തീരുമാനിച്ചു; അനന്തരഫലം അനുഭവിക്കാം.

ആരാണ് ആ പുരുഷന്മാർ? അതായിരുന്നു ആദ്യത്തെ ചോദ്യം. ഒരേ ഒരാൾ മാത്രം - റോബർട്ട് കുമ്പെ, ആട്ടിടയൻ; ആ ഫാം ഹൗസ്സിൽ തന്നെയാണവന്റെ താമസം. ഒരു മന്ദനും മൗനിയും വ്യക്തമായി ഉച്ചരിക്കാനാവാത്തവനുമായ ഒരു മനുഷ്യൻ; ഉരുണ്ട തലയും ചണനാര് പോലുള്ള തലമുടിയും; ഒരു അവിവാഹിതനാണ്; അവൻ ഒരിക്കലും വിവാഹിതനാകില്ലെന്ന് ആളുകൾ പതിവായി പറയുമായിരുന്നു; കാരണം ഒറ്റ സ്ത്രീയും അത്തരം ഒരു മന്ദബുദ്ധിയായ മനുഷ്യനെ ഭർത്താവായി സ്വീകരിക്കില്ല! എന്നാൽ അവൻ നല്ലൊരു ആട്ടിടയനായിരുന്നു. വളരെ വർഷങ്ങളായി ആ ഫാമിൽ ജോലി ചെയ്യുന്നു; അത് ഭയങ്കരമായൊരു ഇടപാടായി! തങ്ങൾക്ക് നാണക്കേടും പ്രശ്നങ്ങളും വരുത്തിവെച്ച ആ വൃത്തികെട്ടവനെ പിടികൂടാനായി ഉടനെതന്നെ ആ ഫാം ഉടമ കുതിരപ്പുറത്തേറി മേച്ചിൽ സ്ഥലത്തേക്ക് പാഞ്ഞു. അവൻ പുൽത്തകിടിയിലിരുന്ന് ഉച്ചഭക്ഷണം കഴിക്കുന്നതയാൾ കണ്ടു. ഒരുപാത്രം തണുത്തചായ അടുത്ത് വെച്ചിട്ടുണ്ട്. ഫാം ഉടമ കുതിരപ്പുറത്തുനിന്ന് ചാടി ഇറങ്ങി, അവനുനേരെ വൃത്തികെട്ട ശകാരവർഷം ചൊരിഞ്ഞു. ആ രണ്ട് സ്ത്രീകളിലൊരാളെ അയാൾ തൽക്ഷണം തിരഞ്ഞെടുത്ത് വിവാഹം കഴിക്കണമെന്നയാൾ തന്റെ ആട്ടിടയനോട് പറഞ്ഞു. ആ രണ്ട് പാവം വിഡ്ഢികളിൽ ഒരാളെയെങ്കിലും രക്ഷിക്കാമല്ലോ. ഒന്നുകിൽ അയാൾ അപ്രകാരം ചെയ്യുക, അല്ലെങ്കിൽ തൽക്ഷണം ഫാം വിടുക.

കുമ്പെ നിശ്ശബ്ദം അത് കേട്ട് മുഖത്തിന് യാതൊരു ഭാവഭേദവുമില്ലാതെ ആഹാരം കഴിക്കലും ചായ കുടിക്കലും തുടർന്നു. എല്ലാം കഴിഞ്ഞശേഷം തന്റെ വടിയെടുത്ത് എഴുന്നേറ്റ്; അതിനെക്കുറിച്ച് ആലോചിക്കാം എന്നും പറഞ്ഞ് ചെമ്മരിയാട്ടിൻ കൂട്ടത്തിന് പിന്നാലെ പോയി!

ഒരു കാടൻ എന്നവനെ ശപിച്ചുകൊണ്ട് ആ ഫാം ഉടമ തിരിച്ചുപോയി, വൈകുന്നേരം തന്റെ ചെമ്മരിയാട്ടിൻ കൂട്ടത്തെ പൂട്ടി ഇട്ടശേഷം കുമ്പെ തന്റെ തീരുമാനം അറിയിക്കാനായി ചെന്നു. അയാൾ അക്കാര്യം ചിന്തിച്ചെന്നും ജെയിനിനെ ഭാര്യയായി സ്വീകരിക്കാമെന്നും പറഞ്ഞു. അവൾ

എല്ലനേക്കാൾ കുറച്ച് പ്രായം കൂടിയവളാണ്, കാണാനത്ര അഴകുള്ളവളുമല്ല; എന്നാൽ, അവൾ ഈ ഗ്രാമക്കാരിയാണ്, അവളുടെ ആളുകൾ അവിടെ ഉണ്ട്, ജെയിൻ ആരാണെന്ന് എല്ലാവർക്കും അറിയാം. അവൾ ഒരു പഴയ വേലക്കാരിയാണ്. ഫാമിൽ അവളെ എപ്പോഴും ആവശ്യമുണ്ടാകും. എല്ലൻ അവർക്ക് അപരിചിതയാണ്. അവൾ ഒരുഡയറി ജോലിക്കാരി ആയതിനാൽ മറ്റവളെപ്പോലെ അത്ര പ്രാധാന്യമുള്ളവളല്ല.

അങ്ങനെ അക്കാര്യം ഉറപ്പിക്കപ്പെട്ടു. പിറ്റേന്ന് രാവിലെ, തള്ളിക്കളയപ്പെട്ട എല്ലാനോട് തന്റെ സാമാനങ്ങളെല്ലാം എടുത്ത് സ്ഥലം വിടാനായി പറഞ്ഞു.

ഈ അവസ്ഥയിൽ അവൾ എന്തുചെയ്യാനാണ്, ഒന്നും ഇനി ഒളിച്ചുവെക്കാനാവില്ല. ഈ ലോകത്തവൾ ഏകയായി, സുഹൃത്തുക്കൾ ആരുമില്ലാത്തവൾ! അവൾ മിസ്സിസ്സ് പൂളിനെക്കുറിച്ചോർത്തു, വിന്റർ ബോൺ ബിഷപ്പിലെ പ്രായമായൊരു സ്ത്രീ; അവരുടെ കുട്ടികൾ വളർന്നു വലുതായി; എല്ലാവരും വീട്ടിന് പുറത്താണ്, കുറച്ചുനാൾമുമ്പ് അവൾ ബോവർ ചോക്കിൽ താമസിക്കുമ്പോൾ എല്ലനോട് അവൾക്ക് വലിയ ഇഷ്ടമായിരുന്നു. അവൾ അവിടം വിട്ടപ്പോൾ എല്ലനെ ചുംബിച്ചുകൊണ്ടും പറഞ്ഞു. “എന്റെ ഡിയർ, ഞാൻ ചെറിയ കുട്ടി ആയിരുന്നപ്പോൾ ബന്ധുക്കളാരുമില്ലാതിരുന്ന എനിക്കും അപരിചിതർക്കിടയിൽ ജീവിക്കേണ്ടി വന്നിട്ടുണ്ട്, അതിന്റെ വിഷമം എന്താണെന്ന് എനിക്കറിയാം. അത്രയേ ഉള്ളൂ. അവർ തമ്മിലുള്ള ബന്ധം! എന്നാൽ മറ്റാരുമില്ലാത്ത അവൾ മിസ്സിസ്സ് പൂളിന്നടുത്തേക്ക് പോകാൻ തീരുമാനിച്ചു. അവളുടേതായ സാമാനങ്ങളും ചുമന്ന്, അവൾ കുന്നിൻ പ്രദേശത്തിലൂടെ മൈലുകൾക്കപ്പുറമുള്ള വിന്റർ ബോൺ ബിഷപ്പിലേക്ക് നടന്നു; അവൾ മുമ്പൊരിക്കലും അവിടെ പോയിട്ടില്ല. ആഗസ്ത് മാസത്തിലെ ചൂടുള്ള കാലാവസ്ഥയിൽ ഇത്രയും ദൂരം നടക്കുക എന്നത് ക്ലേശകരമാണ്. ഇടയ്ക്കിടെ മരത്തണലിലിരുന്ന് വിശ്രമിച്ച്, താൻ അന്വേഷിച്ച് പോകുന്ന സ്ത്രീയെക്കുറിച്ച് വീണ്ടും വീണ്ടും ഭീതിയോടെ ഓർത്ത്, തനിക്ക് അവരെക്കുറിച്ച് കാര്യമായൊന്നും അറിയാത്തതിനാൽ അവർ തന്നെ സ്വീകരിച്ചില്ലെങ്കിലോ എന്ന് ഭയപ്പെട്ട് ആയിരുന്നു അവളുടെ പോക്ക്! എന്നാൽ ആ നല്ലവളായ സ്ത്രീക്ക് അവളോട് വലിയ സഹാനുഭൂതി തോന്നി. അവളുടെ ദരിദ്രഭവനത്തിൽ അഭയം നല്കി. എല്ലാ സ്ത്രീകളുടെയും ദുഷിച്ച വാക്ശരങ്ങൾ ഏറ്റിട്ടും, പ്രസവം കഴിയുന്നതുവരെ അവളെ സ്വന്തം വീട്ടിൽ നിർത്തി. അവൾക്ക് അഭയം നല്കപ്പെട്ട അതേ ഗ്രാമത്തിലാണവൾ ജീവാവസാനം വരെ കഴിഞ്ഞത്, അവൾക്ക് സ്വന്തമായൊരു വീടില്ലായിരുന്നു, ഏതെങ്കിലും ദരിദ്രന്റെ കുടിലിൽ ഒന്നോ രണ്ടോ മുറി വാടകയ്ക്കെടുത്ത് സ്വന്തം മകനോടൊപ്പം അവൾ ജീവിച്ചു. ക്ലേശകരമായ ജീവിതമായിരുന്നു അവളുടേത്. എന്നാലും പ്രശാന്തമായിരുന്നു! അവൾ മരിച്ചു മണ്ണടിഞ്ഞെങ്കിലും വളരെ ശാന്തയും, ജീവിക്കാൻ വേണ്ടി കഠിനാദ്ധ്വാനം ചെയ്തിരുന്നവളുമായ ഒരു ഗാംഭീര്യമുള്ള സ്ത്രീയായി എല്ലനെ വൃദ്ധജനങ്ങൾ ഓർത്തി

രുന്നു. അധികവും പാടത്ത് പണിയിലാണവൾ മുഴുകിയിരുന്നത്, കൊയ്ത്ത്, വൈക്കോൽ തുറു ഇടൽ കളപറിക്കൽ, കല്ലുകൾ സംഭരിക്കൽ പുൽത്തകിടിയിൽനിന്ന് മുൾച്ചെടികൾ പറിച്ചു കളയൽ തുടങ്ങിയവ. അവൾ ഒറ്റയ്ക്കോ, ദരിദ്ര സ്ത്രീകളോടൊപ്പമോ പണിയെടുത്തു, എന്നാൽ പുരുഷന്മാരുമായി യാതൊരു സൗഹൃദവുമില്ലായിരുന്നു. ഇക്കാര്യത്തിൽ ഗ്രാമത്തിലെ ഏറ്റവും കൂർത്തകണ്ണുകളുള്ള സ്ത്രീകൾക്ക് പോലും അവളിൽ യാതൊരു കുറ്റവും കണ്ടുപിടിക്കാൻ കഴിഞ്ഞില്ല. അങ്ങനെയല്ലായിരുന്നെങ്കിൽ അവൾ അവരോട് സന്തോഷത്തോടെ പുഞ്ചിരിച്ച് സംസാരിച്ചിരുന്നെങ്കിൽ, അവൾക്ക് സ്വന്തം ജീവിതം ഒരു ഭാരമായിത്തീർന്നേനെ! അവളുടെ കുഞ്ഞിന്റെ അച്ഛൻ ആരാണെന്ന് അവർ അവളോട് ഇടയ്ക്കിടെ ചോദിക്കുമായിരുന്നു! തന്നെ ഈ ലോകത്ത് ഒറ്റപ്പെടുത്തി പുറത്താക്കിയ ആ ദിവസത്തെ ഭീകരാനുഭവം- ഗർഭസ്ഥ ശിശുവിന്റെ ഭാരവും പേറി ആഗസ്ത് മാസത്തിലെ പൊള്ളുന്ന ചൂടിൽ ഉൽക്കണ്ഠാകുലയായി നടന്നുപോയതെല്ലാം അവളുടെ ആത്മാവിലേക്ക് ആഴ്ന്നിറങ്ങിച്ചെന്നിരുന്നു! അവളുടെ സ്വഭാവംതന്നെ മാറി; ഒരു പുരുഷനു മുന്നിൽ അവളുടെ രക്തം ഉറഞ്ഞുപോയതു പോലെ കാണപ്പെട്ടു. സംസാരിക്കേണ്ടി വന്നാൽത്തന്നെ, കണ്ണുകൾ നിലത്ത് പതിപ്പിച്ച് ഒറ്റ വാക്കിൽ മറുപടി നല്കും. ഇത് ശ്രദ്ധിക്കപ്പെട്ടു. തൽഫലമായി എല്ലാ ഗ്രാമീണ സ്ത്രീകളും അവളുടെ സ്നേഹിതകളായിത്തീർന്നു. അവളുടെ വീഴ്ചയെക്കുറിച്ച് അവൾ ഒരിക്കലും പിന്നെ ഓർമ്മിപ്പിച്ചിട്ടില്ല. അവൾ അകാലമൃത്യു അടഞ്ഞപ്പോൾ അവർ അവൾക്കുവേണ്ടി ദുഃഖിച്ചു; അവരുടെ കരങ്ങളിൽ അവൾ വിട്ടുപോയ ആ കൊച്ചു അനാഥ ബാലനെ അവർ സഹായിച്ചു.

അവനപ്പോൾ ഏകദേശം പതിനൊന്ന് വയസ്സായിരുന്നു; കരുത്തനായൊരു കൊച്ചു ബാലൻ, അച്ഛനെപ്പോലെ ഉരുണ്ട തലയും ചണനാരുപോലുള്ള തലമുടിയും! എന്നാൽ, അവൻ അത്ര മന്ദബുദ്ധിയായിരുന്നില്ല, സ്വഭാവവും അച്ഛന്റേത് പോലെ ആയിരുന്നില്ല. എന്തായാലും അയാളുടെ വൃദ്ധയായ വിധവ എന്നോട് പറഞ്ഞത്, അയാൾ തന്റെ ജീവിതത്തിലൊരിക്കലും അന്യായമോ ക്രൂരമോ ആയ ഒറ്റ കാര്യവും ചെയ്തിട്ടില്ല എന്നാണ്! അയാൾ ഒരു നീണ്ട ആട്ടിടയ പരമ്പരയിൽ നിന്നാണ് വരുന്നത്, ആടുമേയ്ക്കൽ അയാളുടെ ജന്മവാസനയാണ്. അവന്റെ ബാല്യകാലം മുതൽ ചെമ്മരിയാടുകളുടെ വിറയലുള്ള നിലവിളിയും, ചെമ്പ് മണികളുടെ പാതിയടഞ്ഞ നാദവും, ഇടയനായ്ക്കളുടെ രൂക്ഷമായ കുരയും, അവനെ വിചിത്രമായ വിധത്തിൽ ആകർഷിച്ചിരുന്നു. താല്ക്കാലികമായി ഒരു ആട്ടിടയന്റെ അസാന്നിദ്ധ്യത്തിൽ ചെമ്മരിയാടുകളെ മേയ്ക്കാനായി ഒരു ബാലന്റെ ആവശ്യകത വരുമ്പോൾ അവൻ ആ ചുമതല ഏറ്റെടുക്കാൻ എപ്പോഴും സന്നദ്ധനായിരുന്നു! സാവധാനം പതിനഞ്ച് വയസ്സ് മാത്രം പ്രായമുള്ളപ്പോൾ അവൻ ആട്ടിടയ സഹായിയായി

നിയമിക്കപ്പെട്ടു! ബാക്കി ജീവിതകാലം മുഴുവൻ ആടുമേയ്ക്കൽ ആയിരുന്നു അവന്റെ തൊഴിൽ.

മാർത്താബൊക്കോമ്പുമായുള്ള അവന്റെ വിവാഹം ഗ്രാമനിവാസികൾക്കൊരു അത്ഭുതമായിരുന്നു! എന്തുകൊണ്ടെന്നാൽ ആർക്കും ടോമിലെറാറ്റിൽ യാതൊരു കുറ്റവും കണ്ടെത്താൻ കഴിയില്ലെങ്കിലും, അയാളിൽ ഒരു കറ ഉണ്ടായിരുന്നു; ആ സ്ഥലത്തെ ഏറ്റവും സുന്ദരിയായ മാർത്ത ഇതിനേക്കാൾ ഭേദപ്പെട്ട ബന്ധം പ്രതീക്ഷിച്ചിട്ടുണ്ടായിരിക്കാമെന്ന് കരുതപ്പെട്ടു! എന്നാൽ, മാർത്തയ്ക്ക് എന്നും ടോമിയെ ഇഷ്ടമായിരുന്നു. അവർ ഒരേ പ്രായക്കാരും, ചെറുപ്പം മുതൽ കളിക്കൂട്ടുകാരുമായിരുന്നു. ഒന്നിച്ച് വളർന്നുവന്നപ്പോൾ അവരുടെ ബാല്യകാല സ്നേഹം പ്രേമമായി മാറി. ഏതാനും വർഷങ്ങൾ അവർ കാത്തിരുന്നശേഷം ടോമി ഒരു കുടിൽ ഉണ്ടാക്കുകയും, പ്രതിവാരം ഏഴ് ഷില്ലിങ് വേതനമുള്ള ജോലി സമ്പാദിക്കുകയും ചെയ്തപ്പോൾ, ഐസക്കും ഭാര്യയും അവരുടെ വിവാഹത്തിന് അനുമതി നല്കി. അവർ വിവാഹിതരായി. എന്നിട്ടും ഗ്രാമീണർ ഈ രീതിയിൽ ചർച്ച ചെയ്യുന്നത് കേട്ട് അവർക്ക് വേദന തോന്നി. അതുകൊണ്ട്, വീട്ടിൽനിന്നും ദൂരെയുള്ളൊരു സ്ഥലത്ത് ലെറാറ്റിന് ആട്ടിടയ ജോലി വാഗ്ദാനം ചെയ്യപ്പെട്ടപ്പോൾ, അയാൾ വളരെ സന്തോഷിച്ചു; അവിടെ ആർക്കും അയാളുടെ കുടുംബചരിത്രം അറിയില്ലല്ലോ. അയാളുടെ ഭാര്യ പ്രസവശേഷം ഒരുമാസം കഴിഞ്ഞ് അയാളോടൊപ്പം പോകും.

സോമർസെറ്റിലായിരുന്നു ആ പുതിയ ജോലി, അവരുടെ ജന്മനാട്ടിൽനിന്ന് മുപ്പത്തഞ്ചോ നാല്പത്തോ മൈൽദൂരെ. ഒരു ജന്മിയുടെ വലിയ ഫാമിലെ ആട്ടിടയൻ എന്ന നിലയ്ക്ക് ലെറാറ്റിന് ഇതുവരെ കിട്ടിയതിലേറെ ശമ്പളവും താമസിക്കാൻ നല്ലൊരു കുടിലും കിട്ടും. പുതിയ വീട്ടിൽ മാർത്താ വളരെ ആഹ്ലാദവതിയായിരുന്നു!- ആ കുടിൽ, ഗ്രാമം, അടുത്തുള്ള വലിയൊരു പാർക്കും ബംഗ്ലാവും, സ്വർഗ്ഗംപോലെയാണവൾക്ക് തോന്നിയത്. എല്ലാറ്റിലും ഏറെ അവളെ സന്തോഷിപ്പിച്ചത് ഗ്രാമീണരിൽനിന്ന് ലഭിച്ച ഹൃദ്യമായ സ്വീകരണമാണ്! അവർക്ക് അവളെ പരിചയപ്പെടാൻ ധൃതിയായി; അവളുടെ രൂപഭംഗിയും സൗഹൃദത്തോടെയുള്ള പെരുമാറ്റവും അവരെ വല്ലാതെ ആകർഷിച്ചു. തങ്ങളുടെ ജന്മിയേയും അദ്ദേഹത്തിന്റെ പത്നിയേയും കുറിച്ച് പറയാൻ അവരെല്ലാവരും ആകാംക്ഷാഭരിതരായിരുന്നു; ആ ദമ്പതികൾ ചെറുപ്പക്കാരാണ്, എന്തൊരു താല്പര്യമാണ് അവർ തങ്ങളുടെ ആളുകളോട് കാണിക്കുന്നത്, എസ്റ്റേറ്റിലെ എല്ലാവരും അവരെ എന്തുമാത്രമാണ് സ്നേഹിക്കുന്നത്!

വിചിത്രമെന്നു പറയട്ടെ, ഞാൻ ഇതേ മനുഷ്യനുമായി, ഇപ്പോൾ വിവരിക്കുന്ന സംഭവങ്ങൾക്ക് അമ്പത് വർഷങ്ങൾക്കുശേഷം അദ്ദേഹത്തിന് എൺപത് വയസ്സുള്ളപ്പോൾ പരിചയപ്പെടാനിടയായി! ഒരു പക്ഷിയുടെ ശീലങ്ങളെക്കുറിച്ചോ അല്ലെങ്കിൽ അതുപോലുള്ള ഏതോ നിസ്സാര

വിഷയത്തെക്കുറിച്ചോ പരാമർശിച്ചുകൊണ്ട് എനിക്കെഴുതിയ ഒരു കത്തിൽനിന്നാണ് ആ പരിചയത്തിന്റെ തുടക്കം. ഈ രീതിയിൽ ഞാൻ അനേകം ആളുകളുമായി പരിചയപ്പെട്ടിട്ടുണ്ട് - ഒരുപക്ഷേ, നൂറുകണക്കിന് രാജ്യത്തിന്റെ പല ഭാഗത്തുനിന്നുമുള്ളവർ! അദ്ദേഹം വളരെ നല്ലൊരു മനുഷ്യനായിരുന്നു, പുരാതനവും ശ്രേഷ്ഠവുമായ ഒരു കൗണ്ടി കുടുംബത്തലവൻ; ഒരു ആദർശവാദിയായ ജന്മി. ഞാൻ കണ്ടിട്ടുള്ള ഏതാനും വലിയ ഭൂവുടമകളിൽ ഏറ്റവും നിസ്വാർത്ഥനും തരം താഴ്ന്ന നായാട്ടുകളിലൂടെ കാട്ടുകോഴികളെ കൊന്നൊടുക്കാൻ തയ്യാറാകാത്തവനുമാണദ്ദേഹം!

അരഡസൻ പുതിയ അയൽക്കാരികളുമായി മാർത്താ സസന്തോഷം സംസാരിച്ചുകൊണ്ടിരിക്കവെ, അവൾ തന്റെ കുഞ്ഞിന് അവർക്ക് കാണിച്ചുകൊടുത്തു; പിന്നെ ആ കുഞ്ഞിനെ മുല കൊടുക്കാൻ തുടങ്ങി. അവർ പരസ്പരം നോക്കി ചിരിച്ചു. ഒരു സ്ത്രീ പറഞ്ഞു “ബംഗ്ലാവിലെ ലേഡി കാണുന്നതുവരെ നീ കാത്തിരിക്കൂ - അവളുടെ കുഞ്ഞിന്റെ പോറ്റമ്മയാകാൻ അവൾ ഉടനെ നിന്നോടാവശ്യപ്പെടും.”

എന്താണവർ ഉദ്ദേശിച്ചത് ആ മഹത്തായ ലേഡിയും ഒരു അമ്മയാണെന്നവർ അവളോട് പറഞ്ഞു, ദുർബ്ബലയായൊരു കുഞ്ഞാണത്, അതിനുവേണ്ടി ഒരു പോറ്റമ്മ വേണം; എന്നാൽ അവർക്ക് ഇഷ്ടപ്പെട്ട ഒരു സ്ത്രീയെ കിട്ടിയില്ല.

അതുകേട്ട് മാർത്തയ്ക്ക് ഭയങ്കര ദേഷ്യം വന്നു. അവൾ ചോദിച്ചു. അവരുടെ സ്വർണ്ണംകൊണ്ട് സ്വന്തം കുഞ്ഞിനെ ഉപേക്ഷിച്ച് മറ്റൊരു സ്ത്രീയുടെ കുഞ്ഞിനെ പോറ്റാൻ എന്നെ പ്രലോഭിപ്പിക്കുവാൻ കഴിയുമെന്ന് അവൾ സങ്കല്പിക്കുന്നോ? അവൾ അത്തരമൊരു കാര്യം ചെയ്യില്ല- അതിന് വഴങ്ങുന്നതിനേക്കാൾ ഭേദം സ്ഥലം വിടുന്നതാണ്! എന്നാൽ അവൾ അത് വിശ്വസിച്ചില്ല - അവർ അവളെ കളിവാക്ക് പറഞ്ഞ് പരിഹസിക്കാനും പേടിപ്പിക്കാനും ശ്രമിക്കുകയാണ്!

അവർക്ക് മുന്നിൽ അവൾ എഴുന്നേറ്റ് നിന്നപ്പോൾ, അവളുടെ ജ്വലിക്കുന്ന കണ്ണുകളും ചുകന്ന് തുടുത്ത കവിളുകളും സുന്ദരമായ നിറഞ്ഞ മാറിടവും അഭിനന്ദനത്തോടെ നോക്കി അവർ വീണ്ടും ചിരിച്ച് ഇപ്രകാരം മറുപടി നല്കി “അവർ നിന്നെ കാണുന്നതുവരെ കാത്തിരിക്കുക, എന്റെ ഡിയർ.”

അധികം താമസിയാതെ ആ ലേഡി അവളെ കാണാനിടയായി. ബംഗ്ലാവിലെ ആളുകൾ മതാചാരത്തിന്റെ കാര്യത്തിൽ വളരെ കൃത്യനിഷ്ഠ പാലിക്കുന്നവരാണ്. ഞായറാഴ്ച രാവിലെത്തെ കുർബ്ബാന കൊള്ളുന്നത് എന്തുകൊണ്ടും നല്ലതാണെന്നു മാർത്തയെ അവർ ധരിപ്പിച്ചിരുന്നു. ഒരു അയൽവാസി, അവളുടെ കുഞ്ഞിനെ നോക്കാനായി ഒരു പെൺകുട്ടിയെ തയ്യാറാക്കിയിരുന്നു. അങ്ങനെ ഞായറാഴ്ച ആയപ്പോൾ, തന്റെ ഏറ്റവും നല്ല വസ്ത്രം ധരിച്ച്, മറ്റുള്ളവരോടൊപ്പം അവൾ പള്ളിയിലേക്ക് പോയി. കുർബ്ബാന കഴിഞ്ഞു, ജന്മിയും ഭാര്യയും ആദ്യം

പുറത്ത് വന്ന്, ഗേറ്റിനടുത്ത് നിന്ന് അവരുടെ സുഹൃത്തുക്കളെ പരസ്പരം അഭിവാദ്യം ചെയ്യുകയായിരുന്നു, അപ്പോൾ ജനക്കൂട്ടത്തിനിടയിൽ മാർത്താ ഗേറ്റിലേക്ക് നടന്നുവന്നു. ലേഡിയുടെ ദൃഷ്ടി അപ്പോൾ അവളിലേക്ക് തിരിഞ്ഞു, പെട്ടെന്ന് ആ സംഘത്തിൽനിന്ന് പുറത്തുകടന്ന്, അവൾ മാർത്തയെ നിർത്തി, ചോദിച്ചു.

"നിങ്ങൾ ആരാണ്? നിങ്ങളുടെ മുഖം എനിക്ക് ഓർമ്മ വരുന്നില്ലല്ലോ."

"ഇല്ല മാം" മുഖം തുടുത്ത് മുട്ടുമടക്കി പ്രണമിച്ച് മാർത്ത പറഞ്ഞു. "മാനർ ഹൗസ് ഫാമിലെ പുതിയ ആട്ടിടയന്റെ ഭാര്യയാണ് ഞാൻ. ഞങ്ങൾ ഇവിടെ വന്നിട്ട് ഏതാനും ദിവസങ്ങളേ ആയിട്ടുള്ളൂ."

അപ്പോൾ അവളെക്കുറിച്ച് കേട്ടിട്ടുണ്ടെന്ന് ആ മഹതി പറഞ്ഞു. ഒരു കുഞ്ഞ് ഉള്ള കാര്യവും അവൾ അറിഞ്ഞിട്ടുണ്ട്. അവൾക്ക് ചിലകാര്യങ്ങൾ സംസാരിക്കാനുള്ളതിനാൽ അന്ന് ഉച്ചതിരിഞ്ഞ് ബംഗ്ലാവിൽ ചെല്ലാനായി ആ ലേഡി അവളോട് പറഞ്ഞു.

ആ പാവം യുവതിയായ അമ്മ പേടിച്ചുവിറച്ച് ബംഗ്ലാവിനകത്തേക്ക് കടന്നു ചെന്നു. പ്രതീക്ഷിക്കപ്പെട്ട പ്രലോഭനങ്ങൾക്കെതിരെ കർക്കശയാകുവാനവൾ ശ്രമിച്ചുകൊണ്ടിരുന്നു!

പിന്നെ വിധി നിർണ്ണായകമായ ആ കൂടിക്കാഴ്ച നടന്നു. ഒടുവിൽ ശരിയായ വ്യക്തിയെ തനിക്ക് പിടികൂടാനായതിൽ ആ ലേഡി തൃപ്തിയടഞ്ഞു! തന്റെ അരുമയായ കുഞ്ഞിനെ മരണത്തിൽനിന്ന് രക്ഷിക്കുവാൻ കഴിവുള്ള ഈ ലോകത്തിലെ ഒരേ ഒരു വ്യക്തിയാണവൾ. ക്ഷയിച്ചുകൊണ്ടിരിക്കുന്ന ആ പാവം കുഞ്ഞിന്റെ ദുർബ്ബലമായ ജീവൻ അവളെയാണ് ആശ്രയിച്ചിരിക്കുന്നത്! അവളുടെ നിറഞ്ഞു നില്ക്കുന്ന ആരോഗ്യപൂർണ്ണമായ മുലകൾ ഊട്ടി. ആ കുഞ്ഞിന് ജീവൻ നല്കുക! മാർത്തായുടെ സ്വന്തം കുട്ടിയും സുഖമായി വളരും. കുടിലിൽ പോയി വേണ്ടതായ ഒരുക്കങ്ങളെല്ലാം ചെയ്ത്, ബംഗ്ലാവിൽ വന്ന് താമസിക്കുക!

മാർത്ത വിസമ്മതിച്ചു; മറ്റവൾ പുഞ്ചിരിച്ചു; അപ്പോൾ മാർത്ത കേണപേക്ഷിക്കുയും കരയുകയും ചെയ്തു. അവൾ ഒരിക്കലും തന്റെ കുഞ്ഞിനെ വിട്ടുപോരില്ലെന്ന് പറഞ്ഞു. അതെല്ലാം നിഷ്ഫലമായപ്പോൾ അവൾ കോപിച്ചു; ആ ലേഡിയും കുപിതയായാൽ തന്നെ അവിടന്ന് പിടിച്ച് പുറത്താക്കുമെന്നും, അതോടെ എല്ലാം അവസാനിക്കുമെന്നും അവൾ കരുതി. എന്നാൽ, ആ ലേഡി കോപിച്ചില്ല; മാർത്തയുടെ ക്രോധം ആളിക്കത്തിയപ്പോൾ, ആ മഹതി കൂടുതൽ മാന്യതയോടെ മൃദുലവും മധുരവുമായ വിധത്തിൽ സംസാരിക്കയാണുണ്ടായത്! എന്നാലും തന്റേതായ മാർഗ്ഗത്തിൽനിന്നു വ്യതിചലിച്ചില്ല. ഒടുവിൽ ആ പാവം യുവമാതാവിന് അധികനേരം അത് സഹിച്ചു നില്ക്കാൻ കഴിഞ്ഞില്ല. വല്ലാത്ത ദേഷ്യത്തോടെ തന്റെ ശത്രുവിനെതിരെ ഭർത്താവിന്റെ സഹായം തേടാനായി അയാളുടെ അടുത്തേക്ക് അവൾ പറഞ്ഞു. എന്നാൽ വിവരങ്ങളെല്ലാം ഭാര്യയിൽ നിന്നറിഞ്ഞപ്പോൾ ടോമി ആ ലേഡിയുടെ ഭാഗം പിടി

ക്കയാണുണ്ടായത്! അതിന്റെ പേരിൽ ഭാര്യ ഭർത്താവിനോട് വെറുപ്പ് പ്രകടിപ്പിക്കുകയും ഹതാശയായി, സ്വന്തം കുഞ്ഞിനെയുമെടുത്ത് അവരിൽനിന്ന് ഓടിപ്പോകാൻ ഒരുങ്ങുകയും ചെയ്തു! പെട്ടെന്ന് ഒരു വണ്ടി അവരുടെ കുടിലിന് മുന്നിൽ വന്നുനിന്നു. ആ മഹത്തായ ലേഡി, ദുർബ്ബലയായ കൊച്ചുകുഞ്ഞിനെ എടുത്ത് ഒരു നെഴ്സിനോടൊപ്പം കുടിലിലേക്ക് കയറിവന്നു. അവൾ വളരെ മാന്യതയോടെ യാചിക്കുന്ന മട്ടിൽ തന്റെ കുഞ്ഞിന് ഒരിക്കലെങ്കിലും മുലകൊടുക്കാനായി അഭ്യർത്ഥിച്ചു. ആ അഭ്യർത്ഥന മാർത്തയെ സന്തുഷ്ടയാക്കി; ആ കുഞ്ഞിനെ അവൾ കൈയിലെടുത്ത് താലോലിച്ച് മുലയൂട്ടാൻ തുടങ്ങി. അവൾ ഒരു അമ്മയെപ്പോലെ ആ കുഞ്ഞിനെ വളരെ മൃദുവായി തലോടിക്കൊണ്ട് മുലകൊടുക്കുന്നത് കണ്ടപ്പോൾ, അവളുടെ സന്ദർശക പെട്ടെന്ന് പൊട്ടിക്കരഞ്ഞു. മാർത്തായുടെ കൈപിടിച്ച് ചുംബിച്ച് വീണ്ടും പഴയ അഭ്യർത്ഥന ആവർത്തിച്ചു! ഒടുവിൽ മാർത്തക്കതിന് വഴങ്ങേണ്ടിവന്നു! അങ്ങനെ അക്കാര്യം ഒരു തീരുമാനത്തിലെത്തി. മാർത്താ ബംഗ്ലാവിൽ താമസിക്കും; ദിവസത്തിലൊരിക്കൽ ഗ്രാമത്തിൽവന്ന് സ്വന്തം കുഞ്ഞിന് മുലയൂട്ടും.

ആ ദുർബ്ബലയായ കുഞ്ഞിനെ സുരക്ഷിതയായി വളർത്തിയതോടെ ബംഗ്ലാവിലെ ആളുകളുമായുള്ള മാർത്തയുടെ ബന്ധം അവസാനിക്കുന്നില്ല. ആ ലേഡി അവളുമായി വളരെ അടുപ്പത്തിലായി; അവളെ അവർക്ക് എപ്പോഴും അടുത്ത് വേണം. ആ ലേഡിക്ക് വീണ്ടും കുട്ടികൾ ഉണ്ടാകാതിരുന്നതിനാൽ മാർത്തായ്ക്ക് വീണ്ടും ഒരു പോറ്റമ്മ ആകേണ്ടി വന്നിട്ടില്ല. അധികം താമസിയാതെ മൂന്നാമത്തെ പ്രസവത്തിനുശേഷം അവളുടെ യജമാനത്തിയുടെ ആരോഗ്യം മോശമായി; അവരെ ശുശ്രൂഷിക്കാനായി വിദേശത്തേക്ക് കൊണ്ടുപോകേണ്ടി വന്നു; അവർ മാർത്തായെയും കൂടെ കൊണ്ടുപോയി. ഒരു വർഷം മുഴുവൻ അവരോടൊപ്പം അവൾ കോണ്ടിനെന്റിൽ താമസിച്ചു. ഫ്രാൻസിലും ഇറ്റലിയിലുമായിരുന്നു വാസം. അവർ വീണ്ടും വീട്ടിൽ എത്തി. എന്നാൽ ആ ലേഡിയുടെ ആരോഗ്യനില വീണ്ടും വഷളായപ്പോൾ വിദേശത്തേക്ക് പിന്നെയും കൊണ്ടു പോയിരുന്നു. അവർ ഇന്ത്യയും മറ്റ് വിദൂരദേശങ്ങളും സന്ദർശിച്ചു. വിശുദ്ധഭൂമി അടക്കം! എന്നാൽ യാത്രാസമ്പത്ത്, ലോകത്തിലെ ഏറ്റവും മഹാന്മാരായ ഡോക്ടർമാർ, അവളെ ആരാധിച്ചിരുന്ന ഭർത്താവിന്റെ സ്നേഹപൂർവ്വമായ പരിചരണം, ഇവയ്ക്കൊന്നും യാതൊരു ഫലവുമുണ്ടായില്ല! ഒടുവിൽ മരിക്കാൻ വേണ്ടി അവൾ വീട്ടിൽ തിരിച്ചെത്തി! മാർത്താ ടോമിയുടെയും മകന്റെയും അടുത്തേക്ക് പോയി; പിന്നെ ജീവാവസാനം വരെ അവർ വേർപിരിഞ്ഞിരുന്നിട്ടില്ല.

ആ വലിയ ബംഗ്ലാവു വർഷങ്ങളോളം പൂട്ടിക്കിടന്നു. സ്വന്തം ചുമതലകളിൽനിന്ന് ഒഴിഞ്ഞുമാറാത്ത മറ്റൊരു ജന്മിയെ ഇംഗ്ലണ്ടിൽ കാണില്ല. അദ്ദേഹം തന്റെ ആളുകളെ ആത്മാർത്ഥമായി സ്നേഹിച്ചു; ഇംഗ്ലണ്ടിൽ മറ്റാരും ഒരു ജന്മിയെ സ്നേഹിക്കാത്തവിധത്തിൽ അവർ അദ്ദേഹത്തെ സ്നേഹിച്ചു! എന്നാൽ മാനസികമായി നല്ല ധൈര്യമുള്ളവനായിരുന്നിട്ടും

സ്വന്തം ദുഃഖം അദ്ദേഹത്തിന് താങ്ങാനായില്ല. അത്രയ്ക്ക് അഗാധമായിരുന്നു അത്! തന്റെ നഷ്ടബോധത്തിൽ നിന്നദ്ദേഹം ഒരിക്കലും കരകയറില്ലെന്ന് അദ്ദേഹത്തിന്റെ സുഹൃത്തുക്കൾ ഭയപ്പെട്ടു. എന്നാൽ, സമയത്തിനദ്ദേഹം സുഖം പ്രാപിച്ചു. പത്ത് വർഷങ്ങൾക്കു ശേഷം വീണ്ടും വിവാഹം കഴിച്ച് സ്വന്തം വീട്ടിലേക്ക് മടങ്ങിവന്നു, തൊണ്ണൂറു വയസ്സുവരെ അവിടെ ജീവിച്ചു. അതിന് വളരെ മുമ്പുതന്നെ ലെറാറ്റുകൾ അവരുടെ ജന്മഗ്രാമത്തിലേക്ക് തിരിച്ചു പോയിരുന്നു. ഞാൻ അവസാനമായി മാർത്തയെ കണ്ടത്, അവളുടെ എൺപത്തി രണ്ടാം വയസ്സിലായിരുന്നു, അന്ന് അവളുടെ ടോമിയുടെ അന്ത്യത്തെക്കുറിച്ച് താഴെ കൊടുത്തിരിക്കുന്ന വിവരങ്ങൾ എനിക്ക് തന്നു.

എഴുപത്തിഎട്ടാം വയസ്സുവരെ അയാൾ ആടുമേയ്ക്കൽ ജോലി തുടർന്നു. ഒരു ഞായറാഴ്ച ദിവസം ഉച്ചതിരിഞ്ഞ്, അവൾ 'ഫ്ളൂ' പിടിച്ച് കിടക്കുമ്പോൾ, അയാൾ വീട്ടിൽവന്ന്, വടി ഒരിടത്ത് മാറ്റിവെച്ച് പറഞ്ഞു. "ഞാൻ ജോലി നിർത്തി."

"ഇന്ന് നേരത്തെ ആണല്ലോ." അവൾ മറുപടി നല്കി.

"ഒരുപക്ഷേ, മകൻ ആടുമേയ്ക്കട്ടെ എന്ന് നിങ്ങൾ കരുതിയിട്ടാകും."

"ഇന്നത്തെ ജോലി കഴിഞ്ഞു എന്നല്ല ഞാൻ ഉദ്ദേശിച്ചത്." അയാൾ പറഞ്ഞു. "എന്നന്നേക്കുമായി ഇനി ഞാൻ ആടു മേയ്ക്കാൻ പോകുന്നില്ല."

"എന്താണ് പറയുന്നത്?" പെട്ടെന്ന് അമ്പരപ്പോടെ അവൾ നിലവിളിച്ചു. നിങ്ങൾക്ക് സുഖം തോന്നുന്നില്ലേ? എന്താണ് കാര്യം?"

"ഇല്ല എനിക്ക് അസുഖമൊന്നുമില്ല." അയാൾ പറഞ്ഞു. "ഞാൻ പൂർണ്ണ ആരോഗ്യവാനാണ്; എന്നാൽ, ഞാൻ ജോലി നിർത്തി." അതിൽ കൂടുതലൊന്നും അയാൾ പറഞ്ഞില്ല.

അവൾ അയാളെ ഉൽക്കണ്ഠയോടെ നിരീക്ഷിച്ചു. എന്നാൽ അയാളിൽ യാതൊരു കുഴപ്പവും കണ്ടില്ല. അയാൾക്ക് നല്ല വിശപ്പുണ്ട്. പൈപ്പ് വലിക്കുന്നുണ്ട്, സന്തോഷവാനാണ്.

മൂന്നു ദിവസത്തിനുശേഷം രാവിലെ വസ്ത്രം ധരിക്കുമ്പോൾ, ഒരു സ്റ്റോക്കിങ് ഇടുവാനായി അയാൾക്ക് ബുദ്ധിമുട്ട് അനുഭവപ്പെട്ടു. അവൾ അയാളെ സഹായിക്കാനായി ചെന്നു. അയാൾ ചിരിച്ചുകൊണ്ട് പറഞ്ഞു. "ഇത് നല്ല തമാശ! നിനക്ക് സുഖമില്ല, ഞാൻ സുഖമായിരിക്കുന്നു; എന്നിട്ടും ഒരു സ്റ്റോക്കിങ് ഇടാൻ നിനക്ക് എന്നെ സഹായിക്കേണ്ടിവന്നു!" അയാൾ വീണ്ടും ചിരിച്ചു.

അന്ന് ഡിന്നറിനുശേഷം ഒരു ഗ്ലാസ് ബീർ കുടിക്കാൻ തോന്നുന്നു എന്നയാൾ പറഞ്ഞു. വീട്ടിൽ ബീർ ഉണ്ടായിരുന്നില്ല. ഒരു കപ്പ് ചായ ഉണ്ടാക്കിത്തരട്ടെ എന്നവൾ ചോദിച്ചു.

"ഓഹ്, ശരി, അത് വളരെ നന്നായിരിക്കും." അയാൾ പറഞ്ഞു. അവൾ അയാൾക്കുവേണ്ടി ചായ ഉണ്ടാക്കി.

അയാൾ ഒരു കപ്പ് ചായ കുടിച്ചശേഷം, ഒരു കാൽവെക്കുന്ന സ്റ്റൂൾ

എടുത്ത് അവളുടെ കാലിന്നടുത്തിട്ട്, അതിൽ ഇരുന്നു; അയാൾ തന്റെ തല അവളുടെ കാൽമുട്ടുകളിൽ ചായ്ച് വെച്ചു; ഇതേ നിലയിൽ കുറേ നേരം നിശ്ചലനായി അയാൾ ഇരുന്നു. ഒടുവിൽ അവൾ കുനിഞ്ഞ്, അയാളെ സ്പർശിക്കുകയും മുഖം പരിശോധിക്കുകയും ചെയ്തു. അയാൾ മരിച്ചുകഴിഞ്ഞിരുന്നു!

അങ്ങനെ ആയിരുന്നു എല്ലെന്റെ മകൻ, ടോമി ലെറാറ്റിന്റെ അന്ത്യം! അയാൾ മരിച്ചു, അവൾ പറഞ്ഞു, സ്വന്തം അമ്മയുടെ മാറിൽ മുലകുടിച്ച് കിടന്നുറങ്ങുന്ന കൊച്ചു കുഞ്ഞിനെപ്പോലെ!

ഭൂതകാലത്തിൽ ജീവിക്കൽ

ഞങ്ങളുടെ ഇടയ്ക്കിടെയുള്ള സായാഹ്നസംഭാഷണങ്ങൾ രാത്രി വളരെ വൈകുന്നതുവരെ തുടരുമായിരുന്നു. കാലെബ് ബൊക്കോബിന്റെ കാട്ടുമൃഗങ്ങളെക്കുറിച്ചുള്ള അനുഭവകഥകളാണ് അയാൾ പറഞ്ഞ മറ്റേത് കാര്യങ്ങളേക്കാൾ എനിക്ക് കൂടുതൽ താല്പര്യമുണ്ടായിരുന്നത്; എന്നാലും അയാളുടെ സംഭാഷണം മിക്കവാറും എല്ലായ്പ്പോഴും പഴയ ചെമ്മരിയാട് വിഷയത്തിലേക്ക് വഴുതിപ്പോകും; അതിനെക്കുറിച്ച് എത്ര പറഞ്ഞാലും അയാൾ തളരില്ല! ഉറക്കത്തിൽപ്പോലും അയാൾ അവരെ മറക്കില്ല; അയാൾ പറയുന്നത്, തന്റെ സ്വപ്നങ്ങൾ എപ്പോഴും ചെമ്മരിയാടുകളെക്കുറിച്ചാണ് എന്നത്രെ! അയാൾ ആടുമേച്ച് നടക്കുന്നു, വേലിക്കൂട് മാറുന്നു, കുന്നിൻപ്രദേശത്തേക്ക് ചെമ്മരിയാട്ടിൻ കൂട്ടത്തെ നയിക്കുന്നു, തുടങ്ങി സ്വപ്നങ്ങൾ! അയാൾ സുഖമില്ലാതിരിക്കുമ്പോഴോ, അസ്വസ്ഥനായിരിക്കുമ്പോഴോ ഉള്ള വിഷമിപ്പിക്കുന്ന സ്വപ്നം സ്ഥിരമായും ചെമ്മരിയാട്ടിൻ കൂട്ടത്തിന്റെ ബുദ്ധിമുട്ടുകളെക്കുറിച്ചായിരിക്കും. അവ തന്റെ നിയന്ത്രണം വിട്ടുപോകുന്നു, ഇടയനായ തന്നെ മനസ്സിലാക്കുന്നില്ല, അല്ലെങ്കിൽ തന്നെ അത്യാവശ്യസമയത്ത് അനുസരിക്കുന്നില്ല, ഇങ്ങനെ പോകുന്നു. ഈ വിഷയം മറ്റെല്ലാറ്റിനേക്കാളേറെ അയാൾക്ക് പ്രാധാന്യമുള്ളതാണ്. ആട്ടിടയന്റെ ജീവിതത്തെയും ജോലിയേയും കുറിച്ചുള്ള ഏറ്റവും നിസ്സാര വിവരണംപോലും കേൾവിക്കാരോട് ഒഴിവാക്കില്ല. ചെമ്മരിയാട്ടിൻ തൊഴുത്തുകൾ നിർമ്മിക്കുന്നതിനെക്കുറിച്ചുള്ള അയാളുടെ സൂചനകൾ ഒരു വാല്യം തന്നെ നിറക്കുന്നത്ര ഉണ്ടാകും! ഏതെങ്കിലും ഒരുഫാം ഉടമ ആ പുസ്തകം വാങ്ങിച്ചാൽ അതിലെ ഒറ്റ തലക്കെട്ടുപോലും വഴിതെറ്റിക്കുന്നതായോ താൻ മുടക്കിയ പണം വഞ്ചിക്കപ്പെട്ടതായോ കരുതുകയില്ല. അയാളുടെ വിചിത്രമായ മുഖവും തെളിഞ്ഞ

കണ്ണുകളും നോക്കിയിരിക്കുന്ന അയാളുടെ ശ്രോതാവിന് ഉറങ്ങാനാവില്ല! എന്നു മാത്രമല്ല അയാളുടെ ചിന്തകൾ അലഞ്ഞു തിരിയുകയുമില്ല. അയാളുടെ ഏറ്റവും വിരസമായ വിവരണങ്ങളിൽപോലും ചില ഉജ്ജ്വല സ്പർശം ഉണ്ടായിരുന്നതിനാൽ ആരും മനഃപൂർവ്വം അത് നഷ്ടപ്പെടാനാഗ്രഹിക്കില്ല!

ചെമ്മരിയാടുകളുടെ വേലികൊണ്ടുള്ള ചട്ടക്കൂടുകൾ, നീളമുള്ള മരക്കുറ്റികളും ഹെഡ്ജുകളിലെ വള്ളികളും ഉപയോഗിച്ച് കുന്നിൻ പ്രദേശത്തെ ആട്ടിടയന്മാർ കേടുപാടുകൾ തീർക്കുക സാധാരണമാണ്. അയാൾ പറഞ്ഞ മരക്കുറ്റികൾ കാട്ട് ക്ലെമാറ്റിസ് മരത്തിന്റേതാണോ ട്രാവല്ലേഴ്സ് ജോയ്‌യുടേതാണോ എന്ന് ഞാൻ ചോദിച്ചപ്പോൾ അയാൾക്കറിയില്ല. അയാളെ സംബന്ധിച്ചിടത്തോളം ആ മരത്തിന്റെ പേര് ബിത്തിവിണ്ട് എന്നോ 'ഡെവിൾസ് ഗട്ട്സ്' എന്നോ ആണ്! നാട്ടുഭാഷയുമായി ലയിച്ച് ഉരുത്തിരിഞ്ഞു വന്ന പേരുകൾ ആയിരിക്കാം അത്.

ബിഷപ്പ്, ഇടവകയിലെ ഒരു വൃദ്ധൻ ഫാം ഉടമയ്ക്ക് ഈ ചെടിയോട് ഒരു പ്രത്യേക ഇഷ്ടമായിരുന്നെന്ന് കാലെബ് പറഞ്ഞു. ഏതെങ്കിലും ഒരു ആട്ടിടയൻ അയാളുടെ ഹെഡ്ജിൽനിന്ന് ഈ ചെടി പറിച്ചെടുത്താൽ അയാൾ വല്ലാതെ കോപിക്കും. അയാൾ അവനു നേരെ അട്ടഹസിക്കും. “എന്റെ ഡെവിൾസ് ഗട്ട്സ് വിട്ടുപോകൂ. അല്ലെങ്കിൽ നിന്നെ ഞാൻ പാടത്ത് പിടിച്ചു നിർത്തും.” പ്രതികാരത്തോടെ ആട്ടിടയന്മാർ അയാൾക്ക് അരോചകമായ “വൃദ്ധൻ ഡെവിൾസ് ഗട്ട്സ്” എന്ന് കുറ്റപ്പേരിട്ടു! ആ നാട്ടിൽ ഈ പേരിലാണയാൾ അറിയപ്പെട്ടിരുന്നത്.

സാധാരണയായി, ചെമ്മരിയാടുകളെക്കുറിച്ചുള്ള അയാളുടെ സംഭാഷണം, അല്ലെങ്കിൽ ചെമ്മരിയാടുകളുമായി ബന്ധപ്പെട്ട എന്തെങ്കിലും വിഷയം, ഇടയ നായകളിലേക്ക് തിരിയും- അയാളുടെ നായകളിലേക്കോ, അയാൾക്ക് അറിയാവുന്ന നായകളിലേക്കോ! മനുഷ്യരെപ്പോലെ, അവരുടേതായ സ്വഭാവവും പ്രത്യേകതകളും ഉള്ള ഇടയ നായ്ക്കളെക്കുറിച്ച്! അവരിൽ നല്ലതും, ചീത്തയും ഉണ്ട്; യാതൊരു താല്പര്യവുമില്ലാത്ത ഉദാസീനരുമുണ്ട്. ശരിക്കും ചീത്തയായ നായ വിരളമാണ്, ഒരു വിധം നല്ല നായയ്ക്ക് തന്ത്രങ്ങളും, ദുർഗ്ഗുണങ്ങളും അല്ലെങ്കിൽ ദൗർബല്യങ്ങളും ഉണ്ടാകും. ഉദാഹരണത്തിന് സാല്ലി, കുറ്റിവാലുള്ള പെൺപട്ടി; അയാളുടെ ഇടയ നായകളിൽ വെച്ച് ഏറ്റവും സമർത്ഥയെന്നു പറയാവുന്നത്! എന്നാൽ അവളുടെ വികാരങ്ങൾ നിങ്ങൾ പരിഗണിക്കണം. അയാൾ യജമാനന്റെ ഏത് അനീതിയും നീരസത്തോടെ വീക്ഷിക്കും. അയാൾ കർക്കശമായി അവളോട് സംസാരിക്കുകയോ ഒരു മുയൽ മാളം മണപ്പിക്കാനായി ഒന്ന് വഴിമാറിപ്പോയി എന്നതിന്റെ പേരിൽ അനാവശ്യമായി ശകാരിക്കുകയോ ചെയ്താൽ, ഒരവസരം വരുന്നതുവരെ അവൾ ആ ദേഷ്യം മനസ്സിൽ സൂക്ഷിച്ചുവെക്കും, എന്നിട്ട് ഏതെങ്കിലും തെറ്റ് ചെയ്യുന്ന എന്തെങ്കിലും ചെമ്മരിയാടിനെ പിടിച്ച് നല്ല കടിവെച്ച് കൊടുക്കും! അവളെ ശിക്ഷിച്ചാൽ കാര്യങ്ങൾ കൂടുതൽ വഷളാകും.

അവളെ ഒരു വിവേകമുള്ള ജീവിയായി കരുതി പെരുമാറുകയാണ് നല്ലത്, അവളോട്, ഒരു നായയോടെന്നപോലെ ഒരിക്കലും സംസാരിക്കാതിരിക്കുക - ഒരു വെറും അടിമയെപ്പോലെ!

അയാൾ നന്നായി ഓർക്കുന്ന മറ്റൊരു നായയാണ് ഡൈക്ക്. വൃദ്ധനായ ആട്ടിടയൻ മാത്യു ടിറ്റിന്റെ നായയായിരുന്നു അവൻ. കാലെബ് ജോലി ചെയ്തിരുന്ന ഫാമിന് തൊട്ടുള്ള വാമിൻസ്റ്ററിന്നടുത്ത ഒരു ഫാമിലെ മുഖ്യ ആട്ടിടയനായിരുന്നു മാത്യു. വൃദ്ധൻ മാത്യുവും അയാളുടെ ഭാര്യയും ആ ഗ്രാമത്തിലെ ഒരു കുടിലിൽ ഒറ്റയ്ക്ക് താമസിച്ചു. അവരുടെ മക്കൾ വളർന്നു വലുതായി വീട്ടിൽനിന്ന് ദൂരെയുള്ള പ്രദേശങ്ങളിൽ പോയി ജോലി ചെയ്ത് ജീവിക്കുന്നു. അവർ ഇരുവരും ഏകാന്തതയിൽ തങ്ങളുടെ നായയോടൊപ്പം കഴിയുന്നു. അവർ ആ നായയെ മറ്റുള്ളവർ സ്വന്തം ബന്ധുക്കളെ സ്നേഹിക്കുന്നതുപോലെ സ്നേഹിച്ചു. ഡൈക്ക് അത് അർഹിച്ചിരുന്നു. കാരണം, അവനൊരു നല്ല നായ ആയിരുന്നു. ഒരുകൊല്ലം മാത്യുവിനെ തന്റെ യജമാനൻ ചെമ്മരിയാട്ടിൻ കൂട്ടത്തോടൊപ്പം വിഹില്ലിലേക്ക് അയച്ചു; അൻഡോവറിന്നടുത്ത ഒരു കൊച്ചു ഗ്രാമമാണത്; അവിടെ എല്ലാവർഷവും ഒക്ടോബറിൽ വലിയൊരു ചെമ്മരിയാട്ടിൻ ചന്ത നടത്താറുണ്ട്. മുപ്പത് മൈലുകൾക്കപ്പുറമാണത്; എന്നാൽ, മാത്യു, വൃദ്ധനായാലും ഒരുശക്തനാണ്. യജമാനൻ അവനിൽ വലിയ വിശ്വാസമർപ്പിക്കുന്നു. അയാൾ ആ യാത്രയിൽനിന്ന് തിരിച്ചെത്തിയത് തകർന്ന ഹൃദയത്തോടെയാണ്; കാരണം, അയാൾക്ക് ഡൈക്ക് നഷ്ടപ്പെട്ടു. ഒരു രാത്രി, അവർ വിഹില്ലിലായപ്പോൾ, അവൻ അപ്രത്യക്ഷനായി. വൃദ്ധ മിസ്സിസ്സ് ടിറ്റ് തന്റെ ഒരു മകൻ നഷ്പ്പെട്ടാലുള്ള ദുഃഖത്തോടെയായിരുന്നു അവനുവേണ്ടി കരഞ്ഞത്! വളരെ ദിവസങ്ങൾ വല്ലാത്ത ഹൃദയഭാരത്തോടെയാണവർ കഴിഞ്ഞത്!

അങ്ങനെ ഒരുവർഷം കടന്നുപോയി. ഒരു രാത്രിയിൽ താഴെ ഡ്രോയിങ് റൂമിലെ ജനൽപ്പാളിയിൽ ഉറക്കെ മുട്ടുന്നതു കേട്ട് ഉറക്കത്തിൽനിന്ന് ആ വൃദ്ധ ഞെട്ടി എഴുന്നേറ്റു. "മാത്യു! മാത്യു!" ഭർത്താവിനെ ഉറക്കെ കുലുക്കി വിളിച്ചു! "എഴുന്നേല്ക്കൂ, പഴയ ഡൈക്ക് നമ്മുടെ അടുത്ത് തിരിച്ചെത്തിയിരിക്കുന്നു!" "നീ എന്താണീ പറയുന്നത്" വൃദ്ധൻ ആട്ടിടയൻ മുരണ്ടു. "കിടന്നുറങ്ങൂ - നീ സ്വപ്നം കാണുകയാണ്."

"അത് സ്വപ്നമല്ല. അത് ഡൈക്ക് ആണ്, അവന്റെ മുട്ടൽ എനിക്കറിയാം." അവൾ നിലവിളിച്ചു, പിന്നെ എഴുന്നേറ്റുചെന്ന്, ജനൽ തുറന്ന്, തല പുറത്തേക്കിട്ട് നോക്കി. തീർച്ചയായും അത് ഡൈക്ക് ആയിരുന്നു. ചുമരിനോട് ചേർന്നുനിന്ന് അവളെ മിഴിച്ചു നോക്കുകയായിരുന്നു. ഒപ്പം താഴത്തെ ജനൽപ്പാളിയിൽ അടിക്കുന്നുമുണ്ട്!

അപ്പോൾ മാത്യു ചാടി എഴുന്നേറ്റ്, അവർ ഒന്നിച്ച് താഴേക്ക് പോയി. വാതിൽതുറന്ന് നായയെ ആഹ്ലാദപൂർവ്വം ആലിംഗനം ചെയ്തു. രാത്രി ബാക്കി സമയം മുഴുവൻ അവർ അവനെ താലോലിക്കയും തീറ്റുകയുമായിരുന്നു! അവനോടവർ നൂറ് നൂറ് ചോദ്യങ്ങൾ ചോദിച്ചു, അതിനുള്ള

മറുപടി എന്നോണം വാലാട്ടിക്കൊണ്ട് അവരുടെ കൈകൾ അവൻ നക്കി കൊണ്ടിരുന്നു!

ഒരു ചന്തയിൽ വെച്ച്, 'ജനറൽ ഡീലേഴ്സ്' എന്നറിയപ്പെടുന്ന ഒരു അക്രമി സംഘം അവനെ തട്ടിയെടുത്ത്, അതിശീഘ്രം കുതിച്ചു പായാൻ കഴിവുള്ള കുതിരപ്പുറത്ത് കേറ്റി, ഒരുവണ്ടിയിൽ ഇട്ട് കണ്ണുകാണാത്ത വിധം പൊതിഞ്ഞ് ഏതാനും മൈലുകൾ ദൂരേക്ക് കൊണ്ടുപോയി, ഏതോ ആട്ടിടയന് വിറ്റു, കെട്ടി പൊതിഞ്ഞു കൊണ്ടുപോയതിനാൽ, ഏത് ദിശയിലേക്കാണ് പോയതെന്ന് അവന് പിടികിട്ടിയില്ല. എന്നാൽ, ഒരു അപരിചിതനെ ഒരുവർഷം സേവിച്ചശേഷം, അവൻ വീണ്ടും ചെമ്മരിയാടുകളോടൊപ്പം വിഹിൽചന്തയ്ക്ക് ആനയിക്കപ്പെട്ടു. അവിടെ എത്തിയതോടെ താൻ എവിടെയാണെന്നവന് പിടികിട്ടി. തന്റെ പഴയവീട്ടിലേക്കും യജമാനന്റെ അടുത്തേക്കും പോകാനുള്ള വഴി അവന് ഓർമ്മ വന്നു; അവൻ അവിടെനിന്നും രക്ഷപ്പെട്ട്, മുപ്പത് മൈൽദൂരം നടന്ന് വാർമിൻസ്റ്ററിലെത്തി!

ഡൈക്കിന്റെ തിരിച്ചുവരവ് മറ്റൊരു നല്ല നായയുടെ തിരിച്ചുവരവിന്റെ കഥ എന്നെ ഓർമ്മിപ്പിച്ചു. 'ആവണി'ലെ ഒരു ആട്ടിടയനിൽനിന്ന് കേട്ടതാണ് ആ കഥ. അവന് ആ നായ നഷ്ടപ്പെട്ടിട്ട് ഒരു വർഷം കഴിഞ്ഞു. ഒരുദിവസം തന്റെ ആട്ടിൻകൂട്ടത്തോടൊപ്പം ആ ആട്ടിടയൻ കുന്നിൻ പ്രദേശത്ത് ആട് മേയ്ക്കവെ, രണ്ട് ആട്ടിടയന്മാർ താഴെ ഒരുമൈൽ ദൂരം ചുങ്കവാതിലിനരികിലൂടെ ചെമ്മരിയാട്ടിൻ കൂട്ടവുമായി പോകുന്നത് കണ്ടു; അല്പനേരം കഴിഞ്ഞപ്പോൾ അവരുടെ ഒരു നായ കുരയ്ക്കുന്നതയാൾ കേട്ടു; ഇത്രദൂരെ നിന്നാണെങ്കിലും അത് തന്റെ നായയുടെ കുരയാണെന്നയാൾ മനസ്സിലാക്കി.

"എനിക്ക് യാതൊരു സംശയവുമില്ല" അയാൾ തന്നോടുതന്നെ പറഞ്ഞു "എനിക്കവന്റെ കുര മനസ്സിലാക്കാമെങ്കിൽ, അവന് എന്റെ ചൂളമടിയും മനസ്സിലാക്കാനാകും."

അവൻ രണ്ട് വിരലുകൾ വായിൽ വെച്ച് ചെവിയിൽ തുളച്ചു കയറും വിധം നീണ്ടവിസിൽ അടിച്ചു. പിന്നെ അതിന്റെ പരിണീത ഫലം കാത്തിരുന്നു. ദൂരെനിന്ന് ഒരു നായ അവനു നേരെ കുതിച്ചുപാഞ്ഞു വരുന്നതവൻ കണ്ടു. തന്റെ പഴയ യജമാനനെ കണ്ട് ആഹ്ലാദോന്മാദത്തോടെ ഓടിവരുന്നത് അയാളുടെ നായ തന്നെ ആയിരുന്നു.

അസുഖകരമായ അവസ്ഥയിൽ ദീർഘകാലമായി വേർപെടുത്തപ്പെട്ട രണ്ട് സുഹൃത്തുക്കൾ, അത്രയും ദൂരെനിന്ന് ഇരുവരുടേയും ശബ്ദങ്ങൾ തിരിച്ചറിഞ്ഞ് ഒരിക്കൽക്കൂടി ഒന്നിച്ചു ചേർന്നിരിക്കുന്നു!

അവൻ തങ്ങളെ വിട്ടുപോയത് ആടിനെ തെളിക്കുന്നവർ കണ്ടുവോ ഇല്ലയോ എന്നറിയില്ല. ആ നായയെ പിൻതുടർന്ന് അതിനെ തിരിച്ചു പിടിക്കാനവർ ശ്രമിച്ചില്ല; അവനെ അവർക്കെങ്ങനെയാണ് കിട്ടിയതെന്ന്, കണ്ടുപിടിക്കുവാൻ ആ ആട്ടിടയൻ അവരുടെ അടുത്തേക്ക് പോകുകയും ചെയ്തില്ല! തന്റെ നായയെ തിരിച്ചുകിട്ടിയതുതന്നെ അയാൾക്ക് ധാരാളം!

ഈ കാര്യത്തിൽ നായ തന്റെ പഴയ വസതി തിരിച്ചറിഞ്ഞു എന്ന

കാര്യത്തിൽ സംശയമില്ല; എന്നാൽ, ഇപ്പോൾ അവൻ മറ്റൊരാളുടെ അധീനതയിലാണ്. തന്റെ ജീവിതരീതിയും അച്ചടക്കവും അവനെ പഴയ സുപരിചിതവും അനുപേക്ഷ്യവുമായ വിളികേൾക്കുന്നതുവരെ പുതിയ യജമാനനെ ഉപേക്ഷിച്ചുപോരാൻ പറ്റാത്തവനാക്കി! എന്നാൽ, ആ വിളി അവന്റെ കാതുകളിൽ പതിഞ്ഞപ്പോൾ അവനത് അനുസരിക്കാതിരിക്കാൻ കഴിഞ്ഞില്ല.

ഇനി കാലെബിന്റെ ഓർമ്മകളോടൊപ്പം പോകാം. അയാൾ ജോലി ചെയ്തിരുന്ന ഒരു ഫാം ഉടമയുടെ നായയായിരുന്നു ബാഡ്ജർ. കാലെബിനോടൊപ്പം ഏതാനും വർഷങ്ങൾ അവൻ സേവനമനുഷ്ഠിച്ചിട്ടുണ്ട്, കുറ്റിവാലുള്ള അതിസമർത്ഥനായൊരു നായ. സദാ ഉല്ലാസവാനും ഊർജ്ജസ്വലനുമാണ്. മറ്റുള്ള നായ്ക്കളിൽനിന്ന് തികച്ചും വ്യത്യസ്തം! ചെമ്മരിയാടുകൾ ശാന്തരായി പുല്ല് തിന്നുകൊണ്ടിരിക്കുമ്പോൾ, ചില സമയങ്ങളിൽ മണിക്കൂറുകളോളം യാതൊരു ജോലിയും ഇടയനായകൾക്ക് ചെയ്യാനുണ്ടാവില്ല. ആ സമയത്ത് മറ്റ് നായ്ക്കളെപ്പോലെ അവൻ കിടന്നുറങ്ങാൻ പോകില്ല. തന്റെ ഒഴിവുസമയം സ്വയം വിനോദത്തിനായി അവർ ചിലവഴിക്കുന്നു; ചില മൃദുവായ കുന്നിൻ ചെരുവിൽ ചെന്ന് താഴോട്ട് ഉരുളും. അടിയിലെത്തിയാൽ വീണ്ടും മുകളിൽച്ചെന്ന് ഈ ഉരുളൽ തുടരും! അങ്ങനെ ഒരു കുഞ്ഞിനെപ്പോലെ ഒറ്റയ്ക്ക് കളിക്കും. പൂമ്പാറ്റകളുടെ പിന്നാലെ ഓടിപ്പാഞ്ഞു നടക്കും; പൂഴിക്കുന്നുകളിൽ പോയി, ഓരോ വെള്ളാരം കല്ലുകൾ കണ്ടെടുത്തു കൊണ്ടുവന്ന് വലിയ വില പിടിച്ച സാധനങ്ങളാണെന്ന നാട്യത്തിൽ തന്റെ യജമാനന്റെ കാല്ക്കൽ സമർപ്പിക്കും; അങ്ങനെ വലിയ ആഹ്ലാദത്തോടെ ഈ കളി ആസ്വദിക്കും! ഈ നായയുടെ കളികളും കോമാളിത്തരങ്ങളും എന്നും തന്നെ ചിരിപ്പിക്കുമായിരുന്നു എന്ന് കാലെബ് പറഞ്ഞു.

ബാഡ്ജറിന് പ്രായമായപ്പോൾ അവന്റെ കാഴ്ചയും കേൾവിയും കുറഞ്ഞു. കാഴ്ചയും കേൾവിയും നിശ്ശേഷം നശിച്ചപ്പോൾപ്പോലും അവൻ ചെമ്മരിയാട്ടിൻ കൂട്ടത്തോടൊപ്പം നില്ക്കുമായിരുന്നു! എന്തുകൊണ്ടെന്നാൽ അവൻ അത്രയ്ക്ക് ബുദ്ധിമാനും സന്മനസ്സുള്ളവനുമായിരുന്നു. ഒടുവിൽ യാതൊന്നും ചെയ്യാൻ പറ്റാത്ത അവസ്ഥ ആയപ്പോൾ, അവനെ മാർഗ്ഗത്തിൽനിന്ന് മാറ്റേണ്ട സമയമായെന്ന് എല്ലാവർക്കും തോന്നി. എന്നാൽ, അവന്റെ യജമാനനായ ഫാം ഉടമയ്ക്ക് അവനെ വെടിവെച്ചു കൊല്ലാൻ സമ്മതമല്ലായിരുന്നു. അങ്ങനെ ആ നായയെ ഫാം ഹൗസിലെ വീട്ടിൽ നിർത്താൻ അയാൾ ഉത്തരവ് കൊടുത്തു. പക്ഷേ, വെറുതെ ഇരിക്കാനവന് ഇഷ്ടമല്ലായിരുന്നു. ചെമ്മരിയാട്ടിൻ കൂട്ടത്തിന് പിന്നാലെ പോകാൻ അനുവദിക്കാതായപ്പോൾ അവൻ കോഴിക്കൂട്ടത്തെ നയിക്കുന്ന ജോലി ഏറ്റെടുത്തു. രാവിലെ അവൻ അവയെ പുറത്തേക്ക് കൊണ്ടുപോയി കൂട്ടമായി ഒരിടത്ത് നിർത്തും. പിന്നെ അവർക്ക് ചുറ്റും നടന്നുകൊണ്ടിരിക്കും. ഏതെങ്കിലും രഹസ്യ സ്ഥലത്ത് മുട്ടയിടാനായി പോകുന്ന പിടക്കോഴികളെ ദേഷ്യത്തോടെ തിരിച്ച് ഓടിപ്പിക്കും! ഇത് അനുവദിക്കാ

നാവില്ലായിരുന്നു; ഒടുവിൽ വൃദ്ധൻ ബാഡ്ജറെ വെടിവെച്ച് കൊല്ലേണ്ടി വന്നു; കാരണം കെട്ടിയിടുന്നത് അവനെ സംബന്ധിച്ചിടത്തോളം ദുരിത പൂർണ്ണമായിരുന്നു!

ഇവയായിരുന്നു അയാളുടെ ഏറ്റവും നല്ല കഥകൾ- അയാൾ അറിയുകയും ഏറ്റവും അധികം സ്നേഹിക്കുകയും ചെയ്ത ഇടയ നായ്ക്കളേയും മറ്റ് മൃഗങ്ങളേയും (ചെമ്മരിയാടുകളെ മാത്രം മാറ്റി നിർത്തി) കുറിച്ചുള്ള അയാളുടെ അനുസ്മരണകൾ! ആ ഒറ്റപ്പെട്ട കൊച്ചുഗ്രാമത്തിൽ ജീവിതം ചിലവഴിച്ച ഒരാളുടെ അനുഭവങ്ങൾക്ക് ഇത്രയേറെ വ്യാപ്തിയുണ്ടെന്നത് അതിശയകരം തന്നെയാണ്; അതിൽ പരലോകത്ത് നിന്നുള്ള ഒരു സന്ദർശകന്റെ ഓർമ്മ കൂടി ഉൾക്കൊണ്ടിട്ടുണ്ട്. അതയാൾ സ്വന്തം വാക്കുകളിലൂടെ തന്നെ പറയട്ടെ.

“പ്രേതങ്ങൾ ഉണ്ടെന്ന കാര്യത്തിൽ തങ്ങൾക്ക് വിശ്വാസമില്ലെന്ന് ധാരാളം പേർ പറയുന്നുണ്ട്. അവർ പ്രേതത്തെക്കണ്ടിട്ടില്ല. ഞാൻ കേട്ടത് വിശ്വസിക്കുന്നെന്നോ, അവിശ്വസിക്കുന്നെന്നോ ഞാൻ പറയുന്നില്ല. ഞാൻ അത് കണ്ടിട്ടില്ല. ഞാൻ നേരിട്ട് കണ്ടത് മാത്രമേ എനിക്കറിയൂ. എന്നാൽ, അത് പ്രേതമാണോ അല്ലയോ എന്ന് ഞാൻ പറയുന്നില്ല. ഞാൻ ആടു മേക്കൽ കഴിഞ്ഞശേഷം ഒരു രാത്രി വളരെ വൈകി വീട്ടിലേക്ക് മടങ്ങി വരികയായിരുന്നു. പതിനൊന്ന് മണി ആകാറായി, വളരെ ശാന്തമായൊരു രാത്രി, പകൽപോലെ നിലാവ്! ഗ്രാമത്തിന്റെ അടുത്തുള്ള കൽപ്പടവുകൾക്കടുത്ത് ഞാൻ എത്തി. അവിടെ ഒരു ഗേറ്റും റോഡും ഉണ്ട്. റോഡിനോടു ചേർന്ന് നാല് വലിയ വെള്ളക്കൽപ്പടവുകൾ ഗ്രാമത്തിൽനിന്ന് കാട്ടിലേക്ക് പോകാനും മറുവശത്ത് വെള്ളത്തിലിറങ്ങാനുള്ള പടവുകളും ഉണ്ട്. ശീതകാലത്തവിടെ ഒരു നീർച്ചോല രൂപം കൊള്ളും. എന്നാൽ വേനലിലത് വറ്റിവരളും. ഇപ്പോൾ വേനൽക്കാലമായതിനാൽ അതിൽ വെള്ളമില്ല. ഞാനവിടെ എത്തിയപ്പോൾ രണ്ട് സ്ത്രീകളെ കണ്ടു; ഇരുവരും നല്ല പൊക്കമുള്ളവരാണ്. കറുത്ത ഗൗണുകളും വലിയ തൊപ്പികളുമാണ് ധരിച്ചിട്ടുള്ളത്; അവർ അത്രയ്ക്ക് അടുത്ത് മുഖാമുഖം നിന്നിരുന്നതിനാൽ, അവരുടെ തൊപ്പിയുടെ മുകൾ അറ്റങ്ങൾ സ്പർശിച്ചിരിക്കുന്നതുപോലെ കാണപ്പെട്ടു. ഇത്രയും വൈകി പുറത്ത് നടക്കുന്ന ഈ സ്ത്രീകൾ ആരായിരിക്കാം? ഞാൻ സ്വയം ചോദിച്ചു. എന്താണ് ഞാൻ പറയുന്നത്, അത് ഗ്രാമത്തിലെ മിസ്സിസ്സ് ഡർക്കും, കാട്ടിലെ വനപാലകന്റെ ഭാര്യ മിസ്സിസ്സ് ഗാർഗ്ഗ് ഡർക്കും അല്ലേ? അപ്പോൾ, എന്താണ് സംഭവിച്ചതെന്ന് എനിക്ക് മനസ്സിലായി; മിസ്സിസ്സ് ഗാർഗ്ഗ്, മിസ്സിസ്സ് ഡർക്കിനെ കാണാൻ ഗ്രാമത്തിലേക്ക് പോയിരിക്കണം, സന്ദർശനശേഷം മിസ്സിസ്സ് ഡർക്ക് അവളോടൊപ്പം കുറച്ചുദൂരം, കൽപ്പടവുവരെ, കൊണ്ടാക്കാനായി വന്നു. അവർ ഗുഡ്നൈറ്റ് പറഞ്ഞു പിരിയുന്നതിനുമുമ്പ് അല്പനേരം സംസാരിച്ച് നില്ക്കുകയാണ്. എന്നാൽ ഓർക്കുക, ഞാൻ അവരെ കടന്നുവന്നപ്പോൾ അവർ സംസാരിക്കുന്നതൊന്നും ഞാൻ കേട്ടില്ല. അവരെ കടന്ന ഉടനെ ഞാൻ സ്വയം പറഞ്ഞു. എന്ത് മണ്ടനാണ് ഞാൻ!

മിസ്സിസ്സ് ഡർക്ക് പന്ത്രണ്ട് മാസം മുമ്പ് മരിച്ചതല്ലേ! അവരെ പള്ളിപറമ്പിൽ മറവ് ചെയ്തപ്പോൾ ഞാനും അവിടെ ഉണ്ടായിരുന്നു. ഞാൻ എന്താണ് ചിന്തിക്കുന്നത്? ഈ ചിന്ത എന്നെ വീണ്ടും അവരെ പിൻതിരിഞ്ഞു നോക്കാൻ പ്രേരിപ്പിച്ചു! അവിടെ അവർ ഞാൻ ആദ്യം കണ്ടതുപോലെത്തന്നെ നില്പുണ്ട്. പന്ത്രണ്ട് മാസം മുമ്പ് മരിച്ച മിസ്സിസ്സ് ഡർക്കും, വനപാലകന്റെ ഭാര്യ മിസ്സിസ്സ് ഗാർഗ് ഡർക്കും പഴയതുപോലെ മുഖത്തോടു മുഖം തൊട്ടുതൊട്ട്, അവരുടെ തൊപ്പിയുടെ അഗ്രം പരസ്പരം സ്പർശിച്ചിട്ടുള്ളതുപോലെ നില്ക്കുന്നു! എനിക്കൊന്നും കേൾക്കാൻ കഴിഞ്ഞില്ല- യാതൊരു സംസാരവുമില്ല; രണ്ട് തൂണുകൾ പോലെ നിശ്ചലരാണവർ! എന്റെ രക്തം ഭയങ്കരമായി തണുത്ത് മരവിച്ചെന്ന് എനിക്ക് തോന്നി; ഞാൻ വല്ലാതെ ഭയപ്പെട്ടു; ഞാൻ കഴിയാവുന്നത്ര വേഗത്തിൽ ഓടി; എന്റെ ജീവിതത്തിൽ ഞാൻ ഇത്രയും വേഗത്തിൽ ഒരിക്കലും ഓടിയിട്ടില്ല! നിർത്താതെ ഞാൻ ഓട്ടം തുടർന്നു- കുടിലിൽ എത്തുന്നതുവരെ."

അതൊരു മോശം പ്രേതകഥ ആയിരുന്നില്ല. എന്നാൽ നേരിട്ട് കണ്ടിട്ടുള്ളവരിൽനിന്ന് വിരളമായേ അത്തരം കഥകൾ കേട്ടിട്ടുള്ളൂ. അല്ലെങ്കിൽ പ്രേതത്തെ കണ്ടെന്ന് വിശ്വസിക്കുന്നവരിൽനിന്ന്. അവയുടെ പ്രധാന വശ്യത അവയുടെ എണ്ണമറ്റ വൈവിദ്ധ്യമാണ്! ഒരേപോലെയുള്ള രണ്ട് യഥാർത്ഥ പ്രേതകഥകൾ നിങ്ങൾക്ക് കണ്ടെത്താൻ കഴിയില്ല. നോവൽ രചയിതാവിന്റെ മുഷിപ്പൻ കണ്ടെത്തലുകളിൽ നിന്ന് ഇവ വ്യത്യസ്തമായിരിക്കുന്നു!

എന്നാൽ, സ്ഥിരമായുള്ള മുഖ്യവിഷയം ചെമ്മരിയാടുകൾ ആയിരുന്നു.

"എനിക്ക് ചെമ്മരിയാടുകളെ എപ്പോഴും ഇഷ്ടമായിരുന്നു." കാലെബ് പറഞ്ഞു. "ഞായറാഴ്ച ജോലി കാരണം ആടുമേയ്ക്കൽ സഹിക്കാൻ കഴിയില്ലെന്ന് ചിലർ എന്നോട് പറഞ്ഞു. എന്നാൽ ഞാൻ എപ്പോഴും പറയുമായിരുന്നു. ആരെങ്കിലും അത് ചെയ്യണമല്ലോ, അവർക്ക് ശീതകാലത്ത് ഭക്ഷണം കൊടുക്കണം. അവരെ സംരക്ഷിക്കണം അത് ചെയ്യാൻ എനിക്ക് കൂടുതൽ ബുദ്ധിമുട്ടൊന്നുമില്ല."

അതൊരു ഞായറാഴ്ചയായിരുന്നു; ഉച്ച തിരിഞ്ഞ സമയം. പള്ളിമണി മുഴക്കം ദൂരെനിന്ന് കേൾക്കാം; അപ്പോൾ സംസാരവിഷയം അതിനെക്കുറിച്ചായി. ഒരിക്കൽ നീണ്ട ഇടവേളയ്ക്ക് ശേഷം തന്റെ ഗ്രാമത്തിലെ പള്ളിയിൽ അയാൾ രാവിലെ കുർബ്ബാനക്ക് പോയി.

യഥാർത്ഥ മതത്തെപ്പറ്റി പുരോഹിതൻ ഒരു പ്രഭാഷണം നടത്തി. പുറമെ, കുന്നിൻപ്രദേശത്ത്, ഒരുപള്ളിയുടെ അകം കാണാത്ത ആട്ടിടയന്മാർ ഉണ്ട്; അവർ ശാന്തരും ധർമ്മബോധമുള്ളവരും, ജീവിതകാലം മുഴുവൻ ദൈവത്തോടൊപ്പം നടക്കുന്നവരുമാണ്. ഇത് തന്റെ ഹൃദയത്തെ സ്പർശിച്ചതുപോലെ തോന്നി എന്ന് കാലെബ് പറഞ്ഞു, എന്തുകൊണ്ടെന്നാൽ, അത് സത്യമാണെന്ന് അയാൾക്ക് അറിയാം.

അയാൾ പള്ളിവിട്ട് 'കപ്പേള'യിലേക്ക് മാറുന്നില്ലേ എന്ന് ഒരു ദിവസം കാലെബിനോട് ഞാൻ ചോദിച്ചു; അയാളുടെ ആരോഗ്യം ഇപ്പോൾ മോശമാണ്, പള്ളി പുരോഹിതൻ അയാളെ സന്ദർശിക്കുന്നുമില്ല, അതേസമയം കപോളാ പുരോഹിതൻ ഇടയ്ക്കിടെ അയാളെ കാണാൻ വരികയും സംസാരിക്കയും ചെയ്യുന്നുണ്ട്. അയാൾ തലകുലുക്കിക്കൊണ്ട് പറഞ്ഞു, താൻ ഒരിക്കലും മാറുകയില്ലെന്ന്! പിന്നെ, അയാൾ കൂട്ടിച്ചേർത്തു. "കപോളാ പുരോഹിതന്മാർ നല്ലവരാണെന്ന് നമ്മൾ എപ്പോഴും പറയും. ചിലർ പറയുന്നു, അവർ ഇടവകപ്പള്ളി പുരോഹിതന്മാരേക്കാൾ നല്ലവരാണെന്ന്; എന്നാൽ എനിക്ക് ആകെ അറിയാവുന്നത് - അവർ എന്നോട് സംസാരിച്ചിട്ടുള്ളത് - പള്ളിയെക്കുറിച്ചുള്ള അവരുടെ ചീത്ത പറച്ചിൽ ആണ്, അത് യഥാർത്ഥ മതമല്ലെന്ന്: *ബൈബിൾ* പഠിപ്പിക്കുന്നത് വ്യത്യസ്തമാണെന്ന് ഞാൻ പറയുന്നു."

കാലെബിന് വളരെ വിപുലമായ അനുഭവം ഉണ്ടാകാനിടയില്ല; അയാൾ ചൂണ്ടിക്കാണിച്ച കുറ്റങ്ങൾ ഇല്ലാത്ത കപോളാ പുരോഹിതന്മാരെ നമ്മൾ ഭൂരിഭാഗം പേർക്കും അറിയാം; എന്നാൽ തികച്ചും ഉൾപ്രദേശങ്ങളിലെ ചെറിയ ഗ്രാമങ്ങളിൽ കുറച്ചു മനുഷ്യർ മാത്രം താമസിക്കുന്നിടത്ത്, അത്തരം അസുഖകരമായ കാര്യങ്ങൾ കേൾക്കുന്നത് തീർച്ചയായും പതിവാണ്; ഇടവക പുരോഹിതനെക്കുറിച്ച് അദ്ദേഹത്തിന്റെ സ്വതന്ത്ര സഭാക്കാരനായ പ്രതിയോഗി കുറ്റങ്ങൾ പ്രചരിപ്പിക്കുന്നു; പള്ളി പുരോഹിതന് ഏതെങ്കിലും വലിയ തെറ്റോ വീഴ്ചയോ പറ്റിയാൽ, അതിനെ പരിഹസിച്ച്, അടക്കിച്ചിരിക്കാനുള്ള പ്രതിയോഗിയുടെ പ്രവണത തികച്ചും അക്യസ്ത്രീയമായ ആനന്ദമാണ്!

ആ ഞായറാഴ്ച ഉച്ചതിരിഞ്ഞുള്ള അന്തരീക്ഷം വളരെ നിശ്ചലമായിരുന്നു. അധികം താമസിയാതെ തുറന്നുകിടന്ന ജനലിലൂടെ ഒരു സംഗീതധാര ഒഴുകി എത്തി. രണ്ട് മൈൽദൂരെ അടുത്ത ഗ്രാമത്തിലൂടെ മാർച്ച് ചെയ്തിരുന്ന 'സാൽവേഷൻ ആർമി'യുടെ ബാന്റ് വാദ്യമായിരുന്നു അത്. ഞങ്ങൾ ശ്രദ്ധിച്ചു. പിന്നെ കാലെബ് അഭിപ്രായപ്പെട്ടു. "എന്തൊക്കെ ആയാലും ആ ആർമിയോടൊപ്പം പോകാൻ ഞാൻ താല്പര്യം കാണിച്ചിട്ടില്ല. അവർ ഒരുപാട് നല്ല കാര്യങ്ങൾ ചെയ്തിട്ടുണ്ടെന്ന് ആളുകൾ പറയുന്നു, ഞാനത് അവിശ്വസിക്കുന്നില്ല; എന്നാൽ, അത് വല്ലാത്ത ഒച്ചപ്പാട് ഉണ്ടാക്കുന്നു; ഞാൻ എന്താണ് ഉദ്ദേശിക്കുന്നതെന്ന് നിങ്ങൾക്ക് മനസ്സിലാക്കാൻ കഴിയുന്നുണ്ടല്ലോ, സാർ."

മഹാനായ ഡോ. പാർക്കർ ഇമേജിനേഷൻ എന്ന വാക്ക് ആ വലിയ കെട്ടിടം മുഴുവൻ നിറഞ്ഞു നില്ക്കുന്ന വിധത്തിൽ ഗംഭീര ശബ്ദത്തിൽ ഉച്ചരിച്ചത്. ഒരിക്കൽ ഞാനദ്ദേഹത്തിന്റെ പ്രസംഗത്തിൽ കേട്ടിട്ടുണ്ട്! അതേ മട്ടിലാണ് ആ വൃദ്ധൻ ആട്ടിടയൻ ശ്വാസം പിടിച്ച് ഭയങ്കരമായ ആ വാക്ക് ഉച്ചരിച്ച് കാണിച്ചത്.

അയാൾ ഉദ്ദേശിച്ചത് എനിക്ക് നന്നായി മനസ്സിലായി എന്ന് കാണിക്കാനായി ഞാൻ അവന്റെ ഫിലോസഫി താഴെ കൊടുത്തിരിക്കുന്ന വിധ

ത്തിൽ വിവരിച്ചു കൊടുത്തു; അയാൾ കുന്നിൻ പ്രദേശത്തിലെ ഒരു ആട്ടിടയനായിരുന്നു. അയാൾ ദൂരെ ശാന്തമായൊരു അന്തരീക്ഷത്തിലാണ് ജീവിച്ചിരുന്നത്. ഒരു ശബ്ദമില്ലാത്തലോകം! ജീവിതകാലം മുഴുവൻ നീണ്ടു നിന്ന ആ ശീലം അവനെ പ്രശാന്തതയുടെ കാമുകനാക്കി തീർത്തു. പൂർവ്വ ലണ്ടനിൽ, വളരെ വ്യത്യസ്തമായൊരു ലോകത്തിലാണ് സാൽവേഷൻ ആർമി പിറന്നത് - പൊടി പിടിച്ച, തിരക്കേറിയ, ജനനിബിഡമായ തെരുവിൽ; അവിടെ മനുഷ്യർ നേരം പുലരുമ്പോൾ ഉറക്കമുണരുന്നത്, നരക വാതിലുകൾ തുറക്കുന്നതുപോലുള്ള ഭീകരാരവം കേട്ടു കൊണ്ടാണ്! അവർ തങ്ങളുടെ നീണ്ട നാളുകളും ജീവിതങ്ങളും തള്ളി നീക്കുന്നത് നിരവധി കർണ്ണകഠോരമായ ശബ്ദങ്ങൾ അലയടിക്കുന്ന ആ അന്തരീക്ഷത്തിലാണ്; ഒടുവിൽ അവരും ആ ബഹളം വെക്കുന്ന ശീലം സ്വന്തമാക്കി. അവർക്ക് ആരോടെങ്കിലും എന്തെങ്കിലും പറയണമെന്നുണ്ടെങ്കിൽ, എന്തെങ്കിലും വില്ക്കുകയോ ഉപദേശിക്കുകയോ ശുപാർശ ചെയ്യുകയോ വേണമെങ്കിൽ, ഏറ്റവും ചെറിയ സാധനം മുതൽ- ഒരു ചാളയോ ഒരു ക്യാബേജോ ഒരു കുപ്പി പാലോ മുതൽ ഒരു വർത്തമാന പത്രമോ ഒരു പുസ്തകമോ ഒരു പടമോ മതമോ വരെ - നടന്നുപോകുന്നവനോട് അലറി വിളിക്കണം മനുഷ്യശബ്ദം അത്ര ശക്തമല്ലാത്തതിനാൽ പൊതുജനശ്രദ്ധ ആകർഷിക്കാനായി അവർ മണികളും ഇലത്താളങ്ങളും കാഹളങ്ങളും ചെണ്ടകളും ഉപയോഗിക്കുന്നു!

അയാൾ ഈ ബഹളത്തെക്കുറിച്ച് ഗൗരവത്തോടെ കേട്ടു കൊണ്ടിരുന്നു; പിന്നെ പറഞ്ഞു, അവനതിനെക്കുറിച്ച് വ്യക്തമായി അറിയില്ലെന്ന്; എന്നാൽ, കുന്നിൻപ്രദേശങ്ങൾ വളരെ ശാന്തമാണ് എന്നയാൾ സമ്മതിച്ചു, ആ ശാന്തത അയാൾ സ്നേഹിക്കുന്നു. "അൻപത് വർഷങ്ങൾ" അയാൾ പറഞ്ഞു. "ഞാൻ കുന്നിൻ പ്രദേശങ്ങളിലും വയലുകളിലുമായിരുന്നു, രാവും പകലും, ഒരാഴ്ചയിൽ ഏഴ് ദിവസവും; ഇങ്ങനെയുള്ളൊരു ജീവിതം കഷ്ടമാണെന്ന് പലരും എന്നോട് പറഞ്ഞു, പത്തോ പന്ത്രണ്ടോ പരമാവധി പതിമൂന്നോ ഷില്ലിങ്ങിനു വേണ്ടി ആഴ്ചയിൽ ഏഴ് ദിവസവും ജോലി ചെയ്യുക! എന്നാൽ ഞാൻ അതിനെ അതുപോലെ ഒരിക്കലും വീക്ഷിച്ചിട്ടില്ല; ഞാൻ ആ ജോലി ഇഷ്ടപ്പെട്ടു. എല്ലായ്പ്പോഴും എന്നാലാവുന്നത്ര അദ്ധ്വാനിച്ചു. നിങ്ങൾ മനസ്സിലാക്കുന്നുണ്ടോ സാർ, ഞാനതിൽ അഭിമാനം കൊള്ളുന്നു. ഞാൻ ഒരിടത്തും ജോലി ഉപേക്ഷിച്ചു പോയിട്ടില്ല. എന്നോട് അവിടെ നില്ക്കണമെന്നാണെല്ലാവരും ആവശ്യപ്പെട്ടിട്ടുള്ളത്. ഞാൻ വിട്ടുപോന്നിട്ടുണ്ടെങ്കിൽ എനിക്ക് ഇഷ്ടപ്പെടാത്തതെങ്കിലും സംഭവിച്ചിട്ടുള്ളതിനാലാണ്. ഒരു നായയോടോ ഒരു മൃഗത്തോടോ ക്രൂരത കാണിക്കുന്നതെനിക്ക് സഹിക്കാൻകഴിയില്ല. മോശം ഭാഷയും എനിക്ക് സഹിക്കാൻ കഴിയില്ല. എന്റെ യജമാനൻ ചെമ്മരിയാടിനെയോ നായയെയോ ചീത്തപറഞ്ഞാൽ ഞാൻ അദ്ദേഹത്തോടൊപ്പം നില്ക്കില്ല- ഇല്ല ആഴ്ചയിൽ ഒരുപൗണ്ട് ശമ്പളം തന്നാലും! ഞാൻ എന്റെ ജോലി ഇഷ്ടപ്പെടുന്നു; ചെമ്മരിയാടുകളെക്കുറിച്ചുള്ള കാര്യങ്ങൾ അറി

യാൻ ഞാൻ ആഗ്രഹിച്ചു. പുസ്തകങ്ങളിലെ കാര്യങ്ങൾ അല്ല; കാരണം, എന്റെ കൈയിൽ പുസ്തകങ്ങൾ ഒന്നുമില്ല; എന്നാൽ ഞാൻ സ്വന്തം വിവേകം ഉപയോഗിച്ച് കണ്ടെത്തുന്ന കാര്യങ്ങൾ, നിങ്ങൾക്കെന്നെ മനസ്സിലാക്കാൻ കഴിയുന്നോ."

"ഞാൻ ചെറുപ്പമായിരുന്നപ്പോൾ, ഫാമിലെ വളരെ പ്രായമായൊരു ആട്ടിടയനെ ഞാൻ ഓർക്കുന്നു. നാല്പത് വർഷത്തിലേറെയായി അയാൾ അവിടെ ജോലി ചെയ്യുന്നു. മാർക്ക്ഡിക്ക് എന്നാണയാളുടെ പേര്. അയാൾ എന്നോട് പറഞ്ഞു, അയാൾ ഒരു യുവാവായിരുന്ന കാലത്ത് ചെമ്മരിയാടുകളെ ഒരു ദിവസം ആലയിലാക്കുന്ന നേരത്ത് ഒരാട് തല ചുറ്റുന്ന മട്ടിൽ നില്ക്കുന്നത് കണ്ടു- ഒരുചെറുപ്പം പെണ്ണാട്. അതിന് ആലയിലേക്ക് കടക്കാൻ കഴിഞ്ഞില്ല, ഗേറ്റിന്നടുത്ത് ചുറ്റിത്തിരിഞ്ഞു കൊണ്ടിരിക്കയാണ്. ഒടുവിൽ അയാൾക്ക് ദേഷ്യം വന്നു, തന്റെ വടിപൊക്കിപ്പിടിച്ച്, അവളുടെ തലയ്ക്ക് ഒരടി വെച്ചുകൊടുത്തു; ആ ആട് തൽക്ഷണം നിലം പതിച്ചു; താൻ അവളെ കൊന്നുകളഞ്ഞു എന്നയാൾ കരുതി. എന്നാൽ അല്പ സമയത്തിനുള്ളിൽ അവൾ ചാടി എഴുന്നേറ്റ് നേരെ ആലയിലേക്ക് കടന്നുപോയി. അന്നുമുതൽ അവൾക്ക് യാതൊരു അസുഖവും ഉണ്ടായിട്ടില്ല. പിറ്റേന്ന് ഇക്കാര്യം അയാൾ യജമാനനോട് പറഞ്ഞു. യജമാനൻ ചിരിച്ചുകൊണ്ട് മറുപടി നല്കി; "കൊള്ളാം, നിങ്ങൾക്കറിയാം ഒരു തല കറങ്ങുന്ന ചെമ്മരിയാടിനെ കിട്ടിയാൽ എന്താണ് ചെയ്യേണ്ടതെന്ന്" ഏതാനും ദിവസങ്ങൾക്കുശേഷം മാർക്ക് ഡിക്കിന്റെ ചെമ്മരിയാടുകളിൽ മറ്റൊന്നിന് കൂടി തലക്കറക്കം വന്നുപെട്ടു; യജമാനൻ പറഞ്ഞതോർത്ത് അയാൾ തന്റെ വടി എടുത്ത് അവന്റെ തലയിൽ വീശി അടിച്ചു, ആ ചെമ്മരിയാട് തൽക്ഷണം നിലത്ത് വീണു ചത്തു! ഇപ്രാവശ്യം അയാൾ ശരിക്കും അതിനെ കൊന്നു. അയാൾ ഇക്കാര്യം യജമാനനോട് പറഞ്ഞപ്പോൾ, യജമാനൻ മറുപടി നല്കി." നിങ്ങൾ ഒന്നിനെ സുഖപ്പെടുത്തി, ഒന്നിനെ കൊന്നു, ഇനി ഒന്നിനേയും സുഖപ്പെടുത്താൻ നിങ്ങൾ ശ്രമിക്കരുത്."

"ശരി, കുറച്ചുകാലത്തിനുശേഷം എന്റെ ചെമ്മരിയാടുകൾക്കിടയിൽ തലകറങ്ങി നില്ക്കുന്ന ഒരാടിനെ ഞാൻ കണ്ടു. മാർക്ക് ഡിക്ക് എന്നോട് പറഞ്ഞിരുന്ന കാര്യം അപ്പോൾ ഞാൻ ഓർത്തു. ഞാൻ ആ പെണ്ണാടിനെ പിടിച്ച് എന്തെങ്കിലും കണ്ടെത്താനാകുമോ എന്ന് പരിശോധിച്ചു. ചെമ്മരിയാടുകൾക്ക് സുഖമില്ലാതാകുമ്പോൾ ഞാൻ എപ്പോഴും ഭയങ്കരമായി അവയെ പരിശോധിക്കും! ഈ ആടിന്റെ തലയുടെ പിൻഭാഗം വീർത്ത് മുഴച്ചിരിക്കുന്നത് ഞാൻ കണ്ടു. മൃദുവായൊരു പന്തുപോലെ ഒരു വാൽനട്ടിനേക്കാൾ വലിപ്പമുണ്ട്! ഞാൻ എന്റെ കത്തിയെടുത്ത് ആ ഭാഗം കീറി നോക്കി; അതിൽ നിന്ന് കുറേ വെള്ളം ഒഴുകിപ്പോയി. പിന്നെ, അതിനെ ഞാൻ വിട്ട ഉടനെ അത് നേരെ മുന്നോട്ടു ഓടിപ്പോയി! അത് പൂർണ്ണസുഖം പ്രാപിച്ചു. അതിനു ശേഷം മറ്റൊരു തലക്കറക്കമുള്ള ചെമ്മരിയാടിനെ ഇതേരീതിയിൽ എന്റെ കത്തികൊണ്ട് ഞാൻ സുഖപ്പെടുത്തി.

എന്നാൽ ചിലതിനെ സുഖപ്പെടുത്താനാവില്ലെന്ന് ഞാൻ കണ്ടെത്തി. അവയ്ക്ക് നീര് ഉണ്ടായിരുന്നില്ല, തലച്ചോറിനകത്ത് മറ്റ് എന്തോ അസുഖമായിരുന്നിരിക്കണം, എനിക്ക് കണ്ടെത്താൻ കഴിയാത്ത രോഗം!

ഈ ശാന്തമായ ഞായറാഴ്ച മദ്ധ്യാഹ്നത്തിലെ സംഭാഷണം കാലെബിന് മുഴുമിപ്പിക്കാൻ കഴിഞ്ഞില്ല. അതിനിടയിൽ ഞങ്ങൾ ഉന്നതമായ പല വിഷയങ്ങളിലേക്കും കടന്നുചെന്നു; അവിടന്ന് അയാളുടെ പഴയ പ്രിയപ്പെട്ട വിഷയങ്ങളായ ചെമ്മരിയാടുകളിലേക്കും, കുന്നിൻ പ്രദേശത്തെ ആട്ടിടയ ജീവിതത്തിലേക്കും തിരിച്ചുവരാൻ കഴിഞ്ഞില്ല! തന്റെ പ്രിയങ്കരമായ വീട്ടിൽനിന്നും വളരെദൂരെയാണ് അയാൾ ഇപ്പോൾ താമസിക്കുന്നത്; അവശനായി കിടപ്പാണ്, അയാൾ ഇനി ഒരിക്കലും ചെമ്മരിയാട്ടിൻ കൂട്ടങ്ങളെ കുന്നിൻപ്രദേശത്തേക്ക് പിൻതുടരില്ല. അയാൾ കേൾക്കാൻ ഏറ്റവും ഇഷ്ടപ്പെടുന്ന ശബ്ദങ്ങൾ ഇനി കേൾക്കില്ല. ചെമ്മരിയാടുകളുടെ ബഹുലമായ വിറയലുള്ള കരച്ചിൽ, അനേകം മണികളുടെ കിലുക്കം, അവന്റെ നായയുടെ ഉന്മേഷം നിറഞ്ഞ മുഴങ്ങുന്ന കുര! എന്നാൽ അയാളുടെ ഹൃദയം ഇപ്പോഴും അവിടെയാണ്; കഴിഞ്ഞുപോയ രംഗങ്ങളുടെ പ്രതിബിംബങ്ങൾ, പട്ടണങ്ങളിലിരുന്ന് പുസ്തകങ്ങൾ വായിക്കുന്നവരുടെ മനസ്സിലുള്ളതിനേക്കാൾ ഏറെ അയാളുടെ മനസ്സിൽ പതിഞ്ഞുകിടക്കുന്നു. തന്റെ പഴയ ജീവിതത്തിലെ ചില സംഭവങ്ങൾ വിവരിക്കുമ്പോൾ "എനിക്കത് ഇപ്പോൾ കാണാം. എന്ന ഒരുഹൃദ്യമായ മുഖഭാവമായിരുന്നു അയാളുടേത്. പെട്ടെന്നൊരു തിളക്കം, ഒരുതരം പുഞ്ചിരി അയാളുടെ കണ്ണുകളിൽ പ്രത്യക്ഷപ്പെടുമ്പോൾ എനിക്കറിയാം അത് ഏതെങ്കിലും പഴയ ഓർമ്മ, അപ്രത്യക്ഷമായ കാലത്തെ തനിക്കറിയാവുന്ന ഏതെങ്കിലും ഫാം ഉടമയേയോ ആട്ടിടയനേയോ സ്പർശിക്കുന്ന വിചിത്ര സംഭവമോ ഫലിതമോ ആയിരിക്കുമെന്ന്- അയാളുടെ അച്ഛൻ അല്ലെങ്കിൽ വൃദ്ധൻ ജോൺ, അല്ലെങ്കിൽ മാർക്ക്ഡിക്ക്, അല്ലെങ്കിൽ ലിഡ്സ്റ്റി, അല്ലെങ്കിൽ ഡാനൽ ബർഡൻ, കുഴിച്ചിട്ട നിധിക്ക് പിന്നാലെ ധർമ്മനിഷ്ഠയോടെ തിരിഞ്ഞുനടക്കുന്നവൻ-

ഞങ്ങളുടെ നീണ്ട ഞായറാഴ്ച സംഭാഷണത്തിനുശേഷം കുറച്ചു നേരം ഞങ്ങൾ നിശ്ശബ്ദരായി, പിന്നെ ഈ മനസ്സിൽ പതിയുന്ന വാക്കുകൾ അയാൾ ഉച്ചരിച്ചു:

"എനിക്കെന്റെ ജീവിതം വീണ്ടും വേണമെന്ന് ഞാൻ ആവശ്യപ്പെടുന്നില്ല. എന്തുകൊണ്ടെന്നാൽ അത് പാപമാണ്. നമ്മൾക്കുവേണ്ടി അയക്കപ്പെട്ടത് നമ്മൾ എടുക്കണം. എന്നാൽ, എന്നോട് എന്റെ ജോലി തെരഞ്ഞെടുക്കാനായി പറഞ്ഞാൽ, ഞാൻ പറയും. എനിക്കെന്റെ വിൽറ്റ്ഷയർ ഡൗൺസ് വീണ്ടും തരിക, എന്നെ എന്റെ ജീവിതകാലം മുഴുവൻ അവിടെ ഒരു ആട്ടിടയനായിരിക്കുവാൻ അനുവദിക്കുക."

www.ingramcontent.com/pod-product-compliance
Lightning Source LLC
LaVergne TN
LVHW060232051026
849517LV00005B/1591